D1772445

அப்துல்ரஸாக் குர்னா

அப்துல்ரஸாக் குர்னா 1948இல் ஸான்ஸிபாரில் பிறந்தார். அப்போது அது ஓமானிய சுல்தானின் ராஜ்ஜியமாக இருந்தது. 1964இல் நடந்த ஸான்ஸிபார் புரட்சிக்குப் பிறகு அராபிய வம்சாவளியினர் மீதான தாக்குதலும் மிகப் பெரிய உள்நாட்டுக் குழப்பங்களும் ஏற்பட்டன; இதனைத் தொடர்ந்து இறுதியாக ஸான்ஸிபார், தான்கானிக்காவோடு இணைந்து, இன்றைய தான்ஸானியா உருவானது. 1967இல், குர்னா தனது 18ஆம் வயதில் தான்ஸானியாவைவிட்டு வெளியேறி, ஓர் அகதியாக இங்கிலாந்து சென்றார். காண்டர்பரி கிறிஸ்ட் கல்லூரியில் படிப்பைத் தொடர்ந்த அவர், பின்னர் கெண்ட் பல்கலைக்கழகத்தில் முனைவர் பட்டம் பெற்றார். 1980 முதல் 1983 வரை கென்யாவின் கானோவிலுள்ள பயேரோ பல்கலைக்கழகத்தில் விரிவுரையாளராக இருந்தார். அதன்பின், கெண்ட் பல்கலைக்கழகத்தில் ஆங்கிலம், பின்காலனிய இலக்கியம் ஆகிய துறைகளில் பேராசிரியராகப் பணியாற்றினார். 2017இல் பணியிலிருந்து ஓய்வுபெற்றபின்பும் அதே துறையில் தகைமைசார் பேராசிரியராக இருந்துவருகிறார்.

குர்னா பத்து நாவல்கள் எழுதியுள்ளார். இவரது முதல் நாவலான *Memory of Departure* 1987இல் வெளியானது. இவரது முக்கியமான நாவல்கள்: *Pilgrims way*, *Paradise*, *Admiring Silence*, *By the Sea*, *Afterlives*. இவரது சில படைப்புகள் புக்கர் பரிசுபோன்ற பரிசுகளின் குறும்/நெடும் தேர்வுப்பட்டியலில் இடம்பெற்றிருக்கின்றன. சிறுகதைகளும் கட்டுரைகளும் எழுதியிருக்கிறார்.

2021ஆம் ஆண்டுக்கான நோபல் பரிசு, அப்துல்ரஸாக் குர்னாவுக்கு 'காலனியாதிக்கத்தின் விளைவுகளையும், கண்டம்விட்டுக் கண்டம் தாண்டிப் பண்பாட்டு இடைவெளியோடு வாழவிதிக்கப்பட்ட அகதிகளின் வாழ்க்கையையும் எந்தச் சமரசமும் இல்லாமல் நேயத்தோடு ஊடுருவி' வெளிப்படுத்தியதற்காக வழங்கப்பட்டது. டோனி மோரிசனுக்குப் பிறகு (1993) இந்தப் பரிசைப் பெறும் கருப்பினத்தவர், குர்னா.

போரொழிந்த வாழ்வு

அப்துல்ரஸாக் குர்னா

தமிழில்

கயல்

எதிர் வெளியீடு

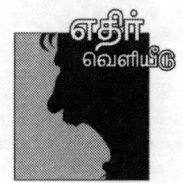

போரொழிந்த வாழ்வு
அப்துல்ரஸாக் குர்னா
தமிழில்: கயல்

முதல் பதிப்பு: ஜனவரி 2024

எதிர் வெளியீடு,
96, நியூ ஸ்கீம் ரோடு, பொள்ளாச்சி - 642 002
தொலைபேசி: 04259 - 226012, 99425 11302

விலை: ரூ. 550

Afterlives
Abdulrazak Gurnah
Translated by Kayal

Afterlives:
Copyright © Abdulrazak Gurnah 2020

First Edition: January 2024

Published by
Ethir Veliyeedu, 96, New Scheme Road, Pollachi - 2
email: ethirveliyedu@gmail.com
www.ethirveliyeedu.com

ISBN: 978-81-19576-10-4
Cover Design: Santhosh Narayanan
Printed at Jothy Enterprises, Chennai.

All rights reserved. No part of this book may be reprinted or reproduced or utilised in any form or by any electronic, mechanical or other means, now known or hereafter invented, including photocopying and recording, or in any information storage or retrieval system, without permission in writing from the publisher.

கயல்

மொழிபெயர்ப்பாளர்

கவிஞர் கயல், வேலூர் முத்துரங்கம் அரசுக் கலைக் கல்லூரியில் வணிகவியல் துறை உதவிப் பேராசிரியராகப் பணியாற்றிவருகிறார். ஆங்கிலத்திலிருந்தும் இந்தியிலிருந்தும் தமிழுக்கும், தமிழிலிருந்து ஆங்கிலத்திற்கும் அவர் மொழியாக்கம் செய்துள்ள கவிதைகள், சிறுகதைகள், கட்டுரைகள் பல்வேறு அச்சு இதழ்களிலும், இணைய இதழ்களிலும் பிரசுரமாகி உள்ளன.

இதுவரை வெளியான கவிதை நூல்கள்: *கல்லூஞ்சல்* (2015), *மழைக் குருவி* (2016), *ஆரண்யம்* (2018), *ஆதிவாசிகள் நிலத்தில் போன்சாய்* (2019), *உயிரளபெடை* (2020).

பழைய துர்தேவதைகளும் புதிய கடவுளரும்: சமகாலத் திபெத்தியச் சிறுகதைகள் (2022), *கனவு இல்லம்: அமெரிக்கச் சிறுகதைகள்* (2022) ஆகிய இரண்டு மொழிபெயர்ப்புச் சிறுகதைகளின் தொகுப்பு இதுவரை வெளிவந்துள்ளன.

ஒன்று

1

ஆமுர் பியாஷராவைச் சந்தித்தபோது கலீஃபாவுக்கு இருபத்தி ஆறு வயது. குஜராத்தி சகோதரர்களுக்குச் சொந்தமான ஒரு சிறிய தனியார் வங்கியில் அவன் அப்போது வேலை செய்துகொண்டிருந்தான். இந்தியர்களால் நடத்தப்பட்ட தனியார் வங்கிகள் மட்டுமே உள்ளூர் வியாபாரிகளுடன் வியாபாரத் தொடர்புகள் வைத்திருந்தனர் என்பதுடன் அவர்களுடைய வியாபார வழிமுறைகளோடு ஒத்துப்போயினர். பெரிய வங்கிகள் தங்களுடைய வியாபாரத்தை ஆவணங்கள், பத்திரங்கள், உத்திரவாதங்கள் மூலம் மிகச் சரியாக நடத்த விரும்பின. இது எப்போதுமே உள்ளூர் வியாபாரிகளுக்கு ஏற்றதாக இல்லை. அவர்கள் வெளிப் பார்வைக்குத் தெரியாத ஒருங்கிணைந்த குழுக்கள், கூட்டமைப்புகள் மூலம் தங்கள் வணிகத்தை நடத்தினர். கலீஃபா தங்களுடைய தந்தைக்கு உறவுமுறை என்பதாலேயே குஜராத்தி சகோதரர்கள் அவனை வேலைக்கு அமர்த்தினர். உறவினர் என்பதுகூடச் சற்று அதிகமான வார்த்தைதான். கலீஃபாவின் தந்தை குஜராத்தைச் சேர்ந்தவர். ஆக, ஒரு விதத்தில் பார்த்தால் அவன் அவர்களுக்கு உறவினர் என்றும் சொல்லலாம். அவனுடைய அம்மா கிராமத்தைச் சேர்ந்தவள். கலீஃபாவின் தந்தை இந்திய நிலச்சுவான்தார் ஒருவரிடம் வேலை செய்துகொண்டிருந்தபோது அவளைச் சந்தித்தார். அந்தப் பண்ணையைச் சென்றடைய நகரத்திலிருந்து இரண்டு நாள் பயணிக்கவேண்டும். வெளிப்பார்வைக்கு அவனுடைய தோற்றம் இந்தியனைப் போல் இருக்காது. ஆனால் அந்தப் பகுதியில் வசித்த இந்தியர்கள் யாருமே

அவனைப் போன்ற தோற்றத்தில் இல்லை. கலீஃபாவுடைய தந்தையின் உடல் நிறம், தலைமுடி, மூக்கு என அனைத்துமே ஆப்பிரிக்காவைச் சேர்ந்த அவனுடைய அம்மாவின் சாயலில் இருந்தன. தனக்குத் தேவைப்படும் நேரங்களில் மட்டுமே அவன் தன்னுடைய வம்சாவளியை வெளிப்படுத்துவான். “ஆமாம். என்னுடைய தந்தை ஓர் இந்தியர். ஆனால் என்னைப் பார்த்தால் அப்படித் தெரியவில்லை இல்லையா? என்னுடைய தாயை மணந்தபிறகு என் தந்தை இறுதிவரை அவளுக்கு விசுவாசமாக இருந்தார். சில இந்தியர்கள் ஓர் இந்தியப் பெண் மனைவியாகக் கிட்டும்வரை ஆப்பிரிக்கப் பெண்களிடம் பழகிவிட்டுப் பிறகு அவர்களை நிர்கதியாக விட்டுவிடுவார்கள். ஆனால் என்னுடைய தந்தை என் தாயுடன்தான் கடைசிவரை இருந்தார்” என்று அவன் சொல்வதுண்டு.

கலீஃபாவின் தந்தை காசிம், குஜராத்தின் சிறிய கிராமம் ஒன்றில் பிறந்தார். இந்துக்கள், இசுலாமியர்கள், சில ஆப்ரிக்கக் கிருத்துவர்கள் என அனைத்து மதத்தைச் சார்ந்த மக்களும் அங்கு வசித்தனர். இசுலாமியனான காசிமின் குடும்பம் வறுமையில் வாழ்ந்தது. வாழ்வின் கஷ்டநஷ்டங்கள் தெரிந்து தன் கடும் உழைப்பின்மூலம் அவற்றை எதிர்கொண்டவனாக சிறு வயதுமுதலே காசிம் வளர்ந்தான். கிராமத்தில் இருந்த மசூதியில் உள்ள பள்ளிக்கூடத்தில் படித்தவன், பிறகு நகரத்தில் அவர்களுடைய வீட்டுக்கு அருகே இருந்த, குஜராத்தியைப் பயிற்றுமொழியாகக் கொண்ட அரசாங்கப் பள்ளியில் படித்தான். வரி வசூப்பாளரான அவனுடைய தந்தை தன்னுடைய முதலாளி தரும் பணிகளைச் செய்ய கிராமப்புறங்களில் பயணிப்பார். வரி வசூப்பதோ, மரியாதைக்குரிய அதுபோன்ற வேறொரு பணியோ தன் மகனுக்குக் கிடைக்கவேண்டும் என்பதற்காகவே காசிமை ஒரு பள்ளியில் சேர்த்துப் படிக்க வைத்தார். காசிமின் தந்தை குடும்பத்துடன் அந்த வீட்டில் வசிக்கவில்லை. வருடத்தில் ஒன்று அல்லது இரண்டுமுறை மட்டுமே அவர்களைப் பார்க்க வீட்டுக்கு வருவார். காசிமின் அம்மா கண் தெரியாத தன் மாமியாரையும் தன் ஐந்து குழந்தைகளையும் கவனித்துக்கொண்டாள். வீட்டின் மூத்த மகனான காசிமின் தந்தைக்கு ஒரு தம்பியும் மூன்று தங்கைகளும் இருந்தனர். அவருடைய கடைசித் தங்கைகள் இருவரும் நோயினால் சிறுவயதிலேயே இறந்துவிட்டனர். அவர்களுடைய அப்பா அவ்வப்போது பணம் அனுப்பினாலும் அவர்கள் தங்கள் தேவைகளுக்காகக் கிராமத்தில் கிடைத்த வேலைகளைச் செய்து பிழைத்தனர். குஜராத்தியைப் பயிற்று மொழியாகக் கொண்ட பள்ளியின் ஆசிரியர்கள் காசிம் சிறிது வளர்ந்ததும் மும்பையில்

இருந்த ஆரம்பப் பாடசாலை அளித்த உதவித் தொகையைப் பெற்று அங்கு சென்று பயில அவனை ஊக்கப்படுத்தினர். ஆங்கிலத்தைப் பயிற்று மொழியாகக்கொண்ட அந்தப் பள்ளியில் சேர்ந்தபிறகு காசிமின் அதிர்ஷ்டகாலம் தொடங்கியது. அவனுடைய அப்பாவும் உறவினர்களும் சேர்ந்து கடன்பெற்று அவன் மும்பையில் தங்கிப் படிக்கத் தங்களால் முடிந்தளவு ஒரு இடத்தை ஏற்பாடு செய்து தந்தனர். சில காலத்திற்குப் பிறகு காசிம் தன் பள்ளி நண்பன் ஒருவனுடைய குடும்பத்தினருடன் தங்கும் வாய்ப்பு அமைந்தது. அவர்கள் சிறு குழந்தைகளுக்குத் தனிவகுப்புகள் எடுக்கும் ஒரு வேலை கிடைக்க காசிமிக்கு உதவியதால் அவனுடைய பொருளாதார நிலை சிறிது முன்னேறியது. அவன் அங்கு சம்பாதித்த சில அணாக்கள் அவனுக்குச் சிறிது உதவிகரமாக இருந்தன.

அவன் பள்ளிப் படிப்பை முடித்த உடனேயே ஆப்ரிக்காவின் கடற்கரையில் இருந்த நில உரிமையாளர் ஒருவருடைய வரவு செலவுக் கணக்குகளை நிர்வகிக்கும் குழுவிடமிருந்து அவனுக்கு ஒரு வேலை வாய்ப்பு கிடைத்தது. அது ஒரு வரம்போல, காசிமுடைய வாழ்வாதாரத்திற்கான ஒரு பெரிய கதவு திறந்ததுபோல, ஏதோ ஒரு சாகசம்போல இருந்தது. இந்த வேலைவாய்ப்பு அவனுடைய கிராமத்தைச் சேர்ந்த இசுலாமிய மதகுரு ஒருவரின் மூலமாக அவனுக்குக் கிடைத்தது. அந்த நில உரிமையாளரின் முன்னோர்கள் பன்னெடுங்காலத்துக்கு முன் அதே கிராமத்தில் வசித்தவர்கள். தங்களுடைய வரவு செலவு கணக்குகளைக் கவனித்துக்கொள்ள ஒரு ஆள் தேவைப்படும்போதெல்லாம் அந்தக் கிராமத்தில் இருந்துதான் அவர்கள் ஆட்களைத் தேர்ந்தெடுப்பார்கள். விசுவாசமாகவும் தங்களைச் சார்ந்தும் இருப்பவர்களிடமே தங்கள் கணக்குகளை ஒப்படைக்கவேண்டும் என்று அவர்கள் நினைத்தனர். காசிமுக்கு உரிய கூலி போக காசிம் குடும்பத்தினருக்கென நில உரிமையாளர் தனியே எடுத்துவைக்கும் பணத்தை ஊரின் இசுலாமிய மதகுருவுக்கு ஒவ்வொரு ஆண்டும் நோன்புக் காலத்தில் காசிம் அனுப்புவான். அவன் குஜராத்துக்குத் திரும்பிச் செல்லவே இல்லை. கலீஃபாவின் அப்பாவான காசிம், தன் குழந்தைப் பருவத்தில் தான் பட்ட பாடுகளாக அவனுக்குச் சொன்ன கதை இதுதான்.

எல்லா தந்தையரும் தங்கள் குழந்தைகளுக்கு வழக்கமாகச் சொல்வதுபோல, “கலீஃபா உன் வாழ்வில் நீ நன்கு முன்னேறவேண்டும் என்பதற்காகவே இதை நான் உன்னிடம் சொல்கிறேன்” என்றார் காசிம். ரோமன் எழுத்துக்களின் அகர வரிசைகளை எழுதப் படிக்கவும், கணிதத்தின் அடிப்படைகளையும் காசிம் தன் மகனுக்குக் கற்பித்தார்.

கலீஃபா சிறிது வளர்ந்ததும், அதாவது அவனுக்குப் பதினோரு வயதானதும் கணிதம், வரவு செலவு கணக்கு எழுதுவது, அடிப்படை ஆங்கில அகராதி ஆகியவற்றைக் கற்றுக்கொள்ள காசிம் அவனைப் பக்கத்து நகரத்தில் வசித்த ஆசிரியர் ஒருவரிடம் அனுப்பிவைத்தார். கலீஃபாவோடு சேர்த்து அந்த ஆசிரியரிடம் இன்னும் நான்கு இந்திய மாணவர்கள் பயின்றனர். அவர்கள் அனைவரும் தங்கள் ஆசிரியருடன் அதே வீட்டில் தங்கிக்கொண்டு வராண்டாவில் மாடிப்படியின் கீழே இருந்த சிறிய இடத்தில் உணவு உண்டு, தரையில் படுத்து உறங்கினர். அவர்கள் எப்போதுமே மாடிக்குச் செல்ல அனுமதிக்கப்படவில்லை. தரைமீது விரிக்கப்பட்ட சில பாய்களும் கம்பித் தடுப்புகளுடைய உயரமான ஜன்னலும்கொண்ட ஒரு சிறிய அறையில் வகுப்புகள் நடைபெற்றன. வீட்டின் புறக்கடைவழியாக ஓடிய சாக்கடை நாற்றம்மட்டுமே அந்த ஜன்னல் வழியாக வந்ததேதவிர வேறு எதுவும் அதன் வழியே தெரியவில்லை. வகுப்புகள் முடிந்ததும் ஆசிரியர் அறையைப் பூட்டிவிடுவார். ஒரு புனிதமான இடமாக அவர் அதைக் கருதினார். வகுப்பு தொடங்குமுன் அவர்கள் அதைத் தினம் பெருக்கித் துடைத்து வைக்கவேண்டும். காலை எழுந்த உடனேயே பாடங்கள் தொடங்கும். அதன் பிறகு பின்மதியத்தில் இருட்டுமுன்பு மறுபடியும் பாடங்கள் நடத்தப்படும். மதிய உணவுக்குப் பிறகு ஆசிரியர் உறங்கச் செல்வார். மெழுகுவர்த்திகளை மிச்சப்படுத்துவதற்காக மாலை நேரங்களில் அவர்களுக்கு வகுப்புகள் இருக்காது. அத்தகைய நேரங்களில் அவர்கள் சந்தையிலோ கடற்கரையிலோ ஏதாவது வேலை பார்த்துக்கொண்டும் தெருக்களில் திரிந்துகொண்டும் இருப்பார்கள். இந்த நாட்களைப் பின்னாட்களில் நினைத்து ஏங்குவோம் என்று கலீஃபா நினைத்ததே இல்லை.

ஜெர்மானியர்கள் நகருக்குள் புகுந்தபோது அந்த ஆசிரியரிடம் பயிலத் தொடங்கிய கலீஃபா அவருடன் ஐந்து வருடங்கள் இருந்தான். அந்த வருடங்கள் அல் புஷ்ரி எழுச்சி கண்ட வருடங்கள். அராபியர்களும் வாச்வாஹிலி கடற்கரை ஓரம் வசித்த மக்களும், குழுவாகப் பயணித்து ஆங்காங்கே தங்கி வியாபாரம் செய்துவந்த வணிகர்களும், ஜெர்மானியர்கள் அந் நாட்டின் அரசர்கள் என்று பிரகடனம் செய்ததை எதிர்த்த நாட்கள் அவை. பிரிட்டிஷார், பிரெஞ்சுக்காரர்கள், பெல்ஜியர்கள், போர்ச்சுகீசியர்கள், இத்தாலியர்கள் என ஏற்கெனவே தங்கள் சட்ட மாமன்றக் குழுவை அமைத்திருந்தவர்கள், ஒப்பந்தத்தில் கையழுத்து இட்டவர்கள் ஆகியோருடைய எதிர்ப்பு எவ்விதத்திலும் பயனற்றுப் போனது. இந்தப் புரட்சி இராணுவத் தளபதி விஸ்மனாலும் அவனால் புதிதாக உருவாக்கப்பட்ட ஜெர்மானியக் காலனித்துவப்

பேரரசின் துருப்புக்களாலும் அடக்கப்பட்டது. அல் புஷ்ரி புரட்சியில் ஏற்பட்ட தோல்விக்குப் பிறகு, கலீஃபா கல்வி பயின்ற காலத்தை முடிக்கும் அதே தருணத்தில், ஜெர்மானியர்கள் இன்னொரு யுத்தத்தில் ஈடுபட்டிருந்தார்கள். இந்த முறை நெடுந்தொலைவில் கிழக்கில் இருந்த தான்சானியாவின் இனக் குழுக்களுடன் யுத்தத்தில் ஈடுபட்டனர். அந்த இனக் குழுக்கள் ஜெர்மானியர்களின் ஆட்சியை ஏற்க மறுத்தனர்.

அவர்கள் அல் புஷ்ரியைவிட உறுதியாக இருந்தனர். எதிர்பாராத விதமாக ஜெர்மானியக் காலனித்துவப் பேரரசின் துருப்புக்களுக்குப் பலத்த உயிர் சேதத்தை அவர்கள் ஏற்படுத்தினர். ஜெர்மானியர்கள் பெரும் மன உறுதியுடன் சிறிதும் இரக்கமற்ற முறையில் அதற்குப் பதிலடி தந்தனர். வாசிப்பதிலும் எழுதுவதிலும் கணக்கியலிலும் கலீஃபாவுக்கு இருந்த திறமையைக் கண்டு அவனுடைய தந்தை அகமகிழ்ந்து போனார். ஆசிரியரின் அறிவுரைப்படி கலீஃபாவின் தந்தை, அந்த ஊரிலேயே ஒரு வங்கியை நடத்திவந்த குஜராத்திச் சகோதரர்களுக்கு ஒரு கடிதம் எழுதினார். அவருக்கு எழுதப் படிக்கத் தெரியாததால் கலீஃபாவின் ஆசிரியர் ஒரு கடிதத்தை எழுதி கலீஃபாவிடம் தந்து அவனுடைய தந்தையிடம் சேர்க்க, கலீஃபாவின் தந்தை அதைப் பார்த்து அப்படியே வேறொரு தாளில் தன்னுடைய கையெழுத்தில் எழுதி ஒரு வண்டி ஓட்டுனரிடம் தந்து ஆசிரியரிடம் திரும்பக் கொண்டுபோய்ச் சேர்த்தான். ஆசிரியர் அதை வங்கியாளர்களிடம் எடுத்துக் கொண்டுபோனார். ஆசிரியருடைய சிபாரிசுக் கையொப்பம் அதில் இருந்தால் நிச்சயமாக அது உதவிகரமாக இருக்கும் என்ற கருத்தை அவர்கள் அனைவருமே ஏற்றுக்கொண்டனர்.

அவனுடைய அப்பா, "மரியாதைக்குரிய ஐயன்மீர்! நீங்கள் நடத்தும் நிறுவனத்தில் என்னுடைய மகனுக்கு ஏதாவது வேலை கிடைக்க வாய்ப்பு உள்ளதா? அவன் கடின உழைப்பாளி. திறமை மிக்கவன். நிறுவன நிதி விவரங்களைப் பதிவு செய்யும் கணக்கியல் அவனுக்குத் தெரியும். ஆனால் அதில் எந்த அனுபவமும் இல்லை. அவனால் ரோமானிய மொழியில் எழுத முடியும்; அடிப்படை ஆங்கில அறிவும் இருக்கிறது. இந்த வேலையை அவனுக்குத் தந்தீர்களேயானால் அவன் தன் வாழ்நாள் முழுக்க உங்களுக்கு நன்றியுடையவனாக இருப்பான். பணிவுடன் எழுதிக்கொள்வது, குஜராத்தைச் சேர்ந்த உங்களுடைய சகோதரன்" என்று தன்னுடைய கடிதத்தில் எழுதியிருந்தார்.

பல மாதங்கள் ஆகியும் அவர்களுக்கு பதில் கடிதம் வரவில்லை. ஆசிரியர் அந்தச் சகோதரர்களிடம் சென்று மறுபடி மறுபடி மன்றாடிக் கேட்டதனால் அவர்கள் பதில் கடிதம் எழுதினர். அந்தக் கடிதத்தில்,

"அவனை இங்கு அனுப்புங்கள். முயற்சித்துப் பார்க்கிறோம். எல்லாம் சரியாக நடந்தால் அவனுக்கு வேலை தருகிறோம். குஜராத்திய இஸ்லாமியர்கள் ஒருவருக்கொருவர் உதவி செய்துதானே ஆகவேண்டும்? நாம் நமக்கு உதவி செய்யவில்லை என்றால் நம்மை யார் பார்த்துக்கொள்வார்கள்?" என்று எழுதப்பட்டிருந்தது.

கலீஃபாவின் தந்தை பண்ணையாரின் கணக்கு வழக்குகளைப் பார்த்துக்கொண்டிருந்ததால் அவர்களுக்குப் பண்ணை நிலத்திலேயே ஒரு வீடு தரப்பட்டிருந்தது. அந்த வீட்டைவிட்டு வெளியேறிவிடுவதற்கு கலீஃபா ஆர்வமாக இருந்தான். வங்கியை நடத்திவந்த சகோதரர்களிடம் இருந்து பதில் கடிதத்திற்காகக் காத்திருந்தபோது, கூலிக் கணக்கை எழுதுவது, வாடிக்கையாளர்களுக்குப் பொருட்களைக் கொண்டுபோய்ச் சேர்ப்பது, செலவினங்களைக் குறித்து வைப்பது, புகார்களைக் கேட்பது எனத் தன்னுடைய அப்பாவின் பணிகளில் உதவியாக இருந்தான். பண்ணையில் வேலைகள் கடுமையாகவும் பணியாளர்களுக்குத் தரப்பட்ட கூலி மிகக் குறைவாகவும் இருந்தது. அவர்கள் அடிக்கடி காய்ச்சல், உடல் வலி, சொறி, சிரங்கு ஆகிய பாதிப்புகளுக்கு உள்ளானார்கள். அவர்களுக்கு அளிக்கப்பட்டிருந்த சிறிய துண்டு நிலத்தில் பயிரிட்டு அவர்கள் தங்கள் உணவுத் தேவைகளைக் கவனித்துக்கொண்டார்கள். கலீஃபாவின் அம்மா மரியமும் தக்காளி, பசலைக் கீரை, வெண்டை, சர்க்கரைவள்ளிக்கிழங்கு ஆகியவற்றைப் பயிரிட்டுத் தங்கள் குடும்பத்திற்கான உணவுத் தேவைகளைப் பூர்த்தி செய்துகொண்டாள். அவளுடைய தோட்டம் அவர்களுடைய சிறிய வீட்டிற்கு அடுத்ததாக இருந்தது. அவர்களுடைய வாழ்க்கை சில சமயங்களில் கலீஃபாவுக்கு மிகுந்த அயற்சியை ஏற்படுத்தியது. அவன் தன்னுடைய ஆசிரியருடன் நேரம் செலவழிப்பதற்காகக் காத்திருக்கத் தொடங்குமளவுக்கு அது இருந்தது. ஆகவே வங்கியாளர்களிடமிருந்து பதில் வந்தவுடனே அவன் அங்கிருந்து கிளம்பிவிட முடிவெடுத்தான். அவர்கள் அவனை வேலைக்கு வைத்துக்கொள்வார்கள் என்று அவன் திடமாக நம்பினான். அவர்கள் அவனைப் பதினோரு வருடங்கள் தங்களோடு வைத்திருந்தார்கள். முதன்முதலில் அவனைப் பார்த்ததும் அவனுடைய தோற்றத்தைப் பார்த்து அவர்கள் ஆச்சரியப்பட்டிருந்தாலும் அவர்கள் அதை வெளிக்காட்டிக் கொள்ளவில்லை. அதன் பிறகு வந்த வருடங்களில் எப்போதும் அவர்கள் கலீஃபாவிடம் அதைத் தெரிவிக்கவில்லை. ஆனால் அவர்களுடைய சில இந்திய வாடிக்கையாளர்கள் அதைப் பற்றி பேசினார்கள். "இல்லை இல்லை. அவன் நம்முடைய

சகோதரன். நம்மைப் போன்ற குஜராத்தி" என்று அந்த வங்கிச் சகோதரர்கள் அவர்களிடம் சொல்வதுண்டு.

அவன், பேரேட்டில் எண்களைக் குறித்து வைத்து, பதிவேடுகளில் அனைத்தையும் தினசரி துல்லியமாக பதிவு செய்துவந்த ஒரு குமாஸ்தா. அவர்கள் இதைச் செய்யமட்டுமே அவனை அனுமதித்தனர். அவ்வளவுதான். தங்கள் கணக்கு வழக்குகளைப் பற்றி முழுவதுமாக அறிந்துகொள்ளும் அளவுக்கு அவன்மீது முழு நம்பிக்கை வைக்கவில்லை என்று அவன் நினைத்தான். ஆனால் பணம் வியாபாரம் போன்றவற்றைப் பொருத்தவரை அது அப்படித்தானே. ஹாஷிப், குலாப் ஆகிய இரண்டு சகோதரர்களும் வட்டிக்குப் பணம் தரும் வியாபாரம் செய்து வந்தனர். வங்கியாளர்களின் முக்கியமான பணியே இதுதான் என்று அவர்கள் கலீஃபாவுக்கு விளக்கினர். மற்ற பெரிய வங்கிகளைப் போல அவர்களிடம் வாடிக்கையாளர்களின் தனிப்பட்ட கணக்குகள் எதுவும் இல்லை. அந்தச் சகோதரர்கள் இருவரும் ஏறக்குறைய ஒரே வயதுடையவர்கள். குள்ளமான பருத்த உடல், புன்னகை பூத்த முகம், அகலமான தாடை எலும்புகள், கவனமாகச் சவரம் செய்யப்பட்ட மீசை எனப் பார்ப்பதற்கு அவர்கள் இருவரும் ஒரே மாதிரி தோற்றத்துடன் இருந்தனர். குஜராத்தி வணிகர்கள், நிதியாளர்கள் என ஒரு சிறு எண்ணிக்கையிலான ஆட்கள் தங்களிடம் இருந்த உபரிப் பணத்தை அவர்களிடம் கொடுத்து வைக்க, அவர்கள் அதை உள்ளூர் வியாபாரிகளுக்கு வட்டிக்குத் தந்தார்கள். ஒவ்வொரு வருடமும் நபிகள் பிறந்த நாளன்று அவர்கள் தங்களுடைய மாளிகையின் தோட்டத்தில் மௌலித் வசனத்தை வாசித்து அனைவருக்கும் உணவு பரிமாறினார்கள்.

கலீஃபா, வங்கிச் சகோதரர்களுடன் பத்து வருடங்களைக் கழித்திருந்தபோது ஆமுர் பியாஷரா ஒரு திட்டத்துடன் வந்தான். ஆமுர் பியாஷரா அந்த வங்கியாளர்களுடன் தொடர்பு வைத்திருந்ததால் கலீஃபாவுக்கு அவனை முன்பே தெரிந்திருந்தது. இந்தச் சந்தர்ப்பத்தில் கலீஃபா அவனுக்கு தரகு, வட்டி குறித்த சில தகவல்களைத் தந்தது வியாபாரிக்குச் சாதகமாக அமைந்தது. இவை கலீஃபாவுக்குத் தெரியும் என்ற விஷயமே முதலாளிகளுக்கு அதுவரை தெரியாது. இதற்காக ஆமுர் பியாஷரா கலீஃபாவுக்கு லஞ்சம் தந்தான். அது ஒரு சிறு தொகைதான். இத் தகவல்கள் மூலம் ஆமுர் பியாஷராவுக்குக் கிடைத்த பலன் சிறிதளவுதான் என்றாலும் வியாபாரிக்கு அவனுடைய புகழைப் பாதுகாக்க அது உதவியது என்பதுடன் திருட்டுத்தனமாகச் செய்யும் வாய்ப்புள்ள ஒன்றைச் செய்யாமல் தன்னைக் கட்டுப்படுத்திக் கொள்ள அவனால் இயலவில்லை. லஞ்சமாகப் பெற்றது சொற்பமான

தொகை என்பதால் தன் முதலாளிகளை ஏமாற்றுவது குறித்த குற்ற உணர்வைக் கட்டுப்படுத்திக்கொள்வது கலீஃபாவுக்குப் பிரச்சினையாக இல்லை. வியாபாரத்தின் நெளிவு சுளிவுகளை இவ்வாறு கற்றுக்கொள்வதும் அனுபவத்தின் ஒரு பகுதிதான் என்று அவன் தனக்குள் சொல்லிக்கொண்டான்.

ஆமுர் பியாஷுராவுடன் கலீஃபா தன் சிறிய ஏற்பாட்டைச் செய்துகொண்ட சில மாதங்களில் முதலாளிகள் தங்களுடைய வியாபாரத்தைக் கென்யாவின் மோம்பாசா நகருக்கு மாற்றிக்கொள்ள முடிவெடுத்தனர். மோம்பாசாவில் இருந்து கிசுமு செல்லும் இருப்பூர்திகளுக்கான தண்டவாளங்கள் போடப்பட்டுக் கொண்டிருந்தன. ஐரோப்பியர்களைக் கிழக்கு ஆப்பிரிக்காவில் குடியமர்த்துவதைக் காலனியக் கொள்கை என்ற பெயரில் அழைத்தவர்கள் அதற்கான அங்கீகாரத்தைப் பெற்று, நடைமுறைக்கும் கொண்டுவந்துவிட்டனர். மோம்பாசாவில் தங்களுக்குச் சிறப்பான வியாபார வாய்ப்புகள் கிடைக்கும் என்று வங்கிச் சகோதரர்கள் எதிர்பார்த்தனர். இன்னும் நிறைய இந்திய வியாபாரிகளும் கைவினைஞர்களும் அதையே நினைத்தனர். அதே சமயத்தில் தன்னுடைய வியாபாரத்தை விரிவுபடுத்திய ஆமுர், ரோமானிய எழுத்துத் தொகுதி தெரியாது என்பதாலும், அதைத் தெரிந்துவைத்திருந்த கலீஃபாவால் தனக்குப் பயன்கிடைக்கும் என்பதாலும் கலீஃபாவைத் தன் எழுத்தராக நியமித்தான்.

ஜெர்மானியர்கள் தம்முடைய ஆதிக்கத்தில் இருந்த கிழக்கு ஆப்பிரிக்காவில் அப்போது ஏற்பட்ட மொத்தக் கிளர்ச்சியையும் அடக்கிவிட்டதாக நினைத்துக்கொண்டனர். அவர்கள் அல் புஷ்ரியையும், பல நாடுகளுக்குப் பயணித்து ஆங்காங்கே முகாமிட்டு வணிகம் செய்த கடற்கரையோர வணிகர்களின் எதிர்ப்புகளையும் கிளர்ச்சியையும் அடக்கிவிட்டனர். தீவிரமாகப் போராடி, புரட்சியை நசுக்கி, அல் புஷ்ரியைப் பிடித்தவர்கள் அவரை 1988ஆம் ஆண்டு தூக்கில் இட்டார்கள். துணைத் தளபதி விஸ்மன், மற்ற ஜெர்மானிய அதிகாரிகளுடன் இணைந்து உருவாக்கிய ஜெர்மானியக் காலனித்துவப் பேரரசின் இராணுவத்தில், பணத்திற்காக எந்த நாட்டு இராணுவத்துடனும் இணைந்து போரிடும் அஸ்கரிகள் என்றழைக்கப்பட்ட ஆப்பிரிக்கக் கூலிப் படை வீரர்கள், சூடானின் மெஹ்திக்கு எதிராகப் போராடியவர்கள், கிழக்கு ஆப்பிரிக்காவைச் சேர்ந்த இனக் குழுக்கள், பிரிட்டிஷாரிடம் பணியாற்றிய புதிய இராணுவ வீரர்கள் ஆகியோர் இருந்தனர். ஜெர்மன் நிர்வாகம் அல் புஷ்ரியைப் பொதுமக்கள் முன்னிலையில் தூக்கில் இட்டனர். இப்படிப் பலரையும் தூக்கிலிடும் முடிவில் இருந்தனர். நகரின்

பல பகுதிகளை அடக்குவதற்காக புஷ்ரியின் கோட்டைகளில் ஒன்றான பகமோயோவின் கோட்டையை ஜெர்மானிய அதிகார மையமாக மாற்றினர். நெடுந்தூரம் குழுக்களாகப் பயணித்து வணிகம் செய்பவர்களின் முனையம் ஆகவும், அப்பகுதியின் கடற்கரையை ஒட்டியிருந்த, எப்போதும் ஓய்வற்றுப் பணிகள் நடக்கும் துறைமுகமாகவும் விளங்கிய பகமோயோவைக் கைப்பற்றித் தக்கவைத்துக்கொள்வதையே தன் காலனிய ஆதிக்கம் நிலை நாட்டப்படுவதின் முக்கிய வெளிப்பாடாக ஜெர்மனி நினைத்தது.

ஆனாலும் அவர்கள் சாதிக்கவேண்டியவை இன்னும் நிறைய இருந்தன. அவர்கள் உள்நாட்டில் நுழைந்தபோது ஜெர்மானியக் குடிமக்களாக மாற மறுத்த சில இனக் குழுக்கள், தான்சானியாவின் கிளிமஞ்சாரோ பகுதியைச் சேர்ந்த பண்டு இன மக்கள், அருஷா பகுதியின் மேரு மலையைச் சார்ந்த மக்கள், மத்தியக் கிழக்கு தான்சானியாவின் இரிக்கா பகுதியைச் சேர்ந்த இனக் குழுக்கள் எனப் பல இனக் குழுக்களை எதிர்கொள்ள வேண்டியிருந்தது. மற்ற அனைவரையும்விட மிகுந்த பிரச்சினைக்குரியவர்களான, மத்தியக் கிழக்கு தான்சானியாவில் வசித்த, 'பண்டு' மொழி பேசிய இனக் குழுக்களோடு எட்டு ஆண்டுகள் போர் புரிந்து இறுதியில் பட்டினியால் அவர்களை நசுக்கி அதன்மூலமே வெற்றி கிடைத்தது. வெற்றி பெற்றதும் ஜெர்மானிய இராணுவம், மத்தியக் கிழக்கு தான்சானியாவின் இரிக்கா பகுதியைச் சேர்ந்த இனக் குழுக்களின் தலைவனான மக்வாவாவின் தலையை வெட்டி அதைத் தங்கள் வெற்றிக் கோப்பையாக ஜெர்மனிக்கு அனுப்பியது. ஜெர்மானியப் பேரரசின் துருப்புகளோடு இணைந்து பணியாற்றிய ஆப்பிரிக்கக் கூலிப் படை வீரர்கள், தோல்வியுற்ற வீரர்களோடு இருந்த உள்ளூரைச் சேர்ந்த புதிய வீரர்களின் உதவியுடன் பெரும் அழிவு சக்தியாக இதற்கிடையில் உருப்பெற்றிருந்தனர். அவர்கள் வன்முறை காரணமாகத் தங்களுக்குக் கிடைத்த புகழைப் பெருமையாகக் கருதினர். அவர்களுடைய அதிகாரிகளும் ஜெர்மனியின் ஆதிக்கத்தில் இருந்த கிழக்கு ஆப்பிரிக்கப் பகுதி நிர்வாகிகளும் அவர்கள் அவ்வாறு இருப்பதையே விரும்பினர். கலீஃபா ஆமுர் பியாஷராவுக்காகப் பணிபுரியச் சென்ற அதே சமயத்தில் கிழக்கிலும் மேற்கிலும் உயிர் பெறத் தொடங்கியிருந்த 'தி மாஜி மாஜி' எழுச்சி குறித்து அவர்களுக்குத் தெரிந்திருக்கவில்லை. இதுவே பின்னாளில் மிக மோசமான புரட்சியாக உருமாறியது என்பதுடன் ஜெர்மானியர்களிடமும் அஸ்கரியின் இராணுவத்திடமும் மேலும் அதிக அளவு முரட்டுத்தனத்தை வெளிக்கொணர்ந்தது.

வணிகம் செய்வதற்குரிய புதிய கட்டுப்பாடுகளையும் விதிமுறைகளையும் ஜெர்மானிய நிர்வாகம் கொண்டு வந்தபடி இருந்தது. தன் வியாபார உடன்படிக்கை விவகாரங்களில் பேச்சுவார்த்தை நடத்தவும், நிர்வாகம் வழங்கிய அதிகாரபூர்வ ஆணைகள், அறிக்கைகள் ஆகியவற்றை வாசித்து, சுங்க வரி தொடர்பான படிவங்களை நிரப்பமட்டுமே ஆமுர் பியாஷரா கலீஃபாவைப் பயன்படுத்தினான். மற்ற விஷயங்களை அவனே பார்த்துக்கொண்டான். ஆக, சொன்ன வேலைகளைச் செய்யும் ஒரு சாதாரண உதவியாளனாகவே அவன் இருந்தான். ஆனால் ஆமுராவின் நம்பிக்கைக்குரிய ஒரு எழுத்தராகத் தான் பணிபுரியப் போவதாகவே கலீஃபா முதலில் நினைத்திருந்தான். ஆமுர், சில விஷயங்களைமட்டுமே அவனுடன் பகிர்ந்துகொண்டான். கடிதங்கள் எழுதுவது, உரிமம் பெறுவதற்காக அரசு அலுவலகங்களுக்குச் செல்வது, தகவல்களைச் சேகரிப்பது, ஆமுர் குஷிப்படுத்த விரும்பிய ஆட்களுக்குப் பரிசுப் பொருட்களைக் கொண்டு செல்வது ஆகியவையே கலீஃபாவின் பணிகள்.

ஆமுர் பியாஷராவிடம் வேலை செய்வது அவ்வளவு கடினமான காரியம் ஒன்றுமில்லை. குள்ளமான தோற்றமுடைய ஆமுர் ஒரு நாகரீகமான நபர். எப்போதும் மற்றவர்களிடம் பண்புடனும் கனிவாகவும் பழகக் கூடியவன். உள்ளூர் மசூதியின் அனைத்து விஷயங்களிலும் அடிபணிந்து நடக்கக்கூடியவன். யாருக்காவது எதாவது சிறு தொந்தரவு நேர்ந்தால் அவர்களுக்கு உதவுவதற்காகப் பணம் வசூலிக்கப்பட்டால் அதற்கு நன்கொடை வழங்குவான். அக்கம்பக்கத்தினர் இறந்துவிட்டால் தவறாமல் ஈமச் சடங்குகளில் கலந்துகொள்வான். முன்பின்அறியாத நபராக இருந்தால் தன்னடக்கமான, சொல்லப் போனால் புனிதர் என்றே அவனைப் பற்றி நினைக்க இயலும். ஆனால் அவன் அப்படிப்பட்டவன் இல்லை என்பது மற்றவர்களுக்குத் தெரிந்திருந்தது. யாரை வேண்டுமானாலும் அழித்து தான் வெற்றி பெற நினைக்கிற அவனுடைய குணத்தைப் பற்றியும், அவனுடைய செல்வச் செழிப்பு பற்றியும் பெருமிதமாகப் பேசிக்கொண்டனர். வியாபாரத்தில் அவனுடைய ரகசியமான வழிமுறைகளும் இரக்கமற்ற சுபாவமும் ஒரு நல்ல வியாபாரிக்குத் தேவையான குணங்களாகக் கருதப்பட்டன. அவன் தன்னுடைய தொழிலை ஒரு சதித் திட்டம் தீட்டுவது போல நடத்திச் செல்வதாக மக்கள் சொல்வதுண்டு. கள்ளக் கடத்தல், வட்டிக்குக் கடன் தருவது, பொருட்களைப் பதுக்குவது என அச்சமூட்டுகிற எதுவுமே பெரிய விஷயமாகத் தோன்றாத ஒரு கடற் கொள்ளையனாகவே கலீஃபாவின் கண்களுக்கு அவன் தெரிந்தான். இவற்றுடன் வழக்கமான இறக்குமதி வியாபாரமும் செய்துவந்ததாக

அவன் நினைத்தான். ஆமுர் யாரையும் நம்பாமல் தன் தொழில் முழுவதையும் தன் மூளையின் கட்டுப்பாட்டில் வைத்திருந்தான். அத்துடன் அவனுடைய சில வியாபார விவகாரங்கள் மிக கவனத்துடன் கையாளப்பட வேண்டிய கட்டாயம் இருந்தது. நேர்மையற்ற வணிக நடவடிக்கைகளுக்காகக் கையூட்டு அளிப்பதன்மூலம் தான் நினைக்கும் விஷயங்கள் நிச்சயமாக நடக்கும் என்கிற ஊக்கத்தை அந்த ரகசியப் பணப் பரிவர்த்தனைகள் தந்தது ஆமுருக்கு மகிழ்ச்சியளித்ததாகக்கூட கலீஃபாவுக்குத் தோன்றியது. அவனுடைய சிந்தனை, தான் தொடர்புகொள்ளும் ஆட்களைப் பற்றி மதிப்பிடுவதிலேயே எப்போதும் இருக்கும். தனக்கு விருப்பமிருக்கும்போது கருணையும் இனிமையும்கொண்டவனாக வெளிப்பார்வைக்குத் தோற்றங் காட்டிய ஆமுர் உண்மையில் கண்டிப்புமிக்கவன் என்பதையும் ஆமுரின் இதயம் எவ்வளவு உறுதியானது என்பதையும் பல வருடங்களாக ஆமுரிடம் பணியாற்றிய அனுபவத்தினால் கலீஃபா அறிந்திருந்தான்.

கடிதங்கள் எழுதுதல், கையூட்டைக் கொண்டுபோய்ச் சேர்த்தல், ஆமுர் உதிர்த்த மீச்சிறு தகவல்களைச் சேகரித்தல் எனச் சிறுசிறு வேலைகளைச் செய்து கொண்டிருந்த கலீஃபா நிறைவாகவே உணர்ந்தான். வதந்திகளை அறிந்துகொள்வதிலும் அதைப் பரப்புவதிலும் அவனுக்குப் பேரார்வம் இருந்தது. கலீஃபா தன்னுடைய வேலை நேரத்தில் தெருக்களிலும் சிறிய சிற்றுண்டிக் கடைகளிலும் பல மணிநேரத்தை வெட்டிப் பேச்சில் கழித்ததை ஆமுர் கண்டித்ததே இல்லை. நம்மைச் சுற்றி என்ன நடக்கிறது என்று தெரியாமல் இருட்டில் இருப்பதைவிட எதையாவது தெரிந்துகொள்வது நல்லது. வியாபார விஷயங்கள் குறித்து அறிந்துகொள்ளவும் அவற்றில் பங்கேற்கவும் கலீஃபாவுக்கு விருப்பம் இருந்தாலும் அது நடப்பதாகத் தெரியவில்லை. ஆமுரின் மரப் பெட்டியைத் திறப்பதற்கான எண்கூட அவனுக்குத் தெரிந்திருக்கவில்லை. அதில் இருந்து ஒரு ஆவணத்தை எடுக்கவேண்டும் என்றால்கூட அவன் ஆமுரிடம் கேட்டுத்தான் எடுக்கமுடிந்தது. ஆமுர் அதில் ஏராளமான பணத்தை வைத்திருந்தான். கலீஃபாவோ அல்லது வேறு யாராவதோ அலுவலகத்தில் இருக்கும்போது அவன் அந்தக் கதவை முழுமையாகத் திறக்கக்கூடமாட்டான். அதிலிருந்து ஏதாவது எடுக்கவேண்டும் என்றால் அவன் அந்தப் பாதுகாப்புப் பெட்டியின்முன் நின்று வண்ணங்களால் ஆன அந்தப் பூட்டைத் திறப்பதற்குரிய எண்களைத் தன்னுடைய உடலைவைத்து மறைத்துக்கொண்டு, அந்தப் பெட்டியின் கதவைத் திறந்து வைத்து ஒரு களவாணியைப் போல அதில் இருந்து எட்டி எடுப்பான்.

கலீஃபா ஆமுரிடம் பணியாற்றத் தொடங்கி மூன்று வருடங்களுக்குப் பிறகு அவனுடைய அம்மா மரியமு திடீரென இறந்துவிட்டதாக அவனுக்குத் தகவல் கிடைத்தது. நாற்பதுகளின் இறுதிகளில் இருந்த மரியமின் இறப்பு யாரும் எதிர்பார்த்திராதது. விரைந்து ஊருக்குச் சென்ற கலீஃபா தன் தந்தை உடல் நலமற்று இருப்பதையும் முற்றிலும் நிலை குலைந்திருப்பதையும் கண்டான். அவன் அவர்களுக்கு ஒரே மகன். ஆனால் சமீபகாலமாக அவன் தன்னுடைய பெற்றோரைச் சென்று சந்திக்கவே இல்லை. ஆகவே தன்னுடைய தந்தையான காசிம் எவ்வளவு களைத்து மெலிந்துபோயிருக்கிறார் என்று ஆச்சரியமாகப் பார்த்தான். காசிமின் உடலில் ஏதோ பிரச்சினை இருந்தது. ஆனால் என்ன பிரச்சனை என்று கண்டறிந்து சொல்ல ஒரு மருத்துவரைப் போய்ப் பார்க்கமுடியவில்லை. ஏனெனில் அந்த ஊரில் மருத்துவர்களே இல்லை. இருந்த ஒரே மருத்துவமனையும் கலீஃபா வசித்த நகரத்தில்தான் இருந்தது.

"நீங்கள் என்னிடம் சொல்லி இருக்கவேண்டும். நான் நிச்சயமாக வந்திருப்பேன்" என்றான் கலீஃபா.

காசிமின் உடம்பு எப்போதும் லேசாக நடுங்கிக்கொண்டே இருந்தது. அவனுக்கு உடலில் வலிமை இல்லாததால் எந்த வேலையும் செய்யமுடியவில்லை. நிலச் சுவான்தாரின் பண்ணையில் இருந்த இரண்டு அறைகள்கொண்ட கொட்டிலின் முற்றத்தில் எப்போதும் இலக்கின்றி எங்கோ வெறித்துப் பார்த்தபடி அமர்ந்திருந்தான். காசிம், "இந்தப் பலவீனமான நிலைமை சில மாதங்களுக்கு முன்பு ஆரம்பித்தது. நான்தான் முதலில் இறப்பேன் என்று நினைத்தேன். ஆனால் உன்னுடைய அம்மா என்னை இதில் தோற்கடித்துவிட்டாள். உறக்கத்திலேயே போய்ச் சேர்ந்துவிட்டாள். இப்போது நான் தனியே என்ன செய்வது?" என்று கலீஃபாவிடம் கேட்டான்.

அங்கு நான்கு நாட்கள் தங்கியிருந்த கலீஃபா அறிகுறிகளை வைத்து தன் தந்தை மலேரியா நோயால் பாதிக்கப்பட்டு இருப்பதை உணர்ந்தான். காசிமுக்குக் கடும் காய்ச்சல் அடித்தது. உணவு உட்கொள்ள முடியவில்லை. மஞ்சள் காமாலை நோயால் பாதிக்கப்பட்டிருந்த கண்கள் மஞ்சளாக மாறியிருந்தன. சிறுநீர் சிகப்பாகப் போனது. பண்ணையில் நிறைய கொசுக்கடி பாதிப்பு ஏற்படும் என்பதைத் தன் அனுபவத்தின் மூலம் அவன் அறிந்திருந்தான். தன் தந்தையோடு அதே அறையில் உறங்கிய கலீஃபா அடுத்த நாள் காலை கண்விழித்தபோது தன் கைகள், காதுகள் என எல்லா இடங்களிலும் கொசுக் கடி இருந்ததைப் பார்த்தான். நான்காம் நாள் காலையில் அவன்

கண்விழித்தபோது அவனுடைய தந்தை உறங்கிக்கொண்டிருந்தார். அவன் பின்வாசலுக்குச் சென்று கை கால்களை கழுவிக்கொண்ட பிறகு தன் தந்தையுடன் அமர்ந்து பருகுவதற்காகத் தேநீர் தயாரிக்கத் தொடங்கினான். தண்ணீர் கொதித்துக் கொண்டிருக்கும்போது சட்டென அவனுடைய உடல் அச்சத்தில் நடுங்கவும், மீண்டும் படுக்கையறைக்குச் சென்றவன் தன்னுடைய தந்தை உறங்கிக்கொண்டிருக்கவில்லை, இறந்துவிட்டார் என்பதை அறிந்தான். சில நொடிகள் அங்கேயே நின்று அவரைப் பார்த்துக்கொண்டிருந்தான். வாழ்நாள் முழுதும் கடுமையாகப் போராடிய அவருடைய உடலை மரணம் மெலியவும் சுருங்கவும் வைத்திருந்தது. அவரை ஒரு போர்வையால் மூடியவன் யாரையாவது கூட்டி வரலாம் என்று பண்ணையின் அலுவலகத்திற்குச் சென்றான். அவர்கள் கலீஃபாவினுடைய அப்பாவின் உடலை அந்தப் பண்ணையின் அருகே இருந்த ஒரு சிறிய மசூதிக்குக் கொண்டு போனதும், கலீஃபா அவரை சம்பிரதாயப்படி குளிப்பாட்டினான். சடங்குகளைப் பற்றி நன்கு அறிந்த சிலர் அவனுக்கு உதவி செய்தனர். பிறகு அன்று மதியம் மசூதிக்குப் பின்புறம் இருந்த கல்லறையில் அவரைப் புதைத்தனர். அவன் தன்னுடைய தந்தையும் தாயும் விட்டுச் சென்ற பொருட்களை மசூதியின் இமாமிடம் தானமாகக் கொடுத்து, தேவைப்படுபவர்களுக்கு அவற்றைத் தந்துவிடும்படி கூறினான்.

கலீஃபா தன்னுடைய நகரத்துக்குத் திரும்பிய பிறகு பல மாதங்கள் கடந்தும் தனிமையாகவும் பெற்றோருக்குப் பயன்படாத, நன்றி கெட்ட ஒரு மகனாகவும் தன்னை உணர்ந்தான். இந்த உணர்வு அவன் எதிர்பாராத ஒன்று. முதலில் ஆசிரியருடன், பிறகு வங்கி சகோதரர்களுடன் அதன் பிறகு ஆமுருடன் எனத் தன் வாழ்க்கை முழுக்க அவன் தன் பெற்றோரைவிட்டுத் தள்ளியே வசித்து வந்திருக்கிறான். ஆனால் அவர்களைப் புறக்கணித்ததாக அவன் என்றுமே கழிவிரக்கம் கொண்டதில்லை. திடீரென்று அவர்கள் இருவரும் இறந்துபோனது ஒரு பெரிய துயரத்தை ஏற்படுத்தியதோடு, தன் மீதான ஒரு மோசமான மதிப்பீட்டை அவன் மனதில் உருவாக்கியது. தொடர்ந்து போர்ச் சூழல் நிலவுகிற ஒரு நாட்டில் தனக்குச் சொந்தமில்லாத நகரமொன்றில், பயனற்ற ஒரு வாழ்வை அவன் வாழ்ந்துகொண்டிருந்தான். இந்த சிந்தனைகள் அவன் மனதில் ஓடிக்கொண்டிருந்த அதே சமயத்தில் ஆமுர் பியாஷரா அவனிடம் பேசினான்.

“நீ பல வருடங்களாக என்னுடன் இருக்கிறாய். ஒரு மூன்று நான்கு வருடங்கள் இருக்குமா? நீ திறமையுடனும் மரியாதையுடனும் நடந்துகொள்வதை நான் பாராட்டுகிறேன்” என்றான்.

ஆமுர் பியாஷரா, தன் சம்பளத்தை அதிகரிக்கப்போகிறானா அல்லது தன்னை வேலையைவிட்டு நீக்கப்போகிறானா என்று புரியாத கலீஃபா, "மிக்க நன்றி" என்றான்.

"உன்னுடைய பெற்றோரின் திடீர் மறைவு உனக்கு மிகப்பெரிய துயரத்தை அளித்திருப்பது எனக்குத் தெரியும். உன்னை அது எவ்வளவு பாதித்திருக்கிறது என்பதையும் நான் பார்க்கிறேன். இறைவன் அவர்களுடைய ஆன்மாவின் மீது கருணைகொள்ளட்டும். நீ எனக்காக இத்தனை வருடங்கள் கடமை உணர்வோடும் பணிவுடனும் வேலை செய்திருக்கிறாய். ஆகவே உனக்கொரு அறிவுரை சொல்வது தவறில்லை என்று நினைக்கிறேன்" என்றான்.

இது தன்னை வேலையைவிட்டு நீக்குவது பற்றி இல்லை என்று புரிந்துகொண்ட கலீஃபா, "உங்களுடைய அறிவுரையை நான் மனதார வரவேற்கிறேன்" என்றான்.

"என்னைப் பொருத்தவரை நீயும் என் குடும்ப உறுப்பினர் போல்தான். உனக்கு அறிவுரை சொல்வது என்னுடைய கடமை. உனக்கு இப்போது முப்பத்தோரு வயது. அதாவது, திருமண வயதாகிவிட்டது. உனக்குப் பொருத்தமான ஒரு மணப்பெண்ணை நான் அறிவேன். உறவுக்காரப் பெண் ஒருத்தி சில நாட்களுக்கு முன் தன் குடும்பத்தைச் சேர்ந்த அனைவரையும் இழந்து அனாதையாகிவிட்டாள். அவளுக்கு இருபது வயதாகிறது. அவள் ஒரு மரியாதைக்குரிய பெண். பரம்பரைச் சொத்துக்கள் சில அவளுக்குக் கிடைத்திருக்கின்றன. நீ வந்து அவளைப் பெண் கேள். ஒருவேளை என் திருமண வாழ்வில் நான் முழு திருப்தியுடன் இல்லை என்றால் நானே அவளை மணந்துகொண்டிருப்பேன். நீ எனக்குப் பல காலம் நன்கு சேவை செய்துள்ளாய். இந்த வரன் உனக்கு ஏற்றதாக இருக்கும் என நான் நினைக்கிறேன்" என்றான்.

வியாபாரி அந்தப் பெண்ணைத் தனக்குப் பரிசாக தருவதையும் அந்த இளம் பெண்ணுக்கு இதில் மறுத்துப் பேச வாய்ப்பில்லை என்பதும் கலீஃபாவுக்கு உடனே புரிந்துவிட்டது. அவள் ஒரு நல்ல பெண் என்று ஆமுர் சொன்னாலும் ஆமுர் போன்ற ஒரு கல்நெஞ்சக்கார வியாபாரியின் வாயிலிருந்து வரும் அந்த வார்த்தைகளுக்கு எந்தப் பொருளும் இல்லை என்பது அவனுக்குத் தெரியும். இந்த ஏற்பாட்டுக்கு கலீஃபா ஒப்புக்கொண்டதற்கு இரண்டு காரணங்கள். ஒன்று தன்னால் ஆமுரை மறுத்துப் பேச இயலாது என்பது. அடுத்த காரணம் அவனும் அந்த திருமணத்துக்கு ஆசைப்பட்டான். அவன் தன்னுடைய வருங்கால மனைவியை முரட்டுத்தனமும் பிடிவாத குணமும்,

மோசமான பழக்கவழக்கங்களும் நிறைந்தவளாகப் பல சமயங்களில் கற்பனை செய்து அச்சப்பட்டிருக்கிறான். அவர்கள் திருமணத்திற்கு முன்போ திருமணத்தின்போதோ சந்தித்துக்கொள்ளவில்லை. விழா மிக எளிமையாக நடைபெற்றது. ஆஷா ஃபவுதியை மனைவியாக ஏற்றுக்கொள்ள விருப்பமா என்று இசுலாமிய மதகுருவான இமாம் கேட்டார். அவன் "ஆமாம்" என்றான். மணப் பெண்ணான ஆஷாவிடம் கேட்கப்பட்டபோது ஒரு மூத்த ஆண் உறவினர் என்ற முறையில் ஆஷாவின் இடத்தில் இருந்து அவளுக்குப் பதிலாக ஆமுர் விருப்பம் தெரிவித்தான். திருமணம் முடிந்தது. திருமண விழாவிற்குப் பிறகு காபி பரிமாறப்பட்டது. அதன் பிறகு ஆமுரே அவளுடைய வீட்டுக்கு கலீஃபாவை அழைத்துச் சென்று அவனை ஆஷாவுக்கு அறிமுகப்படுத்தினான். அந்த வீடுதான் ஆஷா, தன் பரம்பரைச் சொத்தாகப் பெற்ற வீடு. ஆனால் என்ன, அவளுக்கு அது பரம்பரைச் சொத்தாகக் கிடைத்திருக்கவில்லை.

ஆஷாவின் அம்மா வேறு யாருமல்ல ஆமுரின் சொந்தத் தங்கை. அம்மா இறந்துபோன சோகம் இன்னும் ஆஷாவின் கண்களில் படிந்திருந்தது. அவளுடைய முகம் வட்டமாக இருந்தது. அவள் பெரும்பாலும் அமைதியாகவும் புன்னகையற்றும் இருந்தாள். எந்தத் தயக்கமும் இல்லாமல் கலீஃபா அவளை ஏற்றுக்கொண்டான். ஆனால் அவளோ தன்னுடைய அணைப்பை வெறுமனே சகித்துக்கொண்டாள் என்பது அவனுக்குத் தெரியும். அவனுடைய ஆழமான அன்பை ஏற்று தன் கதையை அவனிடம் சொல்ல அவளுக்கும், அவளை முழுமையாகப் புரிந்துகொள்ள அவனுக்கும் சில காலம் ஆனது. இதற்குக் காரணம் அவளுடைய கதை வித்தியாசமானது என்பதல்ல. இன்னும் சொல்லப்போனால் அங்கு வாழ்ந்த வணிகர்களிடம் பொதுவாக நிலவிய வழக்கமே இதுதான். அவள் அதிகமாகப் பேசாமல் இருந்ததற்குக் காரணம் தன் கணவனுடைய விசுவாசம் அந்த வணிகனிடம் இருக்கிறதா அல்லது தன்னிடம் இருக்கிறதா என்று அவளுக்கு உறுதியாகத் தெரியாததுதான்.

"என் தந்தை, என் மாமாவான ஆமுரிடம் கடன் வாங்கி இருந்தார். ஒரு முறை அல்ல பல முறை. தன் தங்கையின் கணவர் என்பதால் என் தந்தை கேட்டபோதெல்லாம் வேறு வழியின்றி ஆமுர் பணம் தர வேண்டியிருந்தது. பண விவகாரங்களில் மாமாமீது அம்மாவுக்கு நம்பிக்கை இல்லாமல் இருந்தது. மாமாவுடைய முகத்துக்கு நேராகவே இதைப் பலமுறை என் அம்மா, என் அப்பாவிடம் சொல்வதை நான் கேட்டிருக்கிறேன். இறுதியில் ஆமுர் எங்கள் வீட்டை, அதாவது இந்த வீட்டை கடனுக்கு ஈடாகக் கையெழுத்துப்

போட்டுத் தருமாறு அப்பாவிடம் கேட்டார். அவ்விதமே செய்த என் அப்பா என் அம்மாவிடம் இதைச் சொல்லவே இல்லை. ஆண்களைப் பொருத்தவரை விளையாட்டுத்தனமான போக்குடைய தங்களுடைய மனைவியர்மீது சிறிதும் நம்பிக்கையற்று வியாபார விஷயங்களை மிகவும் ரகசியமாகச் செய்வார்கள். அம்மாவுக்குத் தெரிந்திருந்தால் அவள் நிச்சயம் இதை அனுமதித்திருக்கமாட்டாள். பணத்தைத் திரும்பச் செலுத்தமுடியாதவர்களுக்குப் பணத்தைக் கடனாக அளிப்பதும், பிறகு அவர்களுடைய வீடுகளை அவர்களிடம் இருந்து எடுத்துக்கொள்வதும் ஒரு தீய பழக்கம். இது திருட்டு. இதைத்தான் ஆமுர் என்னுடைய தந்தைக்கும் எங்களுக்கும் செய்தார்" என்றாள்.

அதற்குமேல் பேசாத ஆஷா ஒரு நீண்ட மௌனத்திற்குள் நுழைந்தபொழுது, "உன் தந்தை எவ்வளவு கடன் வாங்கினார்?" என்று கலீஃபா கேட்டான்.

"எவ்வளவு என்பது இங்கு முக்கியமே இல்லை. அது எவ்வளவாக இருந்தாலும் எங்களால் அதைத் திரும்பச் செலுத்தி இருக்கமுடியாது. அவர் எதையும்விட்டுப் போகவில்லை" என்று சுருக்கமாகச் சொன்னாள்.

"இன்னும் நிறைய காலம் இருக்கிறது என்று அவர் நினைத்திருக்கலாம். அவர் திடீரென்று இறந்துபோய்விட்டார் இல்லையா?" என்றான்.

"ஆமாம்" என்று தலையசைத்த ஆஷா, "சென்ற வருடத்தில் பெரும் மழைப்பொழிவு நேர்ந்தபோது அவருக்கு மலேரியா காய்ச்சல் திரும்பத் திரும்ப ஏற்பட்டது. இதற்கு முன்னும் ஒவ்வொரு வருடமும் இப்படி அவருக்கு ஏற்பட்டிருந்தாலும் இந்த முறை முன்னெப்போதையும்விட மோசமானதாக இருந்தது. அதில் இருந்து அவர் பிழைத்து எழவில்லை. அவர் இறப்பதற்கு முன் அவர் இருந்த நிலைமையைப் பார்ப்பது அவ்வளவு கொடுமையாக இருந்தது. இறைவன் அவருடைய ஆன்மாவின்மீது கருணை செய்யட்டும். என்னுடைய அம்மா அவருடைய வியாபார விஷயங்களைப் பற்றி அவ்வளவாக அறிந்திருக்கவில்லை. ஆனால் கடன் திருப்பிச் செலுத்தப்படாததையும் சிறிதளவு கடனையாவது திரும்பச் செலுத்துவதற்கான எந்த வாய்ப்பையும் அவர் விட்டுச் செல்லாததையும் நாங்கள் அறிந்துகொண்டோம். ஆண் உறவினர்கள் அவர் விட்டுச் சென்ற சொத்தின் பகுதியைக் கேட்டு உடனே வந்தார்கள். ஆனால் மிச்சம் இருந்தது இந்த வீடுமட்டும்தான். அதுவும் ஆமுருக்குச் சொந்தமானது என்பதை விரைவில் அறிந்துகொண்டார்கள். என் அம்மாவைத்தவிர மற்ற அனைவருக்கும் இது மிக அதிர்ச்சியாக

இருந்தது. எங்களுக்கு என்று இந்த உலகத்தில் எதுவுமே இல்லை. எல்லாவற்றையும்விட மோசமான விஷயம் எதுவென்றால் எங்கள் வாழ்க்கையும் எங்களுக்குச் சொந்தமாக இல்லை. ஏனெனில் குடும்பத்தின் மூத்த ஆண் உறவினர் என்ற முறையில் ஆமுர் எங்களுக்குப் பாதுகாவலர் ஆனார். எங்களுடைய எல்லா முடிவுகளையும் அவர் எடுத்தார். என் தந்தை இறந்த பிறகு என்னுடைய அம்மாவின் உடல்நிலை சீர்பெறவே இல்லை. சில வருடங்களுக்கு முன்பு முதன்முறையாக அவளுடைய உடல் நலம் கெட்டுப்போனது. அதற்குப் பிறகு அவள் அதிலிருந்து மீளவே இல்லை. அது உடல் தொடர்பான விஷயமில்லை. அவள் மனதில் இருந்த துயரம்தான் காரணம் என்று நான் நினைப்பதுண்டு. தன் துயரத்திலிருந்து வெளிவராமல் அவள் மறுபடி மறுபடி அதற்குள் மூழ்குவதாக நான் நினைத்தேன். அவள் ஏன் அவ்வளவு வேதனையோடு இருந்தாள் என்று எனக்கு நிச்சயமாகத் தெரியவில்லை. ஒருவேளை யாராவது அவளுக்கு ஏதாவது மருந்து வைத்திருக்கலாம். அல்லது அவளுடைய வாழ்க்கையே ஏமாற்றம் நிறைந்த ஒன்றாக இருந்திருக்கலாம். சில சமயங்களில் அவள் வேறொரு குரலில் பேசுவதுண்டு. அந்த நேரங்களில் என்னுடைய தந்தை எதிர்த்தாலும் இயற்கை முறை மருத்துவர் ஒருவர் அழைக்கப்படுவார். என் தந்தை இறந்த பிறகு அவளுடைய வேதனை இன்னும் மோசமான துயரமாக மாறியது. ஆனால் சில மாதங்களுக்குமுன்பு முதுகுவலி என்கிற வேறொரு பெரும் துன்பம் அவளுடைய வாழ்க்கைக்குள் புகுந்தது. உள்ளுக்குள் இருந்து ஏதோவொன்று அவளைத் தின்றுகொண்டிருந்ததாக அவள் சொன்னாள். இது துயரத்தைத் தாண்டிய ஒன்று என்பதும் அவள் பூமியைவிட்டுப் போகிறாள் என்பதும் எனக்கு அப்போது புரிந்தது. அவளுடைய இறுதி நாட்களில் என்னைப் பற்றி கவலையுற்று ஆமுரிடம் என்னைக் கவனித்துக்கொள்ளுமாறு அவள் கெஞ்சிக் கேட்டுக்கொண்டாள். அவரும் அதற்கு உறுதி அளித்தார்" என்ற ஆஷா தன்னுடைய கணவனை நீண்டநேரம் உற்றுப் பார்த்து தன் குரலில் இருந்த கசப்பை நீக்கும் எண்ணத்தில் புன்னகைத்தபடி, "என்னை உங்களுக்குத் திருமணம் செய்துகொடுத்தார்" என்றாள்.

கலீஃபா, "அது அவ்வளவு மோசமான நிகழ்வா என்ன?" என்று கேட்டான். அவள் தோள்களைக் குலுக்கினாள். ஆமுர் எதற்காக ஆஷாவைத் தனக்கு மணமுடித்துக் கொடுத்தான் என்பது கலீஃபாவுக்கு புரிந்தது அல்லது அவனால் யூகிக்கமுடிந்தது. அதாவது தன் பொறுப்பை கலீஃபாவுக்கு தந்துவிட்டான். அத்துடன் ஆஷாவின் மனதில் அத்தகைய எண்ணம் இருந்ததா இல்லையோ என்றும்

25

யோசிக்காமல், அவமானகரமான நபர் யாருடனாவது அவள் தொடர்பு ஏற்படுத்திக்கொள்ளத் தூண்டப்படுவதற்கு முன்பே அதைத் திருமணம் மூலமாகத் தடுத்துவிட்டிருக்கிறான். பலம் பொருந்திய ஒரு குடும்பத் தலைவன் இப்படித்தான் யோசிப்பான். அவளை அவமானத்தில் இருந்து காப்பதுடன் குடும்பத்தின் நற்பெயருக்கும் களங்கம் ஏற்படாமல் பார்த்துக்கொள்ளவேண்டும். கலீஃபா அவ்வளவு சிறப்பான வரன் இல்லையென்றாலும், அவன் யார் என்பதும், அவனுக்குத் திருமணம் செய்துகொடுத்தால் குடும்பத்தின் பெயரைக் காப்பாற்றுவான் என்பதும் ஆமுருக்குத் தெரிந்திருந்தது. அத்துடன் ஆமுருக்கு எதிர்காலத்தில் நிகழக்கூடிய அவமரியாதையையும் இவ்விதமாகத் தடுத்துவிட்டான். தன்னை அண்டி இருக்கிற கலீஃபா போன்ற ஒருவனுக்கு ஆஷாவைத் திருமணம் செய்து கொடுத்ததன் மூலமாகத் தன் சொத்தையும் பாதுகாத்துக்கொண்டு அந்த வீட்டின் உரிமையையும் குடும்பத்துக்குள்ளேயே வைத்துக்கொள்கிற திட்டம்தான் இது.

இந்த வீட்டின் கதையைப் பற்றி அறிந்த பிறகும் தன்னுடைய மனைவிக்கு நடந்த அநியாயத்தைப் பற்றி புரிந்துகொண்டபிறகும் இதைக் குறித்து கலீஃபாவால் வியாபாரியிடம் எதுவுமே பேச முடியவில்லை. இவை எல்லாம் குடும்ப விவகாரங்கள். அவனோ அந்நியன். ஆகவே தான் பேசுவதற்குப் பதிலாக தனக்குரிய பங்கைத் தருமாறு ஆமுரிடம் கேட்க ஆஷாவைத் தூண்டினான்.

"அவனை எனக்கு நன்றாகத் தெரியும். தனக்கு விருப்பம் இருந்தால் மட்டுமே அவன் நியாயமாக நடந்து கொள்வதைப் பணியிடத்தில் நான் கவனித்திருக்கிறேன். நீ அவனை அவமானப்படுத்திப் பேசு. உனக்குச் சொந்தமான பங்கைத் தரும்படி செய். இல்லையென்றால் எல்லாம் நல்லபடியாக நடக்கிறது என்று நடித்து இறுதியில் எதுவும் தராமல்போய்விடுவான்" என்று கலீஃபா அவளிடம் சொன்னான். தான் சொன்னது சரிதான் என்று நம்பினான்.

இறுதியில் அவள் ஆமுரிடம் பேசினாள். அதன் பிறகு ஆமுர் அதைப் பற்றி லேசாகக் கேள்வி கேட்டபோதும் தனக்கு அதைப் பற்றி ஏதும் தெரியாது என்று கலீஃபா பதில் அளித்தான். தன்னுடைய உயிலில் அவளுக்காக ஒரு பங்கு தந்திருப்பதாகவும் அத்துடன் இந்த விஷயத்தை முடித்துக்கொள்ளுமாறும் ஆமுர் ஆஷாவிடம் கூறினான். அந்த வீட்டைப் பற்றி மேற்கொண்டு எந்த விவாதமும் செய்து தன்னைத் தொந்தரவுபடுத்தக்கூடாது என்பதே அதன் அர்த்தம்.

★★★

கலீஃபாவுக்கும் ஆஷாவுக்கும் 1907ஆம் வருடம் திருமணம் நடந்தது. மாஜி மாஜியின் எழுச்சி இரக்கமற்ற சுபாவத்தின் உச்சகட்டத்தில் இருந்தது. ஆப்பிரிக்கர்களின் வாழ்வையும் வாழ்வாதாரத்தையும் அது பெரிதும் பாழாக்கியது. லிண்டியில் தொடங்கி வடக்குப் பகுதியில் இருந்த நகரங்களுக்கும் நாட்டின் மேற்குப் பகுதிக்குமாக எல்லா இடங்களுக்கும் பரவிய கிளர்ச்சி மூன்று வருடங்கள் நீடித்தது. முதலில் மக்கள் மனதில் லேசாக இருந்த ஜெர்மானிய ஆட்சியின் மீதான எதிர்ப்பு பிறகு பெருமளவு வளர்ந்தது. இதற்கான காலனிய நிர்வாகத்தின் எதிர்வினை மென்மேலும் இரக்கமற்றதாகவும் கொடூரமாகவும் ஆனது. இராணுவத்தால்மட்டுமே கிளர்ச்சியைக் கட்டுப்படுத்தமுடியாது என்று உணர்ந்த ஜெர்மானிய நிர்வாகம் மக்கள் அடிபணிய ஒரே வழி மக்களைப் பட்டினி போடுவதுதான் என முடிவெடுத்து, அதைச் செயல்படுத்தியது. எழுச்சி அதிகமாக இருந்த இடங்களில் வசித்த அனைவரையும் ஜெர்மானியக் காலனித்துவப் பேரரசின் துருப்புக்கள் தங்களை எதிர்த்த போர் வீரர்களைப் போலவே இரக்கமின்றி நடத்தியது. அவர்களுடைய கிராமங்களைக் கொளுத்தி, விளை நிலங்களைச் சேதப்படுத்தி, உணவு அங்காடிகளைக் கொள்ளையிட்டது. தீயிட்டுக் கொளுத்தப்பட்ட நிலப்பரப்புகளில் ஆப்பிரிக்கர்களின் உடல்கள் சாலையோரக் கம்பங்களில் தூக்கிடப்பட்டுத் தொங்கிக்கொண்டிருந்தன. ஆஷாவும் கலீஃபாவும் இவற்றையெல்லாம் செவிவழிச் செய்தியாகமட்டுமே அறிந்தனர். அவர்களைப் பொருத்தவரை இவை அதிர்ச்சிகரமான கதைகள்மட்டுமே. ஏனென்றால் எந்தப் புரட்சியையும் அவர்கள் வசித்த நகரத்தில் தங்கள் கண்ணெதிரே காணவில்லை. அல் புஷ்ரி தூக்கிலிடப்பட்ட பிறகும் ஜெர்மனின் பதிலடி குறித்த அச்சம் அந்த நகரத்தைச் சூழ்ந்திருந்ததே இதற்குக் காரணம்.

தெற்கில் மத்தியக் கிழக்கு தான்சானியாவின் இரிக்கா பகுதியைச் சேர்ந்த இனக் குழுக்கள், தான்சானியாவின் கிளிமஞ்சாரோ பகுதியைச் சேர்ந்த பண்டு இன மக்கள், வடகிழக்கில் அருஷா பகுதியின் மேரு மலையைச் சார்ந்த மலையக மக்கள் ஆகியோருக்கு நேர்ந்தவைவழியாக தாங்கள் காட்டிய வன்முறை உதாரணங்களைக் கண்ட பிறகும், தங்களுடைய காலனியாக விளங்கிய கிழக்கு ஆப்பிரிக்கப் பகுதி மக்கள் தங்கள் சாம்ராஜ்யத்தின் பிரஜைகளாக மாறுவதற்கு உறுதியுடன் மறுத்தது, ஜெர்மானியர்களுக்குப் பெரும் வியப்பை ஏற்படுத்தியது. மாஜி மாஜி வெற்றி, கணக்கிலடங்காத அளவுக்கு ஏராளமான மக்களைப் பட்டினியால் சாகடித்தது. இன்னும் பல்லாயிரம் பேர் போர்க்களத்தில் காயம்பட்டும் பொதுவெளியில்

தூக்கிலிடப்படும் இறந்தனர். ஜெர்மனியின் காலனியாக விளங்கிய கிழக்கு ஆப்பிரிக்கப் பகுதியின் ஆட்சியாளர்களைப் பொருத்தவரை இந்த விளைவு தவிர்க்கமுடியாத ஒன்றாகப் பார்க்கப்பட்டது. அவர்கள் இந்த மக்கள் எப்படியும் சில காலம் கழித்து இறக்கப் போகிறவர்கள்தானே என்ற அளவுக்கு அலட்சியமாக நினைத்தனர். இதற்கிடையில் ஜெர்மானியப் பேரரசு தம் அதிகார பலத்தையும் தங்கள் அடிமைத்தனத்தையும் ஆப்பிரிக்கர்களை உணரவைக்க வேண்டியிருந்தது. விருப்பமற்ற பிரஜைகளின் கழுத்தை ஒவ்வொரு நாளும் ஜெர்மானிய அதிகாரம் நசுக்கியது. ஜெர்மானிய காலனிய நிர்வாகம் அவர்களுக்குச் சொந்தமான நிலத்தின் மீதான தன்னுடைய பிடியை பலப்படுத்திக்கொண்டே போனது.

ஜெர்மானியர்களின் வரத்து அதிகரிக்கவும் வளமிக்க நிலங்கள் ஆக்கிரமிப்பு செய்யப்பட்டன. சாலைகள் அமைக்கவும் சாலையோரங்களில் இருந்த கால்வாய்களை அகற்றவும், காலனி ஆதிக்கவாதிகள் ஓய்வு நேரங்களில் அமர்வதற்காக ஜெர்மன் அரசின் பெயரில் தோட்டங்களையும், இருமருங்கிலும் மரங்களுடைய அகன்ற சாலைகளையும் உருவாக்க அரசு தொழிலாளிகளைக் கட்டாயப்படுத்திப் பணியாற்ற வைத்தது. ஜெர்மானியர்கள் உலகின் இந்தப் பகுதியில் தங்கள் சாம்ராஜ்யத்தை நிர்மாணிப்பதற்குத் தாமதமாகவே வந்தாலும், நெடுங்காலம் அங்கு தங்கி இருப்பதற்கும் அங்கு தாம் வசதியாக வாழ்வதற்கும் தேவையான அனைத்தையும் திறம்படச் செய்தனர். அவர்களுடைய தேவாலயங்களும் அகலமான தூண்கள் வைத்துக் கட்டப்பட்ட அலுவலகங்களும், கோட்டைமீதிருந்து சுடுவதற்கு ஏற்ப இடைவெளிகளுடன் கட்டப்பட்ட மதில்களும் நாகரீகமான வாழ்வுக்குத் தேவையான அனைத்து வழிமுறைகளுடனும் கட்டப்பட்டன. அதுமட்டுமின்றி புதியதாகக் கைப்பற்றிய எதிரி நாடுகளின் பிரஜைகளும் தங்கள் எதிரிகளும் இவற்றைக் கண்டு வியப்புடன் வாய்பிளக்கவேண்டும் என்ற எண்ணமும் அவர்களுக்கு இருந்தது. அந்தக் காலகட்டத்தில் ஏற்பட்ட எழுச்சி சில ஜெர்மானியர்களை வித்தியாசமாக யோசிக்க வைத்தது. வன்முறை மட்டுமே காலனியைப் பணியவைக்கப் போதுமானது இல்லை என்று அவர்களுக்குத் தெளிவாகத் தெரிந்தது. ஆகவே மருத்துவமனைகள் திறக்க முடிவுசெய்யப்பட்டது.

மலேரியாவையும் காலராவையும் கட்டுப்படுத்த பிரச்சாரங்கள் தொடங்கப்பட்டன. இது அங்கு குடியேறியவர்கள், அதிகாரிகள், ஜெர்மானியக் காலனித்துவப் பேரரசின் துருப்புக்கள் ஆகியோரின் உடல் நலனையும் நல்வாழ்வையும் மட்டுமே ஆரம்பத்தில் தன்

குறிக்கோளாகக் கொண்டிருந்தது. பிறகு பூர்வீக மக்களையும் இணைத்துக்கொண்டு விரிவுபடுத்தப்பட்டது. நிர்வாகம் புதிய பள்ளிகளையும் திறந்தது. நகரில் பலகாலத்துக்கு முன்பே செயல்பட்டுவந்த ஒரு உயர்தரமான பள்ளி அரசுப் பணியிலும் ஆசிரியப் பணியிலும் ஆப்பிரிக்கர்கள் சேரப் பயிற்சியளித்தது. ஆனால் அதில் செல்வந்தர்களின் பிள்ளைகளுக்குமட்டுமே இடம் தரப்பட்டது. ஆனால் அதன் பிறகு தோற்றுவிக்கப்பட்ட பள்ளிகள் உள்ளூர் மக்களுக்குத் தொடக்கக் கல்வி கற்பிக்கும் திட்டத்துடன் தொடங்கப்பட்டன. ஆமுர் பியாஷரா முதல் ஆளாகச் சென்று அத்தகைய பள்ளியொன்றில் தன் மகன் நாசரைச் சேர்த்தான். கலீஃபா ஆமுரிடம் வேலைக்குச் சேர்ந்தபோது அவனுக்கு ஒன்பது வயது. இப்போது பள்ளியில் சேர்ந்தபோது அவனுக்குப் பதினான்கு வயதாகி இருந்தது. இந்த வயதில் பள்ளிக்குச் சென்று பயில்வது என்பது சிறிது தாமதமான ஒன்றுதான். ஆனால் அது அவ்வளவு பெரிய விஷயமாக இல்லை. ஏனெனில் அவன் சேர்ந்த பள்ளி அல்ஜிப்ராவைக் கற்பிப்பதாக இல்லாமல் மாணவர்களுக்குத் தொழிற்கல்வி கற்றுத் தருவதாக இருந்தது. ரம்பத்தை இயக்க, செங்கல்லைச் சுவரில் வைத்துப் பூச, கனமான சுத்தியலைக் கையாளக் கற்பித்தது. இங்குதான் ஆமுரின் மகன் நாசர் தச்சுவேலை செய்யக் கற்றுக்கொண்டான். அங்கு பயின்ற நான்கு ஆண்டுகளில் ஒரு தேர்ந்த தச்சனாக நாசர் மாறினான்.

இந்தக் காலகட்டத்தில் கலீஃபாவும் ஆஷாவும் தங்களுக்கான குடும்பப் பாடங்களைக் கற்றுக்கொண்டிருந்தனர். அவள் உற்சாகமும் பிடிவாதமும் ஒருங்கேகொண்ட ஒரு பெண் என்பதையும், தன்னை எப்பொழுதும் சுறுசுறுப்பாக வைத்துக்கொள்ள விரும்புபவள் என்பதையும், அவளுடைய தேவைகள் என்ன என்பதையும் அவன் அறிந்துகொண்டான். ஆரம்பத்தில் அவளுடைய உற்சாகத்தைப் பார்த்து வியந்தவன் அக்கம்பக்கத்தினர் பற்றிய அவளுடைய தீர்மானமான கருத்துகளைக் கேட்டுச் சிரிப்பதுண்டு. அவள், அவர்கள் கடவுளை நிந்திப்பவர்கள் என்றாள். “அட, போதும். எல்லாவற்றையும் ஊதிப் பெரிதாக்காதே. நிறுத்து” என்று அவன் தன் எதிர்ப்பைத் தெரிவித்தபோது அவள் அதை ஏற்றுக்கொள்ளாமல் முகம் சுளித்தாள். “நான் மிகைப்படுத்திப் பேசுவதாக நினைக்கவில்லை. வாழ்நாள் முழுதும் நான் அவர்கள் அருகில்தான் வசித்திருக்கிறேன்” என்றாள்.

பேசும்போது ஆஷா அடிக்கடி கடவுளின் பெயரைப் பயன்படுத்தியதையும், குரானில் இருந்து சில வசனங்களைச் சொன்னதையும் கேட்டபோது சிலர் தம் பேச்சின் இடையே பழமொழிகளை உதிர்ப்பதுபோல

இது அவளுடைய பழக்கம் என்பதாக அவன் புரிந்துகொண்டான். ஆனால் அவளைப் பொருத்தவரை அது அவளுடைய அறிவையும் நுண்ணுணர்வையும் வெளிப்படுத்திக்கொள்வது என்பதோடு, உண்மையிலேயே அவளுடைய பக்தி தீவிரமானது என்பதையும் அவன் பிறகே புரிந்துகொண்டான். அவள் மகிழ்ச்சியின்றி இருக்கிறாள் என்று நினைத்தவன் அவளுடைய தனிமை உணர்வைப் போக்கும் வழிமுறைகளைக் கண்டுபிடித்தான். ஆஷா தனக்குத் தேவைப்பட்ட அதே அளவுக்கு அவளுக்கும் கலீஃபா தேவை என்று அவளை நினைக்கவைக்க கலீஃபா முயற்சித்தான். ஆனால் அவள் உண்மையில் தன்னிறைவுடன் இருந்ததுடன் அவனுடைய முயற்சிகளுக்கு ஒத்துழைக்க மறுத்தாள். அவள் தன்னைச் சகித்துக்கொண்டதாகவும் தான் மனக் கிளர்ச்சியடைந்தபோதும், அவளை அணைத்தபோதும் கடமைக்காக அவள் அடிபணிந்ததாகவே அவன் நினைத்தான். தான் கலீஃபாவைவிட உறுதியானவள் என்று ஆஷாவுக்குத் தெரிந்திருந்தாலும், அவள் அதை ஏற்றுக்கொள்ள வெகுகாலம் ஆனது.

பெரும்பாலான நேரங்களில் ஆஷா தன் எண்ணவோட்டங்களைத் தெளிவாக அறிந்திருந்தாள். அவ்வாறு அறிந்ததும் அவள் அவற்றை உறுதியாகப் பற்றிக்கொண்டாள். ஆனால் கலீஃபாவோ தன் சொந்த சொற்களிலேயே சிற்சில சமயங்களில் சிக்கிக்கொள்பவனாக இருந்தான். மரியாதையுடன் நினைவு கூர்தல், கணவனிடம் நடந்துகொள்ளச் சொன்ன விதம் என அவளுடைய மதம் விதித்த கட்டளைகளுக்கும் அவளுடைய சுய மதிப்பீடுகளுக்கும் நிறைய வேறுபாடுகள் இருந்தன. தன் பொறுமையின்மையை அடக்கிக்கொள்ளப் போராடுபவள் தன்னையும் மீறி அவனிடம் சில சமயங்களில் கடுமையாகப் பேசிவிடுவதுண்டு. பிறகு அதற்காக அவள் வருத்தமும் அடைவாள். கலீஃபா திடமான ஆள்தான். ஆனால் கேவலம், திருடனும் வெளிப் பார்வைக்கு முற்றும் துறந்த முனிவரைப்போல நடித்துப் பொய் சொல்லி அனைவரையும் ஏமாற்றிக்கொண்டிருந்தவனுமான ஆமுரிடம் மிகப் பணிவாக நடந்துகொண்டான். கலீஃபாவை எளிதாகத் திருப்திப்படுத்த முடிந்ததால் அவள் அதைத் தனக்குச் சாதகமாகப் பயன்படுத்திக்கொண்டு தனக்கு வேண்டிய அனைத்தையும் சாதித்தாள். அவன் சொன்ன ஏராளமான கதைகள் அவளுக்குக் களைப்பை ஏற்படுத்தின.

அவர்களுக்குத் திருமணம் ஆன மூன்று வருடங்களில் ஆஷாவுக்கு மூன்று முறை கருக்கலைப்பு நிகழ்ந்தது. மூன்றாவது முறை கரு கலைந்தபோது அக்கம்பக்கத்தினர் ஆப்பிரிக்கப் பாரம்பரிய மருத்துவச்சி ஒருத்தியிடம் வைத்தியம் பார்த்துக்கொளுமாறு

அவளை வற்புறுத்தினர். வீட்டுக்கு வந்த அந்த மருத்துவச்சி அவளைத் தரையில் படுக்கவைத்து தலை முதல் கால்வரை ஒரு மெல்லிய பருத்தித் துணியால் போர்த்தினாள். பிறகு அவளுக்கருகில் அமர்ந்து மென்மையான குரலில் தொடர்ந்து ஏதோ ஒரு பாடலை வெகுநேரம் முணுமுணுத்துக்கொண்டும், ஆஷாவுக்குப் புரியாத எதையோ பேசிக்கொண்டும் இருந்தாள். அதன் பிறகு அவள் ஆஷாவிடம் கண்ணுக்குத் தெரியாத ஏதோ ஒன்று அவளுடைய உடலுக்குள் புகுந்துகொண்டிருப்பதாகவும் அவள் வயிற்றில் ஒரு சிசு வளர்வதை அது தடுப்பதாகவும் சொன்னாள். அந்த அமானுஷ்ய சக்தியை வெளியேற்ற வற்புறுத்தலாம். ஆனால் அதனுடைய தேவை என்ன என்பதை அவர்கள் கண்டுபிடித்து அதை நிறைவேற்றி வைத்த பிறகே அதை வெளியேற்ற இயலும். அந்த சக்திக்கு என்ன தேவை என்பதைக் கண்டுபிடிக்க ஒரே வழி ஆஷாவின் மூலமாக அதனைப் பேசவைப்பதுதான். இது நடக்கவேண்டும் என்றால் அது முழுமையாக அவளைப் பிடிக்க அனுமதிக்கவேண்டும் என்றாள். அடுத்த முறை தன்னுடன் உதவியாளர் ஒருவரை அழைத்து வந்திருந்த மருத்துவச்சி ஆஷாவைத் தரைமீது படுக்க வைத்தாள். ஒரு தடிமனான போர்வையால் அவர்கள் அவளைப் போர்த்திய பிறகு அவர்கள் இருவரும் பாடத் தொடங்கினார்கள். அவர்களுடைய முகங்கள் அவளுடைய தலைக்கு மிக அருகே இருந்தன. நேரம் செல்லச் செல்ல மருத்துவச்சியும் அவளுடைய உதவியாளரும் பாடப் பாட ஆஷாவின் உடல் அதிவேகமாக நடுங்கத் தொடங்கியது. புரிந்துகொள்ள முடியாத சொற்களும் ஓசைகளும் அவளிடமிருந்து வெளிப்பட்டன. அவளுடைய அலறல் உச்சஸ்தாயியில் ஒலித்தபோது விநோதமான குரலில் பேசிய ஆஷா, "இவளுடைய கணவன் இவளை ஹஜ் புனித யாத்திரைக்கு அழைத்துச் செல்வதாக உறுதியளித்தால், தினமும் மசூதிக்குப் போவதாகவும், மூக்குப் பொடி போடுவதை நிறுத்துவதாகவும் சத்தியம் செய்தால் நான் இந்தப் பெண்ணைவிட்டுப் போய்விடுகிறேன்" என்றாள்.

மருத்துவச்சி, தான் வெற்றி பெற்று விட்டதாகக் கூக்குரலிட்டாள். பிறகு ஆஷாவுக்குத் தரப்பட்ட ஒரு மூலிகைச் சாற்றை அருந்தியதுமே ஆஷா உறக்கத்தில் ஆழ்ந்துவிட்டாள். மருத்துவச்சி ஆஷாவின் கண்முன்னே கலீஃபாவிடம் அமானுஷ்ய சக்தி குறித்தும் அதனுடைய தேவைகளைக் குறித்தும் சொன்னதும் அவன் இணக்கமாகத் தலையசைத்து அவளுடைய கட்டணத்தைத் தந்து அனுப்பினான். மூக்குப் பொடி போடுவதை உடனே நிறுத்திவிடுவதாகவும், உடலைத் தூய்மை செய்த பிறகு மசூதிக்குச் செல்வதாகவும் கூறிய கலீஃபா

திரும்பி வரும் வழியில் ஹஜ் பயணம் குறித்த தகவல்களைச் சேகரித்து வருவதாகவும் உடனடியாக அந்தப் பிசாசை அவள் உடம்பிலிருந்து வெளியேற்றுமாறும் கேட்டுக்கொண்டான். தான் சொன்னதுபோலவே கலீஃபா மூக்குப் பொடி பயன்படுத்துவதை விட்டுவிட்டான். ஒன்றிரண்டு தினங்கள் மசூதிக்கும் சென்றானேதவிர ஹஜ் பயணம் குறித்து அதன் பிறகு அவன் பேசவே இல்லை. அவள் சொன்னதற்கேற்ப அவன் நடந்துகொண்டபோதும்கூட அவன் வெளிப்படையாகத் தெரியாத வகையில் அவளைப் பரிகாசம்தான் செய்துகொண்டிருந்தான் என்று ஆஷாவுக்குத் தெரியும். அக்கம்பக்கத்தினர் சொன்னதற்காகக் கடவுளை நம்பாததுபோல மருத்துவச்சியை வைத்து சிகிச்சைகள் எடுத்துக்கொள்ள அவள் ஒப்புக்கொண்டது நிலைமையை இன்னும் மோசமாக்கியது. காதுகள் அருகே தொடர்ந்து ஒலித்த ரீங்காரம் அவளைக் களைப்படைய வைத்தாலும் அவளால் அதைத் தடுக்க இயலவில்லை.

கலீஃபா தொழுகை செய்யாதது அவளைக் கோபமடைய வைத்தது. அவள் ஹஜ் போக விரும்பினாள். இத்தகைய ஆசைகளை அவன் கிண்டல் செய்தது அவளை அவனிடமிருந்து விலக்கிவைத்தது. ஆகவே இன்னொரு குழந்தைக்கு முயற்சிப்பதில் அவள் விருப்பமற்று இருந்தாள். தன்மீதான அவனுடைய மனக் கிளர்ச்சியை ஊக்கப்படுத்தாமல் இருந்தாள். காம உணர்வுகள் தூண்டப்பட்ட உடனே அவன் செய்யும் வீண் ஆர்ப்பாட்டங்களைத் தவிர்த்தாள்.

வணிக நுணுக்கங்களைக் கற்பிக்கும் ஜெர்மானியப் பள்ளியில் பாடங்களை நன்கு கற்றுத் தேர்ந்த நாசர் பியாஷரா தன் பதினெட்டாம் வயதில், பிரிக்க இயலாத அளவுக்குத் தன் மீது வீசும் மரக் கட்டையின் வாசத்துடன் அங்கிருந்து வெளியேறினான். ஆமுர் பியாஷரா தன் மகன் விஷயத்தில் கருணையுடன் நடந்துகொண்டான். கலீஃபாவுக்குத் தன்னுடைய வியாபார விவகாரங்கள் தெரியக்கூடாது என்று நினைத்ததுபோலவே நாசர் தன் வியாபாரத்தில் உதவுவதையும் அவன் விரும்பவில்லை. அவன் தனித்துச் செயல்படுவதையே விரும்பினான். சொந்தமாகத் தொழில் செய்யும்பொருட்டு ஒரு தச்சுக் கூடத்தைத் தொடங்க நாசர் தன்னிடம் பண உதவி கேட்டபோது ஆமுர் மகிழ்ச்சி அடைந்தான். அது ஒரு நல்ல வியாபாரமாக அவனுக்குத் தெரிந்ததோடு, மகன் தன்னுடைய வியாபார விஷயங்களில் தற்காலிகமாகவாவது தலையிடாமல் இருப்பான் என்ற இரண்டு காரணங்களுக்காக அவன் இதை ஏற்றுக்கொண்டான். உரிய காலம் வரும்போது அவனைத் தன்னுடைய வியாபாரத்தில் ஈடுபடுத்தலாம் என்று நினைத்தான்.

பழங்கால வணிகர்களிடையே பணம் கொடுக்கல் வாங்கல் என்பது நம்பிக்கையின் அடிப்படையில் இருந்தது. ஒருவரை ஒருவர் கடிதம் மூலமாகவோ பரஸ்பரத் தொடர்புகள் மூலமாகவோ அறிந்திருந்தனர். ஒருவர் கையில் இருந்து மற்றொருவர் கைக்குப் பணம் மாறிக்கொண்டே இருந்தது. ஒருவருடைய கடனுக்கு ஈடாக இன்னொருவர் கட்டவேண்டிய பணம் போய்ச் சேர்ந்தது. கண்ணுக்குத் தெரியாமலேயே சரக்குகளை அனுப்புவதும், விற்பதும், வாங்குவதும் நடந்தன. இத்தகைய தொடர்புகள் மொகதிஷூ, ஏடன், மஸ்கட், பாம்பே, கல்கத்தா என்று தொலைதூர இடங்கள்வரை விரிந்திருந்தன. இந்தப் பெயர்கள் எல்லாம் நகரத்தில் வசித்த பலருக்கும் இசைபோல ஒலித்தது. ஏனெனில் அவர்களில் பெரும்பாலானோர் இவற்றுள் எந்த இடத்துக்கும் சென்றிராதவர்கள்.

போராட்டமும் ஏழ்மையும் மற்ற எல்லா இடங்களைப் போலவே அங்கும் இருக்கும் என்பதை அவர்களால் கற்பனை செய்து பார்க்கமுடியாது என்றில்லை. அந்தப் பெயர்களில் இருந்த வினோத அழகை அவர்களால் ரசிக்காமல் இருக்கமுடியவில்லை. பழங்கால வணிகர்களின் வியாபாரம் நம்பிக்கையின் அடிப்படையில் இருந்தாலும் அதற்குப் பொருள் அவர்கள் ஒருவர்மீது ஒருவர் நம்பிக்கை வைத்திருந்தார்கள் என்பதில்லை. அதனால்தான் ஆமுர் தன் மொத்த வணிகக் கணக்கையும் தன் தலைக்குள்ளேயே வைத்திருந்தான். அவன் தன்னுடைய கணக்குகளை ஒழுங்காக எழுதி வைத்திருக்கவில்லை. இறுதியில் அவனுடைய தந்திரங்கள் அவனைக் கைவிட்டுவிட்டன. அது துரதிர்ஷ்டமோ, விதியோ, கடவுளின் திட்டமோ, நீங்கள் எதை வேண்டுமானாலும் நினைத்துக்கொள்ளலாம்.

ஐரோப்பியர்கள் தங்களுடைய மருந்துகளையும் சுகாதாரம் தொடர்பான மற்ற விஷயங்களையும் அங்கு நடைமுறைப்படுத்தத் தொடங்கும் முன்பு அடிக்கடி பரவிய படுமோசமான கொள்ளை நோய் ஒன்றினால் அவனுடைய உடல் நலம் பாதிக்கப்பட்டது. கீழ்த்தரமான மக்களின் உடலில் எவ்வளவு மோசமான வியாதிகள் ரகசியமாகப் பதுங்கியிருக்கும் என்று யாரால் சொல்லிவிடமுடியும்? ஐரோப்பியர்கள் நிறுவிய மருத்துவ உதவி கிடைத்தும் அவன் அத்தகைய நோய் ஒன்றினால் உடல் நலம் குன்றிப் போனான். உங்களுக்கான நேரம் வருகிறபோது அது நிச்சயமாக உங்களுக்கான நேரம்தான். தூய்மையற்ற தண்ணீராகவோ, மோசமான மாமிசமாகவோ, விஷப் பூச்சிக் கடியாகவோ எதுவாக வேண்டுமானாலும் அது இருக்கலாம், ஆனால் விளைவு ஒன்றுதான். அதிகாலை நேரமொன்றில் காய்ச்சலுடனும் வாந்தியுடனும் கண் விழித்தவன் பிறகு படுக்கையில் இருந்து

மீண்டு எழவே எழாமல் ஐந்து நாட்களில் நினைவு திரும்பாமலேயே இறந்து போனான். அந்த ஐந்து நாட்களில் அவன் தன்னுடைய நுண்ணிய அறிவை மீளப் பெறவே இல்லை. அவனுடைய அத்தனை ரகசியங்களும் அவனுடனேயே புதைந்துபோயின. அவனுக்குக் கடன் அளித்தவர்கள் அனைவரும் அதற்கு உரிய ஆவணங்களுடன் வந்தார்கள். அவனிடம் கடன் வாங்கி இருந்தவர்களோ தங்கள் தலையை தாழ்த்திக்கொண்டனர். அந்த முதிய வணிகனின் செல்வம் வதந்திகளில் சொல்லப்பட்ட அளவைவிட திடீரென வெகுவாகக் குறைந்துவிட்டது. ஒருவேளை அவன் ஆஷாவுக்கு அந்த வீட்டைத் திரும்பத் தந்துவிடலாம் என்றுகூட எண்ணியிருந்திருக்கலாம். ஆனால் அதைச் செய்ய அவன் எந்த முயற்சியும் எடுத்திருக்கவில்லை. தன் உயிலில் அவளுக்காக அவன் எதையும் விட்டுச்செல்லவில்லை. ஆமுருக்குக் கடன் அளித்தவர்கள், ஆமுரின் மனைவி, இரண்டு மகள்கள் ஆகியோர் அவரவருக்கு உரியவற்றை எடுத்துக்கொண்ட பிறகு மிகுதியாக இருந்த அனைத்தும், ஆஷாவின் வீடு உட்பட இப்போது நாசர் பியாஷராவுக்குச் சொந்தமாகிவிட்டது.

2

ஆமுர் பியாஷராவின் திடீர் இறப்புக்குச் சற்று முன்னர்தான் இலியாஸ் அந்த நகரத்துக்கு வந்து சேர்ந்திருந்தான். தரை விரிப்புகள் முதலியவை செய்யப் பயன்படுத்தப்படும் உறுதியான மெல்லிய இழைகள் தயாரிக்கும் பெரிய ஜெர்மானியப் பண்ணையின் மேலாளரிடம் தருவதற்காக ஒரு சிபாரிசுக் கடிதத்தைத் தன்னுடன் கொண்டுவந்திருந்தான். அந்த பண்ணையின் உரிமையாளர்களில் ஒருவரான அந்த மேலாளரை அவன் பார்க்க இயலவில்லை. இத்தகைய சிறிய விஷயங்களுக்காக அவன் நேரம் ஒதுக்குவான் என்று எதிர்பார்க்கமுடியாது. இலியாஸ் அந்தக் கடிதத்தை நிர்வாக அலுவலகத்தில் ஒப்படைத்தான். அவர்கள் அவனைக் காத்திருக்கச் சொன்னார்கள். அங்கிருந்த அலுவலக உதவியாளர் அவனுக்கு ஒரு குவளை தண்ணீர் அளித்து, கேள்விகள் நிறைந்த உரையாடல் வழியாக அவன் இங்கு என்ன காரணத்துக்காக வந்திருக்கிறான் என்பதை யூகிக்க முயற்சித்தான். சிறிது நேரம் கழித்து அலுவலகத்தின் உட்புற அறையில் இருந்து வெளியே வந்த ஒரு ஜெர்மானிய இளைஞன் இலியாசுக்கு அந்த வேலை கிடைத்துவிட்டது என்ற தகவலைச் சொன்னான். அலுவலக உதவியாளனான ஹபீப், இலியாஸ் அங்கு தங்கியிருக்க உதவினான். ஹபீப், இலியாசை மாலிம் அப்துல்லா என்கிற பள்ளி ஆசிரியரிடம் அழைத்துக்கொண்டுபோனான். மாலிம் தனக்குத் தெரிந்த ஒரு குடும்பத்தின் மூலம் இலியாஸ் குடியிருக்க வாடகைக்கு ஒரு அறை பார்த்துக் கொடுத்தான். நகருக்குள் நுழைந்த முதல்

நாளின் பின் மதியத்திற்குள்ளேயே இலியாசுக்கு ஒரு வேலையும் தங்குவதற்கு ஒரு இடமும் கிடைத்தது. மாலிம் அப்தல்லா மீண்டும் மாலை வருவதாகவும் சிலரைச் சந்திக்கலாம் என்றும் சொல்லிச் சென்றான். அதன் பிறகு அன்று மதியம் வீட்டிற்கு வந்தவன் நகரைச் சுற்றிப் பார்ப்பதற்கு அவனை அழைத்துச் சென்றான். அவர்கள் இருவரும் காபி அருந்தவும் ஒருவருக்கு ஒருவர் அறிமுகம் செய்துகொள்ளவும் உரையாடவும் வழியில் இருந்த இரண்டு சிற்றுண்டிச் சாலைகளின் அருகே நின்றனர்.

மாலிம் அப்தல்லா, "நம் சகோதரர் இலியாஸ் கயிறு இழைகள் தயாரிக்கும் பண்ணையில் பணிபுரிவதற்காக இங்கு வந்திருக்கிறான். அவன் ஜெர்மானிய மகாப் பிரபுவான மேலாளரின் நண்பன். ஜெர்மனைத் தன் தாய் மொழியைப் போலப் பேசக்கூடியவன். தன்னுடைய பணியாளர்களில் மிக முக்கியமானவனான அவனுக்காக ஒரு நல்ல தங்குமிடத்தைப் பிரபு கண்டடையும்வரை ஒமர் ஹம்தானியுடன் தற்காலிகமாகத் தங்கியிருக்கிறான்" என்றான்.

இதைக் கேட்டு மறுப்புத் தெரிவித்தபடி புன்னகைத்த இலியாஸ் கிண்டலாக பதில் சொன்னான். அவனுடைய இயல்பான சிரிப்பும், பணிவான நடவடிக்கைகளும் அனைவரையும் இணக்கமாக உணர வைத்ததால், வழக்கம்போலவே இங்கும் அவனுக்கு நிறைய புதிய நண்பர்கள் கிடைத்தார்கள். நகரின் ஜெர்மானியப் பகுதியான துறைமுகத்துக்கு மாலிம் அப்தல்லா அவனை அழைத்துச் சென்றான். அவன் பொமா முகாமைச் சுட்டிக் காட்டியபோது இலியாஸ், "இங்குதான் அல் புஷ்ரியைத் தூக்கில் இட்டார்களா?" என்று கேட்டான். மாலிம் அப்தல்லா "இல்லை" என்றான். அல் புஷ்ரி பங்காணியில் தூக்கிடப்பட்டதாகவும், அதற்குக் காரணம் அவர் தூக்கில் இடப்படுவதைக் காண ஒரு பெரும் கூட்டம் கூடுவதைத் தவிர்ப்பதற்காக இருக்கலாம் என்றான். அல் புஷ்ரியைத் தூக்கிலிடும் நிகழ்வை மக்களை அச்சுறுத்தும் ஒரு காட்சியாக ஜெர்மானியர்கள் பயன்படுத்தினர். ஒருவேளை அவர்கள் இசையுடன்கூடிய இராணுவ அணிவகுப்பு ஒன்றையும், அதைக் காண்பதற்கெனப் பிரத்தியேகமான பார்வையாளர்களையும்கூட ஏற்பாடு செய்திருந்து இருப்பார்கள். அதற்கு அவர்களுக்கு நிச்சயமாக ஒரு பெரிய காலியிடம் தேவைப்பட்டிருக்கும். அவர்கள் கலீஃபாவின் வீட்டை அடைந்தார்கள். அது ஆசிரியர் வழக்கமாக அரட்டை அடிக்கும் பொதுக் கூடுகை. பெரும்பாலான மாலை நேரங்களில் வம்படிக்கவும் மற்றவர்களுடன் எதையாவது பேசிக்கொண்டிருக்கவும் அவன் அங்குதான் செல்வான்.

“வருக வருக” என்று இலியாஸை வரவேற்ற கலீஃபா, “நம்மைச் சுற்றி நடப்பவற்றை அறிந்துகொள்ளவும் ஒருவருக்கொருவர் தொடர்பில் இருக்கவும் எல்லோருக்குமே அரட்டை அடிக்க ஒரு இடம் தேவைப்படுகிறது. வேலை முடிந்ததும் பொழுதுபோக்க இந்த நகரத்தில் பெரிதாக ஒன்றும் இல்லை” என்றான்.

கலீஃபாவும் இலியாசும் வெகு விரைவில் நல்ல நண்பர்களாகினர். சந்தித்த சில நாட்களிலேயே தங்களுக்குள் இயல்பாகப் பேசிக்கொண்டார்கள். இலியாஸ், தான் சிறுவனாக இருக்கும்போது வீட்டைவிட்டு ஓடி வந்ததையும், பல நாட்கள் அலைந்து திரிந்ததையும், ரயில் நிலையத்தில் தன்னைக் கடத்திச் சென்ற ஜெர்மானியக் காலனித்துவப் பேரரசின் துருப்புகள் தொலைதூரத்தில் இருந்த மலைகளுக்கு அருகே கொண்டுசென்று பிறகு விடுவித்ததையும், அதன் பிறகு ஜெர்மானியக் கிருத்துவ மத போதகர்களால் நடத்தப்பட்ட பள்ளியொன்றில் சேர்க்கப்பட்டதையும் கலீஃபாவிடம் பகிர்ந்துகொண்டான்.

“அவர்கள் உன்னைக் கிருத்துவர்கள் வழிபடும் முறையில் வழிபட வைத்தார்களா?” என்று கேட்டான் கலீஃபா. அவர்கள் கடலுக்கு அருகே நடந்துகொண்டிருந்ததால் அலைகளின் ஓசையில் அவர்கள் பேசுவதை யாராலும் ஒட்டுக் கேட்கமுடியாது என்றாலும் இலியாஸ் சிறிது நேரம் அமைதியாக இருந்தான். எதுவும் பேசாமல் அவன் வாய் மூடியிருந்த காட்சி இயல்புக்கு மாறான ஒன்றாகத் தெரிந்தது.

“நான் உன்னிடம் ஒன்று சொன்னால் நீ அதை யாரிடமும் சொல்ல மாட்டாய்தானே?” என்று கேட்டான்.

கலீஃபா, மகிழ்ச்சியுடன், “ஓ! அவர்கள் அப்படிதான் செய்தார்களா! அவர்கள் உன்னைப் பாவம் செய்ய வைத்துவிட்டார்கள்” என்றான்.

இலியாஸ் கெஞ்சும் குரலில், “இதை யாரிடமும் சொல்லிவிடாதே. ஒன்று அவர்கள் சொன்னதுபோல நான் வழிபடவேண்டும். இல்லை என்றால் பள்ளியைவிட்டு நிற்கவேண்டி இருக்கும் என்ற நிலையில், நான் அவர்கள் சொன்னது போலவே நடித்தேன். அவர்களுக்கு அது மிகவும் மகிழ்ச்சி அளித்தது. உண்மையில் என் மனதில் என்ன இருந்தது என்பதைக் கடவுளால் பார்க்கமுடியும் என்பது எனக்குத் தெரியும்” என்றான் இலியாஸ்.

அவனை வெறுப்பேற்றுவதை நிறுத்த விரும்பாத கலீஃபா, “ஏய், கபட வேடதாரி! உன்னைப் போன்ற கபட வேடதாரிகளுக்கு அங்கு ஒரு சிறப்புத் தண்டனை உண்டு. அதைப் பற்றி உனக்குச்

சொல்லவா? இல்லை. அதை வாயால் சொல்லமுடியாது. வெகு விரைவிலேயே அது தானே உன்னைத் தேடிவரும்" என்றான்.

கலீஃபா தன்னைக் கிண்டல் செய்வதைப் புரிந்துகொண்ட இலியாஸ், "என் மனதில் என்ன இருந்தது என்று கடவுளுக்குத் தெரியும். அது அங்கு இறுகப் பூட்டி வைக்கப்பட்டிருக்கிறது" என்று தன்னுடைய நெஞ்சைத் தொட்டுக் காட்டித் தானும் புன்னகைத்தான். "ஜெர்மானியனுக்குச் சொந்தமான காபி பண்ணை ஒன்று அங்கிருந்தது. அதன் உரிமையாளர் என்னைப் பள்ளியில் சேர்த்தார். நான் அந்தப் பண்ணையில் பணிபுரிந்தபடி அங்கேயே வசித்துவந்தேன்" என்றான்.

கலீஃபா, "இன்னும் அங்கு சண்டை நடக்கிறதா?" என்று கேட்டான். "இல்லை. முன்பு அங்கு சண்டை நடந்ததா என்று எனக்குத் தெரியாது. ஆனால் நான் போனபோது சண்டை முடிவுக்குவந்து மிக அமைதியான சூழல் நிலவியது. புதிய பண்ணைகளும், பள்ளிகளும்கூட திறக்கப்பட்டன. ஜெர்மானியரின் பண்ணைகளில் வேலை செய்த உள்ளூர் மக்கள் தங்கள் குழந்தைகளைக் கிருத்துவப் பள்ளியில் சேர்த்தனர். இங்கு எதாவது பிரச்சினை நடக்கிறது என்றால் அது மோசமான ஆட்களாலும், எல்லாவற்றுக்கும் கோபமாகக் கூச்சலிட விரும்பும் நபர்களாலும் பரப்பப்படும் வதந்திகளால்தான். என்னைப் பள்ளியில் சேர்த்த விவசாயி, தன் உறவினரான பண்ணை மேலாளருக்கு எழுதித் தந்த சிபாரிசுக் கடிதத்தாலேயே எனக்கு அந்த வேலை கிடைத்தது" என்றான். சிறிது நேரம் கழித்து இலியாஸ், "நாங்கள் இதற்கு முன்பு வசித்த கிராமத்திற்கு அதன் பிறகு நான் திரும்பிச் செல்லவே இல்லை. அங்கிருந்த முதியவர்களுக்கு என்னாயிற்று என்று தெரியவில்லை. இப்போது, இங்கு வந்த பிறகு நான் என்னுடைய கிராமத்துக்கு நெருக்கமாக இருப்பதாக உணர்கிறேன். இங்கு வருவதற்கு முன்பே எனக்கு அது தெரிந்திருந்தாலும் நான் அதைப் பற்றி சிந்திக்காமல் இருக்க முயற்சிக்கிறேன்" என்றான்.

கலீஃபா, "நீ உன் கிராமத்திற்கு நிச்சயமாகப் போகவேண்டும். அங்கு நீ கடைசியாக எப்போது போனாய்?" என்று கேட்டான்.

"பத்து வருடங்கள்" என்ற இலியாஸ், "அங்கு நான் எதற்காகப் போகவேண்டும்?" என்று கேட்டான். கலீஃபாவுக்கு, தன்னுடைய தாய் தந்தையரைத் தான் புறக்கணித்ததும் பிறகு அது தன்னை எப்படி பாதித்தது என்பதும் நினைவுக்கு வந்தது.

“நீ நிச்சயமாகப் போகவேண்டும். போய் உன் குடும்பத்தினரைப் பார். நீ நன்றாக இருப்பதை அவர்களுக்குத் தெரியப்படுத்து. இங்கிருந்து ஏதாவது வண்டி கிடைத்தால் அங்கு போய்ச் சேர ஒன்றிரண்டு நாட்கள்தான் ஆகும். உனக்கு விருப்பம் இருந்தால் நானும் உன்னுடன் வருகிறேன்” என்றான்.

இலியாஸ், “இல்லை. அது எவ்வளவு கீழ்த்தரமான, மனச் சோர்வளிக்கும் இடம் என்று உனக்குத் தெரியாது” என்றான்.

இலியாசின் உறுதி குறைவதைக் கண்ட கலீஃபா, “அப்படியானால், நீ எவ்வளவு பெரிய வெற்றி பெற்றிருக்கிறாய் என்பதை அவர்களுக்குக் காண்பி. நீ என்ன நினைத்தாலுமே அதுதான் உன் ஊர். அவர்கள்தான் உன் குடும்பத்தினர்” என்று அழுத்தந் திருத்தமாகச் சொன்னான். சில நிமிடங்கள் முகம் சுளித்தபடி அமர்ந்திருந்த இலியாசின் கண்கள் பிறகு பிரகாசமாயின. மிக உற்சாகமாக, “சரி. நான் போகிறேன்” என்றான். ஒரு திட்டம் மனதுக்குப் பிடித்துவிட்டால் போதும், இலியாஸ் அதைச் சரியாகச் செய்துவிடுவான் என்று கலீஃபா இலியாசைப் பற்றி இப்போது புரிந்துகொண்டான்.

இலியாஸ், “நீ சொல்வது மிகச் சரி. நான் தனியாகவே அங்கு போகிறேன். அங்கு போவதைப் பற்றி இதற்கு முன் நான் பலமுறை யோசித்திருந்தாலும் அதைத் தள்ளிப் போட்டுக்கொண்டே இருந்தேன். என்னை வற்புறுத்திப் போகவைக்க உன்னைப் போன்ற வாய்ப் பேச்சுக்காரன் தேவை போலிருக்கிறது” என்றான்.

இலியாசின் கிராமத்தை நோக்கிப் பயணிக்க இருந்த வண்டி ஓட்டுநர் ஒருவரிடம் பேசி, கலீஃபா இலியாசை உடனே கிராமத்திற்கு அழைத்துச் செல்ல ஏற்பாடு செய்தான். அத்துடன் இலியாஸ் செல்லவேண்டிய இடத்தின் வெகு அருகே, நகரின் பிரதான சாலையில் இருந்த ஒரு வணிகரின் பெயரையும் முகவரியையும் தந்து, தேவைப்பட்டால் இரவு அங்கு தங்கிக்கொள்ளலாம் என்றான். சில நாட்கள் கழித்து கழுதை பூட்டப்பட்ட வண்டியொன்றில் வழியெங்கும் மேடுபள்ளமாக இருந்த தெற்குக் கடற்கரைச் சாலையில் இலியாஸ் தன் பயணத்தைத் தொடங்கினான்.

அந்த வண்டி ஓட்டுனன் பலுச்சியைச் சேர்ந்த முதியவர். வழியில் இருந்த கிராமத்தைச் சேர்ந்த கடைகளுக்கு உணவுப் பொருட்களை விநியோகம் செய்துவந்த வண்டி ஓட்டுனர் அப்படி ஒன்றும் பெரிய சுமையைக் கொண்டு செல்லவில்லை. இரண்டு கடைகளுக்கு

அருகே வண்டியை நிறுத்திய வண்டி ஓட்டுனர், தன்னிடம் இருந்த பொருட்களில் சிலவற்றை அங்கு தந்த பிறகு ஓரளவு நன்றாக இருந்த சாலையொன்றில் பயணித்து ஊருக்குள் நுழைந்தான். சீரான நல்ல வேகத்தில் பயணித்தவர்கள் கலீஃபா கூறியிருந்த அந்த வணிகரின் இடத்தை மதியத்திற்குள் அடைந்துவிட்டார்கள். நிலத்தில் இருந்து அப்போதுதான் அறுவடை செய்த உணவுப் பொருட்களை விற்பனை செய்துவந்த அந்த இந்திய வணிகனின் பெயர் கரீம். உள்ளூர் மக்களிடமிருந்து உணவுப் பொருட்களைப் பெற்று நகரத்திலிருந்த சந்தையில் அதை விற்றுவந்தான். வாழைப் பழங்கள், மரவள்ளிக் கிழங்குகள், பூசணிக்காய்கள், உருளைக் கிழங்குகள், வெண்டை வகைகள் என ஒன்றிரண்டு நாட்கள்வரை கெட்டுப்போகாமல் தாக்குப்பிடிக்கக்கூடிய காய்கறிகளாக அவன் விற்பனை செய்துவந்தான்.

பலுச்சியைச் சேர்ந்த அந்த ஓட்டுனர் கழுதைக்கு நீரும் உணவும் தந்த பின் முணுமுணுப்பான குரலில் அதனுடன் பேச ஆரம்பித்தான். இப்போது கிளம்பினால்தான் காலையில் பொருட்களை விநியோகித்த கடைகள் ஒன்றில் அன்றிரவு தங்கி பிறகு ஊர் திரும்ப நேரம் சரியாக இருக்கும் என்றான். கழுதை இதற்கு ஆமோதிப்பு தெரிவித்தது. பலுச்சியின் வண்டியில் பொருட்கள் ஏற்றப்படுவதை மேற்பார்வை பார்த்துக்கொண்டே கரீம் அவற்றின் எண்ணிக்கையைத் தன்னுடைய கணக்கேட்டில் குறித்தான். ஒரு சிறிய துண்டுச் சீட்டிலும் அதே விபரத்தை எழுதி ஓட்டுனரிடம் தந்தான். நகரத்தின் சந்தையில் இந்தப் பொருட்களை வாங்குவோரிடம் காண்பிக்க இந்தச் சீட்டு பயன்படும். ஓட்டுனர் கிளம்பிய பிறகு அந்த ஊருக்கு வந்திருப்பதற்காகக் கரீம் சொன்ன காரணம் நம்பக் கூடியதாக இல்லை. தன்னைச் சுற்றிப் பார்வையை ஓடவிட்டவன் தன் அங்கியின் பக்கவாட்டுப் பையில் இருந்து ஒரு கைக்கடிகாரத்தின் மூடியை க்ளிக் எனும் ஓசையோடு பகட்டாகத் திறந்த பிறகு வருத்தத்துடன் தன் தலையை இருபுறமும் அசைத்தான்.

“இன்று போக இயலாது. நாளை காலைதான் போகமுடியும். மாலை நேரத் தொழுகைக்கு இன்னும் ஒன்றரை மணி நேரமே இருக்கிறது. நான் ஒரு ஓட்டுனரை ஏற்பாடு செய்வதற்குள் இருள் கவிய ஆரம்பித்துவிடும். நீ மிக எளிதாகப் பாதை மாறிப் பயணித்துத் தொலைந்துபோய்விடவும் தீயவர்கள் யாரிடமாவது மாட்டிக்கொள்ளவும் நேரலாம். நாளை காலையில், முதல் வேலையாக நீ அங்கு போகலாம். நான் இன்று இரவு ஓட்டுனரிடம்

பேசிவிடுகிறேன். ஆனால் இப்போதைக்கு நீ ஓய்வெடுத்துக்கொள். விருந்தினர் தங்குவதற்காக எங்களிடம் ஒரு அறை இருக்கிறது. நீ என்னுடன் வா" என்றான்.

மண்தரையுடன் கூடிய ஒரு சிறிய அறை கடையோடு இணைந்திருந்தது. அதை அவன் இலியாசுக்குக் காண்பித்தான். நெளி நெளியான துருப்பிடித்த உலோகத் தாள்களால் ஆன உடைந்துவிடும் நிலையில் இருந்த கதவுகளால் கடையும் அந்த அறையும் மூடப்பட்டிருந்தன. அவை இரும்புக் கொண்டிப் பூட்டால் பூட்டப்பட்டு, பாதுகாப்பாக இருந்தன என்பதைவிட அலங்காரமாக இருந்தன. அந்தச் சிறிய அறைக்குள் இருந்த கயிற்றுக் கட்டிலின் மீது ஒரு படுக்கை விரிப்பு போர்த்தப்பட்டிருந்தது. அந்த விரிப்பு முழுக்க நிச்சயமாக மூட்டைப் பூச்சிகள் ஊர்ந்துகொண்டிருக்கும் என்று இலியாஸ் நினைத்துக்கொண்டான். உள்ளே நுழைந்ததுமே அங்கு கொசு வலை இல்லை என்பதைக் கவனித்த இலியாஸ் அங்கு தங்குவதைத்தவிர தனக்கு வேறு வழியில்லை என்பதால் பெருமூச்சுவிட்டான். அது, ஊர் ஊராகப் பயணிக்கிற முரட்டு உடல் வாகுடைய சிறு வணிகர்களுக்கான தங்குமிடம். ஆனால் வேறு வழியில்லை. ஒரு அந்நிய ஆணான இலியாசைக் குடும்பத்துடன் தான் வசித்த சொந்த வீட்டுக்குக் கரீம் வரவேற்பான் என்று எதிர்பார்க்கமுடியாது. கித்தானால் ஆன தன் பையை நிலைக்கதவின் மீது தொங்கவிட்ட இலியாஸ் சுற்றிப் பார்ப்பதற்காக வெளியே சென்றான்.

கொல்லைப்புறத்தில் இருந்த கரீமின் வீட்டில் இரண்டு மோசமான ஜன்னல்கள் இருந்தன. வீட்டின் உள் முற்றம் தரையில் இருந்து மூன்று படிகளின் அளவு உயரத்தில் இருந்தது. கரீம் அதன்மீது ஒரு தரை விரிப்பைப் போட்டு அமர்ந்திருந்தான். இலியாசைக் கண்டதும் அவனை நோக்கித் தன் கைகளை அசைத்தான். அதன் பிறகு அவர்கள் நகரத்தைப் பற்றியும், ஜான்சிபரில் பேரழிவை ஏற்படுத்திக்கொண்டிருக்கும் கொள்ளை நோயான காலரா குறித்தும், தங்களுடைய வியாபாரத்தைப் பற்றியும் சிறிது நேரம் அங்கு அமர்ந்து பேசிக்கொண்டிருந்தனர். அதன் பிறகு அந்த வீட்டில் இருந்து ஏழு அல்லது எட்டு வயதுமிக்க ஒரு சிறுமி மரத் தட்டில் இரண்டு சிறு குவளைகளில் காபி எடுத்துக்கொண்டு வந்தாள். அந்தி நேரமானதும் தன் கைக் கடிகாரத்தை மீண்டும் வெளியே எடுத்த கரீம் நேரத்தைப் பார்த்ததும், "மாலை நேரத் தொழுகைக்கான நேரம்" என்றான். அங்கிருந்தபடியே அவன் உரத்த குரலில் அழைத்ததும் சில நொடிகள் கழித்து அந்தச் சிறுமி மீண்டும்

41

வெளியே வந்தாள். இம்முறை மிகுந்த சிரமத்துடன் ஒரு வாளியில் தண்ணீர் கொண்டு வந்தாள். கரீம் சிரித்தபடி அதை அவளிடம் இருந்து வாங்கிக்கொண்டான். பிறகு கால்களைத் தூய்மை செய்வதற்காகச் சமதளத்தின்மீது அந்த வாளியை வைத்தான். தன் விருந்தினரான இலியாஸ் முதலில் கை கால்களைத் தூய்மை செய்துகொள்ளட்டும் என்று கரீம் சமிக்ஞை செய்தான். ஆனால் இலியாஸ் பலமாக மறுத்துத் தலையசைத்தான். ஆகவே கரீம் தன் கால்களைத் தூய்மைப்படுத்தத் தொடங்கினான். அடுத்து இலியாசின் முறை. கரீம் என்ன செய்தானோ அதைப் பார்த்து அவன் அப்படியே திரும்பச் செய்தான். அவர்கள் தொழுகை நடத்த இருந்த வீட்டின் உள் முற்றத்துக்கு மறுபடி சென்றனர்.

வழக்கமான நடைமுறைப்படியும் மரியாதை தரும் முறையிலும் விருந்தினரான இலியாஸ்தான் முதலில் தொழுகை நடத்தவேண்டும் என்பதால் கரீம் அவனை அழைத்தான். இலியாஸ் மீண்டும் தயங்கவும் இம்முறையும் கரீமே தொழுகையைத் தொடங்கினான். எப்படித் தொழுவது என்பதும், தொழுகை செய்யும் சொற்களும் இலியாசுக்குத் தெரியாது. அவன் அதுவரை ஒரு மசூதிக்குள் சென்றதே இல்லை. குழந்தைப் பருவத்தில் அவன் வளர்ந்த இடத்திலும் சரி, பிறகு பல வருடங்கள் அவன் வேலை செய்த காபிப் பண்ணையிலும் சரி, மசூதியே இல்லை. அருகே இருந்த மலை நகரத்தில் ஒரு மசூதி இருந்தது. ஆனால் பள்ளிக்கூடத்திலோ பண்ணையிலோ மசூதிக்குப் போகச் சொல்லி யாருமே அவனிடம் கூறியதில்லை. இப்படியே நீண்ட காலமாகிவிடவும், அதன் பிறகு தொழுகையைக் கற்றுக்கொள்வது என்பது அவமானகரமான ஒன்றாக மாறிப்போனது. அதற்குப் பின் வந்த காலகட்டத்தில் ஏராளமான மசூதிகள் இருந்த நகரத்தின் பண்ணையில் அவன் பணியாற்றியபோது அங்கும் அவனை யாருமே மசூதிக்குப் போகச் சொல்லவில்லை. வெகு விரைவில் அவமானகரமான ஏதோ ஒன்று தனக்கு நடக்கப்போகிறது என்று இப்போது அவனுக்குத் தெரிந்தது. தொழுமாறு கரீம் அவனை அழைத்ததுதான் முதல்முறையாக அவன் இவ்விதமாக மாட்டிக் கொண்டது. கரீம் செய்தவற்றை அப்படியே திரும்பச் செய்தும், புனித சொற்களைக் கூறுவதுபோல முணுமுணுத்தும், தொழுகை செய்வதுபோலத் தன்னால் முடிந்த அளவுக்கு அவன் நடித்தான். சொன்னது போலவே அருகில் இருந்த இலியாசின் கிராமத்திற்கு அவனை அழைத்துச் செல்ல கரீம் இன்னொரு ஓட்டுனரை ஏற்பாடு செய்தான்.

உறக்கமற்ற அந்த இரவு கடந்ததும் கொல்லைப்புறத்தில் ஏதோ மெல்லிய ஓசை கேட்டது. இலியாஸ் உடனே அந்த அறையில் இருந்து வெளியே வந்தான். காலை உணவாக ஒரு வாழைப்பழமும் தகரக் குவளையில் கருப்புத் தேநீரும் தரப்பட்டன. அதன் பிறகு ஓட்டுனரின் வருகைக்காக அவன் காத்திருக்கத் தொடங்கினான். அந்தச் சிறுமி வீட்டின் உள் முற்றத்தைப் பெருக்கித் தூய்மைப்படுத்துவது தெரிந்தது. அவளுடைய அம்மா அங்கு இருப்பதற்கான எந்த அறிகுறியும் இல்லை. சிறிது நேரத்தில் அங்கு வந்த இளம் வயதுடைய வண்டி ஓட்டுனர், பயணவழி முழுக்கத் தானும் தன் நண்பர்களும் சமீபத்தில் செய்த ஆபத்தான சாகசங்களைப் பற்றி பேசிக்கொண்டே வந்தான். பொறுமையாக அனைத்தையும் கேட்டுக்கொண்டிருந்த இலியாஸ் தேவைப்பட்டபோது சிரித்து வைத்தாலும் மனதுக்குள் 'இவன் சரியான நாட்டுப்புறத்தான்' என்று நினைத்துக்கொண்டான். இலியாசின் கிராமத்தை அவர்கள் ஏறத்தாழ ஒரு மணி நேரத்தில் அடைந்தார்கள். கிராமத்திற்குச் செல்லும் பாதை, வண்டி செல்லமுடியாத அளவுக்கு மிகவும் குறுகலாக இருந்ததால் ஓட்டுனர் இலியாசை அங்கேயே இறக்கிவிட்டு, தான் பிரதான சாலையில் வண்டியுடன் காத்திருப்பதாகச் சொன்னான். "சரி. எனக்கு வழி தெரியும்" என்றான் இலியாஸ்.

வண்டி நிறுத்தப்பட்ட இடத்திலிருந்து இலியாஸ் போகவேண்டிய இடம் நடந்து செல்லும் தூரம்தான். தன்னுடைய வீடு இருந்த இடத்தை நோக்கி அந்தப் பாதை வழியே இலியாஸ் நடந்து சென்றான். அனைத்தும் ஒழுங்கற்ற நிலையில் இருந்ததுடன், ஏதோ சில மாதங்களுக்கு முன்புதான் அவன் அந்த இடத்தை விட்டுப்போனதுபோல பரிச்சயமானதாகவும் இருந்தன. அது அவ்வளவொன்றும் பெரிய கிராமம் இல்லை. அங்கொன்றும் இங்கொன்றுமாக இருந்த சில வீடுகளின் பின்புறத்தில் இருந்த சிறுசிறு துண்டு நிலங்களில் பயிர் செய்யப்பட்டிருந்தது. அவன் தன்னுடைய வீட்டுக்குப் போகும் வழியில் ஒரு பெண்ணைப் பார்த்தான். அவளுடைய பெயர் அவனுக்கு நினைவில்லை. ஆனால் முகம் நன்கு அறிமுகமானதாக இருந்தது. வீட்டின்முன் காலியாக இருந்த இடத்தில் அவள் தென்னை ஓலைகளால் பாய் முடைந்து கொண்டிருந்தாள். மூன்று பெரிய கற்களால் ஆன அடுப்பின்மீது ஒரு பானை சூடாகிக் கொண்டிருந்தது. வீட்டைச் சுற்றி இருந்த நிலத்தில் இரண்டு கோழிகள் மண்ணைக் கொத்திக்கொண்டிருந்தன. இலியாஸ் அவளருகே வந்ததும் அவள் தான் அணிந்திருந்த மெல்லிய பருத்தி ஆடையின் ஒரு பகுதியை உயர்த்தித் தன் தலைமீது போர்த்திக்கொண்டாள். இலியாஸ், "ஷிகமூ" என்றான்.

அவள் அவனை மேலும் கீழும் பார்த்தாள். இலியாசால் அவளுடைய வயதைக் கணிக்கமுடியவில்லை. ஆனால் இவள், தான் மனதில் நினைக்கிற பெண்ணாக இருந்தால் இவளுக்குத் தன் வயதில் பிள்ளைகள் இருப்பார்கள் என்றுநினைத்தான். அவளுடைய மகன்களுள் ஒருவனுடைய பெயர் ஹசன் என்பது திடீரென இலியாசுக்கு நினைவுக்கு வந்தது. ஹசனுடன் சிறுவயதில் இலியாஸ் விளையாடிக்கொண்டிருப்பான். இலியாசின் தந்தையின் பெயரும் ஹசன் என்பதால்தான் அந்தப் பெயர் அவனுடைய மனதில் சட்டென நினைவுக்கு வந்தது. குறைந்த உயரங் கொண்ட முக்காலி ஒன்றின்மீது அமர்ந்திருந்த அந்தப் பெண் அதிலிருந்து எழாமல், இலியாசைப் பார்த்துச் சிறிய புன்னகைகூடப் புரியாமல் அப்படியே உட்கார்ந்திருந்தாள்.

“என்னுடைய பெயர் இலியாஸ். நான் இதற்கு முன்பு இங்கு வசித்துவந்தேன்” என்றவன் தன் பெற்றோரின் பெயர்களைச் சொல்லி, “அவர்கள் இன்னும் இந்த ஊரில்தான் வசிக்கிறார்களா?” என்று கேட்டான். அவள் எந்த பதிலும் கூறாததால் தான் பேசியது அவளுடைய காதுகளில் விழுந்ததா, அவளுக்கு அது புரிந்ததா என்று அவனுக்கு உறுதியாகத் தெரியவில்லை. தானே தேடிப் பார்த்துக்கொள்ளலாம் என்று அவன் அங்கிருந்து நகரத் தொடங்கியபோது அந்த வீட்டிலிருந்து ஒரு ஆள் வெளியே வந்தான். அந்தப் பெண்ணைவிட அதிக வயதுடையவனாக இருந்தவன் இலியாசை நோக்கித் தயக்கத்துடன் நடந்துவந்தான்.

“இலியாஸ் என்கிற பெயர் எனக்கு நினைவில் இருக்கிறது. தொலைந்து போன அந்த இலியாஸ் தானே நீ?” என்று கேட்டவள் தன்னுடைய இரண்டு கைகளாலும் தன் முகத்தைப் பரிதாபத்துடன் சில நொடிகள் மூடிக் கொண்டாள்.

“இங்கு பல மோசமான சம்பவங்கள் நடந்தன. உன்னை வாமங்காவோ அல்லது வேறு யாரோ கடத்திப் போய்விட்டார்கள் என்று நாங்கள் நினைத்தோம். உன்னைக் கொன்றுவிட்டார்கள் என்றுகூட நினைத்தோம். நாங்கள் என்னவெல்லாம் நினைத்தோம் என்று என்னால் சொல்லமுடியாது. இலியாஸ்! எனக்கு நன்றாக நினைவு இருக்கிறது. நீதானா அது? உன்னைப் பார்த்தால் அரசாங்க அதிகாரி போலிருக்கிறாய். உன்னுடைய அம்மா நெடுங்காலத்துக்கு முன்பே இறந்துபோய்விட்டார்கள். இப்போது இங்கு யாருமே இல்லை. அந்த வீடு இடிந்து விழுந்துவிட்டது. அவளுடைய துர் அதிர்ஷ்டம் தங்களுக்கும் வந்துவிடப்போகிறது என்று அங்கு

யாருமே வசிக்க விரும்பவில்லை. பிறந்து பதினைந்து அல்லது பதினாறு மாதங்களே ஆன பச்சிளம் குழந்தையை அவள் உன் தந்தையிடம் விட்டுவிட்டு இறந்துபோனாள். அவர் அதை யாரிடமோ தந்துவிட்டார்" என்றாள்.

அவள் சொன்னது புரியாமல் இலியாஸ் மறுபடியும் அவளிடம், "யாரிடமோ தந்துவிட்டார் என்றால் என்ன அர்த்தம்?" என்று கேட்டான். இப்போது அந்த ஆள் சோர்வும் வருத்தமும் நிறைந்த குரலில், "அவர் அந்தக் குழந்தையைத் தத்துக் கொடுத்துவிட்டார். அவரும் எங்கள் எல்லோரையும் போலவே ஏழையாகவும் உடல்நலம் குன்றியும் இருந்தார். ஆகவே வேறு வழியின்றி அவர் அந்தக் குழந்தையைத் தத்துக் கொடுத்துவிட்டார்" என்றவன் அதற்கு மேல் பேச சக்தி இல்லாதது போலத் தன்னுடைய கையை உயர்த்திச் சாலையைச் சுட்டிக்காட்டினான்.

"அஃபியா. அதுதான் அவளுடைய பெயர்! அஃபியா!" என்ற அந்தப் பெண், "நீ இப்போது திடீரென எங்கிருந்து வருகிறாய்? உன் அம்மா இறந்துவிட்டாள். உன் அப்பாவும் இறந்துவிட்டார். உன் தங்கையைத் தத்துக் கொடுத்துவிட்டார்கள். இவ்வளவு நாட்களாக நீ எங்கே இருந்தாய்?" என்று கேட்டாள். இவை அனைத்தும் ஏதோ ஒரு விதத்தில் அவன் எதிர்பார்த்தவைதான். அவர்கள் இறந்து விட்டிருப்பார்கள் என்றுதான் அவனும் நினைத்திருந்தான். இலியாசின் இளமைக் காலம் முழுவதுமே அவனுடைய தந்தை சர்க்கரை நோயால் உடல் நலமின்றிதான் இருந்தார். பெண்களுக்கு வழக்கமாக ஏற்படும் பெயர் தெரியாத பலவிதமான உடல்நலக் கோளாறுகள் காரணமாக அவனுடைய அம்மாவும் அடிக்கடி அவதியுற்றுவந்தாள். இவற்றுடன் முதுகு வலி, மூச்சு விடுவதில் சிரமம், மார்ச் சளி, தொடர் கருத்தரிப்பு காரணமாக அடிக்கடி ஏற்பட்ட குமட்டல் என ஏராளமான பிரச்சனைகள் அவளுக்கு இருந்தன. அவன் எதிர்பார்த்த விஷயங்களேயானாலும் அவர்களுடைய மரணச் செய்தி இப்படிச் சட்டெனப் போட்டு உடைக்கப்பட்டதைக் கேட்டபோது அவனுக்கு அதிர்ச்சியாக இருந்தது. "என்னுடைய தங்கை இந்தக் கிராமத்தில்தான் இருக்கிறாளா?" என்று இலியாஸ் கேட்டபோது அந்த ஆள் அஃபியாவைத் தத்தெடுத்த குடும்பம் எங்கு வசிக்கிறது என்ற தகவல்களைக் கடுப்பான குரலில் சொல்லிப் பிறகு, சாலைவரை இலியாசுடன் வந்து வண்டி ஓட்டுனரிடம் அந்த இடத்துக்குப் போக வழியும் சொல்லி அனுப்பி வைத்தான்.

★★★

அவள் வளர்ந்த சிறிய சாலையோர கிராமத்தின் எதிரே சிறு மரங்களும் கொத்துச் செடிகளும் சூழ்ந்த கருத்த முக்கோண வடிவ மலை ஒன்று இருந்தது. அவள் எப்போது வீட்டைவிட்டு வெளியே வந்தாலும் சாலையைக் கடந்து பல அடிகள் நடந்தாலும் அது எப்போதும் அங்கேயே இருந்தது. ஆனால் அவளுடைய மிகச் சிறிய வயதில் அவள் அதைப் பார்த்ததில்லை. தினம் பார்த்துப் பழக்கப்பட்ட காட்சிகளுக்கு அவள் அர்த்தம் கற்பிக்கப் பழகிக்கொண்ட பிறகுதான் அது அவள் கண்களில்பட்டது. அவள் அங்கு போகக்கூடாது என்று எப்போதும் சொன்னார்களே தவிர ஏன் என்று சொல்லவில்லை. ஆகவே தனக்குத் தெரிந்த எல்லாவிதமான பயங்கரமான விஷயங்களோடும் அவள் அதைக் கற்பனை செய்துகொண்டிருந்தாள். அவளுடைய அத்தை அங்கிருந்த ஒரு பெரிய பாம்பு குழந்தைகளை விழுங்கிவிடும் என்றும், பௌர்ணமி நாட்களில் அந்தக் கிராமத்தின் வீட்டுக் கூரைகளின்மீது ஒரு உயரமான மனிதனின் நிழல் விழுவதாகவும் சொல்வதுண்டு. கடலை நோக்கிப் போகும் சாலையில் ஒரு கிழவி அலைந்து திரிவதாகவும், சில சமயங்களில் எப்படி சிறுத்தை உருவத்தில் கிராமத்தின் ஆடுகளையோ குழந்தைகளையோ தாக்கும் என்றும் அவள் நிறைய கதைகளைச் சொல்லியிருந்தாள். பாம்பு, உயரமான மனிதன், தலைவிரிகோலமாக இருந்த கிழவி என அனைவருமே அந்த மலையின்மீது வசித்தார்கள் என்றும் இந்த உலகத்தை அச்சுறுத்துவதற்காகக் கீழிறங்கி வருவார்கள் என்றும் அத்தை சொல்லாமலேயே அந்தச் சிறுமி உறுதியாக நம்பினாள். வீட்டின் புழக்கடையில் வயல்வெளிகளும் அதைக் கடந்து உயர்ந்த மலைகளும் தெரிந்தன. அவள் வளர ஆரம்பித்ததும் கிராமத்தைவிட இப்போது அந்த மலை அச்சுறுத்தும்வகையில் இன்னும் பெரியதாகத் தெரிந்தது. அதிலும் குறிப்பாக அந்தி நேரத்தில் அவளுடைய தோள்களுக்கு மேல் பெரிதுயர்ந்து நிற்கும் அவை வாழ்வில் திருப்தி அடையாமல் உயிர்விட்ட ஒரு துர்ஆத்மாவைப் போலக் காட்சி அளிக்கும். வீட்டைவிட்டு இரவில் வெளியே போவதாக இருந்தால் அதன் மீதிருந்து தன் பார்வையை விலக்கிக்கொள்ள அவள் கற்றுக் கொண்டாள்.

இரவின் ஆழமான மௌனத்தில் உஸ் உஸ் எனும் மெல்லிய ஓசை கிசுகிசுப்பாகக் கீழிறங்கி வருவது அவளுக்குக் கேட்கும். சில சமயங்களில் அவை வீட்டைச் சுற்றியும் வீட்டின் பின்பக்கமாகவும் வரும். பெண்களின் காதுகளுக்குமட்டுமே கேட்கும் கண்ணுக்குத் தெரியாத உயிரிகள் இவை என்று அவளுடைய அத்தை அவளிடம்

சொல்லியிருந்தாள். சோகமாகவும் வற்புறுத்தும் குரலிலும் அவை கிசுகிசுத்தாலும் சிறுமியால் அவற்றுக்காகக் கதவைத் திறக்க முடிந்ததேயில்லை. மலைமீது ஏறி பத்திரமாக வீடு வந்து சேர்ந்த சிறுவர்கள் பாம்பு, உயரமான மனிதன், கிழவி என்று எதைப் பற்றியும் எதுவுமே சொன்னதில்லை. மலைமீது வேட்டையாடப் போனதாகவும் சிறு விலங்குகள் ஏதாவது கிடைத்தால் அவற்றை நெருப்பில் வாட்டிச் சாப்பிட்டதாகவும் சொன்னார்கள். அவர்கள் கீழே இறங்கி வந்தபோது எப்போதும் வெறுங்கையோடே வந்ததால் அவர்கள் தன்னைக் கிண்டல் செய்கிறார்களா என்று அவளால் கண்டுபிடிக்கமுடியவில்லை.

கிராமத்தைக் கடந்து சென்ற அந்தச் சாலை ஒரு திசையில் கடற்கரை நோக்கியும் இன்னொன்று கிராமத்தின் உட்புறப் பகுதிகளை நோக்கியும் சென்றது. பெரும்பாலும் பாதசாரிகளுக்கும் கனமான சுமைகளை எடுத்துச் சென்றவர்களுக்கும், சில சமயங்களில் கழுதைகளோ எருதுகளோ பூட்டிய வண்டியில் சென்றவர்களுக்கும் அந்தச் சாலை பயன்பட்டது. வண்டிகள் செல்லும் அளவுக்கு அது அகலமாக இருந்தாலும் கரடுமுரடாகவும் மேடுபள்ளமாகவும் இருந்தது. அவற்றினுடைய பெயர்கள் வினோதமாகவும் ஆபத்து நிறைந்ததாகவும் அவளுக்குத் தோன்றியது. அவள் தன்னுடைய அத்தை மலைக்காவுடனும், மாமாவுடனும், இஷா எனும் அண்ணனுடனும், ஜவாதி என்கிற தங்கையுடனும் வசித்தாள். அவளுடைய அத்தை எழுந்துகொள்ளும் அதே நேரத்தில் அவளும் எழ வேண்டும் என்று எதிர்பார்க்கப்பட்டது. அத்தை எழுந்ததுமே சிறுமியின் பின்புறத்தில் பலமாக ஒரு சிறு அடி கொடுத்து "போக்கிரி, எழுந்திரு" என்று அவளையும் எழுப்புவாள். அத்தை மலைக்காவை எல்லோரும் அம்மா என்றே அழைத்தார்கள்.

சிறுமியின் முதல் வேலை தண்ணீர் முகர்ந்து வருவதுதான். முந்தின நாள் இரவே சுத்தப்படுத்தப்பட்டு கரி நிரப்பி வைக்கப்பட்ட அடுப்பை அத்தை அதற்குள் பற்ற வைத்திருப்பாள். தண்ணீர்த் தட்டுப்பாடு இல்லையென்றாலும் அவள் தண்ணீர் எடுத்துக்கொண்டு வரவேண்டும். குளியலறைக்கு வெளியே ஒரு வாளியும் அகப்பையும் வைக்கப்பட்டிருக்கும். கண்மாய்க்குப் போகும் வழியில் வீட்டுக்கு வெளியே சாக்கடைக்குப் பக்கத்தில் இன்னொரு வாளி வைக்கப்பட்டிருக்கும். அங்குதான் அவர்கள் பாத்திரங்களைக் கழுவி, துணி துவைத்து, அதன் பிறகு அந்தத் தண்ணீரை ஊற்றுவார்கள். நீரைக் குளுமையாக வைத்திருக்க, களிமண்ணால் ஆன மிகப் பெரிய தண்ணீர்த் தொட்டி, தகடு

ஒன்றால் மூடப்பட்டிருக்கும். அதிலுள்ள சுத்தமான தண்ணீரைத்தான் அவள் மாமா குளிப்பதற்காகவும் அவர் அருந்தும் தேனீரைத் தயாரிப்பதற்காகவும் அவள் எடுத்துக்கொண்டு வரவேண்டும். வாளியில் இருந்த தண்ணீர் மற்ற வேலைகளுக்குப் பயன்பட்டது. சில சமயங்களில் அந்தத் தண்ணீர் கிராமத்தினரை நோய்வாய்ப்பட வைத்தது. ஆகவேதான் தூய்மையான அந்தத் தண்ணீரை அவளுடைய மாமா குளிப்பதற்காகச் சூடாக்கித் தரவேண்டியிருந்தது.

அந்தத் தண்ணீர்த் தொட்டி உயரமாக இருந்தது. கவிழ்த்து வைக்கப்பட்ட இரும்புப் பெட்டியின்மீது நின்றுகொண்டு அவள் தண்ணீரை எக்கி எடுக்க வேண்டியிருந்தது. தண்ணீர் ஆழத்தில் இருந்தாலோ, தண்ணீர் விற்பனை செய்யும் நபர் தொட்டியை நிரப்பியிருக்காவிட்டாலோ தன் பாதி உடம்பை அதற்குள் நுழைத்துத்தான் வழுக்கும் அந்தத் தண்ணீர்த் தொட்டியில் இருந்து அந்தச் சிறுமியால் தண்ணீர் எடுக்கமுடியும். தண்ணீர்த் தொட்டிக்குள்ளிருந்து பேசினால் அவளுடைய குரல் ஒரு பூதத்தின் சத்தம்போலக் கேட்கும். அது தன்னை மிகப்பெரிய உருவமுடையவளாகச் சிறுமியை உணரவைத்தது. தண்ணீர் எடுக்காத சமயங்களில் அவள் தன்னுடைய தலையைத் தண்ணீர்த் தொட்டிக்குள் நுழைத்துக்கொண்டு பெருமிதமாகவும் சில சமயங்களில் முனகலாகவும் குரலெழுப்புவாள். இது அவளைப் பெரியவளாக உணரவைக்கும். அவள் தண்ணீரை மொண்டு இரண்டு பானைகளில் ஊற்றுபவள் அவற்றைப் பாதிதான் நிரப்புவாள். இல்லையென்றால் அவளால் தூக்கிச் செல்லமுடியாத அளவுக்கு அவை கனமாக இருக்கும். அவள் தன்னுடைய அத்தை பற்ற வைத்திருக்கும் கரி அடுப்பு இருக்கும் இடத்துக்கு அவற்றை ஒவ்வொன்றாக எடுத்துச் செல்வாள். அவளுடைய மாமா குளிப்பதற்கும் தேனீர் தயாரிப்பதற்கும் தேவையான அளவுக்குத் தண்ணீர் நிரம்பும்வரை அவள் மறுபடி மறுபடி தண்ணீர்த் தொட்டிக்குச் சென்று பானைகளை நிரப்புவாள்.

அவளுக்கு நினைவு தெரிந்த நாள்முதல் அவள் அவர்களுடன்தான் வசித்து வந்தாள். அவளுடைய அண்ணன் இஷாவும் தங்கை ஜவாதியும் அவளைவிட ஐந்து அல்லது ஆறு வயது மூத்தவர்கள். அவர்கள் இருவரும் தம் விளையாட்டின் ஒரு பகுதியாக அவளைத் தொல்லைப்படுத்தினாலும், காயப்படுத்தினாலும் சிறுமி அவர்களைத் தன் சொந்த அண்ணனாகவும் அக்காவாகவுமே நினைத்தாள். சில நேரங்களில் அவர்கள் எந்தக் காரணமும் இல்லாமலேயே அவளை அடித்தார்கள். அவளை அடிப்பது அவர்களுக்குப் பிடித்திருந்தது.

ஆனால் சிறுமியால் அவர்களைத் தடுக்கமுடியவில்லை. சிறுமியின் அழுகைச் சத்தம் யாருக்கும் கேட்கக்கூடாது என்பதால் வீட்டில் அவர்களைத் தவிர வேறு யாருமில்லாதபோதும், தங்களுக்கு அடிக்கடி சலிப்புத் தோன்றியபோதும், அவர்கள் அவளை அடித்தார்கள். அவளுக்குப் பிடிக்காதவற்றைச் செய்யச் சொல்லி அவளை வற்புறுத்தினார்கள். அவள் அழுதாலோ மறுத்துப் பேசினாலோ அவளுடைய கன்னத்தில் அறைந்து அவள்மீது எச்சில் துப்பினார்கள். அவர்கள் தங்களுடைய நண்பர்களுடன் விளையாடுவதற்கோ, பக்கத்து வீட்டுத் தோட்டத்து மரங்களில் இருந்து பழங்களைத் திருடவோ செல்லும்போது, தன் வேலைகளை முடித்தபிறகு என்ன செய்வது என்று தெரியாதவளாகச் சிறுமி அவர்களைப் பின்தொடர்ந்து செல்வாள். இது அவர்களுக்கும் அவர்களுடைய நண்பர்களுக்கும் பிடிக்காது. அவர்களுடைய சில தோழிகள் அவளைக் கெட்ட வார்த்தைகளால் ஏசினர். ஆண் நண்பர்கள் அவளைத் துரத்தியடித்தனர். ஏதேதோ காரணங்களுக்காக அவளுடைய அண்ணனும் அக்காவும் தினமும் அவளை அடித்தனர், கிள்ளிவைத்தனர். அத்துடன் அவளுடைய உணவையும் திருடிக்கொண்டனர். இதற்காகவெல்லாம்கூட அவள் துயரமடையவில்லை.

இவைதவிர சில விஷயங்கள் அவளைச் சிறுமையாகவும் இந்த உலகில் அன்னியளாகவும் உணர வைத்தது. மிகச் சிறிய வயதிலிருந்தே அவள் சிறுசிறு வேலைகளை செய்யத் தொடங்கி இருந்தாலும் அது எப்போது தொடங்கியது என்று அவளுக்கு நினைவில் இல்லை. வீட்டைப் பெருக்கவும், தண்ணீர்கொண்டு வருவதற்கும், ஓடிச் சென்று கடையில் இருந்துபொருட்களை வாங்கி வருவதற்கும் அவளுடைய அத்தை எப்போதும் அவளை அழைத்தபடியே இருந்தாள். சிறுமி சிறிது வளர்ந்த பிறகு துணி துவைக்கவும், காய்கறிகளை நறுக்கவும், மாமாவின் குளியலுக்கும் வீட்டுக்கும் தேவையான தேனீர் தயாரிக்கவும் ஆரம்பித்தாள். கிராமத்தில் உள்ள மற்ற சிறுவர்களும் தங்களுடைய மாமாக்களுக்காகவும் அத்தைகளுக்காகவும் இத்தகைய வேலைகளைச் செய்துகொண்டிருந்ததுடன் வயல்களிலும் வேலை செய்தார்கள். சிறுமியினுடைய மாமாவுக்கும் அத்தைக்கும் வயலோ தோட்டமோ இல்லை. ஆகவே சிறுமியின் வேலை முழுக்க வீட்டிலும் கொல்லைப்புறத்திலுமே இருந்தன. சில சமயங்களில் அவளுடைய அத்தை அவளிடம் கடுமையாகப் பேசினாலும் பெரும்பாலும் கருணையுடன் நடந்துகொள்வாள். அவளுக்குக்

கதைகள் சொல்வாள். கிழிசல் ஆடை அணிந்த உடல் பருத்த ஒரு ஆள், தான் பிடித்து வைத்திருக்கும் சிறுமியைப் பாதாளத்தில் உள்ள தன் பொந்துக்குள் கொண்டு செல்வதற்காக இரும்புச் சங்கிலியால் கட்டிவைத்து, அழுக்கான விரல் நகங்களுடைய தன் கைகளால் இழுத்தபடி இரவில் தெருக்களில் நடந்து செல்வான் என்பன போன்ற பயங்கரமான கதைகளைச் சொல்வாள். அந்தச் சங்கிலியைத் தரைமீது உரசியபடி இழுத்துக்கொண்டு வருவான் என்பதால் அவன் வருவது எல்லோருக்குமே நன்றாகக் கேட்கும்.

அத்தையின் பெரும்பாலான கதைகள் அழுக்கு உடையணிந்த முதியவர்கள் சிறுமிகளைத் திருடும் கதைகளாகவே இருக்கும். இஷவோ ஜவாதியோ சிறுமியை மோசமாக நடத்துவதை அத்தை பார்த்தபோது கண்டித்தது மட்டுமின்றி சில சமயங்களில் தண்டித்தும் இருக்கிறாள். "பாவப்பட்ட இந்த சிறுமியை உங்களுடைய தங்கையைப்போல நடத்துங்கள்" என்பாள். தன்னுடைய அம்மா இறந்துவிட்டது சிறுமிக்குத் தெரியும். ஆனால் அவளுடைய அத்தையும் மாமாவும் ஏன் அவளைத் தங்களுடன் அழைத்துவந்தார்கள் என்று அவளுக்குத் தெரியவில்லை. அவளுக்கு ஆறு வயதிருக்கும்போது அவளுடைய அத்தை ஒரு நாள், "உன்னுடைய அப்பாவின் உடல்நிலை மிகவும் மோசமாக இருந்தது. நீ அனாதையாகிவிட்டாய் என்பதால் நாங்கள் உன்னை எடுத்துக்கொண்டு வந்துவிட்டோம். உன்னுடைய அம்மாவும் அப்பாவும் நாங்கள் வசித்த அதே தெருவில் சற்றுத் தொலைவில் வசித்ததால் எங்களுக்கு அவர்களைத் தெரியும். உன்னுடைய பாவப்பட்ட அம்மா தன் உடல் நலத்தைப் பொருத்தவரை துரதிர்ஷ்டசாலி. நீ மிகச் சிறிய வயதில் இருக்கும்போது அதாவது உனக்கு இரண்டு வயது ஆனபோது அவள் இறந்துவிட்டாள். உன்னுடைய அப்பா தன் உடல் நலம் சரியாகும்வரை உன்னை வைத்திருக்கச் சொல்லி எங்களிடம் கொண்டு வந்து தந்தார். ஆனால் அவர் உடல் நலமாகாமலேயே கடவுளிடம் சென்று சேர்ந்துவிட்டார். இவை எல்லாம் கடவுளின் செயல். அன்றிலிருந்து நீ எங்களுடைய சுமையாகிப்போனாய்" என்றாள். சிறுமியின் தலையில் பேன் வராமல் இருப்பதற்காக அத்தை ஒவ்வொரு வாரமும் சிறுமிக்குத் தலைக்கு ஊற்றி பிறகு தலையில் எண்ணெய் தடவிப் பின்னிவிடுவது வழக்கம். அவ்வாறு ஒருநாள் தலை பின்னிக் கொண்டிருக்கையில் அத்தை இதைச் சொன்னாள். சிறுமி அத்தையின் முட்டிக்காலுக்கு இடையே உட்கார்ந்து இருந்ததால் அத்தையின் முகத்தை அவளால் பார்க்கமுடியவில்லை. ஆனால்

அவளுடைய குரல் மென்மையாகவும் கனிவாகவும் இருந்தது. இதைக் கேட்ட பிறகுதான் அவர்கள் தன்னுடைய சொந்த மாமாவோ அத்தையோ கிடையாது என்பதும் தன்னுடைய தந்தை இறந்துவிட்டார் என்பதும் சிறுமிக்குத் தெரியவந்தது. சிறுமிக்குத் தன் அம்மா நினைவில் இல்லை. ஆனால் அவளைப் பற்றி யோசிப்பது அவளுக்குத் துயரத்தைத் தந்தது. தன் தாயைக் கற்பனை செய்து பார்க்க முயற்சித்தபோது ஒரு கிராமத்துப் பெண்மணி மட்டுமே அவள் கண் முன்னே தோன்றினாள். அவளுடைய மாமா அவளிடம் அவ்வளவாகப் பேசுவதில்லை. அதே போலச் சிறுமியும் அவனிடம் பேசமாட்டாள். அத்தை ஏதாவது தகவல் சொல்லி அனுப்பினால்கூட அவன் அவளைப் பார்த்து முகம் சுளிப்பான். அவளைக் கூப்பிடவேண்டும் என்றால் விரல்களால் சிட்டிகை போட்டு அழைப்பான். மகமே என்ற பெயருடைய அவன் வாட்டசாட்டமாகவும், உருண்டை வடிவ முகமும், பெரிய தொப்பையுமாக இருப்பான். தான் நினைத்தது போல அனைத்தும் இருந்தால் மட்டுமே திருப்தியடையும் குணமடையவன். தன் குழந்தைகளிடம் கடுமையாகப் பேசும்போது அந்த வீடே அதிரும். உடனே எல்லோரும் அமைதியாகிவிடுவார்கள். அவனை நேருக்கு நேர் சந்திப்பதை சிறுமி எப்போதுமே தவிர்ப்பாள். ஏனெனில் அவை பெரும்பாலும் கோபத்துடன் அவளை அச்சுறுத்தும் விதத்தில் இருக்கும். அவனுக்குத் தன்னைப் பிடிக்கவில்லை என்பது அவளுக்குத் தெரியும். ஆனால் அவன் அப்படி நினைக்கும்படி தான் என்ன செய்தோம் என்று அவளுக்குத் தெரியவில்லை. அவனுடைய கைகள் நீளமாகவும் புஜங்கள் அவளுடைய கழுத்து உயரத்திற்குப் புடைத்தும் இருக்கும். அவன் அவளை ஒரு முறை அறைந்தபோது திகைத்துப்போனவள் அப்படியே மயங்கித் தரையில் சாய்ந்தாள். அவளுடைய அத்தை எதையாவது உறுதியாகச் சொல்ல விரும்பும்போது பலமுறை தன் தலையை முன்னும் பின்னும் அசைக்கும் ஒரு பழக்கம் இருந்தது. அவளுடைய முகம் குறுகலாகவும் மூக்கு கூராகவும் இருந்ததால் அவள் காற்றில் எதையோ கொத்தித் தின்பது போல அது இருக்கும்.

“உன்னுடைய மாமா ஒரு பலசாலி என்பதால்தான் அரசாங்கப் பண்டக சாலையின் பாதுகாவலராக அவரை அரசாங்கமே தேர்ந்தெடுத்துப் பணியமர்த்தி இருக்கிறது. பிச்சைக்காரர்களை அண்டவிடக்கூடாது என்பதற்காக அவர் கதவுகளை இறுக மூடிவைப்பார். அவரைக் கண்டால் அனைவருக்கும் ஒரு பயம் இருக்கிறது. அவருடைய உள்ளங்கை முட்டி ஒரு குண்டாந்தடி போன்றது. அவர் மட்டும்

இல்லை என்றால் மக்கள் முரட்டுப் போக்கிரிகளைப் போலப் பொருட்களைத் திருடிச் சென்றுவிடுவார்கள்" என்று சொல்வதுண்டு. அவளுக்கு நினைவு தெரிந்த நாளிலிருந்து அவள் வீட்டின் உள்பக்க வாசலில் தரையில் படுத்துக் கிடந்திருக்கிறாள். காலையில் கதவைத் திறந்ததுமே மலைதான் அவள் கண்களில் முதலில் தென்படும். இரவுகளில் கதவு மூடி இருந்தாலும்கூட அச்சமூட்டும் வகையில் அந்த இடமெங்கும் அது பரவிக் கிடக்கிறது என்பது அவளுக்குத் தெரியும். இரவுகளில் நாய்களின் குரைப்புச் சத்தமும் முகத்தைச் சுற்றி பூச்சிகள், கொசுக்களின் ரீங்காரமும், வலுவில்லாத பிளவுண்ட கதவின் பின்பக்கம் அடிக்கடி தடதடவென ஆடும் ஓசையும், கிரீச்சிடும் ஓசையும் அவளுக்குக் கேட்கும். மலையில் இருந்து அந்தக் கிசுகிசுப்பான குரல்கள் வீட்டில் கொல்லைப்புறம்வரை இறங்கி வரத் தொடங்கியதுமே அவை அமைதியாகிவிடும். மன அமைதி இழந்த கண்கள் கதவின் பிளவுகளின் வழியே தன்னை உற்றுப் பார்க்கக்கூடும் என்பதற்காக அவள் தன்னுடைய கண்களை இறுக்க மூடிக்கொள்வாள்.

சேறு குழைத்துச் செங்கற்கள் வைத்துக் கட்டப்பட்ட, உள்ளும் புறமும் சுண்ணம் பூசிய ஒரு சிறிய வீடு அது. அதன் இரண்டு சிறிய அறைகளை வீட்டின் நுழைவாயில் இரண்டாகப் பிரித்திருந்தது. கொல்லைப்புறத்துக்கு ஒரு கருப்பு நிறக் கதவு இருந்தது. வீட்டைச் சுற்றி ஒரு மூங்கில் வேலியும் வீட்டுக்கு வெளியே ஒரு குளியலறையும் சமையலறையும் இருந்தன. தாயும் மகளும் ஒரு படுக்கையிலும் தந்தையும் மகனும் இன்னொரு படுக்கையிலும் என அவர்கள் நான்கு பேரும் வீட்டின் இரண்டு பெரிய அறைகளில் உறங்கினர். பொருட்களைச் சேமித்து வைக்கும் இடமாகவோ, சாப்பிடும் இடமாகவோ, அக்கம் பக்கத்தினர் வந்தால் அவர்களை வரவேற்கும் இடமாகவோ மற்ற நேரங்களில் பயன்படும் சிறிய அறைகளில் குழந்தைகள் சில சமயங்களில் படுத்துக்கொள்வார்கள். நகரத்திலிருந்து இந்தக் கிராமம் வெகு தொலைவில் இருந்ததால் அவர்களுக்குத் தண்ணீர் கிடைப்பது இல்லை. ஆகவேதான் அவள் மாமாவின் குளியலுக்காகவும் தேனீருக்காகவும் அந்தப் பெரிய களிமண்ணால் ஆன தண்ணீர்த் தொட்டியில் இருந்து தண்ணீர் கொண்டுவர வேண்டியதாக இருந்தது. தண்ணீர் விற்பனை செய்பவன் சிறிது தொலைவில் இருந்த கிணற்றிலிருந்து தண்ணீரைக் கொண்டுவந்து தனக்குப் பணம் செலுத்தியவர்களின் வீடுகளில் உள்ள தண்ணீர்த் தொட்டிகளை நிரப்புவான். நிறையபேர் அந்தக் கிணற்றுக்குத் தாங்களே சென்றோ யாராவது சிறுவர்களை

அனுப்பியோ தண்ணீர் பிடித்து வருவதுண்டு. சிறுமியின் அத்தையும் மாமாவும் அந்த நபரிடம் பணம் தந்து வீட்டுக்கே நீரை எடுத்து வரச் செய்தனர். ஒரு நாள் கொல்லைப்புறத்தில் துணி துவைப்பதற்குத் தன் அத்தைக்கு சிறுமி உதவி செய்து கொண்டிருந்தபோது முன்பக்கக் கதவருகே யாரோ அழைக்கும் சத்தம் கேட்டது. "யார் என்று போய்ப் பார்" என்று அவளுடைய அத்தை சொன்னாள். கதவருகே ஒரு ஆள் நீளமான கை வைத்துத் தைத்த வெள்ளைச் சட்டையும், உறுதியான அடிபாகம்கொண்ட மிருதுவான தோல் காலணிகளும் அணிந்து நின்றுகொண்டிருப்பதை அவள் கண்டாள். அவன் தன்னுடைய வலது கையில் கித்தானால் ஆன ஒரு பையைப் பிடித்தபடி நின்றுகொண்டிருந்தான். பார்த்தவுடனேயே அவன் நகரத்திலிருந்து, கடற்கரைப் பக்கத்திலிருந்து வருபவன் என்று தெரிந்துவிட்டது. "வாருங்கள்" என்று அவள் பணிவாக அவனை வரவேற்றாள். அவன் புன்னகையுடன் "வணக்கம்" என்றான். அதன் பிறகு சில நொடிகள் கழித்து அவளிடம், "உன் பெயரை நான் தெரிந்துகொள்ளலாமா?" என்று கேட்டான். அவள் "அஃபியா" என்றாள். இதைக் கேட்டதும் புன்னகையையும் பெருமூச்சையும் ஒரே சமயத்தில் வெளிப்படுத்தியவன் கொஞ்சம் குனிந்ததால் இப்போது இருவருடைய முகங்களும் அருகருகே இருந்தன.

"நான் உன்னுடைய அண்ணன். இவ்வளவு காலமாக உன்னைத் தேடிக் கொண்டிருந்தேன். நீயும் அப்பாவும் அம்மாவும் உயிருடன் இருக்கிறீர்களா என்று எனக்குத் தெரியவில்லை. உன்னை இப்போது கண்டுபிடித்துவிட்டேன். கடவுளுக்கு நன்றி. வீட்டில் யாராவது இருக்கிறார்களா?" என்று கேட்டான்.

"இருக்கிறார்கள்" என்று தலையசைத்தவள் தன் அத்தையை அழைப்பதற்கு உள்ளே செல்வதற்குள் அத்தையே தன் மேலாடையில் கைகளைத் துடைத்தபடி வெளியே வந்தாள். இலியாஸ் அவளிடம் தன்னை அறிமுகப்படுத்திக்கொண்டான்.

"என் பெயர் இலியாஸ். நான் அவளுடைய அண்ணன். நான் எங்களுடைய கிராமத்து வீட்டுக்குச் சென்றபோது என் பெற்றோர் இறந்துவிட்டனர் என்று தெரிந்தது. பக்கத்து வீட்டில் இருந்தவர்கள் என் தங்கை இங்கிருப்பதாகச் சொன்னார்கள். இவ்வளவு நாட்களாக எனக்கு இது தெரியாது" என்றான். அவன் சொன்னதைக் கேட்டு அவளுடைய அத்தை ஒரு நொடி அதிர்ந்துவிட்டாள். அத்துடன் அரசாங்கப் பணியில் இருப்பதுபோலிருந்த அவனுடைய தோற்றமும் அவளை மேலும் கலங்கவைத்தது.

53

“வணக்கம். நீங்கள் இவ்வளவு நாட்கள் எங்கிருந்தீர்கள் என்று எங்களுக்குத் தெரியாது. அஃபியா போய் அவளுடைய மாமாவை அழைத்து வரும்வரை தயவு செய்து இங்கேயே காத்திருங்கள்” என்றவள் அஃபியாவைப் பார்த்து, “நீ போய் அவரைச் சீக்கிரம் இங்கு அழைத்து வா” என்றாள். சிறுமி ஓடிச் சென்று தன் மாமாவிடம் தன் அண்ணன் வந்திருப்பதாகவும் அத்தை உடனே அவனை வீட்டுக்கு வரச் சொன்னதாகவும் சொன்னாள். “உன் அண்ணனா? அவன் திடீரென இப்போது எங்கிருந்து வந்தான்?” என்ற மாமாவின் கேள்வியைக் காதிலேயே வாங்காமல் அவள் அவனுக்கு முன்னே வெகு வேகமாக ஓடினாள். வீட்டை அடைந்தபோது மாமாவின் உடல்மொழி பணிவாகவும் அவனுடைய முகம் புன்னகைத்துக் கொண்டும் இருந்தது. வழக்கமாக அவன் வீட்டில் இருக்கும்போது இப்படி இருந்ததே இல்லை. நெருக்கடியாகவும் தாறுமாறாகவும் பொருட்கள் குவித்து வைக்கப்பட்டிருந்த அந்தச் சிறிய அறையில் சிறுமியின் அண்ணன் அமர்ந்திருந்தான். அவனைப் பார்த்து அவளுடைய மாமா தன் இடது கையைத் தன் நெஞ்சருகேயும் வலது கையை அகல விரித்தும் அவனை அன்புடன் வரவேற்றான்.

“உன்னை மகிழ்ச்சியுடன் வரவேற்கிறேன். உன்னை இவ்வளவு காலம் பாதுகாப்பாக வைத்திருந்ததற்கும் தங்கையைச் சந்திக்க இந்த வீட்டுக்கு உன்னை வரவழைத்ததற்கும் இறைவனுக்கு நன்றி கூறுகிறோம். நீ தொலைந்து போய்விட்டதாக உன்னுடைய அப்பா எங்களிடம் சொல்லியிருந்தார். உன்னை எங்கு சென்று தேடுவது என்று எங்களுக்குத் தெரியவில்லை. எங்களால் முடிந்த அளவுக்கு இவளை நன்றாகப் பார்த்துக்கொண்டோம். இப்போது இவள் எங்கள் குடும்பத்தில் ஒருத்தியாகிவிட்டாள்” என்றான்.

“உங்களுக்கு என்னை நினைவிருக்கிறதா என்று தெரியவில்லை. ஆனால் நான்தான் அவளுடைய அண்ணன் என்று நான் உங்களிடம் உறுதியாகச் சொல்ல முடியும்” என்றான் சிறுமியின் அண்ணன்.

“உங்கள் குடும்பத்தினருடைய சாயலை உங்கள் இருவருடைய முகங்களிலும் என்னால் பார்க்க முடிகிறது” என்ற அவளுடைய மாமா “உறுதிமொழிகள் எல்லாம் அவசியமில்லை” என்றான்.

சிறிது நேரத்தில் அஃபியா இரண்டு தண்ணீர்க் குவளைகளைத் தட்டில் வைத்துக் கொண்டு வந்தபோது அவர்கள் ஏதோ தீவிரமாகப் பேசிக்கொண்டிருந்ததைப் பார்த்தாள்.

அவளுடைய அண்ணன், "இவ்வளவு காலம் என் தங்கையைப் பார்த்துக்கொண்டதற்கு மிக்க நன்றி. உங்களுக்கு எவ்வளவு நன்றி சொன்னாலும் அது போதாது. ஆனால் இப்போது நான் அவளைக் கண்டுபிடித்துவிட்டதால் அவளை என்னுடன் அழைத்துக்கொண்டு செல்ல விரும்புகிறேன்" என்றான்.

அவளுடைய மாமா, "அவளை இழப்பது மிகவும் வருத்தமான ஒன்று. இப்போது அவள் எங்களுடைய மகளாகிவிட்டாள். அவளுக்கான செலவுகளை நாங்கள் மகிழ்ச்சியோடு செய்துவந்தோம். ஆனால் இனிமேல் அவள் தன்னுடைய அண்ணனுடன்தான் வசிக்கவேண்டும். என்ன சொன்னாலும் சொந்த ரத்தம் சொந்த ரத்தம்தானே" என்றபோது அவனுடைய முகம் வியர்வையோடு பளீரிட்டது.

அவர்கள் சிறிது நேரம் பேசிக்கொண்டிருந்த பிறகு அவளை உள்ளே வருமாறு அழைத்தார்கள். அவளை உட்காருமாறு சமிக்ஞை செய்த அவளுடைய அண்ணன் தன்னுடன் அவளை ஊருக்கு வந்துவிடுமாறு கேட்டான். அவள் அவற்றை எல்லாம் எடுத்துக்கொண்டு சிறிது நேரத்தில் அங்கிருந்து கிளம்பவேண்டியிருந்தது. சிறுமி தன்னுடைய பொருட்களை ஒரு சிறு மூட்டையாகக் கட்டி சில நிமிடங்களில் தயாராகிவிட்டாள். அவளுடைய அத்தை அவளைச் சில நொடிகள் உற்றுப் பார்த்து "நன்றி, போய் வருகிறேன் என்றுகூடச் சொல்லாமல் அப்படியே போய் விடுவாயா?" என்று குற்றம் சாட்டும் தொனியில் கேட்டாள்.

தன்னுடைய அவசரத்தை நினைத்து அவமானமடைந்த அஃபியா "நன்றி! போய் வருகிறேன்" என்றாள். தனக்கு ஒரு அண்ணன் இருப்பதுகூட அவளுக்கு அதுவரை தெரிந்திருக்கவில்லை. அவன் அங்கு வந்ததும், இந்த வீட்டை அடைந்ததும், தன்னை அழைத்துச் செல்லக் காத்திருப்பதும் இவை எதையுமே அவளால் நம்பமுடியவில்லை. அவன் சுத்தமாகவும் அழகாகவும் இயல்பாகச் சிரிப்பவனாகவும் இருந்தான். அவளுடைய அத்தையின்மீதும் மாமாவின்மீதும் அவனுக்குக் கோபம் இருந்ததாகவும் அவர்கள் அவளுடைய உறவினராக இல்லாதபோதும் இவ்வளவு காலம் அவளை கவனித்துக்கொண்டதற்காக அவர்களிடம் அதைக் காட்டுவது நன்றிகெட்டத்தனமாக இருக்கும் என்பதால் தன் கோபத்தை வெளிப்படுத்தவில்லை என்றும் அவன் அவளிடம் பிறகோர் சமயம் சொன்னான். அவர்களுடைய கருணைக்காக அவன் அவர்களிடம் அன்பளிப்பாகச் சிறிது பணத்தைத் தந்தான்.

ஆனால் அவன் அதைத் தந்திருக்கவேண்டிய அவசியமே இல்லை. ஏனென்றால் அவன் அவளைப் பார்த்தபோது சிறுமி அவர்களுடைய அடிமையைப் போல கிழிசலான ஆடைகளை அணிந்திருந்தாள்.

"இன்னும் சொல்லவேண்டும் என்றால் உன்னை இத்தனை நாட்கள் வேலை வாங்கியதற்காக அவர்கள்தான் நமக்குப் பணம் தந்திருக்கவேண்டும்" என்றான். அவன் அப்படிச் சொன்னபோது அவளுக்கு அவ்வாறு தோன்றவில்லை என்றாலும் அவனுடன் வசிக்கத் தொடங்கிய சில நாட்களில் அவளுக்கு அது தோன்றியது.

அவளைக் கண்டுபிடித்த அன்று காலையே அவன் கழுதை பூட்டப்பட்ட வண்டியில் அவளைத் தன்னுடன் கரீமின் கடைக்கு அழைத்துக்கொண்டு போய்விட்டான். அவள் அதற்கு முன்புவரை கழுதை வண்டியில் போனதே இல்லை. கடை திறக்கும்வரை அவர்கள் அங்கேயே காத்திருந்தார்கள். அடுத்த நாள் இன்னொரு கழுதை வண்டியில் மாங்காய்க் கூடைகள், மரவள்ளிக் கிழங்குகள், தானிய மூட்டைகளுக்கு நடுவே அமர்ந்து சிறுமி பயணித்தாள். அவளுடைய அண்ணன் ஓட்டுனரின் பக்கத்தில் அமர்ந்துகொண்டான். அவன் தான் வசித்த சிறிய கடற்கரையோரக் கிராமத்திற்கு அவளை அழைத்துச் சென்றான். அவன் அங்கு ஒரு வீட்டின் தரைத்தளத்தில் ஒரு அறை எடுத்துத் தங்கி இருந்தான். அவர்கள் அங்கு சென்று சேர்ந்ததும் அவளை அழைத்துக்கொண்டு மாடியில் இருந்த ஆட்களுக்கு அவளை அறிமுகப்படுத்துவதற்காக அழைத்துச் சென்றான். அங்கு ஒரு அம்மாவும் அவளுடைய பதின்பருவ மகள்களும் இருந்தனர். அவளுக்கு எப்போது தோன்றினாலும் மாடிக்கு வருமாறு அவர்கள் சிறுமியிடம் கூறினார்கள். தன் அண்ணனுடன் வசித்த காலத்தில்தான் தன் வாழ்நாளில் முதல்முறையாக அவள் ஒரு படுக்கையின்மீது படுத்து உறங்கினாள். அறையின் ஒரு மூலையில் இடப்பட்டிருந்த கட்டிலில் அவளுக்கு எனச் சொந்தமாக ஒரு கொசுவலை இருந்தது. அவளுடைய அண்ணனுக்கு எனத் தனியே ஒரு கொசுவலை இருந்தது. அறையின் நடுவே ஒரு மேஜை போடப்பட்டிருந்தது. அவன் வேலை முடித்து வீடு வந்ததும் தினமும் அங்கு அமர்ந்து அவளுக்குப் பாடங்களைக் கற்பித்தான்.

அவளை ஊருக்கு அழைத்து வந்த சில நாட்களுக்குப் பிறகு ஒரு நாள் காலை கடற்கரை அருகே இருந்த ஒரு அரசாங்க மருத்துவமனைக்கு அவளை அழைத்துச் சென்றான். அவள் அதுவரை கடலையே பார்த்ததில்லை. வெள்ளை அங்கி அணிந்த ஒரு நபர்

அவளுடைய கை விரலைக் கீறி இரத்தம் எடுத்ததோடு ஒரு சிறிய குப்பியில் அவளைச் சிறுநீர் கழிக்குமாறு சொன்னார். இந்தக் கீறல் அவளுக்குக் காய்ச்சல் வராமல் இருப்பதற்காக என்றும், சிறுநீர்ப் பரிசோதனை ஒட்டுண்ணிப் புழுக்களால் ஏற்படும் நோய்த் தாக்கம் அவளுக்கு இருக்கிறதா என்று கண்டறியவும் செய்யப்படுவதாக இலியாஸ் அவளிடம் விளக்கினான். அது ஜெர்மானிய மருந்து என்றும் சொன்னான்.

இலியாஸ் வேலைக்குப் போயிருக்கும்போது சிறுமி மாடியில் இருந்த குடும்பத்தினரைப் பார்க்கப் போவாள். அவர்கள் அவளை மிக இயல்பாக ஏற்றுக்கொண்டனர். தன்னைப் பற்றிக் கேட்கும் கேள்விகளுக்குத் தனக்குத் தெரிந்தவரை பதில் கூறுவாள். அவளுக்குச் சமையல் செய்யத்தெரியும் என்பதால் சில சமயங்களில் சமையல் வேலைகளில் உதவுவாள். பேசிக்கொண்டே தையல் வேலைகளில் ஈடுபடும் ஜமீலா, சதா எனும் அந்தச் சகோதரிகளின் பக்கத்தில் சில நேரங்களில் அமர்ந்திருப்பாள். முதல் சந்திப்பிலேயே அவர்கள் இருவரும் சிறுமிக்கு நெருக்கமான தோழிகளாகிவிட்டனர். சில சமயங்களில் அவர்கள் தெருமுனையில் உள்ள கடையில் ஏதாவது வாங்கிவர அவளை அனுப்புவார்கள். பிறகு அவர்களுடைய தந்தை வீட்டுக்கு வந்ததும் அவர்கள் அனைவருடனும் சேர்ந்து மதிய உணவு உண்பாள். தங்கள் தந்தையை மாமா என்று அழைக்குமாறு அவர்கள் சொன்னார்கள். இது அந்தக் குடும்பத்தில் தானும் ஒருத்தி என்ற உணர்வை அவளுக்குத் தந்தது. மதியம் அவளுடைய அண்ணன் வேலையில் இருந்து வந்து குளித்ததும் அவள் அவனுக்கான உணவைக் கீழ்த் தளத்துக்கு எடுத்துச் சென்று அவன் சாப்பிடும்போது அவனுடன் உட்கார்ந்திருப்பாள்.

அவன், “நீ எழுதப் படிக்கக் கற்றுக்கொள்ளவேண்டும்” என்றான். எழுதுவது என்றால் என்ன என்பது அவளுக்கு கிராமத்தின் கடைகளில் இருந்த தகரப் பெட்டிகள் மீதிருந்த எழுத்துகளின் மூலமாகத் தெரியும். அத்துடன் கடைக்காரர் அமரும் முக்காலிக்கு மேல் இருந்த புத்தக அலமாரியில் ஒரு புத்தகம் இருப்பதை அவள் பார்த்திருக்கிறாள். ஆனால் இதுவரை யாரும் எழுதியோ படித்தோ அவள் பார்த்ததில்லை. அது புனித நூல் என்றும் தொழுகைக்குத் தயாராவது போலவே குளிக்காமல் அதைத் தொடக்கூடாது என்றும் அவளிடம் கடைக்காரர் கூறியிருக்கிறார். அவ்வளவு புனிதம் மிக்க ஒரு நூலைத் தன்னால் கற்றுக்கொள்ள இயலும் என்று அவள் நினைக்கவில்லை. ஆனால் இதைச் சொன்னபோது அவளுடைய அண்ணன் சிரித்துவிட்டான். பிறகு அவளைத் தன் பக்கத்தில் அமர

வைத்து ஒவ்வொரு எழுத்தாக எழுதி தான் சொல்லச் சொல்ல அவளைத் திரும்பச் சொல்லவைத்தான். பிறகு அவளே அவற்றை எழுதிப் பார்க்கத் தொடங்கினாள்.

ஒரு நாள் மதியம் மேல்மாடியில் இருக்கும் குடும்பத்தினர் வெளியே சென்றிருந்தார்கள். அப்போது தன் நண்பர்களுள் ஒருவனான கலீஃபாவைச் சந்திக்கச் சென்ற இலியாஸ் அவளையும் தன்னுடன் அழைத்துச் சென்றான். அந்த ஊரிலேயே அவன்தான் தன்னுடைய நெருங்கிய நண்பன் என்றான் இலியாஸ். அவர்கள் இருவரும் ஒருவரை ஒருவர் கேலியாகப் பேசிச் சிரித்துக் கொண்டிருந்தார்கள். சிறிது நேரம் கழித்து அவளுடைய அண்ணன் தாங்கள் வீட்டுக்குச் செல்வதாகவும் மீண்டும் ஒருமுறை நிச்சயமாக அவளை அழைத்துக்கொண்டு வருவதாகவும் சொன்னான். பெரும்பாலான காலை நேரங்களில் சிறுமி மாடிக்குச் சென்று ஜமீலாவும் சதாவும் சமைத்தபோதும் துணிகள் தைத்தபோதும் அவர்களுடன் அமர்ந்து பேசிக்கொண்டிருப்பாள். மாலை நேரங்களில் சில சமயங்களில் இலியாஸ் சிற்றுண்டிச் சாலைக்கு சென்றபோதோ தன்னுடைய நண்பர்களுடன் நேரத்தைக் கழிப்பதற்காக வெளியே சென்றபோதோ அவள் மாடிக்குச் சென்று எழுதவும் படிக்கவும் பயிற்சி மேற்கொண்டாள். சகோதரிகள் இருவரும் இதைப் பெருமிதம் பொங்கும் கண்களோடு பார்த்தனர். ஏனெனில் அவர்கள் இருவருக்கும், ஏன் அவர்களுடைய அம்மாவுக்கும்கூட எழுதவோ படிக்கவோ தெரியாது. சிறுமியின் அண்ணன் சில மாலை நேரங்களில் வெளியே போகாமல் வீட்டில் இருந்தபடி சீட்டு விளையாடவோ பாட்டுப்பாடவோ அவளுக்குக் கற்பிப்பான். மற்ற நேரங்களில் தன்னுடைய அனுபவங்களை அவளிடம் பகிர்ந்துகொள்வான்.

“நீ அம்மாவின் வயிற்றில் இருந்தபோது நான் வீட்டைவிட்டு ஓடிப்போனேன். அப்படி ஓடிப்போகவேண்டும் என்று நான் நினைத்தேனா என்பது கூட எனக்குத் தெரியவில்லை. எனக்கு அப்போது பதினோரு வயதுதான். நம்முடைய அம்மாவும் அப்பாவும் மிகவும் ஏழையாக இருந்தார்கள். அங்கிருந்த அனைவரும் ஏழைகள்தான். எப்படி அவர்களால் தாக்குப்பிடிக்கமுடிந்தது என்பதும் தெரியவில்லை. அப்பாவுக்கு நீரிழிவு நோய் இருந்ததால் அவரால் வேலைக்குச் செல்லமுடியவில்லை. அக்கம்பக்கத்தினர் அவருக்கு உதவி செய்தனர். என்னுடைய ஆடைகள் கிழிந்துபோயிருக்கும். நான் எப்போதும் பசியில் இருந்தேன். என்னுடைய இரண்டு தங்கைகளும் பிறந்ததுமே இறந்துவிட்டனர். அதற்குக் காரணம்

மலேரியாவாக இருக்கும் என்று நினைக்கிறேன். நானே அப்போது சிறிய குழந்தை என்பதால் அந்த நேரத்தில் எனக்கு அதைப் பற்றி எல்லாம் தெரிந்திருக்க வாய்ப்பே இல்லை. அவர்கள் பிறந்தது எனக்கு நினைவிருக்கிறது. சில மாதங்களிலேயே அந்தக் குழந்தைகளுக்கு உடல் நலம் குன்றியது. அவை இறப்பதற்கு முன் பல நாட்கள் அழுதுகொண்டே இருந்தன. சில இரவுகளில் என்னால் உறங்கவே முடிந்ததில்லை. ஏனெனில் எனக்கு மிகுந்த பசி எடுத்துக்கொண்டிருக்கும். அத்துடன் அப்பா வெகு சத்தமாக குறட்டை விட்டுக்கொண்டிருப்பார். அவருடைய கால்கள் வீங்கி இருந்தன. அவரிடம் இருந்து கெட்டுப்போன இறைச்சி போல ஒரு துர்நாற்றம் அடிக்கும். அது அவருடைய தவறு இல்லை. அது நீரிழிவு நோயால் ஏற்படுவது. அழாதே! உன்னுடைய கண்கள் ஈரமாவது தெரிகிறது. இந்தக் காரணங்களுக்காகத்தான் நான் ஓடிப் போனேன் என்பதை உனக்கு விளக்கிச் சொல்கிறேன்" என்றான்.

"கடைசி நொடிவரைகூட நான் ஓடிப்போகவேண்டும் என்று உறுதியாக நினைக்கவில்லை. ஆனால் சாலைக்கு வந்தவுடன் நான் வேகமாக நடக்கத் தொடங்கினேன். யாரும் என்னை அவ்வளவாகக் கவனிக்கவில்லை. எனக்குப் பசி எடுத்தபோது நான் பிச்சை எடுத்தேன் அல்லது ஏதாவது பழத்தைத் திருடினேன். இரவுகளில் எங்காவது சாய்ந்துகொள்ள இடம் தேடிக் கண்டுபிடித்து அங்கேயே உறங்கிவிடுவேன். சில நேரங்களில் எனக்கு மிகவும் பயமாக இருக்கும். ஆனால் மற்ற சமயங்களில் நான் என்னை மறந்து என்னைச் சுற்றி நடக்கும் விஷயங்களைப் பார்த்துக்கொண்டிருப்பேன். பல நாட்களுக்குப் பிறகு கடற்கரையோரம் இருந்த ஒரு பெரிய நகரத்துக்கு, அதாவது இந்த நகரத்துக்கு நான் வந்து சேர்ந்தேன். சாலைகளில் இராணுவ வீரர்கள் கனமான காலணிகள் அணிந்து தட் தட் என்ற ஓசையோடு அணிவகுப்பு செய்வதையும் இசைக் கருவிகளை இசைப்பதையும் பார்த்தேன். அவர்களுக்குப் பக்கத்தில் வரிசையில் சில இளைஞர்கள் இராணுவ வீரர்களைப்போல நடித்துக்கொண்டு அணிவகுப்பு செய்வதையும் நான் கண்டேன். இராணுவ வீரர்களின் சீருடைகளைப் பார்த்து ஏற்பட்ட சிலிர்ப்பில் நானும் அந்த அணிவகுப்பிலும் இசைக் குழுவிலும் இணைந்துகொண்டேன். அணிவகுப்பு புகைவண்டி நிலையம் ஒன்றில்போய் முடிவடைந்தது. நான் அங்கு நின்றபடி மிகப்பெரிய வீடுகளைப் போலிருந்த இரும்புப் பெட்டிகளைப் பார்த்துக்கொண்டிருந்தேன். அந்தப் பெட்டியில் இருந்து முனகல் சத்தமும் ஏதோ ஒரு விதப் புகையும் வெளிப்பட்டன. அதற்கு

முன்புவரை நான் ஒரு இருப்பூர்தியைப் பார்த்ததே இல்லை. ஆப்பிரிக்கக் கூலிப் படை வீரர்களின் துருப்புகளைச் சேர்ந்த ஒரு குழு ரயிலில் ஏறுவதற்காக நடைமேடைமீது நின்று கொண்டிருந்தது. நான் அவர்களை வேடிக்கை பார்த்துக்கொண்டு அங்கு நின்றுகொண்டிருந்தேன். 'மாஜி மாஜி' சண்டை அப்போதும் நடந்துகொண்டிருந்தது. உனக்கு அது என்னவென்று தெரியுமா? எனக்கும் அது தெரிந்திருக்கவில்லை. உனக்கு அதைப்பற்றி நான் பிறகு சொல்கிறேன். ரயில் கிளம்பத் தயாரானபோது ஆப்பிரிக்கக் கூலிப் படை வீரர்களின் துருப்புகள் ரயிலில் ஏறத் தொடங்கினர். கிழக்கு ஆப்பிரிக்காவின் இனக்குழுவைச் சேர்ந்த கூலிப் படை வீரன் ஒருவன் என்னை ரயிலுக்குள் தள்ளிவிட்டு என்னுடைய மணிக்கட்டைப் பிடித்துக்கொண்டு சிரித்தான். நான் என் கையை விடுவித்துக்கொள்ளப் போராடினேன். ஆனால் அவன் என் கையைவிடவே இல்லை. அவன் அணிவகுத்துச் செல்லும்போது அவனுடைய துப்பாக்கியை அவன்கூடவே நான் எடுத்துக்கொண்டு வரவேண்டும் என்றான். "உனக்கு அது பிடிக்கும்" என்றான். வெகுதூரம்வரை அவன் என்னை இருப்பூர்தியில் தன்னுடன் அழைத்துச் சென்றான். அதன் பிறகு பல நாட்கள் கழித்து ஒரு மலை நகரத்தைச் சென்றடையும்வரை நாங்கள் அணிவகுத்தபடியே சென்றோம்.

"நாங்கள் அங்கு சென்றபோது எங்களைச் சிறிது நேரம் காத்திருக்கச் சொன்னார்கள். கிழக்கு ஆப்பிரிக்காவின் 'பண்டு' இனக்குழுவைச் சேர்ந்த அந்தக் கூலிப் படை வீரன் நான் அதற்கு மேல் தப்பிக்க முயற்சிக்கமாட்டேன் என்று நினைத்து என் கைகளை விடுவித்தான் போலிருக்கிறது. ஒருவேளை நான் ஓடிப்போக அதற்குமேல் இடமே இல்லை என்றும் அவன் நினைத்திருக்கலாம். ஒரு இந்தியன் சரக்குப் பெட்டி அருகே நின்றுகொண்டு சுமை தூக்கும் கூலி ஆட்களுக்குச் செய்முறை விளக்கங்கள் தருவதையும் ஒரு சிறிய பலகையில் குறித்து வைப்பதையும் பார்த்தேன். அவனிடம் ஓடிச் சென்று அந்த வீரர்கள் என்னை வீட்டில் இருந்து பிடித்துக்கொண்டு வந்துவிட்டதாகச் சொன்னேன். அந்த இந்தியன் என்னைப் பார்த்து, "திருட்டுப் பயலே இங்கிருந்து போய்விடு" என்றான். நான் அழுக்கான தோற்றத்துடன் இருந்தேன். சாக்குப் பையால் ஆன கால்சராயும் துவைத்துப் பல நாட்கள் ஆன கிழிந்துபோன சட்டையையும் நான் அணிந்திருந்தேன். அந்த இந்தியனிடம், என் பெயர் இலியாஸ் என்றும் சிறிது தொலைவில் நின்று எங்களை வெறித்துப் பார்த்துக்கொண்டிருந்த

அந்த ஆப்பிரிக்க வீரன் என் வீட்டில் இருந்து என்னைப் பிடித்துக்கொண்டு வந்துவிட்டதாகவும் விளக்கமாகச் சொன்னேன். அந்த இந்தியன் அதைக் கவனிக்கவே இல்லை. என்னுடைய பெயரை மீண்டும் சொல்லுமாறு கேட்டவன், பிறகு மீண்டும் இரு முறை என்னை என் பெயரைத் திரும்பச் சொல்லச் சொல்லிக் கேட்டான். பிறகு புன்னகையுடன் தலையசைத்தபடியே அவன் என் கைகளைப் பிடித்துக் கொண்டான் என்று சொல்லி, இலியாஸ் அஃபியாவின் கைகளைப் பிடித்துக்கொண்டான். அந்த இந்தியன், புன்னகைத்தபடியே அங்கு சீருடையில் நின்று கொண்டிருந்த ஜெர்மானிய அதிகாரியை நோக்கி நடந்தான். அவன் அங்கிருந்த ஆப்பிரிக்கக் கூலிப் படையினரின் உயர் அதிகாரி. அவன் தன்னுடைய வீரர்களுடன் சுறுசுறுப்பாக ஏதோ செய்துகொண்டு இருந்தான். அவனுடைய தலைமுடியும் புருவங்களும் பழுப்பு நிறத்தில் இருந்தன. ஒரு ஜெர்மானியனின் அருகே அவ்வளவு நெருக்கமாக நான் நின்றது அதுவே முதல் முறை. அவன் என்னைப் பார்த்து முகம் சுளித்து அந்த இந்தியனிடம் ஏதோ சொன்னான். அந்த இந்தியன் "நீ இங்கிருந்து போகலாம்" என்றான். நான் அவனிடம், "எனக்குப் போக்கிடமே இல்லை" என்றேன். இதைக் கேட்ட அந்த அதிகாரி மறுபடியும் முகத்தைச் சுளித்தபடி இன்னொரு ஜெர்மானியனை அழைத்தான்.

அஃபியாவின் முகத்தில் புன்னகை நிறைந்திருந்தது. அவளுடைய கண்கள் இந்தக் கதையை மகிழ்ச்சியுடன் தீவிரமாகக் கவனித்துக்கொண்டிருந்தன. இலியாசின் முகம் கோபமாக மாறியபடியிருக்க, அவன் கதையைத் தொடர்ந்தான்.

"அந்த இன்னொரு ஜெர்மானியன் அழகிய வெள்ளைச் சீருடை அணிந்த அதிகாரி இல்லை. மாறாகக் கரடுமுரடான ஆள். அவன் வண்டியில் சரக்குகளை ஏற்றுமாறு பணியாளர்களுக்குக் கட்டளைகள் அளித்துக்கொண்டிருந்தான். அந்த இந்தியன் அதை எண்ணிக் கொண்டிருந்தான். அதிகாரி அந்த ஜெர்மானியனிடம் பேசியதும் அவன் என்னை அருகில் அழைத்துக் கடுமையான குரலில், "என்னதான் உன் கதை?" என்று கேட்டான். நான், "என் பெயர் இலியாஸ். ஒரு ஆப்பிரிக்கக் கூலிப் படை வீரன் என்னை வீட்டில் இருந்து பிடித்துக்கொண்டு வந்துவிட்டான்" என்றேன். அவன் என்னுடைய பெயரை மறுபடி சொல்லிப் பார்த்துப் புன்னகைத்தான். "இலியாஸ்! நல்ல பெயர்! நான் இந்த வேலையை முடிக்கும்வரை நீ இங்கேயே காத்திரு" என்று சொல்லிவிட்டுப் போனான். ஆனால் அந்த ஆப்பிரிக்கக் கூலிப்படை வீரன் மறுபடி

என்னைத் தேடி வந்துவிட்டால் என்ன செய்வது என்ற அச்சத்தில் நான் அவனைப் பின் தொடர்ந்து போனேன். அந்த முரட்டு ஆள் மலையில் இருந்த வேறொரு ஜெர்மானியனுக்குச் சொந்தமான காபித் தோட்டத்தில் வேலை செய்தான். அந்தத் தோட்டத்துக்குச் சென்றவன் விலங்குகளை அடைத்துவைக்கும் தொழுவம் ஒன்றில் எனக்கு வேலை வாங்கித் தந்தான். அந்த லாயத்தில் நிறைய கழுதைகளும் ஒரு பெண் குதிரையும் இருந்தன. நெடிதுயர்ந்து நின்ற அந்தப் பெண் குதிரையைப் பார்க்கவே சிறுவனான எனக்குப் பயமாக இருந்தது. அந்தப் பண்ணை புதிதாகத் தொடங்கப்பட்டது என்பதால் அங்கு நிறைய வேலையாட்கள் தேவைப்படவேதான் முரட்டு ஜெர்மானியன் என்னை அங்கு அழைத்துச் சென்றிருக்கிறான்.

“ஒரு நாள் நான் தொழுவத்தில் கழுதை விட்டையையோ மாட்டுச் சாணத்தையோ அங்கிருக்கும் வேறெதாவது குப்பையையோ சுத்தப்படுத்திக் கொண்டிருந்தேன். அப்போது என்னைப் பார்த்த அந்த விவசாயி, “புகை வண்டி நிலையத்தில் இருந்து உன்னை இங்கு அழைத்து வந்தது யார்?” என்று கேட்டார். நான், “ஒரு ஆப்பிரிக்கக் கூலிப் படை வீரன் என்னை வீட்டில் இருந்து வலுக்கட்டாயமாக அழைத்து வந்துவிட்டான்” என்றேன். “நாம் இத்தகைய வேலைகளைச் செய்வதற்காக இங்கு வரவில்லை. நாம் அடிமைகளைப் போல் நடந்துகொள்ளக்கூடாது” என்றார். தான் என்னவெல்லாம் செய்திருக்கிறோம் என்பதைப் பற்றி என்னிடமும் மற்றவர்களிடம் பேசுவதில் மகிழ்ச்சி அடைந்தார். இலியாசிடம், “இந்தச் சிறிய வயதில் நீ வேலை செய்யவேண்டிய அவசியமில்லை. முதலில் பள்ளிக்குச் சென்று கல்வி பயிலவேண்டும். நம்மை அடிமைகளாக மாற்றுவதற்காக ஜெர்மானியர்கள் இங்கு வரவில்லை” என்றார். “மதம் மாறியவர்களுக்கென நடத்தப்பட்ட கிறித்துவப் பள்ளியில் நான் கல்வி பயில அனுமதிக்கப்பட்டேன். நான் அந்தப் பண்ணையில் பல வருடங்கள் தங்கி இருந்தேன்” என்றான் இலியாஸ்.

“அப்போது நான் பிறந்துவிட்டிருந்தேனா?” என்று கேட்டாள் அஃபியா.

“ஆமாம். நீ பிறந்து சில மாதங்கள் கழித்துத்தான் நான் ஓடிப்போனேன். நான் அந்தப் பண்ணையில் ஒன்பது வருடங்கள் வசித்தேன். அப்படியானால் அப்போது உனக்குப் பத்து வயது இருந்திருக்கும். அங்கிருப்பது எனக்கு மிகவும் பிடித்திருந்தது. நான்

அந்தப் பண்ணையில் வேலை செய்துகொண்டு பள்ளிக்குச் சென்று எழுதவும் படிக்கவும் கற்றுக்கொண்டேன். அத்துடன் ஜெர்மன் மொழியில் பேசவும் பாடவும் கற்றுக்கொண்டேன்" என்றான்.

பேசிக்கொண்டே வந்தவன் இடையில் நிறுத்தி ஒரு பாடலின் சில பத்திகளைப் பாடினான். அது ஒரு ஜெர்மானியப் பாடலாக இருக்கும் என்று அஃபியா நினைத்துக்கொண்டாள். அவனுடைய குரல் இனிமையாக இருந்ததாகக் கருதியவள் அவன் பாடி முடித்ததும் அவனைப் பாராட்டும்விதமாக எழுந்து நின்று கை தட்டினாள். அவன் மகிழ்ச்சியுடன் சிரித்தான். பாடுவது என்றால் அவனுக்கு மிகவும் பிடிக்கும்.

"இந்த சம்பவம் நடந்து சில நாட்களுக்குள்ளேயே அந்த விவசாயி என்னை அழைத்தார். அவர் என் தந்தையைப் போன்றவர். எல்லா வேலையாட்களையும் அவர் நன்றாகக் கவனித்துக்கொண்டார். யாருக்காவது உடல்நலம் சரியில்லை என்றால் அங்கிருந்த கிருத்துவ மருத்துவமனைக்கு அனுப்பி மருந்து வாங்க வைப்பார். "ஒரு பண்ணைத் தொழிலாளிக்கு இருப்பதைவிட நிறைய திறமைகள் உனக்கு இருக்கின்றன. நீ ஏன் இங்கேயே தங்கி இருக்க விரும்புகிறாய்? கடற்கரையோரம் நிறைய வேலை வாய்ப்புகள் கொட்டிக் கிடக்கின்றன. அங்கு செல்ல ஆர்வமில்லையா?" என்று என்னிடம் கேட்டார். பிறகு இந்த நகரத்தில் வசித்து வந்த கயிறு இழைகளைத் தயாரிக்கும் தொழிற்சாலை வைத்திருந்த அவருடைய உறவினர் ஒருவருக்குச் சிபாரிசுக் கடிதம் ஒன்றைக் கொடுத்தனுப்பினார். அந்தக் கடிதத்தில் நான் மரியாதைக்குரியவன் என்றும் நம்பிக்கையானவன் என்றும், ஜெர்மன் மொழியை எழுதவும் படிக்கவும் தெரிந்த ஒருவன் என்றும் எழுதியிருந்தார். கடிதத்தை ஒட்டும் முன்பு அந்தக் கடிதத்தை எனக்கு வாசித்துக் காண்பித்தார். அதனால்தான் ஒரு ஜெர்மானிய தொழிற்சாலையில் எனக்கு எழுத்தர் வேலை கிடைத்தது. நீயும் என்னைப் போல் எழுதப் படிக்கக் கற்றுக் கொண்டால் உலகத்தைப் பற்றி அறிந்துகொள்ளவும் உன் காலில் சுயமாக நிற்கவும் அது உனக்கு உதவும்" என்றான்.

எதிர்காலத்தைப் பற்றி இப்போது எதுவுமே யோசிக்க விரும்பாத அஃபியா, "சரி. வெள்ளைச் சீருடை அணிந்த அந்த ஜெர்மானியரைப்போலவே இந்த விவசாயி தலைமுடியும் பழுப்பு நிறமாக இருந்ததா?" என்று கேட்டாள்.

"இல்லை. அவருடைய தலைமுடி கருப்பாக இருந்தது. மெலிந்த உடல்வாகுடைய அவர் எந்தப் பணியாளரிடமும் சத்தம்போட்டுப்

பேசவோ திட்டவோமாட்டார். பார்ப்பதற்கு நன்கு கல்வி கற்றவர் போன்ற தோற்றமுடையவரான அவர் உணர்ச்சியற்ற முகத்துடன் இருப்பார்."

இலியாஸ் விளக்கிய தோற்றத்தில் அவரை ஒரு நிமிடம் கற்பனை செய்து பார்த்த அஃஃபியா "நம்முடைய அப்பாவின் தலைமுடி கருப்பாக இருந்ததா?" என்று கேட்டாள்.

"அவருடைய இளமைக் காலத்தில் அவருடைய தலைமுடி கருப்பாக இருந்திருக்கும். ஆனால் நான் வீட்டை விட்டுப்போனபோது அவர் முடி வெள்ளையாக மாறியிருந்தது" என்றான்.

"உங்களுடைய அந்த விவசாயி, பார்ப்பதற்கு அப்பாவைப் போல இருந்தாரா?" என்று கேட்டாள். "இல்லை. அவர் ஜெர்மானியரைப்போல இருந்தார். நம்முடைய அப்பா" என்று சொன்னவன், அப்படியே நிறுத்திவிட்டு ஏதோ யோசனையில் தலையை முன்னும் பின்னுமாக அசைத்தபடி, "நம்முடைய அப்பா... உடல் நலம் இல்லாமல் இருந்தார்" என்றான்.

★★★

கலீஃபா இலியாசிடம், "இறந்தவர்களைப் பற்றி தவறாக பேசக்கூடாது என்பதற்காக நான் அப்போது அமைதியாக இருந்தேன். ஆனால் அந்தக் கிழவன் ஒரு கொலைகாரன். பல வருடங்களாக அவனை எனக்குத் தெரியும். நான் ஆமுர் எஜமானரிடம் வேலை செய்யத் தொடங்கியபோது அவனுக்கு ஒன்பது வயது இருந்திருக்கும். இப்போது அவன் ஒரு பதற்றமான இளைஞனாக வளர்ந்திருக்கிறான். எல்லாவற்றையும் ஒளித்து மறைத்துச் செய்யும் தந்தையால் வளர்க்கப்படும் இளைஞன் வேறு எப்படி இருப்பான்? தன் அப்பாவின் இறப்புக்குப் பிறகு நடந்த குழப்பத்தில் அவன் நிறைய இழந்துவிட்டான். அவனுக்கு வியாபாரத்தைப் பற்றி எதுவும் தெரியாததால், அவனிடம் இருந்து பெருமளவு பணத்தை சில கடற்கொள்ளையர்கள் தந்திரமாகத் திருடிக்கொண்டனர். அவனுக்கு உண்மையில் மரக்கட்டைகள், அவற்றின் வாசம் ஆகியவற்றின்மீதுதான் விருப்பம் இருந்தது. அவன் தன் தந்தையிடம் மரத் துண்டுகள் விற்பனை செய்யும் ஒரு கடையும் அறைக் கலன்கள் தயாரிக்கும் பணிமனையும் தொடங்குவதற்கு அனுமதி கேட்டுக்கொண்டே இருந்தான். ஆனால் ஆமுர் இறந்ததும் அவனுடைய மொத்தக் கனவுகளும் அழிந்துபோயின" என்றான்.

"நான் அந்த வீட்டைப் பற்றி உன்னிடம் சொன்னேன். தன்னுடைய தந்தையைப்போல அவன் இல்லை என்றும் ஆஷாவின் கோரிக்கையை அவன் கருணையோடு கேட்பான் என்றும் நாங்கள் நினைத்தோம். ஆனால் அவனும் தன் தந்தையைப்போலவே பேராசைக்காரனாக இருந்தான். அவனுக்கு அந்த வீட்டின் மீது எந்த உரிமையும் இல்லை. நியாயப்படி அந்த வீட்டின் உண்மையான எஜமானரிடம் அவன் அதைத் தந்திருக்கவேண்டும். அது திருமதி ஆஷாவுக்குச் சொந்தமானது என்பதை அறிந்தபோது அவன் ஆச்சரியமடைந்தாலும் அதை அவளுக்குத் தர அவன் திடமாக மறுத்தான். அவன் எங்களை அந்த வீட்டில் இருந்து வெளியேற்ற நினைத்தான். ஆனால் என்னுடைய மனைவியைப் பார்த்து அவனுக்கு பயம் என்று நினைக்கிறேன். அவளுக்கு அவன் சொந்த அண்ணன் முறை என்றாலும் அவளுடைய குடும்பத்தினருக்குச் சொந்தமான அந்த வீட்டை அவளுக்குத் திரும்பத் தர அவன் மறுத்தான். அவனும் இன்னொரு பேராசைக்கார அயோக்கியன்தான்."

அவர்கள் இருவரும் பின் மதியங்களிலோ அந்தி தொடங்கும்போதோ ஒன்றிரண்டு மணிநேரத்தைப் பொதுவான விஷயங்களைப் பற்றிப் பேசியபடி அந்த சிற்றுண்டிச் சாலையில் அமர்ந்திருப்பர். நிறைய ஆட்களைத் தெரிந்துவைத்திருந்த கலீஃபா, இலியாசை அவர்களிடம் அறிமுகப்படுத்தினான். மலை நகரத்தில் அவன் பயின்ற ஜெர்மானியப் பள்ளியைப் பற்றியும் அவனைப் பாதுகாத்த ஜெர்மானிய விவசாயி பற்றிய கதைகளையும் சொல்லுமாறு அவர்கள் அவனை வற்புறுத்துவர். அவர்களிடமும் நிறைய கதைகள் இருந்தன. அவற்றில் சில நடக்கவே வாய்ப்பற்றதாக இருந்தாலும் சிற்றுண்டிச் சாலையின் தனி அழகே அதுதான். எவ்வளவுக்கு எவ்வளவு கதைகள் இருக்கின்றனவோ அவ்வளவுக்கு அவ்வளவு சிறப்பாக இருக்கும். கலீஃபா கதைகளையும் வதந்திகளையும் மிக நன்கு அறிந்தவனாகக் கருதப்பட்டான். சில சமயங்களில் பல வதந்திகளில் எவை சரியானவை என்று அவற்றின் உண்மைத்தன்மையைக் கண்டறிந்து கூறவும் நண்பர்கள் அவனை அணுகினர். சிற்றுண்டிச் சாலையில் அமர்ந்து பேசுவது சலித்த பிறகு அவர்கள் கடற்கரையருகே நடை பயில்வர். அல்லது கலீஃபாவின் வீட்டு முற்றத்திற்குச் செல்வர். அங்குதான் பல நண்பர்கள் மாலை வேளைகளில் கூடிப் பேசுவர். பிரிட்டாஷாருடன் ஏற்படப் போகிற மோதல் குறித்த வதந்தியைப் பற்றிதான் அப்போது அவர்கள் பேசிக் கொண்டிருந்தனர். அரபியர்கள், வாஸ்வாஹிலி, வாஹேஹே, வாண்மய்வேஸி, வேமெரு ஆகிய இனக்குழுக்களுடன் இதற்கு

65

முன் நடந்த சிறு சண்டைகள் போலில்லாமல் இது மிகப் பெரிய யுத்தமாக இருக்கும் என்று மக்கள் பேசிக்கொண்டனர். அவையே படுமோசமான சண்டைகள் என்றாலும் இது மிகப் பெரிய யுத்தமாக இருக்கப் போகிறது. அவர்களிடம் மலையளவு துப்பாக்கிகள் நிரம்பிய போர்க் கப்பல்களும், தண்ணீருக்கு அடியில் பயணிக்கும் நீர்மூழ்கிக் கப்பல்களும், இரண்டு மைல் தொலைவு சென்று தாக்கும் துப்பாக்கிகளும் இருந்தன. பறக்கும் கப்பல் ஒன்றுகூட இருந்ததாக மக்கள் பேசிக்கொண்டனரேதவிர யாரும் அதைப் பார்த்திருக்கவில்லை.

“பிரிட்டிஷார் வெற்றி பெற வாய்ப்பில்லை” என்று இலியாஸ் கூறியதும் அங்கு கூடியிருந்த அனைவரும் முணுமுணுப்பான குரலில் அதை ஆமோதித்தனர்.

“ஜெர்மானியர்கள் இயற்கையிலேயே அறிவாற்றல் வாய்க்கப் பெற்றவர்கள் என்பதுடன் புத்திக் கூர்மையுடையவர்கள். ஒரு போரை எப்படி முன்னின்று நடத்துவது, எப்படிப் போரிடுவது என்று அவர்களுக்குத் தெரியும். அவர்கள் அனைத்தையும் யோசித்து வைத்திருப்பர். இவை எல்லாவற்றுக்கும் மேலாக அவர்கள் கருணையானவர்கள்.”

“கருணையைப் பற்றி எனக்குத் தெரியாது. என்னைப் பொருத்தவரை பிரிட்டிஷாரைப் பதம் பார்க்கப் போவது ஜெர்மானியர்கள்தான். அவர்களைப்போல உறுதி படைத்தவர்கள் யாருமே இல்லை” என்றான் சிற்றுண்டிச் சாலையில் இருந்த மங்கங்கு என்கிற நிபுணன்.

இலியாஸ், “நீ என்ன பேசுகிறோம் என்று தெரியாமல் பேசுகிறாய். அவர்களிடம் கருணையைத் தவிர வேறெதையும் அனுபவித்திராதவன் நான்” என்றான்.

“நான் சொல்வதைக் கவனி! உன்னிடம் ஒரு ஜெர்மானியர் கருணையுடன் நடந்துகொண்டார் என்ற ஒரே காரணத்தால் பல காலமாக இங்கு நடந்தவற்றை மாற்றிவிடமுடியாது. ஏறத்தாழ கடந்த முப்பது வருடங்களுக்கு மேலாக அவர்கள் இந்த நிலத்தை ஆக்ரமித்துள்ளார்கள். நாடு முழுக்க மனித மண்டை ஓடுகளும் எலும்புகளும் இறைந்துகிடக்கின்றன. பூமி இரத்தத்தில் மூழ்கிக் கிடக்கிறது. அந்த அளவுக்கு ஏராளமான மக்களை ஜெர்மானியர்கள் கொன்று குவித்துள்ளனர். நான் எதையும் மிகைப்படுத்திக் கூறவில்லை” என்றான் அங்கு இருந்தவர்களில் ஒருவரான மஹ்முத்.

"இல்லை, நீங்கள் மிகைப்படுத்தித்தான் கூறுகிறீர்கள்" என்றான் இலியாஸ்.

"தெற்குப் பகுதியில் என்ன நடந்தது என்று உங்களுக்கெல்லாம் தெரியாது. பிரிட்டிஷ்காரர்கள் வெற்றி பெறமாட்டார்கள். ஆனால் அது ஜெர்மானியர்களின் கருணையால் இல்லை" என்றான் மஹ்முத்.

"ஆமாம். இதை நான் ஒப்புக்கொள்கிறேன். அவர்களுடைய ஆப்பிரிக்கக் கூலிப் படை வீரர்களான அஸ்கரிகள் மோசமான வன்முறையாளர்கள் என்பதுடன் அவர்கள் முழு காட்டுமிராண்டிகள். அவர்கள் எப்படி அவ்வாறு இருக்கிறார்கள் என்பது இறைவனுக்கு மட்டுமே தெரியும்" என்றான் மஹ்முத் என்ற அந்த இன்னொரு நபர்.

"அதிகாரிகள், தங்களுடைய மேலதிகாரிகளிடமிருந்து குரூரமாக நடந்து கொள்வதைக் கற்றுக்கொள்கிறார்கள்" என்று அதிகாரத் தொனியில் பேசி மங்கங்கு இந்த உரையாடலை முடித்து வைத்தான்.

"அவர்கள் காட்டுமிராண்டிகளான எதிரியிடம் போராடிக் கொண்டிருந்தனர். பாதிக்கு மேற்பட்ட ஜெர்மானியர்களை அவர்கள் என்ன செய்தார்கள் என்பதை நீ கேள்விப்பட்டிருக்கமாட்டாய். ஜெர்மானியர்கள் மோசமான எதிர்த் தாக்குதல் நடத்தவேண்டியிருந்தது. ஏனென்றால் காட்டுமிராண்டி மக்களுக்குப் புரியவைக்க அது ஒன்றுதான் வழி. ஜெர்மானியர்கள் மரியாதையும் நாகரிகமும் கொண்டவர்கள். அவர்கள் இங்கு வந்ததுமுதலே மக்களுக்கு நிறைய நல்ல விஷயங்களைச் செய்திருக்கிறார்கள்" என்று அச்சமற்ற உறுதியான குரலில் சொன்னான் இலியாஸ்.

உணர்ச்சி ததும்ப அவன் இவ்வாறு பேசியதைக் கேட்டதும் அங்கிருந்தவர்கள் அமைதியாக இருந்தார்கள். தான் சொல்வதே இறுதியான வார்த்தையாக இருக்கவேண்டும் என்று விரும்புகிற மங்கங்கு, "நண்பா! அவர்கள் உன்னை முழுவதுமாகக் கரைத்து விழுங்கிவிட்டார்கள்" என்றான். இலியாஸ் இப்படி ஜெர்மானியர்களுக்கு ஆதரவாகப் பேசியதைப் பலமுறை கேட்டிருந்தாலும்கூட ஜெர்மானியக் காலனித்துவப் பேரரசின் துருப்புகளோடு தன்னார்வலனாகப் பணிபுரியப் போவதாக அவன் அறிவித்தபோது கலீஃபாவுக்கு அது மிகப்பெரிய ஆச்சரியமாக இருந்தது.

"உனக்கு என்ன பைத்தியமா? உனக்கும் இதற்கும் என்ன சம்பந்தம்? இது வன்முறையில் ஈடுபடும் இரண்டு தீய படையெடுப்பாளர்களுக்கு இடையே நடக்கின்ற யுத்தம். ஒன்று, இது நமக்கு எதிரானது. இன்னொன்று அது வடக்கில் நடப்பது. நம்மை யார் முழுவதுமாக விழுங்குவது என்று அவர்கள் சண்டையிட்டுக் கொண்டிருக்கிறார்கள். உனக்கு இதில் என்ன சம்பந்தம்? நீ குரூரத்துக்குப் புகழ்பெற்ற ஒரு கொலைகார இராணுவக் கும்பலிடம் சேரப் போகிறாயா? மற்றவர்கள் பேசியதை எல்லாம் நீ கேட்கவில்லையா? நீ போரில் மோசமாகக் காயம் அடையக்கூடும். மிக மிக மோசமானதாக அது இருக்கும். நீ ஒழுங்காகச் சிந்திக்கிறாயா இல்லையா நண்பா?" என்று கேட்டான். அவர்களால் இலியாஸ் மனதை மாற்றமுடியவில்லை. அது குறித்து அவர்களிடம் அவன் பேசவும் மறுத்தான். தன்னுடைய ஒரே கவலை தன் தங்கைக்காகச் செய்யவேண்டிய ஏற்பாடுகள் குறித்துதான் என்றான்.

★★★

ஒரு வருடம் வேகமாக ஓடிப்போனது. அஃபியாவின் அண்ணன் அவளைத் தேடிக் கண்டுபிடித்ததில் இருந்து வாழ்க்கையிலேயே மிக மகிழ்ச்சியான காலகட்டமாக அது அவளுக்கு இருந்தது. அவளுடைய அண்ணன் அவளுடைய நாட்களை மகிழ்ச்சிகரமான நாட்களாக மாற்றினான். அவன் எப்போதும் சிரித்துக்கொண்டிருந்தான். அவன் சிரிக்கும்போது அவளாலும் சிரிக்காமல் இருக்கமுடியவில்லை. பிறகு திடீரென்று ஒரு நாள் அவன், "நான் ஜெர்மானியக் காலனித்துவப் பேரரசின் இராணுவத்தில் சேர்ந்துவிட்டேன். அது என்ன என்று உனக்குத் தெரியுமா? அவை பாதுகாப்புத் துருப்புகள். நான் ஒரு அஸ்கரி ஆகிவிடுவேன். நான் ஜெர்மானியர்களின் இராணுவ வீரர்களில் ஒருவனாக மாறுவேன். யுத்தம் வரப்போகிறது" என்றான்.

அவன் சொன்னதைக் கேட்டு பயந்துபோனாலும் அதை வெளியே காட்டிக்கொள்ளாமல் அமைதியாக, "நீங்கள் நிச்சயமாகப் போகவேண்டுமா? திரும்பி வர வெகு காலம் ஆகுமா?" என்று கேட்டாள்.

"நிறைய நாட்கள் ஆகாது" என்று உறுதியாகச் சொன்னவன், "ஜெர்மன் இராணுவம் மிகவும் பலம் வாய்ந்த ஒன்று. அவர்களைப் பார்த்தால் எல்லோருக்குமே பயம். சில மாதங்களுக்குள் நான் திரும்பி வந்துவிடுவேன்" என்றான்.

“நீங்கள் திரும்பிவரும் வரை நான் இங்கேயே தங்கி இருப்பேனா?” என்று கேட்டாள்.

“குட்டிப் பெண்ணான உன்னை நான் இங்கு தனியே விட்டுப்போக முடியாது. ஓமர் மாமா குடும்பத்துடன் நீ தங்கிக்கொள்ளலாமா என்று அவரைக் கேட்டேன். ஆனால் அவர் பொறுப்பெடுத்துக் கொள்ள விரும்பவில்லை. நாம் ஒன்றும் அவர்களுடைய சொந்தக்காரர்கள் இல்லையே” என்று சொன்ன இலியாஸ் தன்னுடைய தோள்களைக் குலுக்கிக்கொண்டு, “நீ இங்கு தங்கி இருக்கமுடியாது. என்னோடு யுத்தத்திற்கும் வரமுடியாது. நான் உன்னைத் திரும்ப உன் அத்தை மாமாவின் வீட்டுக்கு அனுப்ப விரும்பவில்லை. ஆனால் அதைவிட்டால் வேறு வழி இல்லை. நான் உன்னை அழைத்துக்கொண்டு போகத் திரும்ப வருவேன் என்று அவர்களுக்கு நிச்சயம் தெரியும் என்பதால் அவர்கள் உன்னை இந்தமுறை நல்லபடியாக நடத்துவார்கள்” என்றான்.

அங்கு தனக்கு நடந்த கொடுமைகளை எல்லாம் பார்த்த பின்பும் தன்னை எப்படி மீண்டும் அங்கே அனுப்புகிறான் என்று அவளுக்குப் புரியவே இல்லை. அவள் வெகு நேரம் அழுதுகொண்டே இருந்தாள். இலியாஸ் அவளைத் தன்னுடைய கைகளில் ஏந்தியபபடி அவளுடைய தலைமுடியை வருடிக் கொடுத்து அவளுக்கு ஆறுதலாகப் பேசிக்கொண்டிருந்தான். அன்று இரவு அவன் தன்னுடைய படுக்கையிலேயே அவளைப் படுக்க வைத்துக்கொண்டான். மலை நகரில் தான் படித்த பள்ளியைப் பற்றி அவன் பேசிக் கொண்டிருக்கும்போதே அவள் தூங்கிவிட்டாள். அவன் கிளம்பிப் போகும் அவசரத்தில் இருக்கிறான் என்று அவளுக்குத் தெரியும். ஒருவேளை தான் அழுதுகொண்டே இருந்தால் தன்னைப் பிடிக்காமல்போய் அவன் திரும்பி வராமல் போய் விடுவானோ என்ற பயத்தில் அவள் அழுவதை நிறுத்தினாள். சகோதரிகள் அவளுக்கு ஒரு புதிய ஆடையைப் பரிசாகத் தர, அவர்களுடைய அம்மா ஒரு பழைய பருத்தி மேலாடையைப் பரிசளித்தாள். சகோதரிகள், “நீ அந்த ஊரில் மிகவும் மகிழ்ச்சியாக இருப்பாய்” என்று அவளுக்கு வாழ்த்துச் சொல்லி அனுப்பினர். அஃபியா “ஆமாம்” என்றாள். அவர்களிடம் தன்னுடைய அத்தை மாமாவைப் பற்றிய எந்த விஷயத்தையும் சொல்லவில்லை. காரணம் எதையும் சொல்லவேண்டாம் என்று இலியாஸ் அவளிடம் சொல்லியிருந்தான். அங்கு திரும்பிப் போவதை நினைத்து தான் எவ்வளவு பயப்பட்டோம் என்பதையும் அவள் அவர்களிடம் சொல்லவில்லை. அவர்கள் கலிஃபாவிடமும் திருமதி ஆஷாவிடமும்

விடைபெற அவர்களுடைய வீட்டுக்குச் சென்றார்கள். தான், டார் எஸ் சலாமிற்குப் பயிற்சிக்கு அனுப்பப்படப் போகிறோம் என்று இலியாசுக்கு தெரிந்திருந்தது.

அவளுடைய அண்ணனின் நண்பன் கலீஃபா அவளிடம், "உன்னுடைய அண்ணன் இங்கிருந்து உன்னை கவனித்துக்கொள்ளாமல் எதற்காக போருக்குப் போகிறான் என்று எனக்குத் தெரியவில்லை. அவனுக்கும் இந்த யுத்தத்துக்கும் எந்தத் தொடர்பும் இல்லை. அத்துடன் தங்கள் கைகள் முழுக்க ரத்தம் படிந்திருக்கிற ஆப்பிரிக்க கூலிப் படையினருடன் சேர்ந்து அவன் இந்த யுத்தத்தில் ஈடுபடப் போகிறான். நான் சொல்வதைக் கேள், அஃபியா. அவன் திரும்ப வரும்வரை உனக்கு என்ன தேவைப்பட்டாலும் நீ உடனடியாக எங்களுக்குத் தெரியப்படுத்து. நான் வேலை செய்யும் இடத்திற்கு, பியாஷராவிடம் சொல்லச் சொல்லி யார் மூலமாவது எனக்குத் தகவல் அனுப்பு. இதை நினைவில் வைத்துக் கொள்வாயா?" என்று கேட்டான்.

"அவளுக்கு எழுதப் படிக்கத் தெரியும்" என்றான் இலியாஸ்.

கலீஃபா, "ஓ! அப்படியா! நீ எனக்குக் கடிதமே எழுதிவிடேன்" என்றதும் இரண்டு நண்பர்களும் சிரித்தபடி விடை பெற்றுச் சென்றனர்.

எல்லாமே சில நாட்களுக்குள் வேகமாக நடந்தேறியது. சிறுமி மறுபடியும் கிராமத்தில் இருந்த தன்னுடைய அத்தை மாமா வீட்டிற்குச் சென்றுவிட்டாள். இரண்டு சகோதரிகள் அவளுக்காகத் தைத்துத் தந்த புதிய உடை, ஓமரின் மனைவி தந்தனுப்பிய பழைய பருத்தி மேலாடை, ஒரு சிறிய சிலேட்டுப் பலகை, அவள் எழுதிப் பழகுவதற்காகத் தான் வேலை செய்த இடத்திலிருந்து அவளுடைய அண்ணன் அவளுக்காக எடுத்துக்கொண்டு வந்து தந்திருந்த துண்டுக் காகிதங்கள்கொண்ட காகிதக் கட்டு என அவளுடைய புதிய உடைமைகள் ஒரு சிறிய துணி மூட்டைக்குள் அடங்கிவிட்டன. பழையபடியே வீட்டின் முன் வாயிலில் மலையின் நிழலில் அவள் தரையில் உறங்கத் தொடங்கினாள். சிறுமி சில நாட்கள் எங்கோ வெளியே போயிருந்தது போலவும், தன்னுடைய வேலைகளைச் செய்ய மீண்டும் வந்துவிடுவாள் என்று எதிர்பார்த்திருந்தது போலவும் அவளுடைய அத்தை அவளை நடத்தினாள். அவளுடைய மாமாவோ அவளைப் பொருட்படுத்தவே இல்லை. அவர்களுடைய மகளான ஜவாதி ஏளனமாக, "இவளுடைய அண்ணனால் இவளைத் தன்னுடன் நகரத்தில் வைத்துக் கொண்டிருக்கமுடியவில்லை.

ஆகவே நம்முடைய அடிமை இங்கு திரும்ப வந்துவிட்டாள்" என்றாள். அவளுடைய மாமாவைப் போலவே இஷாவும் அவளை அழைப்பதாக இருந்தால் சிறுமியின் மூக்கருகே விரல்களால் சிட்டிகை போட்டுக் கூப்பிட்டாள். எல்லாமே முன்பிருந்ததைவிட மோசமாக மாறியிருந்தது. இது சிறுமியைக் காயப்படுத்தியது. தான் திரும்பி வந்து அழைத்துச் செல்லும்வரை இவை அனைத்தையும் சகித்துக்கொள்ளவேண்டும் என்று தன் அண்ணன் சொல்லியிருந்ததை நினைத்து அவள் தனக்குள் எச்சரிக்கை செய்துகொண்டாள். அவள் வீட்டு வேலைகளை மிக மெதுவாக செய்வதாக அவளுடைய அத்தை வழக்கத்தைவிட அதிகமாக முணுமுணுத்தாள். அவளைப் பார்த்துக்கொண்டதற்காக அவளுடைய அண்ணன் பணம் தந்திருந்தபோதும் அவளை மீண்டும் கொண்டுவந்து இந்த வீட்டில் விட்டுவிட்டதற்காக அவளுடைய அத்தை அடிக்கடி ஏதோ முணுமுணுத்துக்கொண்டிருந்தாள். அவளுடைய மகனுக்கு இப்போது பதினாறு வயதாகி இருந்தது. வீட்டில் யாரும் இல்லாதபோது சில சமயங்களில் அவள் உடல்மீது தன் உடலை வைத்து அழுத்தி, அவளுடைய முலைக் காம்புகளை அவன் கசக்கினான். அவனிடமிருந்து தப்பித்து ஓடுமளவுக்கு அவளுக்கு வேகம் போதவில்லை.

அந்த வீட்டுக்கு வந்து சில நாட்கள் கழித்து, ஒரு மதிய வேளையில், கொல்லைப்புறத்தில் அமர்ந்து சிறுமி எழுது பலகையில் எழுதிப் பழகிக்கொண்டிருந்தாள். உணவுக்குப் பின் வழக்கம் போல உறங்கி எழுந்த அத்தை குளியலறைக்குப் போகும் வழியில் சிறுமி எழுதுபலகையுடன் அமர்ந்திருப்பதைப் பார்த்ததும் ஒரு வார்த்தை பேசாமல் சிறுமியை நெருங்கி எட்டிப் பார்த்தாள். சிறுமி வெறுமனே கிறுக்கிக்கொண்டிருக்காமல் ஏதோ எழுதுவது போலத் தெரிந்ததும் கடுமையான குரலில் "என்ன அது? நீ என்ன எழுதுகிறாய்? அதற்கு என்ன பொருள்?" என்று கேட்டாள்.

அஃபியா, ஒவ்வொரு சொல்லையும் சுட்டிக் காட்டியபடி, "இது நேற்று, இது இன்று, இது நாளை" என்றாள். கலக்கமடைந்த அவளுடைய அத்தையால் இதை ஏற்றுக்கொள்ளமுடியவில்லை என்றாலும் அவள் எதுவும் சொல்லாமல் அங்கிருந்து சென்றுவிட்டாள். தன் எழுதுபலகையை வேகமாக உள்ளே எடுத்து வைத்தவள் இனி ரகசியமாக எழுதிப் பழகவேண்டும் என்று தன்னைத் தானே எச்சரித்துக்கொண்டாள். அத்தை எழுதுபலகை பற்றி அதற்குப் பிறகு எதுவும் பேசவில்லை. ஆனால் அவள் தன்னுடைய கணவரிடம் சொல்லி இருப்பாள்போல. அடுத்த நாள் அவன் தன்னுடைய

மதிய உணவை முடித்த பிறகு அங்கு ஒரு அசாதாரணமான சூழல் நிலவுவதை சிறுமி உணர்ந்தாள். அவன் தன்னுடைய விரல்களை அஃபியாவை நோக்கிச் சொடக்குப் போட்டபடி, அங்கிருந்த சிறிய அறையைச் சுட்டிக்காட்டினான். சிறுமி அந்த அறையை நோக்கிச் சென்றபோது இஷாவின் முகத்தில் ஒரு புன்னகை இருந்தது. அவள் அறைக்குள் சென்றதும் தன்னுடைய வலது கையில் ஒரு கம்புடன் உள்ளே வந்த அவளுடைய மாமா கதவைத் தாழிட்டுவிட்டு அருவருப்பான முகபாவனையுடன் அவளைச் சில கணங்கள் வெறித்துப் பார்த்தான்.

“நீ எழுதப் பழகுவதாகக் கேள்விப்பட்டேன். இதை யார் உனக்குச் சொல்லிக் கொடுத்தது என்று கேட்கமாட்டேன். கொஞ்சம் கூட பொறுப்பற்ற யாரோ ஒருவர்தான் நிச்சயமாக இதைச் செய்திருக்கவேண்டும் என்று எனக்கு நன்றாகத் தெரியும். இல்லை. கொஞ்சம்கூட அறிவற்ற யாரோ ஒருவருடைய வேலையாகத்தான் இது இருக்கவேண்டும். ஒரு சிறுமிக்கு எதற்காக எழுதத் தெரிந்திருக்கவேண்டும்? பாலியல் தரகர் யாருக்காவது கடிதம் எழுதத் தேவைப்படும் என்பதற்காகவா?” என்றான்.

பிறகு அவளை நெருங்கி வந்தவன் தன்னுடைய இடது கையால் அவளுடைய நெற்றிப் பொட்டில் அறைந்து பிறகு அந்தக் கம்பால் அவள் முகத்திலும் தலையிலும் தன் வலது கையால் அடித்தான். அடி தாளமுடியாமல் அவள் தள்ளாடினாள். அவன் கூச்சலும் உறுமலுமாக அவள் மீது பாய்ந்தபோது அவள் சுவரின் மீது சாய்ந்தாள். நீண்ட நேரம் அவளை வசை பாடியவன் பிறகு திடீரென அந்தக் கம்பை அவளை நோக்கி வீசினான். சற்று குறி தவறிய அது அவளுக்கு மிக நெருக்கத்தில் வந்து விழுந்தது. அவள் பயத்தில் அலறினாள். அது தாழிடப்பட்ட சிறிய அறை என்பதால் எவ்வளவு முயற்சித்தும் அவளால் அங்கிருந்து தப்பிக்கமுடியவில்லை. அவள் ஒளிந்துகொள்ள அங்கு இடமே இல்லை. ஆகவே அறைக்குள்ளேயே ஓடியவள் தலையைக் குனிந்து கொண்டு அத்தனை அடிகளையும் வாங்கவேண்டியதாக இருந்தது. பெரும்பாலான அடிகள் அவளுடைய முதுகிலும் தோளிலும் விழுந்தன. நடுநடுங்கி அலறியவள் இறுதியில் அப்படியே மயங்கி விழுந்தாள். அப்படி விழும்போது தன் முகத்தைப் பாதுகாத்துக்கொள்வதற்காகத் தன்னுடைய இடது கையை வைத்து மூடிக்கொண்டாள். கம்பு அந்தக் கையின்மீது பெரும் பலத்துடன் இறங்கியது. மறுபடி அவளை நோக்கிக் கோபத்துடன் அவன் முன்னேறியதும் அவள் அவனுடைய காலடியில் விழுந்து

கதறி அழுதாள். அவனைத் தடுப்பதற்கு யாரும் வரவில்லை. அவனுக்காய்த் திருப்தி ஏற்பட்ட பிறகு கதவைத் திறந்தவன் அந்த அறையைவிட்டு வெளியேறினான்.

கேவி அழுதபடி கிடந்தவள் அத்தை அங்கு வந்ததையும் அழுக்காகிப் போயிருந்த தன்னுடைய உடையால் அடிபட்ட முகத்தைத் துடைப்பதையும் பார்த்தாள். பிறகு முணுமுணுப்புடன் ஒரு படுக்கை விரிப்பால் அவள் தன்னைப் போர்த்துவதைப் பார்த்த சிறுமி உறங்கிவிட்டாள். மதியம் முழுக்க ஏதேதோ பிதற்றியபடி அழுதுகொண்டு அப்படியே படுத்துக்கிடந்தாள். விழிப்பு வந்தபோது அத்தை சுவர்மீது சாய்ந்து உட்கார்ந்திருப்பதைப் பார்த்தாள். மாலையில் கையை மாவுக் கட்டு போடுவதற்காக அத்தை அவளை ஒரு மூலிகை மருத்துவச்சியிடம் அழைத்துச் சென்றாள்.

மருத்துவச்சி, "நீ இதை நினைத்து அவமானப்படவேண்டும். இந்தச் சிறுமியை நீங்கள் அடித்தது இந்த ஊருக்கே தெரியும். உன்னுடைய கணவருக்குப் பித்துப் பிடித்துவிட்டதுபோல் இருக்கிறது" என்றாள். "அவர் இவளை இப்படி அடிக்கவேண்டும் என்று நினைக்கவில்லை. அது ஒரு விபத்து" என்றாள் அத்தை.

"இதையெல்லாம் கேட்க ஆளில்லை என்று நினைக்கிறாயா என்ன?" என்றாள் மருத்துவச்சி.

அந்த மூலிகை மருத்துவச்சி தனக்குத் தெரிந்தவரை சிகிச்சை அளித்தும் அஃபியாவின் கை முழுதும் குணமாகவில்லை. இது நடந்து சில நாட்களுக்குப் பிறகு நன்றாக இருந்த தன்னுடைய இன்னொரு கையால் ஒரு சிறு துண்டுக் காகிதத்தில் தன்னுடைய அண்ணனின் நண்பனுக்கு ஒரு தகவலை எழுதினாள். ஏதாவது உதவி தேவைப்பட்டால் பியாஷராவுக்கு எழுதுமாறு தரப்பட்ட அறிவுறுத்தல்களின்படி, "அவர் என்னை அடிக்கிறார். உதவுங்கள். அஃபியா" என்று எழுதிய துண்டுச் சீட்டைக் கடைக்காரரிடம் தந்தாள். அதை வாசித்த கடைக்காரர் அதை மடித்து கடற்கரை நோக்கிச் சென்ற ஒரு வண்டி ஓட்டுனரிடம் தந்தனுப்பினார். அவளுடைய அண்ணனின் நண்பனிடம் கடிதம் சேர்ப்பிக்கப்பட்டதும் அந்த வண்டி ஓட்டுனருடனேயே அவன் அவளைத் தேடி வந்தான். அப்போது உடல் முழுக்கச் சிவந்து கிடக்க சிராய்ப்புகளோடும், எலும்பு முறிவுடன் அவள் வாசற்படியில் மழையை வெறித்துப் பார்த்தபடி அமர்ந்திருந்தாள். கடைக்காரன் வீட்டுக்கு வழிசொல்லி அனுப்பியிருந்தான். அவளுடைய மாமா வேலைக்குப் போயிருந்ததால் அவன் திரும்பி வரவில்லை.

விஷயம் அதுவல்ல. அது சிறிய கிராமம் என்பதால் வீட்டுக்கு யார் வருகிறார்கள் என்று எல்லோருக்கும் தெரியும். எப்படியோ செய்தி அறிந்துகொண்டவன் வீட்டுக்கு வரவே இல்லை. சிறுமி தன் அண்ணனுடைய நண்பனைப் பார்த்ததும் எழுந்து நின்றாள்.

"அஃபியா" என்றவன் அவளை நெருங்கியதும் அவள் இருந்த நிலையைப் பார்த்தான். நன்றாக இருந்த அவளுடைய இன்னொரு கையைப் பிடித்தவன் ஒரு வார்த்தை கூடப் பேசாமல் வண்டிக்கு அருகே அவளை நடத்திக்கொண்டு போனான்.

"ஒரு நிமிடம் பொறுங்கள்" என்ற சிறுமி வேகமாக உள்ளே ஓடிச் சென்று தான் அந்த வீட்டில் வழக்கமாக உறங்கும் நுழை வாயிலில் இருந்த தன்னுடைய துணி மூட்டையை எடுத்துக்கொண்டு வந்தாள்.

இது நடந்து பல காலம் கழித்தும் அவர்கள் தன்னைத் தேடி வந்துவிட்டால் என்ன செய்வது என்ற அச்சத்தில் அஃபியா எங்கும் வெளியே செல்ல மறுத்தாள். தன்னைத் தேடி வந்த தன் அண்ணனின் நண்பனைத்தவிர மற்ற அனைவரையும் பார்த்து அவள் பயப்பட்டாள். இப்போதெல்லாம் அவள் கலீஃபாவை 'கலீஃபா அப்பா' என்றும் தனக்கு கோதுமை கஞ்சியும் தன் உடல் பலம் பெறுவதற்காக மீன் சூப்பும் தரும் ஆஷாவை 'அம்மா' என்றும் அழைக்கத் தொடங்கியிருந்தாள். அப்பா மட்டும் வரவில்லை என்றால் தன்னுடைய மாமாவோ அவனுடைய மகனோ அன்றில்லாவிட்டால் என்றாவது ஒருநாள் தன்னைக் கொன்றுவிட்டிருப்பார்கள் என்று அவளுக்கு உறுதியாகத் தெரிந்திருந்தது. ஆனால் அதற்குள் அவளுடைய அப்பா கலீஃபாதான் வந்துவிட்டாரே!!!

இரண்டு

3

பொமா முகாமுக்கு அவன் போய்ச் சேர்ந்த முதல் நாள் காலையில் அங்கிருந்த அந்த அதிகாரி ஆய்வின்போது அவனைப் பார்த்தவுடனேயே அவனைத் தேர்வு செய்துவிட்டான். புதிதாக இராணுவத்தில் சேர்ந்து பயிற்சி பெற்றுவரும் சிப்பாய்களோடு சேர்ப்பதற்காக அவர்கள் அனைவரும் அங்குகொண்டு செல்லப்பட்டனர். அணிவகுப்பின்போது அவர்களுடன் வந்த வீரர்கள் ஆணவத்துடன் கிண்டல் செய்துகொண்டு அவர்களை சில சமயங்களில் தங்கள் முன்னும், சில சமயங்களில் தங்கள் பின்னும், மற்ற நேரங்களில் அவர்கள் அருகேயும் வேகமாக நடக்க வைத்தனர்.

அவர்கள், "நீங்கள் ஒரு காட்டுவாசி கும்பல். போரில், நீங்கள் எல்லாம் காட்டு விலங்குகளுக்குக் கிடைக்கப் போகும் அற்பப் புல் போன்றவர்கள். தன்பாலினச் சேர்க்கையாளர்களைப் போல இடுப்பை ஒசித்து நடந்து வராதீர்கள். நாங்கள் உங்களை விபச்சார விடுதிக்கு அழைத்துச் செல்லவில்லை. தோளை உயர்த்தி நடந்து செல்லுங்கள்! முதுகை எப்படி நேராக நிமிர்த்தி நிற்பது என்று இராணுவம் உங்களுக்குக் கற்றுத் தரும்" என்றார்கள்.

அணிவகுப்பில் இருந்த வீரர்களில் சிலர் தாங்களே மனமுவந்தும், சிலர் தங்கள் குடும்பத்தில் இருந்த பெரியவர்களின் கட்டாயத்தாலும் இன்னும் சிலர் சூழ்நிலையால் உந்தப்பட்டும் வற்புறுத்தப்பட்டும் இராணுவத்தில் சேர்ந்திருந்தனர். மற்றவர்கள் சாலைகளில் இருந்து பிடித்துக்கொண்டு வரப்பட்டவர்கள். விரிவடைந்துகொண்டிருந்த

ஜெர்மானியக் காலனித்துவப் பேரரசின் இராணுவத்துக்கு அதிக அளவில் போர் வீரர்கள் தேவைப்பட்டனர். இதைப் பற்றி எல்லாம் முன்பே தெரிந்திருந்த, இத்தகைய வேலையில் முன் அனுபவம் இருந்த சிலர் இயல்பாகப் பேசிக்கொண்டும், வழிக் காப்பாளர்கள் பேசும் இழிவான சொற்களைக் கேட்டு அந்த ஏளனமான மொழியைத் தாமும் கற்றுக்கொள்ளும் ஆர்வத்துடன் சிரித்துக்கொண்டும் இருந்தனர். மற்றவர்கள் அமைதியாக இருந்தாலும் கவலையுடனும், அடுத்து என்ன நடக்கப் போகிறதோ என்ற பயத்துடனும் இருப்பது தெரிந்தது. ஹம்சா இதில் இரண்டாவது வகையில் இருந்தான். யாரும் வற்புறுத்தாமல் ஆர்வத்தோடு தானாக வந்து இதில் சிக்கிக்கொண்ட தன் தவறை நினைத்து இப்போது மனதுக்குள் வேதனை அடைந்தான். விடியலின் முதல் கீற்று தோன்றியதுமே அவர்கள் ஆட்சேர்ப்பு நடக்கும் இடத்தில் இருந்து தம் பயணத்தைத் தொடங்கினார்கள். அவனுக்கு அங்கு யாரையும் தெரியாதபோதும் மற்றவர்களுடன் செருக்குடன் நடந்து பழகிய இந்த விசித்திரமான சூழல் அவனைத் துணிவுள்ளவனாக மாற்றியிருந்தது. ஆஜானுபாகுவான தோற்றத்தில் இருந்த ஆண்கள் எழுச்சியுடன் உறுதியாக முன்னேறிச் செல்ல, மற்றவர்கள் அவர்களைப் பின் தொடர்ந்து சென்றனர்.

அவர்களில் ஒருவர் திடீரென்று பாடத் தொடங்கினார். அவருடைய குரல் ஆழமாகவும் சோகமாகவும் இருந்தது. அந்த மொழியை அறிந்திருந்த மற்றவர்கள் அவருடன் சேர்ந்து பாடினர். அது கிழக்கு ஆப்பிரிக்கர்கள் பேசும் கின்யம்வெசி மொழி என்று ஹம்சா நினைத்தான். ஏனெனில் அங்கிருந்த ஆண்கள் பார்ப்பதற்கு அப்படித்தான் தெரிந்தனர். அவர்களுடைய மெய்க்காப்பாளர்களில் சிலரும் கிழக்கு ஆப்ரிக்காவின் ‘பண்டு’ இனக் குழுவைச் சேர்ந்தவர்கள் போலத்தான் தெரிந்தனர். ஒரு புன்னகையுடன் அவர்களும் சில சமயங்களில் அந்தப் பாடலில் இணைந்து கொண்டனர். சிறிது நேரத்தில் வேறொருவர் இன்னொரு பாடலைப் பாட ஆரம்பித்தார். அது உண்மையில் பாடல் இல்லை. உரையாடலே பாடலாகப் பாடப்படுகின்ற ஒன்று.

‘நாங்கள் ஜெர்மானியர்களுடன் சேர்ந்துவிட்டோம்.

நாங்கள் தயாராக இருக்கிறோம்.

நாங்கள் ஆளுனரின் வீரர்கள்.

நாங்கள் தயாராக இருக்கிறோம்.

அவருக்காக நாங்கள் அச்சமின்றிப் போரிடுவோம்.

எங்களுக்கு அச்சம் என்பது இல்லை.

நாங்கள் எங்கள் எதிரிகளை அச்சுறுத்திப் பயத்தில் மூழ்கடிப்போம்.

அவர்களுக்கு அச்சமுண்டு'

என்பது போன்ற தன்னம்பிக்கை மிளிரும், ஒவ்வொரு வரியின் முடிவிலும் பட்டாசு போன்ற அட்டகாசமான எதிர்வினை கொண்ட பாடல்களைத், தாள லயத்துடன் அணிவகுத்தபடி மகிழ்வாகப் பாடித், தங்களைத் தாங்களே நெஞ்சை நிமிர்த்திப் பகடி செய்தபடி நடந்தனர்.

வெறிகொண்ட வீரமிக்க சொற்களோடு தங்களுடைய சொந்த ஆபாசமான சொற்களைக் கலந்து பாடியபோது அந்தப் பாதுகாவலரும் அவர்களுடன் சேர்ந்து சிரித்தான்.

பிறகு அவர்கள் கிராமத்திற்குள் அணிவகுத்துச் சென்றபோது சூரியன் அவர்களுடைய கழுத்திலும் தோள்களிலும் கொடுமையாக ஆட்சி செய்ததில் வெப்பம் அதிகரித்தது. ஹம்சாவின் முகத்திலிருந்து வழிந்த வியர்வை அவன் முதுகில் கோடாக இறங்கியது. ஹம்சாவின் மனதில் மறுபடி கவலை தோன்றியது. இராணுவத்தில் சேரலாம் என்ற எண்ணம் மனதில் தோன்றிய உடனே அவன் பேரார்வத்துடன் தானாகவே வந்து சேர்ந்துவிட்டானேதவிர இங்கு என்ன நடக்கப்போகிறது, தன்னால் இங்கிருக்கும் நிலையைத் தாக்குப் பிடிக்கமுடியுமா என்றெல்லாம் அவன் சிந்திக்கவேயில்லை. யாருடன் சேரவேண்டும் என்பது குறித்து அவனுக்குப் புரிதல் இருந்தது. அஸ்கரி என்றழைக்கப்படுகிற ஜெர்மானியக் காலனித்துவப் பேரரசின் இராணுவத்தைப் பற்றியும் மக்கள் மீதான அவர்களுடைய முரட்டுத்தனமான போக்கைப் பற்றியும் அனைவருமே அறிந்திருந்தனர். கல்நெஞ்சக்காரர்களான ஜெர்மானிய அதிகாரிகளைப் பற்றி அனைவருக்கும் தெரிந்திருந்தது. தப்பிக்கவேண்டும் என்பதற்காகவே அவர்களுடைய வீரர்களுள் ஒருவனாக இருப்பதை அவன் தேர்ந்தெடுத்திருந்தான். வியர்வையுடனும் களைப்புடனும் புழுதி படிந்த சாலைகளில் வெய்யிலில் அணிவகுத்துச் சென்றபோதுதான் தான் எவ்வளவு பெரிய தவறு செய்திருக்கிறோம் என்பது புரியவர, அவனுக்கு நெஞ்சடைத்தது.

அவர்கள் தண்ணீர் குடிப்பதற்காகவும் உலர்ந்த அத்திப்பழங்களையும் பேரீச்சம் பழங்களையும் உண்பதற்காகவும் அணிவகுப்பை இடையே நிறுத்தினார்கள். கிராமத்தைத் தாண்டி, மரங்கள்

அடர்ந்த பல பாதைகளை அவர்கள் கடந்தார்கள். ஆனால் வழியில் ஒருவர்கூட அவர்கள் கண்ணில்படவில்லை. அனைவரும் எங்கோ சென்று மறைந்துகொண்டிருந்தது போலிருந்தது. ஒரு சாலையில் இருந்த புளியமரத்தின் அடியில் சில சீப்பு வாழைப்பழங்களும், ஒரு சிறிய மரவள்ளிக் கிழங்குக் குவியலும், ஒரு கூடை வெள்ளரிக்காய்களும், தக்காளிகளும் இருந்தன. அவர்களின் வருகையை எதிர்பார்த்திராத மக்கள் விற்பனைக்குக் கொண்டுவந்திருந்த தங்களுடைய பொருட்களை எடுத்துக்கொள்ள நேரமின்றி அவற்றை அப்படியே விட்டுவிட்டுப் பாதுகாப்பான இடம் தேடி ஓடிப்போயிருந்தனர். இராணுவத்துக்கு ஆட்களைச் சேர்ப்பதற்காக அவர்கள் கிராமப்புறத்தை நோக்கி வருவது எல்லோருக்கும் தெரிந்திருந்தது.

அந்த மெய்க்காப்பாளன், அணிவகுத்து வந்த இராணுவ வீரர்களை அங்கேயே நிறுத்தி பொருட்களின் சொந்தக்காரர்களை வெளியே வருமாறு சத்தமாகக் கூப்பிட்டான். ஆனால் யாரும் வரவில்லை. இதற்கிடையில் வீரர்களுக்கு வாழைப்பழங்களை மட்டும் விநியோகம் செய்த மெய்க்காப்பாளன் ஒளிந்துகொண்டிருந்த வியாபாரிகளிடம் அதற்கான பணத்தை ஜெர்மன் அரசாங்கத்தின் ஆளுநரிடம் பெற்றுக்கொள்ளுமாறு சத்தமாகக் கூறினான். அணிவகுப்பு வீரர்கள் ஒரு நொடிகூட அவனுடைய பார்வையில் இருந்து தப்ப இயலவில்லை. வீரர்களுக்கு அவசியம் ஏற்பட்டதோ இல்லையோ அதைப் பற்றி கவலைப்படாமல், ஒரே சமயத்தில் ஆறு பேர் வீதம், மற்றவர்கள் கண்ணெதிரேயே சாலையோரத்தில் சிறுநீர் கழிக்கவைக்கப்பட்டனர். மெய்க்காப்பாளன், "இது உங்களுக்குக் கட்டுப்பாட்டைக் கற்றுத் தருவதற்காக. நீங்கள் முகாமுக்கு அணிவகுத்துச் செல்வதற்கு முன்பாக துர்நாற்றம் பிடித்த விஷயங்களை உங்கள் வயிற்றிலிருந்து வெளியேற்றி, பிறகு அதை மண்ணால் மூடுங்கள்" என்று சொல்லிச் சிரித்தான்.

அவர்கள் நாள் முழுவதும் நடந்தார்கள். பெரும்பாலானோர் வெறுங்காலோடு இருக்க சிலர் தோல் காலணிகள் அணிந்திருந்தார்கள். மெய்க்காவலன், "நீங்கள் காட்டு வழியில் நடந்து கஷ்டப்படக்கூடாது என்பதற்காக ஜெர்மானியர்கள் இந்தச் சாலையை நிர்மாணித்துள்ளார்கள்" என்றான். மதிய நேரத்திற்குள் ஹம்சாவின் கால்களும் முதுகும் கடுமையாக வலித்ததில், நடப்பதைத்தவிர வேறு வழியின்றி அவன் குருட்டாம்போக்கில் தன் உள்ளுணர்வு சொன்னபடி நகர்ந்துகொண்டிருந்தான். அந்த அணிவகுப்பின் இறுதிக் கட்டங்களை அவனால் அதன்பிறகு

நினைவு கூரமுடியவில்லை. ஆனால் பட்டிக்கு அழைத்துச் செல்லப்படும் விலங்குகளைப் போல அவர்களை அழைத்துச் சென்ற வழிக்காவலன் சேரவேண்டிய இடத்துக்கு அருகே வந்துவிட்டதாகச் சொன்னபோது பயிற்சி இராணுவீரர்களுக்கு மீண்டும் உயிர்வந்தது.

அவர்கள் ஒரு பெரிய கிராமத்தின் எல்லை வழியே அணிவகுத்துச் சென்றபோது ஒரு கும்பல் அணிவகுப்பைப் பார்வையிடுவதற்காகக் கூடியது. சிலர் உற்சாகமாகக் கூச்சலிட சிலர் அவர்களைப் பார்த்துச் சிரித்தனர். இறுதியில் அவர்கள் பாதுகாப்பான பெருஞ்சுவர்களைக் கொண்ட பொமா முகாமின் கதவுகளை அடைந்தபோது விடியத் தொடங்கியிருந்தது. வெள்ளைச் சுண்ணாம்பு அடிக்கப்பட்ட உயரமான ஒரு கட்டிடம் முகாமின் வலதுபக்கம் இருந்தது. மாடியில் விளக்கு வெளிச்சத்தில் ஒளிர்ந்த சில அறைகளில் அணிவகுப்பு மைதானத்தைப் பார்த்தாற்போன்ற தாழ்வாரம் இருந்தது. தரைத் தளத்தில் வரிசையாக இருந்த அறைகளின் கதவுகள் மூடப்பட்டிருந்தன. கதவுக்கு எதிரே தெரிந்த திறந்தவெளிக்கு வெகு தொலைவில் இருந்த இன்னொரு சிறிய கட்டிடத்துக்கும் ஒரு மேல் தளம் இருப்பது அங்கிருந்து வந்த மங்கிய வெளிச்சத்தில் தெரிந்தது. கீழ்த்தளத்தில் இருந்த கதவும் இரண்டு ஜன்னல்களும் மூடப்பட்டிருந்தன. அகன்ற அணிவகுப்பு மைதானத்தின் இடதுபுறத்தில் பாதி திறந்திருந்த இரண்டு கொட்டகைகளும் விலங்குகளை அடைத்துவைக்கும் பட்டியும் இருந்தன. வாயிற்கதவுக்கு வெகு அருகே மூலையில் இருந்த ஒரு சிறிய இரண்டு மாடிக் கட்டிடம்மட்டும் பூட்டப்பட்டிருந்தது. தரைத் தளத்தில் இருந்த ஒரு பெரிய அறையை அவர்களுக்குக் காட்டினர். அந்த அறையின் உத்தரத்தில் விளக்குகள் தொங்கிக்கொண்டிருந்தன. மாடிக்குச் செல்லும் கதவு மூடப்பட்டிருந்தாலும் பிரதான முன் கதவு என்பதால் இந்தக் கதவு திறந்தே இருந்தது. அணிவகுப்பில் அவர்களுடன் வந்த அஸ்கரிகள் அவர்களைக் கண்காணித்தபடி அங்கேயே இருந்தார்கள். இகழ்ச்சியாக ஏதாவது பேசவோ, வசைச் சொற்களைப் பயன்படுத்தவோ சக்தியற்றுக் களைத்துப் போனவர்களாக இந்தப் பணியில் இருந்து அன்றிரவு தங்களுக்கு ஓய்வளிக்கப் போகும் அடுத்த இராணுவ வீரனுக்காக அவர்கள் காத்திருந்தனர்.

அவர்களுடைய குழுவில் இருந்த பதினெட்டு புதிய பயற்சி இராணுவ வீரர்கள் அனைவருமே இப்போது வியர்த்துக் களைத்துப்போய் இடவசதியற்ற அந்தக் குறுகலான சிறு

அறையில் அமைதியாக இருந்தனர். ஹம்சா பசியால் துவண்டு போயிருந்தான். வேதனையால் துடிதுடித்த தன் இதயத்தை அவனால் கட்டுப்படுத்தவே இயலவில்லை. வயது முதிர்ந்த மூன்று பெண்கள் இறைச்சியையும் வேகவைக்கப்பட்ட வாழைப்பழங்களையும் ஒரு கூடையில் கொண்டுவந்தனர். அணிவகுப்பு வீரர்கள் தங்கள் கைக்கொள்ளுமட்டும் அதை எடுத்து வேகமாகச் சாப்பிட்டார்கள். அதன் பிறகு அங்கு வந்த காவலாளிகள் ஒவ்வொருவராக அழைத்துச் சென்று இருட்டு மூலையில் இருந்த ஒரு சிறிய வீட்டில் இருந்த வாளியில் மலம் கழிக்க வைத்தனர். பிறகு அங்கிருந்தவர்களில் இருவரைத் தேர்வு செய்து அந்த வாளியைக் கொண்டுபோய் முகாமுக்கு வெளியே தரையில் அமைக்கப்பட்டிருந்த கழிவுத் தொட்டியில் கொட்ட வைத்தனர்.

காவலாளிகளில் ஒருவன், "இது நாடோடிகளின் முகாம். அவர்களுடைய முகாமுக்குள் நீங்கள் மலம் கழிக்க அனுமதி இல்லை. உங்களுடைய காட்டு மிராண்டித்தனமான பழக்க வழக்கங்களை எல்லாம் இங்கு கடைப்பிடிக்கமுடியாது" என்றான்.

அதன் பிறகு முகாமின் கதவுகள் மூடப்பட்டன. முகாமின் சுவர்களைக் கடந்து கிராமத்தின் மெல்லிய ஓசைகள் கேட்டன. பிறகு தொழுகைக்காக மக்களை அழைக்கும் ஓசையும் கேட்டது. அதன் பிறகு திறந்திருந்த சிறைக் கதவின் வழியாக இருண்ட மைதானத்தின் எதிரே காடா விளக்குகள் அசைவது தெரிந்தது. ஆனால் அவற்றில் ஒன்றுகூட நெருங்கி வரவில்லை. ஹம்சா இரவில் எதேச்சையாகக் கண்விழித்தபோது அந்தச் சுண்ணாம்புக் கட்டிடம் இருளில் பிரகாசமாக ஒளிர்ந்துகொண்டிருந்தது. காவலாளிகள் யாரும் கண்ணுக்குத் தென்படவில்லை. அவர்களைக் கண்காணிக்க அங்கு யாருமில்லை. ஒருவேளை இவர்கள் ஏதாவது தந்திரம் செய்து தப்பிக்கப் பார்க்கிறார்களா என்று கண்டறிய அவர்கள் வெளியே காத்திருக்கலாம். அல்லது புதிதாய் வந்திருப்பவர்கள் இந்த நள்ளிரவு நேரத்தில் தப்பித்துப் போக பாதுகாப்பான இடம் ஏதுமில்லை என்பது அவர்களுக்குத் தெரிந்திருக்கலாம்.

காலையில் பெரிய வெண்ணிறக் கட்டிடத்தின் எதிரே அவர்கள் ஆய்வுக்காக வரிசையாக நிற்கவைக்கப்பட்டனர். அந்தக் கட்டிடத்திற்கு சாம்பல் நிற வண்ணம்பூசிய தகரக் கூரை இருப்பதும், மரத்தாலான உயரமான ஒரு தளம் இருப்பதும், அது எதிரே இருந்த கட்டிடத்தின் முன்பகுதிவரை நீண்டிருப்பதும் பகல் வெளிச்சத்தில் ஹம்சாவுக்குத் தெரிந்தது. அத்துடன் அதிகாலையில் அவன் பார்த்த மூடப்பட்ட

கதவுகள், அலுவலகங்கள் அல்லது சேமிப்புக் கிடங்குகளாக இருக்கவேண்டும் என்று இப்போது அவனுக்குத் தோன்றியது. மொத்தத்தில் அங்கு ஏழு கதவுகளும் அடைப்புப் பலகையுடன் கூடிய எட்டு ஜன்னல்களும் இருந்தன. கட்டிடத்தின் நடுவே இருந்த ஜன்னல்களும் கதவுகளும் திறந்திருந்தன. திறந்தவெளி மைதானத்தின் நடுவே ஒரு கொடிமரம் நடப்பட்டிருந்தது. அதனை இராணுவ அணிவகுப்பு மைதானம் என்று அழைக்கவேண்டும் என்று அவன் பிறகு அறிந்துகொண்டான்.

அவர்களை எழுப்பிவிட்ட ஓம்பாஷா அணிவகுப்பு மைதானத்துக்கு அவர்களை வழி நடத்திச் சென்றான். அதன்பிறகு வரிசையை ஒழுங்குபடுத்துவதற்காக மூங்கில் குச்சியைக் கையில் வைத்துத் தரையில் தட்டியபடியே அமைதியாக அவர்கள் பின்னால் வந்தான். முகாமுக்கு வந்தபோது செருப்பு அணிந்திருந்தவர்கள் உட்பட அவர்கள் அனைவருமே இப்போது வெறுங்காலுடனும் அன்றாடம் அணியும் சாதாரண உடைகளுடனும் நடந்து வந்தனர். ஓம்பாஷா வெடிமருந்துப் பைகள் வைத்திருந்த தோலால் ஆன இடுப்பு வார், குமிழ் அணிகள்கொண்ட காலணிகள், முகப்பில் கழுகுச் சின்னம் பொறித்த சிகப்புத் தொப்பி ஆகியவற்றுடன் இராணுவச் சீருடையில் இருந்தான். அவனுடைய முகம் நன்கு சவரம் செய்யப்பட்டு பளிச்சென்று இருந்தது. நடுத்தர வயதில் தொப்பையோடு இருந்தாலும் அவன் உறுதியான உடற்கட்டுடன் இருந்தான். அவனுடைய பற்கள் செம்பழுப்பு நிறக் கறையுடன் இருந்தன. அவனுடைய முகம் சிரிப்பே இல்லாது கடுமையாகச் சிவந்து காணப்பட்டதுடன் அவனுடைய இரண்டு நெற்றிப் பொட்டுகளின் மீதும் தழும்புகள் இருந்தன. அது, எந்த உணர்ச்சியையும் வெளிக்காட்டாத, அச்சமூட்டக்கூடிய ஓர் அடிமை அஸ்கரியின் முகம்.

ஓம்பாஷா வீரர்களின் வரிசை நேராகவும் அசையாமலும் இருப்பதைப் பார்த்து திருப்தியுற்ற பிறகு அலுவலகக் கதவுக்கு வெளியே நின்றிருந்த அதிகாரியை நோக்கித் திரும்பினான். தன்னுடைய முதுகை நிமிர்த்திக்கொண்டு பன்றிகள் ஆய்வுக்குத் தயாராக இருப்பதாகச் சத்தமாகக் கூறினான். இராணுவச் சீருடையும் தலைக் கவசமும் அணிந்திருந்த அந்த அதிகாரி இதைக் கேட்டு எந்த அசைவும் காட்டாமல் உலோகத்தால் பூணிடப்பட்ட சிறு பிரம்பைமட்டும் உயர்த்தி ஓம்பாஷா சொன்னதை ஏற்றுக்கொண்டதை வெளிப்படுத்தினான். பிறகு தன் பதவிக்கு உரிய பந்தாவைக் காட்டியபடி தான் நின்றிருந்த உயரமான தளத்தில்

இருந்து நிதானமாக இறங்கி பயிற்சி இராணுவ வீரர்களை நோக்கி வந்தான். வரிசையின் ஒரு மூலையில் இருந்து மெதுவாக நடக்கத் தொடங்கியவன் சிலரின் முகங்களை நீண்ட நேரம் பார்த்தபடி நின்றாலும் எதுவும் பேசவில்லை. தன் கையிலிருந்த குச்சியால் நான்கு முறை தொடர்ந்து தட்டினான். அசையாது நின்றபடி நேராகப் பார்க்குமாறும் எந்த காரணத்தைக் கொண்டும் எதற்காகவும் ஜெர்மானிய அதிகாரிகளை நேருக்கு நேர் பார்க்கக்கூடாது என்றும் ஓம்பாஷா அவர்களுக்கு அறிவுறுத்தியிருந்தான். அந்த ஜெர்மானிய அதிகாரியால் ஏற்கனவே தான் தேர்வு செய்யப்பட்டுவிட்டோம் என்று ஹம்சாவுக்கு உடனே தெரிந்துவிட்டது. மெலிந்த தேகமும் நன்கு சவரம் செய்யப்பட்ட முகத்துடனும் இருந்த அந்த அதிகாரி கதவருகில் இருந்து நகரும் முன்பாகவே அவனை ஹம்சா பார்த்துவிட்டான். தன்னெதிரே அவன் வந்து நின்றபோது ஏற்பட்ட நடுக்கத்தை அவனால் கட்டுப்படுத்தவே முடியவில்லை. உயரமான மேடைமீது நின்றிருந்தபோது இருந்த அளவுக்கு அந்த அதிகாரி இப்போது உயரமாக இல்லையென்றாலும் அவன் ஹம்சாவைவிட உயரமாக இருந்தான். சில நொடிகள்மட்டுமே ஹம்சாவின் எதிரே நின்றவன் உடனே அங்கிருந்து நகர்ந்துவிட்டான். ஆனால் அவனை நேராகப் பார்க்காமலேகூட அவனுடைய கண்கள் கடுமையாகவும் படிகம் போலவும் இருந்ததை ஹம்சா கண்டான். அந்த அதிகாரி அங்கிருந்து நகர்ந்தபோது அவனுடைய உடலில் இருந்து வீசிய கடுமையான மருந்து நெடி அவன் போனபிறகும் அங்கு நீடித்தது.

அதிகாரி வரிசையைப் பார்வையிட்டபோது குச்சியால் தட்டிச் சுட்டிக் காட்டப்பட்ட நால்வர், படைக் கருவிகளைச் சுமந்து செல்லும் இராணுவ வீரர்கள் பணிபுரியும் அலுவலகத்துக்குத் தூக்குப் படுக்கையை எடுத்துச் செல்வது அல்லது சுமை தூக்கும் பணி ஆகியவற்றுக்காக அனுப்பப்பட்டனர். ஒருவேளை அவர்கள் வயதானவர்களாகவும் மெதுவாக வேலைசெய்பவர்களாகவும் இருந்தது அதற்குக் காரணமாக இருக்கலாம். மற்றவர்களை, ஓம்பாஷா விருப்பத்திற்கு அந்த அதிகாரி விட்டுவிட்டான். படைக் கருவிகளைச் சுமந்துசெல்லும் இராணுவப் படைப் பிரிவின் இழிவான நிலைமையை அறிந்தும்கூட தான் அங்கேயே பணியமர்த்தப் பட்டிருக்கலாமோ என்று நினைத்த ஹம்சா குழப்பமும் பயமும் அடைந்தான். இப்படி யோசிப்பது கோழைத்தனம்தான் என்று அவனுக்குத் தெரியும். சுமை தூக்கிகள்கூட அஸ்கரிகளின் கொடுமையிலிருந்து தப்பவில்லை. வெறும் காலோடு மூட்டைகளைச் சுமந்துசென்றவர்கள் எல்லோராலும்

ஏளனப்படுத்தப்பட்டனர். பயிற்சி இராணுவ வீரர்கள் மேலும் சில அடி தூரங்கள் அணிவகுப்பு செய்யவைக்கப்பட்டு ஒரு சிறிய கட்டிடத்தின் முன்பு தரையில் உட்காரவைக்கப்பட்டனர். அந்தக் கட்டிடத்தினுடைய கீழ்த்தளத்தின் மையத்தில் இருந்த கதவு திறந்திருந்தது. கட்டிடத்தின் மூலையில் இருந்த இன்னொரு கதவு மேற்புறமும் கீழ்ப்புறமும் கொண்டிப் பூட்டால் இறுக்கப் பூட்டப்பட்டிருந்தது.

சுற்றிலும் மரங்களே இல்லை என்பதால் அணிவகுப்பு மைதானத்தில் நிழலே இல்லை. அது அதிகாலையாக இருந்தபோதும் அசையாது உட்காரவேண்டி இருந்ததால் ஹம்சாவின் தலையிலும் கழுத்திலும் சூரியன் சுட்டெரிக்க ஆரம்பித்தது. பல நிமிடங்களுக்குப் பிறகு இன்னொரு ஜெர்மானிய அதிகாரி கட்டிடத்தில் இருந்து வெளியே வந்தான். அவனுக்கு இரண்டு அடி இடைவெளிவிட்டுச் சீருடையணிந்த ஒரு ஆள் அவன் பின்னால் வந்தான். பருமனாக இருந்த அந்த ஜெர்மானிய அதிகாரி முழங்கால் நீளக் காற்சட்டையும், ஏராளமான சிறு பைகள் வைத்துத் தைக்கப்பட்ட குறுஞ்சட்டையும் அணிந்திருந்தான். அவனுடைய இடதுகையில் சிகப்புச் சிலுவையிட்ட ஒரு வெண்ணிறக் கைப்பட்டை இருந்தது. சிகப்பாகவும் மிகப் பெரிய பழுப்பு மீசையும், சொட்டையாகிக் கொண்டிருந்த தலையும், வெளிறிப்போன தலைமுடியும், காற்சட்டையும், மீசையும் கோமாளி போன்ற ஒரு தோற்றத்தை அவனுக்குத் தந்தது. அவர்களை வெகுநேரம் உற்றுப் பார்த்து, எழுந்து நிற்குமாறு கட்டளையிட்டவன், பிறகு உட்காரச் சொன்னான். பிறகு மறுபடி அவர்களை நிற்கச் சொல்லி உத்தரவிட்டவன் ஒரு சிறு புன்னகையை உதிர்த்துவிட்டு, தன் உதவியாளரைத் திரும்பிப் பார்த்து ஏதோ கூறிவிட்டு உள்ளே சென்றுவிட்டான். கைகளில் வெண்ணிறப் பட்டை அணிந்திருந்த அந்த உதவியாளர் ஓம்பாஷாவைப் பார்த்துத் தலையசைத்து மீண்டும் மருத்துவமனைக்குள்ளே சென்றுவிட்டான். அதன் பிறகு அவர்கள் ஒவ்வொருவராக ஆய்வுக்காக உள்ளே அனுப்பப்பட்டனர்.

ஹம்சாவின் முறை வந்து அவன் நுழைந்த அறை நல்ல வெளிச்சத்துடன் காற்றோட்டமாக இருந்தது. அதனுள் நேர்த்தியான முறையில் ஆறு படுக்கைகள் இடப்பட்டிருந்தன. அதன் ஒரு மூலை தடுக்கப்பட்டு மருத்துவ சிகிச்சை அளிக்கும் ஒரு சிறிய அறையாக மாற்றப்பட்டு, மடக்கு நாற்காலி இடப்பட்டிருக்க, இன்னொரு மூலையில் உடற் பரிசோதனை செய்யும் கட்டில் இருந்தது. ஒல்லியான குள்ளமான தோற்றத்துடன், அனுபவமிக்கவனாக, சிடு

மூஞ்சியாகவும் வெயிலால் கருத்துப்போயும் இருந்த உதவியாளர் அவனைப் பார்த்துப் புன்னகைத்தபடி கிஸ்வாகிலி மொழியில் அவன் பெயர், வயது, வசிப்பிடம், மதம் ஆகிய விபரங்களைக் கேட்டான். ஜெர்மானிய அதிகாரியிடம் பேசியபோது அவன் சொல்லிக்கொண்டிருந்த தகவல்களின் தொனி நம்பிக்கையற்றதாக இருந்தது. அவன் சொல்லச் சொல்ல ஒரு அட்டையில் அவற்றைக் குறித்துக்கொண்டிருந்த அந்த அதிகாரி ஹம்சாவை நோக்கி அவை சரியானவைதானா என்பது போல ஒரு பார்வை பார்த்தான். அவன் தன்னுடைய வயதை அதிகப்படுத்திக் கூறியிருந்தான். உதவியாளர் அவனுடைய காற்சட்டையைச் சுட்டிக்காட்டி அதைக் கழற்றச் சொன்னான்.

ஹம்சா விருப்பமின்றி நிதானமாக அவற்றை அகற்றியதால் அதிகாரி “ஏய், சீக்கிரம்” என்றான். சிறிது சிரமப்பட்டுச் சாய்ந்து ஹம்சாவின் பிறப்புறுப்பை உற்றுப் பார்த்தவன் பிறகு எதிர்பாராதவிதமாக விரைப்பைகளை லேசாகத்தட்டினான். கூச்சத்துடன் ஹம்சா துள்ளியதைப் பார்த்துப் பொங்கிய சிரிப்பை அடக்கிக்கொண்டு, தன் உதவியாளரைப் பார்த்து லேசாகச் சிரித்தான். பிறகு மறுபடி முன் பக்கமாகச் சாய்ந்து ஹம்சாவின் குறியைப் பிடித்து அது விறைப்படையத் தொடங்கும்வரை அழுத்தினான். தன் உதவியாளரிடம் ‘நன்கு வேலை செய்யும் நிலையில் உள்ளது’ என்று பொருள்படும் சொற்களை கிஸ்வாகிலி மொழியில் சொன்னான். திக்குவாய் உள்ளவர்கள் பேசுவதுபோல அவன் சொன்ன இச் சொற்கள் அருவருப்பான, விகாரமான ஒன்றைப் போல வெளிப்பட்டன. அவன் ஹம்சாவின் குறியில் இருந்து கைகளை எடுத்தது ஏதோ விருப்பமேயின்றி எடுத்தது போலிருந்தது. அதன் பிறகு அந்த அதிகாரி ஹம்சாவின் கண்களைப் பரிசோதித்துப் பின் வாயை திறக்கச் சொன்னான். பிறகு அவனுடைய மணிக்கட்டை அழுத்தமாகப் பிடித்து நாடியைப் பரிசோதித்தான். அதன் பிறகு ஒரு உலோகத் தட்டில் இருந்து ஊசி ஒன்றை எடுத்து அந்த ஊசியை அடர்த்தியான ஒரு திரவத்தில் தோய்த்தான். பிறகு வேகமாக ஹம்சாவுடைய கையின் மேற்பகுதியை முரட்டுத்தனமாகப் பிடித்து ஊசிபோட்டு பிறகு அந்த ஊசியை வேறொரு வட்டிலில் இட்டான். அதன் பிறகு அந்த உதவியாளர் ஹம்சாவுக்கு ஒரு மாத்திரையையும் குவளையில் சிறிது தண்ணீரும் தந்து அதை விழுங்கச் சொன்னான். அதன் கசப்பைத் தாங்கமுடியாமல் ஹம்சா பதற்றத்துடன் படபடத்து முகஞ்சுளித்ததைப் பார்த்து அவன் புன்னகைத்தான். இதற்கிடையே அந்த அதிகாரி தன்னுடைய அட்டையில் மேலும்

சில விவரங்களை எழுதிக்கொண்டான். ஹம்சாவை வெகு நேரம் பார்த்தபடி ஏதோ யோசித்த அந்த மருத்துவ அதிகாரி அவனைப் பார்த்துக் கையசைத்துப் புன்னகையுடன் அவனை வெளியே அனுப்பினான். இதுவே ஹம்சாவுக்கும் மருத்துவ அதிகாரிக்கும் இடையே ஏற்பட்ட முதல் சந்திப்பு. அவர்களுக்கு ஒரு சீருடையும், இடுப்பு வாரும், காலணிகளும், தட்டையான மேற்பாகமும், கறுப்பு தொங்கு குஞ்சங்களும்கொண்ட ஒரு சிகப்புத் தொப்பியும் தரப்பட்டன.

அவர்களிடம், ஓம்பாஷா, "என்னுடைய பெயர், ஜெஃப்ரைடர் ஹைதர் அல்-ஹமத். அஸ்கரிகளாகப் போகும் உங்களுக்குப் பயிற்சி அளிக்கப்போகும் அதிகாரி நான்தான். நீங்கள் எப்போதும் நன்னடத்தையைமட்டுமே வெளிப்படுத்துவீர்கள். என்னுடைய ஆணைகளுக்குக் கட்டுப்படுவீர்கள். நான் வடக்கு, தெற்கு, கிழக்கு, மேற்கு என எல்லா திசைகளிலும் போர்க்களங்களைச் சந்தித்துள்ளேன். ஆங்கிலேயர்களுக்காகவும் எகிப்தின் அரசாங்கப் பிரதிநிதியாகவும் இருந்த நான் இப்போது ஜெர்மானியப் பேரரசுக்காகவும் போர் புரிகிறேன். நான் நன்மதிப்பும் அனுபவமும் கொண்டவன். அஸ்கரி ஆவது எப்படி என்று நான் உங்களுக்குக் கற்பிக்கும்வரை நீங்கள் பன்றிகள். நான் உங்களுக்குப் பயிற்றுவிக்கும்வரை நீங்கள் காட்டுமிராண்டிகளான மற்ற பொதுமக்களைப் போலத்தான் இருப்பீர்கள். இனி வரப்போகிற ஒவ்வொரு நாளும் அஸ்கரியாக இருப்பதால் நீங்கள் எவ்வளவு அதிர்ஷ்டசாலிகள் என்று உணர்வீர்கள். மரியாதையும் பணிவுமாக, கடவுள் மீது ஆணையாக சொல்கிறேன், நீங்கள் எப்படி மாறுகிறீர்கள் என்று பார்ப்பீர்கள். புரிந்ததா? அனைவரும் இதை ஒன்றாகக் கூறுங்கள்: 'ஆமாம் ஐயா' இந்தச் சீருடை, இந்தக் காலணிகள், இந்த இடுப்பு வார், இராணுவ வீரர்கள் அணியும் தட்டையான மேற்பாகமும், கருப்பு தொங்கு குஞ்சங்களும்கொண்ட இந்த சிகப்புத் தொப்பி ஆகியன மிக முக்கியமானவை. நீங்கள் அவற்றைச் சுத்தமாக வைத்துக்கொள்வதுடன் ஒழுங்காக அணியவும்வேண்டும். தினம் தினம் அவற்றைத் தூய்மைப்படுத்த வேண்டும். இது உங்களுடைய முதல் கடமை. தினமும் நீங்கள் உங்களுடைய சீருடை, இடுப்பு வார், காலணிகள் மற்ற அனைத்தையும் தூய்மையாக்கவேண்டும். அவை தூய்மையாக இல்லாவிட்டால் நீங்கள் எல்லோர் முன்பாகவும் துன்பமடைவீர்கள். அதற்கு என்ன அர்த்தம் என்று தெரியுமா? உங்களுடைய பருத்த பிட்டங்களின்மீது இருபத்தி ஐந்து கசையடிகள் விழும். நீங்கள் அஸ்கரி என்னும் பெருஞ்சிறப்பை அடையும்போது

என்னைப் போல நீங்களும் சிகப்புத் தொப்பி அணிந்திருப்பீர்கள். நான் உங்களுக்குத் சுத்தத்தைக் கற்பிப்பேன். நீங்கள் சுத்தமாக இருப்பீர்கள். இல்லையென்றால் அல்லாவின் மீது ஆணையாகக் கூறுகிறேன். பிறகு என்ன நடக்கும் என்று உங்களுக்குத் தெரியும். உங்கள் பொருட்களைச் சுத்தமாக வைத்திருங்கள். இதுதான் இங்குள்ள யதார்த்தமான நிலைமை. புரிந்ததா?" என்றான்.

"சரி ஐயா"

எப்படி ஒவ்வொன்றையும் அணியவேண்டும், பத்திரமாகப் பாதுகாக்கவேண்டும் என்று விளக்கினான். அவன் கிஸ்வாகிலி, அரபி, சில ஜெர்மானியச் சொற்கள் எனப் பல மொழிகளைக் கலந்துகட்டி அரைகுறையாகப் பேசினான். அவற்றுடன் எதுவும் புரியவில்லை என்று சொல்லமுடியாத அளவுக்குச் சைகைகளும் ஜாடைகளும் இணைத்து அனைவரும் புரிந்ததாகத் தலையசைக்கும்வரை பேசினான். "சரி ஐயா" என்றனர். "சபாஷ்" என்ற ஓம்பாஷா, இதுதான் இங்கு முகாமில் பேசப்படும் ஒரே மொழி, கள யதார்த்தம். புரிந்ததா? ஏதாவது உங்களுக்குப் புரியாவிட்டால் இது புரியவைக்கும்" என்று தன் கையில் இருந்த கம்பை அவர்களை நோக்கிக் காற்றில் வீசிக் காட்டினான்.

பொமா முகாமுக்கு மிக அருகில் இருந்த கிராமத்தின் ஒரு முகாமில் அவர்கள் தங்கவைக்கப்பட்டனர். அதிகாலையின் முதல் கீற்று தோன்றியதுமே ஒரு ஊதுகுழலின் அழைப்புடன் தொடங்கி நண்பகல்வரை தொடர்ந்த களைப்பளிக்கும் அதிதீவிரப் பயிற்சி அடுத்தநாள் காலையிலிருந்து மறுபடி ஆரம்பித்தது. பொமா முகாமுக்குள் நடந்த இப் பயிற்சிகளை முதலில் ஓம்பாஷாவிடமும், எளிதில் திருப்திப்படுத்தமுடியாத, எப்போதும் முகம் சுளித்தபடி இருக்கிற இன்னொரு அதிகாரியான அலி நங்குரு ஹசன் என்பவரிடமும் ஒருவர் மாற்றி ஒருவருடைய கட்டுப்பாட்டில் அவர்கள் விடப்பட்டனர்.

பயிற்சி தொடங்கிய பல நாட்களுக்குப் பிறகே அவர்கள் ஜெர்மானியப் படைத் தலைவனான வால்தரைச் சந்திக்கமுடிந்தது. உயரமாகவும் கட்டுமஸ்தாகவும் இருந்த படைத் தலைவனுடைய குரல் கனமாகவும் இடி முழக்கத்தைப் போன்று சத்தமாகவும் இருந்தது. அவனுடைய கருத்த தலைமயிரும், பெரிய மீசையும், பிதுங்கித் தெரியும் பழுப்பு நிறக் கண்களும் அவனைப் பார்க்கும் யாரையும் சினமூட்டுபவையாகவும், எரிச்சலடையச் செய்பவையாகவும் இருந்தன. அவன் பேசிய ஒவ்வொரு

வார்த்தைக்கும் அவனுடைய உதடுகள் ஏளனமாக மடிந்தன. அவன் நடத்திய பயிற்சி வகுப்புகள் உற்சாகமாகவும் கடுமையாகவும் இருந்தன. அவர்களுடைய மந்தமான செயல்திறன் அவனுக்கு மிகுந்த எரிச்சலூட்டியது. அவன் அவர்களைக் கடுமையாக வேலை வாங்கியதோடு மோசமான, ஆபாசமான வார்த்தைகளால் அவர்களைக் கண்டித்தபோது தன் விரல்களைத் தன் உதடுகளின்மீது வைத்து உதடுகளை உயர்த்தினான். சாக்கடையில் இருந்து கழிவு நீர் கொட்டுவதுபோல் அவனுடைய வாயில் இருந்து கெட்டவார்த்தைகள் கொட்டின. அவன் எதுவும் செய்யாமல் அமைதியாக இருந்தபோதுகூட தன் எரிச்சலைக் கட்டுப்படுத்தப் போராடினான். ஒரு ஜெர்மானிய அதிகாரி எப்படி இருக்கவேண்டும் என்று ஹம்சா நினைத்திருந்தானோ அந்த குணங்கள் அத்தனையும் அவனிடம் இருந்தன. உலோகப் பூணிட்ட ஒரு சிறிய கைத்தடியை எப்போதும் கையில் வைத்துக்கொண்டு, பொறுமையின்றி அதைத் தன் வலது காலில் தட்டியபடி இருப்பவன், சில சமயங்களில் தன்னையறியாமல் பலமாகத் தட்டிவிடுவான். கட்டுப்படுத்த முடியாத கோபத்தில் வன்முறையைக் கக்கியபடி காற்றில் சுழற்றமட்டுமே அந்தக் குச்சி மற்ற சமயங்களில் அவனுக்குப் பயன்பட்டது. ஆப்பிரிக்கக் கூலிப் படை வீரன் ஒருவனை அடிப்பது ஒரு ஜெர்மானிய அதிகாரிக்குக் கௌரவக் குறைவு என்பதால், எந்த விஷயத்தையாவது அழுத்தமாகப் பதிய வைக்க விரும்பினால் எல்லா பயிற்சி வகுப்புகளிலும் தன்னுடனிருந்த சார்ஜன்ட் தானே முன்வந்து அவர்களை அடிக்கவேண்டும் என்று எதிர்பார்த்தான்.

அங்கிருந்த அனைவருக்கும் மலேரியாவுக்கான தடுப்பு மருந்தான கொயினி தரப்படுவதில் தொடங்கிய அன்றைய நாள் அதன் பின், பல மணி நேரங்கள் நடந்த அணிவகுப்புப் பயிற்சியுடன் தொடர்ந்தது. ஜெர்மானியக் காலனித்துவப் பேரரசின் இராணுவத்தைப் பொருத்தவரை அணிவகுப்பு நன்றாக இருக்க வேண்டியது மிக முக்கியமானது என்று அவர்களைப் பார்த்து, படைத் தலைவன் உறுமினான். அணிவகுப்பு துல்லியமாக இருக்கவேண்டும் என்று அவர்கள் நினைத்தனர். ஓம்பாஷாவோ, படைத் தலைவனோ உரத்த குரலில் இட்ட ஆணைகளுக்கும் வசைகளுக்கும் இடையே இராணுவ பாணியில் விறைப்பாக நிற்கவும், தனித்தனியாகவும் பிறகு குழுவாக அணிவகுத்து நிற்கவும் அவர்கள் கற்றுக்கொண்டனர். அதன் பிறகு ஆயுதங்களைக் கையில் ஏந்தவும், பயன்படுத்தவும், தரையில் படுத்து குறிபார்க்கவும்,

இலக்கை நோக்கிச் சுடவும், வேகமாக மீண்டும் துப்பாக்கிக்குள் குண்டுகளை நிரப்பவும் கற்றுக்கொண்டனர். ஜெர்மானியக் காலனித்துவப் பேரரசின் இராணுவத்தினர் கட்டளையிட்டால் ஒழிய வீரர்கள் ஓய்வெடுக்கக்கூடாது, தாக்குதல் நேரும்போது பதற்றமடையக்கூடாது, மற்ற எல்லாவற்றையும்விட முக்கியமானது, திடமான மனதுடன் உறுதியாக இருக்கவேண்டும். புரிந்ததா? ஒவ்வொரு கட்டளையும் கூச்சலாகவும் அதைத் தொடர்ந்து வசையும் வெளிப்பட்டது. “சரிங்க ஐயா!” ஒவ்வொரு தவறும், அதன் தீவிரத்தன்மையைப் பொறுத்து வன்முறை மூலமாகவோ கடுமையான பணிகள் தரப்பட்டோ தண்டிக்கப்பட்டன. தண்டனைகள் எப்போதும் பொதுவெளியில்தான் தரப்பட்டன. புதிதாகப் பயிற்சியில் சேர்ந்தவர்கள், இதற்கு முன் ஜெர்மானியக் காலனித்துவப் பேரரசுக்காகப் போரிட்டவர்கள் என மொத்த இராணுவத் துருப்புகளும் இஷிரின், எனும் இருபத்தி ஐந்து கசையடிகள் தரப்படும் நிகழ்வினைக் காண பொமா முகாமுக்கு அடிக்கடி வந்தனர். அவமானகரமாகப் பொதுவெளியில் தரப்பட்ட இந்தக் கசையடிகள் அத்தகைய மோசமான தண்டனைக்குரிய குற்றங்களாக இல்லாமல் சிறு குற்றங்களுக்காகத் தரப்பட்டன. ஆனால் கசையடிமட்டும் எப்போதும் ஜெர்மானிய அதிகாரியின் கைகளால் நிகழாமல் ஆப்பிரிக்க அஸ்கரியால் மட்டுமே தரப்பட்டன.

ஆயுதங்கள், காலணிகள், கால்களில் அணியும் இறுக்கமான முழுக் காற்சட்டை, சீருடைகள் ஆகியவற்றைத் தூய்மைப்படுத்துவது, பொமா வளாகம், படை வீரர்களின் குடியிருப்புக் கட்டிடத்தைச் சுத்தம் செய்வது எனத் தங்களுக்கு இடப்பட்ட பணிகளை அவர்கள் மதியவேளைகளில் செய்தனர். தினந்தினம் மேற்கொள்ளப்பட்ட நிறைய ஆய்வுகளில் சுத்தப்படுத்தப்பட்ட இடங்களில் காணப்பட்ட ஒவ்வொரு கறைக்கும், தனித்தனியாகவோ சில சமயங்களில் குழுவாகவோ தண்டிக்கப்பட்டனர். தங்கள் உடலைப் பலமூட்டுவதற்கான உடற்பயிற்சிகள், ஓட்டம், நிர்பந்திக்கப்பட்ட அணிவகுப்புகள், உடலைக் கட்டுறுதி செய்யும் பயிற்சிகள் ஆகியவற்றைச் செய்தனர். ஹம்சாவின் குழுவில் இருந்த பெரும்பாலானோர் உள்ளூரைச் சேர்ந்தவர்கள் என்பதால் அவர்கள் தங்களுக்குள் இயல்பாகப் பேசிக்கொள்ளமுடிந்தது. ஆனால் துருப்புகளிடையே அரபி, கிழக்கு ஆப்பிரிக்கர்கள் பேசும் கின்யம்வெசி, ஜெர்மன் ஆகிய மொழிகளே பெரும்பாலும் புழங்கின. இந்த அனைத்து மொழிகளில் இருந்த சொற்களும்

ஒன்றாகக் கலந்து உருவான கிஸ்வாகிலி மொழிதான் அங்கிருந்த துருப்புகளின் பிரதானமொழியாக மாறியது.

களைப்பூட்டும் தினசரி வேலைகளால் ஹம்சா தன்னிலை இழந்துவிட்டான். அங்கு வந்து சேர்ந்த முதல் நாளன்று ஏற்பட்ட பதற்றத்தில் வன்முறையாளர்களும், பலமும், தற்பெருமையும் கொண்டவர்கள் தன்னை அவமதிப்பர், கொடுமைப்படுத்துவர் என்று அவன் பயந்தான். அவனுடைய குழுவில் வெளிப்படையாகத் தெரிந்த ஒருவிதமான ஒழுங்குக்கு பலமும் சுறுசுறுப்பும் ஒரு காரணமாக விளங்கியது. அவனுடைய குழுவில் இருந்த கோம்பா, ஃபுலனி எனும் இருவருடைய பலமும் உற்சாகமும் அவர்களைத் தலைவர்களாக அடையாளம் காட்டின. குழுவில் இருந்த மற்ற யாரும் அந்த இடத்திற்குப் போட்டியிடவில்லை. ஜெர்மானியக் காலனித்துவப் பேரரசின் இராணுவத்தினரின் அளவுக்கு ஆற்றல் இல்லாவிட்டாலும் ஃபுலனிக்கு ஏற்கனவே இராணுவத்தில் பணியாற்றிய அனுபவம் இருந்தது. காங்கோவில் வசித்த பண்டு இனக்குழுவைச் சார்ந்த நியாம்வசியான அவன் ஒரு வணிகனிடம் பாதுகாப்புப் பணியில் இருந்தபோது, நியாம்வசி மொழியில் அவனுடைய பெயரை நினைவில் வைத்துக்கொள்ள இயலாத அந்த வணிகன், அவனுக்கு 'இன்னார்' என்று பொருள்படும் ஃபுலனி என்ற பெயரிட்டு அழைத்தான். அந்தப் பெயரின் ஓசை நயம் பிடித்திருந்ததால் ஃபுலனி அதையே தன் பெயராக ஏற்றுக்கொண்டான். கோம்பா, ஒரு விளையாட்டு வீரனுக்கு இருக்கும் இயல்பான உடல் பலத்துடன் தன்னிம்பிக்கையுடன் காட்சியளித்தான். அவர்கள் இருவரும் எல்லாப் பயிற்சிகளையும் தலைமை ஏற்று நடத்தி, உணவு கொண்டு வந்து தந்த பெண்களிடம் கதை பேசி, ஏராளமான வதந்திகளை அவர்களுக்குப் பரிசாக அளித்து மாலையில் அவர்களைச் சந்திப்பதாக உறுதி கூறுவர். அவர்களுக்குத்தான் முதலில் உணவு பரிமாறப்பட்டது, அதிக அளவிலும் பரிமாறப்பட்டது. அவர்களைத்தான் ஓம்பாஷா எப்போதும் புகழ்ந்தான். அதிகமாகப் புகழ்ந்துகொண்டிருந்த படைத் தலைவன் அவனைப் பிறகு திட்டிக்கொள்ளலாம் என்று எண்ணித் தன் வசைச் சொற்களைச் சேமித்து வைத்தான். ஆனால் கோம்பாவோ படைத் தலைவனை வெடசேவல் என்று கிண்டல்செய்து சிரித்துக்கொண்டிருந்தான். பெண்கள் தன்னைச் சுற்றி இருக்கையில் அவன் குரல் குளறும். கோம்பாவுக்குத் தரப்பட்ட முக்கியத்துவத்தை அந்தக் குழுவுக்கே கிடைத்த அங்கீகாரமாக அவர்கள் புரிந்துகொண்டனர். தன் அதிகாரத்தை

நிலை நிறுத்துவதற்காகப் படைத் தலைவன் அவர்கள் இருவருடைய முக்கியத்துவத்தைக் குறைக்காமல், அதே சமயம் அவர்களைத் தாழ்த்தியாகவேண்டிய நிலையில் இருந்தான். ஹம்சா மற்ற இராணுவ வீரர்களைப் போலவே அந்த அதிகாரப் படிநிலையைக் கலைக்காமல், தனக்குரிய இடத்தை அதனுள் தேடிக்கொண்டான்.

கோம்பாவுக்கும் ஃபுலனிக்கும் இருந்த இந்த அதிகாரம் முக்கியமான ஒன்றாகவோ பிரச்சினைக்கு உரியதாகவோ ஹம்சாவுக்குத் தோன்றவில்லை. கடினமான பயிற்சியும் தண்டனை குறித்த பொதுவான அச்சமுமே குழுவின் மனதில் பெரும்பாலும் ஊடாடிக் கொண்டிருந்தது. ஓம்பாஷாவின், குறிப்பாக படைத் தலைவனான வால்தரின் ஏளனத்துக்கும் வன்முறைக்கும் என்ன காரணம், என்ற கேள்விக்கு யாரிடமும் பதில் இல்லை. எல்லோருமே ஒருவரை ஒருவர் பெயரிட்டு அழைத்தோ முகம் பார்த்தோ பேசாமல், முடிந்த அளவு பணிவுடனும் முகமலர்ச்சியுடனும் நடந்துகொண்டனர். எதைச்செய்தாலும் தப்பித்துக்கொள்ளும் திறன் கோம்பாவுக்கு இருந்தது. காரணம், தன் ஆடை அலங்காரத்தால் அவன் மற்றவர்களைக் கவர்ந்ததுடன் திமிராகவும் நடந்துகொண்டான். தன் மனதறிந்து தவறு செய்யத் தெரியாதவன், மரியாதைக்குறைவாக நடக்கும் எண்ணமே துளியும் இல்லாதவன் என்ற பிம்பத்தை அவன் மற்றவர்களிடம் ஏற்படுத்தி இருந்தான்.

ஆனால் இந்தக் கடுமையான சூழ்நிலையிலும் தன் பலமும் திறமையும் வளர்வதைக் கண்டு தான் இவ்வாறு திருப்தியடைவோம் என்று ஹம்சாவே நினைத்துப் பார்த்ததில்லை. பன்றிகள், உதவாக்கரைகள் எனும் வசைக் கூச்சல்களையும், பயிற்றுனர்கள் தொடர்ந்து அவர்கள் மீது துப்பிக்கொண்டிருந்த அர்த்தம் புரியாத ஜெர்மன் மொழிச் சொற்களையும் கேட்டு வேதனையுடன் முகம் சுளிப்பதைச் சில நாட்களில் நிறுத்திவிட்டான். அந்தக் குழுவில் தானும் இருப்பதை நினைத்துப் பெருமையடைந்ததும் அவன் இதுவரை எதிர்பார்த்திராதது. அவர்கள் தன்னைப் புறக்கணிப்பார்கள் என்பதோடு கேலியும் செய்வார்கள் என்று அவன் பயந்ததுபோல் எதுவும் நடக்கவில்லை. அதற்குமாறாக தண்டனை நடை முறைகளையும், களைப்பையும் குறித்துக் குறைபட்டுக்கொள்ள அவனுக்கென அங்கு ஆட்கள் இருந்தனர். தன்னுடைய உடல் பலம் பெற்றதுடன், கட்டளைகளுக்கு ஏற்ப திறம்பட நடப்பதையும், பயிற்றுனர்கள் எதிர்பார்த்ததற்கு ஏற்பத் துல்லியமாக அணிவகுப்பு செய்வதையும் அவனால் உணரமுடிந்தது. ஆனால் களைப்படைந்து உறங்கும் உடல்களில் இருந்து வீசிய வியர்வை நாற்றத்தையும்,

அப்போது அவர்கள் வெளியேற்றிய குசு நாற்றத்தையும் பழகிக் கொள்வதற்கு அவனுக்கு வெகுகாலம் பிடித்தது. மிருகத்தனமான தொடர் தாக்குதலால் அனைவரும் துன்பப்பட்டனர். ஆனால் தனக்குத் தரப்பட்ட இடத்தைத் தக்கவைத்துக்கொண்டு அமைதியாகத் தலை தாழ்த்தி நிற்க ஹம்சா கற்றுக்கொண்டான். அவர்கள் தங்கள் சூழ்ச்சித் திட்டங்களைச் செயல்படுத்துவதற்காக வெளியே போகும்போது அஸ்கரிகளைக் கண்டதும் கிராமத்தினர் அடைந்த பீதியைப் பார்த்து, தன் மனதில் எழுந்த மனக் கிளர்ச்சியை அவனால் அடக்கமுடியவில்லை.

அந்த முதல் நாள் காலைக்குப் பிறகு அந்த அதிகாரியை அவன் மறந்துபோனான். அவர்களுடைய காலை நேரப் பயிற்சி, பெரும்பாலும் பொமா முகாமில் இருந்த அணிவகுப்பு மைதானத்தில் நடைபெற்றது. அதைப் பார்வையிட சில சமயங்களில் அந்த அதிகாரி அங்கு வருவதுண்டு. சிறிது நேரம் மட்டுமே அங்கிருந்த அந்த அதிகாரி உயரமான மேற்தளத்தில் இருந்து கீழே இறங்கவேமாட்டான். பெரும்பாலான நாட்களில் அவன் சதித் திட்டங்களைச் செயல்படுத்தியபடி வழக்கமான இராணுவப் படைப் பிரிவுகளோடு களத்தில் இருப்பான். ஷாவரி தூதுக் குழு என்று அழைக்கப்பட்ட அக்குழு அரசின் கொள்கைகளை விளக்கும் கலந்துரையாடல் கூட்டங்கள் நடத்தவும், தீர்ப்பு ஆவணங்கள் வழங்கவும், தவறிழைத்த தலைமைப் பொறுப்பாளர்களுக்கும் கிராமத்தினருக்கும் தண்டனைகள் தரப்படும் இடத்தை முடிவுசெய்யும் என்பதையும் அவர்கள் அங்கிருந்த மற்ற அஸ்கரிகள் மூலமாக அறிந்துகொண்டனர். அவர்களுடைய படைப் பிரிவு, பயிற்சிக்காக ஒரு ஷாவரி தூதுக் குழுவில் இணைக்கப்பட்டபோது கலந்துரையாடல் என்று பெரிதாக ஏதுமில்லாததை ஹம்சா உணர்ந்தான். அந்த முட்டாள் கிராம மக்களைக் கட்டுக்குள் கொண்டுவரவும், எந்தக் கேள்வியும் கேட்காமல் அரசின் கட்டளைகளுக்குக் கீழ்ப்படியும்படி அச்சுறுத்தி வைக்கவுமே இந்தச் சதித் திட்டங்கள் மேற்கொள்ளப்பட்டன.

பல வாரகாலம் தொடர்ந்த பயிற்சிக்குப் பிறகு ஒரு நாள் காலை அந்த அதிகாரி மரத்தால் செய்யப்பட்ட பலகையின் மேற்தளத்தில் இருந்து கீழே இறங்கி அவர்களை நோக்கி வந்தான். அந்தத் தருணம் முன்பே திட்டமிடப்பட்டது போலிருந்தது. ஏனெனில் அவர்களுடைய பயிற்சி அதிகாரிகளான அலி நங்குரு ஹசன் இன்னொரு அதிகாரியான அலி நங்குரு ஹசன், படைத்தலைவன் வால்தர் ஆகிய மூன்று பேருமே அப்போது அங்கிருந்தனர்.

வெண்ணிறத்தில் மின்னும் காவற்படைச் சீருடையில் இருந்த அந்த அதிகாரியைப்போலவே அவர்களும் நிறைய அரசுச் சின்னங்கள் பதிக்கப்பட்ட உடைகளை அணிந்திருந்தனர். சமிக்ஞைகள் வழியே தகவல்களைப் பரிமாறும் சிறப்புப் படைப் பிரிவில்சேரப் பயிற்சி பெற இருப்பவர்களும் இசைக் குழுவும் இந்த அணிவகுப்பில் இருந்தே தேர்ந்தெடுக்கப்படுவார்கள் என்று ஓம்பாஷா விளக்கியிருந்தான். இசைக் குழுவில் இருந்த ஒருவன் ஊதுகொம்பை இசைத்தான். ஆனால் அவன் வாசித்தது யார் காதிலும் விழவே இல்லை. இசைக் குழுவில் இணைய விண்ணப்பிக்க நினைத்திருந்த ஹம்சா ஓம்பாஷாவிடம் அனுமதி கேட்டான். சமிக்ஞைகள் வழியே தகவல்களைப் பரிமாறும் சிறப்புப் படைப் பிரிவுக்குத் தேர்வாகவேண்டும் எனில் எழுதப் படிக்கத் தெரிந்திருக்கவேண்டும். ஆனால் ஹம்சாவிற்கு எழுதப் படிக்கத் தெரிந்திருந்தாலும் அவன் அதற்கு விண்ணப்பித்திருக்கவில்லை. தன்மீது எந்தவிதமான கவனக்குவிப்பும் இருக்கக்கூடாது என்பதற்காக அவன் வேண்டுமென்றே அதைத் தேர்ந்தெடுக்கவில்லை. ஆனால் தன்னுடைய ஓய்வு நேரங்களில் மற்றவர்களுக்காக கிஸ்வாகிலி மொழிச் செய்தித்தாளை அவன் சத்தமாக படித்துக் காண்பிப்பதை இதற்கு முன் பொறுப்பு வகித்த அதிகாரியான ஹைதர் பார்த்திருக்கிறான். அணிவகுப்பின்போது நடக்க இருக்கின்ற தேர்வு பற்றி விளக்கிக் கொண்டிருந்தவன் சமிக்ஞைகள் வழியே தகவல்களைப் பரிமாறும் சிறப்புப் படைப் பிரிவு பற்றி குறிப்பிடும்போது ஹம்சாவை ஒரு பார்வை பார்த்தான்.

முதல் நாள்போலவே அதிகாரி அங்கு நின்றிருந்த வீரர்களின் வரிசையின் அருகே நடந்து சென்றான். ஆனால் இந்த முறை ஒவ்வொருவருக்கு முன்பாகவும் நின்று அவர்களை தீவிரமாக ஆய்வு செய்தான். இந்தத் தீவிரமான ஆய்வுக்குப் பிறகு கால்களை நேராக நிறுத்தி அசையாது நின்றிருந்த துருப்புகளின் எதிரே சில அடி தூரம் தள்ளி நின்றான். அதன் பிறகு அவன் ஊதுகொம்பை வாசித்த அபுதுவைப் பெயரிட்டு அழைத்ததும், அதிகாரியின் கட்டளைப்படி அவன் தான் நின்றிருந்த இடத்தில் இருந்து இரண்டு அடிகள் முன்னே வந்து நின்றான். அதன் பிறகு அவன் ஹம்சாவை அழைத்தான். அவனும் அபுதுவைப்போலவே முன்னே வந்து நின்றான். அந்த அதிகாரி நெற்றியைத் தொடும்படி கையை உயர்த்திப் படை வீரர்கள் செய்யும் வணக்கத்தைச் செலுத்திவிட்டுத் தன்னுடைய அலுவலகத்திற்கு சென்றுவிட்டான். அணிவகுப்புப் பயிற்சி மைதானத்தில் அபுதுவையும் ஹம்சாவையும்

விட்டுவிட்டுப் படைத் துருப்புகள் அணிவகுத்தபடி அங்கிருந்து கிளம்பிச் சென்றன. காலைச் சூரியன் சுட்டெரிக்க, தங்களுக்கு இடப்பட்ட கட்டளைப்படி அவர்கள் அசையாது அப்படியே நின்றுகொண்டிருந்தார்கள். இது ஒரு தேர்வு என்பதும், அவர்கள் நகர்ந்தாலோ பேசினாலோ கசப்பான ஒரு தண்டனை காத்திருந்ததும், அத்தோடு எல்லாவிதமான பயிற்சியும் முடிவுக்கு வந்துவிடும் என்பதும் அவர்கள் இருவருக்குமே தெரிந்திருந்தது. ஹம்சாவைப் பொருத்தவரை இது காரணமேயற்ற குரூரமான ஒரு மனப் போக்காகத் தோன்றியது. ஆனால் இது தாமதமான ஞானம் என்பதால் பொறுத்துப்போவதைத் தவிர அவனுக்கு வேறு வழியே இல்லை.

அந்த வெயிலில் அவர்கள் எவ்வளவு நேரம் நின்றார்கள் என்று உறுதியாகச் சொல்ல இயலாது. தோராயமாக கால்மணி நேரம் இருக்கலாம். சிறிது நேரத்திற்குப் பிறகு திரும்பி வந்த சார்ஜன்ட் ஹைதர் தன்னைப் பின் தொடர்ந்து வருமாறு அபுதுவிடம் கட்டளை இட்டான். இப்போது ஹம்சாமட்டுமே அங்கு நின்று கொண்டிருந்தான். அதன் பிறகு ஹம்சாவின் முறை வந்தபோது அவன் முன்னே நடந்து சென்று கட்டளைப்படி அலுவலகத்தின் கதவைத் திறந்தான். சில நொடிகளுக்கு அவனால் எதையும் பார்க்க முடியவில்லை. "இங்கே" என்ற ஒரு குரல் உள்ளிருந்து கேட்டது. அதிகாரியின் குரலை ஹம்சா கேட்டது அதுதான் முதல் முறை. அதன் கடுமைத் தன்மை தன் தசை நார்களின் வழியாக ஊடுருவுவதை அவன் உணர்ந்தான். அந்தப் பெரிய அலுவலகத்தின் முற்பகுதியில் இரண்டு ஜன்னல்கள் இருந்தன. மூலையில் ஒரு மேஜையும், அந்த மேஜைக்கு எதிரே ஒரு நாற்காலியும் இருந்தன. சுவரின் மீது சாய்த்து வைக்கப்பட்டிருந்த இன்னொரு சிறிய மேஜையின்மீது ஒரு வரைபலகை இருந்தது. அந்த அதிகாரி நாற்காலியில் சாய்ந்து அமர்ந்துகொண்டிருந்தான். தலைக் கவசம் அணியாதிருந்த அவனுடைய முகம் இப்போது சிறிதாகத் தெரிந்தது. குழிவிழுந்திருந்த அவனுடைய இடது கன்னத் தோல் சுருக்கத்துடன் இருந்தது. அவனுடைய கண்கள் நீல நிறமாக இருந்தன.

வேண்டுமென்றே வெகு நேரம் அமைதியாக இருந்த அந்த அதிகாரி ஜெர்மன் மொழியில் பேசியதை, "நீ சமிக்ஞைகள் தரும் பணி செய்ய விரும்புகிறாயா என்று முதலாம் லெப்டினன்ட் கேட்கிறார்" என்று ஓம்பாஷா மொழிபெயர்த்தான்.

அதிகாரியின் தலைக்கு மேலே வெட்டவெளியைப் பார்த்தபடி "ஆம் ஐயா" என்று ஹம்சா மிகுந்த உறுதியுடன் சத்தமாகக் கூறினான். சமிக்ஞை தரும் பணியில் இருப்பது அஸ்கரியாக இருப்பதைவிடப் பாதுகாப்பானதா என்று அவனுக்குத் தெரிந்திருக்கவில்லை. ஆனால் இந்தச் சிறிய விஷயத்தையெல்லாம் குறித்து யோசனை செய்ய இது சரியான தருணம் இல்லை.

மறுபடியும் அதிகாரி சுருக்கமாக "ஏன்?" என்று கேட்டதையும் அந்த அதிகாரி மொழிபெயர்த்தான். இந்தக் கேள்விக்கான பதிலை ஹம்சா யோசித்திருக்கவில்லை.

சில நொடிகளுக்குப் பிறகு "ஒரு புதிய திறனைக் கற்றுக்கொள்ளவும் முடிந்த அளவுக்கு ஜெர்மானியக் காலனித்துவப் பேரரசின் இராணுவத்தில் சேவை செய்யவும்" என்று பதில் சொன்னதாக அவனுக்கு நினைவிருந்தது.

இந்த பதிலைச் சொல்லிவிட்டு அவன் அதிகாரியை வேகமாக ஒரு பார்வை பார்த்தபோது அவன் புன்னகை செய்தது தெரிந்தது. "உனக்கு எழுதப் படிக்கத் தெரியுமா?" இதை ஓம்பாஷா மறுபடியும் மொழி பெயர்த்தான்.

"ஓரளவுக்குத் தெரியும்" அந்த அதிகாரி கைதிகளை விசாரணை செய்யும் தோரணையுடன், தெளிவாகச் சொல்லுமாறு கேட்டான். இதற்கு எப்படி பதில் சொல்வது என்று ஹம்சாவுக்குத் தெரியவில்லை. அவனுக்கு எல்லா எழுத்துக்களும் தெரியும். கிஸ்வாகிலி மொழியாக இருந்தால் பொறுமையாக வார்த்தைகளின் அர்த்தத்தைக் கண்டுபிடிக்கமுடியும். இதைத்தான் அவன் கேட்கிறானா என்பது உறுதியாகத் தெரியாததால் அவன் அதிகாரியினுடைய தலைக்கு மேலே வெறித்துப் பார்த்தபடி எதுவும் பேசாமல் அமைதியாக இருந்தான். அந்த ஜெர்மானிய உயர் அதிகாரி ஓம்பாஷாவைப் பார்த்தபடியே ஜெர்மன் மொழியில் மெதுவாகப் பேசினான். சார்ஜன்ட், அவன் பேசி முடிக்கும்வரை காத்திருந்து மொழிபெயர்த்துக் கொண்டிருந்தான். சொற்கள் வழக்கமான பாணியில் வெளிவந்தன. ஹம்சா அதிகாரிக்கு நேர் எதிரே நின்றிருந்தபடியால் சார்ஜன்ட் நீண்ட வாக்கியங்களைப் பேசியபோதெல்லாம் அதிகாரி லேசாக முகம் சுளிப்பதைப் பார்க்க முடிந்தது. அங்கிருந்த அத்தனை ஜெர்மானியர்களிலேயே அந்த அதிகாரிதான் கிஸ்வாகிலி மொழியைச் சிறப்பாகப் பேசியதாக ஒரு கருத்து நிலவியது.

“நீ இன்னும் நன்றாக வாசிக்க கற்றுக் கொள்ளக்கூடாதா என்று முதலாம் லெப்டினன்ட் கேட்கிறார். அவர் வாசிப்பதைப் போல உன்னால் ஏன் வாசிக்கமுடியாது? நாயே, அவர் உனக்கு அனைத்தையும் தருகிறார். ஆனால் நீ கற்றுக்கொள்ள மறுக்கிறாய். உனக்கு நாகரீகம் இல்லாததால்தான் நீ காட்டுமிராண்டியாக இருக்கிறாய். அவர் நீங்கள் கற்றுக்கொள்ளவேண்டும் என்கிறார். அவர் என்ன சொன்னார்? ஏதோ ‘மெசாடிக்’ என்றாரே. அது உனக்குத் தெரியும் தானே?” என்றான்.

அதிகாரி அவனைத் திருத்தி “மேத்தமேட்டிக்ஸ்” என்றான்.

“ஆமாம், மேத்தமேட்டிக்ஸ். அது உங்களுக்குத் தெரியாது, அடிமை நாய்களே” என்றான்.

“உங்கள் மொழியில் மேத்தமேட்டிக்சுக்கு என்ன சொல்வீர்கள்?” அதிகாரி சார்ஜன்டின் மொழிபெயர்ப்பு இல்லாமலேயே இதைக் கேட்டான்.

சார்ஜன்ட், “உங்களுடைய மொழியில் கணிதத்திற்கு என்ன சொல்லைப் பயன்படுத்துவீர்கள்? உங்களுக்கு கணிதம் என்றால் என்ன என்று தெரியுமா? இந்த உலகில் கணிதம் என்ற ஒன்று இல்லாமல், இசையையோ, தத்துவத்தையோ ஏன் சைகை செய்யும் வழிமுறையையோகூட உங்களால் புரிந்துகொள்ளமுடியாது.”

ஹம்சா சத்தமாக, “சரிங்க ஐயா” என்றான்.

“உங்களுக்குக் கணிதம் என்றால் என்னவென்று கூட தெரியாது இல்லையா! நாங்கள் உங்களுக்குக் கணிதத்தையும் மற்ற பல முக்கியமான விஷயங்களையும் கற்றுக்கொடுக்க வந்திருக்கிறோம். நாங்கள் இல்லாமல் அதை உங்களால் கற்கவேமுடியாது. உங்களுக்கு நாகரீகத்தைக் கற்பிக்கும் நோக்கம்கொண்ட எங்கள் திட்டம் இது” என்ற அதிகாரி தன்னுடைய இடது கரத்தை பொமா முகாமுக்கு வெளியே நீட்டினான். அவனுடைய மெலிந்த முகமும் உதடுகளும் ஒரு கேலியான புன்னகையில் மடிந்தன.

“இது எங்களுடைய தந்திரம். இதை ஒரு குழந்தைமட்டுமே தவறாக புரிந்துகொள்ள முடியும். நாங்கள் இங்கு உங்களை நாகரீகமானவர்களாக மாற்ற வந்திருக்கிறோம்.”

அந்த அதிகாரி சரியான சொல்லைத் தேர்ந்தெடுத்து கிஸ்வாகிலி மொழியைக் கவனமாகப் பேசினான். ஆனால் தன் கட்டுப்பாட்டில்

இல்லாத ஒரு மொழியைப் பேசியது போலவும் சொற்களைமட்டுமே வைத்துக்கொண்டு எந்தவித உணர்ச்சியும் இல்லாதது போலவும், சரியாகப் பொருந்தாததுபோலவும் அது இருந்தது. அவனுடைய கண்கள் ஆர்வத்துக்கும் ஏளனத்துக்கும் இடையே மினுங்கியபடி, தன் சொற்கள் ஹம்சாவின் மீது என்ன விளைவை ஏற்படுத்துகின்றன என்பதைத் தொடர்ந்து கவனித்தபடி இருந்தன. ஹம்சாவும் நேரடியாக அவனுடைய கண்களைச் சந்திக்காமல் முடிந்த அளவு அந்த அதிகாரி பேசுவதைமட்டும் கூர்ந்து கவனித்தான். அந்தக் கண்களில் ஒளிர்வது மோசமான வன்முறையாளன் ஒருவனுடைய மினுங்கல் என்பதைப் பிறகுதான் அவன் அறிந்துகொண்டான்.

"ஆனால் என்ன, நீங்கள் எப்பொழுதுமே கணிதத்தை கற்றுக்கொள்ளமாட்டீர்கள் என்று நான் நினைக்கிறேன். ஏனெனில் அதைக் கற்றுக்கொள்ளத் தேவைப்படும் மனம் சார்ந்த ஒரு ஒழுக்கம் உங்களிடம் இல்லை. இப்போதைக்கு அவ்வளவுதான்" என்று சுருக்கமாகச் சொன்ன அதிகாரி தன் அலுவலகத்தைவிட்டு வெளியேறுமாறு அவர்களை நோக்கிக் கையசைத்தான்.

அதன் பிறகு ஹம்சா அந்த அதிகாரியின் தனி வேலையாளாக நியமிக்கப்பட்டிருப்பதையும் தினம் காலையில் முதல் வேலையாக அவன் அந்த அதிகாரியின் வீட்டிற்குச் சென்று, அன்று செய்ய வேண்டிய வேலைகள் குறித்த அறிவுறுத்தல்களைப் பெற்றுக் கொள்ளவேண்டும் என்பதையும் பிறகு அறிந்துகொண்டான். சமிக்ஞைகள் வழியே தகவல்களைப் பரிமாறும் சிறப்புப் படைப் பிரிவுக்குத் தன்னைப் பணியமர்த்தக் கேட்ட அவனுடைய விண்ணப்பம் காரணம் சொல்லாமல் மறுக்கப்பட்டது. ஹம்சாவுக்குக் கொடுக்கப்பட்ட பணி வெளியே தெரிந்ததும் கோம்பா கிண்டலை முதலில் தொடங்கிவைத்தான்.

"நீ ஆண்மையற்றவன். அதனால்தான் அவன் உன்னை தேர்ந்தெடுத்திருக்கிறான். அவனுக்கு அழகான இனிமையான யாராவது ஒருவர் தன்னுடைய முதுகை அழுத்திவிடவும் உணவு பரிமாறவும் தேவை. மலைப் பிரதேசம் குளிராக இருக்கும் என்பதால் இரவுகளில் அவனைக் கதகதப்பாக்க யாராவது அவனுக்குத் தேவைப்படுவார்கள். அதாவது ஒரு மனைவியைப் போன்ற ஒருவர். நீ இங்கு என்ன செய்துகொண்டிருக்கிறாய்? ஒரு இராணுவ வீரனுக்கு இவ்வளவு அழகு இருப்பது மிக அதிகம்."

"இந்த ஜெர்மனியர்களுக்கு அழகிய இளம் ஆண்களை, குறிப்பாக உன்னைப் போல நல்ல பழக்க வழக்கங்கள் உள்ளவர்களைப்

பிடிக்கும்" என்ற ஃபுலனி, தன் கைகளை அசைத்துக் குரலைத் தணித்து, கோம்பாவைப் பார்த்து, "உனக்கு விருப்பம் இருந்தால்" என்றான்.

"ஆமாம். கனவில்மட்டும் காணக் கிடைப்பதுபோல என்ன ஒரு அழகு" என்ற கோம்பா கையை நீட்டி ஹம்சாவின் முகவாயை வருடுவதுபோலத் தன் கையை நீட்டினான். மற்றவர்கள் அவர்களுடன் சேர்ந்துகொண்டனர். பெண்களைப் போல இடுப்பை ஒசித்த நடையுடன் ஹம்சா உணவு பரிமாறுவதுபோலவும் முதுகை அழுத்திவிடுவதுபோலவும் நடித்துக் காட்டினர்.

"ஜெர்மானியனுக்கு நீ முதுகு அழுத்திமுடித்துவிட்டால் எப்போது வேண்டுமானாலும் நீ இங்கு வந்து என்னுடைய முதுகை வருடிவிடலாம்" என்று யாரோ சொன்னார்கள்.

இந்த விளையாட்டில் களைத்துப்போய் அவர்கள் அவனை அங்கு தனியே விட்டுச் செல்ல வெகு நேரம் ஆனது. அதற்குள் ஹம்சா அவமானத்தில் குறுகிப் போயிருந்தான். அவர்கள் சொன்னதெல்லாம் உண்மையிலேயே தனக்கு நடக்குமோ என்று பயப்பட்டான். இதுநாள்வரை அவர்கள் அவனைத் தங்களுள் ஒருவனாகவே நினைத்து முகாமில் தங்களுக்கு இருந்த குறைகளையும், அனுபவித்த பலவிதமான தண்டனைகளையும் அவனிடம் பகிர்ந்துகொண்டிருந்தனர். அவர்கள் யாருமே இம்மாதிரி அவமரியாதையாக இதற்கு முன் அவனிடம் பேசியதில்லை. வலுக்கட்டாயமாக அவர்கள் தங்களை அவனிடமிருந்து விலக்கிக்கொண்டதுபோலிருந்தது.

4

இலியாசிடமிருந்து எந்தவிதத் தகவலும் இல்லை. ஆனால், கலீஃபா, "கவலைப்படுவதற்கு எதுவும் இல்லை. டார் எஸ் சலாம் வெகு தூரத்தில் இருக்கிறது. நாம் அவனிடமிருந்து ஏதாவது தகவல் வரும் என்று சிறிது காலத்திற்கு எதிர்பார்க்கமுடியாது. அங்கிருந்து யாராவது வரும்போது அவர்களிடம் அவன் ஏதாவது செய்தியைத் தந்து அனுப்பலாம். ஆகவே விரைவிலேயே நமக்கு அவனிடமிருந்து ஏதாவது ஒரு நற்செய்தி வரும்" என்றான்.

திருமதி ஆஷாவுடனும் கலீஃபா அப்பாவுடனும் தங்கியிருந்த காலங்களில் இலவம் பஞ்சால் ஆன ஒரு மெல்லிய விரிப்பின்மீது அஃபியா அவர்களுடைய அறையிலேயே தரையில் படுத்துக்கொள்வாள். வீட்டின் புழக்கடையில் தட்டுமுட்டுப் பொருட்கள் போடப்பட்டிருந்த ஓர் அறை இருந்தது. அங்கு ஒரு கூடையில் கரியும், சில பழைய பானைகளும், உடைந்த அறைக் கலன்களின் மரக்குச்சிகளும் கிடக்கும். கலீஃபா, "அந்த அறையைச் சுத்தம் செய்து அவளுக்காகத் தயார்படுத்தி வைத்துவிடலாம். அந்த அறைக்குச் சுண்ணம் அடித்துவிட்டால் அங்கிருக்கும் பூச்சிகளை அது அழித்துவிடும். அதன் பிறகு அங்கு வசிப்பது வசதியாக இருக்கும். இந்த அறையில் இருக்கும் பொருட்களை எல்லாம் நாம் வீட்டின் முன்பக்கம் இருக்கும் அறையில் வைத்துவிடலாம். ஆனால் எந்த அவசரமும் இல்லை. முதலில் அவள் இங்கு வசிப்பதற்குப் பழகட்டும். சிறுமிதானே. முதலில் அவள் மனதில் இருக்கும் பயம் எல்லாம் அவளைவிட்டுப் போகட்டும்" என்றான்.

திருமதி ஆஷா, “அவள் ஒன்றும் குழந்தை கிடையாது” என்றாள்.

அஃபியாவுக்குக் காய்ச்சல் அடிப்பதுபோன்ற உணர்வு இருந்தது. அவளுடைய கையில் வலி அதிகமாக இருந்தது. ஆனால் நாட்கள் செல்லச் செல்ல அது குறைந்துகொண்டே வந்தது. ஆஷா எலும்புகளைச் சீராக்கும் உள்ளூர் மருத்துவர் ஒருவரிடம் அவளை அழைத்துச் சென்றாள். அவர் அவளுடைய கையை நன்றாக உருவிவிட்டபின் மூலிகைகளும் முட்டையும் சேர்த்த மாவுக் கட்டு ஒன்றைப் போட்டு, எலும்புகள் சீராக இது உதவும் என்றார். சில நாட்கள் கழிந்ததும் அவர் அந்தக் கட்டை எடுத்துவிட்டு கைகளின் அசைவுகளை மேம்படுத்த சில பயிற்சிகளைச் சொல்லிக் கொடுத்தார். அவர் ஆஷாவிடம், “இந்தக் கை அவளுக்கு மறுபடி பயன்படுமா என்று எனக்குத் தெரியவில்லை. அவற்றில் உள்ள தசை நார்கள் நிரந்தரமாகச் சேதமடைந்திருக்கலாம் என்று நினைக்கிறேன்” என்றார்.

திருமதி ஆஷா அவளுக்காகத் தொழுகை செய்தாள். குர்ஆனை வாசிக்க அவளுக்குக் கற்றுக் கொடுத்தாள். “நாம் இருவரும் ஒன்றாகச் சேர்ந்து குர்ஆன் வாசித்தால் நீ வலியைப் பற்றி அவ்வளவாக யோசிக்கமாட்டாய். கடவுள் உன்னை ஆசீர்வதித்து உனக்கு வெகுமதி தருவார்” என்றாள். குர் ஆனை நன்றாகக் கற்றுக் கொள்வதற்கும் சிறிய அத்தியாயங்களைக் கையாள்வதற்கும் அவளுக்குப் பல வாரங்கள் பிடித்தன. அஃபியா இந்தப் பயிற்சியை முடித்ததும், தங்களுடைய பக்கத்து வீட்டில் தினமும் நான்கு பெண்களுக்குக் காலை வேளைகளில் பாடங்களைக் கற்றுக் கொடுத்துவந்த ஹபீபாவிடம் அஃபியாவைச் சேர்த்துவிட்டாள் ஆஷா. மற்ற சிறுமிகளுடன் இருக்கும்போது அஃபியா சிறப்பாகக் கற்றுக்கொள்வதாக ஆஷா நினைத்தாலும், “ஹபீபா ஒரு திறமையான ஆசிரியரா என்பது எனக்குச் சந்தேகம்தான். அந்தச் சின்னப் பெண்கள் அவளைப் பாடம் நடத்தவிடாமல் செய்து, எப்படியாவது ஏதாவது கதைகளைச் சொல்ல வைக்கிறார்கள்” என்றாள்.

கதைகளில் ஆர்வமுள்ள கலீஃபா, “என்ன கதைகள்?” என்றான்.

அவனுக்கு விஷயம் புரியவில்லை என்று தெரிந்துகொண்ட திருமதி ஆஷா எரிச்சலுடன், “எனக்குத் தெரியாது. அவை இறைத் தூதர், அவருடைய கூட்டாளிகளைப் பற்றிய கதைகள் என்று நினைக்கிறேன். ஆனால் அவள் வாசிக்கப் பழகவேண்டும். அதற்காகத்தான் ஹபீபாவுக்கு நான் பணம் தருகிறேன்” என்றாள்.

கலீஃபா, "ஓ! அவை நல்ல கதைகள் ஆயிற்றே" என்றான். இதைக் கேட்ட ஆஷா கடுப்பானாள். அவனுடைய குரலில் அவமதிப்பான ஒரு தொனி இருப்பதாக நினைத்தாள். அவள் தேவையற்ற அற்ப விஷயங்களைப் பற்றிப் பேசும்போது அவன் வேண்டுமென்றே அவற்றைப் புறக்கணிப்பது அவளுக்கு எப்போதும் எரிச்சலைத் தந்தது.

"ஆம் நல்ல கதைகள் என்றுதான் நான் நம்புகிறேன். ஆனால் அங்குபோய் புரணியைக் கேட்பதற்காகத்தான் நான் பணம் தருகிறேன் என்று நினைக்கிறீர்களா?" என்றாள்.

"புரணி பேசுவதைக் கவனிக்கவேண்டும் என்றால் நீ தரும் பணம் போதாது என்று நினைக்கிறேன்" என்றவன் தன் பகடியில் தானே அகமகிழ்ந்து சிரித்தான்.

சில வாரங்கள் கழிந்ததும் அஃபியாவால் சரளமாக வாசிக்கமுடிந்தது. விடிகாலை இரண்டு மணிநேரங்கள் நடைபெற்ற வகுப்புகள் முடிந்ததும் வீட்டு வேலைகளில் உதவி செய்யுமளவுக்கு அவளுடைய கை நன்கு குணமடைந்தது. ஹபீபாவின் வீட்டில் இருந்து திரும்பி வந்ததும் அன்று காலை என்ன படித்தோம் என்பதை அவள் சொல்வதுண்டு. சில சமயங்களில் திருமதி ஆஷாவிடம் வாசித்தும் காண்பிப்பாள். அதன்பிறகு அஃபியா காய்கறிகள் பழங்கள் வாங்கவும், மாமிசம் சாப்பிடும் நாட்களில் மாமிசம் வாங்கவும் ஆஷாவுடன் சந்தைக்குச் செல்வாள். பொருட்களின் விலை, பணத்தைக் கையாள்வது ஆகியவற்றை ஆஷா அவளுக்குக் கற்பித்தாள். "நீ பெரியவளான பிறகு நீயே சந்தைக்குச் சென்று எனக்குத் தேவையான பொருட்களை வாங்கிவரவேண்டும்" என்பாள். வியாபாரியான நாசர் பியாஷராவின் வீட்டைச் சில சமயங்களில் அவர்கள் கடந்து செல்வார்கள். அவனுடைய அலுவலகம் அந்த வீட்டின் கீழ்த் தளத்தில் இருந்தது. நாசரும் அவனுடைய குடும்பமும் மேல் தளத்தில் வசித்தது. அந்த இடத்தைக் கடந்து செல்லும்போது திறந்திருக்கும் முன்வாசல் கதவின் வழியே கலீஃபா அலுவலக மேசையருகே அமர்ந்திருப்பது அவர்களுடைய கண்களில் தென்படும். தினமும் காலையில் சந்தையில் இருந்து திரும்பி வந்தபிறகு புதிதாகப் பிடித்த மீனைக் கூடையில் வைத்து ஒரு ஆள் அவர்கள் வீட்டினருகே விற்றுக்கொண்டு வருவதை அஃபியா பார்ப்பாள். கடற்கரையில் குவியலாகக் கிடக்கும் மீன் செதில்கள், குடற் பகுதி ஆகியவற்றின் இடையே மீனைத் தேர்ந்தெடுக்கும் அவஸ்தையில் இருந்து தம்

வாடிக்கையாளர்களைக் காப்பதற்காக மீனவர்களிடம் மீனை வாங்கிக்கொண்டு வந்து அவர்கள் வீட்டினருகேயே விற்றனர். அஃபியா பூண்டு, இஞ்சி, மிளகாய் மூன்றையும் அம்மிக் கல்லில் வைத்து அரைத்து அந்த மசாலாவை மீனின் உடலுக்குள் வைப்பதைக் கற்றுக்கொண்டாள். தன்னுடைய இடது கையால் கல்லைக் கெட்டியாகப் பிடித்துக்கொள்ளமுடியாத அஃபியா ஒரு கையால் அதை அசையாமல் பிடித்துக்கொண்டு இன்னொரு கையால் மசாலா அரைத்தாள். இப்படியாகத் தன்னுடைய காயப்பட்ட அந்தக் கையைப் பற்பல விதங்களில் சமாளிக்க அவள் கற்றுக்கொண்டிருந்தாள்.

அஃபியா, முன்பு இலியாசுடன் தங்கியிருந்தபோது தன்னுடன் அன்பாகப் பழகிய சகோதரிகளான ஜமீலாவையும், சதாவையும், அவர்களுடைய அம்மாவையும் பார்ப்பதற்காகச் சென்றாள். அவளைப் பார்த்ததும் மிகுந்த மகிழ்ச்சியடைந்தவர்கள் முன்போலவே கருணையுடன் அவளை வரவேற்றார்கள். அவளுடைய கை இருந்த நிலைமையைப் பார்த்து அவர்கள் அதைப்பற்றி விசாரித்தார்கள். அவள் தான் எழுதப் படிக்கக் கற்றுக்கொண்டதால் தன் மாமா தன்னை அடித்ததாகக் கூறியதைக் கேட்டதும் "இந்த அளவுக்கு அறியாமை இருந்தால் அது ஒரு பாவம்" என்றாள் ஜமீலாவின் அம்மா. மூத்த சகோதரியான ஜமீலாவுக்கு நிச்சயதார்த்தம் நடந்திருந்தது. ஆனால் அவளுடைய அப்பா, "திருமணமாகும் அளவிற்கு அவளுக்கு வயதாகவில்லை. பதினெட்டு வயதாகும்வரை காத்திருக்கலாம். இல்லையென்றால் இளமைப் பருவத்தை அனுபவிக்காமல் அவளுடைய வாழ்க்கை குழந்தைகளைப் பெற்றுக்கொள்வதிலேயே கழிந்துவிடும்" என்றும் சொல்லிவிட்டார். ஜமீலா, வீட்டில் இருப்பது சந்தோஷமாக இருப்பதாகவும் காத்திருப்பது பற்றி தனக்கோ தன்னுடைய வருங்காலக் கணவருக்கோ எந்தப் பிரச்சினையும் இல்லை என்றும் சொன்னாள். அவள் ஜான்சிபரில் வசித்தாள். அவர்கள் ஒருமுறைதான் சந்தித்திருந்தார்கள் என்பதால் பிரிந்திருப்பதை நினைத்துக் கவலைப்படும் அளவுக்கு அவர்கள் ஒருவரை ஒருவர் அறிந்திருக்கவில்லை. அவர்கள் இலியாசைப் பற்றி விசாரித்தபோது அஃபியா அவனிடம் இருந்து எந்தத் தகவலும் இல்லை என்றாள். கடவுள் அவனைப் பாதுகாப்பாக வைத்திருக்கட்டும் என்றாள் ஜமீலாவின் அம்மா. "எப்போதெல்லாம் கீழ்த் தளத்தில் உள்ள உன்னுடைய பழைய அறையைக் கடந்து செல்கிறேனோ அப்போதெல்லாம் நீங்கள் இருவரும் அங்கு வசித்த நினைவுகள் எனக்கு வரும்" என்றாள்.

கலீஃபா தினமும் மதிய உணவுக்கு வீட்டுக்கு வருவான். அவன் வந்ததும் மதிய நேரத் தொழுகையை முடித்த பிறகு திருமதி ஆஷா அவனுக்கு உணவு பரிமாறுவாள். பேசுபவற்றை அவன் ஆசையாகக் கேட்கவேண்டும் என்பதற்காகச் சத்தமாகவும் திரும்பத் திரும்பவும் சொல்வாள். தொழுகையில் ஒருவர் கடவுளிடம் நேரடியாகப் பேசுவதாகவும் வேறு ஒருவரிடம் பேசுவதற்காகவோ வேறு ஏதாவது செயலைச் செய்வதற்காகவோ அதை இடைநிறுத்தக்கூடாது என்று அவள் விளக்கிச் சொல்வாள். எதைப் பேசுவதற்காகவும் தொழுகையை இடையில் நிறுத்தக்கூடாது என்பதை அஃபியா அவளைப் பார்த்துக் கற்றுக்கொண்டாள். மதிய உணவுக்கு பிறகு கலீஃபா சட்டையும் லுங்கியும் அணிந்து ஏதாவது சிறுசிறு வேலைகளை நிதானமாகச் செய்துகொண்டிருப்பான். அதன் பிறகு அஃபியாவை வெளியே விளையாட விட்டுவிட்டு அவன் படுக்கையறையில் தரையில் ஒரு விரிப்பை விரித்து அதன்மீது சிறிதுநேரம் படுத்து உறங்குவான். ஆஷா கட்டில் மேல் படுத்துக்கொள்வாள். அஃபியாவுக்கு அமைதியான இந்த மதியநேரம் மிகவும் பிடித்தமானது. தெருக்கள் எல்லாம் வெப்பம் தாங்காமல் அமைதியாக இருப்பதுபோல அவளுக்குத் தோன்றும். அவள் பானைகளைச் சுத்தப்படுத்தி உள்ளாடைகளைத் துவைத்து கொல்லைப்புறத்தைப் பெருக்கிவைப்பாள். முற்றத்தின் ஒரு மூலையில் அமர்ந்து தன்னுடைய பலகையிலோ துண்டுக் காகிதங்களிலோ எழுதிப் பழகுவாள். அல்லது ஆஷா அவளுக்குத் தந்திருக்கும் குர்ஆனை வாசிப்பாள். அனைவரிடமும் குர் ஆனின் சொந்தப் பிரதி ஒன்று இருக்கவேண்டும் என்பாள் ஆஷா. அப்படிச் சொல்லும்போது பலகாலமாக இதைச் செய்யாதிருக்கும் கலீஃபாவின் பக்கம் பார்க்கக்கூடமாட்டாள்.

மதிய நேரத் தொழுகைக்கான பாங்கின் அழைப்பு பெரியவர்கள் தூக்கம் கலைந்து எழுந்துகொள்வதற்கான ஒரு சமிக்ஞையாகும். அதைக் கேட்டதும் கலீஃபா வேகமாக எழுந்து குளித்துவிட்டு வேலைக்குச் சென்றுவிடுவான். ஆஷா வீட்டில் உள்ள சில வேலைகளைச் செய்துவிட்டு பக்கத்து வீடுகளுக்குச் சென்று அங்குள்ள பெண்களுடன் பேசுவாள். இல்லையென்றால் தன்னைத் தேடிவரும் அவர்களோடு ஆஷா ஏதாவது பேசிக் கொண்டிருப்பாள். ஒருநாள் கலீஃபா அஃபியாவிடம், “நீயும் இப்படி அக்கம் பக்கத்தினருடன் பேசிக்கொண்டிருக்க விரும்புகிறாயா அல்லது என்னுடன் அலுவலகத்துக்கு வருகிறாயா?” என்று கேட்டதும் அவள் அவனுடன் அலுவலகத்திற்குச் செல்ல விருப்பம் தெரிவித்தாள்.

அலுவலகத்தில் இருந்த அந்தப் பெரிய அறையில் மூன்று மேஜைகள் இருந்தன. கதவுக்கு நேராக இருந்த மேஜை கலீஃபாவினுடையது. கதவின் வலதுபுறம் இருந்த மேஜை நாசர் பியாஷராவினுடையது. பேராசைக்கார அயோக்கியன், செல்வந்த வணிகன் என்றெல்லாம் அவனைப் பற்றி முன்பே கேள்விப்பட்டிருந்தாலும் அஃபியா அப்போதுதான் முதல்முறையாக அவனைப் பார்த்தாள். அவள் நினைத்திருந்ததுபோல இழிந்த, கஞ்சனைப் போன்ற கிழடுதட்டிய முகத் தோற்றத்துடன் அவன் இல்லை.

கதவின் இடது பக்கம் எழுதுகோலும் சில காகிதங்களும் இருந்த மேஜை அவளுடைய பயன்பாட்டுக்குவர கலீஃபா உதவினான். சில சமயங்களில் வியாபாரத்தைப் பற்றி பேசுவதற்காகச் சில ஆண்கள் உள்ளே வருவார்கள். ஆனால் பெரும்பாலும் புத்தம் புதிய செய்திகளைப் பகிரவும், புரணி பேசுவதற்காகவுமே வருவார்கள். பெரும்பான்மையான மக்களுக்கு உலகத்தில் என்ன நடக்கிறது என்பதை அறிந்துகொள்ள இதுதான் ஒரே வழியாக இருந்தது. அலுவலகத்துக்கு வருபவர்கள் உங்களிடம் ஒரு புதிய குமாஸ்தா, வேலை செய்கிறாள் என்றோ தனக்கு எல்லாம் தெரிந்ததுபோல ஒருத்தி இந்த அலுவலகத்தில் இருக்கிறாள் என்றோ ஏதாவது அவளைப் பற்றி பேசுவார்கள். அவர்கள் அரசியலைப் பற்றியும் அரசாங்கப் பிரச்சினைகள் குறித்தும் பேசும்போது தன்னுடைய வேலையில் கவனமாக இருப்பதுபோல பாவனை செய்துகொண்டே அவர்கள் பேசுவதை அவள் கவனித்துக் கொண்டிருப்பாள். அவர்கள் பெரும்பாலும் தங்களை எதிர்நோக்கி இருக்கிற யுத்தத்தைப் பற்றியும், ஜெர்மானியக் காலனித்துவ இராணுவத்தினரின் இரக்கமற்ற போக்கு பற்றியும், வெறுப்பும் மதிப்பும் கலந்து பேசுவார்கள்.

இந்த அஸ்கரிகள் விலங்குகளைப் போன்றவர்கள் என்று அவர்கள் சொல்வதைக் கேட்டவள் கலீஃபாவிடம், “இலியாஸ் யுத்தத்திற்குச் சென்றிருப்பதும் அதே அஸ்கரிகளுடனா அல்லது இவர்கள் வேறு அஸ்கரிகளா?” என்று கேட்டாள்.

“அதே அஸ்கரிகள்தான். ஆனால் வித்தியாசம் இருக்கிறது. அவர்கள் எல்லோருமே இவர்கள் சொல்வதைப்போல கொடூரமான காட்டுமிராண்டிகள் கிடையாது. அவர்களுள் சிலர் காவலர்கள், குமாஸ்தாக்கள், மருத்துவ எடுபிடிகள், சிலர் இசைக் குழுவில் கலைஞர்களாகக்கூட இருக்கிறார்கள். இலியாஸ் அவர்களில் ஒருவனாக இருப்பான் என்று நான் நினைக்கிறேன். விரைவிலேயே

அவனிடமிருந்து ஏதாவது செய்திவரும். அவன் இதற்குள் தன்னுடைய பயிற்சியை முடித்துவிட்டுச் சில நாட்களுக்குள் வீடு சேர்ந்துவிடுவான் என்பதில் சந்தேகமே இல்லை. நாம் எப்போது அவனைச் சந்திக்கமுடியும் என்று கேட்கலாம்" என்றான் கலீஃபா.

அந்த வியாபாரி வழக்கமாக அவளிடம் எதுவும் பேசமாட்டான். தன்னுடைய கணக்கேடுகளிலோ கடிதங்களிலோ ஏதாவது எழுதிக்கொண்டோ அங்கு வந்து செல்பவர்களிடம் பேசிக் கொண்டோ இருப்பான். அப்போதும் கவனித்துக்கொண்டு மட்டுமே இருப்பானேதவிர அவன் அதிகமாகப் பேசமாட்டான். எழுதும்போது கம்பிச் சட்டமிட்ட மூக்குக் கண்ணாடியைப் பயன்படுத்துவான். இது போன்ற ஒரு கண்ணாடியை யாரும் அணிந்து அஃபியா அதற்கு முன் பார்த்ததில்லை. ஒரு நாள் அவன் வேலை செய்துகொண்டிருந்தபோது காதுக்குப் பின் சுருண்டு கிடந்த அதன் கைப்பிடிகள் குத்தி அவனுடைய காதுகள் வலிக்குமோ என்று யோசித்தபடி அவள் தன்னையறியாமல் அவனை வெறித்துப் பார்த்துக்கொண்டு நின்றாள்.

நிமிர்ந்து கண்ணாடியைத் தலைக்கு மேலே உயர்த்தி தன்னுடைய கண்களைச் சில நொடிகள் தேய்த்து விட்டுக்கொண்டு மறுபடியும் உட்கார்ந்தவன், அவளிடம், "நீ ஏன் இப்படி என்னை முறைத்துப் பார்த்துக் கொண்டிருக்கிறாய்?" என்று கேட்டான்.

அவள் அந்தக் கண்ணாடியை நோக்கி விரலை நீட்டியதும் கலீஃபா, "யாருடைய முகத்துக்கு நேராகவும் அப்படி விரலை நீட்டிப் பேசக்கூடாது" என்று கடுமையாகக் கூறினான்.

"போகட்டும், விடு" என்ற வியாபாரியின் குரலும் கடுமையாக இருந்தது.

கலீஃபாவுக்கு நாசர் மீது எவ்வளவு வெறுப்பு இருந்ததோ அதே அளவுக்கு அந்த வியாபாரிக்கும் கலீஃபாவைப் பிடிக்கவில்லை என்பதை அதன் பிறகு அஃபியா புரிந்துகொண்டாள்.

ஒரு நாள் அலுவலகத்தில் இருந்தபோது அவளுக்குத்தொடர்ந்து இருமல் வந்துகொண்டே இருந்தது. சிறிது அக்கறையோடு அவளைப் பார்த்த நாசர் பியாஷரா அவளுடைய இருமல் நிற்காதபோது "இங்கே வா" என்று கூப்பிட்டான். நாசருடைய வீட்டின் படிக்கட்டு அந்த அலுவலகத்துக்குப் பக்கத்தில் தான் இருந்தது. அந்த படிக்கட்டுகளின் கீழ்ப் படியில் நின்றபடி அவன், "காலிதா, அஃபியா தண்ணீர் குடிப்பதற்காக மேலே வருகிறாள்"

என்று சத்தமாகக் கூறினான். இப்படித்தான் அஃபியா வியாபாரியின் மனைவியான காலிதாவை முதன் முதலில் சந்தித்தாள். அதன் பிறகு, தினம் இல்லையென்றாலும் எப்போதெல்லாம் கலீஃபாவுடன் அலுவலகத்திற்குச் சென்றாளோ அப்போதெல்லாம் அவள் தண்ணீர் குடிப்பதற்காக மாடிக்குச் செல்லத் தொடங்கினாள். சில சமயங்களில் தண்ணீர் குடிப்பது மட்டுமின்றி அரிசியில் தயாரிக்கப்படும் வட்டப்பம் எனும் பலகாரத்தில் ஒரு துண்டும் சாப்பிடுவாள். காலிதாவுக்கு ஒரு சிறு குழந்தை இருந்ததால், அவள் பெரும்பாலும் வெளியே எங்கும் செல்வதில்லை. ஆகவே அவளைப் பார்ப்பதற்காக அவளுடைய தோழிகள், அக்கம்பக்கத்தினர், மற்ற வியாபாரிகளின் மனைவியர், அவர்களிடம் வேலை செய்தவர்கள் அடிக்கடி யாராவது வந்துகொண்டிருப்பார்கள். அவர்கள் வசதியாக உட்கார்ந்துகொண்டு திருமணங்களைப் பற்றியும் குழந்தை பிறப்பு பற்றியும் வெகுநேரம் பேசிக்கொண்டிருப்பார்கள். அவர்கள் எல்லோரையும் கிண்டல் செய்வதை அஃபியா திறந்த வாய் மூடாது கேட்டுக்கொண்டிருப்பாள். செருக்கான இறுமாப்பு மிக்க ஆண்கள், தாங்கள்தான் உயர்வானவர்கள் என்று ஜம்பம் பேசும் பெண்கள், போலியாக வேடம் போடுபவர்கள் என்று வதந்திகள் மூலமாக வெளிச்சம் போடப்பட்ட இறந்துபோன, உயிருடன் உள்ள முக்கியப் புள்ளிகள் என எல்லாரைப் பற்றியும் பேசுவார்கள். தத்தம் கணவர்களையும் சொந்தக்காரர்களையும் மட்டும் விட்டுவிட்டு மற்ற அனைவரையும் தங்களுடைய உரையாடல்களில் கருணையின்றிக் கிண்டலடித்துப் பேசுவார்கள். அஃபியா இவற்றைக் கூர்ந்து கவனிப்பதைப் பார்த்து அவர்கள் சிரித்தாலும் கண் சிமிட்டியும் புருவத்தை உயர்த்தியும் சில பிரத்தியேகச் சொற்களைப் பயன்படுத்தியும் இந்தச் சிறுமியின் முன் அதிகமாகப் பேசக்கூடாது என்று ஒருவரை ஒருவர் எச்சரித்துக்கொண்டனர். அவளுக்குத் தெரியாமல் ஏதாவது பேசவேண்டும் என்று நினைத்தபோது அவர்கள் இருமியும் சுற்றி வளைத்தும் கைகளால் சமிக்ஞை செய்தும் பேசிக்கொண்டனர். அஃபியா இதைக் கண்டுகொள்ளாததுபோல் நடித்தாலும் தன்னிடம் இருந்து அவர்கள் எதை மறைக்கிறார்கள் என்று பிறகு அவள் எப்படியும் கண்டுபிடித்துவிடுவாள். அவர்கள் அங்கு நிறைய ஆட்களைப் பற்றி பேசிய அனைத்தும் உண்மை இல்லை என்பதை அவள் அறிந்துகொள்ள வெகு நாட்கள் ஆனது.

அதே சமயத்தில் நபி மூசா மசூதி தொடங்கி, இப்ராஹிம், அன்னை மரியின் மகனான இசாவரை இறை தூதர்கள் நிகழ்த்திய அதிசயிக்கத்தக்க நிகழ்வுகள், மற்ற அனைத்தையும்விட அல்லாவின்

கருணையும் ஆசீர்வாதமும் பற்றிய கதைகளை ஹபீபாவின் வகுப்புகளில், மிகச் சிறிய அந்த வீட்டின் நுழைவாயிலில் அமர்ந்து ஹபீபா கூறக் கேட்டபடி அஃபியா கழித்தாள். அவள் ஜமீலாவையும் சதாவையும் அவர்களுடைய அம்மாவையும் சென்று சந்தித்தாள். அந்த வியாபாரியின் அலுவலகத்தில் அமர்ந்து ஆண்கள் பேசுவதைக் கேட்டபடி அங்கிருந்த துண்டுக் காகிதங்களில் ஏதாவது எழுதிக்கொண்டும் வரைந்துகொண்டுமிருப்பாள். பிறகு வியாபாரியின் மனைவி காலிதாவையும் அவளுடைய தோழிகளையும் பார்ப்பதற்காக மாடிக்குச் சென்று வட்டப்பம் சாப்பிட்டபடி அவர்கள் பேசும் புரணிகளைக் கவனித்துக்கொண்டிருப்பாள். ஆஷாம்மாவுடனும் கலீஃபா அப்பாவுடன் வசித்த நாட்களே தன் வாழ்வின் நிறைவான காலம் என்பதை முதலில் புரிந்துகொள்ளாத அஃபியா, பின்னாட்களில்தான் அதை உணர்ந்துகொண்டாள்.

★★★

வீட்டின் கொல்லைப்புறத்தில் இருந்த தட்டுமுட்டுச் சாமான்கள் ஒருவழியாக அகற்றப்பட்டு வீட்டின் முன்புறம் இருந்த சேமிப்புக் கிடங்குக்கு மாற்றப்பட்டன. அதன் பிறகு சுவர்கள் சுண்ணாம்பு பூசப்பட்டுத் தரை பெருக்கப்பட்டு சவுக்காரக் கட்டியால் தூய்மைப்படுத்தப்பட்டு, ஜன்னல் சட்டகங்கள் மெருகேற்றப்பட்டு, கம்பிகளுக்கு வண்ணம் பூசப்பட்டன.

“சில காலத்துக்கு முன்பு என்னுடைய அப்பா தான் வியாபாரம் செய்துவந்த பொருட்களை வீட்டின் முன்புறம் இருந்த அந்த அறையில் வைப்பார். எங்கள் முதலாளி நாசர் தனக்குத் தேவையற்ற சில பொருட்களை அங்கு வைக்குமாறு கேட்டான். ஆனால் நான் முடியாது என்று சொல்லிவிட்டேன். அவன் அதைப் பூட்டி சாவியை வைத்துக்கொள்ள விரும்பினான். அது அப்படித்தான் தொடங்கும். முதலில் கிடங்கு. அதன் பிறகு கொல்லைப்புறம், பிறகு மொத்த வீடும் அவனிடம் போய்விடும். அதன் பிறகு நாம் தெருவில் தான் நிற்கவேண்டும். அவன் எதற்கும் துணிந்தவன். என்னுடைய அப்பா என்ன பொருட்களை அங்கே வைத்திருந்தார் தெரியுமா? எதெல்லாம் கிடைத்ததோ அதெல்லாமே. விலை குறைவாக மலிவாக இருக்கும்போது வாங்கிப் பிறகு விற்கலாம் என்பதற்காகச் சேமித்து வைக்கப்படும் அரிசி மூட்டைகள், செழிப்பான அறுவடைக்குப் பிறகு கப்பலில் ஏற்றப்படுவதற்காக கோதுமை அல்லது வேறு தானியங்கள், உலோகத் தட்டுகள், பனீர், பேரீச்சம் பழங்கள் எனத் தன் கையில் கிடைத்த அனைத்தையும் வைத்து வியாபாரம்

செய்வார். உள்ளூரிலிருந்தும் சில பொருட்களும் கடல் கடந்து சிலவும் வந்தன. ஒரு வருடம் அவர் களிமண்ணால் செய்யப்பட்ட ஏராளமான தண்ணீர்ப் பானைகளை இந்தியாவிலிருந்து வாங்கினார். அவர் ஏன் அதைச் செய்தார் என்று யாருக்கும் தெரியாது. அவை இந்த அறையில் பல ஆண்டுகள் இருந்தன. இறுதியில் அவற்றுக்கு என்ன ஆயிற்று என்று எனக்குத் தெரியவில்லை. என் தந்தை ஒரு மிகச்சிறந்த வியாபாரி இல்லை. ஆனால் குறைந்த விலைக்கு விற்பது என்று எப்படியாவது தவறான முடிவுகளை அவரால் எடுக்கமுடிந்தது. எது எப்படியானாலும், பாவப்பட்ட என் அப்பா, பணம் என்று எதையும் பெரிதாகச் சம்பாதிக்கவில்லை. அத்துடன் ஆமுர் மாமா இந்த வீட்டை அபகரித்ததில் அதையும் இழந்துவிட்டார்" என்றாள் ஆஷாம்மா.

வியாபாரி நாசர் பியாஷராவின் பணிமனையில் இருந்து கொசுவலைச் சட்டகத்துடன்கூடிய ஒரு புதிய கட்டில் அஃபியாவுக்குப் பரிசாகக் கலீஃபாவின் வீட்டுக்கு வந்து இறங்கியது. மெத்தை தைப்பவர் அவர்களுடைய வீட்டுக்கு வந்து அவள் தரையில் படுத்துறங்கிய கிழிந்த மெத்தையைப் பிரித்து புதிய இலவம்பஞ்சை வைத்து அதை அடைத்தார். தையல்காரரிடம் இருந்து ஒரு புதிய கொசுவலை தருவிக்கப்பட்டு அந்தச் சட்டகத்தின் மீது ஒளி வீசும் வெண்ணிறத் திரை தொங்கவிடப்பட்டது. தன் வாழ்வில் முதல் முறையாகத் தன் பனிரெண்டு வயதில் அவள் எதிர்பாராத விதமாகத் தனக்கே தனக்கென ஒரு அறை அஃபியாவுக்குக் கிடைத்தது. வீட்டின் பின்புறம் இருந்த அந்தச் சிறிய அறையில் இருப்பது அவளுக்கு முதலில் பயமாக இருந்தாலும் அவள் எதையும் வெளிக்காட்டிக் கொள்ளவில்லை. தனக்குத் தரப்பட்ட அறிவுறுத்தலின்படி தன்னுடைய அறைக் கதவைத் தாழிட்டு ஜன்னல் கதவுகளில் ஒன்றின் மேற்பக்கத்தைமட்டும் லேசாகத் திறந்து வைத்தாள். அதன் பிறகு கொசுவலையின் முனைகளைப் படுக்கையின் கீழ் சரியாக மடித்துச் செருகி வைத்து, இருளில் கூட்டு சேர்ந்துகொண்டு ஒலித்த அச்சுறுத்தும் சலசலப்புச் சத்தங்களைப் புறக்கணிக்க மெல்லக் கற்றுக்கொண்டாள்.

"நீ எவ்வளவு அதிர்ஷ்டக்காரி என்று உனக்குத் தெரியவில்லை. இத்தகைய சொகுசுகளால் உனக்குச் செல்லம் தந்து நாங்கள் கெடுக்கவில்லைதானே!" என்று ஆஷா அவளைப் பார்த்துப் புன்னகைத்தாள். கலீஃபா, தன் பனிரெண்டாம் வயதில் எப்படி தன்னுடைய ஆசிரியரின் வீட்டில் மற்ற சிறுவர்களுடன் மாடிப்படிக்குக் கீழே இருந்த சிறிய இடத்தில் பாயில் படுத்து

கிடந்தான் என்பதையும், ஆசிரியருடன் கழித்த அந்த நாட்கள் பின்னாட்களில் தனக்கு எவ்வளவு பயனுள்ளதாக இருந்தன என்பதையும் சொல்ல ஆரம்பித்ததும், ஆஷா அவனை இடைமறித்து நிறுத்தி, "உங்களுடைய இந்தியக் கதைகளை மறுபடியும் தொடங்கிவிடாதீர்கள்" என்றாள்.

தன்னையறியாமல் புன்னகைத்த கலீஃபா மதிய உணவுக்குப் பின் உறங்கும் நேரம் வந்துவிட்டதால் வழக்கப்படி உறங்கப் போய்விட்டான். ஒருநாள் காலை ஹபீபாவின் வீட்டிற்கு குர்ஆன் வகுப்புக்காக அஃபியா போய்க்கொண்டிருந்தபோது ஆஷா அவளிடம் ஒரு மேலாடையைக் கொடுத்து அதை எப்படி அணிந்துகொள்வது என்பதைச் செய்து காட்டினாள்.

"நீ வளர்ந்துவருகிறாய். இனி நீ வெளியே செல்லும்போது இப்படி உன் உடலை மூடிக்கொண்டு தான் செல்லவேண்டும்" என்றாள்.

தன் மார்புக் காம்புகளில் வலி எடுப்பதையும், அவை பெருப்பதையும் அறிந்திருந்த அஃபியா, தெருவில் நடந்து சென்றபோது ஆண்கள் தன்னுடைய மார்புகளை உற்றுப் பார்ப்பதையும் கவனித்திருந்தாள். ஆண்கள் யாராவது அலுவலகத்துக்கு வந்தால் அவள் மாடிக்குச் சென்றுவிடவேண்டும் என்று நாசர் பியாஷரா எதிர்பார்ப்பதை அவள் புரிந்துகொண்டாள். மற்றவர்கள் அவளை வெறித்துப் பார்ப்பது அவனுக்கு அவமானமாக இருந்தது என்று நினைத்தாள். என்ன நடக்கிறது என்பதை யாரும் விளக்காமலே புரிந்துகொண்டவள், தலைக்கு அணியும் மேலாடையை நன்றியுடன் ஏற்றுக்கொண்டு தனக்குச் சொல்லப்பட்டதுபோலத் தன் உடலை அதைக்கொண்டு மூடிக்கொண்டாள்.

5

முகாமின் வலது பக்கக் கட்டிடத்தின் மேல் தளத்தின் ஒரு மூலையில் அந்த அதிகாரியின் வீடு இருந்தது. அதில் ஒரு சிறிய படுக்கையறையும், அதிகாரி அமர்ந்து எழுதுவதற்கு வசதியாக ஒரு சிறிய மேஜையும் இரண்டு வசதியான நாற்காலிகளும் இடப்பட்ட இன்னொரு அறையும் இருந்தன. கீழ்த்தளத்தில் இருந்தது போலவே மேல் தளத்திலும் ஏழு அறைகள் இருந்தன. அதிகாரப் படிநிலைகளுக்கு ஏற்றவாறு அமைந்திருந்த ஒரு ஏற்பாடு அது. ஒரு மூலையில் உயர் அதிகாரிகளுக்கு என இரண்டு அறைகளும், கட்டிடத்தின் நடுப்பகுதியில் இருந்த பெரிய அறை உணவு அருந்துவதற்காகவும் ஒதுக்கப்பட்டிருந்தன. அங்கிருந்த மற்ற நான்கு அதிகாரிகளுக்கான அறை அதற்கு அடுத்து இருந்தது. மருத்துவ அதிகாரியின் அறை முதலில் இருந்தது. அங்கிருந்த அதிகாரிகளிலேயே தாழ் படிநிலையில் இருந்த படைத் தலைவனின் சிறிய அறை அந்தக் கட்டிடத்தின் மூலையில் கடைசியாக இருந்தது. பொமா முகாமைச் சேர்ந்த மற்ற மூன்று அதிகாரிகளின் அறைகளும் சிறிய கட்டிடத்தில் இருந்தன. அவற்றின் தரைத்தளம் மருத்துவமனையாகவும் பண்டகசாலையாகவும் செயல்பட்டது. ஐரோப்பாவில் இருந்து தருவிக்கப்பட்ட உயர் ரக உணவு வகைகள், தானியங்களில் இருந்து தயாரிக்கப்படும் மது வகைகள், திராட்சையில் இருந்து தயாரிக்கப்படும் மதுவகைகள், உருளைக் கிழங்கில் இருந்து தயாரிக்கப்படும் ஜின் போன்ற மதுவகைகள், வேறு சில மதுபான வகைகள் போன்றவை

அதிகாரிகளின் உணவகத்துக்கு விநியோகிப்பதற்காக அந்தப் பண்டகசாலையில் வைக்கப்பட்டிருந்தன. இரண்டு கட்டிடங்களிலும் அனைத்து ஏற்பாடுகளும் மிகச் சீராகச் செய்யப்பட்டிருந்தன. இரண்டு கட்டிடங்களுக்குமான குளியலறைகள் தனித்தனியாகக் கட்டிடங்களில் கீழ் தளத்தில் இருந்தன. அதிகாரிகளுக்குச் சேவை புரிந்த ஆண்களுக்கான குளியலறை இணைக்கப்பட்ட இரண்டு அறைகள், கட்டிடங்களின் பின்புறம் இருந்தன. அந்தக் கட்டிடத்தில் வசித்த நான்கு அதிகாரிகளிடம் பணிபுரிந்த ஹம்சாவும் ஜூலியசும் ஒரு அறையையும், சிறிய கட்டிடத்தில் வசித்த அதிகாரியிடம் பணிபுரிந்த மற்ற இருவரும் இன்னொரு அறையையும் பகிர்ந்துகொண்டனர்.

முப்பதுகளின் பிற்பகுதியில் இருந்த ஜூலியஸ் ஹம்சாவைவிட வயதில் மூத்தவன் என்பது மட்டுமின்றி அங்கிருந்த அதிகாரிகளின் ஏவல் ஆட்களிலேயே அவன்தான் மூத்தவன். பத்து வருடங்களுக்கு மேலாக ஜெர்மானியக் காலனித்துவப் பேரரசின் இராணுவத்தில் அவன் பணியாற்றி இருக்கிறான். ஜெர்மன் மொழியை நன்கு புரிந்துகொள்ள முடிந்த ஜூலியசால் அதனை ஓரளவே பேசமுடியும். பொருட்களை விநியோகம் செய்வதற்கான பணியில் பொறுப்பாளராக இருந்த அதிகாரியிடம் பண்டக சாலையின் சாவி இருந்தது. அதனுள் ஜூலியஸ் மட்டுமே அனுமதிக்கப்பட்டான். ஜூலியசிடம் இந்தப் பொறுப்பு கொடுக்கப்பட்டிருந்ததற்குக் காரணம் அவனுக்கு எழுதப் படிக்கத் தெரியும் என்பதுதான். ஜூலியஸ் இதை மற்றவர்களிடம் விளக்கிச் சொல்வதுண்டு. அவன் பண்டக சாலையில் இருந்து எதையாவது எடுத்தால் அதை அங்கிருந்த புத்தகத்தில் குறித்து வைக்கவேண்டும். அவன் பகயோமாவில் தான் கிருத்துவப் பள்ளியில் கல்வி பயின்றதைப் பற்றி ஹம்சாவிடம் கூறி இருந்தான். ஆனால் எவ்வளவு காலம் அவன் அங்கே படித்தான் என்பதை அவன் தெளிவாகச் சொல்லவில்லை. அவன் தன்னுடைய கல்வியையும் தன் மதத்தையும் குறித்துப் பெருமிதத்துடன் இருந்தான். "நீயும் என்னைப்போலக் கல்வி கற்று, ஒரு கிருத்துவனாக இருந்தால் எல்லாவற்றைப் பற்றிய உன்னுடைய சிந்தனையும் வேறுவிதமாக இருக்கும்" என்று அவன் அடிக்கடி சொல்வதுண்டு. வரி வசூல் செய்வதற்காக ஒரு கிராமத்தில் நடந்த சோதனையில் ஜூலியசுக்கு லேசான காயம் ஏற்பட்டது. அவனுடைய காயம் சரியாகும்வரை அவனுடைய உயர் அதிகாரி அவனைத் தன் தனிப்பட்ட வேலைகளைச் செய்வதற்கு அனுப்பி வைத்தான். ஜூலியஸ், "நான் மூன்று ஆண்டுகளாக இதே இடத்தில்

பணிபுரிகிறேன். என்னை இங்கிருந்து வேறு ஒரு இடத்துக்கு அனுப்பவேண்டும் என்று யாருமே இதுவரை நினைத்ததில்லை. ஆகவே நான் இதை சிறப்பாகச் செய்கிறேன் என்று நினைக்கிறேன்'' என்றான்.

மேல்தளத்தில் குழாயில் தண்ணீர் வரவில்லை. ஆனாலும் விரைவில் தண்ணீர் வசதி செய்துதரப்படும் என்பதால் ஹம்சா அதிகாரியின் குளியலறைத் தொட்டியைத் தூய்மையான தண்ணீரால் நிரப்பி அதன் பிறகு அவனுக்காக காபி எடுத்துக்கொண்டு வருவதற்காக சமையல் கொட்டகைக்குச் சென்றான். பொமா முகாமுக்குள் இருந்த ஒரு கொட்டகையில் அதிகாரிகளுக்கான உணவினை அக்சரிகளின் மனைவிகளான கிராமத்துப் பெண்கள் தயாரித்தனர். ஹம்சா வெளியே வந்த அதே நேரத்தில் அதிகாரி தன்னுடைய உள்ளறையில் இருந்து சட்டையும் காற்சட்டையும் அணிந்து வெளியே வந்து தன்னுடைய காபிக்காகக் காத்திருந்தான். அதன் பிறகு உள்ளறைக்குச் சென்று படுக்கையை ஒழுங்குபடுத்தி அதிகாரியின் ஆடைகளைச் சீராக வைத்தான். இவற்றைச் செய்துகொண்டிருக்கும்போது திறந்திருந்த கதவின்வழியே அதிகாரியின் கண்கள் தொடர்ந்து தன்னைப் பார்ப்பதை அவனால் உணரமுடிந்தது. அதன் பிறகு காலை உணவுக்கான மேசையைத் தயார் செய்யும் பணியில் ஜூலியசுக்கு உதவ உணவகத்துக்குச் சென்றான். இரண்டு கட்டிடங்களைச் சேர்ந்த அதிகாரிகளும் தினமும் தங்கள் சிற்றுண்டியையும் இரவு உணவையும் அங்கேயே உண்டனர். சமையலுக்குத் தேவையான குவளைகள், தட்டுகள், உணவு பரிமாறும் மேஜையில் தேவைப்படும் சிறிய வட்ட வடிவக் கரண்டிகள், பழம்வெட்டும் கத்திகள், முள் கரண்டிகள் ஆகியன குறித்து ஜூலியஸ் விளக்கினான். அதன்பிறகு அவர்கள் கீழ்த் தளத்துக்குச் சென்று சிறிய குடியிருப்புகளில் சிற்றுண்டி பரிமாறச் சென்றிருந்த ஆள் வரும்வரை சமையல் கொட்டகையில் காத்திருந்தனர்.

பிறகு ஹம்சாவும் ஜூலியசும் சென்று அதிகாரிகளை உணவருந்த வருமாறு அழைத்தனர். காலைச் சிற்றுண்டிக்குப் பிறகு அவர்கள் அந்த இடத்தைத் தூய்மை செய்து அதிகாரிகளின் தனிப் பயன்பாட்டுக்கு என இருந்த தட்டுகளையும் கோப்பைகளையும் கழுவி அவற்றுக்கான அலமாரிகளில் வைத்து உணவகத்தைத் தூய்மைப்படுத்தி அதன் பிறகு அவர்களுடைய தனி அறைகளுக்குச் சென்றனர். ஹம்சா அதிகாரியின் வீட்டைத் தூசு தட்டித் தூய்மைப்படுத்தி, குளியலறைத் தொட்டியையும், படுக்கை அறையில் வைக்கப்படும் சிறுநீர்க்

கலனையும் கழுவித் தூய்மைப்படுத்தி வைப்பான். பிறகு வராந்தாவைப் பெருக்கி, அழுக்குத் துணிகளை அவற்றுக்கென இருந்த பைகளில் இட்டு, சலவை செய்யும் பெண்மணி எடுத்துக் கொள்வதற்கு வசதியாக கீழ்த்தளத்தில் வைப்பான். வழக்கமான வேலைகளான இவை அனைத்தையும் காலை ஏழு மணிக்குள் அவன் செய்து முடித்தாகவேண்டும் என்று எதிர்பார்க்கப்பட்டது.

அவன் தன் முதல்கட்டப் பயிற்சியை முழுமையாக முடிக்காததால், அதிகாரியின் தனி வேலையாளாக பணியமர்த்தப்பட்ட சில வாரங்களில் ஏழு மணி ஆனதுமே தன் படைப் பிரிவின் பயிற்சியில் இணைந்துகொள்வான். வராண்டாவை பெருக்கிக் கொண்டிருக்கும்போதோ அதிகாரியின் குறுஞ்சட்டையை இஸ்திரி செய்து கொண்டிருக்கும்போதோ மற்றவர்கள் ஏழு மணிக்கு முன்பாகவே கீழ்ப்படிநிலையில் உள்ள அதிகாரியின் முன் பயிற்சிக்காக நின்றுகொண்டிருப்பர். அதைப் பார்க்கும்போது அவர்களுடன் சேர்ந்துகொள்ளவேண்டும் என்று அவன் ஏங்குவான். அதிகாரிக்கு நெருக்கமான அடிமையாக இருக்க நேர்ந்ததால் ஏற்படும் அவமான உணர்வை, இயன்றபோதெல்லாம் பயிற்சியில் ஈடுபட்டு உதற முயற்சித்தான். சில சமயங்களில் அவர்கள் வயல்வெளிகளுக்குச் சென்று இலக்கை நோக்கிச் சுடும் பயிற்சி பெறுவார்கள் அல்லது தாக்குதல்களுக்குச் செல்வார்கள். மதியம் உணவகத்தில் சாப்பிட வரும் அதிகாரிகளுக்கு உணவு பரிமாறுவதற்காகத் தயார் நிலையில் அவன் இருக்கவேண்டும் என்பதால் அவர்கள் எங்காவது தொலைதூரம் சென்றால் அவனால் அவர்களோடு போகமுடியாது. மதிய நேரம் எங்குமே உலாவ முடியாதபடி அங்கு வெயில் அதிகமாக இருக்கும். உணவை அதிவேகமாக விழுங்கிவிட்டுத் தங்கள் அறையை நோக்கி விரைந்து செல்கிற அதிகாரிகள் வெயில் தாழும்வரை அறையிலேயே தங்கி ஓய்வெடுப்பார்கள். ஹம்சாவைப் பொருத்தவரை பொமாவும் அதன் சுற்றுவட்டாரத்தில் இருந்த கட்டிடங்கள் அனைத்தும் அமைதியாக இருக்கும் அந்த நேரம்தான் ஆசீர்வதிக்கப்பட்டது. கிராமத்தில் இருந்த ஆடுகளும் நாய்களும்கூட எதாவது ஒரு நிழலான மூலையில் சாய்ந்து படுத்துக்கொண்டு மூச்சிரைத்தபடி வெயில் நேரத்தைக் கடத்திக்கொண்டிருக்கும். மதிய நேரத்தில் உணவகத்திலும் முகாமின் பின் பக்கத் தாழ்வாரத்திலும்தான் குளுமையாக இருக்கும் என்பதால் அவன் தன் நேரத்தை அவ்விரண்டு இடங்களிலும் கழிப்பான். அதன்பிறகு ஜூலியசும் அவனும்

பகிர்ந்துகொண்டுள்ள கீழ்த்தளத்தில் உள்ள அறைக்குள் அவன் நுழையும்போது எப்போதும்போல ஜூலியஸ் தூங்கிவிட்டிருப்பான்.

மாலை நான்கு மணிவாக்கில் பொமா முகாமுக்கு அருகே இருந்த குடியிருப்பில் இருந்த மசூதியில் இருந்து மாலைத் தொழுகைக்கு ஆட்களை அழைக்கும் ஓசை கேட்கும்போது அதிகாரிக்கு ஒரு கோப்பையில் காப்பி எடுத்துச் செல்வான். அதற்குள் அதிகாரி குளித்து முடித்து தன்னுடைய அலுவலகத்தில் வந்து அமர்ந்திருப்பான். அவன் அதிகாரியின் அருகேயே இருக்கவேண்டும் என்பதோடு, அவனுடைய இடம் அந்த அறைக்கு வெளியே இருந்த நாற்காலி என்றும், ஏதாவது தேவை ஏற்பட்டுக் கூப்பிட்டால் கேட்கும் தொலைவில் நாற்காலி மீது உட்கார்ந்திருக்க வேண்டும் என்றும் படைத் தலைவன் அவனுக்கு அறிவுறுத்தி இருந்தான். இது தினமும் மாலை நேரத்தில் நடக்கும் வாடிக்கையான ஒன்று. அவன் சின்னச் சின்ன வேலைகளைச் செய்வதற்காக பல அதிகாரிகளிடம் அனுப்பப்படுவான். அதிகாரிகளுக்குத் தேவைப்படும் தண்ணீரோ காபியோ புதிய குளியல் துண்டோ கொண்டுசெல்வான். மதிய வேலைகளில் அதிகாரி அவனை அழைத்து அவனுக்கு ஜெர்மன் மொழியைக் கற்பித்தான். ஒருவேளை தன்னுடைய மகிழ்ச்சிக்காகவே அந்த அதிகாரி அதைத் தொடங்கியிருக்கலாம். ஆனால் ஹம்சாவோ முதலில் இருந்தே மிகுந்த விருப்பத்துடன் ஜெர்மன் மொழியைக் கற்றுக்கொண்டான். முதலில் பெயர்களை உச்சரிப்பதில் பாடங்கள் தொடங்கின.

"இப்போது நீ சொல்" என்ற அதிகாரி, "நீ சொல்" என்றபடி கதவு, கண், இதயம், தலை என்று ஒவ்வொன்றாய்ச் சுட்டிக்காட்டியோ தன்னைத் தொட்டுக் காட்டியோ சொன்னான். அதன் பிறகு முழு வாக்கியங்களைச் சொல்லி அவற்றைத் திரும்பச் சொல்ல வைத்தான்.

ஹம்சா அதைக் கேட்டு, "என் பெயர் சைக்ஃப்ரைட்" என்றான்.

அதிகாரி, "இல்லை இல்லை. நீ உன் பெயரைச் சொல்" என்றான்.

"என் பெயர் ஹம்சா."

"நண்பா! உன்னை என் நாட்டுக்கு வரவேற்கிறேன். சிறப்பு. நீ மிக நன்றாகக் கற்றுக்கொள்கிறாய். இதற்குப் பொருள் உன்னை என்னுடைய நாடு வரவேற்கிறது என்பதுதான்" என்று அந்த அதிகாரி ஒரு ஏளனப் புன்னகையுடன் சொன்னான்.

பிறகு, வெற்றுத் தாளுடன் திறந்துகிடந்த கள அறிவுறுத்தல்கள் குறித்த புத்தகம் வைக்கப்பட்டிருந்த மேஜைக்கு அவன் ஹம்சாவை அனுப்பினான். ஜெர்மன் சொற்களை எழுதிப் பழகவேண்டும் என்பதற்காகச் சில வரிகளைப் பார்த்து எழுத வைத்தான். தினமும் சில வரிகளை எழுதி அதன் பிறகு அவற்றைச் சத்தமாகப் படித்த ஹம்சாவுக்கு முதலில் அவற்றின் அர்த்தம் தெரியாது. வாய்ப்புக் கிடைத்தபோதெல்லாம் அந்த அதிகாரி ஹம்சாவிடம் ஜெர்மானிய மொழியில் பேசினான். அவனுக்கு முதலில் அது வேடிக்கையாக இருந்தாலும், தன் உயர் அதிகாரிகளைச் சிரிக்க வைக்கவேண்டும் என்பதற்காக ஹம்சாவுக்கு ஜெர்மன் கற்பிப்பதில் தான் சந்தித்த போராட்டங்களை மிகைப்படுத்திக் கூறினான். ஹம்சாவுக்கு ஏதாவது புரியாதபோது அந்த அதிகாரி அதை மொழிபெயர்த்தான். ஆனால் அடுத்த முறையே அவன் அதைப் புரிந்துகொண்டு பதில் சொல்லவேண்டும் என்று எதிர்பார்த்தான். சில சமயங்களில் அந்த அதிகாரி அவனைச் சில சொற்களை மீண்டும் மீண்டும் சொல்ல வைத்து, பிறகு சத்தமாக அவற்றின் அர்த்தத்தை அவனுக்கு விளக்கினான். அந்த அதிகாரிக்கு இது ஒரு விளையாட்டாக இருந்தது. ஹம்சா விரைவாகக் கற்றுக்கொண்டது அதிகாரிக்கு மகிழ்ச்சி அளித்தது. கண்கள் குறும்புடன் ஒளிர, "விரைவில் நான் உன்னை ஷில்லரை வாசிக்க வைத்துவிடுவேன்" என்றான்.

அந்தக் கண்கள்! ஹம்சா படுக்கையை ஒழுங்காக மடித்து வைக்கும்போதோ முன்பக்க வராந்தாவைப் பெருக்கும்போதோ, சட்டையை இஸ்திரி போடும்போதோ திரும்பிப் பார்த்தால் அந்த நீலக் கண்கள் அசையாமல் தன்மீது நிலைத்திருப்பது ஹம்சாவின் கண்ணில்படும். முதல் முறை இவ்வாறு நடந்தபோது அதிகாரி ஏதோ சொன்னான் என்றும் தன் பதிலுக்காகக் காத்திருக்கிறான் என்றும் நினைத்து அவனைப் பார்த்தான். ஆனால் அந்தக் கண்களும் அசையவில்லை, உதடுகளும் திறக்கவில்லை. குழப்பமடைந்த ஹம்சா அந்தக் கண்களின் தீவிரத் தன்மையால் பாதிக்கப்பட்டவனாக அங்கிருந்து நகர்ந்துவிட்டான். அதிகாரி தன்னருகே இருக்கும்போது ஒருவிதமான அமைதி அங்கு நிலவுவதை அவன் உணர்ந்தான். திரும்பிப் பார்த்தால் அவன் நிச்சயம் தன்னை வெறித்துப் பார்த்துக்கொண்டிருப்பான் என்று அவனுக்குத் தெரியும். அவ்வளவு நேரம் தான் உற்றுப்பார்க்கப்படுவது அறிந்தும் வேறுவழியற்று ஹம்சாவை அதை அனுமதிக்கவைத்து, "ஆனாலும் உன்னால் என்னைத் திரும்பிப் பார்க்கமுடியுமா என்ன?" என்று கேட்கிற

திமிரான ஊடுருவும் பார்வை அது. அதனால் அவன் திரும்பிப் பார்த்ததேகிடையாது.

ஹம்சாவுக்கு ஜெர்மன் மொழியைப் பேசவும் எழுதவும் கற்றுக்கொடுத்தது அந்த அதிகாரிக்குப் பெருமகிழ்ச்சி அளித்தது. ஹம்சாவின் இந்த சாதனையை மாலை நேரச் சிற்றுண்டியின்போதும் உணவருந்திய பின்னரும், மது அருந்தியபோதும் மற்ற அதிகாரிகளிடம் பகிர்ந்துகொண்ட அதிகாரி, ஹம்சாவிடம் ஜெர்மன் மொழியில் பேசுமாறு அவர்களை அழைத்தான். மருத்துவ அதிகாரி நட்பாகப் புன்னகைத்தபடி ஜெர்மன் மொழி கற்றுக்கொள்வதற்கான பிரத்தியேக அமைப்பு ஏதோ மனித உடலில் இருக்கும் என்பதுபோல அதற்கான ஆதாரத்தைத் தேடி அவனை மேலும் கீழுமாகப் பார்த்தார். ஆனால் இரண்டு அதிகாரிகள், குழந்தைகளிடம் பெரியவர்கள் கேட்கும் எளிய கேள்விகளைக் கேட்டுத், தங்கள் உயர் அதிகாரியின் விளையாட்டில் ஆர்வத்துடன் பங்குபெற்றனர். மற்ற அதிகாரிகள் ஹம்சாவுக்குப் புரியாத சொற்களில் பேசிச் சிரித்தனர். அவனுக்கு அது புரியாதது அவர்களுக்கு மேலும் வேடிக்கையாக இருந்தது. அந்த அதிகாரியின் விளையாட்டுப் பிடிக்காமல் அதை நிராகரிக்கும் வகையில் செருமிய வால்தர், ஹம்சா அறிந்திடாத சொற்களைக் கோபமும் கிண்டலும் கலந்த தொனியில் பிறகு முணுமுணுத்தான். அவற்றின் தொனியை வைத்து அவை ஆபாசமான அல்லது இகழ்ச்சியான சொற்களாக இருக்கலாம் என்று ஹம்சா யூகித்தான். அத்தகைய நேரங்களில் ஜூலியஸ் பகடியாகப் புன்னகைத்தாலும், "அதிகாரிகள் குரங்கை வைத்து வித்தைகாட்டுவதுபோல உன்னைப் பயன்படுத்துகிறார்கள்" என்று ஹம்சாவிடம் தனிமையில் கூறினான். அதிகாரிகளின் குடியும், நகைச்சுவைத் துணுக்குகளும் இழிவாக மாறுவதற்கு முன் ஹம்சா அங்கிருந்து விரைந்து வெளியேறிவிடுவான்.

ஜூலியஸ் அவனிடம், "வால்தரை நீ கண்டுகொள்ளாதே. மரியாதைக்குரிய இந்த அதிகாரிகள் தங்கும் கட்டிடத்தில் தங்குவதற்கே தகுதியற்ற கீழ்த்தரமானவன் அவன். அளவுக்கதிகமாக கஞ்சா புகைத்துவிட்டுப் பக்கத்துக் கிராமத்தில் வசிக்கும் பெண்களைத் துரத்துபவன். அவனுடைய அறை முழுக்க புகையின் துர்நாற்றம் வீசுகிறது" என்றான்.

சிலசமயங்களில் அதிகாரிகள் யாராவது ஏதாவது கிராமத்தைத் தம் கட்டுப்பாட்டுக்குள் கொண்டுவரப் போனாலோ, ஒரு உயர் அதிகாரி சதித் திட்டத்தை மேற்கொள்ள வெளியே போனாலோ மற்ற

அதிகாரிகள் வெகுநேரம் அங்கு அமர்ந்து குடித்துக்கொண்டிருப்பர். அவர்களுடைய பேச்சுக் குரலும் சிரிப்புச் சத்தமும் பொமா முகாம் முழுக்க ஒலிக்கும். அடுத்த நாள் காலை தலைவலி மண்டையைப் பிளக்க, கண்கள் வலியில் துவள, விரல்களை நீட்டித் தன் நெற்றிப் பொட்டுகளை இறுகப் பிடித்துக்கொண்டு அந்த முதல் லெப்டினன்ட் உட்கார்ந்திருப்பான். எப்போதெல்லாம் இரவு வெகுநேரம் குடிக்கிறார்களோ அப்போதெல்லாம் இது நடக்கும்.

ஒரு நாள் மதியம் காபியுடன் அறைக்குள் நுழைந்த ஹம்சா அதிகாரியின் கட்டளைப்படி வழக்கம்போல ஜெர்மன் மொழியில் முகமன் கூறினான். ஆனால் தீவிரமாக எதையோ வாசித்துக்கொண்டிருந்த அதிகாரி பதில் சொல்லவில்லை. அவனுடைய கையிலிருந்த காகிதத்தின் மேற்புறத்தில் இருந்த அரசாங்க இலச்சினையைப் பார்த்ததும் அது ஒரு அரசாங்க ஆவணம் என்று ஹம்சா புரிந்துகொண்டான். ஹம்சா அங்கு நிற்பதை நீண்ட நேரத்திற்குப் பிறகு பார்த்த அதிகாரி அவனை அங்கிருந்து வெளியேறுமாறு தன் கைகளை வீசிக் காண்பித்தார். வழக்கமான அரைமணி நேர உரையாடல் வகுப்புக்கும் அன்று ஹம்சா அழைக்கப்படவில்லை. காபிக் கோப்பையை எடுத்துச் செல்வதற்காக ஹம்சா திரும்பவந்தபோது அதிகாரி வெறுமையான பார்வையுடனும் ஆழ்ந்த சிந்தனையுடனும் நாற்காலியில் சாய்ந்து அமர்ந்திருந்தான். வேறெதாவது கட்டளைகள் உள்ளனவா என்று அறிவதற்காக அங்கேயே காத்திருந்த ஹம்சா அதிகாரி எதுவும் பேசாமல் இருக்கவே அதிகாரியை உற்றுப் பார்த்துக்கொண்டே காபிக் கோப்பைகள் வைத்திருந்த தட்டைக் கவனக் குறைவாக எடுத்தவன், தடுமாறி மேஜையை இடித்ததில் தட்டில் இருந்த கோப்பைகள் சத்தமிட்டன. கடுமையான கோபத்துடன் வேகமாகத் திரும்பிப் பார்த்த அதிகாரி, “உடனடியாக இங்கிருந்து வெளியே போ” என்றான்.

உணவகத்தில் அன்று மாலை சூழல் மாறியிருந்தது. அதிகாரி அன்று மாலை வாசித்துக்கொண்டிருந்த ஆவணம் தொடர்பானதாக இருக்கக்கூடும். அதிகாரிக்கு ஏதோ புதிய உத்தரவு வந்திருக்கவேண்டும். அதிகாரிகள் வெகு சரளமாகவும் வேகமாகவும் பேசியதை ஹம்சாவால் துல்லியமாகப் புரிந்துகொள்ள முடியவில்லை. வேண்டுமென்றே ஜூலியசையும் அவனையும் குழப்புவதற்காக அவர்கள் அப்படிப் பேசியதுபோல் ஹம்சாவுக்குத் தோன்றவில்லை. வேலைக்காரர்கள் அங்கு இருப்பதையேகூட சிறிதுநேரம் அவர்கள் மறந்துவிட்டனர். பிறகு ஒருவரை ஒருவர்

பார்த்துக்கொண்டவர்கள் வேலைக்காரர்களுக்குப் புரிந்துவிட வாய்ப்புள்ளது என்று ஒரு கட்டத்தில் முடிவு செய்து படைத் தலைவனான வால்தரைப் பார்த்து லெப்டினட் தலையசைத்ததும், அவன் ஜூலியசையும் ஹம்சாவையும் உணவகத்தில் இருந்து வெளியேறுமாறு கட்டளையிட்டான். அதன் பிறகு அவர்கள் பேசிய பல சொற்களுக்கான பொருள் அவனுக்கு அப்போது அந்தத் தருணத்தில் புரியவில்லை என்றாலும் அவனுக்கு நன்கு புரிந்த சொல் ஒன்று இருந்தது. அது க்ரைக். வீட்டா அதாவது போர்.

★★★

தங்களுடைய அறைக்குப் போனதும் ஹம்சா ஜூலியசிடம், “நாம் யாரோடு போர் புரிகிறோம்” என்று கேட்டான்.

“யாருடன் இருக்கும் என்று உனக்குத் தெரியாதா? இது மிகப் பெரிய யுத்தம் என்று அவர்கள் பேசிக்கொண்டிருந்ததை நீ கேட்கவில்லையா? நீ ஜெர்மன் மொழி பேசும் அற்புதன் என்று நான் இதுவரை நினைத்துக்கொண்டிருந்தேனே” என்று அலட்சியத்துடன் முகஞ்சுளித்தபடி சொன்னான்.

“பெல்ஜியர்களுடனோ போர்சுகீசியர்களுடனோ இருக்கலாம். ஆனால் அதற்கு பிரிட்டிஷார் அனுமதிக்கமாட்டார்கள் என்பதால் இது அனைவருடனுமான போராகவே இருக்கும். நாம் அவர்கள் அனைவருடனும் போரிடப் போகிறோம். தான்சானியாவின் வாச்சாங்காவுடனோ வஹாடிமு இனக் குழுவுடனோ போரிடுவதாக இருந்தால் அதை மிகப் பெரிய போர் என்று ஜெர்மானியர்கள் சொல்லமாட்டார்களே” என்றான் ஜூலியஸ்.

அடுத்த நாள் காலை ஹம்சா அதிகாரிக்குக் காபி எடுத்துக்கொண்டு போனபோது அதிகாரி கிண்டலான புன்னகையுடன் அவனைப் பார்த்து, “உனக்கு இன்று அணிவகுப்புப் பயிற்சி கிடையாது. நீ உன் வகுப்பைத் தவறவிட்டுவிட்டாய். உன் வேலைகளை எல்லாம் முடித்ததும் என் அலுவலகம் வந்து சேர். மேலிடத்தில் இருந்து வரும் தகவல்களால் உன் வகுப்புகளுக்கு இடையூறு ஏற்படுவதை நாம் அனுமதிக்கக்கூடாது” என்றான்.

★★★

சில நாட்களில் இந்த வழக்கம் மாறியது. அதிகாரி நிறைய நேரம் ஹம்சாவைத் தன்னருகே வைத்துக்கொள்ள ஆரம்பித்தான். தன் வேலையாளுக்கு ஜெர்மன் மொழியைப் பேசவும் எழுதவும்

கற்பிக்கும் விளையாட்டில் அதிகாரியின் மனம் ஒன்றிப்போய், அது தீவிரமானதாக மாற ஆரம்பித்தது. பருவ மழையின் வருகைக்கு முன் இந்த மாணவனை ஷில்லரை வாசிக்கவைத்துவிடமுடியும் என்றும்கூட சில கோப்பைகள் மது அருந்தியபின் தன் சக அதிகாரிகளிடம் அவன் சவால்விட்டான். அந்த அதிகாரிகள், "எந்த வருடப் பருவமழை? ஒருவேளை பத்து வருடங்களுக்குப் பிறகு வரப் போகிறதே அதுவா?" என்று சிரித்தனர்.

ஹம்சா வழக்கம்போலக் காலைவேளையில் அதிகாரியின் குளியலறைத் தொட்டியைக் கதகதப்பான நன்னீரால் நிரப்பிய பிறகு காபி எடுத்துக்கொண்டு போவான். அந்தக் காபி, அதற்கு முந்தைய தினம் வறுத்த காபிக் கொட்டையை, அடுத்த நாள் காலையில் அரைத்துப் பொடியாக்கி, அதிலிருந்து தயாரிக்கப்பட்டதாக இருக்கவேண்டும். சமையல் கொட்டகையில் பணியாற்றிய பெண்கள் இந்த நடைமுறையைக் கடைப்பிடித்தார்களா என்று ஹம்சாவுக்குத் தெரியாது. ஆனால் அதிகாரி இதுகுறித்து எந்தக் குறையும் கூறவில்லை. ஹம்சா காபி எடுத்துக்கொண்டு வரும்போது அதிகாரி உள்ளறையில் படுத்துக்கொண்டிருப்பான். பிறகு அங்கேயே காபி அருந்தி, குளித்து, உடை உடுத்தி, பின்பக்க வராந்தாவில் காத்திருக்கும் ஹம்சாவைக் காலணி அணிந்துகொள்வதற்குத் தனக்கு உதவுமாறு அழைப்பான். ஒருநாள் அதிகாரி குளித்துவிட்டிருப்பான் என்று நினைத்து வேகமாக உள் அறைக்குள் நுழைந்த ஹம்சா அதிகாரி வெற்று மார்புடன் நிற்பதைப் பார்த்தான். அதிகாரியின் மார்பிலும் வயிற்றுப் பகுதியிலும் வடுக்கள் நிறைந்திருப்பது தெரிந்தது. உடனே வேகமாக அங்கிருந்து வெளியேறிய ஹம்சா வராந்தாவில் காத்திருந்தான். அதிகாரி தன்னை அழைத்துக் கண்டிப்பான் என்று எதிர்பார்த்தான். ஆனால் அதிகாரி எதுவும் சொல்லாமல் வழக்கமாக உரையாடல் வகுப்பில் கேட்கும் கேள்விகளைமட்டுமே கேட்டான். ஒருவேளை தான் உள்ளே நுழைந்ததை அவன் பார்த்திருக்கமாட்டான் என்று ஹம்சா நினைத்துக்கொண்டான். பிறகு உள்ளறைக்குச் சென்ற ஹம்சா படுக்கையை ஒழுங்குபடுத்தினான். அதிகாரி சவரம் செய்தபடி உரையாடல் வகுப்பைத் தொடர்ந்தான். இடையிடையே அமைதிகாத்தபோதும் வழக்கம்போல அதிகாரியின் விநோதமான பார்வை தன்மீது படர்வதை ஹம்சாவால் உணரமுடிந்தது.

சிற்றுண்டி அருந்திய பிறகு ஹம்சாவும் ஜூலியசும் சேர்ந்து உணவகத்தைச் சுத்தப்படுத்தி, பிறகு மற்ற அறைகளுக்குச் சென்று அங்கிருந்த வேலைகளைச் செய்துமுடித்த பிறகு, ஹம்சா அதிகாரியின் அலுவலகத்துக்குப் போய் தன் வருகையைப் பதிவு

செய்தான். பொருட்களை எல்லாம் சுத்தப்படுத்தியதும் வெளியே நின்றபடி அடுத்த கட்டளைக்காகக் காத்திருந்தான். அவன் அங்கிருந்த மற்ற அதிகாரிகள் அனுப்பும் தகவல்களைப் பொமா முகாமுக்கு வெளியே உள்ள துருப்புகளுக்குத் தெரிவிப்பான். எந்த அவசரமும் இல்லாதவனாக நிதானமாகச் சுற்றித் திரிந்தவன், அந்தந்த நேரத்திற்குச் சரியாக தொழுகைக்குச் சென்றான். அந்த மருத்துவ அதிகாரி, "என் உதவியாளன் ஒன்றும் எடுபிடி ஆள் கிடையாது. ஆகவே நோயுற்றோர் அறிக்கையை முதலாம் லெப்டினன்டிடம் கொண்டுவந்து தரமுடியாது" என்று சொன்னதால் ஹம்சா தினமும் அதைச் செய்ய வேண்டியதாயிற்று. தினமும் கொயினா மருந்து எடுத்துக்கொண்டும், கொசு வலையின் கீழ் உறங்கியும்கூட நிறைய அதிகாரிகளும் ஆப்ரிக்கக் கூலிப்படை வீரர்களும் அடிக்கடி மலேரியா காய்ச்சலால் பாதிக்கப்பட்டனர். அவர்கள் களத்தில் பணியாற்றும்போது கொசுக்கள் தம் வேலையைக் காட்டியிருக்கலாம். சிலர் முகாமுக்கு வந்து சேரும் முன்பே மலேரியாவால் பாதிக்கப்பட்டிருந்தனர். வயிற்றுப் போக்கும், பால்வினை நோய்களும், கால் விரல்களைப் பாதிக்கும் ஆபத்தான ஆழிப் பூச்சிக் கடியும் சிலருக்கு இருந்தன. சிறிய அளவில் இருந்த டைஃபாய்டு நோய்த் தொற்றைக் கட்டுப்படுத்துவதற்காக அந்த நோயாளிகளை மருத்துவமனையில் தனிமைப்படுத்தவேண்டி இருந்தது. நோயுற்றோர் அறிக்கையை ரகசியமாகப் படித்ததன்மூலம் நுபியின் இராணுவ வீரர்களை மேற்பார்வையிடும் அதிகாரிகள் ஓப்பியம் போதைக்கு அடிமையாக இருந்ததை ஹம்சா அறிந்துகொண்டான்.

அவன் தினமும் மருத்துவமனைக்குச் சென்றபோது அங்கிருந்த மருத்துவ அதிகாரி நன்கு பழகியவரைப்போல அவனைப் பார்த்துப் புன்னகைத்தார். ஹம்சாவுக்கு அது பிடிக்காததால் அவன் அதைக் கவனிக்காததுபோல இருந்தான். ஒருநாள் காலை அறிக்கையைத் தந்தபோது அந்த மருத்துவ அதிகாரி தன் உதவியாளரிடம், "இந்த இளைஞன் நம் முதலாம் லெப்டினன்டின் மனதை முழுமையாக ஆட்கொண்டுவிட்டான். அவர் இவனை ஒரு பெரிய அறிஞனாக ஆக்கப் போகிறார். அவர் இரவு உறங்கப்போகும் முன் இந்த இளைஞன் அவருக்குக் கதைகளைப் படித்துக் காண்பிக்கப் போவது அதிவிரைவில் நடக்கும் என்று அவர் எங்களுக்கு உறுதி அளித்திருக்கிறார்" என்றார்.

அவர்கள் இருவரும் புன்னகைத்தபோது அந்த உதவியாளர் ஹம்சாவை இழிவான பொருள்பொதிந்த ஒரு பார்வை பார்த்தான்.

சில சமயங்களில் ஹம்சா உணவகத்தில் உணவு பரிமாறியபடி மருத்துவ அதிகாரியின் நாற்காலியைக் கடக்கும்போது தன் தொடைகள் வருடப்படுவதை உணர்ந்தான். அந்த மருத்துவ அதிகாரி யாரும் அறியாதபடி இதைச் செய்துவிட்டு, ஹம்சாவின் கண்களைப் பார்க்க நேரிடுகையில் விநோதமான முறையில் புன்னகைத்தார்.

ஹம்சா ஜூலியசிடம் "மருத்துவ அதிகாரி உன்னிடமும் இப்படி நடந்துகொண்டிருக்கிறாரா?" என்றதற்கு அவன் இளித்தபடி, "இல்லை" என்றான்.

"அவன் உன்னைத்தான் துரத்துகிறான். இது உனக்குத் தெரியாதா என்ன? அந்த மருத்துவ அதிகாரி தன்பாலினக் கவர்ச்சிகொண்டவன். அதாவது ஆண்களை விரும்புபவன் என்று எல்லோருக்கும் தெரியும். அந்த உதவியாளர் அவனுடைய மனைவி என்றுகூட பேசிக்கொள்கிறார்கள்.

ஜெர்மனியில்கூட இராணுவ வீரர்கள் ஒருவருக்கு ஒருவர் உடலுறவு வைத்துக்கொள்ள அனுமதி உண்டு. ஜெர்மனியின் ஆதிக்கத்தில் உள்ள இந்த மொத்தக் கிழக்கு ஆப்பிரிக்கப் பகுதிக்கும் ஆளுனராக இருந்த ஒருவன் தன்பாலின விருப்பம் கொண்டவன். அவன் தன் காம சுகத்துக்காகமட்டுமே ஒரு வேலைக்காரனைப் பயன்படுத்திவந்ததாகக் குற்றம் சுமத்தப்பட்ட வழக்கு சில வருடங்களுக்கு முன் நடந்தது" என்றான்.

ஹம்சா, "ஆளுனரே வழக்கு மன்றத்துக்கு நேரில் அழைக்கப்பட்டாரா? ஆளுனரைப்போய் யாரால் வழக்குமன்றம்வரை இழுக்கமுடியுமா? வழக்கு மன்றமே ஆளுனருக்குச் சொந்தமானதுதானே!" என்றான்.

ஜூலியஸ் தனக்கு எல்லாமே தெரியும் என்கிற அற்பத்தனமான சிறு புன்னகையுடன், "இது கிருத்துவர்களின் அரசு. இங்கு நீதிமன்றம் யாருக்கும் சொந்தம் இல்லை" என்றான்.

அப்போதும் அதை நம்ப முடியாதவனாக ஹம்சா, "ஆனாலும் ஆளுனர் தன்பாலின விருப்பம் கொண்டவர் என்பதால் நீதிமன்றத்துக்குச் சென்றாரா!" என்றான்.

"ஆமாம். ஆளுனரேதான். அவரும் இன்னும் நிறைய அதிகாரிகளும். இதை நீ கேள்விப்பட்டதே இல்லையா?" என்றான்.

ஹம்சா, "இல்லை" என்றான்.

ஜூலியஸ் அவனைப் பரிதாபமாகப் பார்த்தான். ஹம்சா பலவிதங்களில் அதிர்ஷ்டமற்றவன் என்று நினைத்த ஜூலியஸ் அதை ஹம்சாவிடமும் சொன்னான். அதற்குக் காரணம் அவன் கிருத்துவப் பள்ளிக் கூடங்களில் கல்வி பயிலாததோ அவனுடைய பிற்பட்ட மதமோ இல்லை என்றான். கீழ்நிலை அதிகாரிகளிடம், அதுவும் கோபமும் கீழ்த்தரமான குணமும்கொண்ட படைத் தலைவனிடம் வேலை செய்வதைவிட லெப்டினன்டிடம் பணியாற்றுவதுமேல் என்று ஜூலியஸ் கருதுவதாக ஹம்சா நினைத்தான்.

"ஜெர்மனியின் அரசரேகூட அப்படிப்பட்டவர்தான் என்று நான் கேள்விப்பட்டிருக்கிறேன்" என்று தன் தலையை அசைத்தபடி கிசுகிசுத்தான்.

ஹம்சா நம்பிக்கையற்றவனாக, "இல்லை. நீ சுவாரசியத்திற்காக ஏதேதோ சொல்கிறாய். ஜெர்மனியின் அரசர் போயா!" என்றான்.

"இவ்வளவு சத்தமாகப் பேசாதே. நாம் அவர்களைப் பார்த்துச் சிரிக்கக் கூடாது என்பதற்காகத்தான் இதைப் பற்றியெல்லாம் அவர்கள் வாயே திறப்பதில்லை" என்றான்.

ஹம்சா எந்த வேலையும் இன்றி, அலுவலகத்துக்கு வெளியே முக்காலியில் உட்கார்ந்திருக்கையில், அதிகாரிக்கு பொமா முகாமிலும் வெளியேயும் பணிகள் ஏதும் இல்லாதபோது, அதிகாரி அவனைத் திடீரென உள்ளே அழைத்து மேஜையருகே அமரச் சொல்லி எழுதுமுறை பயிற்சிகளை மேற்கொள்ள வைப்பான். அது பெரும்பாலும் இராணுவப் பயிற்சி ஏட்டில் உள்ள எளிமையான ஜெர்மன் வரிகளை கிஸ்வாகிலி மொழியில் மொழிமாற்றம் செய்வதாகவும், ஜெர்மன் மொழியில் உள்ள பல்வேறு வழிமுறைகளைப் பார்த்து எழுதி மொழிபெயர்ப்பதாகவும் இருக்கும். அதிலுள்ள ஏதாவது ஒரு சொல் அவனுக்குத் தெரியாமல்போனால் அவன் அதைச் சத்தமாக வாசிப்பான். உடனே அதிகாரி அதன் அர்த்தத்தைக் கூறுவான். சிலசமயங்களில் அதிகாரி ஜெர்மன் மொழியில் உள்ள ஒரு சொல்லைக் கூறி அதற்கு கிஸ்வாகிலி மொழியில் என்ன பொருள் என்று கேட்பான். 'ஃபிரான்கின்சென்ஸ்' என்பதற்கு என்ன அர்த்தம் சொல். 'உபானி'. 'நம்ப்' என்பதை எப்படிச் சொல்லவேண்டும்? 'கண்சி'. 'ஃபோம்' என்பதை எப்படிச் சொல்வது? பபுல்ஸ். மபோவு. ஹம்சாவுடன் சில நிமிடங்கள் உரையாடுவதற்காகச் சில சமயங்களில் தன் வேலையைக்கூட அந்த அதிகாரி இடையில் நிறுத்திவிடுவான். ஹம்சா சிறப்பாகப் பதில் சொன்னபோது அதிகாரி நுட்பமான பார்வையுடன் தலையசைத்து,

எதிர்பாராதவிதமாக எதையோ சாதித்துவிட்டதாக நம்பமுடியாத களிப்புடன் புன்னகைப்பான்.

"நீ மிக நன்றாகக் கற்றுக்கொண்டாய். ஆனால் ஷில்லரை வாசிக்குமளவு நீ இன்னும் முன்னேறவில்லை" என்பான். பாடங்கள் சிலசமயங்களில் மதியம்வரையிலும் நீளும். இப்படி இதுவரையிலும் பள்ளிக்கூடத்தில்கூட நடந்ததில்லை என்று ஹம்சா நினைத்துக் கொள்வான். இறுதியில் அந்திநேரத் தொழுகைக்கு ஊர்மக்களை அழைக்கும் பாங்கு ஓசை பொமா முகாமுக்கு வெளியே இருந்த கிராமத்தில் இருந்து கேட்கும்வரை வகுப்பு நீண்டது. இது அதிகாரி வழக்கமாக மாலை நேர மதுவைப் பருகத் தொடங்கும் நேரம். ஹம்சா, அந்த அதிகாரியின் பாதுகாப்பு வளையத்தில் இருப்பது இப்போது வெளிப்படையாகவே தெரிந்தது. இதனால் பொமா முகாமின் இயல்பான கொடுமைகளில் இருந்தும், அவமானங்களில் இருந்தும் அவன் தப்பவில்லையானாலும் அங்கிருந்த மற்ற துருப்புகள் அனுபவித்த சவுக்கடிகள், கடினமான வேலைகளில் இருந்து அவனுக்கு விலக்கு அளிக்கப்பட்டது. ஆனால் படைத் தலைவனான வால்தரின் கோபத்தில் இருந்து அவனால் தன்னைப் பாதுகாத்துக்கொள்ள முடியவில்லை. அவன் ஹம்சாவை லெப்டினன்டின் பின்னால் நிற்கும் பொம்மைவீரன் என்று அழைத்தான்.

"நீ யாருடைய விளையாட்டுப் பொம்மை? நீ அவனுடைய அழகான விளையாட்டு பொம்மை, தன்பாலின ஈர்ப்புகொண்ட அவனுடைய சிறிய விளையாட்டு பொம்மை, அப்படித்தானே?" என்று சொல்லிக்கொண்டே தன்னுடைய விரலை இழிவான முறையில் எச்சரிக்கையாக அசைத்தான். ஒருமுறை அவன் ஹம்சாவின் மார்புக் காம்புகளை எட்டிப் பிடித்துக் கசக்கி, "உன்னைப் பார்த்தாலே எனக்குக் கோபம் வருகிறது" என்றான்.

அதிகாரி சில நேரங்களில் ஒருவிதமான சோகம் கவிய வெகுநேரம் மௌனமாக அமர்ந்திருப்பான். அல்லது சுய பகடிபோலத் தொனித்த சில விளங்காத சொற்களைப் பேசுவான். என்ன என்பதுபோல் ஹம்சா நிமிர்ந்து பார்த்தால், கொடூரமானதாகவோ இகழ்ச்சியாகவோ எதாவது சொல்வான். "ஏ! அடிமுட்டாள் குரங்கே! நான் இப்போது சொன்னதை நீ துல்லியமாகப் புரிந்துகொள்ள விரும்புகிறாயா?" என்பான். அதிகாரி நல்ல மனநிலையில் இல்லாதபோது நிமிர்ந்து பார்க்காமல் இருக்க ஹம்சா பழகிக்கொண்டான். அத்தகைய நேரங்களில் தொலைவாக அமர்ந்துகொள்வான். அந்த

அதிகாரி வன்முறையான நடவடிக்கைகளில் ஈடுபடக்கூடியவன் என்பதை ஆரம்பத்தில் இருந்தே ஹம்சா அறிந்திருந்தான். இயல்பாக அதிகாரியின் கண்களில் அது மின்னியதை அவன் பார்த்திருக்கிறான். அதிகாரியின் நெற்றிப்பொட்டின் மீதிருந்த தோல் இறுகுவதைப் பார்த்தால் தீவிரமான ஏதோவொரு ஆவலை அவன் கட்டுப்படுத்திக்கொண்டிருப்பது போலிருக்கும். ஆழ்ந்த சிந்தனையில் இருக்கும்போதும், மனச்சோர்வில் மூழ்கியிருக்கும்போதும் அந்தத் தோலின் மடிப்பை அவன் தன்னையறியாமல் அழுத்திப் பிசைவான். அதிகாரி தன்னை அவமானப்படுத்த வாய்ப்புள்ள இத்தகைய மோசமான தருணங்களை நினைத்து ஹம்சா பயப்படுவான். அதிகாரி தனக்கேயுரிய பாணியில், ஓர் இகழ்ச்சியான முறைப்பில் அதை வெளிப்படுத்துவான். சில சமயங்களில் மேஜைமீது எதையாவது இடித்துவிட்டுப் பிறகு தொடர்ந்து ஹம்சாவின்மீது வசையாகப் பொழிவான். அதிகாரி இதுபோன்று கோபத்தில் கொந்தளிக்கும் நேரங்களில் ஹம்சா அசையாமல் அப்படியே நிற்பான். அதிகாரி அவனை வெளியேறுமாறு திடீரென உத்தரவிடுவான். அதிகாரி நல்ல மனநிலையில் இல்லை என்று சந்தேகப்படும்போது ஹம்சா அதிகாரியிடம் இருந்து தள்ளியே இருப்பான். ஆனால் அப்படி ஹம்சா ஒதுங்கி இருக்கையில் அதிகாரி அவனை அழைத்து, அவன் அங்கு இல்லாவிட்டாலோ, கூப்பிட்ட குரலுக்கு உடனே செல்லாவிட்டாலோ அதுவேகூட அதிகாரியைத் தூண்டுவதாக அமைந்துவிடும்.

ஹம்சா ஜெர்மன் மொழி கற்றுக்கொள்வதில் முன்னேற்றம் அடையத் தொடங்கியதும், அதிகாரி பேசியது அவனுக்கு நன்கு புரிய ஆரம்பித்தது. சில சமயங்களில் அவன் சொன்னதையே திரும்பத் திரும்பச் சொல்வதும் தெரிந்தது. அத்தகைய நேரங்களில் ஹம்சா காது கேளாததுபோல் நடிப்பான். அதிகாரியோ அவன் அங்கிருப்பதே தெரியாததுபோல் நடந்துகொள்வான்.

அதன் பிறகு இரண்டு நாட்களில் ஒரு பெரிய சதித் திட்டம் மேற்கொள்ளப்படப்போவதாகவும், துருப்புகள் தயார் நிலையில் இருக்குமாறும் முதலாம் லெப்டினன்ட் ஒரு நாள் அறிவித்தான். தயாரிப்புகள் தீவிரமாக நடந்துகொண்டிருக்க, தகவல்களும் தந்திகளும் அடிக்கடி பரிமாறிக்கொள்ளப்பட்டன. அவர்கள் அனைவரும் கட்டளைக்காகக் காத்திருந்தனர். அதிகாரிகள் மனக் கலக்கத்துடன் தங்களுக்குள் நீண்ட உரையாடல்களில் ஈடுபட்ட பிறகு வழக்கமான உடற்பயிற்சிக்காகத் துருப்புக்களை வெளியே அழைத்துச் சென்றனர். யுத்தம் நடக்கப்போகிறது. உணர்ச்சிகரமான

அந்த நாளின் முடிவில் ஹம்சா அதிகாரியின் குடியிருப்பைச் சுத்தப்படுத்திக் கொண்டிருக்கையில் அங்கு மோசமாக ஏதோ நடக்கப்போவது போன்ற ஒரு அமைதியை அவனால் உணர முடிந்தது. அது அவனுக்கு மிகுந்த அச்சத்தை ஏற்படுத்தியது.

அதிகாரி அவனிடம், "நீ இங்கு என்ன செய்துகொண்டிருக்கிறாய்? உன்னைப் போன்ற ஒருவன் இந்த மிருகத்தனமான போரில் என்ன செய்து கொண்டிருக்கிறான்?" என்றான்.

மரியாதையை வெளிப்படுத்தும் விதமாக இரண்டு கால்களையும் நேராக வைத்து நிமிர்ந்து நின்ற ஹம்சா, "நான் இங்கு ஜெர்மானியப் பேரரசின் துருப்புகளுக்கும் ஜெர்மன் அரசுக்கும் சேவை செய்கிறேன்" என்றான்.

"நிச்சயமாக நீ அதைத்தான் செய்துகொண்டிருக்கிறாய். அதைவிட உன்னதமான கடமை வேறென்ன இருக்கமுடியும்?" என்று கிண்டலாகக் கேட்ட அதிகாரி அவன் முகத்துக்கு நேரே வந்து நின்றான்.

"அழகான சிறிய கிராமமான மார்பாக்கைச் சேர்ந்த ஒருவன் இந்த மலக்குழியில் என்ன செய்துகொண்டிருக்கிறான் என்று நீயும் இதே கேள்வியை என்னைப் பார்த்துக் கேட்கலாம். நான் இராணுவப் பாரம்பரியம் மிக்க குடும்பத்தில் பிறந்தவன் என்பதால் இது என் கடமையாகிறது. எங்களுக்கு உரிமையானவற்றை அடையவேண்டும் என்பதாலேயே நான் இங்கு இருக்கிறேன். நாம் பிற்போக்கான காட்டுமிராண்டி மக்களோடு பழக வேண்டியிருக்கிறது. அவர்களை ஆள்வதற்கு ஒரே வழி அவர்களுடைய நரம்புகளுக்குள் அச்சத்தைச் செலுத்தி அவர்கள் அனைவரையும் அடிபணியச் செய்வதுதான். ஜெர்மானியத் துருப்புகள் நம்முடைய ஆயுதம். நீயும்தான். எந்தத் தயக்கமும் இல்லாமல் நாங்கள் சொல்வதைச் செய்யக்கூடிய இரக்கமற்ற தற்பெருமைவாதிகளில் நீயும் ஒருவனாக இருப்பாய் என்று நாங்கள் எதிர்பார்க்கிறோம். நீங்கள் அடிமையாகவோ, இராணுவ வீரனாகவோ, சாதி நீக்கம் செய்யப்பட்டவனாகவோ யாராக இருந்தாலும் சரி, அவர்களுக்குரிய பணத்தையும் மரியாதையையும் நாங்கள் அளிப்போம். உன்னுடைய இதயத் துடிப்புகூட உனக்கு வேதனை அளிப்பதாக நினைத்து நடுநடுங்கி உன் ஒவ்வொரு துடிப்பையும் நீ உற்றுக் கவனிக்கவேண்டும். நீ இங்கு வந்த நாள்முதல் நான் உன்னைக் கவனித்துக்கொண்டு தானிருக்கிறேன். நீ கனவு காண்பவன்" என்றான்.

ஹம்சா வெறித்த பார்வையுடன் அசையாமல் அப்போதும் அப்படியே நின்றிருந்தான். "நான் உன்னை அந்த வரிசையில் இருந்து வெளியே எடுத்ததற்குக் காரணம் உன் தோற்றம் எனக்குப் பிடித்திருந்தது என்பதால்தான்" என்றபடி அவனை நோக்கி இரண்டு அடிகள் முன்னே வந்த அதிகாரி, "உனக்கு என்னைப் பார்த்தால் பயமாக இருக்கிறதா? என்னைப் பார்த்து மற்றவர்கள் பயப்படுவது எனக்குப் பிடிக்கும். அது என்னை மேலும் பலசாலி ஆக்குகிறது" என்றான்.

இன்னும் சிறிது முன்னே வந்து ஹம்சாவின் இடது கன்னத்தில் அறைந்தவன், பிறகு தன் புறங்கையால் அவனுடைய வலது கன்னத்தில் இடித்தான். அதிர்ச்சியில் மூச்சுத் திணறிப்போன ஹம்சா தன் சதை வலியில் துடிப்பதை உணர்ந்தான். இப்போது அதிகாரி சில அடிகள் தொலைவில் இருந்தான். முதல் நாள் அந்த அதிகாரி புதிய வீரர்களை ஆய்வு செய்தபோது வீசிய ஒருவித மருந்து வாசனை மீண்டும் இப்போது வீசியதை நுகர்ந்த ஹம்சா, அது மதுவின் வாசனை என்பதை அப்போதுதான் புரிந்துகொண்டான். இப்போது இன்னும் நெருங்கி வந்த அதிகாரி, "உனக்கு வலித்ததா? உன் வலியைப் பற்றி எனக்குக் கவலை இல்லை" என்றான். ஹம்சா அதிகாரியின் கண்களை நேருக்கு நேர் பார்ப்பதைத் தவிர்த்தான். அதிகாரியின் நெற்றிப் பொட்டில் சிறிதளவு நீண்டிருந்த தோல் அவன் கண்களில்பட்டது. அதிகாரி, "பதில் சொல். நீ என்னைக் கண்டு அச்சப்படுகிறாயா?" என்றான். ஹம்சா உரத்த குரலில், "ஆம், ஐயா" என்றான். இதைக் கேட்ட அதிகாரி சிரித்தபடி, "நான் உனக்கு ஜெர்மன் மொழியைப் பேசவும் எழுதவும் கற்பித்தது நீ ஷில்லரைப் புரிந்துகொள்ளவேண்டும் என்பதற்காகத்தான். ஆனால் நீயோ இப்படிச் சின்னக் குழந்தைபோல மிழற்றுகிறாய். இன்னொரு முறை ஒழுங்காக எனக்குப் பதில் சொல்" என்றான்.

"நிச்சயமாக, ஐயா! திரு முதலாம் லெப்டினன்ட் அவர்களே" என்ற ஹம்சா "ஷீபர்!" என்று அதிகாரியின் முழுப் பெயரைத் தன் மனதுக்குள் நினைத்துக்கொண்டான்.

கவலையான முகத்துடன் ஹம்சாவைச் சில நொடிகள் பார்த்த அதிகாரி, "இந்த உலகில் உனக்குரிய இடத்தை நீ தவறவிட்டுவிட்டாய். அதைப் பற்றி நான் ஏன் கவலைப்படுகிறேன் என்று முன்பு எனக்குத் தெரியவில்லையானாலும் இப்போது புரிகிறது. ஆனால் நான் என்ன சொல்கிறேன் என்பதை இப்போது உன்னால் புரிந்துகொள்ள முடியாது. உன்னைச் சூழ்ந்துள்ள ஆபத்து

குறித்து உனக்கு எதுவும் தெரியவில்லை. சரி போகட்டும். நீ போய் உன் வேலையைப் பார்" என்று சொல்லிக்கொண்டே உள்ளறையை நோக்கி நடக்க ஆரம்பித்தவன், "உடனடியாக இங்கிருந்து கிளம்பு. செயல்திட்டங்களுக்குத் தேவையான என்னுடைய அனைத்து ஆயுதங்கள் மற்ற பொருட்கள் அனைத்தையும் தயாராக வை" என்று சத்தமாகக் கூறினான்.

★ ★ ★

இரண்டு நாட்களில் யுத்தம் தொடங்கியது. அவர்கள் சில தந்திரத் திட்டங்களைச் செயல்படுத்திவிட்டுத் திரும்பி வந்த அன்று காலையில் தந்தி வழியே ஆணைகள் வரத் தொடங்கின. அவர்கள் மோஷி செல்லும் ரயிலில் பயணித்து, பிறகு பாதுகாப்புக் கோட்டினைக் காத்து உறுதிசெய்யும் வகையில் எல்லைக்கு அருகே அணிவகுத்து நின்றனர். தரப்பட்ட கட்டளைகள் அனைத்தும் அவர்களுக்குப் பயிற்றுக்கப்பட்ட துல்லியத்துடன் மேற்கொள்ளப்பட்டன. பக்கத்து நகரத்தை நோக்கி அணிவகுப்புப் பாடல்களை இசைத்துக்கொண்டு, இராணுவ வரிசை மரபுப்படி பொமா முகாமில் இருந்து துருப்புகள் அணிவகுத்து நடந்தன. அந்தந்தக் குழுவின் அதிகாரிகள் வீரர்களுக்குச் சற்று முன்பாகவோ பக்கவாட்டிலோ குதிரைகளில் பயணித்தனர். சுமை தூக்குபவர்கள், மனைவியர், குழந்தைகள் ஆகியோர் முதலில் வர ஆடுமாடுகள் அவர்களின் பின்னே வந்தன. ரயிலில் அப்போது கூட்டம் நிரம்பி வழிந்ததால், சுமை தூக்கிகளும் அவர்களுடைய துப்பாக்கியை வைத்துக்கொண்டிருந்த சிறுவர்களும் ரயிலின் கூரைமீது பயணிக்க வேண்டியதாயிற்று. அவர்கள் மோஷியைக் கடந்ததும் பிரிட்டிஷ் கிழக்கு ஆப்பிரிக்காவின் எல்லையை நோக்கி வடதிசையில் அணிவகுத்துச் சென்றனர். உலகின் நிலப் பரப்பு அன்றைய காலத்தில் அப்படித்தான் இருந்தது. பிரிட்டிஷ் கிழக்கு ஆப்பிரிக்கா, ஜெர்மனியின் ஆதிக்கத்தில் இருந்த கிழக்கு ஆப்பிரிக்கப் பகுதி, ஆப்பிரிக்க ஓரியண்டல் போர்சுகீஷியா, காங்கோ, பெல்ஜியம் ஆகியவற்றின் ஒவ்வொரு அடியும் ஐரோப்பியர்களுக்குச் சொந்தமாக இருந்ததாக உலக வரைபடத்தில் இருந்தது.

நூற்றி ஐம்பது ஆப்பிரிக்கக் கூலிப்படை வீரர்களைக்கொண்ட அவர்களுடைய குழுவின் இராணுவ வரிசை, அவர்களைப் பின் தொடர்ந்த மற்றவர்களோடு சேர்ந்து ஒரு மைல் தூரம் அல்லது அதற்கு அதிகமாக இருந்தது. அதிகாரிகள் குதிரையில் முன்னே செல்ல, ஆப்பிரிக்கக் கூலிப் படை வீரர்கள் வரிசைக்குப் பின்னால்

இருந்தனர். அறுவை சிகிச்சை செய்யும் மருத்துவர்களும், மருத்துவ அதிகாரிகளும் அவர்கள் பின்னே சென்றனர். போர்க் கருவிகள், துப்பாக்கிக் குண்டுகள் உள்ளிட்ட பொருட்கள், உணவுப் பொருட்கள், அதன் பின்னால் அதிகாரிகளின் சொந்த உடமைகள் ஆகியவற்றை ஏந்தியபடி சுமை தூக்குபவர்கள் வந்தனர். அடிமை வீரர்கள் தப்பியோடுவதையும், வேற்று இராணுவ வீரர்களின் ஊடுருவலையும் தடுக்க ஜெர்மன் அதிகாரி ஒருவர் அணிவகுப்பின் இறுதியில் வர, தன்னார்வலராகச் சேர்ந்த பொதுமக்கள் ஒரு சிறிய ஆப்பிரிக்கக் கூலிப்படை வீரர்களின் குழுவுடன் வந்தனர். இந்த வரிசையில்தான் அவர்கள் எப்போதும் அணிவகுத்துச் சென்றனர்.

ஜெர்மானியப் பேரரசின் துருப்புகள் அணிவகுத்துச் சென்றபோது மொத்த பொமா முகாமும் அவர்களோடு அணிவகுத்து நடந்தது. கூட்டாளிகள் இல்லாமல் ஆப்பிரிக்கக் கூலிப் படை வீரர்கள் யுத்தத்துக்குச் செல்லமாட்டார்கள். அதேபோல ஜெர்மானியப் பேரரசின் துருப்புகள் ஊருக்கு வெளியே தங்கியிருந்தனர். அவர்களுடைய மனைவியர்தான் உணவுக்காகவும் தகவல்களுக்காகவும் உழைத்தனர். துருப்புகளுக்கு உணவு சமைத்தும், வியாபாரம் செய்ய வாய்ப்புள்ள காலத்தில் வியாபாரம் செய்தும் அவர்கள் தங்கள் கணவர்களைத் திருப்திப்படுத்தினர். ஜெர்மானியப் பேரரசின் இராணுவப் படைப் பிரிவை உருவாக்குகையில், விஸ்மன் தரவேண்டியிருந்த ஒரு சலுகை அது. அதை மாற்ற முயற்சித்தால் கலகத்திலும், நிறைய வீரர்கள் இராணுவத்தைவிட்டு ஓடிப் போவதிலும் போய்த்தான் அது முடியும்.

ஹம்சாவின் குழுவில் இருந்த நிறைய ஆப்பிரிக்கக் கூலிப் படை வீரர்கள் பிரச்சாரம் செய்து நிறைய அனுபவம் வாய்ந்தவர்கள் என்பதால் சிலருக்கு அந்தப் பகுதி பரிச்சயமாக இருந்தது. அவர்கள் கூலிப்படை வீரர்களோடு முகாமிட்டபோது அந்தப் பகுதிகளில் அவர்கள் அதற்கு முன் நிகழ்த்திய சாகசக் கதைகளை மாலை நேரங்களில் மற்றவர்களிடம் சொல்வார்கள். தங்களுக்குக் கீழ்ப்படியாத தான்சானியாவின் வாச்சாங்கா இனக் குழுத் தலைவர்களான ரிண்டியையும் அவருடைய மகன் மேலியையும் அவர்கள் எப்படிக் கீழ்ப்படியச் செய்தார்கள், மற்ற பதின்மூன்று தலைவர்களை எப்படித் தூக்கில் இட்டார்கள், உணவைப் பதுக்கி வைக்கவும், நாச வேலைகளுக்காகவும் எப்படி கிராமங்களைத் தாக்கினார்கள் என்பதையெல்லாம் சொல்வார்கள். ஜெர்மன் மிஷினரிகளைக் கொன்ற மெரூ அருஷா பகுதியின் கிளர்ச்சிவாத மக்களை எப்படிக் கையாண்டார்கள் என்பது போன்ற பல்வேறு

கதைகள் பகிரப்பட்டன. அவர்கள் அனைவரும் ஆப்பிரிக்கக் கூலிப்படை வீரர்களைப் பொருத்தவரை கென்யாவின் மையப் பகுதியில் இருந்து பங்காற்றிய இயக்கமான வாஷென்சிகள். அவர்கள் அனைவரும் சவுக்கடியால் அச்சுறுத்தி அடக்கப்பட்டு ஒரு ஒழுங்குக்குக் கொண்டுவரப்பட வேண்டியவர்கள். எவ்வளவுக்கு எவ்வளவு கிளர்ச்சி செய்தார்களோ அந்த அளவுக்குத் தண்டனை மோசமானதாக இருந்தது. இதுதான் ஜெர்மானியப் பேரரசினுடைய இராணுவத்தின் பாணி. யாராவது மிகச் சிறிய அளவில் எதிர்ப்பை வெளிப்படுத்தினாலும்கூட ஆடுமாடுகள் கொல்லப்பட்டு கிராமங்கள் கொளுத்தப்பட்டன. தங்களுக்கு இடப்பட்ட இந்த ஆணைகளை அவர்கள் தம் எதிரிகள் அஞ்சி நடுங்கவும், மற்ற ஆப்பிரிக்கக் கூலிப்படை வீரர்களின் கண்களில் மரியாதை மின்னும்படிக்குப் பெரும் மகிழ்ச்சியுடனும் திறம்படவும் நடைமுறைப்படுத்தினர். அவர்கள் கடும் சினங்கொண்ட இரக்கமற்றவர்கள் என்பதை ஒருவர் தாம் நம்பும் இறைவன்மீது ஆணையிட்டுச் சொல்லலாம்.

அவர்கள் தங்கள் செருக்கான கதைகளைச் சொல்லிக்கொண்டே பெரும் மலைகளின் மழைமறைவுப் பிரதேசங்களைச் கடந்து அணிவகுத்தபோது, இத்தகைய மலைகள், காடுகள், புல்வெளிகளைப் பலத்த மழையிலும் பஞ்சத்திலும் பயணித்துக்கொண்டே பல வருடங்களைக் கழிக்கப்போகிறோம் என்று அவர்கள் அறிந்திருக்கவில்லை. ஃபாண்டிஸ், அகாண்ஸ், ஹாசஸ், யோருபஸ், காங்கோ, லுபா ஆகிய இனக் குழுக்கள், பஞ்சாபியர்கள், சீக்கியர்கள், ஐரோப்பியர்களுக்காக இந்த யுத்தத்தில் ஈடுபட்ட கூலிப்படை வீரர்கள், ஜெர்மானியப் பேரரசின் இராணுவத்துடன் இணைந்த ஜெர்மானியர்கள், அரசரின் ஆப்பிரிக்க ரைஃபில்ஸ் பிரிவைச் சேர்ந்த பிரிட்டிஷார், ராயல் வெஸ்ட் ஆஃப்ரிக்கன் ஃபிராண்டியர் ஃபோர்சுடன் இணைந்திருந்த இந்தியத் துருப்புகள், லியோபோல்டின் தலைமையில் காங்கோவில் உருவான ஆப்பிரிக்கப் படைக்குத் துணையாக இருந்த பெல்ஜியர்கள் எனத் தமக்கு முற்றிலும் அறிமுகமற்ற இராணுவங்களை எதிர்கொண்டு அவர்களைக் கொன்றும் கொல்லப்படவும்போகிறோம் என்பதை அவர்கள் அப்போது அறியவில்லை. அவர்களோடு கிழக்கு ஆப்பிரிக்கர்களும், பெல்ஜியர்களும், மக்களைக் கொல்வது ஒருவிதமான சாகசம் என்று நினைத்த மற்ற ஐரோப்பியத் தன்னார்வலர்களும் இருந்தனர். அத்தனைவிதமான ஆட்களைப் பார்த்ததும் அதுவரை அவர்களின் இருப்பையேகூட அறிந்திராத ஆப்பிரிக்கக் கூலிப் படை வீரர்களுக்கு இது பெரும் வியப்பை ஏற்படுத்தியது. பின்னாளில் என்ன

நடக்கப்போகிறது என்பது யுத்தத்தின் இந்த ஆரம்பக் கட்டத்தில் அவ்வளவு தெளிவாக இல்லாத நிலையில், ஜெர்மன் அதிகாரிகள் தங்கள் கோவேறு கழுதைகளின் மீதமர்ந்து முன்னே செல்ல, மனைவியரும் குழந்தைகளும் பின்னால் மெதுவாக நடக்க அவர்கள் எல்லையை நோக்கி அணிவகுத்துச் சென்றனர். பாடிக்கொண்டும் சிரித்துக்கொண்டும் அனைவரும் மகிழ்ச்சியான சூழலில் இருப்பது போன்ற தோற்றத்தை அவரவரால் முடிந்த வகைகளில் அவர்கள் உருவாக்கினர்.

ஜெர்மானிய அதிகாரி சில நூறு மைல்கள் தொலைவில் இருந்த மொம்பாசாவைக் கைப்பற்ற முயற்சித்தபோது எல்லையில் பகையுணர்ச்சி தொடங்கியது. அவர்களுக்குத் தேவையான பொருட்கள் வழங்கப்படும் இடங்களில் இருந்து இந்த இலக்கு வெகு தொலைவில் இருந்ததால் வேறு வழியின்றி ஜெர்மானியப் பேரரசின் இராணுவம் அங்கிருந்து பின்வாங்க வேண்டியிருந்தது. அதைத் தொடர்ந்து வந்த பல மாதங்களுக்கு ஹம்சாவுக்கும் அவனுடைய துருப்புகளுக்கும் போர் என்பது தொடர் ரோந்துப் பணியும், பிரிட்டிஷாருக்குச் சொந்தமான கிழக்கு ஆப்பிரிக்கத் தொடர்வண்டியின் தண்டவாளங்களைத் துண்டிப்பதற்காக நடத்தப்பட்ட எதிர்பாராத் தாக்குதல்களாகவுமே இருந்தது. டாங்கா கடற்கரையில் பிரிட்டிஷார் வந்திறங்கினர். *1914*ஆம் ஆண்டு நவம்பர் மாதம் 'தி ராயல் நேவி' கப்பல் படையும் அதனுடன் வந்த துருப்புக் கப்பல்களும் துறைமுகத்தை அடைந்து சரணடையக் கோரின. எதிர்த் தாக்குதல் நடத்தத் தயாரான ஜெர்மானியப் பேரரசின் துருப்புகள் சிறிய படையான 'தி ராயல் நேவி' கப்பல்களின் வெடிகுண்டுத் தாக்குதலுக்குப் பயந்து நகரைவிட்டு வெளியேறின. போரினால் எதையும் நேரடியாக இழக்க வாய்ப்பற்ற பொதுமக்கள் பீதியடைந்தனர். தப்பிக்க வாய்ப்பிருந்தவர்கள் அனைவரும் நாட்டைவிட்டு ஓடிவிட்டனர். ஜெர்மானிய இராணுவம் அந்த நகரத்தைக் கைப்பற்ற முயற்சித்ததன் காரணம், வடக்கில் மோஷிவரை சென்ற தொடர்வண்டித் தடத்தின் இறுதி நிறுத்தமாக அது இருந்ததுதான்.

பிரிட்டிஷாரின் விமானங்கள் அங்கு தரையிறங்கியது பெரும் கேட்டில் முடிந்தது. கப்பல்களில் வந்த ஏராளமான படைப் பிரிவுகளில் இருந்த பெரும்பாலான இந்தியத் துருப்புகள் கடற்கரையில் இருந்து சிறிது தொலைவில் இருந்த துறைமுகத்தில் தரையிறங்கினர். அவர்களுடைய உயர் அதிகாரிகளுக்கு எதிரிகளைப் பற்றிய சரியான புரிதல் இல்லாததால் அவர்கள் ஜாக்கிரதையாக இந்த அணுகுமுறையைக்

கையாண்டனர். அவர்கள், கப்பலில் இருந்து இருளில், இடுப்பளவு ஆழத்தில், கடல் நடுவே இறங்கினர். காலையில் அடர்த்தியான கொத்துச் செடிகளுக்கும், உயரமாக வளர்ந்திருந்த புற்களின் நடுவே தாங்கள் இருப்பதைக் கண்ட துருப்புகள், நகருக்குச் செல்ல வழியறியாது தவித்தனர். ஏதோ ஒரு வழியை நகருக்குச் செல்லும் வழி என்று நினைத்துப் பயணித்தபோது ஜெர்மானியப் பேரரசின் துருப்புகள் அவர்களைக் குறி பார்த்துச் சுட்டனர். மோஷியில் இருந்து தொடர்வண்டியில் வந்திறங்கிய ஜெர்மானியத் துருப்புகள் அதிவிரைவாகக் களமிறங்கி இந்தத் தாக்குதலுக்கு வலு சேர்த்தனர். தாக்கிவிட்டுத் தப்பியோடும் வகைப் போரில் ஜெர்மானிய இராணுவ வீரர்கள் கைதேர்ந்தவர்கள். அவர்களுடைய இந்தத் தந்திரமான தாக்குதல் பிரிட்டிஷ் துருப்புகளிடையே பதற்றத்தை ஏற்படுத்தவே அவர்கள் பயந்து ஓடினர். இதில் காயமுற்றவர்கள், இறந்தவர்களின் உடல்கள் தரையில் குவியத் தொடங்கியதும், இன்னும் அதிக அளவிலான வீரர்கள் தப்பித்து ஓடினர். பிறகு பீதியில் அனைவருமே தப்பியோடினர். ஓடாமல் இருந்த சிலரும் இறுதியில் கடலை நோக்கி ஓட வேண்டியதாயிற்று.

இதற்கிடையே நகரத்தின் கட்டிடங்கள் மீது தாக்குதல் நடத்திய 'தி ராயல் நேவி' எண்ணற்றவர்களைச் சுட்டுக் கொன்றது. எவ்வளவு பேர் இறந்தனர் என்பதைக் கணக்கிடுவதைப் பற்றிக்கூட யாரும் கவலைப்படவில்லை. காயமடைந்தவர்களுக்கு ஜெர்மானியர்கள் சிகிச்சை அளித்துவந்த மருத்துவமனை ஒன்றும் 'தி ராயல் நேவி'யின் தாக்குதலுக்கு உள்ளானது, போரின்போது எப்போதாவது நிகழக்கூடிய துரதிர்ஷ்டம் என்றுதான் சொல்லவேண்டும். இவையெல்லாம் நடந்துமுடிந்த தருணத்தில், தங்களுக்குச் சொந்தமான ஏராளமான உபகரணங்கள் அப்படியே கேட்பாரற்று கிடக்க, நூற்றுக்கணக்கான தங்கள் துருப்புகள் நகரின் முக்கியச் சாலைகளிலும் தெருக்களிலும் இறந்துகிடக்க பிரிட்டிஷார் தற்காலிகப் போர் நிறுத்தத்தைக் கோரினர். எண்ணற்ற சுமை தூக்கிகளும் சுட்டுக் கொல்லப்பட்டோ நீரில் மூழ்கியோ இறந்தனர். எத்தனை சுமைதூக்கிகள் கொல்லப்பட்டனர் என்பதைக் கணக்கிடுவது குறித்து, போரின்போதும் அதற்குப் பின்னும் யாரும் அலட்டிக்கொள்ளவில்லை. இந்த நிகழ்வு முடிவுக்கு வந்ததும் ஹம்சாவின் துருப்புகள் மீண்டும் மோஷிக்குச் சென்றுவிட்டன. மூர்க்கத்துடன் வெகு வேகமாக முன்னேறிச் செல்வதும் பிறகு பின்வாங்குவதுமான ஒரு போராக இது ஜெர்மானியப் பேரரசின் துருப்புகளுக்கு இருக்கப்போகிறது என்று தெரிந்தது.

துருப்புகள் கப்பலில் வந்திறங்கிய திட்டம் தோற்றபோதும் பிரிட்டிஷ் இராணுவம் தம் வசமிருந்த போர்க் கருவிகளை வைத்து உத்வேகத்துடன் செயல்படத் தொடங்கியதுடன் உலகின் பல்வேறு இடங்களில் இருந்து துருப்புகள் வரத் தொடங்கின. ஒரு சில மாதங்களில் மோதல் முடிவுக்கு வந்துவிடும் என்று அவர்கள் நிச்சயமாக நம்பினர். ஆனால் ஜெர்மன் படைத் தலைவனின் எண்ணமோ வேறுவிதமாக இருந்தது. ஒவ்வொரு முறையும் 'பிரிட்டிஷ் இம்பீரியல் ஃபோர்சஸ்' ஜெர்மானியப் பேரரசின் துருப்புகளைத் தாம் பிடித்துவிட்டதாக நினைத்தபோதும், அவர்கள் தப்பித்துக்கொண்டதுடன், உடல்நலமிழந்த, காயமுற்ற தங்கள் வீரர்களை அங்கேயேவிட்டுச் சென்று, பிரிட்டிஷார் வேறு வழியின்றி அவர்களைக் கவனித்துக் கொள்ளுமாறு செய்தனர். ஜெர்மானியப் பேரரசின் துருப்புகளும் அடிக்கடி சோர்வுற்றனர். நிறைய பேரின் உடல்நலம் பாதிக்கப்பட்டது. ஆனால் உடனே சுதாரித்து அதிவிரைவாக நடந்த உற்சாகமான தாக்குதல்களிலும் பிறகு பின்வாங்குதல்களிலும் ஜெர்மானியத் துருப்புகள் தங்களுடைய எதிரிகளை விஞ்சியதும் நடந்தது. ஆங்காங்கே கிராமங்களின் பண்ணைகளை முடிந்த அளவுக்குக் கொள்ளையடித்துப் பொருட்களைக் கைப்பற்றி, கையில் கிடைத்ததையெல்லாம் சாப்பிட்டார்கள்.

எல்லாப் பக்கங்களிலும் நெருக்கடி அதிகமானதும் ஜெர்மானியப் பேரரசின் துருப்புகள் இரண்டு வரிசைகளாகப் பிரிந்து பின்வாங்கினர். அதில் ஒன்று மேற்கு திசையில் ஏரிகளுக்கு அருகேயும், மற்றொன்று மோஷியில் இருந்து நேராகக் கிழக்கு நோக்கியும் சென்றது. ஹம்சா கிழக்கு நோக்கிச் சென்ற படை வரிசையில் இருந்தான். உலுகுரு மலைத் தொடர்களைக் கடந்து பின்வாங்கியபோது பெரிய துப்பாக்கிகள் மற்ற உபகரணங்களை இழுத்துச் சென்றவர்களோடு, அவர்களின் மனைவியரும் குழந்தைகளும் சென்றனர். சிறிய தரைப் படைப் பிரிவின் தலைவனான கோம்பா, மொரோகோரோவில் இருந்து உலுகுருவைக் கடந்து தப்பியோடும்போதுதான் கொல்லப்பட்டான். துப்பாக்கிக் குண்டின் மிகப் பெரிய உலோகத் துண்டு ஒன்று மார்பில் பாய்ந்து நொறுங்கி அவனுடைய மார்பை சல்லடையாகத் துளைத்தது. இந்தத் தாக்குதலில் இன்னும் நிறையபேர் இறந்துபோயினர் அல்லது திரும்ப வரவில்லை. அடுத்து வந்த பல மாதங்களுக்கு, ஹம்சாவின் துருப்புகள் ருஃபீஜி ஆற்றை நோக்கி மெல்ல கிழக்கு திசையில் முன்னேறின. தொடர்ந்து போரிட்டபடி மேற்கொள்ளப்பட்ட இப் பயணத்தில்

ஆயிரக்கணக்கானவர்கள் கொல்லப்பட்ட கிபாட்டி போரைப் போன்ற சில உக்கிரமான போர்களை அவர்கள் சந்தித்தனர்.

அந்த வருடம் ருஃபிஜி ஆற்றில் பெரும் வெள்ளம் ஏற்பட்டு, கொசுக்கள் பெருகியபடி இருந்தன. நிறைய ஆப்பிரிக்கக் கூலிப் படை வீரர்கள் இறந்ததற்கு மற்ற காரணங்களைவிட மலேரியாவால் பாதிக்கப்பட்டவர்களைத் தாக்கும் ஒருவிதக் காய்ச்சலே முதன்மையான காரணமாக அமைந்தது. சதுப்பு நிலங்களைக் கடந்து சென்ற சுமைதூக்குபவர்கள் முதலைகளிடம் சிக்கிக்கொள்ள, நிலத்தில் இறந்தவர்களின் உடல்களைக் கழுதைப் புலிகள் தோண்டித் தின்றன. இது ஒரு துர்சொப்பனம். இறுதியில் இவற்றில் இருந்தெல்லாம் தப்பித்து ருஃபிஜி ஆற்றைக் கடந்தவர்கள் மஹிவா போரில் ஈடுபட்டனர். அதுவரை நடந்த யுத்தங்களில் ஹம்சாவின் துருப்புகளும் ஜெர்மானியப் பேரரசின் துருப்புகளும் சந்தித்த மோசமான யுத்தம் அதுதான். ஆனாலும் பின்வாங்கிய அவர்கள் ஆஸ்திரேலியாவுக்கும், பிறகு ருவானா ஆற்றுக்கும் போர்ச்சுகீசியக் கிழக்கு ஆப்பிரிக்க எல்லைக்கும் தப்பியோடினர். தங்களிடமிருந்த உபகரணங்கள் அனைத்தையும் அங்கேயே விட்டுவிட்டு, மனைவியரையும் குழந்தைகளையும்கூட பிரிட்டிஷார் அரசியல் கைதிகளாகக் கைப்பற்றும்படி வழியிலேயே விட்டுச் சென்றனர். வரைபடங்கள் வைத்திருந்தும் பெரும்பாலான நேரங்களில் தாம் எங்கிருக்கிறோம் என்று புரியாத காரணத்தால் உள்ளூர் மக்களைச் சிறைப்பிடித்து அவர்களிடம் வழி கேட்கும் நிலை ஏற்பட்டது. ஆப்பிரிக்கக் கூலிப் படை வீரர்களில் ஒரு சிலருக்காவது கேள்வி கேட்குமளவுக்கு உள்ளூர் மொழிப் பரிச்சயம் இருந்தது. சிறைப்பிடித்த ஆட்களைத் தாக்கினால் வலி தாளாமல் அவர்கள் எப்படியோ வழியைச் சொல்லிவிடுவார்கள். மக்கள் மீது வன்முறையையும் கொடூரமான விஷயங்களையும் ஏவுவதற்கு ஆப்பிரிக்கக் கூலிப் படை வீரர்களுக்கு யாருடைய ஆணையும் அவசியமில்லை. என்ன தேவையோ அதைப் பெறுவதற்கு எந்தவித அறிவுறுத்தல்களும் அவர்களுக்குத் தேவைப்பட்டதில்லை. நியூசிலாந்தில் இருந்தும் உகாண்டாவில் இருந்தும் வந்த துருப்புகள், நைஜீரியாவில் இருந்தும், ஆஸ்திரேலியாவின் கோல்ட் கோஸ்ட் நகரில் இருந்தும், காங்கோவில் இருந்தும், இந்தியாவில் இருந்தும் வந்தவர்கள் எனப் பெரும்பாலான வீரர்கள் ஒருபுறமும், இன்னொருபுறம் ஜெர்மானியப் பேரரசின் ஆப்பிரிக்கக் கூலிப்படைகளும் நின்றன. மொத்தத்தில் இந்தக் காலகட்டத்தில் போரிட்ட பெரும்பாலான வீரர்கள் ஆப்ரிக்காவையும் இந்தியாவையும் சேர்ந்தவர்கள்.

ஜெர்மானியப் பேரரசின் வீரர்களையும், சுமை தூக்குபவர்களையும் போரிலும் நோயிலும் இழந்துகொண்டிருந்தபோதும் அவர்களுடைய அதிகாரிகள் வெறிபிடித்த பிடிவாதத்துடன் சண்டையைத் தொடர்ந்தனர். ஆயிரக்கணக்கான மக்கள் பட்டினியால் சாகும் நிலையில் தம் நாட்டை நிர்மூலமாக்கிவிட்டு, கண்மூடித்தனமாக நம்பிய கொள்கைகளுக்காக அவர்கள் போராடிக்கொண்டிருந்தனர். அவர்களுடைய குறிக்கோள்கள் பயனற்றதாகவும் ஆதிக்கம் செலுத்துவதே அவர்களுடைய அடிப்படை நோக்கமாகவும் இருந்தது. ஏராளமான சுமைதூக்கிகள் மலேரியாவாலும் வயிற்றுப் போக்காலும், உடல் சோர்வாலும் இறந்தனர். ஆனால் எத்தனை பேர் இறந்தனர் என்பதைப் பற்றி யாரும் கவலைப்படவில்லை. கடும் பீதியில் பின்வாங்கி ஓடியவர்கள் மோசமாகச் சேதமடைந்திருந்த கிராமப்புறத்தைச் சென்றடைந்து அங்கு கவனிப்பாரற்று உயிரைவிட்டனர். இந்த நிகழ்வுகள் எல்லாம் அபத்தமான, மனக் கிளர்ச்சி ஏற்படுத்தாத வீரச்செயல்களாக, ஐரோப்பாவில் நிகழ்ந்த பெரும் துயரங்களின் கிளைக் கதைகளாகப் பின்னாட்களில் மாறக்கூடும். ஆனால் அது நிகழ்ந்த காலகட்டத்தில் அங்கு வாழ்ந்தவர்களைப் பொருத்தவரை அவர்களுடைய நிலம் குருதியில் தோய்ந்துகிடக்க, பிணங்கள் குப்பைகள்போலக் குவிந்துகிடந்த தருணங்களையுமே அவை குறித்தன.

இதற்கிடையில், ஐரோப்பியர்களின் கௌரவத்தைக் காப்பாற்றிக்கொள்ள அதிகாரிகள் முடிவெடுத்தனர். அவர்கள் முகாமிட்டபோது தனித்தனி வரிசையில் இருந்த ஜெர்மானியர்களும், ஆப்பிரிக்கக் கூலிப் படை வீரர்களும், தத்தம் படுக்கைகளில் கொசு வலைகளுக்குக் கீழே உறங்கிக் கொண்டிருந்தனர். ஒரு ஆற்றின் அருகே தங்கள் பயணத்தை இடைநிறுத்தியபோது அவர்கள் தம் இருப்பிடத்தை எப்போதுமே ஆற்றோட்டத்திற்கு எதிர்த் திசையிலும், கூலிப் படை வீரர்கள் ஆறு பாய்கிற திசையிலும், சுமை தூக்குபவர்களும் விலங்குகளும் அதற்குத் தாழ்வான பகுதியிலும் இருக்குமாறு தற்காலிக முகாமை அமைத்துக்கொண்டனர். அதிகாரிகள் தினமும் மாலை நேர உணவின்போது ஒருவரை ஒருவர் சந்தித்துப் பேசிக்கொள்ளத் தங்களால் ஆன எல்லா முயற்சிகளையும் செய்தனர். போருக்கான உபகரணங்களை ஓரிடத்தில் இருந்து மற்றொரு இடத்திற்கு அனுப்புவது, உணவு தேடுவது, முகாம் அமைப்பது, சமைப்பது, பாத்திரங்களைக் கழுவிவைப்பது போன்ற உடல் உழைப்பைக்கோரும் எந்த வேலைகளையும் ஆப்பிரிக்கக் கூலிப் படை வீரர்களோ சுமை தூக்குபவர்களோ செய்யவில்லை.

தனியாக அமர்ந்து உணவருந்தியவர்கள், மற்றவர்கள் எல்லா விதத்திலும் தங்களிடம் பணிவாக நடந்துகொள்ளவேண்டும் என்று எதிர்பார்த்தார்கள். போரில் உயிர்தப்பிய வீரர்களைக் கொண்டாடும்விதமாக நடந்த நிகழ்ச்சியில் முழுக்க சேதமடையாது ஓரளவு மிஞ்சிய கிழிந்த துணிகளாலான உடைகளை ஜெர்மானியப் பேரரசின் மொத்த இராணுவ வீரர்களும் அணிந்திருந்தனர். சில கூலிப் படை வீரர்கள் இந்த சந்தர்ப்பத்தைப் பயன்படுத்தி இறகுகள் வைத்த தொப்பிகளையும் இலச்சினைகளையும் அணிந்து அங்கு பெருமையடித்துக்கொள்ள, அதிகாரிகள் வெள்ளியால் செய்த இடுப்பு வாரின் பூட்டும், தங்கத்தால் ஆன தோள் இலச்சினையும் அணிந்திருப்பது போன்ற செருக்குடன் நடந்துகொண்டனர். கூலிப்படை வீரர்களும் தங்கள் கௌரவத்தைக் காப்பாற்றிக் கொள்ள வேண்டியிருந்தது. சுமைதூக்கிகளுக்கும் தங்களுக்குமான வேறுபாட்டை அவர்கள் நிலைநிறுத்த விரும்பியதால் படை வீரர்களாகிய தாங்கள் சுமைதூக்கிச் செல்வது தங்களுக்கு இழுக்கு என்று கருதினர்.

பொமாவில் இருந்து வந்த மற்ற அதிகாரிகளில் மருத்துவ அதிகாரியும், படைத் தலைவனான வால்தரும், ஜோகூவும் அப்போதும் தங்கள் படைப் பிரிவுடனேயே இருந்தனர். ருஃபிஜியில் இருந்து திரும்பிவரும் வழியில் இரண்டு அதிகாரிகள் கொல்லப்பட்டனர். முசிகெப்பல் என்ற அதிகாரியும், முதலில் தன்னார்வலராகச் சேர்ந்து பிறகு தொடர்ந்து இராணுவத்தில் சேவை செய்த ஒருவரும் இறந்துபோன அதிகாரிகளுக்குப் பதிலாக படையில் இணைக்கப்பட்டனர். மூன்று பேர் வேறு படைப் பிரிவுகளுக்கு இடமாற்றம் செய்யப்பட்டனர். ஹம்சாவுடன் பொமா முகாமுக்கு வந்து சேர்ந்த அத்தனை பேரும், இறந்தோ அல்லது சிறைப்பிடிக்கப்பட்டோ காணாமலோபோயிருந்தனர். அவசரகதியில் நிகழ்ந்த செயல்திட்டங்களிலும், மோசமான தோல்வியைத் தந்த நிகழ்வுகளிலும் பல வருடங்கள் கடந்த பின்னர் மீதமிருந்த ஆட்கள் சக்கையாகிச் சோர்ந்துபோயினர். உடல் மெலிந்துபோன மருத்துவ அதிகாரி அடர்ந்த தாடியுடன் காட்சியளித்தார். காயமடைந்த நோய்வாய்ப்பட்ட வீரர்களுக்குத் தொடர்ந்து சிகிச்சையளித்தும், தன்னிடம் இருப்பு தீரும்வரை துருப்புகளுக்கு கொயினா மருந்தை அளித்தபடியும் ஓய்வின்றி இயங்கிவந்தார். அவர் தங்களுக்குத் தேவையான அடிப்படைப் பொருட்கள் குறையாமல் பார்த்துக்கொள்ள வேண்டியிருந்ததால் சுமைதூக்குபவர்களுக்கு அதற்குப் பிறகு கொயினா மருந்து கிடைக்கவில்லை. நெட்டையான தோற்றமும்,

எளிதில் உணர்ச்சிவசப்படாத மனப்பாங்கும்கொண்ட அவருடைய வேலையாள் அப்போதும் மருத்துவ அதிகாரியுடனேயேதான் இருந்தான். மருத்துவ அதிகாரி முகாமில் இருந்ததைவிட இப்போது சிரித்த முகத்துடன் இருந்தார். புன்சிரிப்புடனும் சிரித்தபடியும் தன் பணிகளை மேற்கொண்டார். ஆனால் இந்த மகிழ்ச்சிக்குக் காரணம் மருந்துகள் வைக்கும் தன் பெரிய பெட்டியில் அவர் கவனமாகப் பாதுகாத்துவைத்திருந்த பிராண்டியும் மற்ற வஸ்துகளின் வரத்தும்தான். இரண்டு நாட்களுக்கு ஒருமுறை அவருக்கு வந்த மலேரியா காய்ச்சல் காரணமாக அவர் பல மணிநேரங்கள் படுக்கையில் கிடக்க வேண்டியிருந்தது. இவ்வாறு நீடித்த அந்த நோய்க் காலம் அவர் உடலில் தன் வேலையைக் காட்டியது. ஒவ்வொரு முறை அவர் காய்ச்சலில் இருந்து மீண்டு எழுந்தபோதும் அவருடைய உடல் மெலிந்துகொண்டே போனது, அவருடைய அழகான புன்னகை வெளிறியது.

இந்தக் காலகட்டத்தில் படைத் தலைவன் தன்வசமிழந்துவிட்டான். அவர்கள் எதிர்கொண்ட பல எரிச்சலூட்டும் விஷயங்களால் அதிகரித்த அவனுடைய வெறியைக் கஞ்சாவும் கிராமத்தினரிடமிருந்து கைப்பற்றிய சோளத்தை மூலப் பொருளாக வைத்துத் தயாரிக்கப்படும் மதுவகையும் தணித்தன. மற்ற அதிகாரிகளைப்போல அவனுடைய உடல்நலம் கெடவே இல்லை. கட்டுக்கடங்காத கோபத்தில் அவன் நீளமான சவுக்கு, விறகு என்று தன் கையில் எது கிடைக்கிறதோ அதைக்கொண்டு ஆப்பிரிக்கக் கூலிப் படை வீரர்களையும் சுமை தூக்குபவர்களையும் தாக்கினான். யாருடைய நிலத்தை அவர்கள் கொள்ளயடித்தனரோ அந்த உள்ளூர் மக்கள்மீதான அவனுடைய வெறுப்பும் கோபமும் வழக்கத்தைவிட மூர்க்கமாகியது. அவனுடைய கண்களுக்கு அவர்கள் காட்டுமிராண்டிகளாகத் தோற்றமளித்ததால் அவர்களைப் பற்றிப் பேசும்போதெல்லாம் எதிரிகளான பிரிட்டிஷார் மீது இருந்ததைவிட அதிக கோபமுற்றான். ஹம்சாவின்மீது அவனுக்கு ஆழமான ஒரு வெறுப்பு இருந்ததால், ஹம்சா செய்கிற ஏதாவது சிறிய விஷயம் தவறாகிவிட்டாலோ சில சமயங்களில் தவறு நடந்ததாக அவனே கற்பனை செய்துகொண்டாலோ, ஹம்சாவை வசைபாடிக்கொண்டிருந்தான். ஹம்சா தன்னால் இயன்றவரை அவன் கண்ணிலேயே படாமல் இருந்தாலும் எப்படியோ படைத் தலைவன் அவனைத் தேடிக் கண்டுபிடித்துத் திட்டுவான்.

ஹம்சா முதல் லெப்டினன்டிடம் பிரிக்கமுடியாத அளவுக்கு நெருக்கமாக இருந்தது அதிகாரிகளுக்குக் கோபமும் அதிர்ச்சியும்

ஏற்படுத்தியது என்றால், மற்றவர்களுக்குக் கிண்டலையும், படைத் தலைவனுக்கு வெறுப்பையும் வரவழைத்தது. ஆப்பிரிக்கக் கூலிப் படை வீரர்கள் தங்களுடைய முணுமுணுப்புகளால் ஹம்சாவை கொடூரமாகத் தாக்கி அதை அவனுடைய அதிகாரிக்குப் பரிசளிக்குமாறு கூறினர். தலையாட்டிக்கொண்ட ஹம்சா பதிலேதும் பேசவில்லை. ஹம்சாவுக்கு இடப்பட்டிருந்த கட்டளைப்படி, விடிவதற்கு ஒன்று அல்லது இரண்டு மணிநேரத்துக்கு முன் உரையாடல் வகுப்புக்காக ஹம்சா அமரும் கோரைப் பாய் அதிகாரியின் கட்டிலுக்கு அருகே விரிக்கப்பட்டிருக்க வேண்டும். அந்த வகுப்பு முடிந்ததும் ஹம்சா பாயைச் சுருட்டி எடுத்துக்கொண்டு ஆப்பிரிக்கக் கூலிப் படை வீரர்கள் இருக்கும் இடத்திற்குப் போகவேண்டும். சில இரவுகளில் அதிகாரி அவனை இருளில் எட்டித் தொட்டு, “நீ இன்னும் இங்குதானிருக்கிறாய், மிக அமைதியாக இருக்கிறாய்” என்பார். அதிகாரி தன்னிடம் இருந்து என்ன எதிர்பார்க்கிறான் என்று அவனுக்குப் புரியவில்லை. அதிகாரியின் இந்த அன்பில் தான் சிறையுண்டதாக அவன் உணர்ந்தான். தன் மீது நிர்பந்திக்கப்பட்ட இந்த நெருக்கம் அவனுக்குக் குமட்டுவது போலிருந்தாலும் முன்பு பொமா முகாமில் இருந்ததைவிட போரின்போது அதைத் தவிர்ப்பது அவனுக்கு எளிதாக இருந்தது. களத்தில் லெப்டினன்டின் கவனம் முழுதும் தாக்குதல் நடத்துவதிலும், மறைவிடத்தில் ஒளிவதிலும், உணவு தேடுவதிலும் இருந்ததால், சில சமயங்களில் வகுப்புகள் சிரத்தையற்று நடப்பனவாகத் தோன்றும்.

பிரச்சினைகள் அதிகமாக அதிகமாக அதிகாரியின் இகழ்ச்சிமிக்க, மனதைத் துன்புறுத்தும் கிண்டலான குணம் காணாமல்போய், அவன் பெரும்பாலும் உணர்ச்சியற்றும், ஒதுங்கியும், சில சமயங்களில் வெகுநேரம் அமைதியாக வேதனையின் பிடியிலும் இருந்தான். மற்ற ஜெர்மன் அதிகாரிகள் கடுகடுப்புடன் நட்புணர்வோடு இருப்பதுபோல் நடிக்கையில் முதல் லெப்டினன்டின் விலகல் இன்னும் வெளிப்படையாகத் தெரிந்தது. உணவு கிடைக்காமல் போனதும் அவர்களுடைய போர்புரியும் விதமும் நிறைய பேரை வலிமையிழக்கச் செய்திருந்தது. ஆனால் அதுதான் அதிகாரியை உள்நோக்கிப் பார்க்கவைத்து, இதற்குமுன் மிகுந்த அதிகாரத்துடன் நடந்துகொண்டவனைத் தயங்கவைத்தது. அவன் தன் அதிகாரிகளிடமும் ஆப்பிரிக்கக் கூலிப் படை வீரர்களிடமும் எரிச்சலுடன் நடந்துகொண்டான். தாங்கள் கொள்ளையடித்த கிராமத்தினரிடம் பொறுமையிழந்தவனாக, வேண்டுமென்றே நடந்த

நாசவேலை என்று அவன் கருதிய செயல்களுக்குத் தண்டனையாக அவர்களுடைய மொத்த அத்தியாவசியப் பொருட்களையும் கைப்பற்றிய பிறகு குடிசைகளைக் கொளுத்திவிடும்படி கடுமையான உத்தரவுகளைப் பிறப்பித்தான். ஒரு கிராமத்தில் வசித்த முதியவர் ஒருவர் நிலத்தடியில் இரகசியமாக வைத்திருந்த சேமிப்பகத்தில் கருணைக் கிழங்கு இருக்கும் இடத்தைக் காட்ட மறுத்ததற்காகச் சில அதிகாரிகள் அவரைத் தூக்கிலிடப் பரிந்துரைத்தனர். அதன் பிறகு அவர்கள் அங்கிருந்த சிறுவன் ஒருவனை அடித்து அவனிடமிருந்து உண்மையை வரவழைத்து கருணைக்கிழங்கு இருந்த இடத்தைக் கண்டுபிடித்தனர். அதிகாரிகளின் விண்ணப்பத்தைக் கேட்டுக் கண்களைத் தாழ்த்திக்கொண்ட அதிகாரி தலையசைத்தபடி அங்கிருந்து வெளியேறினான். படைத் தலைவன் அந்த முதியவரின் தலையில் துப்பாக்கியால் சுட்டு அவரைக் கொன்றான்.

அவர்கள் கடும் போராட்டத்துடன் கடந்து சென்ற நூற்றுக்கணக்கான மைல்களுக்கிடையேயும் தன்னுடைய அதிகாரி தனக்கு இட்ட கடினமான அத்தனை கட்டளைகளையும் ஹம்சா நிறைவேற்றினான். தன்னால் இயன்றவரை மற்றவர்களின் கவனத்தைத் தன் பக்கம் ஈர்க்காதிருக்க முயற்சித்தான். தன் துருப்புகளுடன் அணிவகுத்துச் சென்றவன், தனக்குப் பயிற்றுவிக்கப்பட்டபடி உடலை வளைத்துக் குனிந்து ஓடி, தேவைப்பட்டபோது தன் துப்பாக்கியை எடுத்துச் சுட்டான். ஆனால் அது யாரையாவது கொன்றதா என்று அவன் பார்த்ததே இல்லை. மற்றவர்களைப்போலவே தலையைத் தாழ்த்தியபடி பக்கவாட்டில் வளைந்தபடி நகர்ந்து அவனும் கூச்சலிட்டானேதவிர இலக்குகளைத் தவிர்த்து நிழல்களையே சுட்டான். அதிர்ஷ்டவசமாக எதிராளியுடன் நெருக்கமாக, நேருக்கு நேர் ஈடுபடும் போரில் அவன் பங்கெடுக்க வேண்டியிருக்கவில்லை. கிராமத்தினர் ஏமாற்றிவிட்டனர், துரோகம் செய்துவிட்டனர் என்று அவர்களைச் சுட்டுக்கொல்ல ஆணை பிறப்பிக்கப்பட்ட சூழல்களை அவன் எப்படியாவது தவிர்த்துவிடுவான். மற்றவர்களைப்போலவே திருடப்பட்ட உணவை உண்ட ஹம்சா, மொத்த ஊரும் நாசமாகியிருந்ததைப் பார்த்தபடி அங்கிருந்து அதிவேகமாக வெளியேறி ஓடினான். விடியலின் முதல் ஒளி கண்களைத் தொட்டபோது அவன் கடும் பீதியடைந்தான். ஆனால் அவனுக்கு ஏற்பட்டிருந்த களைப்பு சில சமயங்களில் அச்சமேயற்ற ஒரு மனநிலையை அவனுக்கு அளித்தது. போலியான துணிச்சலும், வெற்றுத் தோரணையும் இன்றி, நிகழ் தருணத்தில் இருந்து விலகி, தனக்கு எது நடந்தாலும் ஏற்றுக்கொள்ளும் திடம் அவனுக்குள்

ஏற்பட்டிருந்தது. ஆனாலும் எப்படியும் சில நேரங்களில் நம்பிக்கையின்மைக்குள் அவன் மீண்டும் ஆழ்ந்துபோய்விடுகிறான்.

6

டாங்காவில் நடைபெற்ற யுத்தத்தைப் பற்றி கடற்கரையின் மேற்பகுதி முழுதும் பல வாரங்கள்வரை பேசிக்கொண்டிருந்த மக்கள் அங்கு நிகழ்ந்த அதிர்ச்சியூட்டும் தாக்குதலுக்குப் பிறகு அமைதிகாத்தனர். பிரிட்டிஷாரால் ஜெர்மானியப் பேரரசின் துருப்புகளைத் தாக்குப்பிடிக்கமுடியாது என்று அவர்கள் அனைவரும் எதிர்பார்த்தது போலவேதான் நடந்தது. கடற்கரையில் இருந்து டாங்காவுக்குப் பரவிய தகவல்கள் வதந்திகளாக வலுப்பெற்று ஆப்பிரிக்கக் கூலிப் படை வீரர்களின் கடுஞ்சினத்தையும் ஒழுங்கையும் பற்பல கற்பனைகளால் மேலும் சுவையாக்கியது. இந்தியத் துருப்புகளுக்கு ஏற்பட்ட அதீத பதற்றம்கூட தங்களுடைய பீதிக்குக் காரணமாக இருக்கலாம் என்று அவர்கள் நினைத்துக்கொண்டனர். ஜெர்மனின் இந்த வெற்றியைப் பற்றி, ஜெர்மானியத் துருப்புகளின் பெருமையைப் பாடிக்கொண்டே இலியாஸ் தகவல் தெரிவிப்பான் என்று கலீஃபா நினைத்தான். ஆனால் இலியாசிடமிருந்து எந்தத் தகவலும் இல்லை.

'தி ராயல் நேவி' கடற்கரையைக் கைப்பற்றி வேறு எந்தக் கப்பலும் உள்ளே நுழையமுடியாமல் தடை செய்ததன்மூலம் பிரிட்டிஷ் தரப்பு இந்தத் தோல்விக்குப் பதிலடி தந்தது. இடையில் இருந்த ஜான்சிபர், மொம்பாசா, பெம்பா ஆகியவற்றுடன் வணிகப் போக்குவரத்து முற்றிலும் நின்றுவிட்டது. அது மட்டுமின்றி கடல் கடந்து நடக்கக்கூடிய எந்த வணிகமும் சாத்தியமற்றுப்போயிற்று.

ஒரே இரவுக்குள், பற்றாக்குறை தொடங்கிவிடவும், மொத்தப் பொருட்களையும் தங்களுக்காகவும், துருப்புகளுக்காகவும் கைப்பற்றிவிட விரும்பிய ஜெர்மன் அதிகாரிகளுடைய கைகளில் இருந்து பாதுகாத்துவைத்து, பிறகு விலையை ஏற்றி விற்பதற்காக வணிகர்கள் வேகவேகமாகப் பொருட்களைப் பதுக்கத் தொடங்கினர். தந்தையின் மரணத்துக்குப் பிறகு ஏற்பட்ட கடன் சுமையிலிருந்தும், நொடிப்பில் இருந்தும் மெல்ல மீண்டுவந்துகொண்டிருந்த நாசர் பியாஷராவின் வியாபாரம் இப்போது இன்னும் கடினமான சூழலைச் சந்தித்தது. உள்ளூரில் வியாபாரம் செய்துவந்த பலருக்கு இந்தியாவில் இருந்து கிடைக்கக்கூடிய சீனி, கோதுமை, சோளம், அரிசி ஆகியவற்றை வாங்கி விற்பதாக உறுதிமொழி தந்திருந்த கலீஃபா, அவற்றுக்கான பணத்தைச் செலுத்திவிட்டுப் பொருட்கள் வந்து சேர்வதற்காகக் காத்திருந்தான். இந்த ஒற்றை வியாபாரத்தின்மூலம் தன் நட்டத்தை எல்லாம் சரிக்கட்டிவிடலாம் என்று நினைத்திருந்த நாசருக்கு கப்பல்கள் துறைமுகத்துக்குள் நுழையமுடியாத இந்தச் சூழல் பெரும் பிரச்சனையாக மாறியது.

வணிகர்களான நாசர் பியாஷராவைப் போன்றவர்களைமட்டும் இது தாக்கவில்லை. அரிசி, காபி, தேயிலை போன்றவையும், உள்நாட்டில் கிடைத்த சீனி, பண்ணா மீன், மாவு போன்ற பொருட்களும் முன்னெப்போதையும்விட குறைவாகக் கிடைத்தன. முடிந்தவரை கிராமங்களில் இருந்து உணவை அபகரித்துப் பெற்ற ஜெர்மானியப் பேரரசின் துருப்புகளுக்கு யுத்தம் நடந்தபடியால் 'தி ராயல் நேவி'யையும் மீறி ஏராளமான மீன்களும், தேங்காய்களும், வாழைப்பழங்களும், மரவள்ளிக் கிழங்குகளும் கிடைத்தபடிதான் இருந்தன. ஒரு கூடை மாங்காய்க்கு ஒரு காற்சட்டை, ஒரு ஆட்டுக் கிடாவுக்கு ஒரு கட்டுப் பருத்தித் துணி என்று பண்டமாற்று செய்த மக்கள் யாருமே பணத்தைப் பற்றி, சிலகாலம்வரை கவலைப்படவில்லை. பண்டமாற்று செய்வதற்கெனப் பொருட்கள் கிடைக்காதபோது நகைகளைப் பயன்படுத்தினர். வரதட்சணையாகப் பெற்று தலைதலைமுறை தலைமுறையாக வீட்டில் இருந்த நகைகள் பெரும்பாலான குடும்பங்களிடம் சிறிதளவாவது இருந்தன. தங்கம், விலையுயர்ந்த கற்கள் ஆகியவற்றின் மதிப்பறிந்த சிறு, குறு வணிகர்கள் அவை பண்டமாற்றாகக் கிடைத்தபோது மகிழ்ச்சியுடன் ஏற்றுக்கொண்டனர். சில காலம் பற்றாக்குறையினால் ஏற்பட்ட பதற்றம் நீடித்தது.

போரைப் பற்றி ஜெர்மன் நிர்வாகம் அனுமதித்த மிகக் குறைவான செய்திகளே நாட்டின் உட்பகுதிவரை எட்டின. டாங்காவில்

கிடைத்த அனுபவமே பிரிட்டிஷாரை வேறெந்தக் கடற்கரைமீதும் காலடி வைக்கமுடியாதபடி அச்சுறுத்தியது. துறைமுகத்தில் நுழையத் தடை இருந்தாலும் அமைதியான இந்தச் சூழல் நீடித்தபோது மக்கள் அதற்கு ஏற்றாற்போல் தங்களை மாற்றிக்கொண்டு ஈடு கொடுத்ததுடன், இந்தப் பெரும் குழப்பமான நிலையில் வழக்கமாக ஜெர்மன் நிர்வாகம் அவர்கள்மீது சுமத்தும் வரியைக் கட்டவேண்டிய அவசியமில்லாது போயிற்று. வணிகம் மெல்ல பழைய நிலைக்குத் திரும்பத் தொடங்கியபோதும் பியாஷராவின் நிலை பிரச்சினைக்குரியதாகவே தொடர்ந்தது.

கலீஃபா பியாஷராவிடம், “உங்களுடைய புத்திக் கூர்மையால் அழிவுமட்டுமே ஏற்பட்டது” என்றான்.

“வியாபாரத்தில் நீ ஒரு கற்றுக்குட்டி” என்பதுபோலச் சில சமயங்களில் கலீஃபா பேசிய தொனி பியாஷாராவுக்கு வெறுப்பை அளித்தது. கலீஃபா இவ்வாறு சொன்னதும் பியாஷரா தனக்கு ஏற்பட்ட கோபத்தை வெளிக்காட்டாது கட்டுப்படுத்திக்கொண்டது வெளிப்படையாகத் தெரிந்தது. உதடுகளை இறுக்க அழுத்தியபடி கலீஃபாவைக் கோபத்துடன் பார்த்து, தன் கண்களை வேறெங்கோ சில நொடிகள் செலுத்திய பியாஷரா தாழ்வான குரலில் பேசினான். நேருக்கு நேர் வாக்குவாதம் செய்ய அந்த நொடிவரை அவன் தயாராக இல்லை.

“இதில் எவ்விதமான புத்திக் கூர்மையும் இல்லை. வணிகத்தைச் சீராக்க எதையாவது செய்தாகவேண்டும் என்று நினைத்தேன். போரைப் பற்றியும் துறைமுகத்தில் கப்பல்கள் நுழையத் தடை செய்யப்பட்டது பற்றியும் எனக்கு எப்படி முன்பே தெரிந்திருக்கமுடியும்?” என்றான்.

கலீஃபா, “எல்லாப் பணத்தையும் கொண்டுபோய் ஒரே இடத்தில் முதலீடு செய்வது என்பது நல்ல வியாபார நுட்பமாகத் தெரியவில்லை” என்றான்.

பியாஷரா கோபத்துடன், “எல்லாவற்றையும் இழந்து ஏழையாகும்வரை எந்த முயற்சியும் எடுக்காமல் நான் காத்திருந்திருக்கவேண்டும் என்று நீ நினைக்கிறாயா என்ன? அத்துடன் மொத்தப் பணத்தையும் அதில் நான் இடவில்லை. நம்மிடம் இன்னும் மரக்கடை வியாபாரம் இருக்கிறதே!” என்றான்.

பிறகு ஆழமாக மூச்சை உள்ளிழுத்தவன் கோபத்தைக் கட்டுப் படுத்திக்கொண்ட தொனியில், “வியாபார நுணுக்கங்கள் அனைத்தும்

சிறப்பாக உனக்குத் தெரியுமென்றால் என் தந்தையின் காலத்தில் அவ்வளவு கடன்கள் குவிந்தபோது நீ எங்கிருந்தாய்? இப்போது என்னிடம் முணுமுணுப்பதுபோல நீ அப்போது அவரிடம் ஏன் எதுவும் கூறவில்லை?" என்று கேட்டான்.

"அவர் செய்த வியாபாரம் தொடர்பான தகவல்கள் எதுவும் எனக்கு அப்போது தெரியாது" என்றான் கலீஃபா.

நாசர் பியாஷரா, "நீ அவருடைய குமாஸ்தா. நீதான் கணக்கு வழக்குகளைக் கவனித்திருப்பாய். உனக்கு நிச்சயமாகத் தெரிந்திருக்கவேண்டும்" என்றான்.

கலீஃபா, "உங்கள் தந்தையின் ரகசிய நடவடிக்கைகளுக்கு என்னைக் குற்றம் சாட்டுகிறீர்களா?" என்று மெல்லிய குரலில் கேட்டபடி அலட்சியமாகப் புன்னகைத்தான்.

இந்த உரையாடலினிடையே தன் முன்நெற்றி விளிம்பில் நின்ற மூக்குக் கண்ணாடியைத் தாழ்த்திக்கொண்ட நாசர் பியாஷரா, தன் தந்தையின் வியாபாரச் செயல்பாடுகளில் யாராவது அவரிடம் கடன் வாங்கியது பற்றிய ஆதாரம் ஏதாவது இருந்து, ஒருவேளை இதற்கு முன் பார்த்தபோது அதைத் தவறவிட்டுவிட்டோமா என்று மீண்டும் நன்கு ஆராய்ந்து பார்த்தான். அதற்குப் பிறகு நாள் முழுதும் அவன் கலீஃபாவிடம் எதுவும் பேசாததோடு, அவனுடைய கண்களை நேருக்கு நேர் சந்திப்பதையும் தவிர்த்தான். தேவைப்பட்டபோது மட்டுமே கலீஃபாவிடம் பியாஷரா பேச, இப்படியே இருவரும் அதிகம் பேசிக்கொள்ளாமல் சில நாட்கள் கடந்தன. வியாபாரம் என்று பெரிதாக எதுவும் நடக்கவில்லை. நாசர் தன்னுடைய பெரும்பாலான நேரத்தை அங்கிருந்த மரக்கடையின் சிறிய அலுவலகத்தில் அமர்ந்தபடி அங்கு வருபவர்களிடம் பேசிக் கழித்தான். அது போன்றதொரு உரையாடல் அவர்களுக்கு இடையே அதன்பிறகு நடக்கவேயில்லை.

ஆனால் சில நாட்களுக்குப் பிறகு கீழ்த்தளத்தில் இருக்கும் அலுவலகத்துக்கு ஒருவர் வாடகைக்குக் குடியிருக்க வரப் போவதாகவும், அந்த இடத்தை அவர்கள் மளிகைக் கடையாக மாற்றப்போவதாகவும் பியாஷரா அறிவித்தான்.

"இங்கிருக்கும் கணக்குப் புத்தகங்கள் ஆவணங்கள் அனைத்தையும் நான் மரக் கடையில் உள்ள பட்டறைக்கு எடுத்துச் செல்கிறேன். கணக்குகளைச் சரிபார்க்க எந்தத் தேவையும் இல்லாததால் இனி நீ கிடங்கைப் பார்த்துக்கொள். அப்படிக் கணக்கு வழக்குகள் ஏதாவது

பார்க்கவேண்டி வந்தாலும் நானே பார்த்துக்கொள்கிறேன். இனி உன் சம்பளமும் குறையும். நம் எல்லோருடைய பொருளாதார நிலைமையும் இப்போதைக்கு இதுதான்" என்று சிறிது கடுகடுப்புடன் அறிவித்துவிட்டு, மேற்கொண்டு பேச ஏதுமில்லை என்பதுபோலத் தன் தலையில் தொப்பியை அணிந்துகொண்டு மாடிக்குச் சென்றுவிட்டான்.

திருமதி ஆஷா, "மோசமான, நன்றியில்லாத அந்தக் கேடுகெட்டவன், ஒழுக்கசீலன்போலவே நடிப்பான். அவனுடைய தந்தைக்கும் அவனுக்கும் நீங்கள் எவ்வளவோ செய்திருந்தும் அதையெல்லாம் மறந்துவிட்டு உங்களை வேலையைவிட்டு அனுப்ப நினைக்கிறானே" என்றவள், இதே ரீதியில் வெகுநேரம் பேசிக்கொண்டிருந்தாள்.

கலீஃபா அவளுடைய கோபத்தை அமைதியாகக் கவனித்துக் கொண்டிருந்தான். தன்னை வெளியேற்றுவதைத் தவிர பியாஷராவுக்கு வேறு வழியில்லை என்று கலீஃபாவுக்கு நன்றாகத் தெரிந்திருந்தாலும் அந்தப் பணக்கார இளைஞனின் கெடுபிடியான பேச்சைக் கேட்டு சந்தோஷமடைந்தான். கூச்ச சுபாவமுடையவனாக, கோழையாகத் தான் அறிந்திருந்த அந்தச் சிறுவன் இவ்வளவு தெளிவான முடிவெடுத்ததைக் கண்டு கலீஃபா ஆச்சரியம் அடைந்தான். இதை நினைத்து ரகசியமாகச் சிரித்துக்கொண்டான். அலுவலகத்தை வாடகைக்குவிடுவது என்பது கொஞ்சம் பதற்றமான அணுகுமுறைதான். ஆனால் அது அவ்வளவு முக்கியத்துவம் வாய்ந்த விஷயமே இல்லை. ஏனெனில் எப்போது வேண்டுமானாலும் அவர்களை அந்த இடத்தைக் காலி செய்ய வைத்துவிடலாம். பொருட்களே இல்லாத கிடங்கில் அவன் என்ன செய்வான்? ஆஷா சொல்வதுதான் சரியோ? ஒருவேளை தன்னை மொத்தமாக அங்கிருந்து வெளியேற்ற பியாஷரா நினைக்கிறானோ, இனி சம்பளமே இல்லாமல் போய்விடுமோ என்று கலீஃபா நினைத்தான். விரைவில் வியாபாரமே நடக்காமல் வியாபாரியே இல்லாத நிலைகூட வரலாம். அத்தகைய மோசமான காலகட்டத்தில் யாருக்குதான் குமாஸ்தா தேவைப்படுவார்கள்?

ஆனால் பியாஷரா, கலீஃபாவை அப்படித் துரத்திவிடவில்லை. யுத்தம் குறித்த செய்திகள், ஏதோ தீவிரமான சண்டை நடக்கிறது என்ற ரீதியில் உள்நாட்டில் பரவிய வதந்திகளால் நாசர் பியாஷரா மரக் கட்டைகளில் முதலீடு செய்தான். போர் முடிந்ததுமே நிச்சயமான தேவையாக மாறப் போகிற மராமத்துப் பணிகளுக்கும் மீள் கட்டுமானத்துக்கும் அது தேவைப்படும் என்று நினைத்தான்.

ஆனால் சிறிதுகாலம்கூட அது நீடிக்கவில்லை. கலீஃபாவிடம் கலந்து பேசாமலும், அறிவுரை கேட்காமலும் பியாஷரா தன்னிச்சையாக இந்த முடிவை எடுத்திருந்தான். திறமையற்ற கணக்கன் எனத் தான் நினைத்த கலீஃபாவிடம் தன் பேரேடுகளைத் தர விரும்பாததால் அவற்றைத் தானே கவனித்துக்கொண்டான். இதற்கிடையில் கலீஃபா கிடங்கைச் சுத்தப்படுத்தி, பியாஷரா வாங்கியிருப்பதாகச் சொன்ன மரக் கட்டைகளை அடுக்கிவைப்பதற்காக ஒழுங்குபடுத்திவைத்தான். பின்னாட்களில் தன்மீது திறமையின்மை அல்லது வேறேதும் மோசமான குற்றச்சாட்டுகள் சுமத்தப்பட்டால் அவை சான்றாகப் பயன்படலாம் என்பதற்காகச் சொந்தமாகப் பேரேடுகளை எழுதிவைத்தான்.

வியாபார விவகாரங்களில் ஆமுர் பியாஷரா தொடர்பு வைத்திருந்தவர்களில் ஒருவரும், படகுத் துறையில் பயனற்றுக் கிடக்கும் படகொன்றின் தலைவனுமான ரஷித் மௌலிதி, அரிசியையும் சீனியையும் பெம்பாவில் இருந்து தருவிக்கலாம் என்ற தன் எண்ணத்தை நாசருடன் பகிர்ந்துகொண்டான். தன் தந்தை ஆமுர் பியாஷரா மகிழ்வுடன் வணிகத் தொடர்பில் இருந்த ஆபத்தான வணிகர்களின் குழுவில் ரஷித் மௌலிதியும் இருந்ததை அறிந்திடாதபோதும், இது ஆபத்தான வேலை என்று நாசர் மறுத்துவிட்டான்.

“பிரிட்டிஷாரிடம் பிடிபட்டால், படகை மூழ்கடித்துத் தன்னையும் சிறையில் தள்ளிவிடுவார்கள். அதேபோல் இந்த விஷயம் ஜெர்மானியர்களுக்குத் தெரிந்தால் அவர்கள் மொத்த சரக்கையும் பறித்துக்கொண்டு, அதைப் பதுக்கிய குற்றத்துக்காக என்னைச் சவுக்கால் அடிப்பார்கள்” என்றான்.

பதுக்கல் வியாபார விவகாரங்களில் அனுபவம் உள்ள ரஷித் மௌலிதி கலீஃபாவை அணுகித் தன் திட்டத்தை விளக்கினான். அவன் கூறியதை உன்னிப்பாகக் கேட்ட கலீஃபா சரக்கை ஒருமுறை கடனுக்குப் பெற்றுத் தரமுடியுமா என்று ரஷிதிடம் கேட்டான். ரஷித், தன் சொந்த ஊரான பெம்பாவில் சரக்குகளைக் கடனுக்கு வாங்கித்தரமுடியும் என்றும், இங்கு மொத்த இடர்பாட்டையும் தானே ஏற்றுக்கொள்ள விரும்பவில்லை என்றும் கூறினான். ஏதாவது தவறு நடந்தால் அதைச் சரியாக்கும் அளவுக்குத் தன்னிடம் எவ்விதமான வழிவகைகளும் இல்லை என்றும் படகையும்கூட இழக்கவேண்டி வரலாம் என்றும் சொன்னான். எளிதில் கலக்கமடைந்துவிடும் இயல்புள்ள நாசர் நம்பும்வகையில்

பேசி அவனை இதை ஏற்றுக்கொள்ளச் செய்யவேண்டும் என்றான் கலீஃபா. ரஷித் மௌலிதிடம், "முதலில் நீங்கள் ஒரு சிறிய அளவு சரக்கைக் கடனுக்கு வாங்கித் தந்து இந்த திட்டம் சாத்தியமான ஒன்று என்பதை நடத்திக்காட்டிவிட்டால் பிறகு நான் நாசர் பியாஷராவிடம் இது குறித்துப் பேசுகிறேன்" என்றான் கலீஃபா.

இதை ஏற்றுக்கொண்ட ரஷித் சிறிய அளவில் அரிசியையும் சீனியையும் கொண்டுவந்து கிடங்கில் இறக்கிய பிறகு அவர்கள் நாசரை அழைத்து அவற்றைக் காட்டினர். கலீஃபா நாசரிடம், "வெளியுலகைப் பொருத்தவரை இந்தப் பொருட்கள் இங்கிருப்பதே உங்களுக்குத் தெரியாது என்பதாக இருக்கட்டும். இதற்கான பணத்தை நீங்கள் எனக்குத் தாருங்கள். நான் இவற்றை விற்கிறேன். அதன்பிறகு வியாபாரம் அதன் போக்கில் நடக்கும். வரும் பணத்தை வைத்து மேலும் சரக்குகளை வாங்குவோம். நீங்கள் இதில் எந்தப் பங்கும் ஆற்றவேண்டிய அவசியமே இல்லை. இதில் வரும் லாபத்தில் நான்கு பங்குகளை ரஷிதுக்கும், நான்கு பங்குகளை உங்களுக்கும், இரண்டு பங்குகளை எனக்குமாகப் பிரித்துக்கொள்வோம். இதைப் பற்றிய வேறு எந்த விபரங்களையும் நீங்கள் அறிந்துகொள்ளக்கூட வேண்டாம்" என்றான். இன்னும் சில விஷயங்களில் பேரம் பேச வேண்டியிருந்தபோதும், நிறைய விவாதங்கள் நடைபெற்ற பின்னும், இறுதியில் கலீஃபா நினைத்தபடிதான் இந்த விஷயம் முடிந்தது. துறைமுகத்தில் கப்பல்கள் நுழையப் பல வருடங்களுக்குத் தடை நீடித்தபோதும் ரஷித் மௌலிதி தன்னால் வாங்க முடிந்த அளவுக்குப் பொருட்களை பெம்பாவில் இருந்து வரவழைத்துத் தந்தான். கலீஃபா அவற்றைக் கிடங்கில் மறைத்துவைத்து, நம்பிக்கைக்குரிய வணிகர்களிடம்மட்டும் விற்பனை செய்துவந்தான். இதில் பெருமளவுக்குச் செல்வம் ஈட்டமுடியவில்லை என்றாலும் ஓரளவுக்கு வியாபாரம் நடந்ததால், கிடங்கு மேற்பார்வையாளன் என்பதோடு சேர்த்து கள்ள வியாபாரி என்கிற ஒரு புதிய பெயர் கலீஃபாவுக்குக் கிடைத்தது. நாசர் பியாஷராவுடன் வணிகம் செய்வது சில சமயங்களில் எரிச்சலைத் தந்தாலும் கலீஃபா பணிவாகவே நடந்துகொண்டான். அவர்கள் இருவருமே ஒருவர் விஷயத்தில் இன்னொருவர் தலையிடாமல் இருந்தனர்.

★★★

1914ஆம் ஆண்டு பிரிட்டிஷ் இராணுவம், தனக்கு நிகழ்ந்த படு மோசமான தோல்விக்குப் பிறகு இரண்டாண்டுகள் கழித்து 1916ஆம் ஆண்டு ஜூலை பதினாறாம் தேதி டாங்காவுக்குள்

நுழைந்தது. சில நூறு இந்திய வீரர்களைமட்டுமேகொண்ட சிறிய படைப் பிரிவு ஒன்று, ஒரே ஒரு துப்பாக்கிக் குண்டைக் கூடப் பயன்படுத்தாமல் துறைமுகத்தைக் கைப்பற்றியது. ‘தி ராயல் நேவி’ நடத்திய வெடிகுண்டுத் தாக்குதலின் வடுக்கள் மிச்சமிருந்த ஒரு நகரத்தை அவர்கள் கண்டனர். துறைமுகமும், சுங்கவரி வசூலிக்கும் அலுவலகக் கட்டிடங்களும், கடற்புரத்தில் கட்டப்பட்டிருந்த இறங்குதுறையும் ஜெர்மானியர்கள் வெளியேறும் முன் வீசிய குண்டுகளால் சிதிலமடைந்திருந்தன. அந்தப் பகுதியில் இருந்த ஜெர்மன் படைப் பிரிவுகள், கிழக்கு நோக்கி முன்னேறுவதற்கு முன் படைகளை மீண்டும் ஒன்றிணைப்பதற்காக நகரின் உட்புறப் பகுதியில் இருந்த தங்கள் படைத் தலைவனுடன் இணைந்துகொள்ள அவனைத் தேடிச் சென்றன. பகமோயோ, டார் எஸ் சலாம் ஆகியவற்றுக்கான போராட்டங்கள் ஆகஸ்டில் தொடரப் போவதாக இருந்த நிலையிலும் கடற்கரையின் அந்தப் பகுதியைப் பொருத்தவரை அப்போதைக்கு யுத்தம் முடிவுற்றிருந்தது. கப்பல்கள் துறைமுகங்களில் நுழைவதற்கான தடையும் விலக்கிக் கொள்ளப்பட்டு மொம்பாசா, பெம்பா, ஜான்சிபர் ஆகியவற்றுக்கு இடையேயான வணிகம் மெல்ல பழைய நிலைக்குத் திரும்பத் தொடங்கியிருந்தது. இப்போது நாட்டின் உட்பகுதிகளில் யுத்தம் பற்றிய விளக்கமான செய்திகள் பரவ ஆரம்பித்தன. யுத்தம் விரைவில் முடிவுக்கு வந்துவிடும் என்று அனைவரும் உறுதியாக நம்பினர். அவர்கள் பருவ மழையைக் கடந்து அது நீடிக்காது என்றனர்.

பிரிட்டிஷார் கடற்கரையைத் தங்கள் வசம் கொண்டுவந்தபோது அஃபியாவுக்கு பதின்மூன்று வயது. இலியாஸ், டார் எஸ் சலாமுக்குச் சென்று இரண்டு ஆண்டுகளுக்கு மேலாகியும் அவனிடம் இருந்து எந்தத் தகவலும் வரவில்லை. நாட்டின் உட்புறப் பகுதிகளில் கிடைத்த தகவலின்படி எல்லா இடங்களிலும் சண்டை நடந்துகொண்டிருப்பதாகவும், ஜெர்மானியர்கள், பிரிட்டிஷார், கிழக்கு இந்தியர்கள், இந்தியர்கள், குறிப்பாக அதிக அளவில் ஆப்பிரிக்கர்கள் என நிறையபேர் இறந்துவிட்டதாகவும் கலீஃபா அவளிடம் கூறினான். இந்த ஐரோப்பியச் சண்டையை முடிவுக்குக்கொண்டு வருவதற்காக ஜெர்மானியப் பேரரசின் துருப்புகள், ஆப்பிரிக்கக் கூலிப் படை வீரர்கள், கிங்க்ஸ் ஆப்ரிக்கன் ரைஃபிள்ஸ் எனும் பிரிட்டிஷ் காலனிய இராணுவம், மேற்கு ஆப்பிரிக்க இராணுவம், இவர்களோடு சேர்ந்து ஏராளமான ஆப்பிரிக்கர்கள் கொல்லப்பட்டனர் என்றான் கலீஃபா. இலியாசைப்

போலவே கயிறு இழைகள் தயாரிக்கும் பண்ணையில் கணக்கராகப் பணியாற்றிய ஹபீபிடம் இது பற்றி விசாரணை நடத்துமாறு மாலிம் அப்தல்லா சொன்னான். இலியாஸ், டார் எஸ் சலாமுக்குப் பயிற்சிக்காகச் சென்றுள்ளான் என்று ஏற்கனவே அவர்கள் முன்பே அறிந்திருந்த தகவல்களே அந்த விசாரணைமூலம் தெரியவந்தது. ஆனால் இராணுவ சமிக்ஞைகளைப் பெற்று அனுப்புவதில் பயிற்சி பெற்ற இலியாஸ் கிழக்குத் திசையில் இருந்த லிண்டி மாவட்டத்தில் பணியாற்றுகிறான் என்கிற ஒரே ஒரு புதிய விஷயம் கிடைத்தது. இதற்கு மேல் ஹபீபால் எதுவும் கண்டுபிடிக்கமுடியவில்லை. யாரை விசாரிப்பது என்றும் தெரியவில்லை. ஏனெனில் அந்த ஜெர்மானிய மேலாளர் அதற்குள் பிரிட்டிஷாரால் போர்க் குற்றவாளியாகச் சிறை பிடிக்கப்பட்டுவிட்டான்.

லியோபோல்டின் தலைமையில் காங்கோவில் உருவான ஆப்பிரிக்கப் படையினரால் டபோரா கைப்பற்றப்பட்டுவிட்டதை கலீஃபா அறிந்துகொண்டான். படு பயங்கரமாக நடந்த சண்டை கிழக்கு நோக்கி நகர்ந்த இடத்தில்தான், இலியாஸ் இராணுவ சமிக்ஞைகளைப் பெற்று அனுப்புபவனாகப் பணியமர்த்தப்பட இருந்த லிண்டி எனும் பகுதி இருந்தது. அஃபியாவின் அண்ணன், இந்த நீண்ட அமைதி பிரச்சினைக்குரியது என்று அறிந்திருந்தாலும் கலீஃபா அவளிடம் இதைப் பற்றி எதுவும் கூறவில்லை. இன்னும் சொல்லப்போனால் அஃபியாவிடம் பேசும்போது அதுபற்றிய கவலையே இல்லாதவனாகக் காட்டிக்கொண்ட கலீஃபா, “இராணுவ சமிக்ஞைகளைப் பெற்றுப் படைப் பிரிவுகளுக்கு அனுப்புவது என்பது அமைதியான வகையிலான வேலை. யுத்தம் நடக்கும் இடத்தில் இருந்து வெகு தொலைவில் மலைமீது நின்றபடி அங்கிருக்கும் கண்ணாடிகள் வழியாகத் தகவல்கள் அனுப்புவதுதான் அவனுடைய பணி. ஆகவே அவன் எந்தச் பிரச்சினையிலும் சிக்காமல் அவன் நலமாகவே இருப்பான்” என்றான்.

★★★

சிறு பெண்ணான அஃபியா இப்போது வளர்ந்து பெரியவளாகிவிட்டாள். பெண்களின் தனிமைப்படுத்தப்பட்ட வாழ்க்கை, முடிவற்ற மனக்கசப்புகளின் ஒருபகுதி என்பதை அவள் இப்போது புரிந்துகொள்ளத் தொடங்கியிருந்தாள். முன்போல் காலிதாவை அவள் இப்போது அடிக்கடி அழைப்பதில்லை. ஏனெனில் அவ்வாறு அழைக்கக்கூடாது என்று திருமதி ஆஷா கூறியிருந்தாள். அந்தக் குடும்பத்தைச் சேர்ந்தவர்கள் அனைவரும்

தகாத முறையில் நடந்து கொள்பவர்கள் என்றும், காலிதா பழகும் பெண்கள், புரளி பேசுவதையும் ஆட்களைக் கிழித்துத் தோரணம் கட்டுவதையும் பெரிதும் விரும்புகிற வெட்கம் கெட்டவர்கள் என்றும் சொன்னாள். திருமதி ஆஷாவுக்குப் பிடித்த விஷயம் என்றால் தங்கள் பக்கத்து வீட்டுக்காரர்களுடைய பிரச்சினைகளைப் பெரும் மகிழ்ச்சியுடன் திரும்பத் திரும்ப விளக்குவதுதான் என்று அஃபியாவுக்குத் தெரியும். காலிதாவைச் சந்திப்பதில் இடப்பட்ட இந்தத் தடைக்கு எந்த எதிர்ப்பும் தெரிவிக்காத அஃபியா, காலிதாவைச் சந்தித்தபோது அவளைப் பற்றியும், அவளுடைய கணவரைப் பற்றியும் ஆஷாவின் தோழிகள் கூறிய அவதூறு பற்றியும் எதுவும் சொல்லிக்கொள்ளவில்லை. காலிதா ஜமீலா ஆகிய இருவருடனான சந்திப்பு தவிர அஃபியா நாள் முழுக்க வீட்டிலேயே அடைந்துகிடந்தாள். அரிதாக எப்போதாவது வெளியே போனாலும் தன் தலையைச் சுற்றி ஒரு துப்பட்டி அணிந்து சென்றாள். எந்தத் தருணத்திலும் யாரிடமாவது திட்டுவாங்குவோம் என்று ஒரு எண்ணம் அவள் மனதில் எப்போதுமே தோன்றியபடி இருந்ததில் அவள் மனதுக்குள் ஒடுங்கிப்போய் எப்போதும் படபடப்பு நிறைந்த ஒருத்தியாக மாறிப்போனாள். ஒரு சிறுவனோ ஆணோ யாராக இருந்தாலும் அவர்களுடைய கையைக் குலுக்கி முகமன் கூறக்கூடாது. தெரிந்தவர்களாகவே இருந்தாலும் அவர்களாக வந்து பேசினாலொழிய ஒரு சிறுவனிடமோ ஆணிடமோ பொதுவெளியில் அவளாகப்போய்ப் பேசக்கூடாது. அறிமுகமற்ற நபர்களைப் பார்த்துப் புன்னகைக்கக்கூடாது. யாருடைய கண்களையும் தற்செயலாகக்கூட சந்தித்துவிடாமல் எப்போதும் தலையை லேசாகத் தாழ்த்தியபடி நடக்கவேண்டும். இவையெல்லாம் ஏற்றுக்கொள்ளமுடியாதவை என்று சொல்லி அவளுக்கு அனுமதி மறுக்கப்பட்ட விஷயங்களில் சில. திருமதி ஆஷா அஃபியாவுடைய நடவடிக்கை குறித்து அவளுக்கு உறுதியான குரலில் அறிவுரை கூறினாள். அவள் யாரைச் சந்திக்கக்கூடாது, என்ன செய்யக்கூடாது என்று அவளுடைய நடவடிக்கைகளை முழுக்கக் கட்டுப்படுத்தினாள் அல்லது அதற்கு முயற்சித்தாள்.

அவளுடைய தோழி ஜமீலாவுக்காகப் பார்த்திருந்த வரன் அநேகமாக ரத்தாகிவிடும் என்று திருமதி ஆஷா தீர்மானமாகச் சொல்லிக்கொண்டிருந்தாள். நிச்சயதார்த்தம் நடந்ததற்குப் பின் திருமணம் நடக்க நீண்டகாலமானால் இதுதான் வழக்கமாக நடக்கும். குடும்பத்தில் யாருடைய மனமோ இந்த இடைப்பட்ட காலத்தில் மாறிவிட்டது என்பதே இதன் பொருள். ஜமீலாவுக்குப்

பார்த்திருந்த மாப்பிள்ளை ஜான்சிபரில் வசித்தான். திருமணத்திற்குப் பிறகு அவன் ஜான்சிபரைவிட்டு வெளியேறி இங்கு வந்து வசிக்கும் திட்டத்தில் இருந்தான். இது திருமதி ஆஷாவுக்கு வியப்பளிக்கவில்லை. யார்தான் ஜான்சிபரைவிட்டு வெளியேற நினைக்கமாட்டார்கள்? உலகத்தில் உள்ள அனைத்துவகைப் பாவங்கள், ஏமாற்றங்கள் உள்ளிட்ட எல்லாவிதமான வியாதிகளும் அங்குதான் இருக்கின்றன. இந்தத் தாமதம் குறித்து ஜமீலாவின் குடும்பத்தினர் கவலைப்பட்டதாகத் தெரியவில்லை. அவர்கள் அதை வெளிப்படையாகப் பேசி இயல்பாகக் கடந்து சென்றனர். அஃபியா அவர்களைச் சந்தித்தபோதெல்லாம் அவளை மகிழ்ச்சியுடன் வரவேற்று, தங்களுடைய எண்ண ஓட்டங்களையும் திட்டங்களையும் அவளிடம் பகிர்ந்துகொண்டனர். இலியாஸ் கீழ்த்தளத்தில் வாடகைக்கு விட்டிருந்த அறையில்தான் ஜமீலா திருமணத்துக்குப் பிறகு தங்குவற்கு ஏற்பாடாகி இருந்தது. ஜமீலா திருமணம் குறித்த எதிர்பார்ப்புடன் அந்த அறையை அலங்கரித்துக் கொண்டிருந்தாள்.

ஜமீலாவைச் சந்திப்பது முற்றிலுமாக தடைப்படவில்லை. ஆனால் அவள் ஜமீலாவைச் சந்திப்பது குறித்து ஆஷாவின் விருப்பமின்மை அதிகரித்துக்கொண்டே போனதை அஃபியாவால் உணரமுடிந்தது.

"ஜமீலாவுக்கு இப்போது என்ன வயதாகிறது? பத்தொன்பது வயது இருக்கும் இல்லையா? அவள் ஒழுக்கக் கேடாக ஏதாவது செய்யும் முன்பு அவர்கள் அவளைத் திருமணம் செய்து கொடுத்துவிடுவது நல்லது. ஆண்கள் எவ்வளவு தந்திரமானவர்கள் என்பதும் இளம்பெண்கள் எவ்வளவு முட்டாள்கள் என்பதும் உனக்குத் தெரியாது. பாப்பா, நீ வேண்டுமானால் நான் சொல்வதைக் குறித்து வைத்துக்கொள். அவர்கள் தானாக வில்லங்கத்தைத் தேடிக்கொள்கிறார்கள்" என்றாள் திருமதி ஆஷா.

நான் ஒன்றும் பாப்பா இல்லை என்று நினைத்துக்கொண்ட அஃபியா, அதைக் கண்டுகொள்ளாமல் இருக்க முயற்சித்தாள். அஃபியா இத்தகைய தன் எண்ணங்களைச் சிறிதும் மறைக்க முயற்சிக்காததுடன் தன் தந்திரங்களைப் பயன்படுத்தி அவள் சாதிக்க நினைத்தவை எல்லாம் அற்ப விஷயங்களே. காலிதாவைச் சந்தித்தது குறித்துப் பேசாமல் இருந்ததுதான் அஃபியா பணிய மறுத்த ஒரே விஷயம். மற்றபடி சந்தையில் இருந்து பொருட்களை வாங்கி வரும்பொழுது மாலையில் பசித்தால் சாப்பிடலாம் என்று ஒரு வாழைப்பழத்தை மறைத்து வைத்துக்கொண்டது, ஜமீலாவும் சதாவும் தங்கள் அம்மாவின் நகைப் பெட்டியில் இருந்து எடுத்து அஃபியாவுக்குப்

பரிசாகத் தந்திருந்த கழுத்தணியை மறைத்து வைத்தது ஆகியவையே அவள் திருமதி ஆஷா சொன்னவற்றுக்கு மாறாக நடந்துகொண்ட விஷயங்கள். அவள் அலங்கரித்துக்கொள்வதற்கு அம்மா அனுமதி தரவில்லை. இத்தகைய தருணங்களில் ஆஷா அவளைக் கையும் களவுமாக பிடித்தபோது இந்தச் சிறு திருட்டுத்தனங்களைக் கண்டுகொள்ளாமல் புன்னகைத்தபடி சிரித்தபடி "நீ தந்திரமானவளாக மாறிவருகிறாய்" என்பாள். கலீஃபா இது போன்ற சமயங்களில் அவளுடைய உதவிக்கு வருவான். ஆனால் அஃபியாவும் ஆஷாவும் அவர்கள் தனியாக இருக்கும் நேரங்களில் திருமதி ஆஷா தன் அறிவுறுத்தல்களை அஃபியா கடைப்பிடிக்கவேண்டும் என்பதில் உறுதியாக இருப்பாள்.

நாசர் பியாஷரா அலுவலகத்தை மூடிவிட்டு மரப் பட்டறைக்குப் போன பிறகு கலீஃபாவால் ஒரு முழு கணக்கேட்டை அஃபியாவுக்காக வீட்டுக்குக்கொண்டு வரமுடிந்தது. அதன் பக்கங்கள் தடிமனாகவும் பளபளப்பாகவும், அட்டை சாம்பலும் வெளிர் சிகப்பும் கலந்து பளிங்குபோல் பளபளத்தது. தன்னுடைய கிறுக்கல் கையெழுத்தில் அதன் அழகிய பக்கங்களில் எழுதவே அஃபியாவுக்குக் கஷ்டமாக இருந்தது. 'கியோங்கோசி' இதழின் சில பழைய பிரதிகளையும் கலீஃபா வீட்டுக்கு எடுத்துக்கொண்டு வந்தான். பிரிட்டிஷாரின் வருகைக்குப் பிறகு புதிய பிரதிகள் எதுவும் வரவில்லையானாலும் சில பழைய பிரதிகள் சுற்றில் இருந்தன. தன் நண்பன் மாலிம் அப்தல்லா மூலமாகச் சில பழைய பிரதிகளையும் கலீஃபா பெறமுடிந்தது. அஃபியா வாசிப்பதற்குப் பயன்பட்ட இந்தச் செய்தித் தாள்கள், பிறகு அவற்றில் இருந்த முழு பத்திகளை எழுதிப் பழகவும் பயன்பட்டன. இந்தச் செய்தித்தாள்கள் மீது ஆஷாவுக்குச் சந்தேகம் இருந்தது. ஏனெனில் அவை இறை நம்பிக்கையற்றவர்களின் சொற்கள். அவை, தங்களுடைய பொய்களால் மக்களை மாற்றிவிடும் எண்ணம் உடையவை என்றும், தீமை செய்வதற்குத் தணியாத ஆசையுடையவை என்றும் அவள் நம்பினாள். ஆஷா சில சமயங்களில் வேலை செய்துகொண்டே ஒரு கவிதையைச் சத்தமாக வாசித்தபோதும், மகிழ்ச்சியான மனநிலையில் இருக்கையில் ஒரு பத்தியைச் சத்தமாகச் சொன்னபோதும், அஃபியா அவற்றை எடுத்து எழுதிக்கொள்வதை ஆஷா கனிவோடு பார்ப்பாள். அதன் பிறகு அஃபியா அவற்றை வாசித்துக் காண்பிக்கிறபோது ஆஷா அவளுடைய புத்திக்கூர்மையைப் பார்த்துப் புன்னகை பூப்பதுண்டு. அஃபியாவுக்கும் இது மகிழ்ச்சி அளித்தாலும், இது உண்மையில்

புத்திக் கூர்மை இல்லை; அவளால் மெதுவாகவே வாசிக்கமுடிந்தது என்பதையும், கலீஃபாவுடைய கையெழுத்துபோல நளினமாக இல்லாமல் அவளுடைய கையெழுத்து தாறுமாறாக இருந்தது என்பதையும் அவள் அறிந்திருந்தாள்.

★★★

தோழிகளான ஜமீலாவும் சதாவும் தைத்துக் கொடுத்த ஆடையை அஃபியா தன் பதினைந்தாவது வயதில், அந்த வருடத்திய ஈகைத் திருநாளின் முதல் நாளன்று அணிந்திருந்தாள். நீல சாட்டின் துணியால் ஆன அந்த ஆடை மார்புப் பகுதியை இறுக்கமாகப் பிடித்திருந்தது. கழுத்தைச் சுற்றி இருந்த பகுதி வட்டமாகவும் ஓரங்களில் வெண்ணிற பூந் தையல் இழைகளும் இருந்தன. வெளிர் நீல பாப்லின் துணியாலான பாவாடை சின்னஞ்சிறு பச்சைப் பூக்களுடன் நீளமாகவும் மடிப்புகள் வைத்தும் தைக்கப்பட்டிருந்தது. வித்தியாசமான துணி வகைகளைக்கொண்டு ஆடைகள் தயாரிக்கும் கலையை அறிந்திருந்த ஜமீலாவின் மனதில்தான் இந்த வடிவம் முதலில் தோன்றியது. முன்னெப்போதோ அவர்கள் தைத்த ஆடை ஒன்றில் இருந்து அவர்களுடைய அம்மா எடுத்து பத்திரப்படுத்தி வைத்திருந்த துணியினால் அந்த ஆடை உருவாகியிருந்தது. அஃபியா அவர்களுடைய வீட்டில் அதை அணிந்து பார்த்தபோது, அவளுக்கு அது மிகப் பொருத்தமாகவும் அழகாகவும் இருப்பதைக் கண்ட சகோதரிகள் இருவரும் ஒருவரை ஒருவர் பாராட்டிக்கொண்டனர். அது அவளுக்கு மிக அருமையாகப் பொருந்துவதாக அவர்கள் அஃபியாவிடம் கூறினர். அதை வீட்டுக்கு எடுத்துப் போனதும் தன் துப்பட்டிக்குக் கீழே மறைத்து, தன் அறையில் இருந்த அலமாரி ஒன்றினுள் வைத்துவிட்டாள். இது திருமதி ஆஷாவால் நிச்சயமாக ஏற்றுக்கொள்ளப்படமாட்டாது என்று அவளுடைய உள்மனம் சொன்னது.

ஈகைத் திருநாளன்று பெரும்பாலும் அனைவரும் புதிய ஆடைகள் அணிவர். பெண்கள் கங்கா எனும் பருத்தித் துணியை உடல் முழுவதும் போர்த்திக் கொள்வார்கள். ஆண்கள் தளர்வான நீண்ட புதிய வெண்ணிற அங்கி, தொப்பி அல்லது ஒரு மேலங்கி என ஏதாவது ஒரு புத்தாடையையோ தைத்து அணிந்துகொள்வர். கப்பல்கள் துறைமுகங்களில் நுழைவதற்கு இருந்த தடை நீங்கியிருந்தாலும் கடினமான காலகட்டமே நிலவியது. அம்மாவிடம் இருந்து எப்படியும் தனக்கொரு ஆடை கிடைக்கும் என்று அவளுக்குத் தெரியும். அது புதிதாக இல்லையானாலும், அஃபியாவின் அம்மா

சில வருடங்களுக்கு முன்பு தனக்கெனத் தைத்திருந்த ஆடையைத் திருமதி ஆஷா, அஃபியாவின் அளவுக்கேற்றபடி வெட்டித் தைத்ததில், மெலிந்த உடற்தோற்றமுடைய அஃபியாவுக்குப் பொருத்தமற்றதாக, உறைபோட்டது போலிருந்தது. ஆனால் திருமதி ஆஷா, "அதனால் ஒன்றும் பிரச்சினை இல்லை. நீ வளர வளர அது உன் உடல் அளவுக்கு நன்றாகப் பொருந்திப்போகும்" என்றாள். ஈகைத் திருவிழாவுக்கு முந்தைய நாள் மாலையில் அஃபியா அதை அணிந்தபடி வீட்டைச் சுற்றி வந்தபோது திருமதி ஆஷாவின் முதுகுக்குப் பின் முகத்தைச் சுளித்த கலீஃபா பிறகு பரிவுடன் புன்னகைத்தான்.

ஈகைத் திருநாளின் முதல் நாளன்று வழக்கமாக வீட்டில் அணியும் ஆடையுடன் இருந்த அஃபியா தன் வேலைகள் அனைத்தையும் முடித்துவிட்ட பிறகு காலைச் சிற்றுண்டி தயாரிக்க உதவினாள். உணவு உண்பதற்காக அவர்கள் அனைவரும் ஒன்றாக அமர்வதற்குமுன் அவள் உடை மாற்றிக்கொண்டு வருவதற்காகத் தன் அறைக்குள் சென்றாள். வெளியே வரும்போது ஆஷா திருத்தியமைத்த ஆடையை அணிந்து வருவாள் என்றுதான் அவர்கள் அனைவரும் எதிர்பார்த்தார்கள் என்று அவளுக்குத் தெரியும். ஆனால் அதற்குப் பதிலாக தோழிகள் தைத்துத் தந்த ஆடையை அணிந்தபடி அறையில் இருந்து வெளியே வந்தாள். இந்த ஆடையைப் பற்றி அவள் திருமதி ஆஷாவிடமோ கலீஃபாவிடமோ அதுவரை சொல்லியிருக்கவில்லை. அவளைப் பார்த்துத் தன் தலையை அசைத்துப் புன்னகைத்த கலீஃபா பிறகு மகிழ்ச்சியுடன் கைதட்டினான்.

"ஆகா. இது மிக அழகாக இருக்கிறது. ஆதரவற்ற ஒருத்தியைப்போலப் பாவமாக இல்லாமல் இப்போதுதான் நீ இளவரசியைப் போலிருக்கிறாய். உனக்கு இது எங்கிருந்து கிடைத்தது?" என்று கேட்டான்.

அஃபியா, "ஜமீலாவும் சதாவும் எனக்காக இதைத் தைத்துத் தந்தார்கள்" என்றாள்.

பேச்சற்றுப் போனவளாக சில நொடிகள் அவளை வெறித்துப் பார்த்த திருமதி ஆஷா, "அறைக்குச் சென்று உடனே இந்த ஆடையை மாற்றிக்கொண்டு வா" என்று சொல்லப் போகிறாள் என நினைத்தாள் அஃபியா. ஆனால் திருமதி ஆஷாவோ ஒரு புன்னகையை வரவழைத்துக்கொண்டவளாக, "அட! இவள் வளர்ந்து இளம்பெண் ஆகிவிட்டாளே!" என்றாள்.

அந்த வாக்கியத்தின் முழு கனத்தை அதற்குப் பிறகுதான் அஃபியா உணர்ந்துகொண்டாள். அந்த நிகழ்ச்சிக்குப் பிறகு அவள் எப்போது வெளியே கிளம்பத் தயாரானாலும், அவள் எங்கு போகிறாள், எதற்காகப் போகிறாள் என்றெல்லாம் திருமதி ஆஷா கேட்கத் தொடங்கினாள். அதேபோல அஃபியா திரும்பி வந்ததும் அவள் யாரைப் பார்த்தாள், என்ன பேசினாள் என்ற தகவல்களையும் கேட்டாள். சில நாட்களில் அஃபியா எங்கு வெளியே சென்றாலும் தன்னை அறியாமலேயே முதலில் ஆஷாவின் அனுமதியைப் பெற்ற பிறகே சென்றாள். அஃபியா அணிந்திருந்த ஆடைகளைப் பற்றித் தன் கருத்தைச் சொன்ன திருமதி ஆஷா, பாராட்டாகவோ கண்டிப்பாகவோ அவளுக்குச் சரியென்று தோன்றியதை ஏற்றுக்கொள்ளுமாறு கூறினாள். ஈகைப் பெருவிழாவன்று அவள் அணிந்திருந்த ஆடை அவளுடைய உடல் அளவுக்கு மிகச் சிறியதாக இருந்ததாகவும், மார்புப் பகுதி இறுக்கமாக, கிண்ணென்று தெரியும்படி இருந்ததாகவும் வெகுநாட்களுக்குச் சொல்லிக்கொண்டிருந்தாள். கலீஃபா வீட்டில் இருந்தபோது அஃபியாவின் முகம்மட்டும் வெளியே தெரியும்படியாக கங்கா எனப்படும் பருத்தித் துணியால் தலை, தோள், இடுப்பு என்று உடல் முழுதும் போர்த்திக்கொண்டு இருக்கச் சொன்னாள். அஃபியாவின் மாதவிடாய் நாட்களைத் துல்லியமாக அறிந்திருந்த திருமதி ஆஷா அது பற்றி அவளைக் கேட்பாள். முதன்முதலில் பூப்பெய்திய தருணத்தில் நிகழ்ந்த சம்பவங்களின் மனத் துயரத்தில் இருந்தே அதுவரை வெளிவந்திராத அஃபியா, உதிரப் போக்கு அடர்வாக இருக்கிறதா, என்ன நிறத்தில் இருக்கிறது என்பனவற்றை எல்லாம் விளக்கிக் கூறவேண்டியிருப்பதை அவமானகரமாக உணர்ந்தாள்.

அஃபியாவிடம் பேசும்போது கோபத்துடன் இருந்த திருமதி ஆஷாவின் தொனியில் எப்போதும் ஒரு முணுமுணுப்பு அந்தச் சொற்களுக்குக் கீழே ஒலிப்பது போலிருந்தது. அஃபியா அவளுடன் பிரார்த்தனையில் இணைந்தபோதும், மதியவேளைகளில் குர்ஆன் வாசிக்க அமர்ந்தபோதும் மட்டுமே ஆஷாவின் மனம் அமைதியைக் கண்டது. தன் தோழிகளைச் சந்திக்கவேண்டும் என்பதற்காக அஃபியா வெகுநேரம் திருமதி ஆஷாவிடம் பயபக்தியுடன் இருப்பது போன்று நடந்துகொள்வாள். சில சமயங்களில் மன வேதனையில் இருந்து தற்காலிகமாக விடுபடவும் அவள் இதைச் செய்வாள். அவள் ஏதோ பாவமான காரியத்தை ரகசியமாகச் செய்ய திட்டம் தீட்டிக் கொண்டிருப்பதுபோலத் தொடர்ந்து கண்காணிக்கப்படுவதாக

உணர்ந்தாள். தான் வெளியே போயிருக்கும்போது ஆஷா தன் அறையை நிச்சயம் சோதனை செய்வாள் என்று அஃபியாவுக்குத் தெரியும். அவளுடைய மனம் கோபத்துக்கும் குற்றவுணர்ச்சிக்கும் நடுவே இப்போது ஊசலாடியது. சிறுவயதில் அச்சத்தோடு அடைக்கலம் தேடிவந்த தன்னை அன்புடன் அரவணைத்த ஆஷாவின் கருணை உள்ளத்தை இப்போது நினைத்துப் பார்த்தாள் அஃபியா. அவள் அம்மாவிடம், "நான் இன்னும் குழந்தை இல்லை" என்று சொல்ல விரும்பினாலும், அவளுக்கு அதற்கான தைரியம் வரவில்லை. அஃபியா பிறந்த தேதியை யாரும் குறித்து வைக்காததால் அவளுக்குத் தன் உண்மையான வயதேகூடத் தெரியாது.

அவள் கலீஃபா அப்பாவிடம் இதைச் சொன்னதும், "நாம் அதைக் கணக்கிடலாம். நீ எந்த வருடம் பிறந்தாய் என்று உனக்குத் தெரியும். ஏனெனில் அந்த வருடம்தான் இலியாஸ் ஊரைவிட்டு ஓடிப்போனான். தேதியை நீயே தேர்ந்தெடு. எல்லோருக்கும் இந்தப் பேறு கிடைக்காது. என்னுடைய பிறந்த தேதியை என் அப்பா எழுதிவைத்திருந்தார். திருமதி ஆஷாவின் பிறந்த நாள், ஆமுர் நாசர் பியாஷராவுக்குச் சொந்தமான கணக்கேட்டில் குறிக்கப்பட்டிருந்தது. ஆனால் உனக்கோ அதை நீயே தேர்ந்தெடுக்கிற வாய்ப்பு இருக்கிறது. அதைச் சந்தோஷமாகச் செய்" என்றான்.

ஆறாம் மாதம் ஆறாம் நாள் என்கிற இந்த வரிசை அஃபியாவுக்குப் பிடித்திருந்ததால் அவள் அதைத் தேர்ந்தெடுத்தாள். "ஆக, உனக்கு என்ன வயதாகிறது என்று இன்றிலிருந்து உனக்குத் துல்லியமாகத் தெரியும்" என்றான் கலீஃபா. இன்னும் சில மாதங்களில் அவளுக்குப் பதினாறு வயதாகிறது! தோழிகள் பரிசளித்த ஆடையை ஈகைத் திருநாளன்று அணிந்திருந்தவளைப் பார்த்து திருமதி ஆஷா சொன்ன சொற்களின் கனம் மறுபடி ஒருமுறை அவள்மீது கவிந்தது.

ஈகைத் திருநாள் முடிவுற்ற ஒரு வருடத்திற்குப் பிறகு ஒருநாள் அவர்கள் உணவருந்த அமர்ந்தபோது திருமதி ஆஷா அவளிடம், "நீ இப்போது இளம் பெண்ணாகிவிட்டாய். உனக்கு மாப்பிள்ளை தேடவேண்டிய நேரம் வந்துவிட்டது" என்றாள். அவள் அஃபியாவைக் கிண்டல் செய்கிறாள் என்று நினைத்த கலீஃபா லேசாகச் சிரித்தான். அஃபியாவும் புன்னகைத்தாள்.

ஆனால் உணர்ச்சியற்ற குரலில் ஆஷா, "நான் விளையாட்டுக்குச் சொல்லவில்லை" என்ற நொடியே அடுத்து அவள் என்ன சொல்ல வருகிறாள் என்று அஃபியாவுக்குப் புரிந்துவிட்டது.

"வளர்ந்த பெண்ணை நாம் வீட்டில் வைத்திருக்கக்கூடாது. அவள் ஒழுக்கக் கேடாக எதையாவது செய்துவைப்பாள். அவளுக்கு நிச்சயமாக ஒரு கணவன் தேவை."

இதை நம்பமுடியாதவனாக கலீஃபா, "வளர்ந்துவிட்ட இளம்பெண்ணா? அவள் இன்னும் சின்னப் பெண்தான். "நீ அவளைச் சின்னப் பெண் என்றுதானே இவ்வளவு நாட்கள் சொல்லிக் கொண்டிருந்தாய். இப்போதென்ன திடீரெனப் பெரியவளாக வளர்ந்துவிட்டாளா?" என்றான்.

"திடீரென்று எல்லாம் இல்லை. நீங்கள் கவனிக்காததுபோல் நடிக்காதீர்கள்" என்றாள்.

"பிள்ளைக்குட்டிகள் எல்லாம் பிறப்பதற்கு முன் அவள் தன் இளமையை அனுபவிக்கட்டுமே. அதற்குள் என்ன அவசரம்? யாராவது அவளைப் பெண் கேட்டார்களா என்ன?" என்றான்.

திருமதி ஆஷா பிடிவாதமாக, "இல்லை. இதுவரை இல்லை. ஆனால் விரைவில் கேட்டுவருவார்கள். நீங்கள்தானே இப்போது கணக்கிட்டீர்கள். இப்போது அவளுக்குப் பதினாறு வயது. இதுதான் பொதுவாகப் பெண்களுக்குத் திருமணம் செய்துவைக்கும் வயது" என்றாள்.

கலீஃபா கடுமையான குரலில், "அது அறியாமையும் குறுகிய மனப்பான்மையும் சேர்ந்த ஒரு சிந்தனை" என்றதும் அடுத்து ஏதோ பேசுவதற்கு வாயைக் குவித்த திருமதி ஆஷா பிறகு அப்போதைக்கு அதைத் தற்காலிகமாக மூடிக்கொண்டாள்.

7

ஓர் இரவு அதிகாரி உட்பட ஐந்து பேர் கொண்டகுழு ஜெர்மானிய கிருத்துவ மையமான கிலெம்பா என்ற இடத்துக்குக் கிளம்பிச் சென்றது. அவர்கள் அதுவரை பிரிட்டிஷ் இராணுவம் அங்குபோய்ச் சேர்ந்திருக்காது என்று நினைத்தனர். பிரிட்டிஷ் இராணுவத்தைப் பொருத்தவரை அவர்களுடைய பழக்கமே ஜெர்மானியப் புறக் காவல் நிலையங்கள், பண்ணைகள், கிருத்துவ மையங்கள் என அனைத்தையும் மூடுவதுதான். இதன்மூலம் ஜெர்மானிய இராணுவத்துக்குக் கிடைத்துவந்த பொருட்களைத் தடை செய்வது அவர்களுடைய பிரதான நோக்கம். ஜெர்மனியைச் சேர்ந்த பொதுமக்கள் ஒரு போராளி தேசத்துக்குரிய அத்தனை நாகரீகப் பண்புடனும் நடத்தப்பட்டனர். அவர்கள் கொடிசியாவுக்கோ, பிரிட்டிஷ் கிழக்கு ஆப்பிரிக்காவுக்கோ, நயசாலேண்டில் இருந்த பிளான்டைருக்கோ கொண்டுசெல்லப்பட்டனர். இல்லையென்றால் பகை தீரும்வரை அவர்கள் மற்ற ஐரோப்பியர்களால் சிறைவைக்கப்படக்கூடும். ஆப்பிரிக்கர்கள் சரியான முறையில் கண்காணிக்கப்படவில்லை என்றால் ஐரோப்பியர்களை பாதுகாக்கமுடியாது. அந்த நாட்டின் குடிமக்களாகவோ அந்த தேசத்தைச் சேர்ந்தவர்களாகவோ இல்லாத பகை உணர்ச்சிகொண்ட உள்ளூர் ஆப்பிரிக்கர்கள், புறக்கணிக்கப்பட்டும் கொள்ளையடிக்கப்பட்டும் தேவைப்பட்டபோது சுமை தூக்கிகளாகவோ, இராணுவத்திற்குப் பயிற்சி வீரர்களாகவோ சேர்த்துக் கொள்ளப்பட்டனர்.

அதிகாரிக்குக் கிருத்துவ சேவை மையம் அருகே இருந்தது தன்னுடைய வரைபடத்தின்மூலம் தெரிந்தது. ஆனால் அது இப்போதும் திறந்திருக்கிறதா என்பதும் பிரிட்டிஷார் அங்கு ஏற்கனவே சென்றுவிட்டார்களா என்றும் அந்த அதிகாரிக்குத் தெரியவில்லை. வழக்கமாக இதைக் கண்டுபிடிக்கும் பணி, அடிமைத் துருப்புகளுக்குத் தரப்படும். அவர்கள்தான் இராணுவ நோக்கங்களுக்காகக் கள ஆய்வு செய்தல், கண்காணிப்பு ஆகியவற்றைச் சிறப்பாக செய்வார்கள். ஆனால் மாஜி மாஜி யுத்தத்தின்போது அங்கு தங்கியிருந்து குணமடைந்த வேறொரு அதிகாரி இந்தக் கிறித்துவ மையத்தைப் பற்றிச் சொன்னதிலிருந்து அதைப் பற்றி மேலும் அறிந்துகொள்வதில் அந்த அதிகாரி மிகுந்த ஆர்வம் காட்டினான். அத்துடன் ஜெர்மானிய உணவையும் சில நல்ல மது வகைகளையும் கண்டுபிடிப்பதில் அவனுக்கு ஒரு கவர்ச்சி இருந்ததோ என்று ஹம்சா சந்தேகப்பட்டான்.

அவர்கள் அந்தக் கிறித்துவ சேவை மையத்தை வெகு எளிதாகக் கண்டுபிடித்துவிட்டு அன்று மதியம் அங்கு சென்று சேர்ந்தவர்கள், செங்குத்தான நிலச்சரிவின் அருகே ஒரு காட்டுப் பகுதியை, புல் நிறைந்திருந்த சமவெளியை, தொலைவில் தெரிந்த மலைகளைக் கடந்து பயணித்தனர். அந்தக் கிருத்துவ மையம் சமவெளியின் நடுவே உயரத்தில் இருந்தது. அதைச் சுற்றி ஒரு மதிலும் சுண்ணாம்பு பூசப்பட்ட கட்டிடங்களும் பரந்து விரிந்த அத்தி மரமும் இருந்தன. மலையின்மீது அந்த இடம் அமைதியாக இருந்தது. அவர்கள் அங்கு சென்று சேர்ந்தபோது ஒரு போதகர் தன்னுடைய மனைவியுடனும், பொன்னிறத் தலைமுடியுடன் இருந்த இரு மகள்களுடனும் உட்புறக் கதவின் அருகே அவர்களை வரவேற்பதற்காக காத்துக்கொண்டிருந்தார். அவர்கள் ஜெர்மானிய இராணுவத் துருப்புகளைப் பார்ப்பதில் மகிழ்ச்சி அடைந்தது அவர்களுடைய முகத்தில் தோன்றிய புன்னகையிலிருந்து வெளிப்படையாகத் தெரிந்தது. குழந்தைகள் அவர்களைப் பார்த்து தங்கள் கைகளை அசைத்தனர்.

அங்கிருந்த சிறிய மேற்தளத்தின் வெளிப்புறக் கதவையொட்டி வேலியிடப்பட்டு, பூசணிகளும், முட்டைக்கோசுகளும் என்னவென்று கண்டுபிடிக்கமுடியாத இன்னொரு வகைச் செடியும் பயிரிடப்பட்டிருந்தன. அதிகாரி, அயல்நாட்டுக் கிருத்துவ சமய போதகரையும் அவருடைய குடும்பத்தையும் சந்தித்து முகமன் கூறும்வரை அங்கேயே காத்திருந்த சிறப்புப் படைப் பிரிவினர் அதன் பிறகு அவர்களைப் பின்தொடர்ந்து உள்ளே சென்றனர்.

சில நொடிகளுக்குப் பிறகு வெளியே வந்த ஒரு ஆப்பிரிக்கன் அவர்களை வரவேற்று அழைத்துச் சென்றான். வலப்பக்கக் கழுத்தில் முரட்டுத்தனமான ஒரு தழும்பு இருந்த அவனுடைய முகம் சுருக்கத்துடன் இருந்தது. அவன் கிஸ்வாகிலி மொழியைச் சரளமாக பேசியவன், தன்னுடைய பெயர் பாஸ்கல் என்றும் மிஷினரியில் வேலை செய்ததாகவும் கூறினான். மிகப்பெரியதாக இருந்த மிஷினரியில் நிறைய கட்டிடங்களும், பள்ளிக்கூடம் ஒன்றும், ஒரு மருத்துவமனையும், கோழிகள் மேய வசதியாகப் படலுடன்கூடிய ஒரு திறந்தவெளியும், ஒரு பழத்தோட்டமும், காய்கறித் தோட்டமும் இருந்தன. போர் நடந்ததால் பக்கத்துக் கிராமத்தைச் சேர்ந்த மக்கள் அனைவரும் அங்கிருந்து ஓடிப் போய்விட்டனர். அதனால்தான் அந்த இடமே வெறுமை சூழ்ந்து காணப்பட்டது. அந்தப் பகுதியில் இருந்த மக்களை வெகுவாகப் பாதித்த நோய்களான மலேரியா, வயிற்றுப்புழு, ஒட்டுண்ணிகளால் உருவாகும் சில வகை நோய்களுக்கு மருத்துவம் பார்த்தபடியும், நிறைய பள்ளிக் குழந்தைகளாலும், மருத்துவமனை எப்போதும் பரபரப்பாக இருக்கும். மிஷினரி செயல்பட பிரிட்டிஷார் அனுமதி அளித்திருந்தனர். அதற்குக் காரணம் போதகரும் அவருடைய குடும்பமும், போரில் காயமுற்ற ஒரு ரொடிஷியன் அதிகாரியைக் கவனித்துக்கொண்டதுதான். அவர்களிடம் நட்பாகப் பழகிய அந்த அதிகாரி அவர்கள் போர்க் கைதியாக பிளாண்டைர் நகருக்குப் போவதற்குப் பதிலாக இங்கிருந்து உள்ளூர் மக்களை கவனித்துக் கொள்ளும்படி அவர்களிடம் கெஞ்சிக் கேட்டுக்கொண்டான்.

ஃபிராண்ட்ஸ் எனும் ஒரு ஆப்பிரிக்கக் கூலிப் படைவீரன், "பாதுகாப்புத் தேடி மக்கள் ஏன் மிஷினரிக்கு உள்ளே வரவில்லை?" என்று கேட்டான்.

பாஸ்கல், "ஏனெனில் பாதிரியார் அதற்கு மறுப்புத் தெரிவித்தார். நியாம்வசியைச் சேர்ந்த ஆயுதம்தாங்கிய ருகா ருகா கூலிப் படையினருக்கு அவர் இங்கு அடைக்கலம் தந்திருப்பதாக நினைத்து பிரிட்டிஷார் மறுபடி இங்கே வருவதை அவர் விரும்பவில்லை" என்றான்.

"இங்கு ருகா ருகா ஆட்கள் இருக்கின்றனரா?" என்று கேட்டான் ஃபிராண்ட்ஸ்.

"எனக்குத் தெரியாது. நான் என் கண்ணால் பார்த்ததில்லை. எங்களுக்கு அச்சமே பிரிட்டிஷாரையோ ரொடிஷியன்களையோ பார்த்து இல்லை. மாறாக ருகா ருகா மீதுதான். சிலர் அவர்கள்

நரமாமிசம் உண்பவர்கள் என்கிறார்கள்" என்றான். இதைக் கேட்ட சில ஆப்பிரிக்கக் கூலிப் படை வீரர்கள் சிரித்தனர். ஆல்பர்ட் என்று அழைக்கப்பட்ட ஒரு சிப்பாய் "உனக்கு இதைச் சொன்னது யார்?" என்று கேட்டான்.

சில கூலிப் படைவீரர்கள் ஜெர்மானியப் பெயர்களை வைத்துக்கொள்வது ஒரு நாகரீகபாணி ஆகியிருந்தது. பாஸ்கல் அமைதியாக, "மக்கள் அப்படித்தான் சொல்கிறார்கள். இங்கிருந்த ரொடிஷிய அதிகாரி, போதகரிடம் ருகா ருகா கூலிப்படையினர் மனித சதையைத் தின்பவர்கள்தான். ஆனால் அவர்கள் கைதிகளை உண்பதில்லை என்றும் சொல்லியிருக்கிறார். அது உண்மையா என்று எனக்குத் தெரியாது."

ஃபிராண்ட்ஸ், "அவர்கள் கேடுகெட்டவர்கள்தானே தவிர நரமாமிசம் உண்பவர்கள் கிடையாது. வெள்ளாட்டுத் தோலையும், பறவை இறகுகளையும் வைத்துக்கொண்டு தங்களை மூர்க்கத்தனமானவர்கள் போலத் தோற்றங்காட்டும் காட்டுமிராண்டிகள்" என்றவன் இன்னொரு குறுஞ்சிரிப்புடன், "அவர்கள் மோசமானவர்கள் என்று புகழ் பெற்றிருப்பதாலும், பெருங்குழப்பத்தை உருவாக்கி மக்களை அச்சுறுத்துவதாலும் அவர்களுடைய பெயரை நாங்கள் பயன்படுத்திக்கொள்கிறோம். அவர்கள் ஏன் ருகா ருகா என்று அழைக்கப்படுகிறார்கள் என்று உனக்குத் தெரியுமா? அவர்கள் எப்போதும் கஞ்சா புகைத்தபடி, ருகா ருகா என்று குதித்துக் கொண்டிருப்பதால்தான். ஆனால் நீங்கள் உண்மையில் பயப்படவேண்டியது எங்களைப் பார்த்துத்தான். நாங்கள் எங்களுக்கு விருப்பமானவற்றை அடைந்தே தீருவோம். கென்யாவின் மையப் பகுதியில் உள்ள அரசியல் தலைவர்களால் வழிநடத்தப்படும் வாஷென்சி இயக்கத்தினரைக் கொடுமையாகத் துன்புறுத்தி, அவர்கள் உடலைச் சிதைத்துக் கொல்வதே எங்கள் விருப்பம். நாங்கள் கருணையற்ற கோபக்கார வேசிமகன்கள். மக்களை அச்சுறுத்துவதில் எங்கள் அதிகாரிகள் நிபுணர்கள். நாங்கள் இல்லாமல் ஜெர்மனியின் ஆட்சிக்குட்பட்ட கிழக்கு ஆப்பிரிக்கப் பகுதி இல்லை. ஜெர்மானியப் பேரரசின் துருப்புகளாகிய எங்களைப் பார்த்து நீங்கள் அச்சப்படுங்கள்" என்றான்.

அவன் அமைதியாக, "அது அப்படித்தான்" என்றான்.

இந்த பதிலில் இருந்த அவனுடைய பணிவான அலட்சியம் அவன் உண்மையில் ஃபிராண்ட்ஸ் சொன்னதை நம்பவில்லை, அல்லது அந்த ஆப்பிரிக்கக் கூலிப்படை வீரன் எதிர்பார்த்ததுபோல

அஞ்சி நடுங்கவில்லை என்று தோன்றியது. பிறகு பாஸ்கல் கொண்டுவந்து தந்த சோளம், வேகவைத்த கலவா மீன், கொத்து பேரிப் பழங்கள், அத்திப் பழங்கள் ஆகியவற்றை அவர்கள் ஆங்காங்கு அமர்ந்திருந்த இடத்தில் சாய்ந்தபடி சாப்பிட்டனர். மிகுந்த மகிழ்ச்சியுடன் அவர்கள் அதை உண்டபொழுது அவன் அவர்களுடன் அமர்ந்திருந்தான்.

"இது ஒரு விருந்து. நாங்கள் இவ்வளவு நாட்களாக என்ன சாப்பிட்டோம் என்று உனக்குத் தெரியாது" என்றார்கள்.

அதன் பிறகு மிஷினரியில் பணிபுரிந்த (ஜூமா என்றழைக்கப்பட விரும்பிய) விட்னஸ், ஜெரமியா ஆகிய இன்னும் இரண்டு ஆட்களை பாஸ்கல் அழைத்துக்கொண்டு வந்தான். கிருத்துவ மிஷனரி உறுப்பினர்களான அவர்கள் இருவரும் அங்கிருந்த விலங்குகளையும் தோட்டத்தையும் கவனித்துக்கொள்ள, விட்னசின் மனைவி வீட்டைப் பராமரித்தாள். அவள் இப்போது தன்னுடைய குடும்பத்தாருக்கும் அதிகாரிக்கும் அருமையான ஜெர்மானிய உணவை அப்போது பரிமாறிக்கொண்டிருப்பததாக பாஸ்கல் கூறினான். போர்களையும் தான் பங்கெடுத்த மற்ற ஆபத்தான நிகழ்வுகளையும் குறித்து ஃபிராண்ட்ஸ் பேச ஆரம்பித்தான். அந்த இன்னொரு கூலிப் படை வீரனும் அவனுடன் இணைந்துகொண்டு ஆபத்து நிறைந்த போர்களில் தங்கள் பங்களிப்பு குறித்து சொல்லத் தொடங்கினான். இதெல்லாம் அங்கிருந்த மிஷினரி ஆண்களை அச்சுறுத்துவதற்காகச் செய்யப்பட்டது. ஆனால் அவர்கள் அப்படியே அமர்ந்து திறந்த வாய் மூடாமல் அதைக் கேட்டுக் கொண்டிருந்தனர். அவர்கள் இங்கு வந்ததே கூலிப்படை வீரர்களின் இரக்கமற்ற கதைகளைக் கேட்கத்தான். கதைகள் மென்மேலும் அச்சுறுத்தலாக மாறவே அங்கு நிலவிய அமைதியும் அமைதியின் ஆழமும், கதைகளைக் கேட்டுக்கொண்டிருந்தவர்களின் பீதியும் அதிகரித்தன.

பாஸ்கல், "எங்களுக்கு வெகு அருகாமையில் வந்த யுத்தம் பிறகு விலகிச் சென்றுவிட்டது. நாங்கள் ஒரு ஜெர்மானிய அதிகாரியையும் ரொடிஷிய ஆளையும் கவனித்துக்கொண்டதாக உங்களிடம் சொன்னோம் இல்லையா! கடவுள் அவர்களை கவனித்துக் கொண்டதோடு எங்களையும் காப்பாற்றினார். மிஷினரியைச் சேர்ந்த ஒருவரைக்கூட நாங்கள் இழக்கவில்லை" என்றான்.

இருட்டிய பிறகு தட்பவெப்பம் மிக அதிகமாகக் குறைந்தது. அங்கிருந்த கல் படிக்கட்டில் ஏறி மேலே சென்ற ஹம்சா தன் முகத்தின்

மீது கடும் குளிர் காற்று வீசுவதை உணர்ந்தான். சமவெளியில் இருந்த குட்டையின்மீது படர்ந்த நிலவொளி அமானுஷ்யமாக ஒளிர்ந்தது. அவர்கள் அன்று இரவு அங்கு தங்கிவிட்டு விடியலில் அங்கிருந்து கிளம்புவதாகத் திட்டம் போட்டிருந்தார்கள். மிஷினரி குறித்த அதிகாரியின் ஆவல் தணிந்திருந்ததால் அவை இரண்டும் இப்போது கடவுளின் கையில் பாதுகாப்பாக இருந்தன. பதமாக வேகவைக்கப்பட்ட கொத்துக் கறியும், சில அதிகாரிகளுக்குத் தேவையான மதுப் புட்டிகளும், மேல்தளத்தில் வளர்ந்திருந்த தாவரங்களில் ஹம்சாவால் இனங்காண முடியாதிருந்த புகையிலைச் செடியில் இருந்து பறித்த சிறிதளவு புகையிலைத் துகள்கள் ஆகிய பரிசுகளுடனும் அவர்கள் கிலெம்பாவிலிருந்து புறப்பட்டனர். புகையிலை பதப்படுத்தும் கொட்டகையைக் காண்பித்த பாஸ்கல், அங்கிருந்த எதையும் ஆப்பிரிக்கக் கூலிப் படை வீரன் எடுத்துப் போக அனுமதிக்கவில்லை. அங்கு பதப்படுத்தப்பட்ட புகையிலை போதகரின் நேரடிப் பார்வையின்கீழ் வந்தது. அங்கிருந்தவற்றுள் எதாவது குறைந்தால் அவரால் கண்டுபிடித்துவிடமுடியும். தன்னை ஒரு திருடன் என்று போதகர் நினைப்பதை பாஸ்கல் விரும்பவில்லை. அதிகாலையிலேயே கிளம்பிய அவர்கள் எந்தவிதப் பிரச்சினையும் இல்லாமல் தங்களுடைய துருப்புகளுடன் மீண்டும் இணைந்துகொண்டனர். அன்று இரவு ஜெர்மானிய அதிகாரிகள் தங்கள் இரவு உணவை உண்ட பிறகு, அந்த முதல் லெப்டினன்ட் தன் படுக்கையில் படுத்துக்கொண்டிருக்க, ஹம்சா படுக்கையின் அருகே தரையில் விரித்திருந்த பாயில் அமர்ந்தான். அது அவர்களுடைய உரையாடல் வகுப்புக்கான நேரம். மிஷினரியைப் பார்வையிட்டதாலும், மது குடித்ததாலும் அதிகாரி நல்ல மனநிலையில் இருந்தான்.

“போதகர் ஒரு நல்ல மனிதர்தான். ஆனால் பிடிவாதக்காரர்” என்றான் அதிகாரி.

ஹம்சா, “ஆமாம். அவர் மிக நல்லவர்” என்றான்.

“ஊரைவிட்டு வெகு தொலைவில், வெறிச்சோடிய, நோய் நிறைந்த இந்தப் பகுதிக்கு தன்னுடைய மனைவியையும் சிறு குழந்தைகளையும் அழைத்து வருவதற்கு எவ்வளவு துணிவு இருக்க வேண்டும்? அவருடைய மனைவி அழகாகவும் கருணைமிக்கவளாகவும் இருக்கிறாள். அங்கிருந்த பழத்தோட்டங்கள் அழகாக இருந்தன இல்லையா? அவள் பழத்தோட்டத்தையும் பள்ளியையும் கவனித்துக்கொள்கிறாள். மலை மீதிருக்கும் இந்தக்

குளிர்ச்சியான தட்பவெப்ப சூழ்நிலை பழங்களுக்கு மிக ஏற்றது. ஆனால் பாவம் ருகா ருகா குறித்த வதந்திகளால் அவள் பயந்து போயிருக்கிறாள். அது பிரிட்டிஷாரின் வெற்று வதந்தி என்று அவளிடம் நான் கூறியிருக்கிறேன். ருகா ருகா, நம்முடன் துணை நிற்பவர்கள். நரமாமிசம் உண்பவர்களுடன் நாங்கள் எப்போதும் எந்தத் தொடர்பும் வைத்துக்கொள்ளமாட்டோம்" என்றான்.

ஹம்சா, "நீங்கள் அவளுக்கு நம்பிக்கையூட்டியது மிக நல்ல விஷயம்" என்றான்.

அவன் இடையிடையே பேசியாக வேண்டியிருந்தது. இல்லை என்றால் அதிகாரி, "நான் இப்போது உன்னுடன்தான் பேசிக்கொண்டிருக்கிறேன். சமயச் சொற்பொழிவு செய்யவில்லை" என்று எரிச்சலுடன் கூறுவான்.

பேசுவதற்கு எதுவும் இல்லை என்றால் அதிகாரி இறுதியாகச் சொன்ன வரியையே ஹம்சா அவனிடம் திரும்பச் சொல்வதுண்டு.

"நரமாமிசம் சாப்பிடுவதற்கும் வாய்ப்பிருக்கிறது இல்லையா? மனிதர்கள் மனம் பிறழ்ந்துவிட்டால் எதை வேண்டுமானாலும் செய்ய வாய்ப்பு இருக்கிறது. இதில் ரத்தப் பித்துப் பிடித்த நரமாமிசம் உண்பவர்கள்மட்டும் என்ன விதிவிலக்கு. ஆகவே தான் நாம் அவர்களைப் பயன்படுத்திக் கொள்கிறோம். அவர்கள் தங்கள் காட்டுமிராண்டித்தனத்தின் மூலமாக நம்முடைய எதிரிகளை அச்சுறுத்துகிறார்கள். தாங்கள் கொல்லும் மனிதர்களின் உடல்களை உண்பதோடு அவர்கள் ஏன் நிறுத்திவிடுகிறார்கள்? மனித உடலைத் தின்பதைப் பற்றி உன்னால் கற்பனை செய்து பார்க்கமுடிகிறதா? நான் சொல்வது போரில் செய்கிற பைத்தியக்காரத்தனமான செயல்களுள் ஒன்றாகவோ, இறந்துபோன தங்கள் எதிரிகளின் உடலைப் பலம் பெறவேண்டித் தின்கிற குகை மனிதர்களின் சடங்காகவோ, இருக்கலாமேதவிர இயல்பான பழக்கமாகவோ, வழக்கமாக நம் உணவுப் பட்டியலில் உள்ள ஒரு உணவுப் பண்டமாகவோ இருக்கமுடியாது. ஆனால் அதை ஆசையாக, ஆவலுடன் ஒரு சாகசம்போலச் செய்வதை உன்னால் கற்பனை செய்து பார்க்கமுடிகிறதா?" என்று கேட்டான்.

ஹம்சாவினுடைய பதிலுக்காக அதிகாரி காத்திருந்ததால் ஹம்சா, "என்னால் முடியாது" என்றான்.

அந்த முதல் லெப்டினன்ட் ஏளனமாகப் புன்னகைத்தபடி, “உன்னைப் பார்த்தால் உனக்கு அவ்வளவு துணிச்சல் இருப்பதாக எனக்கும் தெரியவில்லை” என்றான்.

★★★

போரின் இறுதி வாரங்களில் அவர்கள் தங்களைத் தேடிக்கொண்டிருந்த இராணுவத்தினரிடம் இருந்து தப்பித்து ஓடி ஒளிந்துகொள்ள வேண்டி இருந்ததால் அந்த நாட்கள் ஒரு துர்சொப்பனம்போல இருந்தன. பிரிட்டிஷாரையும் அவர்களுக்குத் துணையாக இருந்த மற்ற நாட்டு இராணுவத்தினரையும் நெடுந்தொலைவில் இருந்த ருவாமா வரை செல்லவைத்தன. ஜெர்மானியப் பேரரசின் துருப்புகள் ஓடி ஒளிந்துகொள்ளாமல் பிரிட்டிஷாரையும், அவர்களுடைய நட்பு நாடுகளின் இராணுவத்தினரையும், முக்கியமாக கிழக்கு ஆப்பிரிக்கர்களையும், ரொடிஷியர்களையும், கிழக்கு ஆப்பிரிக்காவில் ஆதிக்கம் செலுத்திய பிரிட்டிஷ் காலனிய இராணுவ வீரர்களையும், போரில் இணைய இது தான் சரியான நேரம் என்று முடிவெடுத்த போர்ச்சுகீசியர்களையும் இரக்கமின்றித் தண்டிப்பதில் வெற்றி பெற்றன. ஆனால் அவர்கள்தரப்பிலும் ஏராளமான உயிரிழப்புகள் ஏற்பட்டன. குறிப்பாக மஹிமாவில் நடந்த சண்டையில் நிறைய பேர் உயிரிழந்தார்கள். சுமை தூக்குபவர்களின் எண்ணிக்கை தொடர்ந்து குறைந்தபடி இருந்தது. ஒருவேளை அவர்கள் பசியாலும் களைப்பாலும் வேறு எங்காவது விழுந்துவிட்டிருக்கலாம். பண்டு இனக் குழு மக்களிடம் ஏறத்தாழ முப்பது வருடங்களுக்கு முன்பு ஜெர்மானியப் பேரரசின் துருப்புகள் போரிட்ட அதே இடத்தில் இப்போது அவர்கள் சண்டையிட்டுக்கொண்டிருந்தார்கள். மாஜி மாஜி யுத்தம் நடந்து பதினைந்து வருடங்களுக்குப் பிறகு அதேவிதமான அட்டூழியங்களை இப்போது மேற்கொண்டனர். அந்தக் காலகட்டத்தில் இருந்து தப்பிப் பிழைத்தவர்கள், ஜெர்மானிய இராணுவத்தின் வன்முறையால் தங்கள் கையிருப்புப் பொருட்கள் அனைத்தையும் இப்போது இழந்துவிட்டநிலையில், தங்கள் கூட்டத்தைவிட்டுத் தப்பியோடி இங்கு வந்து சேர்ந்திருந்த சுமைதூக்கிகளிடம் கருணை காட்ட வாய்ப்பில்லை.

ஆப்பிரிக்கக் கூலிப் படை வீரர்கள் உறுதியாகவும் விசுவாசமாகவும் இருந்தனர். அவர்கள் அவ்வாறு இருந்தது ஒரு அற்புதம் எனலாம். பல மாதங்களாக, இன்னும் சொல்லப்போனால் சிலருக்குப் பல வருடங்களாக, அதாவது டார் எஸ் சலாம் வீழ்ந்து, ஜெர்மானிய நிர்வாகம் அங்கிருந்த தன்னுடைய பணபலத்தை இழந்ததால்

அவர்களுக்குப் பணப்பட்டுவாடா நடைபெறவில்லை. ஆனாலும் ஒரு கூலிப் படை வீரனுக்குத் தங்கள் இராணுவத்தினருடன் வரிசையில் இருப்பது தான் பாதுகாப்பேதவிர இத்தகைய எதிரி நாட்டில் அங்கங்கு சிதறுண்டு இருப்பது அல்ல. அவர்களிடம் துப்பாக்கிக் குண்டுகளும், மற்ற துணைப் பொருட்களும், உணவும் பற்றாக்குறையாக இருந்தன. எதிரிநாட்டு இராணுவத்தினரிடமும் கிராமத்தினரிடமும் நடத்திய தாக்குதல்களில் ஒரு கட்டத்திற்குமேல் எதுவும் கிடைக்கவில்லை. ஏற்கனவே அவர்கள் அந்த ஊரில் இருந்த அத்தனைப் பொருட்களையும் காலிசெய்துவிட்டனர். இப்போது அங்கிருந்த கிராமங்களின் மளிகைப் பொருட்கள் முழுக்க எதிரி நாடுகளின் இராணுவத்தால் தொடர்ந்து கொள்ளையடிக்கப்பட்டதால் அந்த கிராமங்கள் பட்டினியாகவோ காலியாகவோ கிடந்தன. தேவையான பொருட்களைப் பெறமுடியாமலும் நோயுடனும் போராடிக் கொண்டிருந்த ஜெர்மன் இராணுவம் தங்களைப் பின் தொடர்ந்து வருபவர்களைத் தடுப்பதற்காக எரியூட்டப்பட்ட கிராமங்களை, அப்படியே விட்டுவிட்டு ருவாமாவைக் கடந்து ரொடிஷியாவை நோக்கி மேற்குத் திசையில் திரும்பியது. அவ்வாறு சென்ற வீரர்களில் பெரும்பாலானோர் ஹம்சாவின் துருப்புகள் இருந்த இராணுவக்குழுவைச் சேர்ந்தவர்கள். தொடர்ந்து பயணித்துக்கொண்டே இருந்ததால் வெகுவாகக் களைத்துப் போன ஹம்சா சில சமயங்களில் நின்றுகொண்டே உறங்கினான். ஜெர்மானிய அதிகாரிகள் உட்பட மொத்த துருப்புகளும் பல வண்ணங்களில் ஆடைகள் அணிந்திருந்தனர். அது பார்ப்பதற்கு ஒரு இராணுவப் படையைப்போல் இல்லாமல் ஆரவாரம் செய்தபடி பயணித்த ஒரு கும்பலைப்போலத் தோற்றம் காட்டியது. அவர்கள் அந்த வருடத்தில் அதற்கு முன்பு வசித்த கிலெம்பா பகுதியை நோக்கி இப்போது மறுபடியும் சென்றுகொண்டிருந்தனர். அங்குதான் ஹம்சா ஈடுபட்ட அந்தப் போர், களைப்புடன் தன் இறுதிக் கட்டத்தை நெருங்கிக்கொண்டிருந்தது.

புலரியில், இன்னும் இருள் விலகாத நேரத்தில் கண் திறக்குமுன்னரே அவனுக்கு மழைவாசனை அடித்தது. பெரும்பாலான சுமைதூக்கிகள் இரவில் அங்கிருந்து தப்பி ஓடிவிட்டிருந்தது காலை விழித்தெழுந்தபோதுதான் அவர்களுக்குத் தெரியவந்தது. பல நாட்களாக அவர்கள் தொடர்ந்து முணுமுணுத்துக் கொண்டிருந்ததை அறிந்திருந்த ஹம்சாவுக்கோ அங்கிருந்த மற்றவர்களுக்கோ இது எதிர்பாராத விஷயமாகவே இல்லை. இடைவிடாது முன்னேறிச் செல்லுதல், கடும் சுமை, இவற்றுடன் இழிவான வேலைகள்

செய்யவைக்கப்பட்டதால் அவர்கள் களைத்துப்போயிருந்தனர். அவர்கள் சுமை தூக்குவதற்காகப் பணியமர்த்தப்பட்டவர்கள். ஆனால் அவர்களுக்குப் பணமே தரப்படவில்லை என்பதுடன் அவர்களுக்கு விருப்பமில்லாத வேலைகளைச் செய்யச் சொல்லிக் கட்டாயப்படுத்தப்பட்டனர். அதுமட்டுமின்றி ஒழுங்கான உணவும் தரப்படவில்லை. பெரும்பாலானோர் வெறுங்காலுடன்தான் நடக்கவேண்டி இருந்தது. கொள்ளையடித்தோ திருடியோ கையில் கிடைத்த கிழிந்த ஆடைகளையே அவர்கள் அணிந்திருந்தனர். நிறையபேர் நோயாலும், சரியான கவனிப்பின்றியும் இறந்துவிட்டனர். ஜெர்மானியத் துருப்புகள் இருந்த இக்கட்டான நிலையைப் பார்த்ததும் தோல்வியைச் சந்திக்கவிருந்த அந்த இராணுவத்தைவிட்டுத் தப்பியோடுவதுதான் அவர்களுக்கு ஒரேவழியாக இருந்திருக்கும். நாட்கள் செல்லச் செல்ல அவர்கள் கொஞ்சம் கொஞ்சமாக சிதறிப்போனார்கள் என்றாலும் இனி தங்கள் உயிருக்கோ நல்வாழ்க்கைக்கோ ஜெர்மானிய இராணுவம் உத்தரவாதம் தர இயலாது என்பதை ஏற்றுக்கொண்டு திட்டமிட்டுத் தப்பியோடினார்கள். முதல் லெப்டினன்ட் கடுங் கோபத்தில் இருந்தான். அடித்துத் துன்புறுத்தப்பட்டு, கடினமாக வேலை வாங்கப்பட்ட அந்தத் துருப்புகள் தங்களுக்கு விசுவாசமாக இருக்க வேண்டும் என்று உண்மையிலேயே நம்பியதுபோலச் சுமை தூக்குபவர்களின் ஒழுங்கின்மை குறித்த அதிகாரியின் கோபத்தில் மற்ற அதிகாரிகளும் சேர்ந்து கோபப்பட்டனர்.

படைத் தலைவன், லெப்டினன்டிடம் அழுத்தந்திருத்தமாக, “வேறு வழியே இல்லை. சுமை தூக்குபவர்களின் வேலையை இனி கூலிப் படை வீரர்கள்தான் செய்யவேண்டும்” என்று சொன்னது ‘இல்லை என்றால் அது கீழ்ப்படியாமை ஆகக் கருதப்படும்’ என்பதை உணர்த்தியது. சரி என்று தலையாட்டிய முதல் லெப்டினன்ட் அங்கிருந்த மற்ற மூன்று ஜெர்மானிய அதிகாரிகளை ஒரு பார்வை பார்த்தான். மருத்துவ அதிகாரியும் தன் தலையை ஆட்டினார். மலேரியா நோய் மட்டுமின்றி இரைப்பைத் தொற்றால் பாதிக்கப்பட்டிருந்ததால் அவர் அடிக்கடி புதர் நோக்கிச் செல்லவேண்டியிருந்தது. இந்த வேதனையில் இருந்து விடுபட அவரிடம் மருந்துகள் ஏதும் மிஞ்சியிருக்கவில்லை. போரைவிட்டுப் பின்வாங்கிச் செல்லும் இந்தக் கொடுமையான காலத்தில் சில மாதங்களுக்கு முன்பு இந்தப் படைப்பிரிவில் புதிதாக வந்து இணைந்த மற்ற இரண்டு அதிகாரிகள் அமைதி காத்தனர். அவர்களில் ஒரு அதிகாரி, தினம் அதிகாலையில் இராணுவத்தினரை

உடற்பயிற்சி மைதானத்திற்கு வரவழைப்பதற்காக இசைக்கருவியால் ஒலி எழுப்பும் இசைக்குழுவின் முன்னாள் தலைவர். இன்னொருவர் படைக்குழுவில் முதலில் தன்னார்வலராக இணைந்து தொடர்ந்து பணியாற்றி ஓய்வு பெற்று, இப்போது அவசரகாலச் சேவைக்கென மீண்டும் அழைக்கப்பட்டிருந்த ஒரு லெப்டினன்ட். கனிவாகப் பேசும் சுபாவமுடைய அவன் கடுமையான போராட்டங்களால் களைத்துச் சோர்ந்துபோய் உடல் நலமற்று இருந்தான். மரியாதை கருதி அவர்கள் அமைதியாக இருந்தாலும், அந்த அமைதியின் பொருள் தெளிவாக இருந்தது. எல்லோருக்குமே கூலிப் படை வீரர்கள் சுமை தூக்குவதில்லை என்கிற மிக உறுதியான மரபு தெரிந்திருந்தாலும் இப்போது வேறு வழியில்லை என்பதால் அவர்கள் சுமைதூக்கித்தான் ஆகவேண்டும். இது ஒரு கௌரவப் பிரச்சினை. தங்கள் கௌவரத்தின் புனிதத்தை ஒருபோதும் விட்டுத்தராத ஐரோப்பியர்கள் போலவேதான் கூலிப்படை வீரர்களும். வேறு வழியே இல்லை என்று அறிந்திருந்த முதல் லெப்டினன்ட் திகைப்பும் சந்தேகமும் ஒருசேரத் தன் தலையை அசைத்தான்.

அவர்களுடைய உணவுப் பொருட்கள் கருவிகள் ஆகியவற்றின் வரத்தை நிறுத்திவிட்டால் அவர்கள் நேராகப் புறநகருக்கருகே அமைக்கப்பட்டிருக்கும் எதிரிகளின் சிறிய இராணுவ முகாமுக்குச் சென்று சரணடைந்துவிடுவார்கள். உள்ளூரில் இருக்கும் எதிரிகளிடையே நிராயுதபாணியாக வசிப்பதைவிட அதுவே பாதுகாப்பானது.

சில நொடிகள் தீவிரமான யோசனை செய்த பிறகும் எந்த முடிவுக்கும் வர இயலாத அதிகாரி மற்ற கீழ்மட்ட அதிகாரிகள் பதற்றத்துடன் அளித்த கோரிக்கையை ஏற்று ஜெர்மனியக் காலனித்துவப் பேரரசின் இராணுவ வீரர்களைச் சுமை தூக்குமாறு கட்டளையிட்டான். அந்த இராணுவ அதிகாரி வெற்றிப் புன்னகையுடன் பொறுப்பேற்றுக் கொண்டார். சிப்பாய்களைப் பார்த்து அட்டென்ஷன் நிலையில் நிற்குமாறு கூறியவர், அவர்கள் வரிசையில் வந்து நின்றதும் புதிய கட்டளையை உரத்த குரலில் சொன்னான். சில நொடிகளுக்கு அமைதி நிலவியது. அதன் பிறகு தங்கள் அதிருப்தியைக் பெரும் கூச்சலுடன் வெளிப்படுத்தினர். நிலைமை ஒரு ஒழுங்குக்கு வருவதற்கு வெகு நேரம் பிடித்தது. கடும் சினமடைந்த இராணுவ அதிகாரியும் மற்ற அதிகாரிகளும் தங்கள் கைகளில் வைத்திருந்த கம்புகளையும் துப்பாக்கிகளையும் பயன்படுத்தி காலனித்துவப் பேரரசின் இராணுவ வீரர்களை அமைதிப்படுத்தவும் அடிபணியவும்

வைக்கவேண்டியிருந்தது. அதற்குள் மழை தொடங்கிவிடவும் அவர்கள் முகத்தில் கோபம் மின்ன இரண்டு வரிசையில் நின்றார்கள். அதிகாரிகள் அவர்கள் எதிரே வந்து நின்றவுடனே வால்தர் அவர்களை வசைபாட ஆரம்பித்தான். அடுத்த நாள் அணிவகுப்பு தொடங்குவதற்கு முன் இராணுவ வீரர்களிடையே அவரவருக்கான சுமையைப் பிரித்துத் தரும் வேலை இராணுவ அதிகாரிக்கு அடுத்த நிலையில் இருந்த இளநிலை அதிகாரிகளிடம் விடப்பட்டது. மழை வலுவாகப் பெய்யத் தொடங்கியது. பீடபூமியான நயிகாவைக் கடந்து களைப்புடன் செங்குத்தான சரிவை நோக்கி அவர்கள் நடந்து சென்றபோது வேகமான காற்றுடன் பொழிந்த பலத்த மழை அவர்கள் உடலை ஊடுருவிச் சென்றது.

அதிகாரிகள் இட்ட கூச்சலையும் அவர்களிடமிருந்த கம்புகளையும் பொருட்படுத்தாமல் அவர்கள் மெதுவாக முன்னேறினர். ஓம்பாஷாவும் அரேபிய மெய்க் காவலனும் வால்தரின் முரட்டுத்தனத்தால் தன்னிலை இழந்து, உயர்மட்ட இராணுவ அதிகாரிகளுடன் சண்டையிடத் தூண்டப்பட்டனர். இதனால் வீரர்களுக்குத் தொடர்ந்து கொடுக்கப்பட்டு வந்த அடிகளிலும் மிதிகளிலும் இருந்து சிறிது இடைவேளை விடப்பட்டது. உயர்மட்ட இராணுவ அதிகாரிகளின் கடுமையான முயற்சி பலன் அளிக்காமல்போய் சிறிது நேரத்தில் அணிவகுப்பின் ஒழுங்கு சிதறியது. ஓய்வெடுப்பதற்காகவும் சுமையை மேலும் கீழுமாக சரியாக வைக்கவும் அவர்கள் அடிக்கடி வழியில் நின்றார்கள். ஒவ்வொரு முறை நிற்கும்போதும் முணுமுணுப்புகளும் முகச் சுளிப்போடுகூடிய பார்வைகள் இருந்தன. வழக்கமான அணிவகுப்பின்போது நிகழக்கூடிய ஆபத்துகளான கடுமையான வெயிலும் இடையிடையே வந்த பலத்த மழையும், நெடுந்தூரம் நடந்து போனதால் ஏற்பட்ட கால் வலியும், காலணிகள் கிழிந்து போவதும், களைப்பும் அவர்களையும் சூழ்ந்தன. இவை எல்லாவற்றையும் விட இராணுவ வீரர்களுக்கு இந்த கீழ்நிலைப் பணியைச் செய்வது சகித்துக்கொள்ளமுடியாததாக இருந்தது. இறுதியில் பின்மதியவேளையில் அவர்கள் முகாமை வந்தடைந்த போது அங்கு ஏதோ ஒரு பிரச்சினை காத்திருக்கப்போகிறது என்று அவர்கள் பயத்துடன் எதிர்பார்த்தனர். ஆண்கள், இந்த அடிமை வேலை செய்வதற்காகத் தாங்கள் இராணுவத்தில் சேரவில்லை என்று எல்லோர் காதிலும் விழும்படி உரத்த குரலில் முணுமுணுத்தனர். பிரிட்டிஷார் தங்களைத் தப்பியோடுவதற்குத் தூண்டுகின்றனர் என்று அவர்கள் அறிந்திருந்தனர். உணவுக்காக அவர்கள் கிராமங்களைச் சூறையாடியபோது அங்கு சில துண்டுப்

பிரசுரங்களைப் பார்த்தனர். மற்ற இராணுவ வீரர்கள் மூலமாக வதந்திகளைக் கேள்விப்பட்டனர். பிரிட்டிஷார் தங்கள் வீரர்களை இப்படி அவமரியாதையாக நடத்தவில்லை என்று புகார் கூறினர். அவர்களுடைய கௌரவத்தைக் குறைக்கும் விதமான இத்தகைய செயல்களை அவர்களால் சகித்துக்கொள்ளவே முடியவில்லை. அவர்களுடைய இந்த மனக்குறை தேற்றமுடியாததாக இருந்தது ஹம்சாவுக்கு வியப்பை அளித்தது. அவர்கள் வன்முறையைக் கைக்கொள்ளப் போவதுபோல சில சமயங்களில் தோற்றம் காட்டியது. அவர்கள் வன்முறையில் ஈடுபட்டால் என்ன நடக்கும் என்று அவர்கள் அனைவருக்குமே தெரியும். இறுதியாக வந்த சில வாரங்களில் அதிகாரிகள் கலகத்தையும் கொன்று குவிக்கப்படப் போகும் நிகழ்வையும் குறித்த அச்சத்தில் இருந்தார்கள் என்று ஹம்சாவுக்குத் தோன்றியது. முதல் லெப்டினன்ட், மற்ற ஜெர்மானிய அதிகாரிகளிடம், "அனைவரும் விழிப்போடு இருங்கள். பிரச்சனை ஏற்படுவதற்கு வாய்ப்பு இருக்கிறது" என்று மெல்லிய குரலில் சொன்னான். அதிகாரி சொன்னதை ஹம்சா கவனித்தது சார்ஜன்ட் கண்களில்பட்டுவிட்டது.

உணவு கிடைக்காததில் சார்ஜன்ட் உடல் மெலிந்து உறுதியாகி, அவனுடைய முகம் வெயிலில் கறுத்து கண்கள் விழிப்புணர்வின் ஒளியில் மினுங்கியது, தலைமுடியும் தாடியும் நீண்டு அழுக்காகி இருந்தது; முதல் லெப்டினன்ட் உட்பட அனைவர் மீதும் அச்சுறுத்தலும் அவமதிப்பும் கொண்டதாக மாற்றியது. அவனுக்கு அதிகாரி மீது இருந்த வெறுப்பு தன் மீதும் பிரதிபலிப்பதாக ஹம்சாவுக்குத் தோன்றியது. அவர் ஏதோ ஒரு வழியில் அதைத் தீவிரப்படுத்தியது, அதிகாரியின் எச்சரிக்கையை ஹம்சா கேட்ட உடனே அவனுடைய பார்வை கூர்மையாகவும் அச்சுறுத்துவதாகவும் இருந்தது. உடனே ஹம்சா தன்னுடைய பார்வையை அவனிடம் இருந்து விலக்கிக்கொண்டு வேறெங்கோ பார்த்தான்.

காற்றுடன் விசிறியடித்துப் பெய்த மழை இரவுக்குள் இடியுடன்கூடிய மழையாக உருமாறியது. ரோந்து வருபவர்களிடம் இருந்து மறைந்து தப்பிக்க வேண்டும் என்பதற்காக அவர்கள் வழக்கத்திற்கு மாறாக காட்டுக்குள் முகாம் அடித்துத் தங்கியிருந்தனர். அங்கிருந்து சில மரங்கள் பரந்து விரிந்து பெரியதாக இருந்தன. ஹம்சா தன்னுடைய கைகளை ஒரு மரத்தின் அடிப்பகுதியைச் சுற்றி வைத்த போது அதனுடைய இதயத்துடிப்பு கிளைகள் வரை ஏறுவதை உணர்ந்தான். மின்னல் மரங்களுக்கு இடையே பாய்ந்து வெடித்து அவர்கள் தங்கியிருந்த தோப்பை விசித்திரமாக வெளிச்சம்போட்டுக்

காட்டியது. இந்தப் புயலின்போது இங்கிருப்பது அவர்களுக்குப் பாதுகாப்பானதா என்று ஹம்சா யோசித்தான். அவன் தெப்பலாக நனைந்துபோய் பூமியால் அதற்கு மேல் உறிஞ்சமுடியாது விட்டிருந்த மழை நீர் சேறும் சகதியுமாகக் கிடந்த நிலத்தில் வீழ்ந்து கிடந்தான்.

மரங்களின் மீதிருந்து நீர் துளித் துளியாக அவன் மீது சொட்டியது. அவனைச் சுற்றி ஏதோ ஊர்ந்து போவது உணர்ந்தாலும் அசையக்கூட முடியாத நிலையில் அவன் களைப்புடன் இருந்தான். பிறகு இரவில் எதுவோ அசைவதுபோல சத்தங்கள் கேட்டன. ஏதோ ஒரு சிறிய மிருகம் ஒன்று அந்த இடத்தைக் கடந்துபோகிறது என்று அவன் நினைத்துக்கொண்டான். பிறகு அது ஒரு இராணுவ வீரன் என்று திடீரென உணர்ந்தான். பிறகு அசையாமல் அமைதியாக, இருந்த இடத்திலேயே இருந்தபடி, ஏதோ அப்படியே மறைந்து போய்விடுவதற்கான வாய்ப்பு இருப்பதுபோல தன்னைக் குழைவான அந்த நிலத்தோடு நிலமாக அழுத்தி அமர்ந்துகொண்டான். மின்னல் வெளிச்சம் வெட்டியபோது தன்னையறியாமல் தன் கண்களை மூடிக்கொண்டான். ஆனால் அவன் தன் கண்களை மூடும் முன்பாகவே பதுங்கியிருந்த ஆட்களின் உருவங்கள் மரங்களுக்கு இடையே நடந்து செல்வது அவனுக்குத் தெரிந்தது. சில நிமிடங்கள் நீடித்த அந்த இரகசியம் போன்ற மெல்லிய ஓசை பிறகு நின்றுவிட்டது. அதன் பிறகு நன்கு நனைந்துகிடந்த நிலத்தின் மீது மழை அடித்துப் பொழிகிற ஓசை மட்டுமே அவனுக்குக் கேட்டது. இராணுவ வீரர்கள் தப்பியோடிவிட்டார்கள் என்று அவனுக்குத் தெரிந்தது. ஆனாலும் அவன் அப்படியே அசையாது மழையில் அமர்ந்தபடி விடியலுக்காகக் காத்துக்கொண்டு அமர்ந்திருந்தான்.

எப்படியோ தன்னை அறியாமல் உறங்கிவிட்டவன் கூச்சல்களையும் கட்டளைகளையும் கேட்டுக் கண் விழித்தான். விடியலுக்கு சிறிது நேரம் இருந்த போது அதிகாரிகளில் ஒருவர் கூலிப்படை வீரர்கள் யாரோ தப்பியோடுவதாக நினைத்து எச்சரிக்கை மணியை அடித்திருக்கிறான். இந்த ஓசையைக் கேட்டு உடனடியாக படுக்கையில் இருந்து எழுந்துகொண்ட நிறைய வீரர்கள் சத்தமிட்டபடி கலவரத்துடன் என்ன ஆபத்து என்று புரியாமல் சுற்றுமுற்றும் பார்த்தனர் "ஓடிப் போய்விட்டார்கள், ஓடிப் போய் விட்டார்கள்" என்று பெரும் பீதியுடன் அரேபிய மெய்க்காவலன் ஒருவன் கூச்சலிட்டான்.

உயர் அதிகாரி தலையை எண்ணும்படி கேட்டான். கையில் வாளை ஏந்தியபடி மழையில் சேறாகியிருந்த தரையை மிதித்துக்கொண்டு வேகமாக முன்னேறிய படைத் தலைவன், ஆட்களை எண்ணுவதற்குத் தன் கீழ் பணிபுரியும் அதிகாரிகளை அழைத்தான். முன்னும் பின்னுமாக நடந்தபடி "துரோகிகள், துரோகிகள்" என்றான். இருபத்தொன்பது அஸ்கரிகள் இரவில் அங்கிருந்து தப்பிவிட்டிருந்தனர். இதை முதலில் பார்த்த ஓம்பாஷாவும் இன்னொரு அடிமையும் எச்சரிக்கை ஒலி எழுப்பினார்கள். அவர்கள் இருவருமே அடிமைகள் என்பதுடன் ஜெர்மானியக் காலனித்துவப் பேரரசின் இராணுவத்தினருக்கு நீண்ட காலமாகச் சேவை செய்து வருபவர்கள். எஞ்சியிருந்த துருப்புகளை நோட்டம் விட்ட படைத் தலைவனின் கண்கள் ஹம்சாவின் மீது பதிந்ததும் அந்தப் பார்வையைத் தவிர்ப்பதற்காகத் தன் கண்களை விலக்கிக்கொள்ள ஹம்சா முயற்சித்தான். ஆனால் அதற்குள் காலம் கடந்துவிட்டது. படைத் தலைவன் அவனைப் பார்த்து, "இங்கே வா" என்று கத்திக்கொண்டே தனக்கு முன்னால் இருந்த இரண்டு படிகளைச் சுட்டிக் காட்டினான்.

கட்டளைப்படி முன்னோக்கி அடியெடுத்து வைத்த ஹம்சா சுட்டிக்காட்டப்பட்ட இடத்துக்கு இரண்டு அடிகள் முன்னேயே நின்றுவிட்டான். படைத்தலைவன் வால்தர், "சிக்கல் ஏற்படலாம் என்று நீங்கள் எங்களிடம் சொன்னதை இவன் கேட்டுவிட்டான்" என்று முதலாம் லெப்டினன்டிடம் சொன்னான். ஜெர்மானியர்கள், ஆப்பிரிக்கத் துருப்புக்களைப் பார்த்தபடி ஒரு பக்கமாகப் பரவலாக நின்று கொண்டிருந்தனர். இசைக் குழுவின் தலைவன், லெப்டினன்ட் ஆகிய இருவரும் கைகளில் துப்பாக்கிகளுடன் நின்றனர்.

வால்தர், "உனக்குச் சொந்தமான இந்த வேசி, துரோகி, எங்களைக் காட்டிக்கொடுத்துவிட்டான். இவன் அவர்களைத் தப்பித்துச் செல்லத் தூண்டினான். அவர்களிடம் பொய் சொல்லி அவர்களைத் தப்பிக்கவைத்தான்" என்று ஆத்திரத்தில் கூச்சலிட்டான்.

பிறகு சிறிது முன்னே நடந்து காட்டுத்தனமாக ஹம்சாவை அடித்தான். அந்த அடியைத் தவிர்க்க ஹம்சா வேகமாகத் திரும்பியதில் அது அவனது இடுப்பில்பட்டு சதையைக் கிழித்து எலும்புக்குள் ஊடுருவியது. அவ்வளவுதான் அவனுக்குத் தெரிந்தது. யாரோ அலறும் சத்தம் கேட்டது. பிறகு கொடூரமான வேகத்துடன் அவனுடைய தலை தரையில் மோதியது. பலருடைய கூச்சல் சத்தமும் தனக்கருகே யாரோ ஒருவர் கொடூரமாக அலறுவதும்

அவனுக்குக் கேட்டது. சுவாசிக்க முடியாமல் அவனுக்கு மூச்சுத் திணறியது. அத்துடன் அவன் மயக்கமுற்றான். அவனுக்கு மயக்கம் தெளிந்தபோது அந்த மருத்துவ அதிகாரி அவனுக்கு அருகில் மண்டியிட்டு கைகளைப் பிடித்தபடி இருப்பதை உணர்ந்தான். மீண்டும் அவனுக்கு நினைவு வந்தபோது கோபமான குரல்களும் கூச்சலான உத்தரவுகளும் கேட்டன. மற்றொரு முறை சுயநினைவு திரும்பியபோது நோயாளிகளைப் படுக்க வைத்து எடுத்துச் செல்லும் தூக்குப் படுக்கையில் வைத்து இரண்டு அஸ்கரிகள் தன்னைச் சுமந்து செல்வதை உணர்ந்தான். அப்போது பெய்து கொண்டிருந்த மழை அவனது முகத்தில் வழிந்தோடியது. அவன் மீண்டும் சுயநினைவை இழக்கும் முன் தனக்கேற்பட்ட குழப்பமான சிந்தனைகளைப் படிப்படியாக ஒன்றிணைத்து இறுதியில் ஒரு முடிவுக்கு வந்தான்.

ஒரு சந்தர்ப்பத்தில் அவன் தொடர்ந்து விழித்திருந்தபோது, முதல் லெப்டினன்ட் தன் தூக்குப் படுக்கைக்கு அருகில் நடப்பதைக் கண்டான். அடுத்த நொடியே அவன் மாயமாகிவிட்டான். ஒருவேளை இது தன் பிரமையோ? ஒருவேளை தான் தூக்குப் படுக்கையில் படுத்திருக்கவில்லையோ? முதல் லெப்டினன்ட் மீண்டும் ஒருமுறை, அவனுக்கருகில் நடந்தபடி அவனைப் பார்த்து, "இதை நீ செய்தாயா?" என்று கேட்டான். ஹம்சாவின் உடல் முழுவதும் நடுங்கியது. வாந்தி வருவது போலிருந்தது. அவனது இடது பக்கத்தில் மோசமாக இருந்த வலி பிறகு உடல் முழுவதும் பரவியது. தன் உடலின் எந்தப் பகுதியையும் அசைக்கும் சக்தி அவனிடம் இல்லை. அவன் எதையும் அசைக்க விரும்பவுமில்லை. கண்களைத் திறக்க பெருமுயற்சி தேவைப்பட்டது. பின்னர் அவனைத் தரையில் கிடத்தினர். வலி அவனுடைய கால்வழியே படர்ந்தது. தன்னையறியாமல் அவன் வலியில் கதறினான். முழுமையாக விழித்துக்கொண்டவன் தூக்குப் படுக்கையருகே, அதிகாரியான ஹைதர் அல்-ஹமத் மண்டியிட்டு அமர்ந்திருப்பதைக் கண்டான்.

"அவ்வளவு அழுகை தேவையில்லை, அஸ்கரி" என்றான். மழைநீர் படிந்திருந்த அவனுடைய உதடுகள் ஒரு குழந்தையின் அழுகையை அமைதிப்படுத்துவதுபோலக் குவிந்தன. ஹம்சாவுடைய உடலின் ஒரு பகுதி வலியால் துடிக்க, வாய் குமட்ட தரையில் படுத்துக் கிடந்தான். அப்போது சில அடி தூரத்தில் முதலாம் லெப்டினன்ட் தன்னை நோக்கி வருவதைப் பார்த்தான்.

“ஆமாம். நான்தான். கவலைப்படாதே” என்றான் அந்த அதிகாரி. அப்போது ஹம்சா மீண்டும் மயக்கமானான். அவர்கள் இரவில் சிறிது நேரம் நடப்பதை நிறுத்தினர். பல முறை நடு நடுவே சிறிது நேரம் அவன் கண் விழித்ததால் அவனுக்கு அது தெரிந்தது. மிகவும் குளிராக இருந்தது. அவன் உடல் ஈரமாகவும், கட்டுப்படுத்த முடியாத நடுக்கத்துடனும் இருந்தது. பிறகு கழுதைப் புலிகள் கூச்சலிடுவதையும் விசித்திரமான, அடையாளம் காண முடியாத இருமல் சத்தம் ஒன்றையும் கேட்டான். உயிர் பிரிவதுபோல ஒரு மிருகத்தின் அலறல் சத்தம் கேட்டது. விடியலின் முதல் ஒலி தோன்றியதும் அவர்கள் வெளியே சென்றபோது மழை நின்றிருந்தது. சூரியன் அளித்த வெப்பத்தால் அவன் சற்று நிம்மதி அடைந்தான். தன் உடல் ஈரமாக இருக்கக் காரணம் மழை மட்டுமல்ல கடுமையான இரத்தப்போக்கு என்று இப்போது அவனுக்குத் தெரிந்தது. ஈக்கள் அவனுடைய முகத்தில், உடலில் என எல்லா இடத்திலும் மொய்த்தன. அவற்றை விரட்டும் அளவுக்குக்கூட அவனுக்குத் தெம்பு இல்லை. ஈக்கள் அண்டாமல் இருக்க அவர்கள் அவனுடைய முகத்தை ஒரு துணியால் மூடினார்கள்.

அவனுடைய உடல் தொடர்ந்து நடுங்கிக் கொண்டிருந்தது. உறக்கம் வந்து வந்து போனது. மறுபடி அவன் கண் விழித்தபோது இரவாகி இருந்தது. தான் ஒரு அறையில் படுக்கையில் படுத்திருப்பதையும், தன் கட்டிலருகே உள்ள மேஜையில் ஓர் விளக்கு மங்கலாக எரிவதையும் புரிந்துகொள்ள அவனுக்கு வெகு நேரம் பிடித்தது. அவன் தொடர்ந்து நடுங்கிக் கொண்டிருந்தான். உடல் முழுக்கப் பரவிய கடும் தசைத் திருகலால் தன்னையறியாமல் வலியில் முனகினான். வலியின் தாக்கத்தில் மற்ற எதிலும் அவன் மனம் நாட்டம் கொள்ளவில்லை. பிறகு விடியல் நெருங்குவதை, திறந்திருந்த கதவு வழியாக உணர்ந்தான். சிறிது நேரத்தில் யாரோ உள்ளே நுழைவதும் அவனுக்கு அருகே வருவதும் கேட்டது.

“ஓ, நீங்கள் விழித்துவிட்டீர்கள்” என்று அந்த நபர் கூறினார். அது ஒரு பழகிய குரலாக இருந்தாலும், கண்களைத் திறந்து யாரென்று பார்க்க மிகவும் சோர்வாக இருந்தது.

“நீங்கள் இப்போது பத்திரமாக இருக்கிறீர்கள், சகோதரா. நீங்கள் கிலேம்பாவில் இருக்கிறீர்கள். நான் பாஸ்கல். உங்களுக்கு பாஸ்கல் நினைவிருக்கிறது தானே. நிச்சயமாக நினைவிருக்கும். நான் போதகரை அழைத்து வருகிறேன்” என்றான்.

“உங்களைப் பிரச்சினையில் இருந்து காப்பாற்ற எங்களால் முடிந்ததைச் செய்தோம்” என்றார் போதகர். வெயிலில் கருத்துப் போயிருந்த அவரது முகம் ஹம்சாவின் அருகே குனிந்தது. ஹம்சாவால் புரிந்து கொள்ள முடிந்தாலும் பாஸ்கல் மொழிபெயர்த்தான். அவர்களுடைய குரல்கள் அவன் காதுகளில் விட்டுவிட்டு ஒலித்தது.

“இரத்தம் கசிந்துகொண்டே இருக்கிறது... என்ன காரணம் என்று தெரியவில்லை... எலும்பு சேதமாகியிருக்கலாம்... தொற்று. இது முக்கியம்... காய்ச்சல் குறைந்திருக்கிறது... ஊட்டச்சத்து. அதற்குப் பிறகு நல்லது நடப்பதற்காக நாம் காத்திருக்கவேண்டும். நான் அதிகாரியிடம்... விழித்துவிட்டதாக... சொல்கிறேன்.”

அதிகாரி உள்ளே வந்து ஒரு நாற்காலியைக் கட்டிலுக்கு அருகே இழுத்துப் போட்டு அமர்ந்தான். ஹம்சாவால் கண்களைத் திறக்க முடியவில்லை. சுயநினைவு வந்துவந்து போனது. ஆனால் ஒவ்வொரு முறை அவன் கண்களைத் திறந்தபோதும் அதிகாரி படுக்கையருகேயே அமர்ந்திருப்பது தெரிந்தது. குளித்துத் தூய்மையாகத் தெரிந்தாலும் போர்க்களத்தில் அணிந்திருந்த கிழிந்த ஆடைகளையே அதிகாரி இப்போதும் அணிந்திருந்தான். வழக்கமான ஏளனச் சிரிப்பின்றி அதிகாரி இப்போது மெதுவாக, நிதானமாகப் பேசினான்.

“எப்படியும் நீ பிழைத்துக்கொள்வாய் என்று தெரிகிறது. இனி நீ ஓய்வெடுத்துக்கொண்டு இங்கு படுத்திருப்பாய்.அதே சமயம்... நாங்கள் திரும்பிச் சென்று அர்த்தமற்ற போரைத் தொடரப்போகிறோம். மக்களை அடக்கி ஒழுங்குக்குக்கொண்டு வருகிறோம் என்று நாங்கள் இந்த ராஜ்ஜியதிற்காகப் பொய் சொல்லிக் கொலை செய்தோம். இதோ, அதற்காக இன்னும் கொலை செய்யப் போகிறோம். வலி அதிகமாக இருக்கிறதா? நான் சொல்வது கேட்கிறதா? கேட்கிறது என்றால்... என்றால் உன் கண்களைச் சிமிட்டவும். நிச்சயமாக உன்னால் முடியும்... வலி நிறைய இருக்கும். ஆனால் இந்த மத போதகரும் அவருடைய ஆட்களும்... எனக்கு வாக்குறுதி அளித்துள்ளனர். அவர்கள் நல்லவர்கள். அவர்கள் உன் இராணுவச் சீருடையை தூக்கி எறிந்துவிடுவார்கள்... ஆகவே யாருக்கும் நீ ஒரு அஸ்கரி என்பது... அவர்கள் உனக்கு நிறைய உணவையும் பிரார்த்தனையையும் அளிப்பார்கள். நீ விரைவில் குணமடைந்துவிடுவாய்.”

அதிகாரி பேசிய வார்த்தைகள் நம்ப முடியாததாகவும் சாத்தியமற்றதாகவும் எங்கோ தொலைவில் ஒலிப்பதாகவும் தோன்றியது. ஹம்சா, பதில் சொல்வதற்கான எந்த முயற்சியும் செய்யவில்லை.

அந்த அதிகாரி, "இப்போது சொல், உண்மையில் உன் வயது என்ன?" என்று கேட்டான். அவனுடைய வார்த்தைகள் திடீரென்று மிகத் தெளிவாகக் கேட்டன.

"நீ இராணுவத்தில் சேர்ந்தபோது உனக்கு இருபது வயது என்று பதிவு சொல்கிறது. ஆனால் நான் அதை நம்பவில்லை" ஹம்சா பேசுவதற்குப் பெருமுயற்சி செய்தான். ஆனால் சொற்களை ஒருங்கிணைக்க அரும்பாடுபட வேண்டியிருந்தது.

"இல்லை, நான் உன்னை நம்பவில்லை. ஒரு அதிகாரியிடம் பொய் சொன்னதற்காக உனக்கு ஐம்பது கசையடிகள் தரச் சொல்லி நான் கட்டளை இடலாம். நீ இராணுவத்தில் சேர்ந்தபோது உனக்குப் பதினேழு வயதுக்குமேல் இருந்திருக்க முடியாது. அப்போது என் தம்பிக்கு அந்த வயதுதான். படைவீரர்களின் குடியிருப்பில் எதிர்பாராமல் ஏற்பட்ட தீ விபத்தில் அவன் இறந்துவிட்டான். நானும் அங்குதான் இருந்தேன். பதினெட்டு... அவன் ஒரு அழகான சிறுவன், நான் அவனை அடிக்கடி நினைத்துக்கொள்கிறேன்."

அதிகாரி தன் நெற்றிப் பொட்டை வருடியபடி பேசுவதற்கு எதுவும் இல்லாததுபோல் சில நிமிடங்கள் விறைப்பாக அமர்ந்திருந்தான். பிறகு அவனுடைய கை படுக்கையை நோக்கி நீண்டது. ஆனால் அதை அவன் உடனே பின்னுக்கு இழுத்துக்கொண்டான்.

"அது ஒரு பயங்கரமான தீ விபத்து. அவன் இராணுவத்தில் சேர விரும்பவில்லை. அவன் அதற்குப் பொருத்தமானவனில்லை. என் தந்தைதான் அதை விரும்பினார். இது ஒரு குடும்பப் பாரம்பரியம்... அனைவரும் வீரர்கள்... என் தம்பி கனவு காண்பவரான என் அப்பாவை ஏமாற்ற விரும்பவில்லை. ஜெர்மன் கற்றது மிகவும் புத்திசாலித்தனமான விஷயம். விரைவாகவும் நன்றாகவும். அவர் ஷில்லரையும் என் தம்பி ஹெர்மனையும் நேசித்தனர். சரி, நீ இப்போது ஓய்வெடுக்க வேண்டும். நாங்கள் இங்கிருந்து கிளம்பத் தயாராகவேண்டும்."

ஹைதர் அல்-ஹமத் எனும் அந்த அதிகாரியும் மற்ற அஸ்கரிகளும் அவனிடம் விடைபெற உள்ளே வந்தனர். தன்னுடைய ஒரு சொல்லைக்கூட அவன் தவறவிடுவதை விரும்பாது அவனுடைய

காதருகில் தன் உதடுகளை வைத்து, தனது வழக்கமான உறுமல் தொனியில் "நீ ஒரு அதிர்ஷ்டசாலி. முதலாம் லெப்டினன்டுக்கு உன்னைப் பிடித்திருக்கிறது. அதனால்தான் நீ அதிர்ஷ்டசாலி. இல்லையேல் உன்னைத் தூக்கிக் காட்டில் வீசியிருப்போம்" என்றான்.

மற்ற அஸ்கரிகள் அவன் கையைத் தொட்டு, "இது கடவுளின் கட்டளை. கடவுள் உன்னைக் காப்பாற்றட்டும், நாங்கள் கொல்லப்படுவதற்காகவே மீண்டும் போருக்குச் செல்கிறோம்" என்றனர்.

மீண்டும் அதிகாரி வந்தபோது, அவர்கள் அனைவரும் புறப்படத் தயார் நிலையில் இருந்தனர். அதிகாரி, வழக்கமான தன் கேலிச் சிரிப்பைச் சிந்தியபடி, "என் தம்பியைப் பற்றி உன்னிடம் நான் நான் ஏன் சொன்னேன் தெரியுமா?" என்று கேட்டு மீண்டும் புன்னகைத்து, "இல்லை, நிச்சயமாக உனக்குத் தெரியாது. நீ ஒரு அஸ்கரி மட்டுமே. ஒரு ஜெர்மன் அதிகாரியின் அந்தரங்கக் கவலைகளை யூகிக்க உனக்கு அனுமதி இல்லை. நீ உன் ஏட்டில் அவமானம், பொய், தப்பித்து ஓடுவது என்று நிறைய விஷயங்களைக் குவித்து வைத்திருக்கிறாய்" என்றான். ஒரு புத்தகத்தை அறையின் மறுபக்கம் இருந்த மேஜையின் மீது வைத்துவிட்டு, "இதை உனக்காக விட்டுச் செல்கிறேன். இது உன்னுடன் இருக்கும், நீ ஜெர்மன் மொழியைப் பயிற்சி செய்ய உதவும். நீ நன்கு குணமான பிறகு இங்கிருந்து கிளம்பிச் செல்லும்போது அதை இங்கு மத போதகரிடம் விட்டுவிட்டுச் செல். எங்கள் போர் விரைவில் முடிந்துவிடும். ஒருவேளை நான் திரும்பி வந்தால் அதை இங்கிருந்து பெற்றுக்கொள்வேன். ஆங்கிலேயர்கள், சிறிது காலம் ஆப்ரிக்க அடிமைக் குற்றவாளிகளை வைத்து நம்மைச் சிறை செய்வார்கள், நாம் அவர்களைத் தொல்லைப்படுத்தியதற்காக எங்களை அவமானப்படுத்துவார்கள் என்று நான் நினைக்கிறேன். ஆனால் அதன் பிறகு அவர்கள் எங்களை சொந்த நாட்டுக்கு அனுப்பிவிடுவார்கள்" என்றான்.

★★★

பாஸ்கலின் தொடர் பராமரிப்பில் ஹம்சா இருந்தான். அவனுக்குத் தண்ணீர் தரவும், போதகர் பரிந்துரைத்த சூப்பை ஊட்டவும், அவனைக் குளிப்பாட்டவும், ஒரு நாளில் பலமுறை பாஸ்கல் அவனைச் சந்திக்க வருவான். என்ன நடக்கிறது என்ற தெளிவற்ற உணர்வில் ஹம்சா இருந்தான். அவனுக்குக் காய்ச்சல் மிக

அதிகமாக இருந்தது. உடலில் வலி இல்லாத பாகமே இல்லை என்னுமளவுக்கு வலி இருந்தது. வலி எங்கு தொடங்குகிறது என்று அவனால் ஒருகட்டத்திற்கு மேல் கண்டுபிடிக்க முடியவில்லை. அவனது இடது தொடையில் காயம் ஏற்பட்டிருந்தது. உடலின் அந்தப் பகுதி முழுவதும் கடும் வலியில் துடித்தது. அவனுடைய வலது காலில் எந்த உணர்வும் இல்லாததோடு அவனால் தன் இரண்டு கைகளையும் அசைக்கவே முடியவில்லை. சில சமயங்களில் கண்களைத் திறக்கவே பெரு முயற்சி எடுக்க வேண்டியதாக இருந்தது. பகல்நேரத்தில் அவனைப் பார்க்க வரும் பாதிரியார், காயத்தை எப்படிச் சுத்தம் செய்யவேண்டும், அவனை நன்முறையில் எப்படிப் பார்த்துக் கொள்வது என்கிற வழிமுறைகளை பாஸ்கலிடம் சொல்வார். அவர்கள் இருவரின் முகங்களும் அவனுடைய பார்வைக்கு வந்து வந்து போயின. இரவும் பகலும் ஒன்றேபோலத் தெரிந்தன. சில சமயங்களில் தன் புருவத்தின்மீது குளிர்ச்சியாக ஒரு கையை உணர்ந்தாலும் அது யாருடையது என்று ஹம்சாவால் அறியமுடியவில்லை.

ஒரு நாள் இரவில் முழு இருளில் விழித்தபோது தான் கனவுகண்டு அழுது கொண்டிருப்பதை உணர்ந்தான். நிலம் முழுதும் இரத்தத்தில் தோய்ந்து கிடக்க, அவனுடைய கால்களை அது உறிஞ்சிக் கொண்டிருந்தது. அவனுடைய உடல் அதில் மூழ்கிக் கிடந்தது. உடைந்த கைகால்களும், மற்ற உடற்பகுதிகளும் அவனை அழுத்தின. அச்சுறுத்தும் வகையில் ஓங்காரத்துடன் சில குரல்கள் அலறின. அவன் அழுகையை அடக்கிக்கொண்டாலும் தன் கைகால்களின் நடுக்கத்தையோ, கண்ணீரைத் துடைக்கவோ அவனால் முடியவில்லை. அவனுடைய இந்த சத்தத்தைக் கேட்டு ஒரு விளக்குடன் உள்ளே வந்த பாஸ்கல், ஒன்றும் பேசாமல் விரிப்பைத் தூக்கி, கட்டுகளைப் பார்த்துவிட்டு, அறையின் மறுபுறத்தில் இருந்த மேஜைமீது விளக்கை வைத்தான். பிறகு திரும்பி வந்து ஹம்சாவின் நெற்றியின்மீது கையை வைத்தான். ஈரமான துணியால் அவனது கண்ணீரைத் துடைத்து, மூக்கிலும் உதடுகளிலும் இருந்த சளியை அகற்றிச் சுத்தப்படுத்தினான். பிறகு சிறிது நீரைக் குடிக்கச் செய்து கடைசியாக ஒரு நாற்காலியை இழுத்துப் படுக்கையருகில் போட்டுக்கொண்டு பக்கத்தில் வந்து அமர்ந்தான்.

ஹம்சா அமைதியாக மூச்சு விடும்வரை எதுவும் பேசாதிருந்த பாஸ்கல், "தம்பி! நீ இங்கு பத்திரமாக இருக்கிறாய். இந்த ஐரோப்பியர்கள் நல்லவர்கள். அவர்கள் கடவுளின் பிள்ளைகள்

என்றவன் பிறகு தன் புன்னகையை அடக்கிக்கொள்ள முடியாமல், “நான் மருத்துவன் இல்லை, ஆனால் உன் காய்ச்சல் குறைந்துவிட்டது என்று நினைக்கிறேன். காய்ச்சல் குறைந்தாலே நீ மீட்புப் பாதையில் இருக்கிறாய் என்று போதகர் சொன்னார். நோயாளிகளைக் குணப்படுத்துதல் பற்றி அவருக்கு நன்கு தெரியும். நான் அவரிடம் நீண்ட காலமாக, அதாவது கிலேம்பாவில் பணிக்கு வருவதற்கு முன்பு அவர் கடற்கரையில் இருந்தாரே, அப்போதிருந்து நான் அவரிடம் வேலை செய்து வருகிறேன். முன்பு எனக்கு காயம் ஏற்பட்டபோது அவர் அளித்த மருந்துதான் என்னைக் காப்பாற்றியது” என்றபடி தன்னுடைய கழுத்தில் இருந்த வடுவை வருடினான்.

“அவர் உன்னை குணப்படுத்திவிடுவார். ஆனால் நாங்கள் எல்லாவற்றையும் அவரது கைகளில் விட்டுவிடமாட்டோம். கடவுளின் உதவியையும் நாடுவோம். நான் உனக்காகப் பிரார்த்தனை செய்கிறேன்” என்றபடி பாஸ்கல் தன் கண்களை மூடி, ஹம்சாவின் கைகளைப் பற்றிக்கொண்டு பிரார்த்தனை செய்ய ஆரம்பித்தான். தனது கண்களைக் கழுவிச் சுத்தம் செய்ததுபோல் ஹம்சாவால் இப்போது அவனைத் தெளிவாகப் பார்க்கமுடிந்தது. தளர்ந்து வரிவரியாக இருந்த முகத்துடனும், புனித வார்த்தைகளை முணுமுணுத்தபடி மூடப்பட்ட கண்களுடனும் தனக்கு அருகில் இருந்த நாற்காலியில் அமர்ந்திருந்த பாஸ்கலைப் பார்த்தான். ஹம்சா அறையைச் சுற்றித் தன் பார்வையை ஓடவிட்டான். விளக்குடன் கூடிய மேஜை, பாதி திறந்த கதவு என அனைத்தையும் முதல் முறையாகப் பார்ப்பதுபோல் இந்தக் காட்சிகள் அவனுக்குத் தோன்றின. பிரார்த்தனைகளுக்கு இடையே பாஸ்கல் தன் கையை நீட்டி கட்டிலில் கிடந்த ஹம்சாவின் வலது பக்கக் கையை மேலே தூக்கினான். ஹம்சா பாஸ்கலின் கை, தன் கையை உறுதியாகப் பற்றிக்கொண்டிருப்பதைக் கண்டான். ஆனால் அவனால் அதை உணரமுடியவில்லை. பாஸ்கல் தனது மற்றொரு கையை நெற்றியில் வைத்து, பிறகு உரத்த குரலில் ஆசீர்வதித்தான்.

“மோசமான காலங்கள் உன் நினைவுக்கு வருகிறதா?” என்று கேட்டவன், பிறகு, “நீ விரும்பினால் நான் உன்னுடன் இருப்பேன். ஆனால் நீ தூங்குவது நல்லது. நீ கூப்பிட்டால் எனக்குக் கேட்கும்படி இந்தக் கதவு திறந்தே தானிருக்கும். நான் பக்கத்து அறையில் தூங்குகிறேன். நான் இங்கேயே தங்கவேண்டுமா? உன் கண்கள் இப்படி ஜொலிப்பதைக் கண்டு பாதிரியார் நாளை மிகவும் மகிழ்ச்சி அடைவார் என்று நினைக்கிறேன்” என்றான்.

மறுநாள் காலை அவனுடைய உடல்நிலையைச் சோதித்துப் பார்த்த போதகர் ஆமோதிக்கும் வகையில் தலையசைத்தார். அவனுடைய கட்டுகளை அகற்றியவர் முகத்தில் தோன்றிய மகிழ்ச்சியின்மையை வெளிகாட்டிக் கொள்ளாமல் இயல்பாக வைத்துக்கொண்டார். பாதிரியார் காத்திருந்தபோது பாஸ்கல் ஹம்சாவின் தலையணைகளைச் சரியாக வைத்தான். அந்தப் பாதிரியார், அதிகாரி சொன்னதுபோலவே, மெல்லிய உடலும் நேர்த்தியான தோற்றமும்கொண்ட விறைப்பான மனிதர்.

பாஸ்கல் அவனை வசதியாகப் படுக்கையில் கிடத்தியபோது போதகர் ஜெர்மன் மொழியில், "நான் பேசுவது புரிகிறதா? பாஸ்கல் மொழிபெயர்க்கவேண்டுமா?" என்று கேட்டார்.

ஹம்சா, "எனக்குப் புரிகிறது" என்றபோது தன் சொந்தக் குரலையே விசித்திரமாக உணர்ந்தான். ஆச்சரியப்பட்ட போதகரின் முகம் புன்னகையுடன் பிரகாசித்தது.

"நீ செய்த விஷயத்தைப் பற்றி முதலாம் லெப்டினன்ட் எங்களிடம் கூறினார். அது நன்று. நான் பேசுவது உனக்குப் புரியவில்லை என்றால் இல்லை எனும் விதமாகத் தலையை ஆட்டு. உனக்குக் காய்ச்சல் குறைந்துவிட்டது என்று நான் நினைக்கிறேன். ஆனால் இது நீ குணமடைவதற்கான முதல்படி மட்டுமே. நீ முழுதாக நலமடைய நீண்ட காலம் ஆகும்" என்றார்.

ஹம்சா தான் நலமாக இருப்பதாகத் தவறாகப் புரிந்துகொண்டுவிடக் கூடாது என்பதற்காகக் கடுமையான குரலில் பேசினார். "இரத்தப்போக்கு முழுவதுமாக நிற்கவேண்டும். அதற்குப் பிறகுதான் சிறிதளவு பயிற்சிகள் செய்ய வைப்போம். இப்போதைக்கு இரத்தக் கசிவு சிறிதளவு உள்ளது. இந்த யுத்தம் அனைத்தையும் கடினமாக்குகிறது. நீ ஒரு மருத்துவமனைக்குச் செல்லும் வரை நாங்கள், இங்கு எங்களால் முடிந்ததைச் செய்வோம். மருத்துவமனையில் உனக்கு நல்ல சிகிச்சை அளிக்கப்படும். மிக முக்கியமான விஷயம் தொற்றைத் தடுப்பதுதான். இப்போது நாங்கள் உனக்குத் திட உணவு தரத் தொடங்குவோம். உன் வலது கையை அசைக்க முடிகிறதா? நாங்கள் வலது கைக்கும் வலது காலுக்குமான பயிற்சிகளை இனி தொடங்குவோம். பாஸ்கல் உனக்குக் கற்றுத் தருவார்" என்றார்.

பாஸ்கல் தான் அங்கு தலைமைச் செவிலியராக இருந்தான். அவனுக்குச் சொந்தக் குடியிருப்பு இருந்தாலும் ஹம்சாவுக்கு அடுத்த

அறையில்தான் அவன் தினமும் இரவைக் கழித்தான். தினமும் காலையில் அவன் நிதானமாக கனிவாகப் பேசிக்கொண்டே ஹம்சாவின் காயங்களைச் சுத்தம் செய்து, உட்கார உதவி செய்து, அவனுடைய கைகளையும் வலது காலையும் உருவிவிடுவான். பிறகு தன் கண்களை மூடிக்கொண்டு பிரார்த்தனை செய்வான். அதன் பின்னர் ஹம்சா தயிர், சோறு மற்றும் மசித்த பூசணி ஆகியவற்றைச் சாப்பிட உதவுவான். அங்கு பணியில் இருந்த மற்ற ஆப்பிரிக்கத் தொழிலாளர்களும் இதையே சாப்பிட்டதாக, அவன் ஹம்சாவிடம் சொன்னான். தனது மற்ற கடமைகளைச் செய்ய அங்கிருந்து கிளம்பும் முன் தன்னால் முடிந்தவரை ஹம்சாவை வசதியாகப் படுக்க வைத்துவிட்டுப் போவான்.

திறந்திருந்த ஜன்னல் வழியாக அத்தி மரத்தின் ஒரு பகுதியையும், போதகரின் வீட்டின் ஒரு பகுதியையும் ஹம்சாவால் பார்க்கமுடிந்தது. பெரும்பாலான காலை வேளைகளில் ஒரு சிறிய வெளிர்பச்சை நாரை கூரையின் முகட்டில் நீண்ட நேரம் அசையாமல் நிற்பது அவன் கண்களில் படும். பிறகு எந்தக் காரணமும் இல்லாமல் அது அங்கிருந்து புறப்பட்டுவிடும். ஆனால் அந்த நாரை கூரைமேல் அசையாமல் நிற்பது அவனைக் காரணமற்ற ஒரு சோகத்தில் ஆழ்த்தியது. அது அவனை மிகவும் தனிமையாக உணர வைத்தது. காலையில் போதகர் அவனைப் பரிசோதிக்க வந்தார். அவர் ஹம்சாவை நெருங்கியபோது அவர் மீதிருந்து சோப்பு, ஈரமான மாமிசம், ஈஸ்ட், காய்கறிகள் எனக் கலவையான வாசனை வீசியது. முழுமையாக காயத்தைப் பரிசோதித்த போதகர், ஹம்சாவின் கைகால்களுக்குப் பயிற்சி தந்தார். அவரது ஆய்வு முடிவு என்ன என்று ஹம்சாவுக்குத் தெரியாதபோதும், அவர் முகம் கவலையுடன் காட்சி அளித்தது தெரிந்தது.

ஜன்னல் வழியே பியானோ வாசிக்கும் சத்தமும், சிறுமிகள் பாடுவதும், பயிற்சி செய்வதும், உள் முற்றத்தில் விளையாடும் குரல்களும் ஹம்சாவுக்குக் கேட்டன. போதகரின் மனைவி, சில சமயம் பகல்வேளைகளில், அவனைப் பார்க்க அங்கு வந்தார். அவள் மெலிந்த உடலும், பொன்னிற முடியும்கொண்ட கடின உழைப்பாளி. முகத்தில் சிறிது சோர்வு தெரிந்தாலும் அழகாகப் புன்னகைத்தாள். ஒரு தகரத் தட்டில் பிஸ்கட், ஒரு குவளை காபி அல்லது ஒரு சிறிய கிண்ணத்தில் அத்திப்பழங்கள் அல்லது வெட்டப்பட்ட வெள்ளரி என அவள் வழக்கமாக அவனுக்கு ஏதாவது கொண்டுவந்து தந்தாள். அவர்கள் கிலெம்பாவுக்கு மாற்றப்படும்முன் கடற்கரையில் கழித்த பல மாதங்களைப்

பற்றி அவள் அவனிடம் பேசினாள். இங்குள்ள நிலப்பரப்பு அற்புதமாக இருகிறது இல்லையா? இரவில் குளிர்ச்சியாக இருக்கும் இந்தச் சீதோஷ்ண நிலை கொசுக்களை விரட்டுகிறது. அவர்களைப் பொருத்தவரை கடற்கரைப் பகுதியைவிட இது மிகப் பெரிய ஆசீர்வாதம். போதகரும் அவளும் விவசாயக் குடியைச் சேர்ந்தவர்கள். இங்குள்ள காலநிலை அவர்களின் பயிர்களுக்கு ஏற்றதாக இருந்தது. உனக்கு இந்த இடம் பிடிக்கவில்லையா? இந்தக் காலநிலை உனக்கு நல்லது, அதை நீயே பார்ப்பாய். ஹம்சாவிடம் சில கேள்விகள் கேட்டவள், அவன் பேசிய ஜெர்மன் மொழியைக் கேட்டு, வியப்படைந்தாள். எவ்வளவு சிறப்பான உச்சரிப்பு! என்றாள். அவள் அங்கிருந்து வெளியேறியபோது எப்போதும் ஹம்சா முன்பிருந்ததைவிட நலமாக உணர்ந்தான். போதகரின் மனைவி அவனுக்கான பிஸ்கட்டையோ பழங்களையோ வழக்கமான நேரத்தில் கொண்டுவர முடியாதபோது, விட்னசின் மனைவி சுபிரி தகரத் தட்டுடன் வந்து, ஒரு சிறிய முணுமுணுப்புடன் படுக்கையருகே இருந்த மேசையில் வைப்பாள்.

அவன் உள் முற்றத்தில் சிறுமிகள் பியோனோ வாசிப்பதை இரண்டு வாரங்களுக்கு முன்பு பார்த்திருந்தான். ஒரு நாள் மதியம், அவன் கைகளில் சிறிதளவு வலிமை பெற்ற பிறகு, அவனுக்காக பாஸ்கல் தயாரித்துத் தந்த மரத்தாலான ஊன்றுகோலைப் பயன்படுத்தி, அவனுடைய உதவியுடன் ஒரு காலில் நொண்டியபடி ஜன்னலுக்கு அருகே போக முயற்சித்தான். ஹம்சா தன் இடது கால் வழியாக இரத்தம் வழிவதையும், எதிர்பாராத கூச்சவுணர்வு தனது உடல் முழுவதும் பரவுவதையும் உணர்ந்தான். ஜன்னல் வழியே போதகரின் வீட்டின் உள் முற்றத்தின் மூலையில் ஒரு பாயில் அமர்ந்தபடி இரண்டு பெண்கள் ஒரு பொம்மையுடன் விளையாடுவது தெரிந்தது. அவர்களோடு பேசிக் கொண்டிருந்த அவர்களுடைய அம்மாவின் குரல் கேட்டதே தவிர அவளைப் பார்க்கமுடியவில்லை. அவன் அவர்களைப் பார்த்துக் கொண்டிருப்பது அவர்களுக்குத் தெரியாது. ஜன்னல் ஓரமாக நாற்காலியைப் போட்டுக்கொண்டு சில நேரங்களில் காலை முழுவதும் அங்கேயே அமர்ந்து போதகர்களின் வீட்டுக்கு வருவோரையும் போவோரையும் பார்த்துக் கொண்டிருப்பான். ஓரளவு நடக்க முடிந்ததும் சூரிய வெளிச்சத்தைப் பெறுவதற்காக நொண்டியபடியே மருத்துவமனையில் இருந்து வெளியே வந்தவன், அம்மாவுடன் அமர்ந்திருந்த சிறுமிகளை நோக்கிக் கைகளை அசைத்தான். சிறுமிகளும் பதிலுக்குக் கை அசைத்தார்கள் அவள் சிறுமிகளுக்காக எப்படிக் கவலைப்படுகிறாள் என்று அந்த அதிகாரி

சொன்னது அவனுக்கு நினைவு வந்தது. அவள் எப்படி அவர்கள் அருகிலேயே கண்ணும் கருத்துமாக இருந்தாள் என்பதை அவன் பார்த்தான். சில நேரங்களில் போதகருடைய வீட்டின் அருகே இருந்த பழத்தோட்டத்தில் போதகரின் மனைவியையும், கைகளில் கூடையுடன் அவளைப் பின்தொடர்ந்த சிறுமிகளையும் அவன் பார்ப்பதுண்டு.

ஒரு நாள் காலையில், மருத்துவமனையில் இருந்து எடுத்துவந்திருந்த நாற்காலியில் அவன் வெளியே அமர்ந்திருந்தபோது, அங்குவந்த போதகர், ஒரு வார்த்தை கூடப் பேசாமல் வெயிலுக்குக் கண்களைச் சுருக்கியபடி சிறிதுநேரம் அவனைப் பார்த்துக்கொண்டு நின்றார்.

"போர் முடிந்துவிட்டதாகவும் ஜெர்மனி சரணடைந்துவிட்டதாகவும் இப்போதுதான் கேள்விப்பட்டேன். இங்கே, ஜெர்மனியின் காலனியாக விளங்கிய கிழக்கு ஆப்பிரிக்கப் பகுதியில், எங்கள் தளபதி தன்னிடமுள்ள மற்ற துருப்புகளுடன் இப்போதுதான் ஆங்கிலேயர்களிடம் சரணடைந்துள்ளார். மூன்று வாரங்களுக்குப் போர்நிறுத்தம் ஒப்புக்கொள்ளப்பட்டது அவருக்குத் தெரியாதுபோலும். ஆனால் இப்போது எல்லாமே முடிந்துவிட்டது. பலர் உயிரிழந்தபோதும் கடவுள் உன்னை வாழ வைத்திருக்கிறார். அதற்காக நாம் அவருக்கு நன்றி சொல்ல வேண்டும். நீ அதற்காக எப்போதும் கடவுளுக்கு நன்றியுடன் இரு. அவருடைய கருணையின் கருவியாக இந்த மத நிறுவனத்தைப் பயன்படுத்தியுள்ளார்" என்றார் போதகர்.

பாஸ்கல் ஹம்சாவிடம், "போரில் அழிந்த அனைவருக்காகவும் ஒரு பிரார்த்தனை நடக்கப்போகிறது. அதற்கு நீ வரவேண்டும். இது போதகரையும், போதகரின் மனைவியையும் மட்டுமல்லாமல் கடவுளையும் மகிழ்விக்கும்.. அதுமட்டுமல்லாமல், நீ வராவிட்டால் அது போதகரை வருத்தப்படவைக்கும். அவர் ஒரு எச்சரிக்கையான மனிதர். ஆங்கிலேயர்களும் ரொடிஷியர்களும் இங்கு வருவதற்கு முன்பாக நீ இங்கிருந்து சென்றுவிட வேண்டும் என்று அவர் விரும்புவார். அவர்கள் நிச்சயமாக வருவார்கள். அவர்கள் உன்னை இங்கு கண்டால், நீ காயமடைந்த அஸ்கரி என்று தெரிந்துகொள்வார்கள். அதன் பிறகு அவர்கள் இங்குள்ள கிருத்துவப் பள்ளிகூடங்களை மூடிவிடவும்கூடும். போதகருக்கு உன்னைப் பிடிக்கவில்லை என்றால் அவர்கள் உன்னைக் கைது செய்து காவலில் வைக்கச் செய்துவிடுவார். ஆனால் நீ அவருக்குப்

பிடித்தமான ஆளாக இருந்தால் மட்டுமே நீ தப்பிக்கலாம்" என்றான்.

திருச்சபை ஊழியர்களான ஒரு சில கிராம மக்களுடன் அந்த பிரார்த்தனைக் கூட்டம் நடைபெற்றது. அதில் கலந்து கொண்டவர்களில் பெரும்பாலானோர் பெண்கள். அங்கிருந்த தேவாலயத்திற்கு ஹம்சா அப்போதுதான் முதல்முறையாகப் போனான். அது எந்த அலங்காரமும் செய்யப்படாத, வெள்ளையடிக்கப்பட்ட ஓர் அறை. அதன் சுவரில் ஒரு சிலுவையும், அதன் எதிரே போதகர்கள் சமயச் சொற்பொழிவாற்றும் சாய்வு மேசையும் இருந்தது. தனது உயிரைக் காப்பாற்றும் அதே நேரத்தில் தன் இரட்சகருக்காக ஹம்சாவின் ஆன்மாவை நன்றியுடன் இருக்க வைப்பதுதான் பாஸ்கலின் எண்ணம் என்று ஹம்சாவுக்குப் புரிந்துவிட்டது. திருச்சபையினர் பாடல்களைப் பாட, பாதிரியார் போரில் இறந்தவர்களுக்காகப் பிரார்த்தனை செய்தார். அங்கு பாடப்பட்ட எந்தப் பாடலையும் அறியாதவனாகப் பிரார்த்தனை நேரம் முழுவதும் ஹம்சா தலை குனிந்து அமர்ந்திருந்தான். சிறிது நகர்ந்தால்கூட சேதமடைந்திருந்த இடுப்பு மூட்டு மட்டுமல்லாது இடுப்பு முழுவதும் வலி ஏற்பட்டாலும், சில வாரங்களில் ஹம்சாவின் உடல் நிலை மேம்பட்டது. காயம் குணமாகி, உடற்பயிற்சியின் மூலம் அவனால் ஓரளவு நடக்க முடிந்தது. ஆனால் போதகரோ, சில நரம்புகளும், தசைநார்களும் சேதமாகி இருக்கலாம் என்றும் அதற்குச் சிகிச்சை அளிக்கும் அளவுக்குத் தான் நிபுணர் இல்லை என்றும் கூறினார். ஹம்சாவின் எடையைத் தாங்குமளவுக்கு அவனுடைய காலுக்கு வலிமை இல்லாததால் அவனுக்கு ஊன்றுகோல் தேவைப்பட்டது.

பாஸ்கல், "இவன் இன்னும் சில நாட்கள் இங்கு தங்கவேண்டி இருக்கும்போலத் தெரிகிறது. ஆகவே அவனுக்குத் தேவையான வசதிகளைச் செய்து தரவேண்டும்" என்றான். விட்னசின் உதவியுடன், பாஸ்கல் ஜுமாவுடன் பகிர்ந்திருந்த குடியிருப்புக்குப் பக்கத்தில் குழைவான மண்ணால் சுவர் எழுப்பி, படல்கள் அமைத்து, ஹம்சா அங்கு தங்க உதவினான்.

"நீ குரலை உயர்த்திக் கூப்பிட்டால் போதும். எங்களுக்கு உன் குரல் கேட்கும்" என்றான்.

உள்ளூர் மக்கள் சிகிச்சைக்காக வரத் தொடங்கியதும் மருத்துவமனை இப்போது பழையபடி தன் பயன்பாட்டிற்குத் திரும்பியது. போரின் முடிவில் நோய் பற்றிய வதந்திகளை அவர்கள் தொடர்ந்து கேட்டபோதும் அதன் மோசமான

நிலை கிலெம்பாவை எட்டியிருக்கவில்லை. உட்கார்ந்தபடி செய்யக்கூடிய விஷயங்களான புகையிலை வரிசைப்படுத்துதல், இலைகள், காய்கறிகளைச் சுத்தம் செய்தல், மரச்சாமான்களை சரி செய்தல் ஆகிய பணிகளில் ஹம்சா அவர்களுக்கு உதவத் தொடங்கினான். மரச்சாமான்களைச் சீராக்குவதில் தனக்கிருந்த திறமையை ஹம்சா இப்போது கண்டுபிடித்தான். போதகருடைய மனைவியும் பாஸ்கலும் சரி செய்வதற்கான அறைக் கலன்களைக் கண்டெடுத்துக் கொண்டுவந்தனர். புகையிலை இலைகளை அடுக்குவது, அறைக் கலன்களைச் செப்பனிடுவது ஆகிய பணிகளில் ஹம்சா ஈடுபடுவதைப் பார்த்த பாதிரியார், தனது அமைதியான முறையில் அதை அங்கீகரித்தார். அவர் இயற்கையாகவே விழிப்புடன் இருப்பவர். மிஷனரியில் என்ன நடக்கிறது என்று கவனித்துக்கொண்டே இருப்பார். ஆனால் அடிக்கடி அவற்றைத் திருத்தவோ பகிரங்கமாகக் கண்டிக்கவோ தலையிடவோ மாட்டார். மாலையில், ஹம்சா பாஸ்கலுடனும் மற்ற தொழிலாளர்களுடனும் சாப்பிட்டபடி சமயக் கூடத்தின் சுவர்களுக்கு வெளியே நேர்கின்ற குழப்பங்களைப் பற்றி பேசிக்கொண்டிருப்பான்.

போதகரின் மனைவி, ஹம்சா முழு உடல் நலம் பெற்றது மிகப் பெரிய அதிசயம் என்றாள். ஹம்சா நேர்மையான ஒரு வாழ்க்கையை வாழ்ந்திருக்கவேண்டும். அவள் அவனைக் கிண்டல் செய்வதும், அவனை, உற்சாகத்தை அதிகரிப்பதற்காக அவன் குணமடைந்ததை மிகைபடுத்துவதும் அவனுக்குத் தெரியும் என்றாலும் அது அவனுக்கு மகிழ்ச்சி அளித்தது. லைஸ் எனும் மூத்த மகள், டோர்தே எனும் இளைய மகள் ஆகிய இரு சிறுமிகளும் பாடல்கள் எழுதப்பட்ட தாள்களை அவனிடம் கொண்டுவந்து தந்து நிழலில் அமர்ந்தபடி அவனுக்கு அதில் இருந்த வார்த்தைகளைக் கற்றுக்கொடுத்து, அவற்றை மீண்டும் சொல்ல வைத்தனர். அதை அவன்தானே வாசித்திருக்கமுடியும். நிழலில் அமர்ந்தபடி அவன் கீர்த்தனைகளைச் சிறப்பாகச் சொன்னாலும் அவர்கள் கடுமையான ஆசிரியர்கள் என்பதால் அதே வரிகளை மீண்டும் மீண்டும் சொல்லச் செய்தார்கள். ஒரு சந்தர்ப்பத்தில் எப்படி ஒரு வார்த்தையைப் பேசுவது என்பதில் அவர்களுக்குள் கருத்து வேறுபாடு ஏற்பட்டது. உடனே ஹம்சா எதையும் யோசிக்காமல் லைசிடமிருந்து தாளை எடுத்துச் சரி பார்த்தான். அவள் அது தன்னுடையது என்று அதை உடனடியாகப் பிடுங்கிக் கொண்டாள். அந்த நொடியில் அந்த அதிகாரி அங்கிருந்து புறப்படுவதற்கு முன் ஒரு புத்தகத்தைப் பற்றி ஏதோ சொன்னது நினைவு அவனுக்கு வந்தது. அது என்ன

புத்தகம்? இல்லை அது தன் பிரமையா? அது ஒரு வேளை தான் கண்ட கனவா? "முதலாம் லெப்டினன்ட் எனக்காக இங்கு ஒரு புத்தகத்தை விட்டுச் சென்றாரா?" என்று கேட்டான்.

போதகர் "என்ன புத்தகம்? உனக்குப் படிக்கத் தெரியுமா?" என்று கேட்டார்.

ஹம்சா தனது அதிகாரியை நினைத்துப் பார்த்தான். "சிறிது" என்று நினைத்துக்கொண்டான்.

"ஆம், என்னால் படிக்கமுடியும்" என்றான்.

பாஸ்கல், "எனக்கும் படிக்கத் தெரியும். நீ ஏதாவது படிக்க விரும்பினால், தேவாலய அலமாரியில் எங்களிடம் சில துண்டுப் பிரசுரங்கள் உள்ளன. வேண்டுமானால் மாலையில் நாம் ஒன்றாகப் படிக்கலாமா? சில சமயம் நான் விட்னசுக்காகவும் சுபிரிக்காகவும் படித்துக் காண்பிப்பேன். அவர்கள் மிகவும் அர்ப்பணிப்புள்ள வழிபாட்டாளர்கள்" என்றான்.

ஹம்சா, "இல்லை... அதாவது, ஆம், நீங்கள் விரும்பினால் நாம் ஒன்றாகப் படிக்கலாம். ஆனால் இது வேறு. அதிகாரி எனக்காக ஒரு புத்தகத்தை விட்டுச் சென்றாரா?" என்று கேட்டான்.

பாஸ்கல் தோளைக் குலுக்கிக்கொண்டே "அவர் ஏன் அப்படிச் செய்யப் போகிறார்? அவர் என்ன உன்னுடைய அண்ணனா?" என்று கேட்டான்.

போதகரின் மனைவி சிரித்துக்கொண்டே, "லைஸ் பாடல்களைக் கற்பிக்கும்போது அவளிடம் இருந்து அவளது பாடல் தாளை நீ எடுத்ததாக அவள் என்னிடம் சொன்னாள். அப்படி அந்தத் தாளை நீ அவளிடம் இருந்து பிடுங்கியதால் அவள் கோபமடைந்தாள். எப்படி வாசிக்கவேண்டும் என்று நான் உனக்குக் கற்றுக் கொடுக்க நினைத்திருக்கிறேன்" என்றாள்.

"என்னால் படிக்க முடியும்" என்றான் ஹம்சா.

அவள் தன் புருவங்களைச் சிறிது உயர்த்தி, "அப்படியா ! எனக்குத் தெரியாது" என்றாள்.

"கொஞ்சம் தெரியும்" என்று பணிவுடன் சேர்த்துக்கொண்டான். "எனக்கு இன்னும் பயிற்சி தேவை. முதலாம் லெப்டினன்ட் எனக்காக ஒரு நூலை இங்கு விட்டுச் சென்றாரா?

அவள் பதில் சொல்லாமல் திரும்பிப் பார்த்தபடி, “அது போதகருக்குத்தான் தெரியும். நீ ஏன் இப்படிக் கேட்கிறாய்?” என்றாள்.

அப்போது ஒரு நொடி அவளுடைய கண்கள் ஒளிர்ந்ததை அவன் பார்த்தான். அதனால் அவன் மயக்கத்தில் இருந்தபோது நடந்தது மாயை இல்லை என்பதும், அதிகாரி தனக்காக ஒரு நூலை விட்டுச் சென்றிருக்கலாம் என்பதையும் அவர்கள் அவனிடம் அதை இதுவரை தராததையும் அவன் அறிந்துகொண்டான். இது ஒரு சாதாரண விஷயம் என்பதுபோல தலையைக் உலுக்கிக்கொண்டான். அது தனது சொந்தக் கற்பனையாக இருக்க வாய்ப்புள்ளது என்பதால் அதைப் பிரச்சனையாக்க அவன் விரும்பவில்லை.

“அது போன்ற ஒன்று நடந்ததாக என் நினைவில் இருக்கிறது. ஆனால் எனக்கு உறுதியாகத் தெரியவில்லை. எனக்கு இது மிகவும் குழப்பமாக இருக்கிறது” என்றான். அவன் அதைப் பற்றி எவ்வளவுக்கு எவ்வளவு யோசித்தானோ அந்த அளவுக்கு அச்சம்பவம் குறித்து அவனுக்கு உறுதி ஏற்பட்டது. அதிகாரியின் வார்த்தைகள் முழு வாக்கியங்களாக இல்லாமல் துண்டு துண்டாக அவன் மனதில் தோன்றியது. தீ விபத்து ஏற்பட்டது, அதிகாரியின் தம்பி மிக இளம்வயதில் இறந்துவிட்டது என இறுதியில் முழுதாக அவை அனைத்தும் அவனுக்கு மீண்டும் நினைவுக்கு வந்துவிட்டன.

பிறகு, “அது நான் ஜெர்மன் பயில்வதற்கான நூல்” என்ற ஹம்சா அதன் பிறகு “அந்த நூல் ஆப்பிரிக்கக் குற்றவாளிகள் பற்றியது, ஆனால் அது என்னவென்று எனக்கு சரியாக நினைவில் இல்லை” என்றான். தனது பயிற்சிகளைத் தொடர்ந்து செய்தவன், தன்னைக் கவனித்துக்கொள்வதற்காக பாதிரியாருக்கும் பாஸ்கலுக்கும் அமைதியாக நன்றி கூறினான். நூலை வாசிக்க எழுந்த தனது ஆசைகளை நசுக்கினான் அல்லது அதற்கு முயற்சித்தான். வெளியில் இருந்து பார்ப்பதற்கு காயம் இப்போது முழுமையாக குணமடைந்திருந்தது. ஆனாலும் அப்போதும் அவனுக்கு ஊன்றுகோல் தேவைப்பட்டது. ஊன்றுகோல் உதவி இன்றி நடக்கப் பலகாலம் ஆனது. சில பல வாரங்கள், ஒரு கிறிஸ்துமஸ், புத்தாண்டு, ஒரு பிரிட்டிஷ் அதிகாரியின் வருகை ஆகியன அதற்கு இடையில் நிகழ்ந்தன. அந்த அதிகாரி வந்தபோது அவனுடைய கண்களில் படாமல் ஹம்சா மறைத்துவைக்கப்பட்டான். பிரிட்டிஷ் அதிகாரி ஏதோ ஒருவிதத் தொற்றுநோய்க் காய்ச்சல் உலகம் முழுவதும் அதி வேகமாகப் பரவி வருவதாகவும் அதில் ஆயிரக்கணக்கானோர்

ஏற்கனவே இறந்துவிட்டதாகவும் போதகரிடம் கூறினான். ஜெர்மனியில் ஏற்பட்டிருந்த குழப்பத்தால் ஆஸ்திரியாவின் அரசர் நாடு கடத்தப்பட்டதும் அந்த நாடு தன்னைக் குடியரசாக அறிவித்துக் கொண்டது. புரட்சிக்குப் பிறகு ரஷ்யாவில் ஏற்பட்ட குழப்பமும், யுத்தமும், ஜார் மன்னரையும் அவரது முழுக் குடும்பத்தையும், கொன்று குவித்தது. உலகம் முழுவதும் கொந்தளிப்பில் இருந்ததாக அந்த அதிகாரி கூறினான். இங்கு உணவும் மற்ற பொருட்களும் தேவையான அளவுக்கு வைத்திருப்பதாகவும், மறு உத்தரவு வரும்வரை தற்காலிகமாக இங்கேயே காத்திருப்பதே சிறப்பானது என்றான்.

மீண்டும் நூல் குறித்த பேச்சை எடுத்தவர் போதகர்தான். ஆனால் அவர் அதை நேரடியாகச் செய்யவில்லை. தனது வழக்கமான பரிசோதனைகளுக்குப் பிறகு போதகர், சிறிது தூரம் ஒன்றாக நடந்து செல்லலாம் என்றும், அது ஹம்சாவுக்கு உடற்பயிற்சி செய்தது போலிருக்கும் என்றும் பரிந்துரைத்தார். அப்போது மதிய நேரம் ஆகிவிட்டிருந்தது. அவர்கள் தேவாலயக் கட்டிடத்தின் முன்வாசல்வரையும் பின்னர் கட்டிடத்தின் சுற்றுச் சுவர் வரையும் நடந்தார்கள். போதகர் அங்கேயே நின்றார். அவரது கண்கள் எதிரே இருந்த சமவெளிமீதும் தொலைவில் தெரிந்த செங்குத்தான நிலச் சரிவுமீதும் ஓடியது.

"சூரிய அஸ்தமனம் நிலப்பரப்புக்கு ஒரு கருணையான வடிவத்தை அளிக்கிறது, இல்லையா? ஆனாலும், இந்த நிலப்பரப்பில் முக்கியத்துவம் வாய்ந்த எந்த விஷயமும் இதுவரை நடந்ததில்லை என்று உனக்குத் தெரியும்" என்றார்.

"இது தனி மனித சாதனைக்காவோ, அல்லது வேறு முயற்சிக்காகவோ வரலாற்றில் எந்த முக்கியத்துவமும் பெறாத ஓர் இடம். இதை, இந்தப் பக்கத்தை மனித வரலாற்றில் இருந்து நீங்கள் கிழித்தாலும், எந்த வேறுபாடும் ஏற்பட்டுவிடாது. பல நோய்களால் பீடிக்கப்பட்டிருந்தாலும் இப்படிப்பட்ட ஒரு இடத்தில் மக்கள் எப்படித் திருப்தியாக வாழமுடியும் என்பதை நீ புரிந்துகொள்ளலாம்" ஹம்சாவின்மீது தன் பார்வையைச் செலுத்தியவர் பிறகு தான் பேசிய தன வார்த்தைகளால் நிம்மதியடைந்தவராகச் சிரித்துக்கொண்டே, "குறைந்தபட்சம், முன்னேற்றம், பாவம், இரட்சிப்பு போன்ற அதிருப்தியான வார்த்தைகளை நாங்கள் அவர்களிடம் கொண்டுவந்து சேர்க்கும் வரை அப்படித்தான் இருந்தது. இங்குள்ள மக்கள் அனைவருக்கும் ஒரு குணாம்சம்

இருக்கிறது. அதாவது அவர்களுக்கு நிலையான ஒரு எண்ணம் கிடையாது. சில நேரங்களில் இது வஞ்சகமாகத் தோன்றலாம், ஆனால் அது உண்மையில் தீவிரத்தன்மையற்ற, நம்பகத்தன்மை இல்லாத, சிந்தனையைச் செயல்படுத்துவதில் ஏற்பட்ட ஒரு தோல்வி. அதனால்தான் அறிவுறுத்தல்களையும் மேற்பார்வையையும் மீண்டும் மீண்டும் மேற்கொள்ள வேண்டியுள்ளது. நீ வேண்டுமானால் இதைக் கற்பனை செய்து பாரேன். நாளை நாம் இங்கிருந்து புறப்பட்டால் அவர்கள் காட்டுப் புதர்களைப்போலத் தங்கள் பழைய வழிமுறைகளுக்குத் திரும்பிச் செல்வார்கள்.”

அவர் மீண்டும் ஹம்சாவை ஒரு பார்வை பார்த்துவிட்டு நடக்கத் தொடங்கினார். மக்கள்மீது ஆதிக்கம் செலுத்தவேண்டும் என்று அவருக்குத் தரப்படும் அழுத்தத்துக்கும் மற்றவர்களுக்கு உதவ நினைக்கும் அவருடைய மனதுக்கும் இடையே ஊசலாட்டத்துடன் உள்ள ஒரு மனிதனாகவே ஹம்சா அவரைப் பார்த்தான். தன்னைப் போன்ற ஒடுக்கப்பட்டவர்களுடன் பணிபுரியும் ஐரோப்பிய கிருத்துவச் சமய சமூக சேவகர்கள் அனைவரும் தங்களைப் பற்றி இப்படித் தான் நினைப்பார்கள் போலிருக்கிறது என்று அவன் நினைத்துக்கொண்டான்.

“உன்னைத் தாக்கிய அதிகாரி மன நலம் குன்றியவனாகத்தான் இருக்கவேண்டும்” அவர்கள் மெல்ல நடக்கத் தொடங்கியதும் போதகர் தன் பேச்சைத் தொடர்ந்தார்.

“முதலாம் லெப்டினன்ட், அந்த அதிகாரியைப் பற்றி என்னிடம் கூறினார். அவர் ஒரு திறமையான அதிகாரியாக இருந்தாலும் ஜெர்மனியை ஆண்டவர்களின் பெருந்தன்மைக்கும் ஆட்சிக்கும் எதிராகக் கடும் மனக்குறைகள்கொண்ட ஒரு நிலைப்பாடு அவரிடம் இருந்தது என்றார். துயரமான வகையில் ஏற்கனவே பிளவுபட்டுக்கிடந்த நம் நாடு இப்போது, இராணுவம் தோல்வியடைந்த பிறகு, அவர்கள் ஆஸ்திரியாவின் ஆட்சியைக் கைப்பற்றி அவரை வெளியேற்றிவிட குழப்பம் ஆட்சி புரிகிறது. அந்தப் படைத் தலைவனைப் போன்ற ஒரு நபர் ஜெர்மானிய இராணுவத்தில் என்ன செய்துகொண்டிருந்தான் என்பது யோசிக்கவேண்டிய ஒரு விஷயம். ஒருவேளை அவர் அதில் இருந்த வன்முறையால் ஈர்க்கப்பட்டிருக்கலாம். ஜெர்மானியப் பேரரசின் இராணுவம் அவருக்கு அதற்கான வாய்ப்பைக் கொடுத்திருக்கும். இந்த அதிகாரியைக் கட்டுப்படுத்துவது கடினம் என்றும், அவர் பழங்குடியினரையை மிகவும் வெறுத்ததாகவும், பழங்குடிகளையும்

அஸ்கரிகளையும் எப்படி நடத்தவேண்டும் என்ற விதிகளை அவர் தொடர்ந்து மீறியதாகவும் முதலாம் லெப்டினன்ட் என்னிடம் கூறினார். அவர் உனக்குச் செய்தது ஜெர்மானிய இராணுவ விதிகளைப் பொருத்தவரை குற்றமாகும். அவர் உன்னை அடித்தபோது உன் மீது மிகப் பெரிய தாக்குதலை நடத்த நினைத்திருந்ததாகவும், முதலாம் லெப்டினன்ட் என்னிடம் கூறினார்."

"நான் சொன்னதெல்லாம் புரிகிறதா? நிச்சயமாக உனக்குப் புரிந்திருக்கும். நீ ஜெர்மன் மொழியை மிகவும் நன்றாகப் பேசுவதாக முதலாம் லெப்டினன்ட் கூறினார். நீ நன்றாகப் பேசுவதை நானே கேட்டிருக்கிறேன். ஒருவேளை அந்த அதிகாரி உன்னுடன் நட்புகொண்டது மற்ற ஜெர்மன் அதிகாரிகளுக்கு சரியாகப் படவில்லை போலிருக்கிறது... அவர் உன்னைப் பாதுகாத்தது.. அவ்வளவு நெருக்கமான முறையில் இருந்தது, இவற்றை எல்லாம் குறித்து எனக்குத் தெரியாது. முதலாம் லெப்டினன்ட் என்னிடம் கூறிய வேறொரு விஷயத்தால் இதை எல்லாம் நான் யூகிக்கமட்டுமே செய்கிறேன். ஒருவேளை அவருடைய நடத்தை ஜெர்மனியின் கௌரவத்தைக் குறைப்பதாக அவர்கள் கருதியிருக்கலாம். அவர்கள் ஏன் அப்படி நினைத்தார்கள் என்பதை என்னால் புரிந்துகொள்ளமுடிகிறது. போர் எதிர்பாராத பிணைப்புகளைக் கொண்டுவருகிறது என்பதை நானும்கூடப் புரிந்துவைத்துள்ளேன்."

அதற்குப் பிறகு அவர்கள் திரும்பிச் செல்லும்வரை போதகர் வேறு எதுவும் பேசவில்லை. அதன் பிறகு மருத்துவமனையின் ஜன்னல் ஓரமாக நின்று, ஜன்னலுக்கு வெளியே தெரிந்த காட்சிகளையும் ஹம்சாவையும் மாறி மாறிப் பார்த்தவர், அவன் கண்களைச் சந்திப்பதைத் தவிர்த்து "ஆம், முதலாம் லெப்டினன்ட் உனக்காக ஒரு நூலை ஆங்கு தந்துவிட்டுச் சென்றுள்ளார். நீ என் மனைவியிடம் இது பற்றி கேட்டதாக அவள் என்னிடம் சொன்னாள். உன்னால் அதை வாசிக்கமுடியும் என்று அதிகாரி என்னிடம் சொன்னார். ஆனால் நான் அதை அவளிடம் சொல்லவில்லை. நீ ஜெர்மானிய இராணுவத்தில் தவறிப் போய்ச் சேர்ந்துவிட்டதாக அதிகாரி என்னிடம் சொன்னார். இங்கு பல மாதங்களாக நான் உன்னைப் பார்க்கிறேன். அவர் கூறியது சரிதான். நீ உன் உடல்நிலையை புத்திசாலித்தனத்துடனும் நம்பிக்கையுடனும் பொறுமையுடனும் மீட்டெடுத்ததை நான் பார்த்திருக்கிறேன். நான் சொல்வது மத நம்பிக்கை குறித்து இல்லை. உன்னைப் பற்றி எனக்குத் தெரியாது. ஆனால் பாஸ்கலுக்கு இரட்சகர் உன்னை ஈர்ப்பார் என்ற நம்பிக்கை இருப்பது எனக்குத் தெரியும். பாஸ்கல் ஒரு புத்திசாலியான நபர்.

“நான் புத்தகத்தை எடுத்துச் சென்றபோது இது எனக்குத் தெரியாது. உணர்ச்சிகளால் வழிநடத்தப்படுபவரான முதலாம் லெப்டினன்ட் உன்னைப் பற்றி தன் இஷ்டத்திற்கு ஏதோ பேசுகிறார் என்றும், அதனாலேயே உன் காயத்திற்குப் பொறுப்பேற்கிறார் என்றும் நினைத்தேன். அதுதான் அவர் உன் பாதுகாப்பை அதிகப்படுத்தியதற்கான காரணம் என்று நான் பிறகு புரிந்துகொண்டேன். அந்தப் பரிவு தான் படைத் தலைவனை இந்தமாதிரியான வன்முறைக்குத் தூண்டியிருக்கும். தன் இளமைக் காலத்தில் அவர் அறிந்திருந்த ஒருவரை நீ நினைவுபடுத்தியதாக முதலாம் லெப்டினன்ட் கூறினார். ஒரு ஜெர்மானிய அதிகாரியைப் பொருத்தவரை இது அதிகமாக உணர்ச்சிவசப்படுவது என்றும், ஒரு சாதராண சிப்பாய்க்காக பெருமதிப்புமிக்க ஒரு நூலை அவர் பரிசாக விட்டுச் சென்றதாகவும் நான் நினைத்தேன். என் மனைவி, நீ புத்தகம் குறித்துக் கேட்டதாகக் கூறிய போது என் செயலைப் பற்றி நான் மீண்டும் யோசித்தேன். உன்னால் வாசிக்கமுடியும் என்று அதிகாரி சொன்னதை நான் அவளிடம் சொல்லவில்லை. நீ புத்தகம் குறித்துக் கேட்டதாகவும், உன்னால் படிக்கமுடியும் என்றும் அவள் என்னிடம் சொன்னபோது, நான் அவளிடம் எனக்கு அது தெரியும் என்றேன். அவள் அப்படியானால் நான் உடனே அந்த நூலை உனக்குக் கொடுத்துவிடவேண்டும் என்றாள். அது அவனுக்குச் சொந்தமானது என்றெல்லாம் அவள் சொல்வாள் என்று எனக்குத் தெரியும். நான் அவளை நன்றாக அறிவேன். அதனால்தான் நான் அவளிடம் எதுவும் சொல்லாமல் அமைதியாக இருந்தேன். நீ உண்மையான புரிதலுடன் அந்த நூலைப் படிக்கமுடியாது என்று நான் அவளிடம் கூறினேன். அதை நான் இப்போதும் உறுதியாக நம்புகிறேன். ஆனால் அவளோ “அது உங்களுக்குத் தேவையற்ற விஷயம். அந்த நூலை அதன் நிஜ உரிமையாளரிடம் மீண்டும் தந்துவிடுங்கள்” என்றாள்.

பாதிரியார் சிரித்தபடி, “ஒவ்வொரு முறையும் இப்படித்தான் அவள் என்னைத் தோற்கடிப்பாள். ஒருவேளை, நான் அதை எடுத்துக்கொண்டது தவறு என்று அவள் என்னை நம்பவைத்துவிட்டாள் என்று தான் நான் சொல்லவேண்டும். அதனால் நான் உன்னிடம் அந்த நூலைத் திருப்பிக் கொடுப்பதுடன், அதை ஏன் உன்னிடமிருந்து பறித்தேன் என்பதை உனக்கு முழுமையாக விளக்கவும் தீர்மானித்தேன். நான் உன்னைப் பற்றி நினைத்தது தவறு. ஒருவேளை முதலாம் லெப்டினன்ட்

எதிர்பார்த்ததுபோல அதே அளவு மகிழ்ச்சியுடன் காலப்போக்கில் உன்னால் அதை வாசிக்கமுடியலாம்."

பொன்னிறமும் கறுப்பும் இணைந்த உறையுடன் இருந்த ஒரு சிறிய புத்தகத்தை பாதிரியார் அவனிடம் கொடுத்தார். அந்த நூலின் பெயர், 'ஷில்லர்ஸ் முசென்-அல்மனாக் ஃபிர்தாஸ் ஜாஹ்ர், 1798.'

மூன்று

8

பேரலைகளின் சீற்றத்தில் இருந்து துறைமுகத்தைக் காக்கும் அலை தாங்கிச் சுவரை மாலை நேரத்தில் அவர்களின் படகு சுற்றி வந்தது. எச்சரிக்கையாக இருந்த கப்பல் தளபதி, கப்பல் துறைமுகத்தில் நுழையும்போது பாய்மரத்தை இறக்கிவிடும்படிக் கட்டளையிட்டான்.

"அலைகள் குறைவாகவே உள்ளன. ஆனால் நதியின் ஆழம் குறித்து எனக்கு உறுதியாகத் தெரியவில்லை" என்றான். அது வடதிசைப் பருவக்காற்றுக்கும் மழைக்கும் பிந்தைய காலம். அதாவது காற்றும் நீரோட்டமும் தென்கிழக்குத் திசைநோக்கித் திரும்புவதற்கு முந்தைய காலம். வருடத்தின் அந்தக் காலகட்டம் கனமான நீரோட்டங்களைச் சில நேரங்களில் இடம் மாற்றிவிடும். அவனுடைய படகில் நிறைய சரக்குகள் ஏற்றப்பட்டிருந்ததால் கப்பல் மணல்மேட்டில் சிக்கிக்கொள்வதையோ நதியின் அடியில் எதிலாவது மாட்டிக் கொள்வதையோ அவன் விரும்பவில்லை. குழுவினர் விஷயத்தை விவாதித்த பிறகு, அந்த இருளில் உள்ளே நுழைவது பாதுகாப்பானதாக இருக்காது என்ற முடிவு எடுக்கப்பட்டதால், அவ்வளவாக ஆழமில்லாத நீரில் நங்கூரத்தைப் பாய்ச்சிவிட்டு, அவர்கள் விடிவதற்காகக் காத்திருந்தனர். கரையில் விளக்குகள் ஒளிர்ந்தன. சிலர் துறைமுகத்தில் அங்குமிங்கும் நடந்துகொண்டிருக்க, அவர்களுடைய நீளமான நிழல்கள் இருளில் அவர்களுக்கு முன்னும் பின்னும் நீண்டிருந்தன. கரையோரக் கிடங்குகளுக்கு அப்பால் பரந்து விரிந்துகிடந்த நகரின் வானம்

மறைந்துகொண்டிருந்த சூரியனால் பிரகாசமாக இருந்தது. மங்கலான வெளிச்சம்கொண்ட கடற்கரையின் வலப்புறச் சாலை, கடலினுள் நீட்டிக் கொண்டிருக்கும் குறுகலான நிலப்பகுதியை நோக்கிச் சென்று பிறகு சிறிது தூரம் போனதும் நாட்டின் இருளான பகுதிக்குள் நுழைந்து மறைந்தது. தன் வீட்டை எப்படி ஒரு சாலை கடந்துபோகிறது என்றும் நெருக்கமான இடைவெளியில் அடுத்த தெருவின் உட்புறத்துக்குள் நுழைந்ததும் எப்படிக் குறுகிவிடுகிறது என்றும் அங்கு வசித்தபோது தான் யோசித்ததை ஹம்சா இப்போது நினைத்துப் பார்த்தான். கடற்புரத்தைக் கடந்து தெரிந்த வானில் நட்சத்திரங்கள் கொட்டிக் கிடந்தன.

மேலெழத் தொடங்கிய முழு நிலவு துறைமுகத்திற்கு அப்பால் பாய்ந்து செல்லும் தண்ணீரையும் குமிழிட்டுக்கொண்டிருந்த பவளப் பாறைகளின் முகடுகளையும் ஒளிரச் செய்தது. வானில் சந்திரன் எழுந்ததும், அது மொத்த உலகத்தையும் தன் அமானுஷ்ய ஒளியில் மூழ்கடித்து, கிடங்குகளையும் கரையோரத்தையும், அங்கு கட்டப்பட்டிருந்த படகுகளையும் தன்னுடைய கறுநிழற்படங்களாக மாற்றிப் பொலிந்து கொண்டிருந்தது. அதற்குள் கப்பலின் தளபதியும் அவருடன் இருந்த மூன்று பேரும் தங்கள் வசமிருந்த சொற்ப அளவு அரிசிச் சோற்றையும் கருவாட்டையும் பகிர்ந்துண்டுவிட்டு, தாங்கள் கொண்டுவந்திருந்த தினை, பருப்பு ஆகிய சரக்கு மூட்டைகளின் மீது குண்டுக்கட்டாகப் படுத்து ஓய்வெடுக்கத் தொடங்கினார்கள். கப்பலின் தளபதியும் அவர்களுக்கு அருகில் படுத்துக்கொண்டான். அலையின் எழுச்சியால் அந்தப் படகு மேலும் கீழும் அசைந்துகொண்டிருக்க, அவர்களுடைய உரையாடல்களையும் ஆபாசமான வம்புப் பேச்சுகளையும், வீட்டைப் பிரிந்து வந்திருந்ததை நினைத்துப் பாடிய சோகப் பாடல்களையும் அந்தத் தளபதி கேட்டுக் கொண்டிருந்தான். அவர்கள் எல்லோருமே கிட்டதட்ட ஒரே சமயத்தில் தூங்கிவிட்டார்கள். தங்கள் சுவாசத்தைச் சில முறை ஆழமாக உள்ளிழுத்தவர்கள் பிறகு திடீரென்று அமைதியானார்கள். சிறிது நேர அமைதிக்குப் பிறகு அவர்களின் குரலைத் தொடர்ந்து, அமைதியற்று இருந்த கடலில் அவர்கள் படகை இழுக்க படகு சத்தத்துடன் மீண்டும் நகரத் தொங்கியது. உடலில் வலியற்று இருந்த பக்கமாக ஹம்சா ஒருக்களித்துப் படுத்தாலும், மீண்டும் வலிப்பதை அவனால் தடுக்கமுடியவில்லை. அதனால் அவன் கும்பலாகப் படுத்துக்கிடந்த ஆட்களின் இடையே நெருங்கிப் படுக்காமல் சிறிது தள்ளிப் படுத்தான். தன் தூக்கமின்மை அவர்களைத் தொந்தரவு செய்யுமோ என்று பயந்தவன், சிறிது

நேரம் கழித்து அவர்களிடம் இருந்து முற்றிலும் விலகிச் சென்று தள்ளிப் படுத்து, பிறகு எப்படியோ தூங்கிவிட்டான்.

விடியற்காலை வானம், மங்கலான ஊதா நிறத்தில் இருந்தபோது அவர்கள் படகைக் கரையோரத்தில் நிறுத்தினார்கள். அலை இப்போது முழுவதுமாகத் தணிந்திருக்க, கப்பல் தண்ணீரின் மேற்புறத்தில் பயணித்தது. ஹம்சா சரக்கை இறக்குவதற்கு உதவ முன்வந்ததைப் பார்த்த கப்பலின் தளபதி அதை நிராகரித்து அலட்சியமாகச் சிரித்தபோது, அவனுடைய கறைபடிந்த பற்கள் வெளியே தெரிந்தன.

“இந்த வேலையை விளையாட்டு என்று நினைத்துவிட்டாயா என்ன?” என்ற கப்பலின் தளபதி நட்பான தொனியில் கேலிசெய்தபடி ஹம்சாவை மேலும் கீழும் பார்த்துக்கொண்டே, “இதைச் செய்யவேண்டுமெனில் அதற்கென ஒரு திறமையும் எருதுக்கு நிகரான பலமும்வேண்டும்.”

பணம் வாங்காமல் அவனை அந்த இடம்வரை அழைத்துக்கொண்டுவந்த கப்பலின் தளபதிக்கு நன்றி கூறிய ஹம்சா, அந்தக் குழுவினருடன் கை குலுக்கினான். பிறகு கவனமாகப் பலகையைத் தாண்டியவன் படகுத் துறையை நோக்கி நடந்தான். உடல் முழுதும் வலி பரவாமல் அதை இடுப்பருகிலேயே கட்டுபடுத்தும் முயற்சியில் அவனது உடலில் பதற்றம் ஏற்பட்டது. அசையாமல் ஒடுங்கியபடி படகில் இரவைக் கழித்தது, நிலைமையை மோசமாகிவிட்டது. அவன் நொண்டியதை அவர்கள் கவனிக்காமலிருக்க வாய்ப்பே இல்லை என்றாலும் அவர்கள் யாருமே அவனுடைய வலியைப் பற்றி அவனிடம் விசாரிக்கவில்லை. அதற்காக அவன் மனதுக்குள் நன்றி சொல்லிக்கொண்டான். ஏனெனில் அத்தகைய சூழ்நிலைகளில் நம்மிடம் காட்டப்படும் அனுதாபம், பதிலுக்கு நம் பிரச்சனையை நாம் மற்றவர்களிடம் வெளிப்படுத்திக் கொள்வதில்தான் முடியும். ஏறக்குறைய காலியாகக் கிடந்த கரையோரத்தின் அருகே அவர்களைத் திரும்பிப் பார்க்காமல் நடந்து சென்றாலும், கப்பலின் தளபதியும், அவரது குழுவினரும் பின்னால் இருந்து தன்னைப் பார்த்துக்கொண்டும், தன்னைப் பற்றிப் பேசிக்கொண்டும் இருந்திருப்பார்கள் என்று அவன் நினைத்துக்கொண்டான்.

காவலாளிகள் யாரும் இல்லாமல் திறந்து கிடந்த துறைமுக வாயிலைக் கடந்து, அவன் நகரத்தை நோக்கிச் சென்றான். துறைமுகத்துக்குச் சென்ற அதன் பணியாளர்கள் அவனைக் கடந்துசென்றனர். ஊரின் இந்தப் பகுதி அவனுக்கு அவ்வளவாகத்

தெரியாத ஒன்று. அவன் நகரின் எல்லையில் வாழ்ந்ததுடன் அரிதாகவே மையப்பகுதிக்குச் சென்றிருக்கிறான். ஆனால் அவன் தெளிவற்றுத் திரிவதுபோல மற்றவர்களுக்குத் தோன்றாமல் இருக்கவும், தொலைந்து போகாதிருக்கவும், இடுப்பில் ஏற்பட்ட வலி அனுமதித்த அளவுக்கு வேகமாக நடந்து தனக்குப் பழக்கமான தெருவோ அல்லது கட்டிடமோ தெரிகிறதா என்று தேடினான். அவன் இதற்கு முன் வசித்த தெரு வரிசையாக வேப்ப மரங்கள் சூழ்ந்து அகலமாக இருந்தது. ஆனால் அதன் பக்கத்தில் இருந்த மற்ற தெருக்கள் நெருக்கியதில் விரைவில் அது குறுகலாக மாறியது. தொடர்ந்து நடக்கவும், அவனுக்குள் லேசான பயம் எழ ஆரம்பித்தது. பக்கத்துத் தெருக்களின் வழியே மக்கள் வெளியே வந்துகொண்டிருந்தனர். அவர்களுக்குத் தங்கள் வழி தெரிந்திருந்தது. அவனுக்கோ தான் எங்கு இருக்கிறோம் என்பதேதெரியவில்லை. கூட்டம் அதிகமாக இருந்ததால், அவர்களைக் கடந்து செல்வது கடினமாக இருந்தாலும் அந்த இடம் அமைதியாக இருந்தது அவனுக்குப் பிடித்திருந்தது. சாலை பரபரப்பாக இருந்ததால் அவனது தயக்கமும் நிச்சயமற்ற தன்மையும் அவ்வளவாக வெளியே தெரியவில்லை. அவன் உடனடியாக எதையாவது அடையாளம் கண்டுபிடித்தே ஆகவேண்டும்.

பழைய தபால் அலுவலகக் கட்டிடத்தை எதேச்சையாகக் கண்டதும், நிம்மதியாக அதனுடைய படியில் அமர்ந்து தன்னுடைய பயம் குறையும்வரை காத்திருந்தான். பாதசாரிகளும், இருசக்கர வாகன ஓட்டிகளும் அந்தச் சாலையைக் கடந்து சென்றபடி இருக்க, எப்போதாவது அந்த வழியில் வந்த ஒன்றிரண்டு கார்கள் அந்தக் கூட்டத்தின் வழியே பொறுமையாக நகர்ந்து சென்றன. தபால் நிலையத்தைக் கடந்து, சத்தமற்று இருந்த தெருக்களை நோக்கி நடந்தான். தான் இருக்குமிடம் குறித்து ஓரளவு தெளிவு ஏற்பட்டிருந்தாலும் அவனுக்கு அப்போதும் எதுவும் உறுதியாகத் தெரியவில்லை. நிழலான பாதைகள், பாதி திறந்த கதவுகள், நிரம்பி வழிந்த சாக்கடைகள் ஆகியவற்றைக் கடந்து அவன் இலக்கின்றி நடந்தான். பரந்த சாலைகளையும், வாடிக்கையாளர்கள் நிரம்பி வழிந்த சிற்றுண்டிச் சாலைகளையும் கடந்து, வீடுகள் ஒன்றன்மீது ஒன்று சாய்ந்தபடி நெருக்கியபடி கிடந்த குறுகலான சந்துகளை மீண்டும் அடைந்தான். சமையல் வாசனை, தேங்கி நிற்கும் கழிவுநீர் நாற்றம், அடைக்கப்பட்டிருந்த வீடுகளின் முற்றங்களில் இருந்து எதிரொலித்த பெண்களின் குரல்கள் நிறைந்த இது போன்ற தெருக்களில் நிற்கையில் அங்கு தன்னை ஒரு அழையா

விருந்தாளியாக ஹம்சா நினைத்தான். நன்கு பழகிய உணர்வையும், தடை உணர்வையும் ஒரே சமயத்தில் தரக்கூடிய வினோதமான அந்தக் குறுகலான சந்துகளை நினைத்து வியந்தபடி அவன் தொடர்ந்து நடந்தான். தான் மீண்டும் மீண்டும் அதே தெருக்களுக்கு உள்ளேயே நடந்துகொண்டிருப்பதையும், இதனால் சிலர் தன்னை உற்றுப் பார்ப்பதையும் சிறிதுநேரம் கழித்து உணர்ந்தவன், அந்த இடத்தில் இருந்து வெளியேறி வேறொரு திசையில் நடக்கத் தொடங்கினான்.

மரக்கதவுகள் அகலத் திறந்திருந்த ஒரு கட்டிடத்தின் அருகே அவன் சென்று சேர்ந்தபோது நண்பகல் ஆகியிருந்தது. அந்த வீட்டைக் கடந்து சென்ற மண்சாலையும் அதன் இருபுறமும் இருந்த வீடுகளும், அந்தத் தெருவின் இயல்பு வாழ்க்கையின் ஒரு பகுதியாகக் காட்டியது. ஏதோ காரணத்தால் அங்கு சிறிது நேரம் நின்றவன், தான் வேலை தேடவும் குறைந்தபட்சம் சிறிது நேரம் ஓய்வெடுக்கவும் இது பொருத்தமான இடம் என்று நினைத்து அந்தக் கட்டிடத்தை நெருங்கினான். திறந்திருந்த நுழைவாயிலின் வழியே கூச்சலும், சுத்தியல் அடிக்கும் சத்தமும் வெளியே கேட்டன.

இரண்டு ஆண்கள் செங்கல் குவியலின்மீது ஒரு வேனைச் சாய்த்துவைத்து அதன்சக்கரத்தை மாற்றிக்கொண்டிருந்தனர். அதில் ஒருவன் தன் கைகளில் சக்கரத்தை வைத்துக்கொண்டு முழங்காலிட்டு அமர்ந்திருக்க, மற்றவன் ஒரு ஸ்பேனரையும், சுத்தியலையும் தயார் நிலையில் வைத்தபடி அவனுக்கு அருகில் நின்றுகொண்டிருந்தான். முழங்காலிட்டு அமர்ந்திருந்தவன்மட்டும் ஆரவாரமான தொனியில் பேசிக்கொண்டிருந்தான். அவனுடன் இருந்த இன்னொருவனுடைய உதடுகள் மெல்லிய சிரிப்புடன் மலர்வதை, ஹம்சா திரும்பிப் பார்த்தான். வித்தியாசமான வகையில், அந்த இன்னொருவனுடைய தலை அவனுடைய உடலை விடப் பெரியதாக, எவரையும் திரும்பிப் பார்க்க வைப்பதாக இருந்தது.தெருக்களில் ஒருவரை ஒருவர் கேலியும் கிண்டலும் செய்து சிரித்துக் கொண்டிருக்கும் வழக்கமான ஓசை இப்போது அவர்களுடைய பேச்சின் வழியாக அவனுக்குக் கேட்டது. அவர்கள் இருவருமே அவனைக் கவனித்ததுபோல் தெரியவில்லை அல்லது கவனிக்காததுபோல் நடித்தனர்.

அந்த இரண்டு ஆண்களும் வேனும் இருந்த இடத்துக்கு அப்பால், கட்டிடத்தின் மூலையில் ஒரு சிறிய தென்னை மரத்தின் கீழ் நின்றிருந்த சிறுவன் ஒருவன் சரக்குப் பையின் மீது சுத்தியலை

வைத்து ஆணி அடித்துக் கொண்டிருந்தான். அருகிலிருந்த மற்ற மூன்று பெட்டிகள் ஏற்கனவே ஆணி அடிக்கப்பட்டு பாதுகாப்பாக இருந்தன. திறந்துகிடந்த ஒரு பெட்டியில் மரச் சீவல் நிறைந்திருந்தது. இரண்டு இளைஞர்கள், அங்கிருந்த கம்பங்களுக்கு இடையே நடந்து சூடான உலோகப் பானையுடன் அந்தப் பெரிய பட்டறையின் ஒரு பக்கம் முழுவதும் ஆக்கிரமித்திருந்த கட்டிடத்தை நோக்கிச் சென்றனர். அப்போது வீசிய வாசனையிலிருந்து பானையில் எண்ணை அல்லது வார்னிஷ் இருப்பதாக ஹம்சா யூகித்தான். அகலத் திறந்திருந்த கதவுகள் வழியே கட்டிடத்தினுள் மரவேலை நடக்கும் சத்தம் கேட்டது. ரம்பம், இழைப்புளி ஆகியவற்றின் சத்தமும் இடையிடையே சுத்தியல் அடிக்கப்படும் ஓசையும் கேட்டதோடு, மரச் சீவல்களின் காட்டமான வாசனையும் வீசியது.

பட்டறையின் மூலையில் திறந்திருந்த ஒரு சிறிய கதவின் வழியாக ஒரு ஆள் மேசையருகே பேரேட்டின் முன் கவிழ்ந்து அமர்ந்திருப்பது தெரிந்தது. சட்டமிடப்பட்ட மூக்குக் கண்ணாடி அவனுடைய மூக்கின் கீழ் தாழ்வாகக் கிடந்தது. ஹம்சா தனது காயத்தை மறைக்க எல்லா முயற்சிகளையும் மேற்கொண்டபடி நொண்டிக்கொண்டே அவனை நோக்கி மெதுவாக நடந்தான். மொட்டைத் தலையுடனும் நரைத்த சிறிய தாடியுடனும் இருந்த ஒரு ஆள்மேசைக்குப் பின்னால் அமர்ந்திருந்தான். மெல்லிய பருத்தியாலான தளர்வான நீண்ட சட்டையை அணிந்திருந்த அந்த நபர் எந்தப் பரபரப்பும் இன்றி அமைதியாகக் காணப்பட்டான். பூ வேலைப்பாடு செய்யப்பட்டிருந்த அவனுடைய தொப்பி பேரேட்டுக்கு அருகில் கிடந்தது. முப்பதுகளின் முற்பகுதியில் இருந்த அந்த ஆள், உறுதியான உடலுடன் வாட்டசாட்டமாக இருந்தான். மேசையருகே குனிந்திருந்த அவனுடைய தோரணையைப் பார்த்தாலே அவன் தன்னுடைய வேலையில் முழுதாக மூழ்கிப் போய்க் கிடந்தது தெரிந்தது. அவன் நிமிர்ந்து பார்த்ததுமே தன்னை அலுவலகத்திற்குள் அழைப்பதற்கோ அல்லது அங்கிருந்து துரத்துவதற்கோ வாய்ப்பிருக்கிறது என்று நினைத்த ஹம்சா எதுவும் பேசாமல் வாசலிலேயே காத்திருந்தான். அது ஒரு குளிர்காலக் காலை. அவன் காத்திருந்து பழக்கப்பட்டவன். நிமிடங்கள் நீண்டன. தன் பொறுமையின்மையையோ அமைதியின்மையையோ வெளிக்காட்டக்கூடாது என்ற எச்சரிக்கை உணர்வுடன் அவன் நின்றான். அந்த நபர் திடீரென நிமிர்ந்து ஹம்சாவைக் கூர்மையாகப் பார்த்தான். அந்தப் பார்வை ஹம்சா இவ்வளவு நேரமும் அங்கு நின்றிருந்ததை நன்கு அறிந்திருந்துபோல் இருந்தது. தன் மூக்குக்

கண்ணாடியை மேலேற்றிக்கொண்டே ஹம்சாவைப் பார்த்த அந்தப் பார்வையில் இந்த உலகத்தில் தனக்கான இடத்தைத் தெளிவாக அறிந்த ஒருவனின் திடமான தன்னம்பிக்கை ஒளிர்ந்தது. அந்த நபர் லேசாக முகம் சுளித்தானேதவிர எதுவும் பேசவில்லை. ஹம்சா என்ன காரணத்திற்காக அங்கு நிற்கிறான் என்று அவனே சொல்லவேண்டும் என்று அந்த நபர் காத்திருப்பதாகத் தோன்றியது. சிறிது நேரம் கழித்து அவன் தன் கன்னத்தை லேசாகச் சாய்த்ததில் இருந்து அது தன்னைப் பேசச் சொன்னதற்கான சமிக்ஞையாக ஹம்சா புரிந்துகொண்டான்.

ஹம்சா, "இங்கு எனக்கு ஏதாவது வேலை கிடைக்குமா?" என்று கேட்டான். ஹம்சா மெதுவாகப் பேசியது அந்த நபருக்குச் சரியாகக் கேட்காததால் அவன் தன் இடது காதருகே கையை வளைத்து உற்றுக் கேட்டான்.

"நான் வேலை தேடுகிறேன். எனக்கொரு வேலை கிடைக்குமா?" என்று சத்தமாகச் சொன்ன ஹம்சா அந்த நபர் மரியாதை, பணிவு ஆகியவற்றை எதிர்பார்க்கலாம் என்று நினைத்து "தயவுசெய்து" என்ற சொல்லைச் சேர்த்தான்.

அந்த நபர் தன் தலையைச் சாய்த்துக் கைகளை பின்னால் மடித்து, தோள்களை வளைத்து, தன் வேலையில் இருந்து ஒரு கணம் ஓய்வு எடுத்துக்கொண்டு, "உனக்கு எந்தமாதிரியான வேலை வேண்டும்?" என்று கேட்டான்.

"எந்தமாதிரியான வேலையாக இருந்தாலும் சரி" என்றான் ஹம்சா. இதைக் கேட்டு அவன் சிரித்தான். அந்தச் சிரிப்பு தன்னுடைய நேரம் வீணடிக்கப்படுகிறது என்று கருதும் ஒருவனுடைய கசப்பான, நம்பிக்கையற்ற சோர்வான புன்னகை. "உடல் உழைப்புத் தேவைப்படும் வேலைகளை உன்னால் செய்யமுடியுமா?" என்று கேட்டான்.

ஹம்சா தோளைக் குலுக்கிக்கொண்டே, "முடியும். அதுமட்டுமின்றி என்னால் வேறு வேலைகளையும் செய்யமுடியும்" என்றான்.

"எனக்கு இப்போது வேலையாட்கள் தேவைப்படவில்லை" என்று சட்டெனச் சொன்னவன் தன் பேரேட்டின் மீது மீண்டும் தன் கவனத்தைச் செலுத்த ஆரம்பித்தான்.

இதற்குத் தன் மறுப்பைத் தெரிவிக்கும் தொனியில், "எனக்கு எழுதப் படிக்கத் தெரியும்" என்ற ஹம்சா பிறகு சூழ்நிலையை உணர்ந்தவனாக "ஐயா" என்று சேர்த்துச் சொன்னான்.

தலை நிமிர்ந்த அந்த நபர் அவன் கண்களைப் பார்த்தபடி, "நீ எந்த வகுப்புவரை படித்திருக்கிறாய்?" என்று கேட்டு அவன் தரப் போகும் துல்லியமான விவரங்களுக்காகக் காத்திருந்தான்.

ஹம்சா, "நான் பள்ளிக்குச் செல்லவில்லை. ஆனால் எனக்கு சில பாடங்கள் கற்றுத் தரப்பட்டன... பிறகு பெரும்பாலானவற்றை நானே கற்றுக்கொண்டேன்" என்றான்.

"ஓ! அது எப்படி முடியும்? சரி அதை விடு. உனக்கு வியாபாரக் கணக்கு வழக்குகளை எழுதத் தெரியுமா?" என்று அந்த நபர் தனது பேரேட்டைக் காட்டிக் கேட்டான். அவன் அதை விளையாட்டுக்குச் சொல்கிறான் என்று ஹம்சாவுக்குத் தெரியும். எந்த வணிகனும் ஒரு அந்நியனைத் தனக்காக கணக்கு எழுத அனுமதிக்கமாட்டான் என்று அவன் நினைத்தான்.

சிறிது நேரம் கழித்து ஹம்சா, "என்னால் கற்றுக்கொள்ளமுடியும்" என்றான். அந்த நபர் பெருமூச்சுடன் தன் தலை மீதிருந்த கண்ணாடியை எடுத்துவிட்டுத் தன் உச்சந்தலையில் இருந்த குட்டையான தலைமுடிகளைத் தன் வலது உள்ளங்கையால் வருடிக்கொண்டே, "உன்னால் தச்சு வேலை செய்யமுடியுமா? என் மரப் பட்டறைக்கு ஆள் தேவைப்படுகிறது" என்றான்.

"என்னால் கணக்கு எழுதக் கற்றுக் கொள்ளமுடியும்" என்று ஹம்சா திரும்பவும் சொல்ல, அதைக் கேட்டு அவன் சிரித்தபோது அதில் கசப்பு குறைந்து சிறிதளவு இனிமை காணப்பட்டது. அது ஹம்சாவுக்கு ஒரு சிறு நம்பிக்கையை அளித்தது.

"உன்னால் மரவேலை செய்ய முடியாது. ஆனால் உனக்கு எழுதப் படிக்கத் தெரியும். சரி. நீ கடைசியாக என்ன வேலை செய்தாய்?' என்று கேட்டான். ஹம்சா இந்தக் கேள்வியை எதிர்பார்க்கவில்லை என்றாலும் தான் அதற்குத் தயாராக இருந்திருக்கவேண்டும் என்பதை அவன் இப்போது உணர்ந்தான். இதற்குப்பதிலளிக்க நீண்ட நேரம் ஆனதும் அந்த நபர் தன் மூக்குக் கண்ணாடியை மூக்கின் மீது அழுத்திவைத்துக்கொண்டு மீண்டும் தனது பேரேட்டின்மேல் கவிழ்ந்தபடி எதையோ எழுதிக்கொண்டிருக்க ஹம்சா வாசலில் நின்ற இடத்தில் நின்றபடி காத்திருந்தான். அந்த நபர் எரிச்சலுற்று மோசமாக ஏதாவது சொல்லும் முன் அங்கிருந்து போய்விடலாமா

என்று ஹம்சா யோசித்தாலும் அவனுடைய கால்கள் செயலற்று அங்கேயே நின்றன. பல நிமிடங்களுக்குப் பிறகு சோர்வுடன் அவனை நோக்கிப் பார்வையைத் திருப்பிய அந்த நபர் தன் பேனாவை மூடிவைத்துவிட்டு, தொப்பியை எடுத்துக்கொண்டு, ஹம்சாவிடம், "என்னுடன் வா" என்றான். இப்படித்தான் வியாபாரி நாசர் பியாஷராவிடம் முற்றிலும் எதிர்பாராதவிதமாக ஹம்சா வேலைக்குச் சேர்ந்தான். ஹம்சாவின் தோற்றம் தனக்குப் பிடித்திருந்ததால் அவனை வேலைக்குச் சேர்த்துக்கொண்டதாக பின்னர் பியாஷரா அவனிடம் கூறினான். ஹம்சாவுக்கு அப்போது இருபத்தி நான்கு வயது. அவ்வளவாகப் பரிச்சயமற்றதும், ஒரு காலத்தில் அவன் வசித்ததுமான ஒரு நகரத்தில், பணமோ தங்குமிடமோ இன்றி, சோர்வாகவும் வேதனையுடனும் நின்றிருந்த தன் தோற்றம் அவனுக்கு எப்படிப் பிடித்துப் போனது என்பது ஹம்சாவின் கற்பனைக்கே எட்டவில்லை.

நாசர் பியாஷரா அவனை மரப் பட்டறைக்கு அழைத்துச் சென்று, மரப் பெட்டி ஒன்றின் அருகே நின்றிருந்த சிறுவனை அழைத்தான். மேசைக்கருகே குனிந்து அமர்ந்திருக்கும்போது பார்த்ததை விடக் குட்டையாக இருந்தாலும், விறுவிறுப்பாகவும், வேகமாகவும் நடந்தவன் சிறுவன் அவர்களை நோக்கி நகரத் தொடங்குவதற்கு முன்பே நாசர் நெருங்கிவிட்டான்.

"இவனைக் கிடங்குக்கு அழைத்துச் செல். உன் பெயர் என்னவென்று சொன்னாய்? நான் விரைவில் வந்துவிடுவேன் என்று கலீஃபாவிடம் சொல்" என்று சுங்குரா என்றழைக்கப்பட்ட அந்தச் சிறுவனிடம் வணிகன் கூறினான். அது அவனது உண்மையான பெயர் இல்லை என்றாலும் அவன் சுங்குரா என்றே அழைக்கப்பட்டான். சுங்குரா என்றால் முயல் என்று பொருள். முதற்பார்வையில் பன்னிரெண்டு அல்லது பதின்மூன்று வயது மதிக்கத்தக்க ஒரு சிறுவனைப்போலத் தோற்றமளித்தாலும் உண்மையில் அவன் சிறுவன் இல்லை. வெளிறிய தளர்ந்த அந்த முகம் முதல் பார்வைக்குத் தப்பிய பல விஷயங்களை நெருங்கிப் பார்க்கையில் சொன்னது. கூர்மையான முகம், கன்னத்தில் துருத்திக்கிடந்த எலும்புகள், கூர்மையான தாடை, மெல்லிய மூக்கு, வரிவரியான மடிப்புகள்கொண்ட புருவம் என அனைத்துமே ஹம்சாவுக்கு ஏற்கனவே பரிச்சயமான ஒன்றாகத் தெரிந்தது. அது ஒரு கிழக்கு ஆப்பிரிக்க நாடோடி இனத்துக்குரிய 'கோய்' வகையான முகம். ஹம்சா சமீபத்திய ஆண்டுகளில் அத்தகைய பல 'கோய்' முகங்களைப் பார்த்திருக்கிறான். பலவீனமான அந்த உடலில், ஒரு இளைஞனின் முகம் சிறிது

அச்சமூட்டுவதாக இருந்தது. இல்லை. அது 'கோய்' முகம்கூட இல்லை. அவன் இதுவரை பார்த்திராத, மடகாஸ்கர் அல்லது சோகோட்ரா, அல்லது அவன் அதுவரை கேள்விப்பட்டிராத தொலைதூரத் தீவு ஒன்றில் இருந்து அவன் வந்திருக்கலாம். உலகம் சமீபத்திய போருக்குப் பிறகு விசித்திரமான முகங்களால் நிறைந்திருந்தன. குறிப்பாக நிலத்திலும் கடற்புறத்திலும் வாழ்ந்த மக்களை ஈர்க்கக்கூடிய கடற்கரையோர நகரங்களில் இது அதிகமாக இருந்தது. ஒருவேளை அப்படி எல்லாம் எதுவும் இல்லாமல், தேவைகள் கிடைக்கப் பெறாத ஏக்கத்திலும் வலியிலும் வளர்ந்த ஒருவனின், மனித உயிரை வதைக்கிற பல வேதனைகளில் ஏதோ ஒன்றால் பாதிக்கப்பட்டிருந்த ஒருவனின் இயல்பான முகமாகக்கூட அது இருக்கலாம்.

சுங்குரா முன் செல்ல ஹம்சா அவனைப் பின்தொடர்ந்தான். வேனைச் சரி செய்துகொண்டிருந்த ஆட்களை அவர்கள் கடந்து சென்றபோது, முழங்காலிட்டு அமர்ந்திருந்த ஆள் சுங்குராவைப் பார்த்துத் தன் வாயை உறிஞ்சி, முத்தமிடும் சத்தத்தை ஏற்படுத்திக்கொண்டே கண்களை உருட்டி எச்சில் வடிவதுபோலச் செய்து சுங்குராவிடம் தன் ஆசையை வெளிப்படையாகக் காட்டினான். அந்த ஆளின் முகம் வட்டமாகவும் மழிக்கப்படாத தாடியால் முரட்டுத் தோற்றத்துடனும் இருந்தது. கந்தலாக இருந்த நீளமான காலிகோ காற்சட்டை அணிந்திருந்த இரண்டாவது ஆள் இழிவாகச் சிரித்ததில் இருந்து அந்த முற்றத்தில் நடக்கும் அடாவடித்தனத்திற்கெல்லாம் அவன்தான் தலைவன் என்பது தெளிவாகத் தெரிந்தது. சுங்குரா எதுவும் பேசவில்லை. ஆனாலும் அவன் உடல் நடுங்குவதை ஹம்சா உணர்ந்தான். அவனுடைய நடவடிக்கையை வைத்து இது அவனுக்குப் பழக்கமான ஒன்று என்றும், அடிக்கடி இழிவான செயல்களில் அவன் ஈடுபடுத்தப்பட்டிருக்கக் கூடும் என்றும் ஹம்சா நினைத்தான். அவர்கள் சாலையை அடைந்த பிறகு, அவன் தன் நடையின் வேகத்தைக் குறைத்தபடியே ஹம்சாவின் இடுப்பைப் பார்த்தான். ஹம்சா நொண்டுவதைத் தான் கவனித்ததையும், உடல் ஊனமுற்ற ஒரு நபர் அதே போன்ற குறைபாடுடைய இன்னொருவரைத் தன் உலகிற்கு வரவேற்பதுபோலவும் அது இருந்தது.

புழுதி படிந்த நெரிசலான தெருக்களில் அவர்கள் மெதுவாக நடந்தார்கள். துணிகள், சமையல் பாத்திரங்கள், தொழுகை செய்யும்போது அமரக்கூடிய பாய்கள், செருப்புகள், கூடைகள், வாசனை திரவியங்கள், சாம்பிராணி ஆகியவற்றை விற்பனை

செய்யும் கடைகள் அந்தத் தெருக்களில் நிரம்பி வழிந்தன. ஆங்காங்கே பழங்கள் விற்பனை செய்யும் கடைகளும் காபி கடைகளும் காணப்பட்டன. காலை நேரம் மெல்ல வெப்பமாகிக் கொண்டிருந்தாலும் இன்னும் வெயில் ஏறவில்லை. கூட்டம் சலசலப்புடனும் ஒருவரை ஒருவர் லேசாகத் தள்ளியபடியும் அலை மோதிக்கொண்டிருந்தது. வண்டியோட்டிகள் எச்சரிக்கை செய்தபடி பாதசாரிகளின் இடையே முட்டி மோதிச் சென்றுகொண்டிருக்க, மணிகள்மூலம் சத்தம் எழுப்பிக்கொண்டே, சைக்கிள் ஓட்டுபவர்கள் அங்கிருந்தவர்களின் உடல்களை அழுத்தி வழி ஏற்படுத்திக்கொண்டு பாம்புபோல ஊர்ந்து சென்றனர். இந்தக் கூட்டத்தின் நடுவே வயதான இரண்டு தாதிகள் பொறுமையாக நடந்து செல்ல, அவர்களைக் கண்டதும் பாறைகளின் நடுவில் தோன்றும் ஒரு நீரோடையைப்போல கூட்டம் இரண்டாகப் பிரிந்து வழிவிட்டது.

பல நிமிடங்கள் நடந்த பிறகு அகலமாக இருந்த ஒரு நிழலான பாதையை அவர்கள் அடைந்தபோது ஹம்சாவுக்கு நிம்மதியாக இருந்தது. அந்தப் பாதை, மரங்கள் ஏதுமற்ற, நிறைய கிடங்குகள்கொண்ட ஒரு சிறு வெட்டவெளிக்கு இட்டுச் சென்றது. அங்கிருந்த ஐந்து கிடங்குகளில் மூன்று கிடங்குகள் ஒரு கட்டிடத்திலும், தனித்தனியாக இருந்த மற்ற இரண்டும் அருகருகேயும் இருந்தன. நாசர் பியாஷராவுக்குச் சொந்தமான கிடங்கு அந்தப் பாதையின் மூலையில் இருந்தது. வர்ணம் பூசப்படாத அதன் மரக்கதவு பாதி திறந்திருந்தாலும் எதையும் கண்டுணரமுடியாத அளவுக்கு அதன் உட்புறம் இருட்டாக இருந்தது. சுங்குரா வாசலில் நின்று சத்தமாகக் கூப்பிட்டான். வெகுநேரம் கடந்தும் யாரும் வெளியே வராததால் அவன் மீண்டும் அழைத்தபோது, அந்தக் கிடங்கில் இருந்து ஒரு ஆள் வெளியே வந்தான். சுத்தமாகச் சவரம் செய்யப்பட்ட முகமும் நரைத்த தலை முடியுடனும் உயரமாக ஒல்லியாகஇருந்தவனுக்கு சுமார் ஐம்பது வயதிருக்கும். கட்டம் போட்ட சட்டை, காக்கி காற்சட்டை என அவன் அணிந்திருந்த நேர்த்தியான உடைகள், ஒரு கிடங்குக் காவலாளியின் தோற்றத்துக்கு மாறாக அலுவலக ஊழியர் ஒருவரின் தோற்றத்தை அவனுக்கு அளித்தது. அவன் அவர்கள் இருவரையும் மாறி மாறிப் பார்த்த பார்வையில் நட்பற்ற தன்மையும் முகச் சலிப்பும் தெரிந்தன.

பிறகு அவன் சுங்குராவிடம், "எதற்காக நீ இவ்வளவு சத்தம் போடுகிறாய்? உனக்கு என்ன ஆயிற்று? நீ முட்டாளா என்ன?" என்று கேட்டான். அவனது குரலில் ஏதோவொரு வம்பும்,

ஏளனமும் தொனித்ததுடன், எந்த நொடியிலும் இழிவான ஏதோ ஓர் சொல்லைப் பயன்படுத்திவிடுவான் போலிருந்தது. தன் சட்டைப் பையில் இருந்து சுத்தமான கைக்குட்டையை எடுத்துத் தன் கைகளைத் துடைத்தான். சுங்குரா அவ்வளவொன்றும் சத்தமாக அழைத்ததாக ஹம்சாவுக்குத் தோன்றவில்லை.

ஆனால் சுங்குரா அதற்கு எந்த எதிர்ப்பும் தெரிவிக்காமல், "நாசர் ஐயா இவரை இங்கு அழைத்து வரச் சொன்னார். பிறகு அவரே வருகிறாராம். நான் இப்போது செல்கிறேன்" என்று சொல்லிவிட்டுப் புறப்பட ஆரம்பித்தான்.

அதைக் கேட்ட காவலாளி "ஏய், நீ என்ன பேசுகிறாய்?" என்றான். ஆனால் சுங்குரா எந்த பதிலும் சொல்லாமல் அவனைத் திரும்பியும் பார்க்காமல் நடக்கத் தொடங்கினான். அந்த நடை வித்தியாசமாக இருந்தபோதும் இப்போது அதில் பிடிவாதம் தெரிந்தது. செருமலுடன் அந்தக் காவலாளி சொன்ன எதுவுமே ஹம்சாவுக்குப் புரியவில்லை. அதன் பிறகு தன் கையை உயர்த்தி ஹம்சாவை வரவேற்ற அந்தக் காவலாளி, கதவை அகலமாகத் திறந்து உள்ளே இருந்த ஒரு நீண்ட இருக்கையைச் சுட்டிக்காட்டினான். அதன் மீது அமர்ந்த ஹம்சா அந்தக் காவலாளியின் கண்கள் தன்னை ஆராய்வதை உணர்ந்தான்.

"இங்கு என்ன நடக்கிறது? நீ என்ன வாடிக்கையாளனா?' என்று கேட்டான்.

ஹம்சா, "இல்லை" என்று தலையை ஆட்டினான்.

"அவர் உன்னை எதற்காக இங்கு அனுப்பினார்?"

"நான் இங்கு வேலை செய்வதற்காக வந்திருக்கிறேன்" என்றான் ஹம்சா.

"அதைப் பற்றி அவர் என்னிடம் எதுவும் சொல்லவில்லையே" இவன்தான் கலீஃபா என்று ஹம்சா நினைத்துக்கொண்டான். ஹம்சா மேலும் ஏதாவது சொல்வான் என்று காத்திருந்த அந்த நபர், ஹம்சா அமைதியாக நின்றதைப் பார்த்து எரிச்சலுடன் தலையை ஆட்டினான். பிறகு சில கணங்கள் அசையாது நின்று, தன் உணர்வுகளைக் கட்டுப்படுத்திக்கொண்டு, மீண்டும் சில முறை மெதுவாகத் தலையை ஆட்டிய பிறகு, ஒரு நீண்ட பெருமூச்சை வெளிப்படுத்தியபடி நிழலுருபோலத் தெரிந்த கிடங்குக்குள் சென்று மறைந்தான். இந்த மொத்த நிகழ்வுமே தேவையற்ற ஒரு நாடகக்

காட்சிபோல இருந்தது. அந்த வணிகர் இவனிடம் பணிபுரியவே தன்னை இங்கு அனுப்பியுள்ளார் எனில், அப்படியே இருக்கட்டும். நாம் வாழ்க்கையில் இருந்து கற்றுக்கொள்ள நிறைய இருக்கிறது போலும் என்று ஹம்சா நினைத்துக்கொண்டான்.

வெளியில் இருந்து பார்த்தபோது தகரக் கூரையுடன் காட்சியளித்த அந்தக் கிடங்கு அறுபது அடிகளுக்கு மேல் இல்லாத, ஆறு அறைகள்கொண்ட ஒரு சிறிய இராணுவக் குடியிருப்பின் அளவே இருந்தது என்பது உள்ளே போனதும் தெரிந்தது. காரையால் கட்டப்பட்டிருந்த அந்தக் கட்டிடத்தின் சில பகுதிகள் பெயர்ந்து சுவர்களின் உட்புறம் வெளியே தெரிந்தது. அங்கிருந்த எல்லா ஜன்னல்களும் பெரும்பாலும் மூடப்பட்டிருந்தன. கூரையின் விளிம்புகளில் இருந்துமட்டுமே மெல்லிய ஒலி உள்ளே பரவியது. ஹம்சாவின் கண்கள் இருளுக்குப் பழகிய பிறகு, அங்கு வைக்கப்பட்டிருந்த பெட்டிகளும் பக்கவாட்டில் அடுக்கி வைக்கப்பட்டிருந்த பிதுங்கி வழிந்த சாக்கு மூட்டைகளும் அவன் கண்களில் பட்டன. விலங்கின் தோல், உத்தரத்திற்குப் பயன்படும் மரத் துண்டுகள், இயந்திர எண்ணெய், சணல் நார் ஆகியவற்றின் வாசனை அங்கு வீசியதை ஹம்சாவால் உணர முடிந்தது. அந்த வாசனைகள் அவன் இந்த ஊரில் வாழ்ந்தபோது ஏற்பட்ட அனுபவங்களை, பழைய நினைவுகளை எழுப்பின. ஹம்சா அங்கிருந்தபடியே வெட்டவெளியை எட்டிப் பார்த்தபோது, அங்கு யாரோ ஒரு ஆள் நடந்து சென்று கொண்டிருந்தது தெரிந்தது. அதைத் தவிர வேறு எந்த அசைவும் இல்லை. அந்த வெட்டவெளி பெரியதாக இருந்ததுபோலத் தெரிந்ததற்குக் காரணம், அது காலியாக இருந்ததாகக்கூட இருக்கலாம். அங்கிருந்த மற்ற அனைத்துக் கிடங்குகளின் கதவுகளும் மூடப்பட்டிருந்தன. அங்கிருந்த எந்தக் கட்டிடமும் சேதமடையாதிருந்தபோதும், பாழடைந்து, நிசப்தமாக, கைவிடப்பட்ட தோற்றத்துடன் இருந்த அந்த இடம் பார்ப்பவரின் மன உறுதியைக் குலைப்பதாக இருந்தது.

அப்படிப்பட்ட எண்ணங்களில் மூழ்கித் தன் மனம் துயரடையாமல் இருப்பதற்காக, அவன் தன் தலையை உலுக்கிக்கொண்டான். துக்கம் எதிர்ப்பைக் குறைத்துவிடும் என்று பாஸ்கல் கூறுவது வழக்கம். பாஸ்கலுடைய நினைவு வந்ததும் ஹம்சாவுக்குச் சிரிப்பு வந்தது. ஊருக்கு வந்ததுமே அவனுக்கு இந்த வேலை கிடைத்தது அவனுடைய அதிர்ஷ்டம் என்றாலும் அவன் முன்னெச்சரிக்கையாக இருக்க வேண்டும் என்றும், வேலை உறுதி ஆவதற்கு முன் அதை நினைத்து மகிழ்ச்சி அடையமுடியாது

என்றும் நினைத்துக்கொண்டான். பல மாதங்கள், பல வருடங்கள் அலைந்து திரிந்து, இப்போது அவனுடைய வாழ்வில் ஒரு புதிய தொடக்கம் ஏற்படுகிறது. அதுவும் எதிலும் குற்றம் கண்டுபிடிப்பவர்களோடு வேலை செய்யவேண்டிய நிலை. அவன் இந்த ஊருக்குத் திரும்பவந்தது எதிர்பாராத ஒன்று. அவன் இங்கிருந்து தப்பி ஓடியபோது, தன் வாழ்க்கையின் போக்கையே மாற்றிக்கொண்டுவிட்டதாக அவனுக்குத் தோன்றியது. ஆனால் இப்போதோ முன்பிருந்த அதே இடத்திற்கு, வயது முதிர்ந்து, பணம் ஏதுமற்று நொடித்துப்போய், வெறுங்கையுடன் திரும்பியிருக்கிறான்.

அந்த வியாபாரி என்ன வேலைக்குத் தன்னை அழைத்திருக்கிறான் என்று ஹம்சாவுக்குத் தெரியவில்லை. அந்தக் கிடங்கின் வாசல் தந்த நிழலுக்கும், ஓய்வுக்கும் நன்றி செலுத்தியபடி வெளிச்சம் கண்களைக் கூசாமல் இருப்பதற்காகத் தன் கண்களைத் தாழ்த்திக்கொண்டு அங்கிருந்த நீண்ட இருக்கையில் அமர்ந்து அவன் காத்திருந்தான். இடுப்பு வலி கொஞ்சம் கொஞ்சமாகத் தணிவது அவனுக்கு நன்றாகத் தெரிந்தது. நாட்கள் செல்லச் செல்ல, நிறைய நடக்க நடக்க அது ஒருவாறு குறைந்துகொண்டு வந்ததுபோலத் தெரிந்தது. ஆனால் அவனுக்கு அடிக்கடி ஓய்வு தேவைப்பட்டது. இந்த வலிக்கான ஒரே மாற்றுவழி போரில் நிறையபேருக்கு நிகழ்ந்ததுபோல அந்த வலியிலேயே தன்னை முழுக்க மூழ்கடித்து, எதற்கும் பயனற்றதாக மாற்றிக்கொள்வதுமட்டும் தான்.

இராணுவத்தைவிட்டு வெளியேறிய பிறகு, மிகத் தீவிரமாக அவன் வலியுடன் போராடியதில், காயமடைந்திருந்த அவனுடைய உடலால் எவ்வளவு வலியைத் தாங்கமுடியும் என்பதே அவனுக்குத் தெரியாமல் போயிருந்தது. இப்போது, அந்த நீண்ட இருக்கையில் அமர்ந்திருந்தபோதுதான் பெருமளவு துயருற்று, சோர்ந்து, களைப்பின் விளிம்பில் தான் நிற்பதை அவன் உணர்ந்தான். அவனுடைய தலை வெடித்துவிடும்போல வேதனைப்படுத்தியதுடன் கண்களும் வலித்தன. அவனுக்குத் தூக்கம் தேவைப்பட்டது. மிகக் குறைந்த உணவுடன் வாழப் பழகிவிட்டிருந்த அவனது உடல் குறைவான தூக்கத்துக்கு இன்னும் பழகியிருக்கவில்லை. இருண்ட கிடங்கின் பின்பக்கம் இருந்து ஏதோ மெல்லிய சத்தம் கேட்டதுபோல ஹம்சாவுக்குத் தோன்றியது. கலீஃபாவால் எப்படி அந்த இருளில் பார்க்க முடிகிறது, சரக்குகளின் மீது மோதிக்கொள்ளாமல் எப்படிச் சத்தமின்றி நடக்க முடிகிறது என்று ஆச்சரியப்பட்டான்.

அவன் சிறிதுநேரம் அந்த நீண்ட இருக்கையில் அமர்ந்திருந்தபோது கிடங்கின் உள்ளே, ஒளிரும் கண்களுடன் சில அடிகள் தள்ளி கலீஃபா நின்று கொண்டிருந்ததைக் கண்டு திடுக்கிட்டான். அவனிடமிருந்து தன் கண்களை விலக்கிக்கொள்ள முயற்சித்த ஹம்சா, கலீஃபாவின் கண்கள் தன் முகத்துக்கு அருகே இருப்பதை உணர்ந்தான். சிறிது நேரம் கழித்து மீண்டும் திரும்பிப் பார்த்தபோது அங்கு யாருமே இல்லை. ஹம்சா பதறவில்லை. தான் பயப்பட வேண்டிய அளவுக்கு கலீஃபா அப்படி ஒன்றும் அச்சுறுத்தலான ஆள் இல்லை என்று ஹம்சாவுக்குத் தோன்றியது. களைத்துப் போயிருந்ததால் ஹம்சா, கலீஃபாவின் விசித்திரமான நடத்தையால் சிறிதளவு குழப்பம்மட்டுமே அடைந்தான்.

வெளிர் மஞ்சள் நிறத்தில் லினன் சட்டையும் தொப்பியும் அணிந்துவேறேதோ வேலையாக அந்த வழியாகச் சென்ற நாசர் பியாஷரா அதற்கிடையே அவசரமாக அங்கு வந்தான். அவனைப் பார்த்த ஹம்சா அந்த நீண்ட இருக்கையில் இருந்து எழுந்து நின்றான்.

"கலீஃபா!" என்று நாசர் கூச்சலிட்டான். சிறிது நேரம் கழித்து அங்கு வந்த கலீஃபாவிடம், "அவன் எங்கே கலீஃபா?" என்று கேட்டான். "யார் பெரியய்யா? பேரைச் சொல்லுங்கள்" என்றபோது அந்தத் தொனியில் கேலி வழிந்தது. நாசர் பியாஷரா, "அவன் தான், நம்முடைய புதிய வேலையாள். உன்னுடைய உதவிக்காக அவனை இங்கு அனுப்பியிருக்கிறேன்" என்றான்.

கலீஃபா, "எனக்கு என்ன உதவி வேண்டியிருக்கிறது? நீங்கள் இப்போது என்ன திட்டத்துடன் வந்திருக்கிறீர்கள்?" என்று சிறிதும் மரியாதையின்றி பதில் கேள்வி கேட்டான்.

இந்த எதிர்ப்புணர்வைக் கண்டுகொள்ளாத நாசர், "அடுத்த சில நாட்களில் இங்கு வந்து இறங்கப்போகிற புதிய சரக்குகளுக்கான இடத்தைத் தயாராக வைத்திருக்கிறாய் தானே? அதில் இந்தப் புதிய வேலையாள் உனக்கு உதவுவான்" என்றான்.

"அந்த வேலை முடிந்துவிட்டது" கலீஃபா தனது கைகளைத் துடைத்துக்கொண்டே பதில் சொன்னான்.

நாசர் பியாஷரா, "சரி! மரத் துண்டுகளை ஏற்றிச் செல்ல வேன் வரும். அவர்கள் மற்றொரு டயரைப் பழுதுபார்ப்பதற்காக அதைப் பழுது நீக்கும் கடைக்கு எடுத்துச் செல்லவேண்டி இருப்பதால் சிறிது நேரம் ஆகலாம். அந்த வேனைச் சரியாக்க நிறைய

செலவாகும். எது எப்படியிருந்தாலும், கயிறு வைத்திருக்கும் இடத்தை அவனுக்குக் காட்டு. அவன் சரக்குகளை வண்டிகளில் ஏற்றுவதற்கு உதவுவான். இனி இவனே கிடங்கின் இரவு நேரக் காவலாளியாகவும் இருப்பான். நீ கிடங்கைப் பூட்டிய பிறகு அவனை மரப் பட்டறைக்கு அழைத்து வா. அப்போதுதான் அவன் வழியை அறிந்துகொள்ளமுடியும். நான் இப்போது வங்கிக்குப் போகிறேன்" என்றான்.

நாசர் பியாஷரா அங்கிருந்து கிளம்பிய பிறகு கலீஃபா, "உன் பெயர் என்ன?" என்று கேட்டான்.

"ஹம்சா"

"என்ன, ஹம்சாவா?" என்று கலீஃபா கேட்டதில் ஆச்சரியமும் முரட்டுத்தனமும் கலந்திருந்ததாக ஹம்சா நினைத்தான். பதிலுக்கு ஹம்சா தன் தோள்களைக் குலுக்கிக்கொண்டான். இத்தகைய தொனியில் கேட்கப்படும் இதுபோன்ற கேள்விகளுக்கு பதிலளிக்கவேண்டியது கட்டாயம் இல்லை. ஹம்சா மீண்டும் அந்த நீண்ட இருக்கையில் அமர்ந்துகொண்டான். தான் கேட்ட கேள்வி புரியவில்லை போலிருக்கிறது என்று நினைத்த கலீஃபா, "உன் குடும்பத்தினரைப் பற்றிச் சொல்" என்று ஹம்சாவைக் கேட்டான்.

ஹம்சா, "அது உங்களுக்குத் தேவையில்லாத விஷயம்" என்றான்.

இதைக் கேட்டுச் சிரித்த கலீஃபா, "ஓஹோ! அப்படியா? நீ எதையோ மறைக்கிறாய். பரவாயில்லை. இந்தக் குப்பைகளை இங்கிருந்து அள்ளி உன் வேலையை நீ தொடங்கலாம்" என்றபடி, கிடங்குக் கதவுகளுக்கு முன்னால் குப்பைகளே இல்லாதிருந்த ஒரு பகுதியை நோக்கித் தன் கைகளைக் காட்டினான்.

"கதவுக்குப் பின்னால் துடைப்பம் இருக்கிறது. தரையைப் பெருக்கும்போது தூசிப் படலத்தை உருவாக்கிவிடாதே. சீக்கிரம். சீக்கிரம். நீ இங்கு ஓய்வெடுக்க வரவில்லை" என்றான் கலீஃபா.

கலீஃபாவின் இந்த முரட்டுத்தனம் ஹம்சாவை வியப்படைய வைத்தது. கலீஃபா சொன்னபடியே அந்த இடத்தைப் பெருக்கித் தூய்மையாக்கி குப்பைகளை வாசலுக்கு அருகில் ஒரு சிறிய குவியலாகக் குவித்தபின், அங்கிருந்த நீண்ட இருக்கையில் அமர்ந்தான். மரக்கட்டைகளை எடுத்துச் செல்ல வேன் வந்ததும், கலீஃபா ஒரு ஜன்னலைத் திறந்ததும் கிடங்குக்குள் அதிகாலையின் ஒளி வெள்ளம் பாய்ந்தது. ஹம்சா முன்பு பட்டறையில் பார்த்த

இருவரில் உரத்த குரலுடையவனான இத்ரிஸ், நிழலில் அமர்ந்து புகை பிடித்தபடி வம்படித்துக்கொண்டிருக்க, வண்டியில் மரங்களை ஏற்ற ஹம்சா உதவினான். தாறுமாறாக வெட்டப்பட்டு பட்டறைக்குப் போகிற அந்த வெளிர் இளஞ்சிவப்பு நிறப் பலகைகளைப் பார்த்ததும் ஹம்சாவால் உடனே குனிந்து அவற்றின் வாசத்தை முகராமல் இருக்கமுடியவில்லை. கிடங்கின் கதவுக்கு அருகில் நின்ற கலீஃபா தன் கண்களால் அவர்களைப் பின்தொடர்ந்தானே தவிர எந்த உதவியும் செய்யவில்லை. வேனில் மரக்கட்டைகளை ஏற்ற ஒரு சில நிமிடங்கள் மட்டுமே ஆனது. அதன்பிறகு கலீஃபா பெஞ்சில் அமர்ந்துகொள்ள ஹம்சா அவனுக்கு அருகில் ஒரு பெட்டிமீது அமர்ந்தான். அங்கு வேறு வேலைகள் ஏதும் இருப்பதாகத் தெரியவில்லை. மரத்தின் பெயரைப் பற்றி விசாரிக்க விரும்பிய ஹம்சா, கலீஃபாவின் முகத்தில் இருந்த கடுமையைப் பார்த்து அந்தக் கேள்வியை மனதுள் கட்டுப்படுத்திக்கொண்டான்.

"நம்முடைய இரவுக் காவலாளி" சிரித்துக்கொண்டே இதைத் திரும்பத் திரும்பச் சொன்ன கலீஃபா, ஹம்சாவை வெறுப்பு உமிழும் கண்களால் பார்ப்பதற்கு முன் வெட்டவெளியை ஒரு பார்வை பார்த்துக்கொண்டான்.

"உண்மையில் அவன் உன்னை இங்கு எதற்காக அழைத்து வந்திருக்கிறான் அவனுடைய திட்டம்தான் என்ன? உனக்குக் கிடங்கு காவலாளி வேலை தருவதாக அவன் உறுதியளித்தானா? நம் இரவுக் காவலர்! கொள்ளையர்கள் உன்னைப் பார்த்துவிட்டால் போதும், தங்கள் உயிருக்குப் பயந்து தலைதெறிக்க வேறு திசையில் ஓடிவிடுவார்கள். அப்படித்தானே! பெரும் செல்வந்தனான எங்கள் முதலாளி ஓர் இரவுக் காவலாளியை நியமித்துள்ளான்! திடீரென்று இப்போது ஏன்? இதற்கு முன்னும் பல ஆண்டுகள் மதிப்புமிக்க பொருட்கள் இங்கு இருந்திருக்கின்றன. ஆனால் ஒரு காவலாளியை நியமிக்கவேண்டும் என்று இதுவரை அவன் நினைத்ததில்லை. போர்த்திக்கொள்ள ஒரு போர்வையையும் கம்பு ஒன்றையும் தந்து இங்கிருக்கும் சைத்தான்கள் பேய்களுக்கு இடையே இரவு முழுக்க அமர்ந்து உன்னைக் காவல் இருக்க வைக்கப் போகிறான். தன்னிடமிருக்கும் செல்வத்தைப் பற்றி சில நேரங்களில் அந்த வியாபாரி பதற்றமடைவதுண்டு. இப்போது வாங்க இருக்கிற இந்தப் புதிய உபகரணங்கள் அப்படியான ஒரு பதற்றத்தை இப்போது வியாபாரிக்கு ஏற்படுத்துகின்றன என்று நான் நினைக்கிறேன். உன்னைப் பார்த்தால் ஒரு காவலாளிபோல் தெரியவில்லை. காவலாளிகள் பெரும்பாலும் பெருத்த தொடைகளும், பளபளக்கும்

தோலும், பெரிய விதைப்பைகளுமாக இருப்பார்கள். அவன் ஏன் உன்னைப் போன்ற பலவீனமான ஒருவனைக் காவலாளியாகத் தேர்ந்தெடுத்தான் என்று எனக்குத் தெரியவில்லை."

தான் அமைதியாக இருந்தபோதும் எதிர்பாராமல் நடந்த இந்தத் தாக்குதலைக் கண்டு ஹம்சா புன்னகைத்தானேதவிர பதிலுக்கு எதிர்த்துப் பேசவேண்டும் என்று அவனால் யோசிக்க இயலவில்லை. தானும்கூட இப்படிப்பட்ட ஒருவனை இரவுக் காவலனாகத் தேர்ந்தெடுத்திருக்க மாட்டோம் என்று அவன் நினைத்துக்கொண்டான்.

"உனக்கு உடல் நலமில்லை என்பது உன்னைப் பார்த்தாலே தெரிகிறது. நீ வியாபாரிக்குள் இருந்த சில உள்ளுணர்வுகளை எழுப்பியதால் அவனுடைய வாழ்வில் நடந்த வருத்தமான விஷயங்கள் அவனுக்கு மறுபடி நினைவு வந்திருக்கும். அவன் பெரிய தொழிலதிபர் என்று நீ கேள்விப்பட்டிருக்கலாம். ஆனால் சில நேரங்களில் அவனுக்கு முட்டாள்தனமான யோசனைகள் வரும். நான் இப்போது வங்கிக்குப் போகிறேன். எனக்கு எவ்வளவு வேலைகள் இருக்கின்றன!" என்று நாசர் சொன்னதைக் கிண்டலாகச் சொல்லிக்கொண்டே கலீஃபா பெருமூச்சுவிட்டபடி கண்களை மூடிக்கொண்டு கிடங்குக் கதவின்மீது சாய்ந்தான். அவனுடைய முகம் துறவறம் பூண்ட ஒருவனைப் போலவும், வாழ்வில் நிறையகசப்பையும் தோல்விகளையும் அனுபவித்த ஒருவனின் முகம் போலவும் இருந்தது. சிடுசிடுப்பான, முன்கோபியான ஒருவரிடம் தான் வேலை செய்யப் போவதை நினைத்து ஹம்சா பெருமூச்சுவிட்டான்.

"விரைவில் இங்கே ஒன்றுமே இருக்காது" என்று சொல்லிவிட்டு, வாய்க்குள் இருந்து எதையோ வெளியே துப்புவதுபோல் வெகு நேரம் வாயை அசைத்துக் கொண்டிருந்த கலீஃபா, "இந்த இடம் இதற்கு முன் எப்படி இருந்தது என்பதை நீ பார்த்திருக்கவேண்டும். பேரம் பேசும் வியாபாரிகளும், மக்களும் ஒரு புறம், அதோ அங்கே காபி விற்பனை செய்யும் ஒருவர் ஒரு வண்டியில் தன் சிறிய கடையை வைத்துக்கொண்டு நிற்க, துறைமுகத்தில் இருந்து சரக்குகளைக் கொண்டுவரும் வண்டிகள், மரவள்ளிக் கிழங்குகளுடன் நிற்கும் பழ வியாபாரிகள், தள்ளுவண்டியுடன் நகர்ந்துகொண்டே இருக்கும் ஐஸ்கிரீம் விற்பனையாளர்கள் என இந்த மொத்த இடமும் சத்தமும் சலசலப்பும் கூச்சலுமாக இருக்கும். இப்போது உயரமான கட்டிடங்கள் இருக்கும் அந்த இடத்தில் இதற்கு முன்

ஒரு சிற்றுண்டிச் சாலையும், அதன் நடுவே மரவள்ளிக்கிழங்கு விற்பனை நிலையங்களும் இருந்தன. சுத்தமான குடிதண்ணீர் வரும் ஒரு குழாய் இருந்தது. இப்போது இந்த இடத்தைப் பார். இங்கு யாரும் வருவதில்லை. இந்த இடமே எலும்புக்கூடுபோல வறண்டுபோய்க் கிடக்கிறது. அங்கிருக்கும் அந்தக் கிடங்குகள் என்றபடி மூன்றாம் எண்ணுடைய கட்டிடத் தொகுதியைக் காட்டி, இதனைச் செல்வந்தர் போஹ்ரா அலிடினாவிடம் இருந்து ஒப்பந்ததாரர் கையகப்படுத்திக்கொண்டார். அவரெல்லாம் எப்படிப்பட்ட ஒரு மனிதர்! போஹ்ரா அலிடினாவைப் பற்றிக் கேள்விப்பட்டிருக்கிறாயா? அவருக்கு உரிமையான கடைகளும் பிற கிடங்குகளும் கிரேட் லேக்ஸ்வரை எல்லா நாடுகளிலும் பரவி இருந்தாலும் இங்கும் அவருக்குச் சொந்தமான கிடங்குகள் இருந்தன. அவர் இந்தியா, பெர்சியா, இங்கிலாந்து ஜெர்மனி ஆகிய நாடுகளுடன் வர்த்தகம் செய்து வந்தார். ஒரு காலத்தில் தானியமும் சீனியும் அரிசியும் நிறைந்திருந்த அந்தக் கிடங்குகளில் இப்போது சிமெண்ட்டையும், கழிப்பறைக் குழாய்களையும் வைத்துள்ளனர். தினமும் ஒப்பந்ததாரர் ஒரு டிரக்கை அனுப்புவதையும், இவர்கள் இங்கிருந்து பொருட்களை வண்டிகளில் ஏற்றி பணக்காரர்களின் மாளிகைகளுக்கு எடுத்துச் செல்லப் போவதையும் நீ பார்க்கத்தான் போகிறாய். முன்பு இந்த இடம், மக்கள் எப்பொழுதும் எதையாவது வாங்குவதும் விற்பதுமாக, முழுக்க வர்த்தகத்தால் சலசலத்து உயிரோட்டத்துடன் இருந்தது. ஆனால் இப்போது எங்களால் வாங்கமுடியாத பொருட்களைப் பணக்காரர்கள் சேமித்துவைக்கும் இடமாக அது மாறிவிட்டது" கோபத்தில் மூழ்கி மீண்டும் சிறிது நேரம் அமைதியாக இருந்த கலீஃபா, ஹம்சாவை அவ்வப்போது பார்த்தான். ஹம்சா ஏதாவது பேசுவான் என்று எதிர்பார்ப்பதுபோல் இருந்த அந்தப் பார்வையில் இப்போது அதிருப்தி தெரிந்தது.

"உனக்கு என்னதான் பிரச்சினை? உன்னால் பேசமுடியாதா?" என்று கேட்ட கலீஃபா, தன் கன்னங்களை உட்புறமாக உறிஞ்சி, அமிலமோ புளிப்புத்தன்மையோ வாய்த்த ஏதோ ஒரு பண்டத்தை மெல்வதுபோலத் தன் தாடைகளை அசைத்தான். ஒரு வார்த்தைகூடப் பேசாமல் ஹம்சா அப்படியே அமர்ந்திருந்தான். சிறிது நேரம் கழித்து, அவர்கள் அமைதியாகக் காத்திருந்தபோது, கலீஃபாவின் கோபம் தணிந்ததையும், அவனுடைய கோபமான மூச்சின் வேகம் குறைவதையும் ஹம்சா உணர்ந்தான். அவன் மீண்டும் பேசத் தொடங்கிய போது அந்தக் குரலில் முன்பிருந்த வெறுப்பு சிறிதளவு குறைந்திருந்தது. இதற்கு முன்பு அவனிடம் எரிச்சலுடன்

பேசியதற்காக இப்போது கலீஃபா சிறிது தணிந்து பேசியதாகத் தோன்றியது.

அங்கிருந்து சற்றுத் தள்ளி தனியாக இருந்த வேறொரு கட்டிடத்தைச் சுட்டிக்காட்டிய கலீஃபா, "அங்கிருக்கும் அந்தக் கடை, ஒரு சீனனுக்குச் சொந்தமானது" என்றான். "அவன் உலர்ந்த சுறாவின் துடுப்புகளையும், வெள்ளரிபோலத் தோற்றமளிக்கும் கடல் இறால் வகைகளையும், காண்டாமிருகத்தின் கொம்புகளையும் சீனர்கள் விரும்பும் மற்ற விஷயங்களையும் அங்கு வைத்திருக்கிறான். சில மாதங்கள் கடந்ததும், போதுமான அளவு சரக்குகள் சேர்ந்ததும், அவன் அவற்றை ஒரு கப்பலில் ஏற்றி ஹாங்காங்கிற்கு அனுப்புவான். இது சட்டப்பூர்வமானதில்லை என்று எனக்குத் தெரியும். ஆனால் பிரச்சனையிலிருந்து எப்படித் தப்பிப்பது, சுங்கச் சாவடியின் ஆட்களை எப்படி மகிழ்ச்சியாக வைத்துக்கொள்வது என்பதை அவன் நன்றாக அறிந்துவைத்திருக்கிறான். சீனர்கள், தங்கள் பற்களை உறுதியாக வைத்துக்கொள்வதற்காக இந்தப் பொருட்களை விரும்புகிறார்கள். அந்த சீனன், ஒருபோதும் ஓய்வெடுப்பதில்லை என்பதோடு, தனது குடும்பத்தினர் யாரையும்கூட ஓய்வெடுக்க விடுவதில்லை. அவனுடைய வீட்டைப் பார்த்திருக்கிறாயா? கொல்லைப்புறத்தில் தட்டுகளில் நூடுல்ஸ் உலர்த்தப்பட்டிருக்கும் வாத்துகளின் கூட்டம் வீட்டின் முன்னால் கால்களில் சேறுபடிய அலைந்துகொண்டிருக்கும். சாலை ஓரத்தில் அவனுக்குச் சொந்தமான சிறிய மளிகைக் கடை, விடியற்காலையில் இருந்து இரவு வெகுநேரம்வரை திறந்திருக்கும். அவன் எப்போதும் ஒரு குறுங்காற்சட்டையை அணிந்துகொண்டு தொழிலாளியைப் போன்ற தோற்றத்துடன் இரவும் பகலும் வேலை செய்கிறான். அவன் பேசுவதை நீ கேட்டிருக்கிறாயா? உன்னையும் என்னையும்போல மிக இயல்பான தொனியில் பேசுவான். 'ஃபாங் ஃபாங்' என்ற எந்தச் சீன உச்சரிப்பும் அவனிடம் இருக்காது. அவனுடைய குழந்தைகள் அனைவரும் அதேபோலத் தான் பேசுவார்கள். அவர்கள் பேசுவதைக் கண்களை மூடிக் கேட்டால் ஒரு சீனன் பேசுவது என்று நம்மால் ஒருபோதும் யூகிக்கவே முடியாது. அவர்கள் பேசுவதை நீ கேட்டிருக்கிறாயா?"

ஹம்சா, "இல்லை. நான் கேட்டதில்லை" என்றான்.

கலீஃபா அவனை ஒரு கணம் உற்றுப் பார்த்துவிட்டு, "உனக்கு அந்தச் சீனனைத் தெரியாதா! உன்னை இதற்கு முன்பு இங்கு

பார்த்ததாக எனக்கு நினைவில்லை. நீ இப்போது தான் முதல் முறையாக இந்தப் பகுதிக்கு வருகிறாயா?" என்று கேட்டான்.

சிறிது நேரம் மௌனமாக இருந்த ஹம்சா, "உண்மையில் இல்லை" என்றான்.

கலீஃபா சிரித்துக்கொண்டே, "என்ன உண்மையில் இல்லை? இன்னும் நீ உண்மையை மறைக்கிறாய்" என்றான். பிறகு சோர்வுடன், "ஏன் நீ எதாவதொரு பொய்யைச் சொல்லக்கூடாது? அது எளிதானது. அத்துடன் பல சிக்கல்களில் இருந்து அது உன்னைக் காப்பாற்றும். ஒரு பொய் சொன்னால் அத்துடன் அது முடிந்துவிடப் போகிறது. இல்லையேல் நீ எதையோ மறைப்பதுபோல் தெரியும்" என்றான்.

"நான் இந்தப் பகுதிக்கு அந்நியன் அல்ல. முன்பு நான் இங்குதான் வாழ்ந்தேன். ஆனால் சில வருடங்களுக்குப் பிறகு நான் இங்கிருந்து வெளியேறிவிட்டேன்."

"உன் பெற்றோர் யார்?" என்று கலீஃபா மீண்டும் கேட்டான்.

கலீஃபா சிறிது நேரத்துக்கு முன்பு அறிவுறுத்தியபடி, "அவர்கள் வெகு தொலைவில் வாழ்கிறார்கள்" என்று ஹம்சா பொய் சொன்னான். "நீ வெகுதூரம் பயணித்திருக்கிறாயா? உன்னைப் பார்த்தால் அப்படித்தான் தெரிகிறது" என்ற கலீஃபாவின் முகத்தில் லேசான அவமரியாதை தோன்றியது.

"நீ போரில் ஈடுபட்டிருந்தாயா? அதைத்தான் நான் உன்னைப் பார்த்ததுமே நினைத்தேன். நீயொரு நாடோடிபோலத் தெரிகிறாய்" என்றான்.

ஹம்சா தன் தோள்களைக் குலுக்கினானே தவிர பதில் சொல்லவில்லை. கலீஃபாவும் அவனை வற்புறுத்திக் கேட்கவில்லை. மதிய நேரத் தொழுகைக்கான அழைப்பு வந்தவுடன், கலீஃபா கிடங்கைப் பூட்டிவிட்டுக் கிளம்பினார். பாதை இப்போது அனலாக இருந்தாலும் தாங்கமுடியாத அளவுக்கு இல்லை. அதனால் அவர்கள் கடைகளைக் கடந்து பரபரப்பான சாலையை அடையும்வரை அவர்களால் நிம்மதியாக நடக்க முடிந்தது. நிரம்பி வழிந்த சரக்குகள் சாலைகளிலும் நடைபாதைகளிலும் நெரிசலை அதிகப்படுத்தின. குழப்பமும், இரைச்சலும், எரிச்சலூட்டும் தொடர் வசைச் சொற்களும் கேட்டன. வீட்டிற்கோ, சந்தைக்கோ, மசூதிக்கோ விரைந்துகொண்டிருந்த மக்கள் கூட்டத்தின் இடையே

தங்களை நுழைத்துக்கொண்டு செல்ல அது அவர்களைக் கட்டாயப்படுத்தியது. நாசர் பியாஷரா இன்னும் வங்கியில் இருந்து வந்திருக்கவில்லை என்பதால் நாசரின் அலுவலகத்திற்கு வெளியே கலீஃபா காத்திருந்தான். மரம், பிசின் ஆகியவற்றின் வாசனையால் கவரப்பட்ட ஹம்சா சத்தமின்றி இருந்த பட்டறைக்குள் நுழைந்தான். அங்கு ஒரு மூலையில் உட்கார்ந்து ஒரு தொப்பியில் பூ வேலைப்பாடு செய்துகொண்டிருந்த முதியவரைக் கண்டான். தன் மூக்குக் கண்ணாடியைத் தூக்கி அவனை நிமிர்ந்து பார்த்த அந்த முதியவர் பிறகு எதுவும் பேசாமல் பூ வேலைப்பாட்டைத் தொடர்ந்தார். அவர் ஒரு தச்சன் என்றும் அவர் தன் மதிய உணவு இடைவேளையை இவ்வாறாகக் கழிக்கிறார் என்றும் நினைத்துக்கொண்ட ஹம்சா அவருக்கு முகமன் கூறிவிட்டு அங்கிருந்து கிளம்பத் தயாரானான்.

அமர்பவரின் விருப்பத்திக்கேற்ப அறைக்கலனின் தலைப் பகுதியையும் கால் வைக்கும் இடத்தையும் நீட்டவும் மடக்கவும் வசதியுள்ள ஒரு நாற்காலி, சிறிய மேசைகள், அலங்காரமாகச் செதுக்கப்பட்ட நீண்ட இருக்கை, வெண்கல நிறத்திலும், வெளிர் நிறத்திலும் இருந்த மரத்தாலான பேழைகள், பெட்டிகள், படுக்கைகளின் பக்கவாட்டில் வைக்கப் பயன்படும் சிறிய மரப் பேழைகள் என முழுமையடையாத பல்வேறு மரப் பொருட்கள் பட்டறையைச் சுற்றிலும் இருந்தன. அங்கு பணிபுரிந்த தச்சன் ஒரே நேரத்தில் பல பொருட்களைச் செய்பவனாக இருக்கக்கூடும். அல்லது ஒன்றுக்கு மேற்பட்ட தச்சர்கள் அங்கு பணிபுரியக்கூடும் என்று ஹம்சா நினைத்துக்கொண்டான்.

மர வாசனை அங்கு மிகவும் வலுவாக இருந்தது. அவை என்ன வகை மரங்களாக இருக்கும் என்று ஹம்சா யோசித்தான். அவன் இராணுவத்தில் பணியாற்றியபோது, கழன்று விழுந்துவிடும் நிலையில் உள்ள தளவாடங்களின் பாகங்களை இறுக்குவது, உதிர்ந்துவிட்ட பாகங்களைப் பழுது பார்ப்பது என பயிற்சியற்ற புதிய பணியாளர்கள் செய்யும் பணிகளையே செய்துவந்தான். மரத்தைப் பற்றி அவனுக்கு எதுவும் தெரியாது. ஆனால் அதன் வாசனை ஆரோக்கியமானது, இயற்கையானது என்று அவன் நினைத்தான். இழைக்கப்பட்டுத் தரையில் கிடந்த மரச் சீவல்களைக் கைநிறைய எடுத்து அவற்றின் மணத்தை உள்ளிழுத்தான். அதைப் பார்த்த முதியவர் தன் பூ வேலைப்பாட்டில் இருந்து தலையை நிமிர்த்தி “ஆப்பிரிக்கத் தேக்கு” என்றார். ஹம்சா அந்தப் பெயரை நன்றியுடன் தன் மனதுள் குறித்துக்கொண்டான். அடுத்து படிகார

மணம் வந்துகொண்டிருந்த மற்றொரு குவியலை நோக்கிச் சென்றான்.

அந்த முதியவர் "ஊசியிலை மரக் கட்டை" என்று சொல்லிவிட்டு அவர்கள் இருவரும் ஏதோவொரு புதிர் விளையாட்டை விளையாடிக்கொண்டிருப்பதுபோலச் சிரித்தபடி, "ஆப்பிரிக்கத் தேக்கு என்றென்றும் நீடிக்கும். அது உலோகத்தை விடக் கடினமானது. நீ மரம் வாங்க வந்திருக்கிறாயா?" என்று கேட்டார்.

ஹம்சா, "இல்லை, நான் இங்கு வேலை செய்ய வந்திருக்கிறேன்" என்றான். இதைக் கேட்டதும் ஏதோ முணுமுணுத்த முதியவர் மீண்டும் தன் தொப்பியில் பூ வேலைப்பாடு செய்ய ஆரம்பித்தார். மீண்டும் முற்றத்திற்குச் சென்ற ஹம்சா கலீஃபா அங்கில்லாததைப் பார்த்து வணிகரின் கட்டளைக்காக நிழலில் காத்திருந்தான். பிற்பகலில் வேலை மறுபடி தொடங்கும்வரை அங்கேயே நின்றிருந்தான். அவன் அங்கு அதுவரையில் பார்த்திராத ஒரு ஆள் முற்றத்தின் வழியாக பணிமனைக்குள் வந்தான். கருப்பாகவும் பளபளப்பாகவும் இருந்த அவனுடைய தலைமுடி, குதிரை வால்போல் பின்புறம் கட்டப்பட்டிருந்தது.

மிக இயல்பாக அவசரப்படாமல் அந்த இடத்தில் உலா வந்த அந்த ஆள், சுங்குராவை நோக்கி, "ஏய் வேசி மகனே. உன் அம்மாவை நன்றாக எண்ணை தடவித் தயாராக இருக்கச் சொல். இன்று இரவு அவளைத்தான் படுக்கைக்குக் கூப்பிடப் போகிறேன்" என்று ஆபாசமாகக் கத்தினான். அதைக் கேட்டு, கிண்டல் செய்யப்பட்ட ஒரு குழந்தை சிரிப்பதுபோல சுங்குரா சிரித்தபோது அவனுடைய தாறுமாறான பற்கள் தெரிந்தன. மதியம் முழுவதும் ஹம்சா அங்கேயே காத்திருந்தான். இத்ரிசும் அவனது கூட்டாளியும் சில மணி நேரங்கள் வேனில் படுத்துக் கிடந்ததை அவன் பார்த்தான்.

வயதான தச்சரும் அவரது உதவியாளரும் பட்டறையை மூடிவிட்டு வெளியேறும்வரை ஹம்சா அங்கேயே நின்றான். அவ்வளவு நேரமும் அங்கு காத்திருந்ததை அப்போது அவன் முட்டாள்தனமாக உணர்ந்தான். ஆனால் வேறு எங்கு போவதென்று அவனுக்குத் தெரியவில்லை. களைப்பாகவேறு இருந்தது. தான் அங்கு காத்திருப்பது வியாபாரிக்கு நினைவு இருக்குமா என்றும் அவனுக்குத் தெரியவில்லை. பிற்பகல் பிரார்த்தனைக்குப் பள்ளி வாசலில் இருந்து அழைப்பு வந்தபோது, அதாவது சில மணி நேரங்கள் கழித்து வியாபாரி திரும்பி வந்தான். கிடங்கைப் பூட்டுவதற்காக சுங்குரா மட்டுமே அப்போது அங்கு இருந்தான்.

ஹம்சா தனக்காகக் காத்திருந்ததைக் கண்டு ஆச்சரியப்பட்ட நாசர் பியாஷரா, "நீ இங்கே என்ன செய்கிறாய்? இவ்வளவு நேரமும் நீ இங்கேயேவா இருந்தாய்? இப்போது வீட்டுக்குக் கிளம்பு. நாளையில் இருந்து நீ கிடங்கில் வேலை செய்யத் தொடங்கலாம்" என்றான்.

9

தங்குவதற்கு வேறு இடம் இல்லாததால் ஹம்சா அன்றிரவு கிடங்கின் கதவருகேயே தூங்கினான். தெருக்களில் தனக்குத் தெரிந்த இடங்களைச் சிறிது நேரம் தேடி அலைந்த ஹம்சாவால் எந்த இடத்தையும் சரியாக அடையாளம் காண முடியாததுடன் தான் எங்கிருக்கிறோம் என்பதே அவனுக்குத் தெரியவில்லை. அங்கிருந்த ஜனக்கூட்டத்தைப் பின்தொடர்ந்து சென்ற ஹம்சா சிறிது நேரத்தில் கடற்கரைச் சாலையைச் சென்றடைந்தான். அந்த இடம் சிறிதளவு பழக்கமானதுபோலத் தெரிந்ததும் தொடர்ந்து நடந்து, இளமைக் காலத்தில் தான் வாழ்ந்த வீட்டைத் தேடினான். ஆனால் அவனால் அதைக் கண்டுபிடிக்க முடியவில்லை. தான் சரியான இடத்தைக் கண்டுபிடித்து விட்டோம் என்றும், வீடு இடிக்கப்பட்டு அதனுடைய இடத்தில் வேறு வீடுகள் கட்டப்பட்டிருக்கலாம் என்றும் அவன் நினைத்தான். முன்பு ஜெர்மனியின் ஆதிக்கத்தில் இருந்த அந்த கிழக்கு ஆப்பிரிக்க நகரம் இப்போது பிரிட்டிஷ் காலனியாக மாறியிருந்தது. அதுமட்டுமின்றி, தோட்டமும் அதைச் சுற்றிப் பாதுகாப்பான சுவரும், முன் பகுதியில் ஒரு கடையும் இருந்த ஒரு வீடு காணாமல் போவதற்கும் இதற்கும் என்ன தொடர்பு இருக்க முடியும்? ஊர் தன் கொள்ளளவை மீறி வளர்ந்துவிட்டது போலிருந்ததுடன் அதன் சுற்றுப்புறத்தில் இருந்த சில இடங்களும் காணாமல் போயிருந்தன. ஏழு வருடங்கள் மட்டுமே அவன் அந்த ஊரை விட்டு வெளியில் இருந்தான். அதற்குள் ஊர் இந்தளவு மாறியிருக்க முடியாது. ஒருவேளை தவறான

இடத்தில் தேடிக் கொண்டிருக்கிறோமோ என்று நினைத்தான். முன்பு தன் வீட்டில் அவன் அச்சத்துடன் வாழ்ந்தபோது வெகு அரிதாகவே வீட்டைவிட்டு வெளியே செல்வான் என்பதால் அவன் முன்பு அறிந்திருந்த சில தெருக்களை இப்போது மறந்துவிட்டிருக்கலாம். அல்லது அவன் தன் வாழ்வில் சந்தித்த கொடுமைகளால் தனது நினைவின் ஒரு பகுதியை இழந்துவிட்டிருக்கலாம். அவன் மிகவும் சோர்வாக இருந்ததாலும்கூட அங்கு அவன் கண்ட அனைத்துமே விசித்திரமாக இருந்ததாக அவனுக்குத் தோன்றி இருக்கலாம். சிலர் அவனை முன்பே தெரிந்தவர்கள்போல் முகமன் கூறினார்களே தவிர ஒரு புன்னகையோ, நட்புடன் கையசைக்கவோ கைகுலுக்கவோ இல்லை. ஆனால் அவர்கள் அவனை வேறு யாரோ என்று தவறாக நினைத்திருக்கவேண்டும். எது எப்படியிருந்தாலும், அவர்களுக்கு அவனை அடையாளம் தெரியவில்லை.

இருட்டிவிட்டதால் அவன் மீண்டும் கிடங்கிற்குத் திரும்பினான். தொலைவில் இருந்த தெரு விளக்கில் இருந்து வீசிய மங்கலான ஒளி, நிழல்களை அதிகரித்துக் காட்டியதில் அங்கிருந்த வெறுமையை எதிர்கொள்ள அது ஓரளவு உதவியது. தூரத்தில் ஒரு மசூதி இருப்பது இப்போது அவனுக்குத் தெரியும். மதிய வேளையில் தொழுகைக்கு அழைக்கும் ஒலி கேட்டதும் அவன் அங்கு சென்று கை கால்களைத் தூய்மைப்படுத்திக்கொண்டு தொழுவான். அவன் தொழுவததற்கு வசதியாக அங்கிருந்த மக்கள் விலகி வழி ஏற்படுத்தித் தந்தனர். பிறகு அவன் பேச்சுத் துணைக்கு யாராவது கிடைக்கக்கூடும் என்று அங்கேயே காத்திருந்தான். இரவு மசூதி பூட்டப்பட்ட பிறகு கிடங்குக்குத் திரும்பிவந்து தன் உடைமைகள் அனைத்தும் வைத்திருந்த துணிப் பையைத் தலையணையாக வைத்துக்கொண்டு, கதவருகே முந்தைய தினம் அவன் படுத்திருந்த அதே இடத்தில கால் நீட்டிப் படுத்துக்கொண்டான். வலியும் அங்கிருந்த கொசுக்களும் அவ்வளவு களைப்புக்கு இடையிலும் அவனை உறங்கவிடவில்லை. முதலில் எங்கோ தொலைவில் இருந்தபடி சத்தமிட்டுக் கொண்டிருந்த பூனைகள் இருளில் கண்கள் மின்ன அவ்வப்போது அவனை நெருங்கி வந்து பார்த்தன.

அவன் எப்படியோ உறங்கத் தொடங்கியபோது இருண்ட ஓரிடத்தில இருந்து கீழே விழுவதுபோலவும், உடல்கள் மீது ஊர்ந்து செல்வதுபோலவும், கடும் வெறுப்புடைய ஒரு முகம் அவனை அருவருப்புடன் பார்ப்பது போலவும் தோன்றிய தொடர் கனவுகளால் அவன் நிம்மதியான தூக்கமின்றித் தவித்தான். கூச்சல்களும், அடி விழும் சத்தமும், தொலைதூரத்தில் தெரிந்த

மலைகள் மீது மனித உடலின் குடல் பகுதிகள் ஏராளமாகக் குவிந்து கிடப்பதும் தெளிவாகத் தெரிந்தன. அவனுக்கு அடிக்கடி குழப்பமான கனவுகள் தோன்றின. விடியலில் தொழுகைக்கான அழைப்பு காதில் விழுந்ததும் நிம்மதியடைந்தவன் கை கால்களைத் தூய்மை செய்துகொள்வதற்காக மீண்டும் மசூதிக்குச் சென்றான்.

அப்போது அங்கு வந்த கலீஃபா, கிடங்குக் கதவின்மீது சாய்ந்தபடி விரக்தியுடன் தரையில் உட்கார்ந்திருந்த ஹம்சாவைப் பார்த்ததும் தன் கண்களையே நம்ப முடியாத ஆச்சரியத்துடன், "நீ இந்தக் காலை நேரத்தில் இங்கு என்ன செய்துகொண்டிருக்கிறாய்? இன்னும் ஏழு மணிகூட ஆகவில்லையே? உன் வீடு இங்கே பக்கத்தில் எங்காவது இருக்கிறதா?" என்றான்.

ஹம்சா தன் சோர்வை மறைத்துக்கொண்டு தரையைச் சுட்டிக்காட்டி, "நான் இங்கேயேதான் தூங்கினேன்" என்றான்.

கலீஃபா, "வியாபாரி உன்னை இங்கு தூங்குமாறு சொல்லவில்லையே! நீ தெருக்களில் தூங்குகிற கிளர்ச்சிக்காரனா என்ன?" என்று கேட்டான். ஹம்சா இதற்குப் பதில் சொல்லவில்லை. கலீஃபாவின் கோபமான பார்வையிலிருந்து தன் கண்களை விலக்கிக்கொண்டு கால்களைக் கவனமாகத் தரையில் அழுந்த வைத்துக்கொண்டு எழுந்து நின்றான்.

"கிடங்கில் சரக்குகள் இறக்கப்பட்ட பிறகு அவற்றுக்குப் பாதுகாப்பாக நிற்க வியாபாரிக்கு ஒரு காவலாளி தேவை" என்று ஒரு குழந்தைக்கு விளக்குவதுபோல் தெளிவாகச் சொன்னான் கலீஃபா.

"வியாபாரி இப்போது வாங்கத் தொடங்கியுள்ள ஒரு புதிய வகை மீன்பிடி உபகரணங்களை இங்குள்ள மீனவர்களில் யாராவது கிடங்குக்குள் புகுந்து திருடிக்கொண்டு போய்விடுவார்கள் என்று நினைக்கிறான். கஞ்சாமீது இந்த மீனவர்களுக்குப் பெரும் பித்து. ஆனால் அவர்கள் இவற்றைத் திருடுவார்கள் என்று நான் நினைக்கவில்லை. நீ இங்கு தூங்கவேண்டிய அவசியமும் இல்லை. அவன் அவ்வாறு உன்னிடம் சொல்லவும் இல்லை. ஆமாம் தானே?" என்று கேட்டான்.

ஹம்சா, "எனக்குத் தூங்குவதற்கு வேறு இடம் இல்லை" என்றான்.

இதைக் கேட்டு கண்களைச் சுருக்கி அவனைப் பார்த்த கலீஃபா, அவன் ஏதாவது புலம்புவான் என்று எதிர்பார்த்தான். ஹம்சா பதில்

பேசாமல் இருக்கவே, அவன் ஓரடி முன் நகர்ந்து தாழ்ப்பாளை நீக்கி கதவைத் திறக்க ஆரம்பிக்கவும், ஹம்சா வேகமாக விலகி வழிவிட்டான்.

கதவின் ஒரு பகுதியைத் திறந்த கலீஃபா அடுத்த கணம் உள்ளே நுழைந்து, "நீ என்ன சொல்கிறாய்? உனக்கு தூங்குவதற்குக்கூட இடம் இல்லையா? இங்கு உனக்கு யாரையும் தெரியாதா? நீ இதற்கு முன்பு இங்கு வாழ்ந்ததாகச் சொன்னாயே?" என்று கேட்டான்.

"பல வருடங்களுக்கு முன்பு, ஊருக்கு வெளியே வசித்தேன். அங்கு வாழ்ந்த மக்கள் இன்னும் உயிருடன் இருக்கிறார்களா என்றுகூட எனக்குத் தெரியாது. அவர்கள் உயிருடன் இருந்தாலும் என்னிடம்பேச விரும்பமாட்டார்கள் என்று நினைக்கிறேன்" என்றான் ஹம்சா.

சிறிது நேரம் அமைதியாக இருந்த கலீஃபா, எந்த முடிவுக்கும் வர இயலாதவனாக முகம் சுளித்தபடி, கண்கள் நிறையக் கேள்விகளோடு தழல்போல் சிவக்க, "அப்படியானால் நீ தெருக்களில் படுத்துத் தூங்கி, சொந்தமாக இடமேதும் இல்லாமல் ஆங்காங்கே அலைந்து திரிபவனா? உன் பெற்றோர் உறவினர்கள் எல்லாம் யார்? நீ நினைக்கிறமாதிரி இப்படித் தெருக்களில் எல்லாம் தூங்கமுடியாது" என்று கோபமாகச் சொன்னான். பிறகு, "தெருக்களில் தூங்கினால் உனக்கு ஏதாவது பிரச்சனை ஏற்பட்டுவிடும். நீ தங்குவதற்கு என்று உனக்கு இங்கு உறவுக்காரர்கள் யாரும் இல்லையா? உன்னிடம் பணம் இருக்கிறதா?" என்று கேட்டான்.

ஹம்சா, "நான் சமீபத்தில்தான் இந்த ஊருக்கு வந்தேன்" என்று சொல்லிவிட்டு அதுவே போதுமான விளக்கம்போல அமைதியாக இருந்தான்.

கலீஃபா, "அப்படியானால் நீ நேற்று ஏன் நாசரிடம் முன்பணம் கேட்கவில்லை?" என்று ஆவேசத்துடன் கேட்டதற்கு ஹம்சா எந்த பதிலும்சொல்லவில்லை.

"நீ கடைசியாக எப்போது சாப்பிட்டாய்? நீ என்ன முட்டாளா இல்லை துறவியா?" என்று கேட்ட கலீஃபா ஹம்சாவின் வலது மணிக்கட்டைப் பிடித்திழுத்து அவன் உள்ளங்கையில் ஒரு நாணயத்தை வைத்து அழுத்தினான். "போ. உடனே ஒரு சிற்றுண்டிச் சாலையைக் கண்டுபிடித்து ஒரு கோப்பைத் தேநீரும்

ஒரு ரொட்டியையும் சாப்பிட்டுவிட்டு வா. முதலில் இங்கிருந்து கிளம்பு. ஏதாவது சாப்பிட்ட பிறகு இங்கு வா" என்றான்.

அப்படியானால் வியாபாரி தனக்கு வேலை தர மறுத்துவிட்டானா என்று கேட்க விரும்பினாலும் ஹம்சா அவ்வாறு கேட்க வெட்கப்பட்டவனாக அமைதியாக இருந்துவிட்டான். தன்னுடைய ஊதியம் என்ன என்றுகூட அவன் அந்த வியாபாரியிடம் கேட்டிருக்கவில்லை. இது எதையும் கலீஃபாவிடம் கூறாமல் தனக்கு அறிவுறுத்தப்பட்டபடி ஒரு உணவு விடுதியைக் கண்டுபிடித்தவன் அங்கு ஒரு ரொட்டியும் ஒரு பெரிய குவளை நிறைய தேநீரும் அருந்தினான். அவன் திரும்பிவந்தபோது கலீஃபா அவனைக் கண்டுகொள்ளவே இல்லை. இதைக் கவனித்த ஹம்சா தன் பரிதாபகரமான நிலையை நினைத்துத் தன்னைத் தொந்தரவு செய்ய விரும்பவில்லை என்று நினைத்துக்கொண்டான்.

காலையில் அங்கு வந்த ஒப்பந்ததாரரின் லாரியில் மூன்று ஆட்கள் சிமெண்டும் உலோகக் கம்பங்கள்கொண்ட மூட்டைகளையும் ஏற்றிய பின்னர் அங்கிருந்து லாரியை ஓட்டிக்கொண்டு போனார்கள். அவர்கள் சரக்கு ஏற்றும்வரை லாரி ஓட்டுனர் ஒலிப்பான்மீது கவிழ்ந்துகொண்டிருந்த காட்சி கூட்டம் நிறைந்த சாலையிடம் வழிவிடுமாறு அவன் பேரம் பேசிக்கொண்டிருந்தது போலிருந்தது. காலையில், சட்டையும் கால்சட்டையும் அணிந்து அங்கு வந்த அந்த சீனன் கலீஃபாவுடன் பேசத் தொடங்கினான். அவர்கள் பேச்சின் இடையே கலீஃபா ஹம்சாவைப் பார்த்தது, இதோ பார்... இவனும் எங்களில் ஒருவன். உன்னைப்போல ஃபாங் ஃபாங் ஃபாங் என்று பேசுகிற சீனன் இல்லை என்று சொல்வதுபோலிருந்தது. சிறு கிண்ணங்கள்கொண்ட பெட்டிகள், முந்தைய நாள் சுங்குரா மும்முரமாக அடுக்கிவைத்த அலமாரிகள் ஆகியவற்றை இறக்குவதற்காகவும் சில மரக் கட்டைகளை ஏற்றிக்கொண்டு செல்வதற்காகவும் வியாபாரியின் துறைமுகத்தில் இருந்த ஒரு வண்டியும் அங்கு வந்துபோனது.

கலீஃபா, பெட்டிகளை எங்கு அடுக்குவது என்று காட்டியதோடு, கிடங்கில் வேறு என்னென்ன பொருட்கள் உள்ளன என்றும் எப்படி ஒழுங்காக அடுக்கப்படுகின்றன, எவ்வாறு விநியோகிக்கப்படுகின்றன என்பதையும் ஹம்சாவுக்கு விளக்கினான். "இங்கு மரக்கட்டைகள், அங்கே அலங்காரக் கலசங்கள்கொண்ட பெட்டிகள், அங்கு தினை மூட்டைகள், அதோ அங்கிருக்கும் அலமாரிகளில் வைக்கோலால் மூடப்பட்ட சாம்பிராணிப் பொட்டலங்கள் அடுக்கப்பட்டிருக்கும்"

என்று ஒவ்வொன்றாகக் காட்டிக்கொண்டே வந்தான். கிடங்குக்கு உள்ளே வருகிற பொருட்கள், வெளியே போகும் பொருட்கள் ஆகியவை பதிவு செய்யப்படும் பதிவேட்டைக் காட்டினான்.

"உனக்குப் படிக்கத் தெரியுமா?" என்று ஹம்சாவைக் கேட்டான். ஹம்சா, "தெரியும்" என்று தலையசைத்ததும் கலீஃபா அவனைக் கூர்ந்து பார்த்தான். "உனக்கு எழுதத் தெரியுமா?" என்று கேட்டதற்கு "தெரியும்" என்று ஹம்சா மீண்டும் தலையசைத்தான்.

இதைக் கேட்ட கலீஃபா கசப்புடன் சிரித்தான். ஹம்சாவை வேலைக்கு அமர்த்துவதில் வியாபாரிக்கு இருந்த உள்நோக்கம் குறித்த அவனது சந்தேகம் இப்போது உறுதிப்படுத்தப்பட்டுவிட்டது.

"என்னிடம் உள்ள பொறுப்புகளை எடுத்துகொள்ள உன்னைத் தயார் செய்கிறான். அப்படித்தானே?" என்றான். எது எப்படியானாலும் அன்று காலை முழுதும் ஹம்சாவுக்கு ஓய்வு என்பதே இல்லாமல், வேலை இருந்துகொண்டேயிருந்தது. அமைதியாக வெறிச்சோடிக்கிடந்த அந்த இடம் இப்போது பரபரப்பாக வேலை செய்யும் இடமாக மாறி இருந்தது. விடிந்து வெகுநேரமான பிறகே வேலைகள் முடிந்து வலியுடன் இருந்த தன் கால்களைச் சற்று நீட்டி ஓய்வெடுக்க ஹம்சாவால் முடிந்தது.

ஹம்சாவின் இடுப்பைப் பார்த்தபடி, 'உனக்கு என்ன ஆயிற்று?' என்று கலீஃபா சைகையில் அவனிடம் கேட்டான். ஹம்சாவின் கால்கள்மீது மேலும் கீழும் ஓடிய அவனுடைய பார்வை பிறகு அவன் முகத்திற்குச் சென்றது.

"இது ஏதாவது நோயா? அல்லது காயமா?" என்று கேட்டான்.

"காயம்" என்றான் ஹம்சா.

"என்ன நடந்தது? நீ போரில் ஈடுபட்டிருந்தாயா?" என்று கேட்ட கலீஃபா பொறுமையின்றித் தன் கன்னத்தை முன்னோக்கிச் சாய்த்தது ஹம்சாவின் மந்தநிலையால் அவனுடைய எரிச்சல் அதிகமானதைக் காண்பித்தது.

"அது ஒரு விபத்து" என்று கூறிய ஹம்சா தன் பார்வையை விலக்கிக்கொண்டு உடனே எழுந்து அங்கிருந்து கிளம்பத் தயாரானான்.

கலீஃபா விடாமல் கேள்வி கேட்டதும் தன்னை விசாரணை செய்ததும் அவனுக்குப் பிடிக்கவில்லை. கலீஃபா சிரித்தபடி,

“நீ வாயே திறக்கமாட்டாய் என்பதோடு ஏதோ ஒரு மோசமான ரகசியம் உன்னிடம் புதைந்திருக்கிறது என்பது எனக்குத் தெரியும்” என்றவன், புன்னகைத்தபடி, “ஆனால் உன் தோற்றம் எனக்குப் பிடித்திருக்கிறது. என்னால் ஆட்களை எடைபோட முடியும். நான் சொல்வதைக் கேள். நீ திறந்தவெளியில் தூங்குமளவிற்கு இது பாதுகாப்பான இடம் இல்லை. இரவில், இதுபோன்ற திறந்தவெளியில் யார், அல்லது எந்த ஜந்து இங்கு அலைகிறது என்று தெரியாது. இருட்டிய பிறகு இங்கு வரக்கூடிய மக்கள் எதற்காக, என்ன செய்ய வருகிறார்கள் என்று எப்படித் தெரியும்? நன்மை தரக்கூடிய செயல்களைச் செய்யும் யாரும் இரவில் இங்கு வரமாட்டார்கள். உனக்கு இங்கு ஏதாவது நடந்தால், உன் உதவிக்கு வர ஒருவர்கூட இருக்கமாட்டார்கள். நீ கிடங்கின் உள்ளே படுத்துக்கொண்டு கதவைப் உட்புறமாகப் பூட்டிக்கொள்ளவேண்டும். ஆனால் நாசர் உன்னை முழுதாக நம்பும்வரை உன்னிடம் சாவியைத் தரமாட்டான்.”

ஹம்சா பேசுவதற்காகச் சிறிது நேரம் காத்திருந்த கலீஃபா அவன் எதுவும் பேசாததைக் கண்டு பெருமூச்சுவிட்டபடி, “நான் என்ன சொல்கிறேன் என்று உனக்குப் புரிகிறதா? தெருக்களில் தூங்குவது பாதுகாப்பானதல்ல” என்றான்.

“என் வீட்டுக்கு வெளியே ஒரு கடை இருக்கிறது. நீ அதைச் சில நாட்களுக்குப் பயன்படுத்திக்கொள்ளலாம். நான் அதை ஒரு முடிதிருத்தும் நபருக்கு முன்பு வாடகைக்கு விட்டிருந்தேன். இரண்டு வருடங்கள் அங்கிருந்தவர் திடீரென்று வெளியேறிவிட்டார். அவருக்குச் சொந்தமான முடிதிருத்தும் நாற்காலியும் கண்ணாடியும் இன்னும் அங்கேதான் இருக்கின்றன. பாவம்! அவருக்கு என்ன ஆயிற்று என்று தெரியவில்லை. ஒருவேளை அவர் தனது வேலையை மீண்டும் தொடங்கத் தயாராக இருக்கும்போது தன் பொருட்களை எடுத்துப்போக இங்கு திரும்பி வரலாம்.”

“நீ வேண்டுமானால் அந்த அறையைச் சில நாட்கள் பயன்படுத்திக்கொள்ளலாம். ஆனால் சில நாட்கள்மட்டுமே. நீ ஒரு பிச்சைக்காரனைவிட எந்த விதத்திலும் மேம்பட்ட நிலையில் இல்லை என்பதால் உன்னிடம் வாடகை கேட்பதில் அர்த்தமில்லை என்று எனக்குத் தெரியும். அதாவது இப்போதைக்கு உன்னால் வாடகை தரமுடியாது. நீ ஒன்றிரண்டு வாரங்களோ அல்லது உன் நிலைமை சற்றுச் சீரடையும்வரையோ அங்கு தங்கலாம். நிரந்தரமாக அங்கேயே தங்கிக்கொள்ளலாம் என்று

நினைக்காதே! நீ பெண்களையோ போக்கிரி நண்பர்களையோ அங்கு அழைத்துக்கொண்டு வரக்கூடாது. நீ பாதுகாப்பாகத் தூங்குவதற்கு அது ஒரு இடம். அவ்வளவுதான். அத்துடன் அந்த இடத்தைச் சுத்தமாக வைத்திருக்கவேண்டும். புரிகிறதா?" என்று கேட்டான் கலீஃபா.

ஹம்சா கலீஃபாவைப் பார்த்தான். அதற்கு முந்தைய நாள் உணவுக்காக சில நாணயங்களைத் தந்தது, இப்போது தாராளமான இந்தச் சலுகை, இவற்றில் உள்ள இரக்கம் அவனுடைய எரிச்சலூட்டும் சிடுசிடுவெனப் பேசும் தோரணையுடன் கலந்திருப்பதை அவன் அறிந்துகொண்டான். "எனக்கு உன் தோற்றம் பிடித்திருக்கிறது" என்று கலீஃபா சொன்னதையும், அதே சொற்களை நாசர் பியாஷராவும் சொன்னதையும் நினைத்துப் பார்த்தான். இதற்கு முன்பும்கூட ஹம்சாவுக்கு இது நடந்திருக்கிறது. அவனுடைய தோற்றம் எதிர்பாராத வழிகளில் எல்லாம் அவனுக்கு இரக்கத்தைப் பெற்றுத் தந்திருக்கிறது. ஜெர்மன் அதிகாரியும், சில முறைகள் அதைச் சொல்லி இருக்கிறான்.

★ ★ ★

தரைத்தளம் மட்டுமேகொண்ட கலீஃபாவின் வீட்டினுடைய ஒரு பக்கம் அதனருகே இருந்த உயரமான ஓர் வீட்டுடன் ஒட்டியிருந்தது. அதனுடைய இன்னொரு பக்கம் ஒரு சந்தில் இருந்தது. எங்கள் குடிசை என்று கலீஃபா குறிப்பிட்டாலும் அது குடிசை இல்லை. அந்த வீட்டின் முன்புறம் ஒரு தாழ்வாரமும் ஒரு கதவும் இருந்தன. தாழ்வாரத்தின் கூரையை வார்னிஷ் செய்யப்பட்ட இரண்டு தடிமனான மரக் கம்பங்கள் தாங்கி நின்றன. கலீஃபா குறிப்பிட்ட அந்தக் கடை தாழ்வாரத்தின் மறுபுறம் இருந்தது. அதன் கதவு தெருவை நோக்கி இருந்தது. முடிதிருத்தும் நாற்காலி ஒன்றும், ஒரு கண்ணாடியும் அந்தச் சிறிய அறையில் இருந்தன. அத்துடன் ஒரு மேஜையும் வாடிக்கையாளர் தனது முறைக்காகக் காத்திருக்கும் ஒரு நீளமான மர இருக்கையும் அதற்கு எதிரே இருந்தன. திடமான மர அடைப்புப் பலகைகள்கொண்ட ஜன்னலைக் கலீஃபா திறந்ததும், அந்தச் சிறிய அறை ஒளியால் நிரம்பியது. கடையில் காத்திருக்கும் ஒன்றிரண்டு வாடிக்கையாளர்கள் இருக்கையில் அமர்ந்து அரட்டை அடிப்பது போலவோ, முடி திருத்துனரின் நண்பர்கள் வெட்டிப் பேச்சு பேசி அன்றைய நாளைப் போக்கிக்கொண்டு அமர்ந்திருப்பதுபோலவோ ஹம்சாவால் அந்த அறையை எளிதாக முடிதிருத்தும் கடையாகக் கற்பனை செய்து பார்க்கமுடிந்தது. காரைத் தரையில் சில முடிகள்

பஞ்சுடன் ஒட்டியபடி கிடப்பதைப் பார்த்ததாக அவன் நினைத்தான். ஆனால் அது அவனுடைய கற்பனையாகத்தான் இருக்கும். கலீஃபா ஜன்னலுக்கு அருகில் நின்று ஹம்சாவைப் பார்த்தான். ஜன்னல் கம்பிகளின்மீது ஒரு கையை வைத்தபடி இருந்த அவனது முகம் வழக்கப்படி சுளித்ததுபோல இருந்தாலும் ஒரு சுய திருப்தி அவனது உதடுகளின் விளிம்புகளில் படர்ந்தது. "மேன்மை பொருந்திய தங்களுக்கு இது போதுமானதாக இருக்குமா?" என்று கேட்டான்.

பூட்டுக்கான சாவியைக் கொண்டுவந்து கொடுத்த கலீஃபா ஒரு விளக்குமாறை எடுத்து வந்து ஹம்சாவிடம் தந்தான். சிலந்தி வலைகளை ஒட்டடை அடித்த பிறகு தரையைத் துடைத்த ஹம்சா முகம் பார்க்கும் கண்ணாடியைச் சுவரின் பக்கமாகத் திருப்பிவைத்து, இரவு அவன் உறங்குவதற்கு ஏற்றவிதத்தில் அங்கிருந்த அறைக் கலன்களை ஒழுங்குபடுத்தினான். பிறகு நாற்காலியில் அமர்ந்து, சவரம் செய்யும்போது சாய்ந்து கொள்வதற்காக வைக்கப்பட்டிருந்த நாற்காலியின் தலைப் பகுதியில் சாய்ந்துகொண்டவன், தன்னுடைய அதிர்ஷ்டத்தை நினைத்து மகிழ்ச்சியடைந்தான். அந்தக் கடையின் கதவின்மீது நிறைய உயரமான வீடுகளின் நிழல்கள் படிந்தன. தெருவில் நடந்துபோய்க்கொண்டிருந்த நிறைய ஆட்கள் அந்த இடத்தைக் கடந்தபோது திறந்திருந்த கதவின்வழியாகப் பக்கவாட்டில் பார்ப்பதை அங்கு அமர்ந்திருந்த ஹம்சாவால் கவனிக்க முடிந்தது. கதவை மூடிவிட்டு நீண்டநேரம், மணிக்கணக்கில், நகராமல் உட்கார்ந்திருந்த ஹம்சா அந்தச் சிறிய அறையில், இருளில் ஒரு பாதுகாப்பு உணர்வை அனுபவித்தான்.

மாலை நேரத் தொழுகைக்கான அழைப்பு கேட்டபோது அது வெவ்வேறு திசைகளில் இருந்து ஒலிப்பதாக அவனுக்குத் தோன்றியது. அதை அவன் எண்ணிப் பார்த்ததில் நான்கு வெவ்வேறு அழைப்பாளர்களின் குரல்கள் ஒலித்தன. இந்த நகரத்தில் ஏராளமான மசூதிகள் முன்பே இருந்தன என்பது அவன் நினைவுக்குவந்தது. உடலைத் தூய்மைப்படுத்திக்கொள்வதற்காகவும், யாரையாவது பார்க்கலாம் என்றும் அந்த நான்கில் ஏதாவது ஒரு மசூதியைத் தேடிச் செல்லலாம் என்று அவன் நினைத்தான். அவன் இதற்கு முன்பு பயணித்த பல இடங்களில் மசூதிகள் இல்லை. மசூதியில் இருக்கும்போது நாம் அனைவரும் ஒன்று என்று எப்போதும் அவனுள் தோன்றக்கூடிய ஒரு உணர்வு, வேறெங்கும் அவனுக்குத் தோன்றாமைக்காக அவன் வருந்தினானேதவிர பிரார்த்தனை செய்ய முடியவில்லையே என்பதற்காக அல்ல. வேகமாக எழுந்து ஒரு மசூதியைத் தேடிச் சென்றவன் மற்ற வழிபாட்டாளர்களுடன்

வரிசையில் நிற்கும் நேரம் வரும்வரை யாரிடமும் பேசாமல் கண்களைத் தாழ்த்திக்கொண்டு அமைதியாக அமர்ந்திருந்தான்.

தொழுகையை முடித்த பிறகு தனக்கு இரு பக்கமும் இருந்த மற்ற ஆட்களுடன் அமைதியாகக் கை குலுக்கிவிட்டு தன் வழியில் சென்றான். ஆட்கள் உலவிக்கொண்டும், சிறிய குழுக்களாக அமர்ந்து பேசிக்கொண்டும், வழிப்போக்கர்களை வேடிக்கை பார்த்துக்கொண்டும் இருந்த வெளிச்சம் பரவியிருந்த வீதிகளில் கடைகள், செய்தித்தாள்கள், சிகரெட் போன்றவை விற்கப்படும் சிறு கடைகள், சிறிய உணவகங்கள், ஆகியவற்றைக் கடந்து சென்றான். அவன் அங்கு பார்த்தவர்கள் அனைவரும் அமைதியாகவும் நிறைவாகவும் இருப்பதாக அவனுக்குத் தோன்றியது. அதற்குக் காரணம் தான் வேறொரு செழிப்பான நிலையில் இருந்த நகரத்தின் ஒரு பகுதியில் இருப்பதா அல்லது மக்கள் இந்த நேரத்தில் இவ்வித மனநிலையில் வழக்கமாக இருப்பார்களா அல்லது சலிப்பாக இருந்தாலும் அதை வெளிக்காட்டிக் கொள்ளாமல் அமைதியான மனநிலையில் இருக்கிறார்களா என்று அவன் பலவாறாக யோசித்தான். வீட்டிற்குத் திரும்பியபோது தாழ்வாரத்தில் விளக்கு எரிவதையும் ஒரு பாயின்மீது கலீஃபா அமர்ந்திருப்பதையும் கண்டான். ஹம்சாவைத் தன்னுடன் அமருமாறு சைகை செய்த கலீஃபா குடுவையில் இருந்த காபியை ஒரு சிறிய கோப்பையில் ஊற்றி ஹம்சாவுக்குத் தந்தான்.

"நீ சாப்பிட்டாயா?" என்று கேட்டான்.

பிறகு வீட்டினுள் சென்ற கலீஃபா வேகவைத்த பச்சை வாழைப் பழங்கள், ஒரு குடுவையில் தண்ணீர் ஆகியவற்றைக்கொண்டு வந்து தந்தான். ஹம்சா அவற்றை நன்றியுடன் ஏற்றுக்கொண்டான். கலீஃபாவின் நண்பர்கள் வந்ததும், அவர்களுக்கு முகமன் கூறிவிட்டு நாகரீகம் கருதி சில நிமிடங்கள் அங்கேயே நின்ற ஹம்சா பிறகு தன்னுடைய அறைக்குச் சென்றுவிட்டான். நீண்ட நேரம் அவன் வெறுந்தரையில் இருட்டில் படுத்துக்கிடந்தான். அவனுடைய மனம் இதற்கு முன் அவன் இங்கு வாழ்ந்த காலத்தையும், இழந்த நிறைய உறவுகளையும், அனுபவித்த அவமானங்களையும் நினைத்து உழன்றுகொண்டிருந்ததில் அவனால் உறங்கவேமுடியவில்லை. இந்த நகரத்தில் அவன் செய்த மிக மோசமான தவறுகள் யாவும் அவமானம் அடைந்துவிடுவோமோ என்ற அவனது பயத்தின் காரணமாகவே விளைந்தன. அதனால், சகோதரனைப்போலப் பழகிய ஒரு நண்பனையும், நேசிக்கத்தொடங்கியிருந்த ஒரு பெண்ணையும்

இழந்தான். போர் அவனிடமிருந்த நல்ல தன்மைகளை நசுக்கி எறிந்துவிட்டு மிருகத்தனத்தனமான திகைப்பூட்டும் காட்சிகள் வழியே மனிதத்தன்மையை அவனுக்குக் கற்பித்தது. இந்த எண்ணங்கள் அவனைத் துக்கத்தில் மூழ்கடித்தன. மனிதனால் தவிர்க்கவேமுடியாத விதி இது என்று அவன் நினைத்துக்கொண்டான்.

★★★

சில நாட்களுக்குளாகவே கலீஃபா தன் முரட்டுத்தனத்தைக் குறைத்துக்கொண்டு தனக்கு ஆலோசனைகள் வழங்குவதை உணர்ந்த ஹம்சா, கலீஃபாவுடன் எந்த விவாதமும் செய்யாமல் அவன் சொன்னதை அப்படியே கேட்டுக்கொண்டான். ஹம்சா, நாசர் பியாஷராவிடம் முன்பணம் கேட்கவேண்டும் என்று கலீஃபா ஒரு நாள் மதியம் அவனை வற்புறுத்தினான். அவர்கள் வீட்டிற்குச் செல்லும் வழியில், மரக் கடையின் அருகே நின்றனர். நாசர் அலுவலகத்தில் இருப்பதைக் கண்ட ஹம்சா அலுவலகத்தின் உள்ளே செல்ல, அவர்கள் பேசுவது கேட்க வாய்ப்பற்ற தொலைவில், ஆனால் நாசரின் பார்வை படும் இடத்தில் கதவுக்கு வெளியே கலீஃபா நின்றுகொண்டான். ஹம்சா தனது கூலியில் இருந்து சிறிது முன்பணம் வேண்டும் என்று கேட்டதுமே வியாபாரியின் முகம்போன போக்கைப் பார்த்து, அவனுக்கு அது பிடிக்கவில்லை என்பது ஹம்சாவுக்குத் தெரிந்தாலும், அது கலீஃபா அங்கு நிற்பதாலா அல்லது பணத்திற்கான கோரிக்கை வியாபாரியை மிகவும் எரிச்சலூட்டியதா என்று அவனுக்குத் தெரியவில்லை.

“நீ இங்கு வந்து மூன்று நாட்கள்தான் ஆகின்றன. அதற்குள் பணம் வேண்டும் என்று கேட்கிறாய். நீ உனக்குக் கொடுக்கப்பட்ட மொத்த வேலைகளையும் செய்து முடிக்கும்போதுதான் உனக்குப் பணம் தரமுடியும்” என்று நாசர் பியாஷரா தீர்மானமாகக் கூறினான். தான் அங்கு வந்து ஐந்து நாட்கள் ஆகிவிட்டன என்று தெரிந்தும் ஹம்சா மீண்டும் கோரிக்கைவைக்கவோ வேறு விதமாகவோ எதுவும் கேட்காமல் வியாபாரியின் முன்னே அமைதியாக நின்றான். இறுதியில் அவனுக்கு ஐந்து ஷில்லிங்ஸ் கொடுத்த நாசர் பியாஷரா உடனே அங்கிருந்த பேரேட்டில் அதைக் குறித்து வைத்தபடியே அவனைப் பார்த்து, “இதையே பழக்கமாக்கிக்கொள்ளாதே” என்றான்.

அவர்கள் அங்கிருந்து கிளம்பி வீட்டிற்குச் செல்லும்வழியில் இதைக் கேட்டுத் தெரிந்துகொண்ட கலீஃபா சிரித்தபடி, “அவன் எவ்வளவு மோசமான கஞ்சன். ஆட்களை எவ்வளவு மோசமாக

வேண்டுமானாலும் நடத்தலாம் என்று அவன் நினைக்கிறான். பக்கத்து வீட்டில் தினை ரொட்டி சுடும் மூதாட்டிக்குக்கூட அவன் கடன்பட்டிருக்கிறான். தினமும் அந்தப் பாட்டியிடம் ஒரு ரொட்டியை எடுத்துக்கொண்டு வரச் சொல்வானேதவிர இதுவரை அவளுக்குப் பணம் கொடுத்ததில்லை. ரொட்டி செய்வது ஒன்றும் எளிமையான விஷயம் இல்லை. கிழவி அதற்காக எவ்வளவு உழைக்கிறாள் தெரியுமா? அவள் முந்தைய நாள் இரவே தானியத்தை ஊறவைக்கவேண்டும், பிறகு அதை உரலில் இட்டு இடிக்கவேண்டும். அதன் பிறகு அதை நீர் ஊற்றிப் பிசைந்து, அவளுடைய கொல்லைப்புறத்தில் உள்ள களிமண் அடுப்பில் அதைச் சுடவேண்டும். இவ்வளவு வேலைகள் செய்த பிறகு கிடைக்கும் ஒரு ரொட்டிக்கு அவள் வெறும் இருபது காசுகள் வசூலிக்கிறாள். அதையும் தராமல் அந்தக் கிழவி கெஞ்சும்வரை இந்தக் கஞ்சன் அவளைக் காக்கவைப்பான்" என்றான். இதையெல்லாம் சொல்லி வணிகனை அவமானப்படுத்தியதில் கலீஃபா மிகுந்த மகிழ்ச்சியடைந்ததுபோல ஹம்சாவுக்குத் தோன்றியது.

அவர்கள் வீட்டை அடைந்ததுமே, "உள்ளே வா. நீ நிச்சயம் ஏதாவது சாப்பிடவேண்டும்" என்று பெருந்தன்மைவழிய ஹம்சாவைக் கூப்பிட்டபடி கதவைத் திறந்த கலீஃபா, "ஆஷா, நம் வீட்டிற்கு ஒரு விருந்தினர் வந்திருக்கிறார்" என்று உரக்க அழைத்தான்.

ஹம்சா அந்த வீட்டிற்கு உள்ளே நுழைவது அதுவே முதல் முறை. இவ்வளவு சீக்கிரம் இத்தகைய விருந்தோம்பலா என்று ஹம்சா ஆச்சரியப்பட்டான். முற்றிலும் அந்நியரான ஒருவரை இதுபோல வீட்டிற்குள் அழைக்கமாட்டார்கள். கலீஃபா எளிதில் கணிக்கமுடியாத ஒருவன் என்பதும் அவர்களின் முதல் சந்திப்பு அவனைத் தவறாக நினைக்கும்படி அமைந்துவிட்டது என்றும் ஹம்சா அறிந்துகொண்டான். கலீஃபா முதலில் அவனிடம் மோசமாக நடந்துகொண்டாலும் அவனுடைய கோபம் நீண்ட காலம் நீடிக்காமல், ஆச்சரியப்படத்தக்க அளவு பெருந்தன்மையுடன் தன்னிடம் நடந்துகொள்வதை ஹம்சா கவனித்தான். ஹம்சா ஒரு குடும்பச் சூழலில் மிகவும் அரிதாகவே அதுவரை வாழ்ந்திருந்தான். அதாவது அவன் குழந்தைப் பருவத்தில்மட்டுமே அத்தகைய சூழல் இருந்தது. அதன் பிறகு அவன் ஒரு கடையின் பின் பக்கத்திலும், பிறகு அங்கிருந்து தப்பித்து ஓடியதும் நீண்ட காலம் நீடித்த பயண வாழ்வுமே அவனுக்கு வாய்த்ததால், எதைச் செய்யவேண்டும் எதைச் செய்யக்கூடாது என்ற எதுவும் அவனுக்குத் தெரியவில்லை.

அவனுடைய குழந்தைப் பருவம்மட்டுமே அவனுடைய நினைவில் ஒட்டிக்கொண்டிருந்தது.

அந்த வீட்டில் இரண்டு அறைகள் இருந்தன. பின்வாசல்வரை நீண்ட ஒரு நடை முற்றத்தில் முடிவடைந்தது. கலீஃபா இடதுபுறத்தில் இருந்த அறைக்குள் அவனை அழைத்துச் சென்றான். அந்த அறையின் தரை முழுவதையும் பின்னல் வேலைப்பாடு செய்த பாய் ஒன்று மூடியிருக்க சுவர்மீது சில மெத்தைகள் சாய்த்துவைக்கப்பட்டிருந்தன. அது விருந்தினர்களை வரவேற்பதற்கான அறையாக இருக்கவேண்டும். ஹம்சாவை ஒரு கணம் அங்கேயே விட்டுவிட்டு உள்ளேபோன கலீஃபா திரும்பவந்தவுடன், வீட்டுக்குள் வந்து தம் குடும்பதினருக்கு முகமன் கூறுமாறு ஹம்சாவைக் கேட்டுக்கொண்டான். அவனைப் பின்தொடர்ந்து முற்றத்திற்குச் செல்லும் புறவாசற் கதவுவரை சென்ற ஹம்சா தான் உள்ளே அழைக்கப்படும்வரை அங்கேயே காத்திருந்தான். வெய்யில்படாதிருக்க அமைக்கப்பட்டிருந்த சிறு மேற்கூரையின்கீழே குட்டையான ஒரு முக்காலியின்மீது அமர்ந்து நாற்பது வயது மதிக்கத்தக்க பருமனான ஒரு பெண், உணவு சமைத்துக்கொண்டிருந்தார். அவளுக்கு இடதுபுறம் இருந்த ஒரு கன்னான் அடுப்பின்மீது ஒரு பானை வைக்கப்பட்டிருந்தது. வலப் புறத்தில் அவள் காலருகே மண் பானை ஒன்று வைக்கோலால் செய்த உறையால் மூடப்பட்டிருந்தது. தன் தலையைச் சுற்றி அவள் அணிந்திருந்த மேலாடை அவள் புருவத்தையும் கன்னங்களையும் சுற்றி இறுக்கிக்கொண்டிருந்ததில் அவள் முகம் அழுந்தி வீங்கினாற் போலிருந்தது. ஒரு விருந்தினர் வந்திருப்பதை கலீஃபா அறிவித்ததுமே அது இன்னும் இறுக்கப்பட்டது வெளிப்படையாகத் தெரிந்தது. சாம்பல் நிறத்தில் இருந்த சில முடிக் கற்றைகள் இந்த இறுக்கமான கட்டுப்பாட்டிலிருந்து தப்பித்து வெளியே தெரிந்தன. எதுவும் பேசாமலும் சிரிக்காமலும் அவள் உக்கிரமாக ஹம்சாவைப் பார்த்த பார்வையில் ஒரு வெறுப்பு தெரிந்தது. கலீஃபா அவளைத் தனது மனைவி ஆஷா என்று அறிமுகப்படுத்தியதும் ஹம்சா அவளுக்கு வணக்கம் தெரிவித்தான். முகத்தில் எந்த உணர்ச்சியும் இன்றி அவனைப்பார்த்தவள் அவனுடைய வணக்கத்தை ஏற்கும்வகையில் ஓர் ஓசையைமட்டுமே வெளிப்படுத்தினாள்.

“நீ என்னிடம் சொல்லிக்கொண்டிருந்தது இவனைப் பற்றிதானா? உங்களுக்குச் சொந்தமில்லாத அந்த அறையை இவனுக்குத்தான் கொடுத்திருக்கிறீர்களா? இதனால் நம் அனைவருக்கும் பிரச்சனையை வரவழைத்திருக்கிறீர்கள்” என்ற அவளுடைய குரல் உறுதியாகவும்

கடுமயாகவும் ஒலித்தது. இதைச் சொன்னவாறே கலீஃபாவைப் பார்த்தவள் பிறகு ஹம்சாவின் பக்கம் தன் பார்வையைத் திருப்பி முறைத்தாள். "இவன் எங்கிருந்து வருகிறான்? இவனுடைய பூர்வீகம் எது என்று நமக்குத் தெரியுமா? முற்றிலும் அந்நியனான இவனுக்கு, உங்களுக்குச் சொந்தமான வீட்டிலிருந்து தருவதுபோல நீங்கள் ஓர் அறையைக் கொடுத்திருக்கிறீர்கள்" என்றாள்.

பொறுமையிழந்த கலீஃபா, "அப்படியெல்லாம் பேசாதே" என்றான்.

அவள் இன்னும் சத்தமாகவும் கோபத்துடனும், "நீங்களே அவனைக் கொஞ்சம் பாருங்களேன். உங்களுக்கு என்று எதுவுமே சொந்தமில்லாத நிலையில் நாம் ஏதோ தர்ம சத்திரம் நடத்துவதுபோல நீங்கள் அவனை இங்கு தூங்கவும் சாப்பிடவும் அழைத்து வந்திருக்கிறீர்கள். அது போதாது என்பதுபோல நம்மிடம் என்ன பிடுங்கலாம் என்று இவன் நன்றாகப் பார்த்து முடிவு செய்வதற்கு வசதியாக நீங்கள் இப்போது இவனை வீட்டுக்குள்ளேயே அழைத்து வந்துவிட்டீர்கள். இவன் யார், இவனுடைய பெற்றோர் உறவினர் யார், அல்லது இவன் என்ன குற்றம் செய்துவிட்டு இங்கு வந்திருக்கிறான் என்று எதுவுமே உங்களுக்கு இவனைப் பற்றி தெரியாது. ஆனால் அதைப் பற்றி எல்லாம் உங்களுக்குக் கவலையே இல்லாமல் நீங்கள் இவனை உள்ளே அழைத்து வந்துவிட்டீர்கள். இவன் நமக்கு என்ன தீங்கு செய்ய விரும்புகிறானோ அவன் அதைச் செய்யலாம். உங்கள் தலையில் களிமண்தான் இருக்கிறது" என்றாள்.

"நீ இப்படிப் பேசுவதை நிறுத்து. எந்த விபரமும் தெரியாத ஒரு ஆளைப் பற்றித் தவறாகப் பேசாதே" என்றான் கலீஃபா.

முகத்தில் கோபம் பரவ அவள், "நான் நிச்சயமாகச் சொல்கிறேன். இவன் ஒரு பயனற்றவன். இவனால் நமக்கு நிச்சயமாக பிரச்சனை வரும்" என்றாள்.

"அந்தப் பேச்சைவிடு. இப்போது எங்களுக்கு உணவு பரிமாறு" என்ற கலீஃபா ஹம்சாவை வீட்டின் உள்பக்கம் போகுமாறு சைகை காட்டிவிட்டுப் பிறகு சத்தமாக, "நீ திரும்பிப் போ. சிறிது நேரத்தில் நான் உன்னுடன் இருப்பேன்" என்றான்.

மீண்டும் விருந்தினர் அறைக்குச் சென்று அமர்ந்து காத்திருக்கத் தொடங்கிய ஹம்சா எதிர்பாராதவிதமாக நிகழ்ந்த இந்த ஏளனமான பேச்சால் அதிர்ந்துபோய்விட்டான். ஆனால் கலீஃபாவின் மனைவி பேசிய சொற்களை அவன் உடனே ஆராய்ந்து பார்க்க விரும்பவில்லை. அதற்கு இன்னும் நேரம் இருக்கிறது என்று

நினைத்த ஹம்சா அப்போதைக்கு கலீஃபா திரும்பிவந்து தன்னை வீட்டைவிட்டு உடனே வெளியேறச் சொல்லப்போகும் நிமிடத்திற்காகக் காத்திருந்தான். ஒருவேளை திருமதி ஆஷாவுக்கு உடல்நிலை சரியில்லாமல் இருந்திருக்கலாம். அது அவளை இப்படி மோசமாக நடந்துகொள்ள வைத்திருக்கலாம் என்று நினைத்துக்கொண்டாலும் அவளுடைய கண்களில் ஒருவித கடுங்கோபத்தையும் அவன் கவனித்திருந்தான். கலீஃபா சோற்றையும் மீனையும் இரண்டு தட்டுகளில் வைத்துக் கொண்டுவந்தபோது அவனும் கோபத்தில் இருந்தான். அவனுக்கும் அவன் மனைவிக்கும் வாக்குவாதம் ஏற்பட்டிருக்கும்போல் தோன்றியது. அவர்கள் விரைவாகவும் அமைதியாகவும் சாப்பிட்டார்கள். பிறகு கைகளைக் கழுவுவதற்காக வெளியே சென்ற கலீஃபா, ஹம்சாவை அழைத்தான். அப்போது ஆஷா அங்கு இல்லை என்பதைக் கவனித்த ஹம்சா, பாத்திரங்கள் கழுவும் தண்ணீர்த் தொட்டியில் தன் கைகளைக் கழுவிக்கொண்டான். மீண்டும் வீட்டுக்குள் நுழைந்தபோது சிறுமியா இளம்பெண்ணா என்று கண்டறியமுடியாத ஒருத்தி, முற்றத்தில் வெய்யில் தடுப்புக்கு இன்னொரு புறத்தில், கதவுக்கு அருகே ஒரு மூலையில் சப்பணமிட்டு அமர்ந்திருப்பதைப் பார்த்த ஹம்சா, அவள் வேலைக்காரியாக இருக்கலாம் என்று யூகித்தான். இப்போது கைகளைக் கழுவும்போதும் அதே பெண் மூலையில் இருந்த தண்ணீர்க் குழாயின் கீழே பானைகளை வைத்து அழுத்தித் தேய்த்துக்கொண்டிருந்ததைப் பார்த்தான். தலையில் துணியால் முக்காடிட்டு இருந்த அந்தப் பெண் நிமிர்ந்து பார்க்காததால் அவனால் அவளுடைய முகத்தைப் பார்க்கமுடியவில்லை. அவன் அவளுக்கு வணக்கம் சொன்னான். அவள் தன் தலையை நிமிர்த்தாமலேயே அவனுக்குப் பதில் வணக்கம் சொன்னாள்.

★ ★ ★

கலீஃபாவும் ஆஷாவும் இப்போதெல்லாம் அதிக வாக்குவாதத்தில் ஈடுபட்டனர். திருமதி ஆஷா எப்போதும் அவனிடம் கடுமையாகப் பேசியபடி, எதையுமே மிகைப்படுத்திக் கூறிக்கொண்டிருந்ததால், வெளியில் தெரிந்ததைவிட அவள் தன் மனதுள் அதிக அதிருப்தியுடன் இருந்ததாகத் தெரிந்தது. இது அவளுக்கு மூர்க்கத்தனமாக நடந்துகொள்ள ஓர் உரிமையை அளித்தது. அதற்காக அவள் ஏதோ தெரியாமல் சிலவற்றைச் சொல்கிறாள் என்றோ, தான் நினைத்ததைச் சாதித்துக்கொள்ள முயல்பவள் அல்ல என்றோ அர்த்தப்படுத்திக்கொள்ளமுடியாது. இன்னும் சொல்லப்போனால் அவள் தான் நினைத்ததை அப்படியே சாதித்துக்கொள்பவள்தான்.

அத்துடன் வீட்டின் பெரும்பாலான விஷயங்களில் அவள் ஆதிக்கம் செலுத்திப் பழகிவிட்டிருந்தாள். சகிப்புத்தன்மைகொண்ட கணவனாகச் செயல்பட்ட கலீஃபா, மனைவியின் சொல்லுக்கு ஏற்ப நடப்பவன் என்றாலும், தேவைப்படும்போது சில விஷயங்களில் தன் ஆதிக்கத்தை அவன் நிலைநிறுத்துவான். வழக்கமாக அவர்களுடைய கருத்து வேறுபாடுகள் தாம் இருவரும் ஒருவருக்கு ஒருவர் சளைத்தவர்கள் இல்லை என்று இருவருமே புரிந்துகொண்டிருப்பதுபோல கண்ணுக்குத் தெரியாத புன்னகைகளை அவர்கள் பரிமாறிக்கொள்வதில் முடியும். ஆனால் சமீபகாலமாக அவள் அவனிடம் பேசும்போது அவளுடைய தொனியில் கூர்மையும் சந்தேகமும் ஒலித்தது. அவள் சொல்வதில் தனக்கு விருப்பமில்லை என்பதைக் கலீஃபா கடுப்பான குரலில் தெரிவிக்கும் அளவுக்கு நிலைமை மாறியது. கலீஃபா, சில சமயங்களில் அவள் பேசுவதைக் கண்டுகொள்ளாமலும் இருந்தான்.

அப்பா இந்த ஆளை ஏன் வீட்டிற்குள் அழைத்து வந்தார் என்று அஃபியாவிற்குப் புரியவில்லை. அவள் அவர்களுடன் வசிக்கத் தொடங்கியதில் இருந்து இதுபோல் எப்போதுமே நடந்தது இல்லை. அவளுடைய அண்ணன் இலியாஸ் வந்திருந்தபோது விருந்தினர் அறையைக் கடந்து உள்ளே வந்ததே இல்லை. ஆஷாம்மா தான் வெளியே வந்து அவனுக்கு முகமன் கூறுவாள். முற்றிலும் அந்நியரான ஒருவரை வீட்டுக்குள் அழைத்து வருவதை ஆஷாம்மா விரும்பமாட்டாள் என்பது அப்பாவுக்குத் தெரிந்திருக்கவேண்டும். வழக்கமாக அடிக்கடி வீட்டுக்கு வருபவர்களான மீன் விற்பவர்கள், அடுப்புக் கரி விற்பவர்கள்கூட முற்றத்தின் கதவைக் கடந்து அதுவரை உள்ளே வந்ததில்லை. இதற்கு ஒரே விதிவிலக்கு மெத்தை தைப்பவர்மட்டுமே. அதுவும் அந்த முதியவரை ஆஷாம்மாவுக்குச் சிறுவயதுமுதலே தெரியும் என்பதால்மட்டுமே.

ஆஷாம்மாவுக்கு அந்த இளைஞனைப் பிடிக்கவில்லை என்பது அப்பாவுக்கு நினைவு இருந்திருக்கவேண்டும். ஹம்சா உடலில் ஏதோ பிரச்சினை இருந்தது, தன் பெற்றோர் உறவினர்கள் யார் என்ற எந்த விபரத்தையும் அவன் வெளிப்படுத்தாதது, என அந்த இளைஞனைப் பற்றி கலீஃபா அவனைப் பார்த்ததும் ஆஷாவிடம் சொன்ன கதைகள்கூட அதற்குக் காரணமாக இருக்கலாம்.

ஆஷாம்மா, “அவன் அங்கங்கே அலைந்து திரியும் ஊர்ப் பொறுக்கிபோலத் தெரிகிறது” என்றாள்.

“அவன் போரில் இருந்திருக்கிறான் என்று நினைக்கிறேன்” என்றான் கலீஃபா.

“அப்படியானால் அவன் ஆபத்தானவன், கொலைகாரன்” என்று கலீஃபாவின் கோபத்தைத் தூண்டும் விதத்தில் பேசினாள். “இல்லை! இல்லை! அவனும் இலியாசைப்போல நிறைய கஷ்டங்களைச் சந்தித்திருக்கலாம்” என்றான்.

“இல்லை! இலியாசுக்குப் பெற்றோர் உறவினர்கள் என எல்லோரும் இருந்தனர். இவனுக்கு யார் இருக்கிறார்கள், நீங்களே சொல்லுங்கள். ஒரு ஒழுக்கமான மனிதனுக்கு எப்படி யாருமே இல்லாமல் போவார்கள்?” என்றாள் ஆஷா.

அந்நியர்கள் மீது அவளுக்கு இருந்த வெறுப்பை கலீஃபா மறக்கவில்லை. இலியாஸ் உயிர் பிழைத்திருக்கலாம், நீண்ட பயணம் மேற்கொண்டு ஊருக்கு வந்துகொண்டிருக்கலாம் என்று சொல்வதற்காகக்கூட கலீஃபா அவனை உள்ளே அழைத்து வந்திருக்கலாம். யுத்தம் முடிவடைந்து மூன்று வருடங்கள் ஆகியும் அவனைப் பற்றிய எந்தத் தகவலும் இல்லை. அஃபியா அதை யாரிடமும் சொல்லவில்லையேதவிர தன் சகோதரனை இழந்துவிட்டதை அவள் மனம் சொன்னது. இலியாசை அவர்களுக்கு நினைவூட்டுவதற்காக கலீஃபா அந்த இன்னொரு நபரை உள்ளே அழைத்துவந்தார் என்றால் அது ஒரு தவறு. ஏனெனில் அது பேரழிவு பற்றிய மோசமான கணிப்பை வெளிப்படுத்த ஆஷாம்மாவைத் தூண்டவே உதவியது. ஆஷாம்மா கலீஃபாவிடம் விசித்திரமாகவும் காட்டுமிராண்டித்தனமாகவும் நடந்துகொள்ளத் தொடங்கினாள். தானும் இதற்கு ஒரு காரணம் என்று அஃபியாவுக்குத் தெரியும். அஃபியாவுக்குப் பத்தொன்பது வயது ஆகியும் இன்னும் திருமணமாகவில்லை என்பதால் திருமதி ஆஷா பொறுமையிழந்து கொண்டிருந்தாள். ஆனால் தன் திருமணம் ஏன் அவ்வளவு முக்கியமானது என்று அஃபியாவுக்குப் புதிராக இருந்தது. திருமதி ஆஷா தனக்குத் தெரிந்த சிலரிடம் தங்கள் வீட்டில் திருமணத்துக்குப் பெண் இருப்பது குறித்துப் பேசியிருக்கிறாள். இதற்கு முன் பெண் கேட்டுவந்த இரண்டு மாப்பிள்ளைகளைத் திருமணம் செய்துகொள்ள அஃபியா மறுத்துவிட்டாள்.

முதல் வரன், பிரிட்டிஷ் நிர்வாகத்தால் அமைக்கப்பட்ட புதிய வேளாண்மைத் துறை அலுவலகத்தில் எழுத்தராகப் பணிபுரிந்த நாற்பது வயதான ஒருவன். அஃபியா அதற்குமுன் அவனைப் பார்த்ததே இல்லை. ஆனால் அவள் ஒருநாள் வீதியில் நடந்து

செல்லும்போது அவளைப் பார்த்தவன் அவளைப் பற்றி விசாரித்து பிறகு பெண் கேட்டபோது அப்பா கலீஃபா மறுத்துவிட்டார்.

"அவனுக்கு அவ்வளவு நல்ல பெயர் இல்லை. அத்துடன் இப்போது திருமணத்திற்கு என்ன அவசரம்?" என்றபோது அஃபியா அங்குதான் இருந்தாள்.

ஆஷாம்மா, "என்ன பெரிய நற்பெயர்! அவனிடம் ஒரு நல்ல அரசு வேலை இருக்கிறது. அவனை அறிமுகம் செய்தவர்கள் மரியாதைக்குரியவர்கள். அத்துடன் அவர் நிறைய வரதட்சிணை தருவதாகச் சொல்கிறார். இதை நாம் ஏன் ஏற்றுக்கொள்ளக்கூடாது என்பதற்கு ஒரே ஒரு நல்ல காரணம் சொல்லுங்கள் பார்ப்போம்" என்றாள்.

"அதற்கு ஒரு நல்ல காரணம் என்னவென்றால் இந்த வரனை நாம் பார்ப்பது உனக்காக இல்லை அஃபியாவுக்காக என்பதுதான். ஆகவே அதை ஏற்பதும் மறுப்பதும் அவளுடைய முடிவு" என்று கலீஃபா கோபமாகச் சொன்னான்.

"இந்தக் கதையெல்லாம் எனக்கு வேண்டாம். அவள் சரியான முடிவை எடுக்க அவளுக்கு நம்முடைய ஆலோசனை தேவை. நற்பெயராம்! நற்பெயர்" என்றாள்.

கலீஃபா அஃபியாவிடம், "நான் உன்னிடம் பிறகு பேசுகிறேன்" என்றதும் அஃபியா ஆஷாம்மா முன்னிலையில் அவர் எதையோ சொல்ல விரும்பவில்லை என்று புரிந்துகொண்டாள்.

ஆஷாம்மா கேலியாகச் சிரித்துவிட்டு, "உங்களுக்கு அவள் வேண்டும். நான் குருடி என்று நினைக்கிறீர்கள். நீங்கள் அவளுக்கு வரும் எல்லா வரன்களையும் வேண்டாம் என்று சொல்லிவிட்டு அவள் பெரியவள் ஆனதும் நீங்களே அவளை உங்கள் இரண்டாவது மனைவியாக்கிக் கொள்ளப்போகிறீர்கள். அப்படித்தானே" என்றாள்.

இந்த வார்த்தைகளைக் கேட்டதும் அஃபியாவின் அடிநெஞ்சில் ஏதோ ஒன்று மோதினாற்போல இருந்தது. அதிர்ச்சியில் வாய் பிளந்து நின்ற கலீஃபாவை அவள் ஏறிட்டுப் பார்த்தாள். தன்னைச் சமாளித்துக்கொண்டவனாகத் தணிந்த குரலில் கலீஃபா, "அவர் எதற்குப் புகழ் பெற்றவர் என்றால் ஒழுக்கமற்ற பெண்கள்மீது மிகுந்த அன்புகொண்டவர். அதாவது அவரிடம் பணம் பறிக்கும் பெண்கள்... விபச்சாரிகள். அதுவே அவருடைய பொழுதுபோக்கு.

ஆகவேதான் சொல்கிறேன். நம் மகளுக்கு அந்தக் கொடுமையான வாழ்க்கை வேண்டாம்'' என்றான்.

இரண்டாவது வரன் ஒரு சிற்றுண்டிச் சாலையின் மேலாளராகப் பணியாற்றிய வயதான ஒருவனிடம் இருந்து சில வாரங்களுக்கு முன்புவந்தது. அவனைப் பற்றித் தெரியாதவர் யாருமே இருக்க முடியாது என்பதால் அஃபியாவுக்கும் அவனைத் தெரிந்திருந்தது. அவனுடைய சிற்றுண்டிச் சாலை பெரிய கடைவீதியில் இருந்தது. அவள் பலமுறை அதைக் கடந்துபோயிருக்கிறாள். திருமணமே செய்துகொள்ளாதிருந்த முதல் வரன் போலின்றித் திருமணம் செய்து கொள்வதில் இவனுக்கு மிகுந்த விருப்பம் இருந்தது. அஃபியா அவனைத் திருமணம் செய்துகொண்டால் அவள் அவனுடைய ஆறாவது மனைவி ஆவாள். ஆனால் அவன் எப்போதுமே ஒரு மனைவி இருக்கும்போது இன்னொருத்தியைக் கட்டிக் கொண்டதில்லை. எல்லா மனைவிகளுக்குமே அவன் உண்மையுள்ள கணவனாக இருந்தான். தான் தரும் வரதட்சணைக்கு மயங்கித் திருமணத்திற்குச் சம்மதிப்பார்கள் என்பதால் இளம் அனாதைகள், ஏழைக் குடும்பத்தைச் சேர்ந்த பெண்களையே அவன் தேர்வு செய்தான். திருமணமான ஒரு சில வருடங்கள் அவர்களுடன் வாழ்ந்த பிறகு வேறொரு இளம்பெண் கண்ணில்பட்டதும் தன் மனைவியை விவாகரத்து செய்துவிட்டு அந்த இளம்பெண்ணைத் திருமணம் செய்துகொள்வான். அவனுடைய கடையில் இருந்து நல்லபடி வருமானம் வந்ததால் அவன் இதை ஒரு பொழுதுபோக்காகச் செய்து வந்தான். இந்த வரனை வேண்டாம் என்று கூற ஆஷாம்மாவுக்கு எந்த வற்புறுத்தலும் தேவைப்படவில்லை.

"அவன் ஒரு மிருகம். அத்தகைய கேவலமானவன் தரும் வரதட்சணை தேவைப்படும் அளவுக்கு நம் நிலை மோசமாகிவிடவில்லை'' என்றாள்.

கலீஃபா மீதான ஆஷாம்மாவின் குற்றச்சாட்டு அவர்கள் மனதில் சுற்றிச் சுழன்றபடியே இருந்தது. இதன் மூலம் அஃபியாவிற்கு ஆஷாம்மாவின் வெறுப்புணர்வு புரிபட்டது. தன் கணவரும் அஃபியாவும் இத்தகைய ஒரு துரோகத்தைச் செய்வார்கள் என்று ஆஷாம்மா பயந்ததை நினைத்து அஃபியா மனம் வருந்தினாள். அவள் இப்படிப் பயப்படுவதற்கு எந்த முகாந்திரமும் இருப்பதாக அஃபியாவுக்குத் தெரியவில்லை. தன் மனைவி அந்த வார்த்தைகளைச் சொன்னதைக் கேட்டதுமே கலீஃபா வீட்டைவிட்டு வெளியே சென்றுவிட்டான். ஆஷாவும் அஃபியாவும் சில நொடிகள்

அமைதியாக அமர்ந்திருந்தனர். சில நிமிடங்களுக்குப் பிறகு ஆஷா எழுந்து தன் அறைக்குச் சென்றுவிட்டாள். அவள் அதன் பிறகு மீண்டும் அந்தக் குற்றச்சாட்டைக் கூறவில்லை. ஆனால் வரன் தேடுவதையும் நிறுத்தவில்லை. ஒரு அந்நியனை கலீஃபா வீட்டுக்குள் அழைத்து வந்ததற்கு இதுதான் காரணமா என்று அஃபியா யோசித்தாள். அவன் அவளுக்கு வணக்கம் கூறியபோது தலையை உயர்த்தி அவனைப் பார்க்கத் தோன்றிய ஆவலை அவள் அடக்கிக்கொண்டாள். ஆனால் அவன் கொல்லைப்புறத்திற்குள் முதல் முறை வந்தபோது அவனை லேசாக ஒரு பார்வை பார்த்தாள். கலீஃபா சொன்ன கதைகளில் இருந்து ஹம்சா ஒரு இளைஞன் என்பது அஃபியாவுக்குத் தெரியும். அவளால் கவர்ந்திழுக்கப்பட்டு வரன் கேட்டு வந்த கிழவன்களைவிட சமவயதுடைய ஒருவனை அவளுக்குக் காட்ட கலீஃபா ஒருவேளை விரும்பி இருக்கலாம்.

அவளுக்கு வரன் பார்ப்பது எப்படி வெளியே பரவியது என்று அஃபியாவுக்குத் தெரியவில்லை. ஆனால் இதைப் பற்றி ஜமீலாவும் சதாவும் அவளைக் கிண்டல் செய்தனர். ஜமீலாவுக்குத் திருமணமாகி அவள் இப்போது தன் முதல் குழந்தையைச் சுமக்கிறாள். அஃபியா நிராகரித்த வரன்களைப் பற்றிப் பேசிக் கிண்டலடித்துச் சிரித்த காலிதாவின் தோழிகள் அஃபியாவுக்குத் தகுதியான, சிறந்த, பணக்கார, அழகான இளைஞன் ஒருவன் அவளைப் பெண் கேட்டுவரும்வரை அவள் காத்திருக்கவேண்டும் என்றனர். “ஒருவருக்கு இரண்டாவது மனைவியாக இருக்க யார் விரும்புவார்கள்?” என்று காலிதா சொன்னதும், அஃபியாவின் இதயம் வலியால் துடித்தது. கலீஃபா மீதான குற்றச்சாட்டும்கூட இப்படி வெளியே பரவி இருக்குமோ என்று நினைத்து அவள் கவலைப்பட்டாள். அந்தச் சொற்களைத் தொடர்ந்து வேறெந்த அர்த்தமுள்ள பார்வைகளோ அச்சமுறும் வகையிலான மௌனமோ இல்லாததால், அவர்கள் இரண்டாவது திருமணம் குறித்த தங்கள் இகழ்ச்சியான உணர்வுகளை வெளிப்படுத்தினார்களேதவிர அது தனிப்பட்ட முறையில் யாரையும் குறிக்கவில்லை என்று அஃபியா நினைத்துக்கொண்டாள்.

10

கலீஃபாவின் வீட்டில் ஒரு மோசமான சூழ்நிலையில் சாப்பிட்ட அந்த மதிய உணவுக்குப் பிறகு ஹம்சா தனக்கு முன்பணமாகக் கொடுக்கப்பட்ட ஐந்து ஷில்லிங்குகளைச் செலவழிக்கச் சந்தைக்குச் சென்றான். ஒரு மெழுகுவர்த்தி, வைக்கோல் பாய் ஒன்று, ஒரு பருத்தித் தாள் ஆகியவற்றை வாங்கிக்கொண்டான். வீட்டுக்குப் போனதும் அந்தப் பாயில் படுத்துக் காலை நீட்டியதும் வழக்கமான கடும் வலி உடலுள் பரவ அவன் வலி தாளாமல் முனகினான். சில நிமிடங்களுக்குப் பிறகு அதன் உக்கிரம் தணிந்ததும், அவன் ஓய்வெடுக்க ஆரம்பித்தான். தன் இடுப்பில் இருந்த அசிங்கமான வடுவின் மீது தன் கையை வைத்தவன், குணமாகியிருந்த தசையை லேசாக அழுத்திவிட்டான். அது சரியாகிவிடும். சரியாகிவிட்டது. வேறெதுவும் செய்யமுடியாது. தன்னால் அடையாளம் கண்டுபிடிக்கமுடியாத அளவுக்கு மாறிப்போயிருந்த இந்த ஊர்தான் அவனுடைய வீடு இருந்த இடத்துக்கு அருகில் இருந்தது. வலி நிச்சயம் சரியாகிவிடும்.

வழக்கமாகக் காலை நேரங்களில் வீட்டைவிட்டுச் சீக்கிரம் கிளம்பிச் செல்லும் ஹம்சா, தன்னுடைய உடலைத் தூய்மை செய்துகொள்வதற்காக மசூதிக்குச் சென்று நன்றியுடன் தொழுகை செய்வான். அதன் பிறகு தேநீர்க் கடை ஒன்றில் ஒரு குவளை தேநீர் வாங்கிப் பருகுவான். அதன் பிறகு கிடங்கிற்குச் சென்று கலீஃபாவுக்காகக் காத்திருப்பான். ஏறத்தாழ எல்லா நாட்களும் ஏதோ ஒரு சரக்கு துறைமுகத்தில்

இருந்து கிடங்குக்கு வந்தது அல்லது அங்கிருந்து துறைமுகத்துக்குச் சென்றது. சரக்குகள் சென்று சேரவேண்டிய இடங்களுக்குச் செல்லச் செல்ல, கிடங்கு காலியானது. ஏறக்குறைய எல்லா நாளும் இத்ரிசும் அவனுடைய கூட்டாளியும் தடதடவெனச் சத்தம்போடும் அவர்களுடைய வண்டியுடன், பொருட்களை இறக்கவோ ஏற்றவோ கிடங்குக்குள் சென்றனர். இத்ரிஸ் வாயைத் திறந்தாலே ஆபாசமாக ஏதாவது அதிலிருந்து வெளியே வருவதும் அதற்கு அவனது கூட்டாளி கடமை தவறாது சிரிப்பதுபோலவும் தோன்றியது.

கிடங்கின் எதிரில் இருந்த திறந்தவெளியைப் பெருக்கித் தூய்மை செய்வதும், காற்று வீசும் நாட்களில் புழுதி பறக்காமல் இருப்பதற்காகத் தண்ணீர் தெளிப்பதும் ஹம்சாவின் வேலை. சில நேரங்களில் துறைமுகத்திற்கோ பிற இடங்களுக்கோ வேனுடன் சென்று சரக்குகளை ஏற்றவும் இறக்கவும் இத்ரிசுக்கும் டுபுவுக்கும் அவன் உதவ வேண்டியிருந்தது. கலீஃபாவும் அவனும் கிடங்கின் நிழலில் அமர்ந்து வெட்டவெளியை வெறித்துப் பார்த்தபடி பேசிக்கொண்டிருக்க நிறைய நேரம் இருந்தது. கலீஃபாவுக்கு அவனிடம் பேசுவது பிடிக்கும். அவன் கடமையுணர்வுடன், சிறிதும் சோர்வற்றவனாக அனைத்தையும் கேட்டுக்கொண்டிருப்பான். இத்தகைய மரியாதைக்குத் தான் கடமைப்பட்டிருப்பதாக கலீஃபா நினைக்கிறானோ என்று ஹம்சா சந்தேகப்பட்டான். ஹம்சா, திருமதி ஆஷாவைச் சந்தித்ததைப் பற்றி கலீஃபா எப்போதும் பேசியதே இல்லை.

“இத்ரிஸ் மிகவும் இழிவானவன். அவன் என்னருகே வரும்போது என் உடம்பே நடுங்குகிறது. அதீத பாலின இச்சையுடைய மிருகத்தைப்போல எப்போதும் ஆபாசமாகப் பேசிக்கொண்டிருப்பான். தன் கூட்டாளியான அந்த டுபுவை அடிமைபோல் நடத்துகிறான். அவனை ஏன் டுபு என்று அழைக்கிறார்கள் என்று உனக்குத் தெரியுமா? அவன் குழந்தையாக இருந்தபோது அவனுடைய தலை சரியான வடிவம் இல்லாததாக, மிகப் பெரிதாக இருந்தது. இப்போது அது அவ்வளவு மோசமாகத் தெரியவில்லை. ஆனால் அவன் குழந்தையாக இருந்தபோது... சில நேரங்களில் அவனைப் பார்த்து மற்றவர்கள் செய்த கேலியும் கிண்டலும் அளவில்லாமல் இருந்தது. அவனுக்கு இந்தக் கொடூரமான பெயரை வைத்தது இத்ரிஸ் ஆக இல்லாமல் இருக்கலாம். ஆனால் அவன்தான் அதைப் புழக்கத்தில் வைத்திருக்கிறான். இத்ரிஸ் எப்போதும் அவனைக் கேலி செய்துகொண்டே இருக்கிறான். ஓய்வு நேரத்தில் அவனை வேறு என்னவெல்லாம் செய்கிறானோ நமக்கு என்ன தெரியும்?

அந்த டுபு ஒரு முட்டாள் என்பதோடு பலவீமானவனும்கூட" என்றான் கலீஃபா.

"சுங்குரா தனது ஓய்வு நேரத்தில் என்ன செய்கிறான் தெரியுமா? குட்டி முயல்போல இருக்கிறானே, அவன் ஒரு மாமாப் பயல். அது தெரியுமா உனக்கு? நீ யூகித்தாயா? அவன் எப்படிப்பட்ட ஒரு இழி பிறவி என்பதை நீ எப்படிக் கவனிக்காமல் இருந்தாய்? அவன் நிச்சயமாக வன்முறையில் இறங்குபவன் இல்லை. ஆனால் அவன் அருவருப்பான எதையோ செய்யப்போகிறான் என்று நம்மால் ஒரே பார்வையில் கண்டுகொள்ளமுடியும். அவன் இரண்டு பெண்களிடம் பணிபுரிகிறான் என்பது அனைவருக்கும் தெரியும். அந்தப் பெண்களில் ஒருத்தி யாருக்காவது தேவைப்பட்டால் அவர்கள் சுங்குராவிடம் ஒரு வார்த்தை சொன்னால் போதும். மற்ற அனைத்து ஏற்பாடுகளையும் அவன் செய்துவிடுவான். அதனால்தான் அவனைச் சுங்குரா என்று அழைக்கிறார்கள். சுங்குரா என்றால் முயல்போலச் சிறிய உருவமுடைய கோழை. ஆனால் தந்திரமானவன் என்று அர்த்தம். யாருமே அவனிடம் எந்தப் பிரச்சனைக்கும் போக மாட்டார்கள். ஏனென்றால் அந்த இரண்டு பெண்களும் அவனைத் தங்களுடைய குழந்தையைப்போலப் பாதுகாக்கிறார்கள். அவனும் அவர்களை அம்மா என்றுதான் அழைக்கிறான். ஓங்காரமாகக் கூச்சலிடும் இயல்புடைய அந்தப் பெண்கள் ஒரு நபரைத் தங்களின் பேச்சாலேயே நிர்வாணமாக நிற்க வைக்கும் அளவுக்கு வெட்கமற்றவர்கள். ஆகவே நீ அவனிடமிருந்து விலகியே இரு" என்றான் கலீஃபா.

ஹம்சா தனக்குத் தரப்பட்ட அந்தப் பலசரக்கு வைக்கும் அறையில் சத்தமில்லாமல் வந்து போய்க்கொண்டு அமைதியாக வசித்து வந்தான். அவன் அதற்குப் பிறகு மீண்டும் வீட்டினுள் அழைக்கப்படவில்லை என்றாலும் திருமதி ஆஷாவின் குரல் எரிச்சலுடனோ அவசரத்துடனோ ஒலிக்கும்போதெல்லாம் அவனால் அந்தக் குரலை அடையாளம் காணமுடிந்தது. கலீஃபா சில மாலைவேளைகளில் அவனைத் தேடிக்கொண்டு அந்த அறைக்கு வந்து வீட்டின் தாழ்வாரத்தில் தன்னுடன் உட்காரச் சொல்வான். அதேபோல அந்த வழியாகக் கடந்து செல்பவர்களையும் உட்காரவைத்து அரட்டை அடிப்பான். குறிப்பாக, பள்ளி ஆசிரியரான மாலிம் அப்தல்லா, இவர்கள் இருவரின் பால்ய நண்பரும் கலீஃபாவின் வீட்டுக்கருகில் வசித்து வந்த சலவைத் தொழிலாளியுமான தாபோசி ஆகிய இரண்டு பேரும் வழக்கமாக அந்த அரட்டைக்கச்சேரியில் இருப்பார்கள். தடிமனான வைக்கோல் பாய் விரிக்கப்பட்டிருந்த தாழ்வாரத்தின் கூரைமீது ஒரு

கொக்கியின் உதவியுடன் தொங்கவிடப்பட்டிருந்த ஒரு எண்ணெய் விளக்கு எரிந்துகொண்டிருக்கும். அதிலிருந்து வெளிப்படும் மென்மையான தங்கநிறக் கதிர்கள் தெருவைப் பார்த்தபடி இருக்கும் தாழ்வாரத்தின் பகுதியை ஓர் உட்புற அறைபோலக் காட்டும். தெருவில் நடந்து சென்றவர்கள், சத்தமாகப் பேசினால் அது அவர்களின் உரையாடலில் குறுக்கிடுவதாக இருக்கும் என்பதால் அவர்களுக்குத் தங்கள் வணக்கத்தை முணுமுணுப்பான குரலில் தெரிவிப்பார்கள். அந்த மூன்று ஆண்களும் வதந்தி பேசுவதில் அலாதி ஆசை கொண்டவர்கள்.

அந்த மூவரில் புத்திசாலியான மாலிம் அப்தல்லாதான் பெரும்பாலும் கடைசியாகப் பேசுவான். தாபோசி சமீபத்திய வதந்திகளைப் பகிர்ந்த பிறகு அவர்களை அமைதிப்படுத்தும் வார்த்தைகளைப் பொறுமையாகக் கூறுவான். அதனால்தான் வதந்திகள் சேகரிப்பதில் அவனுக்கு இருந்த ஆர்வத்தின் காரணமாகக் ‘குப்பை சேகரிப்பவன்’ எனப் பொருள்படும் விதத்தில் அவனைத் தாபோசி என்று அழைத்தனர். தாபோசி சமீபத்தில் நடந்த ஏதாவது கதையைச் சொன்ன பிறகு, எல்லா விஷயங்களும் எப்படி மோசமாகப் போய்விட்டது என்று கலீஃபா தனது கடுங் கோபத்தை வெளிப்படுத்துவான். அதன் பிறகு மாலிம் அப்தல்லாவின் முறை. அந்த உரையாடலை மதிநுட்பம் மிகுந்த ஒன்றாக மாற்றவேண்டியது அவனுடைய வேலை.

ஜான்சிபாரில் ஒரு பள்ளியைத் தொடங்கிய மாலிம் அப்தல்லா அதன் பிறகு நகரத்தில் இருந்த ஜெர்மன் பள்ளிக்கு ஆசிரியராகப் பணியாற்றச் சென்றுவிட்டான். பிரிட்டிஷ் காலனி நிர்வாகத்தின் தலைமையகமாகச் செயல்பட்ட மாவட்ட அதிகாரியின் அலுவலகம், நகரத்தில் இருந்தது. அங்கு தகவல் பரிமாறும் பணியில் இருந்த ஒருவரை மாலிம் அப்தல்லாவுக்குத் தெரியும். அதன் மூலம், அரசாங்கத்தின் ‘டாங்கனிகா டெரிடரி கெசெட்’, எனும் அதிகாரபூர்வமான பத்திரிகை, கென்யாவில் இருந்து குடியேறியவர்களால் நடத்தப்பட்ட ‘ஈஸ்ட் ஆப்பிரிக்கன் ஸ்டாண்டர்ட்’ எனும் பழைய செய்தித்தாளின் பிரதிகள் ஆகியன அப்தல்லாவுக்குப் படிக்கக் கிடைத்தன. மாலிம் அப்தல்லாவின் அடிப்படை ஆங்கில அறிவு அவனது ஜான்சிபர் ஆரம்ப பள்ளிப் படிப்பிலிருந்தே தொடங்கினாலும், தன் தொழில் மூலமாகவும் அரட்டைக் கச்சேரிகள் வழியாகவும் அவன் அதைப் பலமடங்கு வளர்த்துக்கொண்டான். சர்வதேச வெளியீடுகள் என்று அவனே பெயரிட்டுக்கொண்ட வெளியீடுகளை அங்கொன்றும் இங்கொன்றுமாக அவன் வாசித்திருந்ததால் அவனுடைய

கருத்துக்களுக்கும், அவன் தெரிவித்த முடிவுகளுக்கும் பெரும் முக்கியத்துவம் தரப்பட்டது. பெரும்பாலும் அவரவருக்குரிய பிடிவாதமான கருத்துக்களோடும், தேவையற்ற பரபரப்போடும், பகடியோடும் இருந்த அந்த மூன்றுபேரின் விவாதங்களும் பெரும் சிரிப்போடும் மிகைப்படுத்தலோடும் இருக்கும். அதில் பங்கேற்குமாறு அவர்கள் ஹம்சாவை அழைக்காவிட்டாலும், அவர்களில் யாராவது ஒருவர் மற்றவர்கள் என்ன சொன்னார்கள் என்பதை அவனுக்குப் புரியும்படி விளக்குவார்கள். தாபோசிக்கு அந்தப் பெயர் எப்படி வந்தது என்பதை அவன் அப்படித்தான் அறிந்துகொண்டான். ஹம்சா எதுவும் பேசாமல் அமைதியாக இருந்ததால் பல நேரங்களில் அவர்கள் அவனைக் குறி வைத்துக் கிண்டல் அடித்தாலும், தனியாக அறையில் இருப்பதைவிட அவர்களுடன் நேரத்தைக் கழிக்கலாமே என்று அவன் அங்கு உட்கார்ந்திருப்பான். தன்னால் அவர்களுக்கு எந்தச் சிக்கலும் இல்லை என்பதால் அவர்களுக்கும் அது ஒரு பிரச்சனையாக இல்லை என்பது அவனுக்குத் தெரியும்.

இரண்டாம் தொழுகைக்கான அழைப்பு வந்த பிறகும் மூன்று நண்பர்களும் அங்கேயே அமர்ந்திருந்தபோது மெல்லத் திறந்த வீட்டின் கதவு வழியே நீட்டப்பட்ட காபிக் கோப்பைகள் வைத்த தட்டை வாங்கிக்கொள்ள கலீஃபா எழுந்தான். வெறித்துப் பார்ப்பது மோசமான பழக்கம் என்பதால் தட்டைக் கொடுத்தது யார் என்று ஹம்சா பார்க்கவில்லை. ஆனால் வந்தது அந்த வேலைக்காரப் பெண்ணாகத்தான் இருக்கும் என்று அவன் யூகித்தான். மோசமான குணம்கொண்ட வீட்டின் எஜமானி திருமதி ஆஷா, தாழ்வாரத்தில் அமர்ந்து அரட்டை அடிப்பவர்களுக்குக் காபி விநியோகிப்பதை அவனால் கற்பனை செய்துகூடப் பார்க்கமுடியவில்லை. கதவின் இடைவெளிவழியே தட்டு வெளியே வந்தபோது அதன் மீது மூன்று கோப்பைகள்மட்டுமே இருந்ததால் ஹம்சா அங்கிருந்து கிளம்புவதற்கு அதை ஒரு சாக்காகப் பயன்படுத்திக்கொண்டான்.

“அவன் புனிதமானவன். அதனால் தான் உடனே மசூதிக்குக் கிளம்புகிறான் என்று நினைக்கிறேன். ஆனால் அவனால் சரியான நேரத்துக்கு அங்கு போக முடியாது” என்றான் கலீஃபா.

“உன் முட்டாள்தனமான பேச்சைக் கேட்டு அவன் களைப்படைந்துவிட்டான் என்று நினைக்கிறேன். இள வயதுடைய அவனாவது அங்கு சென்று நல் ஆசீர்வாதத்தைப் பெறட்டும்” என்றான் மாலிம் அப்தல்லா.

இது நடந்து சில மாலை வேளைகளுக்குப் பிறகு அவர்கள் மீண்டும் அரட்டையில் ஈடுபட்டிருந்தபோது ஒரு நாள் தொழுகைக்கான அழைப்பு கேட்டது. முன்போலவே கதவு லேசாகத் திறந்தது. கலீஃபா ஹம்சாவின் முகத்தைப் பார்த்ததும் அவன் தன்னைத் தட்டை வாங்கச் சொல்வதைப் புரிந்துகொண்டு அவன் வேகமாக எழுந்ததில் தன் இடுப்புவலியை மறந்துவிட்டான். காலைத் தரையில் ஊன்றி நின்றதும் கடும் வலியில் ஒரு சிறு முனகல் அவனிடமிருந்து எழுந்ததை அவனால் தவிர்க்கமுடியவில்லை. தடுமாறி அங்கிருந்த மரக் கம்பத்தை எட்டிப் பிடித்தவன், சிறிது சமாளித்துக்கொண்டதும் மற்றவர்கள் எதையும் கவனிப்பதற்கும் பேசுவதற்கும் முன் வேகமாகக் கதவை நெருங்கினான். தட்டை வாங்கிக்கொண்டவன் கதவின் உட்புறம் நின்ற பெண்ணைப் பார்த்தான். அவளுடைய கண்களில் ஆச்சரியமும் அக்கறையும் ஒருசேரத் தெரிந்தன.

அவன் லேசாகச் சிரித்தபடி "நன்றி" என்று முணுமுணுத்தான். ஆனால் வார்த்தைகள் தெளிவாக வெளிவந்தனவா என்று அவனுக்குத் தெரியவில்லை. தட்டில் நான்கு கோப்பைகள் இருப்பதைக் கண்டவன், அவற்றைக் கலீஃபாவின் எதிரே வைத்தானேதவிர மறுபடி கீழே உட்காரவில்லை.

"மூத்தவர்களான எங்களுடன் இங்கே அமர்ந்து காபி சாப்பிடு. உன் பிரார்த்தனைகளை நீ பிறகு செய்யலாம்" என்றான் கலீஃபா.

"ஏய், இறை நம்பிக்கை அற்ற காஃபிர்! ஒரு மனிதனைத் தொழுகைக்குச் செல்லவேண்டாம் என்று நீ தடுக்காதே. அதன்மூலம் உன் பிரச்சனையை நீ மேலும் அதிகப்படுத்திக்கொள்கிறாய். ஏராளமான பாவங்களை நீ சம்பாதிக்க நேரிடும். ஏற்கனவே ஒரு பெரிய குவியல் உன் பெயருக்கு நேரே வைக்கப்பட்டுள்ளது" என்றான் தோபாசி.

"கடவுளுக்கும் மனிதனுக்கும் இடையில் நீ ஒருபோதும் வராதே" என்றான் மாலிம் அப்தல்லா.

இதைக் கேட்ட ஹம்சா சிரித்தானேதவிர எந்த பதிலும் சொல்லவில்லை. அவன் மசூதிக்குச் சென்றது பிரார்த்தனைக்காகவும் ஆசீர்வாதத்திற்காகவும் மட்டும் இல்லை என்பதையும் சொல்லாமல் அமைதியாக இருந்தான். முடிந்தபோதெல்லாம் அவர்களின் அரட்டையில் இருந்து விடுபடுவதும் அனைவரிடமிருந்தும் விலகிப் போவதும் அவனுக்கு நிம்மதியாக இருந்தது. நெரிசலான அந்த

மசூதியில்கூட அவனிடம் பேசுவதற்கு என்று யாருமே இல்லை. அவன் கூட்டத்தைவிட்டு விலகிச் சென்றபோது, அந்தப் பெண்ணின் கண்களில் தென்பட்ட கவலை அவன் மனதைச் சூழ்ந்தது. அவன் இவ்வளவு நேரமான பிறகும் அதை நினைத்துக்கொண்டிருப்பது அவனுக்கு ஆச்சரியத்தை ஏற்படுத்தியது. சிறிது நேரம்மட்டுமே நீடித்த அந்தப் பார்வையில் ஒரு மெலிந்த தேகத்தின், நேர்மையின் தூய உருவத்துடன் இருந்த கண்களையும், முகத்தையும் அவனால் பார்க்கமுடிந்தது. அதை விவரிக்கச் சொன்னால் அவனால் இயலாது. ஆனால் தான் பார்த்தது அதுதான் என்று அவனுக்குத் தெரியும். புரிந்துகொள்ளமுடியாத விதத்தில் தன் நிலைமையை நினைத்து அது அவனை வருந்தச்செய்தது. அன்பில்லாமல் இத்தனை ஆண்டுகாலம் வாழ்ந்ததற்காக அவனைத் துயரடையவைத்தது. ஒற்றைக் கணமே ஆனாலும் அந்தக் கண்களில் தெரிந்த அபிரிதமான கருணை அவனைத் திணறடித்தது. அவளை ஒரு வேலைக்காரச் சிறுமி என்றுதான் அவன் முதலில் நினைத்தான். ஒருவேளை அது உண்மையாகவும் இருக்கலாம். ஆனால் அவள் சிறுமி இல்லை. அவளுக்குச் சுமார் இருபது வயது இருக்கும். ஒருவேளை அவள் கலீஃபாவின் மனைவியாகவும் இருக்கலாம். கலீஃபா வயதுடைய ஆண்கள் இரண்டாம் திருமணம் செய்துகொள்வதும் தங்களைவிட வயதில் மிகவும் இளைய பெண்களைத் தேர்வு செய்வதும் அதிசயமான விஷயம் ஒன்றும் இல்லை. ஒரு மணிநேரத்துக்கும் மேலாக அங்கிருந்த தெருக்களில் அலைந்து திரிந்த ஹம்சா, தான் இவ்வளவு எளிதாக உணர்ச்சிவயப்பட்டதையும் தன்னுள் எழுந்த ஏக்கத்தையும் யோசித்துப் பார்த்து தன்னைத் தானே குறை கூறிக்கொண்டான். இந்த எண்ணங்கள் அனைத்தும் அவனுடைய தனிமையும் கழிவிரக்கமும் உருவாக்கியவையே. தன்னுடைய உடல்நலத்தையும் மனநலத்தையும் நல்ல முறையில் பேணிப் பாதுகாப்பதற்குத்தான் மொத்த புத்திசாலித்தனத்தையும் செலவிடவேண்டும். அவை இரண்டும் மிக முக்கியமானது என்பதை அவன் இந்தச் சிறு வயதிலேயே தெரிந்துகொள்ளவில்லையா என்ன?

சில நாட்களுக்குப் பிறகு அவனைக் கூப்பிட்டனுப்பிய நாசர் பியாஷரா, இத்ரிசுடனும் டுபுவுடனும் சென்று துறைமுகத்தில் இருந்து சரக்கு ஒன்றை கிடங்கிற்கு எடுத்து வரும்படி சொன்னான். அந்த நகரத்திற்குத் திரும்பி வந்த நாளில் இருந்து ஹம்சா கப்பல்துறைக்குப் போவது அதுவே முதல் முறை. காலம் மிக வேகமாகப் போனதில் அவன் தன்னுடைய ஊருக்குத்

திரும்பிப் பல மாதங்கள் ஆனது போலிருந்தது. குதிரைகள் பூட்டிய தனது பொன்னிறச் சாரட்டு வண்டியின் திறந்திருக்கும் ஜன்னல்மீது தன்னுடைய ஒரு கையையும் வண்டியின்மீது மற்றொரு கையையும் வைத்துக்கொண்டு ஒரு பிரபு பவனி வருவதுபோலவும், அடிமைகள் கூட்டம் தலை தாழ்த்தி வணங்க, வழி நெடுகிலும் தனக்குத் தெரிந்தவர் தெரியாதவர் என அனைவரையும் பார்த்துத் தான் கை அசைப்பதைப்போலவும் நினைத்துக்கொண்டு அந்த வேனை மெதுவாக ஓட்டிய இத்ரிஸ் இடையிடையே ஆபாசமான விஷயங்களைப் பேசிக்கொண்டே இருந்தான். ஹம்சாவுக்கும் இத்ரிசுக்கும் இடையே அமர்ந்திருந்த டுபு, இத்ரிஸ் சொன்ன எல்லா விஷயங்களுக்கும் வழக்கம்போல நமட்டுச் சிரிப்பு சிரித்துக்கொண்டிருக்க, ஹம்சா அவர்கள் மீதிருந்த தன் பார்வையை விலக்கி ஜன்னல்வழியே வெளியே வெறித்துப் பார்த்தபடி பயணித்தான். முன்பிருந்ததைப்போல அவர்கள்மீது அவனுக்கு இப்போது வெறுப்பு இல்லை என்றாலும் இத்ரிசின் கேவலமான உளறல்களில் இருந்து எப்படியாவது விலகி இருக்க வழி கண்டுபிடிக்கவேண்டும் என்று நினைத்தான்.

வியாபாரி துறைமுகத்திற்கு வரவழைத்திருந்தது கப்பல்களை வேகமாக உந்தச் செய்யும் ஒரு பெரிய விசைக் கருவி என்பது ஹம்சாவுக்கு அங்கு போனதும் தெரிந்தது. இத்ரிஸ் அங்கிருந்து நேராகக் கரையோரக் கிடங்கு ஒன்றுக்கு வண்டியைக் கொண்டுபோனான். அங்கு அவர்களுக்காக காத்திருந்த நாசர் பியாஷரா, அடுக்கி வைக்கப்பட்டிருந்த சாக்குப் பைகளின் மீது பளபளவென மின்னிய உந்துவிசைக்கருவி அருகே நின்று புன்னகைத்தபடி, “எல்லா ஆவணங்களும் தயாராக உள்ளன. நம்முடைய இந்த இயந்திரத்தை நம் கிடங்கிற்குக் கொண்டுசெல்லுங்கள்” என்றான். உந்துவிசைக்கருவியை எடுத்து வேனில் வைத்துவிட்டு ஹம்சாவும் டுபுவும் வண்டியின் பின்னால் ஏறிக்கொள்ள, நாசர் பியாஷரா இத்ரிசுடன் வண்டியின் முன்பக்கம் அமர்ந்துகொண்டான்.

தான் புதிதாக வாங்கிய உபகரணத்தைப் பற்றி உற்சாகமாக இருந்த நாசர், அது யாருடைய கவனத்தையும் ஈர்க்காதபடி மறைவாக, மற்ற சரக்குகள்வைக்கும் கிடங்கின் நடுப் பகுதியை இதற்காகத் தயாராக வைக்கும்படி முன்பே கலீஃபாவிடம் கூறி இருந்தான். கிடங்கைச் சென்றடைந்ததும், அது சரியான இடத்தில் வைக்கப்படுகிறதா என்பதை மேற்பார்வையிட்டவன், அதன் பிறகு வேனை அனுப்பிவிட்டுத் தன்னைப் பின்தொடரும்படி ஹம்சாவை நோக்கிச் சைகை செய்தான். இதைப் பார்த்து எரிச்சலடைந்த

கலீஃபா இருட்டாக இருந்த கிடங்குக்குள் உடனே சென்றுவிட்டான். அவர்கள் கிடங்கின் கதவருகே நின்றுகொண்டிருந்தபோது நாசர், வேறு யாராவது அங்கு நிற்கிறார்களா, கவனிக்கிறார்களா என்பதை உறுதிசெய்துகொள்வதுபோல் சுற்றிலும் பார்த்தான். பிறகு தன்னுடைய சட்டைப் பைக்குள் கையைவிட்டு சில ரூபாய்த் தாள்களை வெளியே எடுத்தவன், "இவை கடந்த மூன்று வாரத்துக்கான உன்னுடைய கூலி. மூன்று வாரங்கள் கழித்து உனக்கு நான் மீண்டும் கூலி தருகிறேன்" என்றபோது அதை ஏற்றுக்கொள்ளாமல் ஹம்சா ஏதாவது கசப்பான பதிலைச் சொல்வான் என்று எதிபார்ப்பதுபோல நாசரின் குரல் கடுமையாக இருந்தது.

"நான் எதிர்பார்த்ததைப்போலவே நீ நன்றாக வேலை செய்ததால் நான் உனக்குத் தாராளமாகப் பணம் தந்திருக்கிறேன். நீ இனிமேல் இந்தக் கிடங்கின் இரவுக் காவலாளியாகப் பணியாற்றவேண்டும் என்று நான் விரும்புகிறேன். நீ தினமும் இரவில் இங்கு தங்கி இங்குள்ள விலை மதிப்புமிக்க பொருட்களைப் பாதுகாக்கவேண்டும். நீ இப்போதைக்கு இதைமட்டும் செய். நீ இங்கு வேறு என்ன வேலை செய்யமுடியும் என்பதைப் பற்றிப் பிறகு பேசுவோம். நீ வழக்கம்போல் பகலில் இங்கு வேலை செய். பிறகு இரவில் இங்கு காவல் இரு. நான் சொல்வது உனக்கு புரிகிறதா?" என்றான்.

அவன் தந்த ரூபாய்த் தாள்களை மறுவார்த்தை பேசாமல் வாங்கிக்கொண்ட ஹம்சா அவற்றை எண்ணிப் பார்க்காமல் தன் சட்டைப் பையில் வைத்ததைப் பார்த்த நாசர் புன்னகைத்தான்.

"கூலிக்காரன் என்றாலும் தன்மானம் மிக்கவன்" என்று தன்னைப் பார்த்து வியப்பில் ஏற்பட்ட புன்னகை அது என்று ஹம்சா நினைத்துக்கொண்டான். வழக்கம்போலத் தன் தொப்பியைக் கழற்றித் தலையைத் தேய்த்துக்கொண்ட பின் நாசர் பியாஷரா அங்கிருந்து கிளம்பினான். தன்னைப் புறக்கணித்துவிட்டு நாசர் தனியாக ஹம்சாவிடம் பேசியதைக் கண்டு வருத்தமும் கோபமும் அடைந்த கலீஃபா அதைப் பற்றி தன்னிடம் பேசுவதற்காக உடனே கிடங்கில் இருந்து வேகமாக வெளியே வருவான் என்று ஹம்சா எதிர்பார்த்தான். கதவருகில் இருந்த நீளமான இருக்கையில் அமர்ந்து கலீஃபாவுக்காகக் காத்திருந்த ஹம்சா அவன் வெளியே வராததால் இரண்டு நிமிடங்கள் ஆனதும் பொறுக்கமுடியாமல் தானே கலீஃபாவை வெளியே வருமாறு அழைத்தான்.

கலீஃபா வெளியே வந்ததும் ஹம்சா நாசர் தந்த ரூபாய்த் தாள்களை நீட்டினான். அவற்றை எட்டிப் பிடிக்க முயன்ற கலீஃபாவைத் தடுத்து பணத்தை மீண்டும் தனது சட்டைப் பையில் போட்டுக்கொண்ட ஹம்சா, "இன்று முதல் நான் பகலில் கிடங்கில் வேலை செய்த பிறகு, இரவில் கிடங்குக் காவலாளியாக வேலை பார்க்கவேண்டும்" என்றான்.

"அவன் ஒரு முட்டாள்" என்ற கலீஃபா, "அவன் உனக்கு எவ்வளவு பணம் கொடுத்தான்?" என்று கேட்டான்.

ஹம்சா, "எனக்குத் தெரியாது. நான் அதை எண்ணிப் பார்க்கவில்லை" என்றான்.

"நீயும் ஒரு முட்டாள். ஆனால் உனக்காக நான் வருத்தப்படுகிறேன். ஏனெனில் நீ நல்ல நடத்தை அல்லது கண்ணியம் கருதி இப்படி நடந்துகொள்கிறாய். எனக்கு அது தெரியும். என்னை நம்பு. ஆனால் அந்த முட்டாள் வியாபாரி அப்படி இல்லை. அவன் ஏன் அந்த உந்துவிசைக்கருவியைப் பற்றி இவ்வளவு கவனமாக இருக்கிறான் தெரியுமா? ஊரில் உள்ள எல்லா படகோட்டிகளும் மீனவர்களும் அதை அவனிடமிருந்து திருடக் காத்திருப்பதாக அவன் நினைக்கிறான். சில வருடங்களுக்கு முன்பு ஆயிரக்கணக்கில் செலவு செய்து அவன் ஒரு படகை வாங்கினான். அது இந்தப் பகுதியில் சரக்குகளை ஏற்றி, இறக்கி ஏராளமான பணம் சம்பாதித்துத் தரப் போகிறது என்று நினைத்தான். ஆனால் அது நடக்கவில்லை. இந்த உந்துவிசைக்கருவி அவனுக்கு நிறையப் பணம் சம்பாதித்துத் தரும் என்பதால் இப்போது அதை வாங்க இன்னும் ஆயிரக்கணக்கில் செலவு செய்துள்ளான். அப்படி நடக்கவும் நடக்கலாம். ஆனால் இதற்கிடையில் அவன் முட்டாள்தனமாக நடந்துகொண்டு உன்னை ஆபத்தில் சிக்க வைக்கப்போகிறான். இருட்டிய பிறகு நீ கிடங்கின் உள்ளே போய்விடவேண்டும். யார் வந்து கதவைத் தட்டினாலும் திறக்காதே. ஆள் அரவமற்ற இத்தகைய இடங்களில் குடிகாரர்களும் கஞ்சா அடிப்பவர்களும் வழக்கமாக இங்கு வந்து இரவில் படுத்துக்கொள்வார்கள். நான் சொல்வது உனக்குப் புரிகிறதா? வெளியே எந்தச் சத்தம் கேட்டாலும் கதவைத் திறக்காதே. அவர்களுக்கு இடையில் எது நடந்தாலும் நீ உள்ளேயே இரு" என்றான் கலீஃபா.

"முன்னொரு காலத்தில் குடிகாரர்களையும் கஞ்சா புகைப்பவர்களையும்விட மோசமானவர்களோடு நான் இருந்திருக்கிறேன்" என்று சொல்ல நினைத்த ஹம்சா, தன்

பாதுகாப்பைப் பற்றி தன்னைவிட கலீஃபா அதிகம் கவலைப்பட்டதால் வேறு எதுவும் பேசாமல் தலையசைத்து "நான் பார்த்துக்கொள்கிறேன்" என்றான்.

அன்று மதியம் கலீஃபாவின் வீட்டில் தான் தங்கி இருந்த அறையில் இருந்து பொருட்களை எடுத்துக்கொண்டவன், சிற்றுண்டிச் சாலையில் ஒரு சிறிய ரொட்டியும் ஒரு துண்டு மீனும் வாங்கிக்கொண்டு கிடங்கிற்குத் திரும்பிச் சென்றான். இரவில் பூனைகள் கூரையின் மேல் துள்ளிக் குதிக்கும் சத்தமும் சாலையில் இருந்து ஊளையிடும் ஓசைகளும் கேட்டன. ஹம்சா உறங்க ஆரம்பித்த உடனே கிடங்கின் கதவருகே ஒருவன் குடிபோதையில் பாடுவதும், பின்னர் அழுவதும், ஏக்கத்துடன் யாரையோ பெயரிட்டு அழைப்பதும் கேட்டதும் தூக்கம் கலைந்து எழுந்து உட்கார்ந்துகொண்டவன் அந்த இருளில் விடியலுக்காகக் காத்திருக்கத் தொடங்கினான்.

தினம் மாலை இருட்டுவதற்கு முன் கோணிப் பைகளை வரிசையாக அடுக்கி அதன் மீது தன்னிடமிருந்த கோரைப் பாயை போட்டுத் தன் படுக்கையைத் தயார் செய்தான். சாக்கு மூட்டைகளில் இருந்த சிறுஉலோகச் சுருள்கள் அவனுடைய உடலின் ஒரு பக்க வலியை உறிஞ்சியதுபோல இதமாக இருந்தாலும், அவன் தூக்கத்தில் ஒருக்களித்துப் படுத்தபோது இன்னொரு பக்கத்தில் வலி ஏற்பட்டது. அதன் பிறகு சிற்றுண்டிச் சாலைக்கு சென்றவன் ஆட்டுக் கறியோ மீனோ சில நேரங்களில் வெண்ணெய் தடவிய ரொட்டி மட்டுமோ சாப்பிட்டுவிட்டு மசூதிக்குச் சென்று தன் உடலைத் தூய்மைப் படுத்திக்கொண்டு மீண்டும் கிடங்கிற்கு வரும்போது இருட்டிவிட்டிருக்கும். நாசரிடம் கேட்டு வாங்கியிருந்த எண்ணெய் விளக்கை ஏற்றி வைத்துவிட்டு கிடங்கினுள் படுத்துத் தூங்க முயற்சித்தான். ஆனால் தூக்கம் வராததால் தன் பையில் இருந்த புத்தகங்களில் ஒன்றான ஷில்லரின் நூலை எடுத்து வாசிக்கத் தொடங்கினான். விளக்கு வெளிச்சம் மங்கலாக இருந்ததால் அவனால் அதை வாசிக்கமுடியவில்லை. ஆகவே அவன் ஏற்கனவே வாசித்திருந்த பழைய பக்கங்களையே மீள் வாசிப்புச் செய்தான். வாசிக்கவில்லை என்றாலும்கூட அந்த நூலைக் கைகளில் வைத்திருப்பதே கூட வாசித்ததற்கு இணையான மகிழ்ச்சியை அவனுக்கு அளித்தது.

பிறகு பொன்னிறமாக ஒளிர்ந்த அந்த விளக்கு வெளிச்சத்தில் படுத்தவன் அங்கிருந்த சாக்குகள், பெட்டிகளுக்கு இடையில்

இருந்து எழுந்த எலிகளின் சத்தத்திற்கு நடுவே தூங்க முயன்றாலும் அவனால் முடியவில்லை. பகல் முடிந்து இருட்டத் தொடங்கியதும் இரவின் பயங்கரங்களில் இருந்து தப்பிப்பதற்காகக் குகைகளுக்குள் ஒளிந்துகொள்ளும் ஆதிகாலக் குகை மனிதன்போலச் சில நேரங்களில் தன்னை உணர்ந்தான். இந்த மோசமான விஷயங்களில் இருந்து தப்பிப்பதற்காக இரவு முழுதும் விளக்குகளை ஏற்றி வைத்தாலும் தூக்கமில்லாத இரவுகளில் தன்மீது படர்ந்த கிசுகிசுக்களுக்கு எதிராக அவனிடம் எந்தப் பாதுகாப்பும் இல்லை. பல இரவுகள் அவன் எந்தப் போராட்டமும் இல்லாமல் தூங்கினாலும் சில இரவுகளில் அறுத்தும், சிதைக்கப்பட்டும் கிடந்த உடல்களையும், நெருப்பாகக் கனன்ற கண்களையும் கனவில் பார்த்தான். அப்போது எழுந்த வெறுப்பு நிறைந்த கூக்குரல்கள் அவன் காதில் பயங்கரமாக ஒலித்தன. கிடங்கில் அவன் தங்க ஆரம்பித்து சில வாரங்களானதும் அவன் நன்கு உறங்கத் தொடங்கினான். சில நாட்களில் சூரியன் உதிக்கும்வரை கூட உறங்கினான். தினமும்காலையில் கண் விழித்ததும் இடையூறு இல்லாது எவ்வளவு மணிநேரங்கள் தூங்கினோம் என்று கஞ்சபுத்தியுள்ள ஒரு கடைக்காரன் தன் கல்லாவில் உள்ள சில்லறைகளை எண்ணுவதுபோல ஆசையுடன் எண்ணிப் பார்த்தவன் தனக்கு நிறைய ஓய்வு கிடைப்பதை நினைத்து மகிழ்ச்சி அடைந்தான்.

★★★

நாசர்பியாஷரா வாங்கிய உந்துவிசைகளைக் கப்பல்களில் பொருத்துவதற்கு மெக்கானிக்கிற்கு கிட்டத்தட்ட ஒரு மாதம் ஆனது. வழக்கமாகப் படகு பழுதுபார்க்கும் இடமான சிற்றோடையின் விளிம்பில் மணற்பாங்கான முகத்துவாரத்தில் இந்த வேலை நடந்தது. சிற்றோடையில் இருந்து வெளியேறிக் கடலுக்குச் சென்று பிறகு மீண்டும் வேகமாக எழும்பி பகல் பொழுதில் உள்ளே நுழையும் பேரலைகள் மணற்பாங்கான பகுதியை எட்ட ஒரு பௌர்ணமிப் பொழுது ஆகும். நான்கு முறை ஒத்திவைக்கப்பட்டு, இறுதியில் மெக்கானிக் வருவதற்குள் அலை வேகம் குறைவாக இருந்த மேடான பகுதியில் படகு நங்கூரம் இடப்பட்டிருந்தது. நாசரின் பணியாளர்களும், அங்கிருந்த எல்லா வேலையாட்களும், ஆர்வத்துடன் உதவவந்த பல வழிப்போக்கர்களுமாக ஏராளமானோர் ஒன்று சேர்ந்து படகை உருளைகளோடு இணைத்து மணற்பாங்கான நிலப்பரப்பின் உயரமான பகுதியில் அலைகள் மிக உயரமாக எழுவதற்காகக் காத்திருந்தனர். கப்பல் பின்னோக்கி நகர்வதைத் தடுக்க அதனை உறுதியான கம்பத்தில் கட்டி வைத்ததும்,

அது அசையாமல் நின்றது. ஆனால் மெக்கானிக் வர மேலும் தாமதமானது. இந்த முயற்சிகளில் பங்கெடுக்காத கலீஃபா வியாபாரியின் கையில் சிக்காமல் நழுவிக்கொண்டிருந்த அந்த மெக்கானிக்கைப் பற்றி கிண்டலாகக் கேள்விமட்டும் கேட்டுக்கொண்டிருந்தான். நாசர் இந்த வேலை எப்படி நடக்கிறது என்பது பற்றிய கவலையோ, மெக்கானிக்கின் வருகை தொடர்ந்து தாமதமாகிக் கொண்டிருப்பது குறித்து கோபமோ இல்லாமல் தனக்கும் அங்கு நடக்கும் விஷயங்களுக்கும் எந்த சம்பந்தமும் இல்லாததுபோல இருந்தான். இதைப் பார்த்து ஹம்சா முதலில் குழப்பமடைந்தாலும் பிறகு அப்போதுதான் தன் கௌரவத்திற்கு இழுக்கு வராது என்றும், தான் வரவில்லை என்றால் எதுவும் நடக்காது என்று அந்த மெக்கானிக் திருப்தி அடைந்துவிடக்கூடாது என்று நாசர் ஒருவேளை நினைத்திருக்கலாம் என்பதையும் புரிந்துகொண்டான். வண்டிடம் சிக்குண்ட முதுகுபோலப் படகு அதே இடத்தில பல நாட்களாக அசையாமல் கிடந்தது. மெக்கானிக் கிடைத்த அன்று உந்துவிசைக்கருவியை எடுத்துச் செல்வதற்காக அங்கு வந்த வேனில், ஹம்சாவும் உதவி செய்வதற்காக உடன் செல்லவேண்டி இருந்தது. மெக்கானிக் வந்துவிட்டதை அறிந்த கலீஃபா, உந்துவிசைக்கருவியைப் பழுது நீக்குவதில் நடக்கப்போகும் இறுதிச் சடங்குகளைக் காண வேனில்கூடவே வந்தான்.

நாசர் போலின்றி, படகின் தளபதி தனது கண்ணியத்தைத் தக்க வைத்துக்கொள்வது பற்றியெல்லாம் எந்த அக்கறையும் இல்லாதிருந்தான். மெக்கானிக் வந்து சேர்ந்ததும் அடுத்த ஒரு மணிநேரத்திற்கு அவர்கள் இருவரும் ஒருவர்மீது ஒருவர் புகார்களை அள்ளி வீசிக்கொண்டும், அசிங்கமாகத் திட்டிக்கொண்டும் இருக்க, டுபுவும் ஹம்சாவும் படகின் சொற்ப நிழலிலும், இத்ரிஸ் கலீஃபா ஆகிய இருவரும் வேனிலும் அமர்ந்தும் காத்திருந்தனர். குள்ளமான உருவத்துடன், வெய்யிலாலும் கடற் காற்றாலும் கருத்துப் போய்க் கடினமாக மாறியிருந்த தோலுடன், ஐம்பது வயது மதிக்கத்தக்க தோற்றத்தில் இருந்த கப்பல் தலைவன் மெக்கானிக்கிடம், "நீ ஒரு முட்டாள்! கொஞ்சமும் அக்கறை இல்லாமல் அனைவருடைய நேரத்தையும் வீணடித்த அடிமுட்டாள்!" என்றான்.

மோட்டார் சைக்கிளில் வந்து இறங்கிய அந்த மெக்கானிக்குக்கு முப்பது அல்லது அதைவிடக் கொஞ்சம் அதிக வயதிருக்கும். திருத்தப்பட்ட தாடியுடன், தொப்பியணிந்திருந்த அவன் தனது முக்கியத்துவத்தை அறிந்தவனாகக் கப்பல் தலைவனிடம், "யாரிடம் பேசிக்கொண்டிருக்கிறோம் என்று பார்த்துப் பேசுங்கள். நீங்கள்

என்ன வேண்டுமானாலும் பேச நான் ஒன்றும் உன்னிடம் வேலை செய்யும் எடுபிடிப் பையன் இல்லை. எனக்கு நிறைய வேலை இருக்கிறது. உனக்கு வேண்டும் என்றால் நீ போய் வேறொரு மெக்கானிக்கைத் தேடிக்கொள்" என்றான்.

இன்னொரு மெக்கானிக் கிடைத்து அவன் இங்கு உடனே வருவதற்கு எந்த உத்தரவாதமும் இல்லாததால் இந்த அச்சுறுத்தல் சக்திவாய்ந்த ஒன்றாக இருந்தது. சிறிது நேரம் ஆனதும், இந்த பிரச்சனையின் தீவிரம் குறைந்து அவன் உந்துவிசைக்கருவியை இணைக்கத் தொடங்கினாலும் இடையிடையே ஒருவரை ஒருவர் திட்டிக்கொள்வதும் தொடர்ந்தது. அலை உள்ளே நுழைந்ததும் அவர்கள் படகை மீண்டும் தண்ணீருக்குள் தள்ளிவிட, மெக்கானிக் விசைக் கருவியை இணைக்கும் வேலையை முடித்தான். மெக்கானிக் உந்துவிசைக் கருவியைப் பொருத்தி இயக்கும்போது நாசர் அங்கு இருக்கவேண்டும் என்பதால் அவனை அழைத்து வருவதற்காக மீண்டும் இத்ரிஸ் வேனை ஓட்டிக்கொண்டு கிடங்கிற்குச் சென்றான். அவன் வருவதைப் பார்த்ததும் வேலை முடிந்துவிட்டதைப் புரிந்துகொண்ட நாசிக் பெரும் மகிழ்ச்சியும் வியப்பும் அடைந்தான். இந்த இடைப்பட்ட நேரத்திற்குள் கப்பல் தலைவனும் மெக்கானிக்கும் ராசியாகி, வாழ்நாள் முழுவதும் ஒருவரை ஒருவர் அறிந்தவர்கள்போல வாழ்த்துகளைப் பரிமாறியபடி பேசிச் சிரித்துக்கொண்டிருந்தனர்.

அவர்கள் விலை மதிப்பற்ற அந்த உந்துவிசைக்கருவியைப் பொருத்தியதைக் கொண்டாடிக் கொண்டிருக்கையில்கூட இந்தப் புதிய முயற்சி வெற்றிபெறுமா என்ற கவலையோடே நாசர் புன்னகைத்தான். சிற்றோடையின் மணற்பரப்பில் நின்றபடி ஹம்சாவை அழைத்த நாசர், "உந்துவிசைக் கருவி இப்போது பாதுகாப்பாக நிறுவப்பட்டுவிட்டதால் இனி நீ கிடங்கின் காவலாளியாக இருக்கவேண்டிய அவசியம் இல்லை. உன் பொருட்களை எடுத்துக்கொண்டு வீட்டிற்குப் போகலாம். நாளை காலை கிடங்குச் சாவியுடன் வந்து என்னைச் சந்தித்து கூலியைப் பெற்றுக்கொள். பிறகு வேறு ஏதாவது வேலை வந்தால் உனக்குத் தருகிறேன்" என்றான்.

ஆனால் அது என்ன வேலை என்பதை உறுதியாகச் சொல்லவில்லை. இவ்வளவு சீக்கிரம் தன்னை வேலையில் இருந்து நாசர் நீக்கிவிடுவான் என்று ஹம்சா எதிர்பார்க்கவில்லை. கிடங்கில் இனி வேலை செய்யமுடியாது என்பதை நினைத்து வருந்தினான்.

தனிமையும் வேதனையான மனநிலையும் அங்கு சில சமயங்களில் அவனை வாட்டினாலும் அது பெரும்பாலும் அமைதியான காலமாக இருந்தது. பகலில் கிடங்கில் வேலை, கலீஃபாவுடன் பேசுவது, அல்லது அவன் பேசுவதைக் கேட்டுக்கொண்டிருப்பது, பிறகு விசித்திரமான வெப்பமும் வாசமும் வீசும் பொருட்கள் வைக்கப்பட்ட கிடங்கினுள் எண்ணெய் விளக்கில் இருந்து வரும் பொன்னிற ஒளியில் இரவு அமைதியாகத் தூங்குவது, இவை எல்லாம் அவனுக்குத் தேவையான ஓய்வெடுக்க நேரம் தந்து அவன் வாழ்வில் சிறிதளவு அமைதியைக்கொண்டு வர உதவின. பல வருத்தங்களுக்கும் துக்கங்களுக்கும் இடையே மீண்டும் வாழவேண்டும் என்ற உந்துதலை அந்த இடம் அவனுக்குத் தந்தாலும் துயரம் அவனுள் கனன்றுகொண்டே இருந்தது. ஒருவேளை அது எப்போதும் தீர்ந்துபோகாததாக அவனுடனேயே இருக்கலாம்.

மறுநாள் கலீஃபாவிடம், "இனி இங்கு எனக்கு காவலாளி வேலை இல்லை. இன்று காலை சாவியைத் திருப்பித் தரும்படி வியாபாரி என்னிடம் கேட்டிருக்கிறார். அப்படித்தான் அவர் என்னிடம் சொன்னார் என்று நினைக்கிறேன். எனக்கு உறுதியாகத் தெரியவில்லை" என்றான் ஹம்சா.

"அவன் ஒரு மிருகம். சூழ்ச்சியும் வஞ்சகமும்கொண்ட சந்தர்ப்பவாதி" என்று கலீஃபா வியாபாரியின் அற்பத்தனம் குறித்து மகிழ்ச்சி பொங்கக் கூறினான். "அவன் உனக்கு ஒரு சீருடை கொடுத்து, காவலாளியாக நியமித்து, உனக்காகக் குளியலறை இணைப்போடுகூடிய ஒரு அறையைக் கிடங்கிலேயே அமைத்துத் தருவான், அதில் நீ தொழுகை நடத்திக்கொள்ளலாம் என்றெல்லாம் நீ நினைத்திருப்பாய் என்று எனக்குத் தோன்றுகிறது. அந்த ஆளை நம்பிய நீ ஒரு முட்டாள்" என்ற கலீஃபா, சிறிது நேரம் கழித்து லேசான உறுமலான குரலில், "சரி, நீ உன்னுடைய அறைக்குத் திரும்பி வந்துவிடு. மறுபடி வேறு ஏதாவது வேலை வரும்" என்றான்.

நாசர் பியாஷரா மரச்சாமான்கள் பழுது நீக்கும் பணிமனையில் இருப்பதையும், சில வாரங்களுக்கு முன்பு மரக் கடையில் அவன் சந்தித்த, தொப்பியில் பூ வேலை செய்துகொண்டிருந்த நபருடன் அவன் பேசிக் கொண்டிருந்ததையும் ஹம்சா பார்த்தான். அவன் இதற்கு முன் சில்லறை வேலைகளுக்காகச் சில முறை பட்டறைக்குப் போயிருந்தபோது மர வாசனை அவனுக்குப்

பிடிக்கும் என்பதால் உள்ளே என்ன நடக்கிறது என்று எட்டிப் பார்ப்பான். அந்த முதியவரின் பெயர் சுலைமானி என்பதையும் அவர்தான் பட்டறையின் தலைமைத் தச்சர் என்பதையும் இப்போது அவன் தெரிந்துகொண்டான். அவருக்கு ஐம்பது வயதுக்குச் சற்று அதிகம்மட்டுமே இருந்தாலும் எல்லோரும் அவரை சுலைமானி தாத்தா என்றே அழைத்தனர். அவரிடம் பணிபுரிந்த மெஃஹ்தி என்ற ஓர் இளைஞன் தன் தலைமுடியை நீளமாக வளர்த்துக் குதிரைவால்போலத் தொங்கவிட்டு அதைப் பற்றி வீண்பெருமை பேசிக்கொண்டு, அடிக்கடி நீவி, வருடிவிட்டுக்கொண்டிருப்பான். அவனை அப்போது அங்கு காணவில்லை. இரவு குடித்துவிட்டுத் தூங்கியெழுந்து வாயைக்கூடக் கொப்புளிக்காமல் அப்படியே வேலைக்கு வந்துவிட்டதுபோல் அவன்மீது எப்போதும் புளித்த மதுவின் வாசனை வீசும். சில நேரங்களில் தனக்குத் தலை வலிப்பதுபோல் அவன் தன் விரல்களால் நெற்றிப்பொட்டை அழுத்திக்கொள்வான். குடித்துவிட்டுப் போதையில் மரத் தச்சு வேலைகளான சுத்தியலால் அடிப்பது, மரம் அறுப்பது போன்றவற்றைச் செய்வது எவ்வளவு ஆபத்தானது என்று ஹம்சா நினைத்துப் பார்த்தான். ஜெர்மானியர்களுடன் சேர்ந்து இரவெல்லாம் குடித்துவிட்டு, பிறகு அடுத்த நாள் முழுதும் அதிகாரி தலைவலியால் எப்படித் துன்பப்படுவான் என்பதை அவன் பார்த்திருக்கிறான். பட்டறையில் மணல் அள்ளுதல், வார்னிஷ் அடித்தல் போன்ற வேலைகளைச் செய்த செபு என்ற பதின்வயதுச் சிறுவன் இரவு நெருங்குகையில் அந்த இடத்தைக் கழுவிச் சுத்தம் செய்தான். எதிர்காலத்தில் ஏதாவது வேலை வந்தால் அதற்குத் தான் தயாராக இருப்பதாகக் காட்டிக்கொள்வதற்காகச் சில நேரங்களில், அவனுடைய தம்பி சில சிறு வேலைகளில் அவனுக்கு எப்போதாவது உதவிக்கு வருவான். ஹம்சா பட்டறைக்கு வந்த முதல்நாள் இரண்டு பேர் வார்னிஷ் பானைகளை எடுத்துச் செல்வதைப் பார்த்தானே, அது இவர்களைத்தான். நாசர் பியாஷராவும் சில நேரங்களில் பட்டறையில் பணிபுரிந்தான். தனது அலுவலகத்தின் மேஜை நாற்காலிகள் உட்பட அனைத்து மரச்சாமான்களையும் அவனே வடிவமைத்திருந்தாலும் மற்ற தச்சுப் பணிகளைப் பொருத்தவரை சிறிய அலங்காரப் பொருட்களின் இறுதிக்கட்ட வேலைகளைமட்டுமே அவன் செய்தான்.

ஹம்சா பட்டறைக்குள் வந்தபோது சுலைமானி தாத்தா முகம் சுளித்தபடி வியாபாரி சொல்வதைக் கேட்டுக்கொண்டிருப்பதைப் பார்த்தான். அவரிடம் பேசி முடித்தபின் திரும்பிப் பார்த்த வியாபாரி

சாவியை வாங்கிக்கொள்ள ஹம்சாவை நோக்கிக் கை நீட்டினான். பிறகு, "நீ என்னுடன் வா" என்று சொல்லிவிட்டு பதிலுக்குக் காத்திருக்காமல் நடக்க ஆரம்பித்தான். தச்சனைப் பார்த்த ஹம்சா அவருடைய முகம் எந்தவித உணர்வுமற்று இருந்ததைக் கண்டான்.

அங்கிருந்து பணிமனைக்குப் பக்கத்தில் உள்ள தன் சிறிய அலுவலகத்திற்குச் சென்ற நாசர் பியாஷராவை ஹம்சா போய்ப் பார்த்தபோது, "நீ மரவேலை செய்ய விரும்புகிறாய், இல்லையா? அவ்வப்போது நீ அங்கு செல்வதை நான் பார்த்திருக்கிறேன். மரத்தை விரும்புபவர்களைப் பார்த்த உடனே என்னால் அடையாளம் கண்டுகொள்ளமுடியும். நீ மரச் சீவலை முகர்ந்து பார்த்ததை நான் பார்த்தேன். அது எவ்வளவு பெரிய கொடுப்பினை. எப்படியிருந்தாலும், கிடங்கில் உனக்கான வேலை முடிந்துவிட்டது. நான் ஏன் உனக்கு உதவி செய்தேன் என்றால் எனக்கு உன் தோற்றம் பிடித்திருந்தது. உனக்கு வேலை தேவைப்பட்டது. நீ நன்றாக வேலை செய்தாய். சதா தொணதொணத்தபடி இருக்கும் அந்தக் கலீஃபாவை நீ எப்படிச் சமாளிக்கமுடிந்தது என்பது எனக்குத் தெரியாது. ஆனால் அவனுக்கு உன்மீது மிகுந்த அன்பு இருப்பதாகத் தெரிகிறது. இது அவனுடைய வழக்கமான சுபாவம் இல்லை. நீ பட்டறையில் என்ன வேலை செய்ய விரும்புகிறாய்? நீ சுலைமானி தாத்தாவுக்கு உதவலாம். அவர் அதிகம் பேசுவதில்லையேதவிர நம்பகமானவர். மிகச் சிறந்த தச்சரான அவர் உனக்கு நிறைய விஷயங்களைக் கற்பிப்பார். நீ ஒரு தச்சனாகக் கூட ஆகலாம். என்ன சொல்கிறாய்?" என்று நாசர் பியாஷரா ஏதோ அப்போதுதான் அந்த எண்ணம் தனக்குத் தோன்றியதைப்போலப் பேசினாலும் அவன் இவ்வளவு நாளும் இந்தத் தருணத்திற்காகத்தான் காத்திருந்தான் என்று ஹம்சாவுக்குத் தெளிவாகத் தெரியும். இந்தச் சலுகையைத் தான் சற்றும் எதிர்பாராததுபோல ஹம்சாவால் வியப்புடன் சிரிக்கத்தான் முடிந்தது.

வியாபாரி மீண்டும் சிரித்தபடி தலையசைத்துக்கொண்டே, "நீ இப்படிச் சிரிப்பது மிகநன்றாக இருக்கிறது" என்றவன், "ஆக இந்த யோசனை உனக்குப் பிடித்திருக்கிறது என்று நினைக்கிறேன். மெஹ்தி இப்போதைக்குத் திரும்பி வரமாட்டான். தினமும் குடித்துவிட்டு தெருக்களில் சண்டையிட்டு, பிறகு வீட்டிற்குப் போய் மனைவியையும் சகோதரியையும் அடிப்பது என்று இந்தக் குடிப்பழக்கம் அவனை முழுதாக அழித்துவிட்டது. நான் இங்கு இவ்வளவு காலம் அவனை வேலைக்கு வைத்திருந்திருக்க மாட்டேன். ஆனால் அவனுடைய அப்பாவும் என் அப்பாவும்

நண்பர்கள் என்பதால் எனக்கு வேறு வழியில்லை. இந்தமுறை அவன் போட்ட சண்டை அதிகமாகிப்போய் யாரோ அவனைக் கத்தியால் குத்திவிடுவதாக மிரட்டியுள்ளனர். அவனுடைய அம்மா டார் எஸ் சலாமில் உள்ள தங்கள் உறவினர்கள் வீட்டுக்குப் போய்விடும்படி அவனைக் கெஞ்சிக் கேட்டுக்கொண்டுள்ளார். அங்கு போனால் அவன் திருந்திவிடுவான் என்பதுபோல இது இருக்கிறது. சரி, சரி. நீ எதற்காக இன்னும் காத்திருக்கிறாய்? பட்டறைக்குக் கிளம்பு. உடனடியாக வேலையைத் தொடங்கு" என்றான்.

அறுத்த மரச் சாமான்களின் துண்டுகளைப் பட்டறையின் ஒரு பகுதியில் இருந்து மற்றொரு பகுதிக்கு எடுத்து வைப்பது, மரப் பலகைகளைச் சீவும்போதும், துளையிடும்போதும் அவற்றின் மற்றொரு முனையை பிடித்துக் கொண்டிருப்பது என்று ஹம்சாவுக்கு முதலில் எளிய வேலைகளைக் கொடுத்த சுலைமானி தாத்தா இடையிடையே அவன் செய்வதைக் கவனித்தபடி அவனுக்குச் சில அறிவுரைகள் தந்தார். அவர் சொன்னபடியே செய்த ஹம்சா ஏதாவது சிறு தவறு நடந்துவிட்டாலும் அதற்கு மன்னிப்பு கேட்டான். அவர் மகோகனி, சவுக்கு, ஆலிவ் என நிறைய மரங்களின் பெயர்களை அவனுக்கு அறிமுகப்படுத்தினார். எல்லா மரங்களையும் அவன் அடையாளம் தெரிந்துகொள்ளவேண்டும் என்பதற்காக அவனை மரத் துண்டுகளை முகர்ந்து பார்க்கச் செய்தார். தன் உற்சாகத்தைக் காட்டிக்கொள்வதற்காக நிறைய கேள்விகளைக் கேட்ட ஹம்சா சில நாட்களிலேயே அந்த முதியவருக்கு முன்பு தன் மீதிருந்த சந்தேகம் இப்போது குறைந்து வருவதை அறிந்துகொண்டான்.

பகலில் வேலை முடிந்ததும் பெரியவர் சுலைமானி எல்லாக் கருவிகளையும் ஒரு பெட்டியில் வைத்துப் பூட்டி அதன் சாவியைத் தன் சட்டைப் பையில் வைத்துக்கொண்டார். ஜன்னல்களை எல்லாம் மூடிவிட்டு வீட்டுக்குக் கிளம்புமுன் பட்டறை எப்படி இருக்கவேண்டும் என்பதை விளக்கினார். அனைத்தையும் பூட்டியபடி ஹம்சாவைப் பெயர் சொல்லி அழைத்தவர், "நீ நாளை மீண்டும் வா" என்றபோது இறைவனுக்கு நன்றி என்று தோன்றியது. அந்தச் சொல்லை ஒரு வரவேற்பாக அவன் உணர்ந்தான். எப்பொழுதும் மதிய உணவு இடைவேளை நேரத்தில் சுலைமானி தாத்தா தொப்பியில் பூ வேலை செய்தாரேதவிர உணவு உட்கொண்டதே இல்லை. இந்தத் தச்சு வேலையைக் கற்றுக்கொள்வதில் அவனுக்கு ஏற்பட்ட மகிழ்ச்சி இதற்கு முன்

செய்த எந்த வேலையைவிடவும் அதிகமாக அதிகமாக இருந்ததை அவன் உணர்ந்தான்.

ஏகப்பட்ட உற்சாகத்தில் தனது புதிய வேலையைப் பற்றி ஹம்சா தன்னிடம் கூறியதைக் கேட்ட கலீஃபா தன் அரட்டைக் கச்சேரி நண்பர்களிடம் இந்தக் கதையை அப்படியே சொல்ல, அவர்கள் அனைவரும் அவனைப் பார்த்து, "பெருந்தச்சன்" என்று கிண்டல் செய்தனர். கலீஃபாவின் வீட்டின் சரக்குகள்வைக்கும் அறையில் மீண்டும் தங்கியிருந்தபடி, மசூதியில் தன் உடலைத் தூய்மை செய்துகொள்வது, சிற்றுண்டிச் சாலையில் இரவு உணவைச் சாப்பிடுவது, சில மாலை நேரங்களில் தாழ்வாரத்தில் உட்கார்ந்து இந்த உலகின் மோசமான நிலை பற்றி அலசி ஆராய்ந்துகொண்டிருக்கும் கலீஃபாவுடனும் அவனுடைய நண்பர்களுடனும் இணைந்துகொள்வது என்று தன் பழைய வாழ்க்கைக்குத் திரும்பினான். ஆனால் அது சில நாட்கள் மட்டுமே நீடித்தது. ஒரு நாள் காலை வீட்டு வாசலில் நின்றபடி அவனை அழைத்தாள் திருமதி ஆஷா. வழக்கமாக அவர்களுடைய வீட்டுக்கு ரொட்டிகள் கொண்டுவந்து தரும் சிறுவன் அன்று வரவில்லை என்பதால் ஹம்சாவைச் சிற்றுண்டிச் சாலைக்குச் செல்லும்படி சொன்னாள். முன்பு வீட்டு முற்றத்தில் கலீஃபாவிடம் அவனைப் பற்றிக் கோபமாகக் கத்திய பிறகு அவள் அவனிடம் பேசியது இதுவே முதல்முறை. ஆனால் அவள் அப்படி எதுவும் நடக்கவே இல்லை என்பதுபோல் நடித்தாள். "இந்தப் பணத்தை வாங்கிக்கொண்டுபோய்ச் சிற்றுண்டிச் சாலையில் இருந்து ரொட்டிகளை வாங்கி வா" என்றாள். அதன் பிறகு தினம் காலை நேரத்தில் இது அவனுடைய வேலையாக மாறியது. ஒரு நாள் காலை அவன் கதவைத் தட்டியபோது அந்த இளம்பெண் கதவைத் திறந்து அவனிடம் பணத்தையும் ரொட்டிகளுக்கான கூடையையும் கொடுத்தாள். அவன் திரும்பி வந்து மீண்டும் கதவைத் தட்டி கூடையைத் திருப்பித் தந்தபோது சிறிதளவு திறந்திருந்த கதவின் வழியே அந்த இளம்பெண் அவன் பெயரைச் சொல்லிக் கூப்பிட்டாள். அவன் வீட்டு வாசலுக்குச் சென்றபோது அவனுக்கு ஒரு துண்டு ரொட்டியும் ஒரு குவளைத் தேநீரும் தந்தாள். அதன் பிறகு அவள் வேலைக்காரப் பெண்ணாக அவனுக்குத் தோன்றவில்லை. அவள் தன் பெயர் அஃபியா என்று அவனிடம் சொன்னாள்.

உணவுப் பொட்டலம் வாங்கிவர, அண்டைவீட்டாருக்கோ உறவினர்களுக்கோ செய்திசொல்ல என மற்ற எடுபிடி

வேலைகளுக்கும் திருமதி ஆஷா அவனைப் பயன்படுத்தினாள். திருமதி ஆஷா உதவி தேவைப்பட்ட பக்கத்து வீட்டுக்காரர்களுக்கும் அவனுடைய சேவைகளைச் சில நேரங்களில் அளித்தாள். தன்னைப் பற்றி அவமரியாதையாகப் பேசுவதாகவும், தொடர்ந்து தன்னை நிந்திப்பதாகவும் அதே அண்டைவீட்டாரைப் பற்றி அவர்களின் முதுகுக்குப் பின்னால் கோபமாகப் பேசுவாள். தனக்குக் கெடுதல் நினைப்பவர்களே தன்னைச் சுற்றிலும் நிறைந்திருப்பதாக அவளுக்குத் தோன்றியது. அதனால் ஹம்சாவை அண்டை வீட்டாருக்கு உதவி செய்ய அனுப்பும்போது அவள் குர் ஆனின் சில வசனங்களை வாசித்து அனுப்புவாள். அது தனக்குப் பாதுகாப்புத் தரும் என்று அவள் நம்பினாள். அவள் அவ்வாறு அவனை அண்டை வீட்டாருக்கு எடுபிடி வேலைசெய்ய அனுப்பும்போது அவன்மீது தனக்கு முழு உரிமை உள்ளதுபோல நடந்துகொள்வாள். கலீஃபா அந்த அறைக்காக வாடகை வாங்கியதே இல்லை என்பதால் அவன் அந்த வீட்டை நம்பி இருக்கவேண்டியிருந்தது. அது ஹம்சாவை அவர்களுக்குக் கடமைப்பட்டவனாக மாற்றியது. நிறையமுறை கடைகளுக்கும் வேறு வேலைகளுக்கும் அனுப்பப்பட்டபோதும் ஹம்சா தன்னை அந்தக் குடும்பத்தில் ஒருவனாகவே நினைத்தான். அவனுக்கு அது பிடித்தும் இருந்தது. தணிவதற்கு வாய்ப்பே அற்ற திருமதி ஆஷாவின் கடுமையான சுபாவத்துக்கு அவன் பழகிப் போனான். ‘பெரும் ஆபத்தை அழைத்து வரப் போகிறவன்’ என்று அழைக்கப்படுவதைவிட ஏதோ ஒரு வகையில் உதவியாய் இருப்பதுமேல் என்று ஹம்சா நினைத்தான்.

★★★

“பெரியவர் சுலைமானிக்கு உன் வேலை பிடித்திருக்கிறது” என்ற நாசர் பியாஷரா, “நீ இந்த வேலையைச் சிறப்பாகச் செய்வாய் என்று எனக்கு முன்பே தெரியும். உன்னிடம் நல்ல பழக்க வழக்கங்கள் இருப்பதாக அவர் சொல்கிறார். அவரைப் பொருத்தவரை அது மிகப் பெரிய வார்த்தை. அது மரியாதையை மட்டும் குறிக்கவில்லை அதன் அர்த்தம் அதைவிடப் பெரியது” என்றான். பேசிக்கொண்டே வந்த நாசர் பியாஷாரா இடையில் நிறுத்திக் காத்திருப்பதை ஹம்சா உணர்ந்தான். தன்னை நாசர் சோதித்துப் பார்ப்பது அவனுக்குத் தெரிந்தாலும் அவனுக்கு அதற்கான காரணம் புரியவில்லை. நாசரே விளக்கமளிப்பான் என்று நினைத்து ஹம்சா காத்திருந்தான்.

சில கணங்கள் கழிந்ததும் நாசர் பியாஷரா, “அவர் என்னிடம் இதைப் பற்றி எதுவும் பேசவில்லையானாலும் அப்படித்தான்

இருக்கும் என்று நான் நினைக்கிறேன். நான் அவரை நீண்டகாலமாக அறிவேன். அவர் கடுமையான சொற்களையோ மற்றவர்களைச் சபிக்கும் சொற்களையோ எப்போதும் பயன்படுத்தமாட்டார். நாம் ஒரு விஷயத்தை உண்மையாகச் சொல்கிறோம் என்பதைக் காட்டக் கடவுளின் மீது ஆணையாக என்று சொல்வோம் இல்லையா? அவர் அதைக்கூடச் சொல்லமாட்டார். அப்படி யாராவது சொன்னாலே, "உஷ்! அது கடவுளின் பெயரை அவமதிப்பதாகும்" என்பார். அவர் மிகமோசமாக யாரைப் பற்றியாவது சொல்கிறார் என்றால் அது, "நான் அவனை நம்பவில்லை" என்பதாகத் தான் இருக்கும். அவர் உண்மையின்மீது மிகுந்த நம்பிக்கை வைத்துள்ளார். அதாவது வீண் பகட்டில்லாமல், தற்பெருமை பேசாமல், வெளிப்படைத்தன்மையுடன் ஒளிவு மறைவின்றி இருப்பதில் நம்பிக்கைகொண்டவர் என்று கூறலாம். நீயும் அப்படித்தான். அத்துடன் நீ மரியாதையுடன் நடந்துகொள்வது அவருக்குப் பிடித்திருக்கிறது. உன்னிடம் ஒழுக்கம் இருக்கிறது என்று அவர் சொன்னதன் அர்த்தம் இதுதான். அவர் இதையெல்லாம் உன்னிடம் சொல்லமாட்டார் என்பதால்தான் நான் உன்னிடம் சொல்லிக்கொண்டிருக்கிறேன்" என்றான். ஹம்சாவுக்கு என்ன சொல்வது என்று தெரியவில்லை. தன்னைப் பற்றி இவ்வளவு நல்ல விதமாகப் பெரியவர் சுலைமானி நினைத்திருப்பதையும், அதைத் தன்னிடம் விளக்கிச்சொன்ன நாசரின் கருணையையும் நினைத்து ஹம்சா உணர்ச்சிவசப்பட்டான். அவன் கண்கள் கலங்கின. நாசர் மிகவும் அருவருப்பானவன் என்று கலீஃபா சொன்னது சில சமயங்களில் அவனுக்கு வருத்தமாக இருந்தது. நாசரைப் பார்த்தால் அவ்வளவு மோசமானவனாக ஹம்சாவுக்குத் தோன்றவில்லை.

"நீ கலீஃபாவின் வீட்டில் வசிப்பதாக அவன் என்னிடம் சொன்னான்" தன் பேரேடுகளின் பக்கங்களைத் திருப்பியபடியே பேசிய நாசர் பியாஷராவின் குரலில் அவநம்பிக்கையும், விருப்பமின்மையும் இருந்தன.

"நீ அதை என்னிடம் சொல்லவில்லை. எப்போதும் எதையாவது தொணதொணத்துக் கொண்டிருக்கும் அந்த வயதான ஆளுடன் நீ ஏன் வசிக்க விரும்புகிறாய் என்று எனக்குத் தெரியவில்லை."

ஹம்சா, "நான் அவருடைய வீட்டில் வசிக்கவில்லை. வீட்டிற்கு வெளியே, முன்பு முடி திருத்தும் கடையாக இருந்த அறையில் நான் தங்கிக்கொள்ள அவர்கள் எனக்கு அனுமதி அளித்திருக்கிறார்கள்" என்றான்.

“எனக்கு அந்த வீட்டை நன்றாகத் தெரியும். அது உண்மையில் அவனுடையது அல்ல. திருமதி ஆஷாவுடையதும் அல்ல. திருமதி ஆஷா எப்படி இருக்கிறார்கள்? கொஞ்சம் முரட்டுத்தனமாக. அப்படித்தானே! அவர்கள் இருவரில் யார் மற்றவரை மிக மோசமானவர்களாக மாற்றினார்கள் என்று தெரியவில்லை. ஆனால் பெரும்பாலும் திருமதி ஆஷவைத்தான் குற்றம் சொல்லவேண்டும் என்று நான் நினைக்கிறேன். அவள் எல்லாவற்றிலும் குறை கண்டுபிடிக்கிற பெண். இப்படி நான் சொன்னேன் என்று நீ அங்குபோய் புரளி பேசிக்கொண்டிருக்கமாட்டாய் தானே? நாங்கள் உறவுக்காரர்கள் என்பது தெரியுமா? அதாவது அந்த வீட்டில் வசிக்கும் பெண்ணுக்கு உறவினன்” என்ற நாசர், பிறகு அது தொடர்பாக எதுவும் பேசாமல் தன் வேலையில் மூழ்கிவிட்டான்.

ஹம்சா கலீஃபாவிடம், “நீங்கள் நாசர் பியாஷராவின் உறவினர் என்று கேள்விப்பட்டேன். அதாவது இந்த வீட்டில் வசிக்கும் பெண்ணுக்கு தான் உறவினன் என்று அவர் சொன்னார்” என்றான்.

கலீஃபா ஒரு கணம் யோசித்துவிட்டு, “அவன் அப்படியா சொன்னான்? இந்த வீட்டில் வசிக்கும் பெண்ணுக்கு உறவினன் என்றா சொன்னான்?” என்று கேட்டான்.

ஹம்ஸா, “அவர் ஏன் அப்படிச் சொல்கிறார்? அவர் குறிப்பிடுவது திருமதி ஆஷாவையா?” என்று கேட்டான்.

கலீஃபா தலையசைத்தபடி, “அவன் ஒரு ஏமாற்றுப் பேர்வழி என்றுதான் நான் முன்பே சொன்னேனே. இதுபோல கேடுகெட்ட பேச்சைப் பேசும் குறுக்கு புத்திகொண்டவன் அவன். அவனைப் போன்ற ஆட்கள் மற்றவர்கள் வீட்டுப் பெண்களைப் பற்றிப் பேசுவது கெட்டபழக்கம் என்று அறியாதவர்கள்” என்றான்.

கலீஃபா ஏதோ ஒரு விஷயத்தைச் சொல்லத் தயங்குவதை உணர்ந்த ஹம்சா அவனுக்கு இன்னொரு கோப்பை காபியை ஊற்றித் தந்தான். இப்போது அவர்கள் இருவர்மட்டுமே வராந்தாவில் அமர்ந்திருந்தனர்.

ஹம்சா, “உங்களுக்கு அவர் என்ன உறவு?” என்று கேட்டான். கலீஃபா சிறிது நேரத்துக்குப் பிறகு, ஒரு மிடறு காபியைக் குடித்து, தன் எண்ணங்களை ஒன்றுகூட்டிப் பேசத் தொடங்கும்வரை ஹம்சா காத்திருந்தான்.

“கடற்கொள்ளையனும் வணிகனுமான அவனுடைய தந்தை ஆமுர் பியாஷராவிடம் நான் வேலை செய்தேன் என்று சொன்னேன் இல்லையா! அவனிடம் நான் பல ஆண்டுகள் வேலை செய்தேன். அப்போதுதான் எனக்கும் ஆஷாவுக்கும் திருமணம் நடந்தது. ஆஷாவின் உறவினரான திரு ஆமுர் தான் இதற்கான ஏற்பாடுகளைச் செய்தான்... சரி, அவன்தான் எங்களை இணைத்துவைத்தான் என்றே சொல்லலாம்.”

நீண்டநேரம் அமைதியாக இருந்த ஹம்சா, “நீங்கள் எப்படி நாசரிடம் வேலை செய்யத் தொடங்கினீர்கள்?” என்று கேட்டபோது தன் இயல்புக்கு மாறாக கலீஃபா மௌனம் காத்தான்.

கலீஃபா,“உண்மையிலேயே இந்தப் பழங்கதையையெல்லாம் நீ கேட்க விரும்புகிறாயா என்ன? உன்னைப் பற்றி நீ என்னிடம் எதையும் சொல்லாதே. ஆனாலும் நீ என்னைப் பற்றிக் கேட்டால் நான் மறுக்காமல் சொல்வேன். ஏனென்றால் பதில் சொல்லாமல் என்னால் வாயை மூடிக்கொண்டு இருக்கமுடியாது. இது தான் வயதானவர்களின் சாபம்” என்றான்.

“நான் உண்மையில் கடற் கொள்ளையனான அந்த முதியவரைப் பற்றி தெரிந்துகொள்ள விரும்புகிறேன்” என்றான் ஹம்சா.

★★★

கோடைக்காலப் பருவமழையின் தொடக்கத்தில், இருண்டுகொண்டு வந்த ஒரு மாலைநேரத்தில் ஹம்சா ஊருக்கு வந்தான். வியாபாரிகள் கடல் கடந்து சோமாலியா, தென் அரேபியா, மேற்கு இந்தியாவுக்குள் நுழைந்திருந்தனர். பல ஆண்டுகளுக்குமுன்பு அவன் இங்கு வசித்தபோது நிலவிய வானிலை பற்றி அவனுக்கு அவ்வளவாக நினைவில்லை. அவன் வெளியேறிய பிறகு நீண்ட காலம் கடலோரப் பகுதிகளுக்கு வெகுதொலைவில் இருந்த நகரத்தின் உட்புறத்தில் தன் வாழ்வைக் கழித்தான். ஆண்டின் இடைப்பட்ட இந்த மாதங்கள் மிகவும் இனிமையானவை என்று எல்லோரும் அவனிடம் சொல்லி இருக்கிறார்கள். ஆனால் அவன் திரும்பிவந்தபோது முதலில் அவனுக்கு அது புரியவில்லை. தொடர்மழையினால் நிலம் பசுமையாக இருக்க காற்று மிதமாக வீசியது. ஆண்டின் பிற்பகுதியில், மூன்றாவது பருவத்தில் வானிலை வறண்டு, மிகுந்த வெப்பம் நிலவியது. பிறகு குளிர்காலப் பருவமழை தொடங்கியவுடன், கடல் கொந்தளிப்புடன் காணப்பட, முதலில் பேரலைகள் தோன்றி அதன்பின் மிதமான மழை பொழிந்தது.

இறுதியில் புத்தாண்டு தொடங்கியதும் வடகிழக்குத் திசையில் இருந்து காற்று நிலைபெற்று வீசியது.

அந்தக் காற்று, வியாபாரிகளின் கப்பல்களைக் கடலில் இருந்து மீண்டும் கரைக்குக் கொண்டுவந்தது. அவர்களின் இலக்கு பணக்கார வணிகர்கள் வசிக்கும் வளமான நகரங்களான மொம்பாசா அல்லது ஜான்சிபர்தான். ஆனால் அந்த வணிகர்களில் சிலர் வேறு துறைமுக நகரங்களில் சிக்கித் தடுமாறிக்கொண்டிருந்தனர். கப்பல்களின் வருகை சில வாரங்களுக்கு முன்னரே எதிர்பார்க்கப்பட்டது. புகழ்பெற்ற கப்பல்களின் தலைவர்களும் அவர்களுடன் வந்த மாலுமிகளும் புத்துணர்ச்சி பெற்று மீண்டும் வெவ்வேறு இடங்களுக்குப் பரவினர். எங்கு சென்றாலும் அங்கு முகாமிட்டு அவர்கள் அமளி ஏற்படுத்தினர். அவர்கள் தெருக்களின் வழியே கடத்திச் சென்ற அற்புதமான பொருட்களில் பெரும்பாலானவை விலை மதிப்பற்ற சிறிய அணிகலன்களாக இருந்தாலும், சில நகைகள் விற்பனையாளர்களின் அறிவுக்கு எட்டாத அளவுக்குப் பெருமதிப்புமிக்கவை. அவற்றுடன் தடிமனான படுக்கை விரிப்புகள், அரிய வாசனை திரவியங்கள், பேரீச்சம்பழங்கள், உப்பு சேர்க்கப்பட்ட வஞ்சரம், உலரவைக்கப்பட்ட சுறா மீன்கள் ஆகியவற்றை அவர்கள் வணிகர்களுக்குக் கூறு கட்டி விற்றனர். அவர்களுடைய கட்டுக்கடங்காத வன்முறையாலும், பழங்கள், குறிப்பாக மாம்பழங்களின்மீது அவர்களுக்கு இருந்த பெரும் மோகத்தால் கடந்த காலத்தில் தெருக்களில் நிகழ்ந்த சண்டைகளாலும் மக்கள் பயத்துடன் தங்கள் வீடுகளைப் பூட்டிக்கொண்டு உள்ளேயே அடைந்துகிடக்க வேண்டிய கட்டாயம் ஏற்பட்டது. மாலுமிகளால் மசூதிகள் நிரம்பி வழிந்தன. அவர்கள் உடலில் இருந்து வீசிய கடல் காற்றின் உப்பு, அழுக்கால் பழுப்பு நிறமாக மாறியிருந்த வெண்ணிற நீண்ட அங்கி, பூ வேலைப்பாடு செய்த தொப்பி ஆகியவற்றில் இருந்து வீசிய வியர்வை மணம் ஆகியவை சேர்ந்து ஒருவிதமான வினோத நறுமணம் அங்கு வீசியது. துறைமுகத்தைச் சுற்றியிருந்த பகுதிகளிலும் அவர்கள் நிறைந்திருந்தனர்.

மரப் பட்டறையும் கலீஃபாவின் வீடும் நகரத்திற்குச் சற்று தள்ளி இருந்தன. பசை, மசாலா, வாசனை திரவியங்கள், கழுத்தணிகள், சிறிய பித்தளை நகைகள், பல வண்ணச் சாயம் பூசி பூ வேலைப்பாடு செய்யப்பட்ட ஆடைகள் ஆகியவற்றைக் கூடைகளில் சுமந்தபடி தெருக்களில் விற்பனை செய்த வியாபாரிகள்மட்டுமே அந்த இடத்தைக் கடந்தனர். வழிதவறிப்போன சில வணிகர்கள் எதிரிநாட்டு எல்லையைக் கடப்பதுபோல் தங்கள் கைகளில்

இருக்கும் கம்புகளை வேகமாகக் காற்றில் வீசியபடி அணிவகுத்துச் சென்றனர். அவர்களின் பின்னால் வரிசையாகச் சென்ற குழந்தைகள் அவர்களுக்குப் புரியாத மொழியில் அவர்களைக் கேலி செய்ததுடன், குசு விடுவதுபோல வாயால் காற்றைப் பிரித்துச் சத்தமிட்டனர். இது அந்த வணிகர்களுக்கு மிகவும் அவமானமாக இருந்தது.

மரப் பட்டறையும் கலீஃபாவின் வீடும் வணிகர்களும் மாலுமிகளும் செல்லும் வழியில் இல்லையேதவிர, கிடங்குகளுக்குமுன் இருந்த திறந்தவெளி மைதானம் அந்த வழியில்தான் இருந்தன. அவர்கள் தினமும் அங்கு ஒன்றுகூடினர். அவர்களில் சிலர் இரவு நேரத்தில் அங்கு முகாமிட்டனர். அவர்களைத் தொடர்ந்து பழங்கள், வறுக்கப்பட்ட சோளம், மரவள்ளிக்கிழங்கு, காபி விற்பனையாளர்கள் ஆகியோர் அங்கு முகாமிடத்தொடங்க, அந்தப் பகுதியே இரைச்சலான சந்தைக் கடைபோல உருமாறியது. கலீஃபா மிகவும் ஏக்கத்துடன் ஹம்சாவிடம் முன்பொரு முறை விவரித்த இடமாக அது மீண்டும் அப்படியே மாறிவிட்டது. கடந்த சில மாதங்களாகக் கிடங்கில் இருந்த சரக்குகள் அனைத்தும் இப்போது காலியாகி அந்த இடம் புதிய பொருட்களுக்காகத் தயாராக இருந்தது. நாசர் பியாஷரா ஒரு நாள் காலை, மரப் பட்டறைக்குள் சிறிய எலிப் பொந்து போலிருந்த தன் அலுவலகத்தை, கிடங்குக் கதவுகளுக்கு அருகே சிறிய மேசை ஒன்றை இட்டுத் தனது புதிய அலுவலகமாக இடம் மாற்றினான். அன்று மதியம் பட்டறைக்குத் திரும்பி வந்தவன், கலீஃபாவைப் பொருட்களின் விநியோகம், சேமிப்பு ஆகியவற்றைக் கவனிக்கச் சொல்லிவிட்டு தன்னிடமிருந்த ஆவணங்களை ஒழுங்குபடுத்தினான். புதிதாக வந்த சரக்குகள் காரணமாக கலீஃபா ஓய்வின்றிப் பரபரப்பாக வேலை செய்யவேண்டி இருந்தது. இத்ரிசையும் டுபுவையும் துறைமுகத்திற்கு அனுப்பி, சரக்குகளை அடுக்கி வைப்பதற்காகப் பணியமர்த்தப்பட்ட சுமைப் பணியாளர்களை மேற்பார்வையிட்டு, கலீஃபா செய்த வேலைகளைப் பார்த்து கடற்கொள்ளை வணிகனிடம் எழுத்தராக மீண்டும் அவன் பணிபுரியத் தொடங்கிவிட்டதாக ஹம்சா நினைத்துக்கொண்டான்.

இது அவனது வழக்கமான வேலை நாள்போல இல்லை. பொதுவாக மதியநேரத்தில் கலீஃபா கிடங்கைப் பூட்டி மரப் பட்டறையில் சாவியை வைத்துவிட்டு வீட்டுக்குப் போவான். பட்டறையில் வேலை இலகுவாக இருந்தால், ஹம்சாவும் மதியம் கலீஃபாவுடைய வீட்டுக்குச் சென்று தனது அறையிலோ தாழ்வாரத்திலோ சாப்பிடுவான். பெரியவர் சுலைமானி

பட்டறையில் இருப்பார். ஆனால் அவர் எப்போதும் மதிய உணவு உண்பதில்லை. மதிய உணவுக்குப் பிறகு திரும்பிவரும் ஹம்சா பிற்பகல் தொழுகைக்கு அழைப்பு வந்ததும் பட்டறையைப் பெருக்கிவிட்டுப் பூட்டுவான். ஹம்சா மதியஉணவு சாப்பிட வீட்டிற்குப் போகவில்லை என்றால் அவனுக்கான உணவு தனியே எடுத்து வைக்கப்பட்டிருக்கும். இப்படியாக அவனும் அந்த வீட்டைச் சேர்ந்த ஒரு ஆளாக ஆகிப் போனான். முதல்நாள் நடந்த கசப்பான சம்பவத்திற்குப் பிறகு ஹம்சா அந்த வீட்டுக்குள் மறுபடி நுழையவே இல்லை. எப்போதாவது ஏதாவது எடுபிடி வேலை செய்வதற்காகத் திருமதி ஆஷா அவனை வீட்டுக்குள் இருந்து கூச்சல் போட்டு அழைத்தாலும்கூட அவன் வெளிப்புறக் கதவருகேயே காத்திருப்பான். அவள் எரிச்சலோடு அவனிடம் "உள்ளே வா" என்ற போதும் அவள் வெளியே வரும்வரை அவன் வாசல் அருகேயே காத்திருப்பான். அவன் வேலைக்காரனாக இருக்க விரும்பாவிட்டாலும், ஒரு வேலைக்காரனுக்கும் குடும்பத்தைச் சார்ந்து இருப்பதால் சில கடமைகளைச் செய்யவேண்டிய ஒருவனாகவும் இருப்பதற்கும் நடுவே உள்ள இடைவெளியைப் பேண விரும்பினான்.

ஒரு நாள், கலீஃபா கிடங்கில் இல்லாததால் தனியே வீட்டுக்குப் போன ஹம்சா வழக்கம்போல மதிய உணவுக்காக வீட்டுக் கதவைத் தட்டினான். கதவைத் திறந்த அஃபியா சோறும் கீரையும் ஒரு குவளையில் தண்ணீரும் வைத்துவிட்டுச் சென்றவள், வழக்கமாகச் செய்வதுபோல உடனே கதவை மூடவில்லை. அவன் வாசல் தாழ்வாரத்தில் அமர்ந்து சாப்பிட ஆரம்பித்தான். கதவின் உட்புறம் அவள் நிழல் அசைவதை அவன் உணர்ந்தான். அந்த வீட்டின் சிறிய அறையில் பல மாதங்களாக வசித்தாலும், அவன் அவளைப் பற்றி அடிக்கடி நினைத்தானேதவிர தேவைக்கு அதிகமாக அவர்களுக்குள் எந்தப்பேச்சும் நடந்ததில்லை. சிறிதளவு சாப்பிட்ட பிறகு, அவள் இன்னும் அங்கேயே இருப்பதை உணர்ந்த ஹம்சா வீட்டிற்குள் இருக்கும் ஆஷா காதில் விழாதவாறு மெல்லிய குரலில், "இந்தப் பெயரை உனக்கு யார் வைத்தது? உன் அப்பாவா அல்லது அம்மாவா?" என்று கேட்டான்.

"அஃபியா என்றால் ஆரோக்கியம் என்று பொருள். என் அம்மாதான் இந்தப் பெயரை எனக்கு வைத்தார்" என்றாள். இதைச் சொல்லிவிட்டு அவள் உடனே கதவை மூடிவிடுவாள் என்று அவன் நினைத்தான். அவளும் அவனிடம் பேச நினைத்ததால் அவள் அங்கேயே இருந்தாள். அவன் அவளைப் பற்றி அடிக்கடி நினைக்கத்

தொடங்கியிருந்தான். குறிப்பாக அறையில் தனியாக இருக்கும்போது அவளை அதிகமாக நினைத்தான். சில சமயம் அவனுடைய அறையின் ஜன்னல் திறந்திருக்கும்போது அவள் அந்த வழியைக் கடந்து சென்றால், அவனுடைய அறைப் பக்கம் தன் பார்வையைத் திருப்பாமல் சத்தமாக வணக்கம் சொல்வாள். இதைக் கேட்டதும் அவன் ஓடிவந்து ஜன்னல் வழியே பார்க்கும்போது அவள் அந்த இடத்தைக் கடந்து செல்வது தெரியும். சில நேரங்களில் அவள் வணக்கம் சொல்லாமல் அந்த இடத்தைக் கடந்து சென்றாலும் அவனுக்கு அவள் வணக்கம் சொன்னதுபோலவே இருந்தது. அவன் கதவருகே அழைக்கப்பட்டாலோ அவள் அவனைக் கடந்து சென்றாலோ லேசான கரகரப்புடன் இருந்த வசீகரமான அவள் குரலைக் கேட்பதற்காக, அந்த மிகக் குறுகிய நேரத்துக்குள் தன்னால் முடிந்த அளவுக்கு அவன் அவளிடம் ஏதாவது பேசினான்.

அவள் மேற்கொண்டு எதுவும் பேசாதபோது, "உனக்கு நல்ல ஆரோக்கியம் இருக்கவேண்டும் என்பதற்காக அவள் அந்தப் பெயரை உனக்கு வைத்திருக்கிறார்" என்று அவனாக அவளிடம் பேசி அவளைப் பதில் சொல்லத் தூண்டினான்.

"ஆம். தனக்கும் நல் ஆரோக்கியம் வேண்டும் என்பதற்காகவும் ஒருவேளை இதை வைத்திருக்கலாம். அவளுக்கு உடம்பு சரியில்லை. அதாவது அப்படித்தான் என்னிடம் சொன்னார்கள். நான் சிறு வயதாக இருக்கும்போதே அவள் இறந்துவிட்டாள். அப்போது எனக்கு இரண்டு வயது இருந்திருக்கலாம். எனக்கு சரியாகத் தெரியவில்லை. எனக்கு அவள் முகமே நினைவில்லை" என்றாள் அஃபியா.

ஹம்சா, "உன் அப்பா நலமாக இருக்கிறாரா?" இதற்குமேல் தொடர்ந்து கேள்வி கேட்கலாமா, அவள் மனம் புண்படுமா என்ற யோசனையோடே இதைக் கேட்டான்.

"அவர் பல வருடங்களுக்குமுன்பே இறந்துவிட்டார். நான் அவரைப் பார்த்ததே இல்லை" என்றாள். அவர்களுக்கான இரங்கலை முணுமுணுத்தபடி கூறியவன் மீண்டும் சாப்பிடத் தொடங்கினான். தானும் தன் பெற்றோரை இழந்துவிட்டதையும், அவர்களிடமிருந்து பிரிந்து செல்ல நேர்ந்ததையும், தன் பெற்றோருக்குத் தான் இருக்கும் இடமும், தனக்கு அவர்களுடைய இருப்பிடமும் தெரியாது தவிப்பதையும் அவளிடம் சொல்ல விரும்பினான். அவள் அறிந்திடாத அவளுடைய அப்பாவுக்கு என்ன நடந்தது என்று கேட்க விரும்பினான். அவளுடைய அம்மாவைப்போல அவரும்

அவள் குழந்தையாக இருக்கும்போதே இறந்துவிட்டாரா? அல்லது அவளுடைய தாயின் மரணத்திற்குப் பிறகு அவளுடைய விதிப்படி வாழட்டும் என்று அவளை விட்டுவிட்டுப் போய்விட்டாரா? என்றெல்லாம் கேட்க நினைத்தாலும் அவன் எதையுமே கேட்கவில்லை. ஏனெனில் அது அவனுடைய ஆர்வத்தைத் திருப்திப்படுத்துவதாகமட்டுமே இருக்கும். ஆனால் அந்தக் கேள்விகள் அவளுக்குள் வேறு என்னென்ன வேதனைகளை உண்டாக்குமோ என்று நினைத்தான்.

"உங்கள் கால் வலிக்கிறதா? நீங்கள் வலியில் முனகுவதை நான் முன்பு பார்த்திருக்கிறேன். இப்போது நீங்கள் அமர்ந்திருக்கும்போதும் நான் அதைக் கவனித்தேன்" என்றாள்.

"வலி இருக்கிறது, ஆனால் அது சரியாகிவருகிறது" என்றான்.

"உங்களுக்கு என்ன ஆயிற்று?"

அவன் சிரித்துக்கொண்டே, "பிறகு ஒரு நாள் சொல்கிறேன்" என்று சுருக்கமாகப் பதில் சொன்னான்.

சிறிது நேரம் கழித்து அவள் அங்கிருந்து போகும் சத்தம் கேட்டதும், அவள் சொன்ன எந்த விஷயத்துக்கும் தான் ஆறுதல் எதுவும் சொல்லாதது அவனுக்கு வருத்தமளித்தது. அவன் சாப்பிட்டு முடித்த காலிக் கிண்ணத்தை எடுத்துச் செல்வதற்காகத் திரும்பி வந்தவள் தன்னுடன் ஒரு சிறிய தட்டில் சில ஆரஞ்சுப் பழத் துண்டுகளைக் கொண்டுவந்தாள்.

"நீங்கள் சாப்பிட்டு முடித்துவிட்டிருந்தால் கைகளைக் கழுவிக்கொள்ள உள்ளே வரலாம்" என்றாள்.

சாப்பிட்டு முடித்ததும் சத்தமாக அவள் பெயரைச் சொல்லிக் கூப்பிட்டால் அவள் வீட்டின் புறவாசலுக்கு வந்து காலித் தட்டை வாங்குவாள் என்பதற்காகக் காத்திருந்தான். இப்போது உள்ளே அழைக்கப்பட்டதும் அவள் பின்னால் வீட்டுக்குள் சென்றான். முற்றத்தின் இடது பக்கச் சுவருக்கு அருகே இருந்த கை கழுவும் சிறிய தொட்டியை அவள் சுட்டிக்காட்டவும் அவன் அதில் கைகளைக் கழுவிக்கொண்டான். திருமதி ஆஷா வீட்டில் இருப்பதற்கான அறிகுறியே இல்லை. அஃபியா தயங்காமல் தன்னுடன் பேசியதையும், தன்னை வீட்டினுள் அழைத்ததையும் வைத்து திருமதி ஆஷா அங்கு இல்லை என்பதை அவன் யூகித்திருந்தான். திருமதி ஆஷா அவனுக்கு முன்பு அளித்த கோபமான வரவேற்பால்

அங்கிருந்து வேகமாக ஓடிப் போனவன் இப்போதுதான் மறுபடி உள்ளே வந்திருக்கிறான். கைகளைக் கழுவிக்கொண்ட பிறகு ஒரு ஆர்வத்தில் சுற்றும்முற்றும் பார்த்தான். அஃபியாவை முதன்முதலில் அவன் பார்த்தபோது அவள் பாத்திரம் கழுவிக்கொண்டிருந்தாளே, அந்தக் குழாய் கை கழுவும் தொட்டிக்கு அருகேதான் இருந்தது. வெய்யில் மறைப்புக்காகப் போடப்பட்டிருந்த கூரைக்கு அருகே முற்றத்தின் பின்பக்கச் சுவரை ஒட்டி கழிவறை இருந்ததையும் அதன் வலது பக்கத்தில் இரண்டு அறைகள் இருந்ததையும் இப்போது பார்த்தான். அதில் ஒன்று கடையாக மாற்றப்பட்டிருந்ததும், அந்தக் கடையின் முன்னால் இருந்த இரண்டு கரி அடுப்புகளுள் ஒன்றில் கரி இடப்பட்டு அது எரிவதற்குத் தயாராக இருந்ததும் தெரிந்தது. மற்றொரு அறை அவன் நினைத்திருந்ததைவிட மிகப் பெரிதாக இருக்க, அதனுடைய கதவின்மீது கம்பி வலை போடப்பட்டிருந்தது தெரிந்தது. மூடப்பட்டிருந்த அதன் கதவின்மீது ஒரு திரைச்சீலை தொங்கிக்கொண்டிருந்தது. அது அஃபியாவுடைய அறையாக இருந்தால் அது நன்றாகவே இருந்தது. ஏனென்றால் வேலைக்காரர்கள் படுத்துக்கொள்ள வீட்டின் கூடத்திற்குப் போகும் வழியில் இருக்கும் இடமும் ஒரு பாயும்மட்டுமே பொதுவாகத் தரப்படும். ஒருவேளை அவள் வேலைக்காரியாக இல்லாமல், அவன் முதலில் நினைத்ததுபோல கலீஃபாவின் இரண்டாவது மனைவியாகக்கூட இருக்கலாம்.

அவள், அவன் பார்வை சென்ற திசையைப் பார்த்துத் தலையசைத்தாள். அப்போது தலையைச் சுற்றி அவள் அணிந்திருந்த மெல்லிய துணி அவள் தலையின் பின்பகுதியில் இருந்து நழுவியதில் அவள் தன் தலைமுடியில் ஒரு ஹேர்பின்னோ அலங்காரமான க்ளிப்போ செருகி இருந்தது தெரிந்தது. அவன் முன்பெப்போதையும்விட இப்போது அவளை நெருக்கத்தில் பார்த்தான். நடுவில் பிரிக்கப்பட்டிருந்த அவளுடைய தலைமுடி, இரட்டை ஜடைப் பின்னல்களாகப் பின்னப்பட்டு பிறகு பின்புறத்தில் ஒன்றாக இணைக்கப்பட்டிருந்தது. அவள் தன் தலையைச் சுற்றிப் போர்த்தியிருந்த துணியைத் தளர்த்தியதில் இப்போது அவளுடைய உடலின் மேல்பகுதியும் இடுப்பும் அவனுக்குத் தெரிந்தன. சிறிது நேரம் கழித்து அவள் தன் தலையைச் சுற்றியிருந்த துணியை இயல்பாக இழுத்துச் சீர்படுத்திக்கொண்டாள். இது வழக்கமாகப் பெண்கள் செய்யக்கூடியதுதான். ஆனால் அவள் தன் ஆடையை ஒருகணம் அவனுக்காகவே தளர்த்தினாளோ என்று அவன் நினைத்தான். பிறகு அவளுக்கு நன்றி கூறிவிட்டு

வீட்டைவிட்டு வெளியேறும்போது அவர்கள் இருவரும் தங்களுக்குள் புன்னகைகளைப் பரிமாறிக்கொண்டனர். ஆனால் அவன் அவளைப் பற்றி தன் மனதுள் எப்படி உணர்கிறான் என்று அவளுக்குத் தெரியும் என்று அவன் நினைத்துக்கொண்டான். அது அவனுக்கு உற்சாகத்தை அளித்தது. தன் உணர்வுகள் புரிந்தும் தன்னைப் பார்த்து அவ்விதமாகப் புன்னகைக்கிறாள் எனில் அவள் கலீஃபாவின் மனைவியாக இருக்கமுடியாது. திருமதி ஆஷா வீட்டில் இல்லாதபோது அவன் சாப்பிடும்வரை அவனுடன் அமர்ந்திருப்பவள் அவன் சாப்பிட்டு முடித்ததும் கை கழுவ அவனை உள்ளே அழைப்பாள். ஹம்சாவுக்கு இதுபோன்ற விஷயங்கள் அவ்வளவாகத் தெரியாது என்றாலும் நடக்கும் விஷயங்களை எல்லாம் பார்த்து இது காதல்தான் என்று நினைத்துக்கொண்டவன் மகிழ்ச்சியான மனநிலையுடன் பட்டறைக்குத் திரும்பிச் சென்றான்.

ஆனால் முழுதாக மகிழ்ச்சியடைய முடியாதபடி அதில் ஒரு குறை இருந்தது. நிரந்தரமற்ற ஒரு வேலை, அவனுக்கு ஆதரவு அளிப்பதற்காகத் தரப்பட்டுள்ள ஒரு அறை, அதுவும் அவர்கள் மனம் புண்பட்டால் அவன் கைகளைவிட்டுப் போய்விடக் கூடியது, படுக்கை என்பது வைக்கோலால் ஆன பாய் என மிக மோசமான நிலையில் அவன் இருக்கும்போது ஒரு நல்ல வாழ்க்கையை அவனால் அவளுக்கு எப்படித் தரமுடியும்? அவள் அவனிடம் இருந்து ஆறுதல் வார்த்தைகளை எதிர்பார்த்திருக்கலாம். ஆனால் அவளிடம் பகிர்ந்துகொள்ள மகிழ்ச்சியான ஒரு கடந்தகாலமோ எதிர்கால வாக்குறுதியோ இல்லாமல் அவள் மனம் வருந்தத்தக்க கேவலமான கதைதான் அவனிடம் இருந்தது. அவனுடைய உடல் தவறான முறையில் பயன்படுத்தப்பட்டதுடன், படுகாயத்துடன் இருந்தது. அவள் வேறொருவரின் மனைவியாக இருந்தால் அவன் தேவையின்றி ஆபத்தான விஷயங்களில் சிக்கிக் கொள்ளக்கூடும். இருப்பினும் அவனுடைய மனதில் ஏற்பட்ட உற்சாகத்தை அவனால் வெளியேற்றவேமுடியவில்லை. தன் ஆசையை நிறைவேற்றிக்கொள்ளும் மன உறுதியும் அவனிடம் இல்லை. ஒருவேளை நடந்த மொத்த விஷயத்தையும் அவன் தவறாகப் புரிந்துகொண்டு இருக்கலாம். அவனிடம் இருந்த அத்தனை உணர்வுகளும் வற்றிப் போயிருந்ததில் தான் எதைச் செய்தாலும் அதனால் எந்தப் பயனும் விளையப்போவதில்லை எனும் அளவுக்கு அவனுடைய மனம் முடங்கிவிட்டிருந்தது. பட்டறையில் வேலை செய்வது, அந்த முதிய தச்சரோடு இருப்பது ஆகியவை இந்த

உணர்வை எதிர்த்து தினம் போராட அவனுக்கு ஏதோ ஒரு விதத்தில் உதவியது.

அன்று மதியம் பெரியவர் சுலைமானியும் மகிழ்ச்சியான மனநிலையில் இருந்தது அவர் வேலை செய்தபடி அவருக்குப் பிடித்த அரபிப் பாடலை முணுமுணுத்ததில் இருந்து ஹம்சாவுக்குத் தெரிந்தது. ஒருவேளை அவரை உற்சாகப்படுத்தும் செய்தி ஏதாவது கிடைத்திருக்கலாம் அல்லது அவர் தொப்பியில் செய்துகொண்டிருந்த பூ வேலைப்பாடு முடிந்ததுகூடக் காரணமாக இருக்கலாம். அது ஹம்சாவின் உற்சாக உணர்வை இன்னும் அதிகரித்தது. அவனால் தன் புன்னகையை அடக்கமுடியவில்லை. அவன் வித்தியாசமாக நடந்துகொள்வதை உணர்ந்தவர் ஒரு வார்த்தைகூடப் பேசாமல் அவனை ஆச்சரியமாகப் பார்த்தார். ஒருமுறை துளையிடும் இயந்திரத்தைக் கவனக்குறைவாகக் கீழே நழுவவிட்ட ஹம்சா, மற்றொரு முறை கண்ணெதிரே இருந்த சதுரப் பலகையை எரிச்சலுடன் எங்கெங்கோ தேடிக்கொண்டிருந்தான். இது போன்ற தவறுகளை அவன் அதுவரை செய்ததே கிடையாது. மற்றொரு சந்தர்ப்பத்தில் ஹம்சா தனக்குள் சிரித்துக்கொண்டிருந்தபோது அவன் எதனால் அவ்வளவு மகிழ்ச்சியாக இருக்கிறான் என்று கேட்பதுபோலப் பெரியவர் சுலைமானி தன் புருவங்களை உயர்த்தினார். ஹம்சா தன் மன மயக்கத்தை நினைத்து தனக்குத்தானே சிரித்துக் கொண்டான். வழக்கம்போல பெரியவர் எதுவும் சொல்லவில்லை என்றாலும் அவரும் ஒரு புன்னகையை அடக்கிக்கொண்டிருப்பதை ஹம்சா பார்த்தான். முதியவர் தன் மனதில் இருந்த ரகசியத்தை யூகித்துவிட்டாரா? இத்தகைய விஷயங்கள் இதற்கு முன்பும் இவ்வளவு வெளிப்படையானதாகவா இருந்தன?

“லாயிஷ்ட்ரம் சிஷர்ஹைட்சுந்தோல்சர்” மேசை இழுப்பறைகள் ஒன்றினுள் தீப்பெட்டிகள் இருந்ததைப் பார்த்த ஹம்சா அவற்றின் மீதிருந்த இந்தப் பெயரைச் சத்தமாகப் படித்தான்.

மரப் பலகையின் முனைகளை உப்புக் காகிதத்தால் தேய்த்துக்கொண்டிருந்த பெரியவர் சுலைமானி நிமிர்ந்து பார்த்தார். “நீ என்ன சொன்னாய்?” என்று கேட்டார்.

ஹம்சா, “லாயிஷ்ட்ரம் சிஷர்ஹைட்சுண்தோல்சர்” என்ற வார்த்தைகளை மீண்டும் கூறினான். ‘கலங்கரை விளக்கம்’ தீப்பெட்டிகள்.

ஹம்சா நின்றிருந்த இடத்திற்குச் சென்று அவன் கைகளில் இருந்து அந்த தீப்பெட்டியை வாங்கி ஒரு கணம் அதைப் பார்த்தவர் பிறகு அதை அவனிடமே திரும்பத் தந்தார். அதன் பிறகு அங்கிருந்த ஒரு அலமாரியை நோக்கிச் சென்றவர், அதில் இருந்த, வளைந்த ஆணிகளை நேராக்கப் பயன்படுத்தும் ஒரு தகரத் துண்டை எடுத்துக்கொண்டு வந்து அதை ஹம்சாவிடம் தந்தார்.

ஹம்சா "லாயிஷ்ட்ரம் சிஷர்ஹைட்சுண்தோல்சர்" என்று படித்தான்.

"உனக்குப் படிக்கத் தெரியுமா?" என்று கேட்டார் தச்சர்.

"ஆம், எழுதவும் தெரியும்" என்று பெருமையாகச் சொன்னான் ஹம்சா.

"ஜெர்மன் மொழியிலா?" என்று கேட்டவர், பின்னர் அந்த தகரத் துண்டைச் சுட்டிக்காட்டி "இதில் என்ன போட்டிருக்கிறது?" என்று கேட்டார்.

"வேகனர்-வெபர்: குழந்தைகளுக்கான பால்."

"உனக்கு ஜெர்மன் வாசிக்கவும் பேசவும் தெரியுமா?"

"தெரியும்."

பெரியவர் சுலைமானி, "இறைவனுடைய திருவுள்ளம்" என்றார்.

11

அவள் எப்பொழுதும் அவனையே நினைத்துக்கொண்டிருக்கும் அளவிற்கு நிலைமை மாறிவிட்டது. காலையில் ரொட்டிக்கான பணத்தைப் பெற அவன் வீட்டுக்கு வந்தபோது அவள் அவனிடம் பேசுவது, திருமதி ஆஷாவின் காதில் விழுந்துவிடக் கூடும் என்பதால் அவனிடம் பேசுவதைத் தவிர்த்தாள். திருமதி ஆஷாவைப் பொருத்தவரை ஒரு ஆணிடம் பேசுவது, அவனை ரகசியமாய்ச் சந்திப்பதற்கான ஏற்பாடுகளைச் செய்வதற்குச் சமம்.

ஹம்சா, "வணக்கம்" என்றான். அவள் அதை ஏற்கும் விதமாகத் தலையசைத்துவிட்டு அவனைத் தொடவோ அவன் மீது சாய்ந்து தன்னுடலை அழுத்திக்கொள்ளவோ செய்யாமல் கூடையையும் பணத்தையும் அவன் கைகளில் தந்தாள். அவள் அவனுடைய அறையைக் கடக்கும்போது அந்த அறையின் ஜன்னல் திறந்திருப்பதைக் கண்டதும் ஒரு கணம் அங்கு நின்று பேசவும், தன்னுடைய கையை அவனை நோக்கி நீட்டவும் ஏற்பட்ட உந்துதலைத் தவிர்க்கவேண்டியிருந்தது. சில சமயம் அவள் ஜன்னலுக்கு வெளியே இருந்து சத்தமாக வணக்கம் தெரிவித்தாளேதவிர அங்கு நிற்கத் துணியவில்லை. ஒவ்வொரு முறையும் அவன் கதவைத் தட்டும்போதும் அவள் மனம் மகிழ்ச்சி அடைந்து, அவள் உதடுகளில் ஒரு புன்னகை பூக்கத் தொடங்கியதும், அவள் தன் ஆவலும் படபடப்பும் வெளியே தெரிந்துவிடும் என்பதால் அந்தப் புன்னகையை அடக்கிக்கொண்டு

கதவைத் திறந்தாள். அவள் அவனைப் பார்க்கும் மிகச் சிறிய தருணங்களுக்காக ஏங்கினாள். அவள் இப்போதெல்லாம் ரொட்டித் துண்டும் தேநீர்க் கோப்பையும் தருவதற்காக அவனை அழைப்பதே இல்லை. ஒரு நாள் காலை அவள் அவனிடம் "உரிமையாளரின் நாய்போல" என்றாள். அவள் ஒரு தட்டில் அவனுக்கான காலை உணவைக் கொண்டுவந்து கதவைத் தட்டுகிறபோதெல்லாம் அவன் ஒரு புன்னகையுடன் அவளுக்காகக் காத்திருந்தான்.

ஒருநாள் காலை வழக்கம்போல அவள் காலை உணவுக்கான பணத்தை அவனிடம் ஒப்படைத்தபோது அவன் கையைத் தொட்டாள். அது தற்செயலானதுபோலத் தோன்றினாலும், நிச்சயமாக அது தற்செயலாக நடக்கவில்லை. அத்துடன் அவள் சிறிது நேரம் தன் கையை அவன் கைமீது வைத்தபடியே நின்றாள். ஒரு முட்டாளால்கூட அதைத் தவறாகப் புரிந்துகொண்டிருக்கமுடியாது.

"உங்கள் கால் குணமாகிவிட்டது, இல்லையா? நீங்கள் நன்றாக நடப்பதில் இருந்து என்னால் அதைத் தெரிந்துகொள்ளமுடிகிறது" என்றாள்.

"சிறிதுசிறிதாக நன்றாகி வருகிறது, நன்றி" என்றான்.

விஷயங்களை வெளிப்படுத்தவேண்டிய தருணம் வந்துகொண்டிருந்தது. ஆனால் அவளே போய்ப் பேசலாமா அல்லது அவனாகச் செயல்படும்வரை காத்திருக்கவேண்டுமா என்று அவளுக்கு உறுதியாகத் தெரியவில்லை. அவளுக்கு இதுபோன்ற விஷயங்களை எப்படிக் கையாள்வது என்று ஏற்கனவே தெரியும் என்றோ, அவளுக்கு இது பழக்கமான ஒன்று என்றோ அவன் நினைப்பதை அவள் விரும்பவில்லை. பல நேரங்களில் வார்த்தைகள் அவள் நுனி நாக்குவரை வந்தபின்பும் ஏதோ ஒன்று அவளைத் தடுத்து நிறுத்தியது. ஜமீலாவும் சதாவும் அவனைக் கேலியாகப் பேசி, யார் என்னவென்றே தெரியாத ஒரு ஆளுடன் இப்படியான எண்ணங்கள் தோன்றுவது மிக மோசமானது என்று சொல்வார்களோ என்ற அச்சம்தான் அதற்குக் காரணமாக இருக்கலாம் என்று அவளுக்குத் தோன்றியது. ஒருவேளை அவர்கள் அவனை ஏழை என்றும், ஊர் ஊராக அலைந்து திரிபவன் என்றும் நினைக்கலாம். ஆனால் அவளும் முன்பு அதேபோன்ற நிலையில் இருந்தவள்தான். அவர்கள், "நீ ஒரு பெண்" என்பார்கள்.

ஒரு பெண்ணுக்குக் கடைசிவரை உடன்வரும் சொந்தம் என்றால் அது அவளுடைய மானம்தான். இவ்வளவு ஆபத்து

நிறைந்த முயற்சியெடுக்கும் அளவுக்கு அவன் தகுதியானவனா? அவனைப் பற்றி அவள் காலிதாவிடம் பேசத் துணியவில்லை. ஏனென்றால் அவள் இந்த விஷயத்தைக் கேள்விப்பட்டதுமே அதிர்ந்து சிரிக்கும் தன் தோழிகள் சிலரிடம் இதைச் சொல்லித், துணிச்சலான விஷயங்களைச் செய்ய அஃபியாவைத் தூண்டுவாள். அவள் உண்மையில் அத்தகைய செயல்களுக்குத் தயாராக இல்லை. அதுவுமின்றி இப்போது என்ன அவசரம்? அவள் பொறுமையிழக்கவில்லை என்பதோடு இது நிறைவேறுமா என்ற பதட்டமான எதிர்பார்ப்பு அவளுக்குப் பிடித்திருந்தது.

ஆனால் சில நேரங்களில் அவனை இழக்க நேரிடுமோ என்று அவள் பயந்தாள். வீட்டுக்கு வந்ததுமே அவன் வெளியே எங்கும் செல்லவில்லை என்றாலும் வேண்டுமென்றே அவளிடமிருந்து விலகிச் சென்றான். அவனைப் பார்த்ததில் இருந்தும், அவனைப் பற்றிக் கேட்டதில் இருந்தும் அவன் சொந்தங்கள் ஏதுமற்று வேரோடு பிடுங்கப்பட்ட ஒரு செடியைப் போன்றவன் என்பதுமட்டும் அவளுக்குப் புரிந்திருந்தது. அல்லது ஒரு தீர்க்கமான முடிவை எடுக்கமுடியாத அளவுக்கு அவன் மிகவும் அவநம்பிக்கையுடன் இருந்ததை அவள் யூகித்தாள். ரொட்டிக்கான பணத்தைப் பெற அவன் வருவான் என்று அவள் வழக்கம்போலக் கதவருகே காத்திருக்கையில் திடீரென ஒருநாள் அவன் அவளுடைய வாழ்க்கையிலிருந்து நிரந்தரமாக மறைந்துவிடக்கூடும் என்று அவள் பயந்தாள். அது அவளை மனச்சோர்வில் மூழ்கடித்தது. அவள் அவனைப் பற்றியே நினைத்துக்கொண்டிருந்ததில் சில சமயங்களில் அவள் கவனம் சிதறியது. இதைக் கவனித்த ஜமீலா சிரித்துக்கொண்டே, "யாரைப் பற்றி யோசிக்கிறாய்? யாராவது உன்னை அழைக்கிறார்களா?" என்று கேட்டாள். அஃபியாவும் சிரித்துவிட்டு வேறு விஷயத்துக்குப் பேச்சை மாற்றியவள் சமீபத்தில் வீட்டில் நடந்தவற்றை அவளிடம் சொல்லவில்லை. அவள் ஜமீலாவிடம் பிடிபட்டதற்கு முந்தையநாள் மதியம் திருமதி ஆஷா சிரித்துக்கொண்டே, அஃபியாவைப் பார்த்து, "உனக்கு ஒரு நல்ல செய்தி வரப்போகிறது என்று நினைக்கிறேன்" என்றாள்.

அவளுக்கு ஒரு வரன் வரப்போகிறது என்பதுமட்டுமே அதன் பொருள். இது அவளுக்கு இன்னும் பயத்தை ஏற்படுத்தியது. இரண்டு வரன்களை அவர்கள் நிராகரித்துப் பல மாதங்கள் ஆகியிருந்தன. திருமதி ஆஷா தாம் மிகவும் அவசரப்பட்டுவிட்டதாகவும், ஏராளமான எதிர்பார்ப்புகள்கொண்டவர்கள் என்று இதற்குள் தங்களைப் பற்றி அனைவரும் நினைக்கிறார்கள் என்றும்

முணுமுணுக்கத் தொடங்கியிருந்தாள். சில நாட்களாகத் திருமதி ஆஷாவின் முகத்தில் தெரிந்த நிம்மதியும் மகிழ்ச்சியும் அஃபியாவின் அச்சத்தை அதிகப்படுத்தின. மணமகனைப் பற்றியோ, அந்த வரனைப் பற்றியோ, யார் விசாரித்தார்கள் என்றோ அவள் எந்தக் கேள்வியும் கேட்கவில்லை. திருமதி ஆஷா அளவெடுப்பதுபோல அவளை மேலும்கீழும் ஒரு பார்வை பார்த்தாளேதவிர ஏற்கனவே அவள் முடிவெடுத்துவிட்டதுபோல் இருந்தது. ஆனால் இவை அஃபியாவின் கவலைக்கான காரணம் இல்லை. மாறாக திருமதி ஆஷாவின் முகத்தில் இருந்த சிரிப்புதான் காரணம். ஜமீலா அவளிடம் கேள்வி கேட்டபோது அஃபியா தன் மனதில் உள்ளதை எப்படி ஹம்சாவுக்குத் தெரியப்படுத்துவது என்று யோசித்துக்கொண்டிருந்தாள். அவள் அவனுக்குக் கடிதம் எழுதவேண்டுமா? அவள் அவனுடைய அறையின் ஜன்னல்மீது சாய்ந்துகொண்டு, "உன்னைப் பற்றி நினைக்காமல் இருக்க முடியவில்லை" என்று சொல்லவேண்டுமா? அவனுக்கும் இதே உணர்வுகள் இல்லை என்றால் என்ன செய்வது? யாரிடமும் அவனைப் பற்றிப் பேசமுடியாதது அவளுடைய வேதனையை இன்னும் அதிகமாக்கியது.

★★★

ஹம்சாவின் மனதும் பிரச்சனையில் சிக்கித் தவித்தது. தான் ஒரு காலத்தில் வாழ்ந்த வீடு இருந்த கடற்கரைச் சாலையில் இப்போதெல்லாம் பல நாட்கள் அவன் நடப்பதுண்டு. அவன் குழந்தையாக இருந்த காலத்தில் இருந்து, ஜெர்மானியப் பேரரசின் இராணுவத்தில் சேர வீட்டிலிருந்து அழைத்துச் செல்லப்பட்டதுவரை, பல வருடங்கள் அவன் அங்குதான் வசித்தான். அங்கு ஒரு வணிகருக்குச் சொந்தமான கடையில் பல ஆண்டுகள் அவன் கணக்கு எழுதியபடி கழித்தான். அவற்றில் பல மாதங்கள் சுமை தூக்குவோருடனும் காவலர்களுடனும் இணைந்து அவன் நகரின் உட்புறத்திற்கு மேற்கொண்ட நீண்ட கடினமான பயணங்கள் அவனை ஆச்சரியப்படவும் அச்சமூட்டவும் செய்தன. அந்த வணிகன் பல்வேறு ஊர்களுக்கும் பயணித்து ஆங்காங்கே முகாமிட்டுத் தங்கி வணிகம் செய்துவந்தான்.

ஜெர்மானியர்கள் இத்தகைய வர்த்தகத்தை விரும்பவில்லை என்பதையும் கடற்கரைமுதல் மலைகள்வரை நடைபெற்ற எல்லா வணிகத்தையும் தாமே நடத்தவேண்டும் என்று நினைத்ததையும் ஹம்சா பின்னர் அறிந்துகொண்டான். கடலோர வர்த்தகர்கள்,

ஆங்காங்கே பயணித்து வணிகம் செய்த வணிகர்கள் ஆகியோரின் எதிர்ப்பு ஜெர்மானியர்களுக்கு அதிகமாக இருந்தது. அரிசியை உணவாகக்கொண்ட தாடிவைத்த அடிமைகளுக்குத் தங்கள் காலம் முடிந்துவிட்டது என்பதையும், தங்கள் நாடு ஜெர்மனிவசம் சென்றுவிட்டது என்பதையும் உணர்த்தவேண்டிய அவசியம் ஏற்பட்டதில் அல் புஷிரி போர்களின்மூலம் ஜெர்மானியர்கள் அவர்களுக்குக் கடுமையான பாடம் கற்பித்தார்கள். உட்பகுதிகளில் பயணம் செய்தபோது ஜெர்மனியின் சக்திவாய்ந்த அணுகுமுறை பற்றி ஹம்சா கேள்விப்பட்டிருந்தபோதும் அவனுக்கு அது முழுதாகப் புரியவில்லை. அவன் புரிந்துகொண்டதெல்லாம் தன்னுடைய சொந்த அடிமைத்தனத்தையும் சக்தியின்மையையும் குறித்துத்தான். உண்மையில் அவன் அதை முழுதாகப் புரிந்துகொள்ளவில்லை என்றாலும் அது எப்படித் தன்னுடைய உணர்வுகளை நசுக்கி தன்னை ஒரு உயிரற்ற நடை பிணமாக மாற்றிவிட்டது என்பதை அவன் உணர்ந்தான்.

வணிகனின் கடையில் வசித்த காலத்தில், அவன் அரிதாகவே ஊருக்குள் சென்றிருக்கிறான். அதிகாலை தொடங்கி மாலைவரை, அவனும் இன்னொரு பெரிய பையனும் கடையில் நின்றபடியே வாடிக்கையாளர்களின் தேவைகளைக் கவனித்தார்கள். இருட்டிய பிறகு, அவர்கள் கடையை மூடிவிட்டு அந்த வளாகத்தின் பின்புறம் தூங்கினார்கள். தன்னுடைய வீட்டைக் கண்டுபிடிக்கமுடியவில்லை என்று அவன் மறுபடி கவலைப்பட்டான். அந்தக் கடை சாலையைப் பார்த்தபடி இருந்தது. வீட்டில் இருந்த தோட்டமும், அதனை ஒட்டி ஒரு சுற்றுச்சுவரும், அவர்கள் தொழுகை செய்த இடத்தில் ஒரு குழாயும் இருந்தன. இப்போது அந்த இடம் இருந்ததற்கான அறிகுறியே இல்லை. அங்கு பிரமாண்டமான தோற்றமுடைய வேறு ஒரு வீடுதான் இப்போது இருந்தது. மாடித் தளம், அதன் நெடுகிலும் ஓடும் ஒரு மிக நீண்ட வராண்டா, சரளைக் கற்கள் இட்ட முற்றத்தை ஒட்டி இருந்த தாழ்வான சுவருடன், மென்மையான கிரீம் நிற சுண்ணத்துடன் அந்த வீடு காணப்பட்டது. அவன் அதற்கு முன்பு பலமுறை அந்த வீட்டைக் கடந்து சென்றிருந்தாலும் கதவைத் தட்டி அந்த இடத்தில் இதற்குமுன் இருந்த வீடு என்ன ஆயிற்று என்று கேட்கும் தைரியம் அவனுக்கு வரவில்லை. வீட்டின் கதவை யார் திறந்தாலும் அவர்களிடம், "நான் என் கோழைத்தனமும் கூச்சமும் தரையில் வாந்திபோல் பளபளத்துக் கிடப்பதை இங்குதான் பல ஆண்டுகளுக்கு முன்பு பார்த்தேன். பணிவும், தன்னம்பிக்கையின்மையும் எப்படி அவமானமாக

மாறியது என்பதை இதோ இங்குதான் பார்த்தேன்" என்று சொல்ல நினைத்தான். ஆனால் அவன் கதவைத் தட்டவும் இல்லை அவற்றைச் சொல்லவும் இல்லை. மாறாக அந்த இடத்தைச் சுற்றிவந்த பிறகு நகரத்திற்குத் திரும்பினான். அவன் இப்போது நகரத்தின் சில பகுதிகளுக்கு அறிமுகமாகி இருந்தான்.

அதிகாலையிலும், மாலை நேரங்களிலும் அவன் அந்தப் பகுதிகளில் நடை பயின்றான். சில நேரங்களில் அவன் அங்கிருந்த ஒரு சிற்றுண்டிச் சாலையில் அமர்ந்து சிற்றுண்டி சாப்பிடுவான். அல்லது அங்கு சாப்பிட்டுக் கொண்டிருந்தவர்கள் பேசுவதையோ சீட்டு விளையாடுவதையோ பார்த்தபடி இருப்பான். அங்கிருந்தவர்கள் அவனைப் பார்த்துப் புன்னகைத்தபடி அவனிடம் எந்தக் கேள்வியும் கேட்காமல் தங்களைப் பற்றிய தகவல்கள் எதையும் பரிமாறிக் கொள்ளாமல் முகமன் கூறி, மேலுக்குச் சில சொற்களைப் பேசினர். அவர்களுடைய உரையாடல்கள் காதில் விழுந்ததில் இருந்து சிலருடைய பெயர்களையும் அவர்களைப் பற்றிய சுருக்கமான வரலாறுகளையும் அவன் அறிந்துகொண்டான். ஆனால் அவை அந்தச் சிற்றுண்டிச் சாலையின் சூழல்மூலம் தூண்டப்பட்ட மிகைப்படுத்தல்களாகவும் இருக்கலாம். தன் கால்போன போக்கில் ஒரு தெருவில் அவன் நடந்துசென்றபோது திறந்துகிடந்த ஒரு வீட்டின் கதவுக்கு எதிரே நீளமான இருக்கையில் ஆட்கள் கும்பலாக அமர்ந்திருப்பதையும், இசைக் கலைஞர்கள் சிலர் ஒத்திகை பார்த்துக்கொண்டிருப்பதையும் ஒரு பெண் பாடிக்கொண்டிருப்பதையும் பார்த்தான். சிறிதுநேரம் அங்கேயே நின்றவனுக்கு அங்கிருந்த பிரகாசமான விளக்குவெளிச்சம் ஒத்திகை நடந்த அறையையும் வெளியே உட்கார்ந்திருந்த ஆட்களையும் தெளிவாகக் காட்டியது.

அந்தப் பெண் தன் காதலனுக்காக ஏங்குவதைப் பற்பல உவமைகளால் பாடிக் காட்டினாள். ஏக்கம் நிறைந்த அந்தச் சொற்களும் குரலும் அவன் மனதை ஒரேசமயத்தில் மகிழ்ச்சியாலும் துக்கத்தாலும் நிரப்பின. இடைவேளையின்போது அவன் தன்னருகே நின்றிருந்த இளைஞனிடம், "அவர்கள் கச்சேரிக்கு ஒத்திகை பார்க்கிறார்களா?" என்று கேட்டான்.

அந்த இளைஞன், தன் தோள்களைக் குலுக்கியபடி, "எனக்குத் தெரியாது. அவர்கள் இங்கே இசைக்கிறார்கள். நாங்கள் அதைக் கேட்கவருகிறோம். அவ்வளவுதான். ஒருவேளை அவர்கள் கச்சேரிகளிலும் வாசிக்கலாம்" என்றான்.

“அவர்கள் அடிக்கடி இங்கு இந்த இசையை வாசிக்கிறார்களா?”

“கிட்டத்தட்ட ஒவ்வொரு இரவும்” என்றான் அந்த இளைஞன்.

தான் இங்கு மறுபடி வரப்போகிறோம் என்று ஹம்சாவுக்கு அப்போதே தெரிந்துவிட்டது.

★★★

ஹம்சாவுக்கு ஜெர்மன் மொழியும் படிக்கத் தெரியும் என்று அறிந்ததில் இருந்து பெரியவர் சுலைமானிக்கு அவன் மீதிருந்த நல்லெண்ணம் அதிகரித்தது. ஒரு வரியைச் சொல்லி அதன் ஜெர்மன் மொழிபெயர்ப்பை ஹம்சாவிடம் கேட்டுப் பெறுவதில் அவர் மகிழ்ச்சியடைந்தார். அவருடைய இந்த விளையாட்டில் தானும் சேர்ந்து விளையாடுவதில் ஹம்சா மகிழ்ச்சி அடைந்தான். பெரியவர் சுலைமானியிடம் இருந்து அவன் கற்றுக்கொண்ட தச்சுத் தொழிலுக்கு இதன்மூலம் ஒரு மிகச் சிறிய பரிசை நன்றிக் கடனாகச் செலுத்துவதாக அவன் நினைத்துக்கொண்டான்.

முகத்தில் மகிழ்ச்சியான எதிர்பார்ப்பு படர, “எங்களை நேரான பாதையில் வழிநடத்துங்கள். சிறிதளவும் சந்தேகம் இன்றி துயரத்தின் நிழல்படியாமல் எங்களை உறுதியானவர்களாய் மாற்றுங்கள்.”

“இதை ஜெர்மன் மொழியில் எப்படிச் சொல்வீர்கள்?” என்று சுலைமானி கேட்டார். ஹம்சா தன்னால் இயன்ற அளவு மொழிபெயர்த்துச் சொன்னாலும் சில சமயங்களில், குறிப்பாக மிகவும் விசித்திரமான விஷயங்களையோ அல்லது சமயம் சார்ந்த பிரகடனங்களையோ மொழியாக்கம் செய்கையில் அவன் தன் தோல்வியை ஒப்புக்கொள்ள வேண்டியிருந்தது. சுலைமானி புத்திசாலித்தனமான பழமொழிகள் சிலவற்றைக் கூறிவிட்டுப் புன்னகையுடன் காத்திருப்பார். பதில் சொல்லமுடியாமல் ஹம்சா தடுமாறுவான். வயது முதிர்ந்த அந்த தச்சன் தனது வெற்றிகளையும் தோல்விகளையும் சமமாகப் பாவித்துச் சிரிப்பார். எது எப்படியானாலும் அவர் ஹம்சாவைப் பாராட்டினார்.

“நான் குர் ஆனைப் படிக்கத்தான் பள்ளிக்குச் சென்றேன். அதுவும் ஒரு வருடம்மட்டுமே. அதன் பிறகு என் தந்தையின் எஜமானருக்கு வேலைக்கு ஆள் தேவைப்பட்டதால் நான் வேலைக்கு அனுப்பப்பட்டேன்” என்றார்.

அவனுக்கு ஏற்கனவே பதில் தெரிந்திருந்தாலும், "உங்கள் அப்பாவுடைய எஜமானரா?" என்று ஹம்சா கேட்டான்.

"ஆம். எங்கள் எஜமானர்! என் அப்பா ஒரு அடிமை, அப்படித்தான். எங்கள் எஜமானர் தன் விருப்பத்தின்பேரில் எங்களை விடுவித்தார். கடவுள் அவரது ஆன்மாவின் மீது கருணை காட்டட்டும். நான் தச்சராகவேண்டும் என்பது என் தந்தையின் விருப்பம். எஜமானர் அதற்கு அனுமதியளித்தார். அதனால் நான் பள்ளிப் படிப்பை நிறுத்தி வேலைக்குச் செல்லவேண்டியதாயிற்று. குர் ஆனைக் கற்றுக்கொண்டு சில பகுதிகளை நான் மனனம் செய்தேன். எல்லாப் புகழும் இறைவனுக்கே. அந்த வெகுசில பகுதிகளேகூட என்னை மிருகநிலையில் இருந்து விடுவித்து மனிதனாக்கின" என்றார்.

பெரியவர் சுலைமானி ஹம்சாவின் திறமைகளை வணிகனிடம் விவரித்தார். அவற்றைக் கேட்டும் கண்டுகொள்ளாமல் புறக்கணித்த நாசர் திடீரென ஒரு நாள், "உனக்கு ஜெர்மன் படிக்கவும் பேசவும் தெரியும் என்கிறார்களே? அது எப்படி? நீ எங்கு சென்று அதைக் கற்றுக்கொண்டாய்? நீ பள்ளிக்கே போகவில்லை என்றுதானே என்னிடம் முன்பு சொன்னாய்?" என்று கேட்டான்.

"நான் பள்ளிக்குச் செல்லவில்லைதான். ஜெர்மன் மொழியை நான் அப்படியே கற்றுக்கொண்டேன்" என்றான் ஹம்சா.

"தெளிவாகச் சொல். பெரியவர் சுலைமானி குர் ஆனில் இருந்து சில வரிகளை உனக்குச் சொன்னதாகவும் நீ அவற்றை ஜெர்மன் மொழியில் மொழிபெயர்த்ததாகவும் சொல்கிறாரே. அந்தளவுக்கு உனக்கு ஜெர்மன் மொழி தெரிகிறது என்றால் அதை நீயாகக் கற்றுக் கொண்டிருக்கமுடியாது."

ஹம்சா, "அவை மிகவும் மோசமான மொழிபெயர்ப்புகள். ஏதோ எனக்குத் தெரிந்த அளவுக்கு நான் மொழிபெயர்த்தேன். அவ்வளவுதான்" என்றான்.

இந்த உரையாடல் நடந்தபோது அங்கிருந்த கலீஃபா, வணிகனைப் பார்த்துச் சிரித்துக்கொண்டே, "ஒருவனுக்குத் தன் இரகசியங்களைத் தனக்குள்ளேயே வைத்திருக்க உரிமையுண்டு" என்றான்.

வியாபாரி, "என்ன ரகசியம்?" என்று கேட்டான்.

"அது அவனுடைய சொந்த விஷயம்" என்றபடி ஹம்சாவைத் தன்னுடன் இழுத்துச் சென்ற கலீஃபா, நாசர் பியாஷராவை விரக்தியடையச் செய்த மகிழ்ச்சியில் சிரித்தான்.

அன்று மாலை நடந்த அரட்டைக் கச்சேரியில் கலீஃபா தனது நண்பர்களிடம் ஹம்சாவின் மொழித் திறன், வணிகனின் கேள்விகள், கலீஃபா வணிகனை எப்படி வெறுப்பேற்றினான் என்பதையெல்லாம் விலாவரியாகக் கூறினான். ஆசிரியரான மாலிம் அப்தல்லா ஆங்கில, ஜெர்மன் செய்தித்தாள்களை வாசிப்பவன் என்பது அனைவருக்கும் தெரிந்த விஷயம். கலீஃபா குஜராத்தி வங்கியாளர்களுக்கும், கடற்கொள்ளை வணிகர்களுக்கும் எழுத்தராக இருந்தவன். பள்ளிக்குச் செல்ல வசதியற்ற தோபாசிக்கு ஹம்சாவின் திறமை மிகுந்த மகிழ்ச்சியளித்தது. பள்ளிக்குச் செல்லாமலேயே ஒரு மொழியைக் கற்றுக்கொண்டதற்காக ஹம்சாவை அவன் வெகுவாகப் பாராட்டினான்.

தோபாசி, "பள்ளிக்குச் செல்வது நம் நேரத்தை வீணடிக்கும் வேலை என்பது நான் எப்பொழுதும் சொல்வதுதான். மன்னிக்கவும், மாலிம். நான் குறிப்பிடுவது நிச்சயமாக உங்கள் பள்ளியை அல்ல. பொதுவாகப் பல பள்ளிகள் அப்படித்தான். பள்ளிக்குச் செல்லாமல் நம்மால் எல்லாவற்றையும் நன்றாகக் கற்றுக்கொள்ளமுடியும்" என்றான்.

உடனே மாலிம் அப்தல்லா சிறிதும் தயக்கமின்றி "முட்டாள்தனம்" என்றதும் அதற்கு தோபாசி உட்பட யாரும் மறுத்துப் பேசவில்லை. அதற்குக் காரணம் அந்த நேரத்தில் காபித் தட்டு வந்ததுதான். அஃபியாவிடம் இருந்து அதைப் பெற்றுக்கொள்வதற்காக ஹம்சா எழுந்தான். நிழல்களில் இருந்து தெரிந்த அவளுடைய புன்னகையை வைத்து அங்கு நடந்த உரையாடல்களை அவள் கேட்டுக் கொண்டிருந்ததை அவன் அறிந்துகொண்டான்.

தாழ்வாரத்தில் தட்டை வைத்துவிட்டு ஹம்சா உடனே தொழுகைக்காக மசூதிக்குச் சென்றுவிட்டான். அவர்கள் இப்போதெல்லாம் எந்தவித எதிர்ப்போ, கேள்வியோ இல்லாமல் அவனைப் போக அனுமதித்தனர். பிறகு அவன் வழக்கம்போல் சிறிது நேரம் தெருக்களில் உலாத்திய பிறகு திரும்பிச் சென்றான். கலீஃபாவின் நண்பர்கள் இரவு உணவிற்கு வீட்டிற்குக் கிளம்பிச் சென்றுவிட்டதையும் கலீஃபாமட்டும் தாழ்வாரத்தில் தனியே அமர்ந்திருப்பதையும் பார்த்தான்.

"உனக்காகச் சிறிதளவு காபி வைத்திருக்கிறேன்" என்ற கலீஃபா, கதவைச் சுட்டிக் காட்டி, "அவளுக்கும் எழுதப் படிக்கத் தெரியும்" என்றான். கலீஃபா குறிப்பிட்டது சந்தேகத்திற்கு இடமின்றி அஃபியாவைத்தான் என்றாலும் கலீஃபா அவளுடைய பெயரைக் குறிப்பிடவில்லை. கலீஃபா அவளைப் பற்றிப் பேசியது அதுவே முதல்முறை. அதற்கு முன்புவரை அவள் தன் கண்ணுக்கே தெரியாததுபோல கலீஃபா நடந்துகொண்டதாக ஹம்சா நினைத்திருக்கிறான். வீட்டில் உள்ள திருமணமாகாத ஒரு பெண்ணின் மரியாதையைக் காப்பது என்பது அவள் பெயரைக் குறிப்பிடாமல், அவள்மீது ஒரு முக்காடை இட்டு, மற்றவரின் கவனம் அவள்மீது விழாதபடி பாதுகாப்பதுதான் என்று கலீஃபா புரிந்துவைத்திருப்பதாக ஹம்சா நினைத்தான். அதேசமயம் குடும்ப உறுப்பினரல்லாத ஒரு அந்நிய ஆணிடம் தன் மனைவியைப் பற்றிப் பேசும்போது அவள் பெயரைக் குறிப்பிடாமல் பேசுவதே மரியாதையாக இருக்கும் என்பதால் அவ்வாறு சொல்லியிருக்கலாம் என்றும் அவனுக்குத் தோன்றியது. ஏதாவது கேட்டு அதனால் கலீஃபாவின் மனம் புண்பட்டுவிட்டால் என்ன செய்வது என்ற பயத்தில் ஹம்சா எதுவும் கேட்கத் துணியவில்லை. அவன் அவர்களுடைய குடும்ப உறுப்பினர் இல்லை என்கிறபோது அந்த வீட்டைச் சேர்ந்த பெண்களைப் பற்றிப் பேச அவனுக்கு உரிமை இல்லை. பிறகெப்போதாவது இதைப் பற்றி கேட்டுக்கொள்ளலாம் என்று அவன் நினைத்தான். காபியுடன் சிறிது நேரம் மௌனமாக அமர்ந்திருந்த பிறகு இருவரும் ஒரே சமயத்தில் எழுந்தனர். கலீஃபா தட்டுடன் உள்ளே செல்ல, ஹம்சா பாயைச் சுருட்டி கதவுக்கடியில் தள்ளிவிட்டான்.

★ ★ ★

அவன் எவ்வளவு நன்றாக ஜெர்மன் பேசுகிறான் என்று மற்றவர்கள் சொல்லிக் கேட்டிருந்ததால் அவனிடம் ஒரு ஜெர்மன் கவிதையைக் கேட்கலாம் என்று அன்றிரவு திடீரென அவளுக்குத் தோன்றியது. ஒரு அடிமுட்டாள்கூட அவள், "எனக்கு ஒரு காதல் கடிதம் எழுது" என்று அவள் பூடகமாகச் சொன்னதை ஒரு காதல் கவிதையை மொழிபெயர்க்கக் கேட்கிறாள் என்று தவறாகப் புரிந்துகொண்டிருக்க முடியாது.

காலையில் ரொட்டிக்கான பணத்தைக் கொடுத்தபடி, "உங்களுக்கு ஜெர்மன் மொழியில் படிக்கவும் எழுதவும் தெரியும். எனக்கு ஜெர்மன் படிக்கத் தெரியாது என்பதால் நீங்களே ஒரு நல்ல

கவிதையைக் கண்டுபிடித்து அதை எனக்காக மொழிபெயர்க்க முடியுமா?” என்று கேட்டாள்.

“நிச்சயமாக. எனக்கு அவ்வளவாகத் தெரியாது. ஆனால் நான் முயற்சிக்கிறேன்.”

அவள் கவிதையைப் பற்றி பேசியபிறகு மீண்டும் கடற்கரைச் சாலையில் நடந்து சென்றவன் கடற்கரையில் நிழலான ஒரு இடத்தைத் தேடி அமர்ந்தான். உடைந்துகிடந்த பாறைகள்மீது கடல் அலைகள் மோதிக்கொண்டிருந்த அந்தக் கடற்கரை மீனவர்களிடையேயோ நீச்சல் வீரர்களிடையேயோ பிரபலமாக இல்லை. அலைகள், ஒரு கர்ஜனையுடன் உள்ளே வருவதையும் பிறகு பொறுமையற்ற சீற்றத்துடன் பின்வாங்குவதையும் அவன் பார்க்க விரும்பினான். அன்று பணியிடத்தைவிட்டுக் கிளம்புவதற்குமுன் வணிகரின் அலுவலகத்திற்குள் நுழைந்து பெரியவர் சுலைமானியிடம் பேசிக்கொண்டே, அவரது மேசையிலிருந்து ஒரு துண்டுக் காகிதத்தை எடுத்தான். அதன் மீது அச்சிடப்பட்டிருந்த வணிகரின் பெயரையும் முகவரியையும் நீக்குவது சிரமமான ஒன்று. ஒரு காதல் கடிதத்தை இரகசியமாகத் தரவேண்டும் என்றால் அது சிறிதாக இருந்தால்தான் எளிதாக மறைக்கமுடியும். அவனுக்குத் தெரிந்த ஜெர்மன் கவிதைகள் அனைத்தும் அந்த அதிகாரி தந்த ‘முசென்-அல்மனாச் ஃபர் தாஸ் ஜஹர் 1798’ எனும் புத்தகத்தில்மட்டுமே இருந்தன. அவன் ஷில்லர் எழுதிய ‘தாஸ் ஸ்கெஹெம்னிஸ்’ இன் முதல் நான்கு வரிகளை எடுத்துக்கொண்டு அவற்றை அவளுக்காக மொழிபெயர்த்தான்:

அவளால் என்னிடம் ஒரு வார்த்தைகூடப் பேசமுடியவில்லை.

ஒட்டுக் கேட்பவர்கள் பலரும் விழித்திருந்தனர்.

நான்வெட்கத்துடன் என் தோற்றத்தைப் பற்றிமட்டுமே கேட்கமுடிந்தது.

அவர் சொன்னது எனக்குப் புரிந்தது.

நாசர் பியாஷராவின் அலுவலகத்தில் இருந்து திருடப்பட்ட காகிதத்தில் அவற்றை எழுதியவன் கவிதை மட்டும் இருக்கும்படி அதன் ஓரங்களைக் கிழித்து, பிறகு அதை இரண்டு விரல்களைவிட அகலமாக இல்லாத அளவுக்கு மடித்தான். இந்தக் காகிதத் துண்டை வேறு யாராவது படித்துப் பார்த்தால் அது எப்படிப் புரிந்துகொள்ளப்படும் என்று அவனுக்குத் தெரியும். அவன் பயந்ததுபோல ஒருவேளை அஃபியா கலீஃபாவின் மனைவி என்றால், இரண்டு விஷயங்கள் நடக்கும். ஒன்று, ஹம்சா

அந்த அறையிலிருந்து வெளியேற்றப்படுவான் அல்லது தர்ம அடியும் சேர்த்துத் தரப்படும். இரண்டுமே நியாயம்தான். ஆனால் இன்னும் அவன் தயங்கிக்கொண்டிருக்கமுடியாத அளவுக்கு விஷயங்கள் எல்லை மீறிப் போய்விட்டன. அடுத்த நாள் காலை வாசலில் அஃபியாவைச் சந்தித்ததும், அந்தக் காகிதத்தை அவள் உள்ளங்கைக்குள் நழுவவிட்டான். அதில் அவன் இவ்வாறு எழுதியிருந்தான்:

ஏதோ ஒன்றைச் சொல்ல முயற்சி செய்தும், அவரால் இயலவில்லை.
அருகில் நிறைய பேர்
கவனித்துக்கொண்டிருந்தனர்.
ஆனால் என் கண்கள் எந்த மாற்றமும் இன்றி அச்சமின்றிப் பார்த்தன
அவருடைய கண்கள் செறிவான
மொழி பேசிக்கொண்டிருந்தன.

அவன் சிற்றுண்டிச்சாலையில் இருந்து விரைந்து வீட்டுக்குச் சென்ற போது ஏற்கனவே வாசலில் காத்திருந்தவள் ரொட்டிகள் இருந்த கூடையை அவனுடைய கைகளில் இருந்து எடுத்துக்கொண்ட பிறகும் அவன் கைகளைப் பிடித்துக் கொண்டிருந்தாள். அவன் அவளைத் தவறாகப் புரிந்துகொள்ளவில்லை என்பதை உறுதி செய்துகொள்ள விரும்பினாள்.

'உன் கண் என்ன சொல்கிறது என்பதைக்கூட என்னால் படிக்க முடிகிறது' என்று மொழிபெயர்ப்பின் கடைசி இரண்டு வரிகளைக் குறிப்பிட்டுச் சொன்னாள். பிறகு தன் விரல்நுனிகளை முத்தமிட்டவள், அந்த விரல்களால் அவனுடைய இடது கன்னத்தைத் தொட்டாள். சிறிது நேரம் கழித்து, சிற்றுண்டித் தட்டோடு அவனுடைய அறைக்குள் நுழைந்தவள் அவனுடைய அணைப்புக்குள் இருந்தாள்.

"நீ கலீஃபாவின் மனைவியா?" அவனுடைய அணைப்பில், ஒருவரோடு ஒருவர் ஒட்டிக்கொண்டாற்போல இருக்கையில் இதை ஹம்சா கேட்டதும், அவள் அதிர்ச்சி அடைந்தாள். அவன் முகத்தைத் தன்னுடைய கைகளில் ஏந்திக்கொண்டிருக்கும் இனிமையான அந்தத் தருணத்தை ரசித்துக்கொண்டிருந்தவள், அவனிடமிருந்து சட்டெனத் தன்னை விலக்கிக்கொண்டாள்.

"புரியவில்லை. யாருடைய மனைவி?" என்று கிசுகிசுப்பாகக் கேட்டபோது அவள் கண்களிலும் அச்ச உணர்வு தோன்றியது. அவன் தன் கட்டைவிரலை வீட்டை நோக்கிச் சுட்டிக்காட்டினான்.

அதனுடைய அர்த்தம் அவளுக்குத் தெளிவாகப் புரிந்ததும் அவள் கண்களில் முதலில் தோன்றிய எச்சரிக்கை உணர்வு குறும்புத்தனமாக மாற, அவள் மீண்டும் அவனுடைய அணைப்புக்குள் மூழ்கிச் சிரித்தாள். பிறகு அவனிடமிருந்து தன்னை விடுவித்துக்கொண்டு அங்கிருந்து கிளம்பும்போது, “நான் இன்னும் யாருக்கும் மனைவியாகவில்லை” என்றாள்.

★★★

வெள்ளிக்கிழமை காலை அவனுடைய அறைக்குள் நுழைந்ததுமே அஃபியா அவனைத் தழுவிக்கொண்டதில் அவன் மகிழ்ச்சியில் பேச்சற்று நின்றான். வெள்ளிக்கிழமைகளில் மரப்பட்டறையில் அரைநாள்மட்டுமே வேலை செய்தனர். நகரின் முக்கிய மசூதியில் தொழுகை செய்வதற்காகக் கிட்டத்தட்ட எல்லாக் கடைகளுமே மதியநேரத்தில் மூடப்பட்டிருக்கும். ஆனால் எல்லோரும் தொழுகைக்குச் செல்வார்கள் என்று சொல்லமுடியாது. முன்கூட்டியே வேலையில் இருந்து அனுப்பப்பட்டாலும், கடவுளின் கட்டளைக்குக் கீழ்ப்படிந்தவர்கள், வேறு வழியற்றவர்கள், முக்கியமாகக் குழந்தைகள் இளைஞர்கள் ஆகியோர் சென்றனர். கலீஃபாவும் நாசர் பியாஷராவும் போகமாட்டார்கள். ஹம்சா ஒரு சிறிய துறவி, என்பதாலும் கிருபை நிறைந்த மனநிலையுடன் இமாமின் பக்திமிக்க வார்த்தைகளுக்கு முழு கவனம் செலுத்தாமல் வெறுமனே கேட்டுக்கொண்டு அமர்ந்திருக்கும் ஒரு கூட்டத்தின் மத்தியில் உட்கார்ந்திருப்பதை விரும்பியதாலும் அவன் எப்போதும் மசூதிக்குச் செல்வான். அவனுடைய சிறுவயதில் தொழுகைக்குப் போகும்படி யாரும் அவனை வற்புறுத்தவில்லை. ஆனால் இப்போதோ தன் சொந்த விருப்பத்தின்பேரில் அவன் அங்கு மகிழ்ச்சியுடன் செல்கிறான். அஃபியா மதியம் அவனுடைய அறைக்குப்போக ஏதாவது ஒரு வழி கண்டுபிடிப்பாள் என்பது அவனுக்குத் தெரியும்.

அவன் தனது அறை ஜன்னலை மூடியும் கதவைச் சிறிது திறந்தும் வைத்திருந்தான். பொதுவாக ஓரளவு மூளையுள்ள மக்கள் ஓய்வெடுத்துக்கொண்டு வீட்டிற்குள் முடங்கிக்கிடக்கும் அந்த மதிய வெயில் நேரத்தில் அவள் எங்கோ செல்வதுபோலத் தலையைச் சுற்றி ஒரு துப்பட்டியை அணிந்து வந்தாள். அறை அவளுடைய வாசனையால் நிரம்பியது. அவன் கதவை மூடினான். உற்சாகமாக அவர்கள் ஒருவரையொருவர் முத்தமிட்டுக்கொண்டும் கொஞ்சியபடியும் இருந்தனர். ஆனால் அவளுடைய அணைப்பை

முழுமையாக உணரமுடியாதபடி அவள் தலையைச் சுற்றி அணிந்திருந்த வழவழப்பான துப்பட்டி தடுத்ததால் அவன் அதை மெதுவாக இழுத்தான். அவள் வேண்டாம் என மறுத்துத் தலையை ஆட்டிக்கொண்டே அவனிடமிருந்து தன்னை விடுவித்துக்கொண்டாள். இப்போது இங்கிருந்து போகாவிட்டால் அவளைக் காணாமல் தேடும் திருமதி ஆஷா பிறகு ஏதாவது சொல்வாள் என்றாள். வீட்டில் இருந்து எப்படியாவது வெளியே வரவேண்டும் என்பதற்காக இனிப்புக்குத் தேவையான முட்டைகளை முகத்தம் ஷேக்கிடம் வாங்கி வருவதாகச் சாக்கு சொல்லிவிட்டு வந்ததாகச் சொன்னாள்.

ஹம்சா, “அதற்குள் என்ன அவசரம்?” என்று கேட்டான்.

“முகத்தம் கடை இங்கிருந்து மிக அருகில்தான் இருக்கிறது என்று அவளுக்குத் தெரியும்.”

அவளை அனுப்ப மனம் வராமல், “நீ அவளிடம் வேலை பார்த்தே ஆகவேண்டுமா?” என்றான்.

அஃபியா அவனை ஆச்சரியமாகப் பார்த்தபடி, “நான் அவளிடம் வேலை செய்யவில்லையே. இந்த வீட்டில் நான் அவர்களோடு ஒன்றாக வாழ்கிறேன்” என்றாள்.

“போகாதேயேன்” என்றான்.

“இப்போது நான் போயே ஆகவேண்டும். மற்றவற்றைப் பிறகு சொல்கிறேன்” என்று சொல்லிக்கொண்டே அவள் அங்கிருந்து கிளம்பிச் சென்றாள்.

அவளை அணைத்துக் கொண்டிருந்ததை அன்று முழுவதும் நினைத்தபடி இருந்தவன் தன் பொறுமையின்மைக்காகத் தன்னைக் கடிந்துகொண்டான். அது ரம்ஜானுக்கு முந்தைய கடைசி வெள்ளிக்கிழமை. அன்று மாலை முழு நிலவைத் தரிசனம் செய்யலாம் என்பதால் எல்லோரிடமும் நாள் முழுதும் உற்சாகம் நிரம்பியிருந்தது. அக்கம்பக்கத்தினர் அனைவருக்கும் அன்று பௌர்ணமி என்பது நினைவிருக்கவேண்டும் என்பதற்காக திருமதி ஆஷா அனைவரிடமும் இந்தத் தகவலைச் சொல்லும் வேலையை அவனுக்குக் கொடுத்தாள். இல்லை என்றால் அது தனக்குத் தெரியாது என்று எளிதாகச் சொல்லிவிட்டு அதற்கு அடுத்த நாள் குடித்துவிட்டு சிலர் ரகளையில் ஈடுபடுவார்கள். பக்திமான் என்று கேலி செய்யப்படுவதை விரும்பாத ஹம்சா,

ஆஷா சொன்னதைச் செய்யாமல் நீண்ட தூரம் நடந்து சென்று அஃபியாவைத் தன் சிந்தனையில் இருந்து விலக்க முயற்சித்தான். ரம்ஜான் கொண்டாட்டம் இப்போது பெருமளவு மாறிவிட்டிருந்தது. வேலைகள் தாமதமாகவே தொடங்கின. பல கடைகளும் வளாகங்களும் மதியம்வரை திறக்கப்படவில்லை. மக்கள் பகல்நேரத்தைக் குறைப்பதற்காகப் பகலில் உறங்கி பின்னர் இரவு வெகுநேரம்வரை விழித்திருந்தனர். இந்த நடைமுறைகளை சோம்பேறித்தனமாது, பழமையானது என்று நினைத்த நாசர் தனது ஊழியர்களை வழக்கமான நேரத்தில் வேலை செய்யும்படி கேட்டுக்கொண்டாலும், அனைவரையும் அவனால் சம்மதிக்க வைக்கமுடியவில்லை. இந்த அறிவிப்பைக் கண்டுகொள்ளாத கலீஃபா கிடங்கை மூடிவிட்டு வழக்கம்போல மதியம் வீட்டிற்குத் தூங்கச் சென்றான். இத்ரிஸ், டுபு, சுங்குரா ஆகிய மூவரும் தாகத்தாலும் பசியாலும் களைத்துவிட்டதாகச் சொல்லிவிட்டு கிடங்கில் இருந்த ஒரு நிழலான இடத்தில் பிற்பகலில் சரிந்து தூங்கினர் அல்லது வெறுமனே படுத்துக்கொண்டனர். தனக்கு மதிய உணவு இடைவேளை வேண்டும் என்று வலியுறுத்திய பெரியவர் சுலைமானி அந்த நேரத்தில் தொழுகை செய்ததுடன் அவர் மனப்பாடம் செய்துவைத்திருந்த குர் ஆனின் பகுதிகளைப் பாடினார். அதன் பிறகு தொப்பியில் பூ வேலைப்பாடு செய்தார்.

ரம்ஜான் நேரத்தில் மக்கள் புனித நூலின் ஒரு அத்தியாயத்தைத் தினமும் படிக்கவேண்டும். அப்படிப் படித்தால் அந்த மாதத்தின் இறுதி நாளில் முப்பது அத்தியாயங்களும் படித்து முடிக்கப்பட்டிருக்கும். தன்னால் குர் ஆனைச் சரியாகப் படிக்கமுடியவில்லை என்று அவர் ஹம்சாவிடம் வருத்தப்பட்டார். பகல் நேரத்தில் தண்ணீரும் உணவும் அருந்தாமல் இருக்கும் நோன்பும் உணவுமுறையும் மட்டுமின்றி, துன்பம் எப்படி ஒரு முடிவுக்கு வந்தது என்ற கருத்தும் மாறிவிட்டிருந்தது. ரம்ஜான் என்பது மதம் சார்ந்த ஒரு நிகழ்வு. சூரிய அஸ்தமனத்திற்குப் பிறகு உணவைப் பகிர்ந்து உண்டு, நோன்பு துறப்பதை அறமாகக் கருதுவர். அதனால் அந்த உணவை ஒரு உணவு விடுதியில் உண்பதற்குப் பதிலாக வீட்டில் சாப்பிடச் சொல்லி ஹம்சா அந்த வீட்டுக்குள் அழைக்கப்பட்டான்.

ரம்ஜான் நேரத்தில் சமையல்காரர்கள் உணவு குறித்து நிறைய திட்டமிடுவதுடன், அதைத் தயாரிப்பதற்கு அதிக நேரமும் அதிக உழைப்பும் செலுத்துவார்கள் என்பதால் ரம்ஜான் உணவு எப்போதும் சிறப்பாக இருக்கும். சுவையான உணவு என்பது அன்றைய நாளின் விருப்பு வெறுப்பின்மைக்கான வெகுமதியாகவும் விளங்கியது.

கலீஃபாவின் வீட்டுத் தாழ்வாரத்தில் ஹம்சாவும் கலீஃபாவும் பாரம்பரிய நடைமுறைப்படி சில பேரீச்சம்பழங்களையும் ஒரு கோப்பை காபியையும் பகிர்ந்துகொண்டு நோன்பைத் துறந்த பிறகு திருமதி ஆஷாவும் அஃபியாவும் தயார் செய்து வைத்திருந்த எளிமையான விருந்தை உண்ண வீட்டுக்குள் அழைக்கப்பட்டதும் அவர்கள் அங்கிருந்த மற்ற ஆண்களுடன் தரையில் அமர்ந்து உண்டனர். விருந்து என்று சொல்லக்கூடிய அளவுக்கு ஏராளமான அளவு இல்லை என்றாலும் விதவிதமான உணவுவகைகள் அதை ஒரு விருந்தாக மாற்றின. உணவு பற்றியும் அது தயாரிக்கப்பட்ட விதத்தையும் பாராட்டியபடியே அவர்கள் சாப்பிட்டார்கள். திருமதி ஆஷாகூட முன்பைவிட மேன்மையானவளாக மாறியிருந்தாள். தச்சனாகவும் ஜெர்மன் வாசிப்பிலும் சிறந்துவிளங்கும் ஹம்சாவின் திறமைகளைப் புகழ்ந்து பேசினாள். கிண்டலாக, “அடுத்து நீ கவிதை எழுதத் தொடங்குவாய் என்று தெரியும்” என்றாள். அஃபியாவைப் பார்ப்பதைத் தவிர்த்த ஹம்சா, தன் பார்வைபோகும் திசையைத் திருமதி ஆஷா பார்க்கும்முன் கண்களைத் தாழ்த்திக்கொண்டு தன் தட்டில் இருந்த மீனை உண்பதில் கவனம் செலுத்தினான். சாப்பிட்டுமுடித்ததும் ஹம்சா கலீஃபாவுடன் வராந்தாவில்போய் அமர்ந்தான். மாலிம் அப்தல்லா, தோபாசி, ஆகியோரும் உடன் அமர, அரட்டையடிக்க விரும்பிய மற்ற அண்டை வீட்டாரும் அவர்களோடு சேர்ந்துகொண்டனர். ரம்ஜான் தினத்தின் மாலை நேரம் முழுதும் அரட்டையும் ஆட்கள் வருவதும் போவதுமாக இருந்தது. மற்ற வீடுகளின் தாழ்வாரங்களிலும் இரவு வெகு நேரம் திறந்திருந்த சிற்றுண்டி விடுதிகளிலும் அரட்டையும், சீட்டும், கேரம் விளையாட்டுகளும் தொடர்ந்து நடைபெற்றாலும் கலீஃபாவின் தாழ்வாரத்தில் அப்படிப்பட்ட அற்பத்தனமான மகிழ்ச்சிக்கு இடமில்லை. அங்கு அரசியல் சூழ்ச்சிகள், மனிதன் செய்யும் தவறுகள், பழைய ஊழல்கள் ஆகியவை பற்றிய பேச்சே பெரும்பாலும் நடந்தது.

திரளான மக்கள் கூட்டம் நிறைந்த தெருக்களில் நடந்து சென்ற ஹம்சா, சில சமயங்களில் விளையாட்டுகளைப் பார்ப்பதற்காகவோ, கிண்டல் பேச்சுகளைக் கேட்பதற்காகவோ நின்றான். ரம்ஜானுக்குப் பிறகு அந்த இசைக்கலைஞர்கள் இசைப்பதை நிறுத்திவிட்டனர். ஆனால் சில நாட்கள் கழித்து அவர்கள் மீண்டும் வாசிப்பார்கள் என்று அவன் நம்பினான். அதற்கு முந்தைய வாரங்களில் அங்கு வாசித்த அந்த இசைக் குழு ஒவ்வொரு இரவும் ஒரு சிறிய கச்சேரியில் வாசிப்பதைப்போல இசைத்ததை ரசித்துக் கேட்ட

பார்வையாளர்களில் அவனும் ஒருவனாக மாறிவிட்டிருந்தான். மிகுந்த காதலோடு இசையை வாசித்த அந்தக் குழு ஒருபோதும் யாரிடமும் பணம் கேட்கவும் இல்லை, யாரும் தரவும் இல்லை. சில இரவுகளில் அந்தப் பெண் பாடியதைக் கேட்ட ஹம்சா அந்தக் காதல் பாடல்களில் வெளிப்பட்ட ஏக்க உணர்வுகளைக் கேட்டு அதனால் மனம் உருகிப்போய், அஃபியாவும் அவற்றைக் கேட்கவேண்டும் என்று நினைத்து அவளை அங்கு அழைத்துப்போக விரும்பினான். ஆனால் அதை எப்படிச் செய்வது என்பதும், எப்போது அந்த இசைக் குழுவைப் பற்றி அவளிடம் சொல்வது என்பதும் அவனுக்குத் தெரியவில்லை.

அது ரம்ஜான் மாதம் என்பதால், காலை உணவு இல்லை. ஆகவே ரொட்டி வாங்கவும், அதற்கான பணத்தை அவளிடம் வாங்குவதற்கும் வாய்ப்பே இல்லை. மாலை உணவை உண்ண வீட்டுக்குள் சென்றபோது, அவளைப் பார்க்கக்கூடாது என்பதில் அவன் கவனமாக இருந்தும், அவர்களுடைய பார்வைப் பரிமாற்றத்தை திருமதி ஆஷா கண்டுபிடித்துவிட்டாள் என்பதும் அவள் இப்போது அவனைச் சிறிதளவு சந்தேகத்துடன் பார்த்தாள் என்பதும் அவர்களுக்குத் தெரிந்தது. ரம்ஜானின் முதல் வெள்ளிக்கிழமையன்று, முந்தைய வாரம் செய்ததைப்போலவே, திறந்துகிடந்த அவனுடைய அறைக் கதவின்வழியே அஃபியா அவனுடைய அறைக்குள் நுழைந்தாள். அடுத்த நொடி இறுகத் தழுவிக்கொண்ட அவர்கள் இருவரும் தங்கள் ஆடைகளை அகற்றி பெரும் பசியுடன் கலவி புரிந்தனர். இடையிடையே எழுந்த இன்பமான முனகல் சத்தம் வெளியே கேட்காதபடி ஒருவரை ஒருவர் மாறிமாறி அமைதிப்படுத்திக் கொண்டனர்.

"இதுதான் எனக்கு முதல் முறை" என்று அவள் கிசுகிசுத்தாள். ஒரு நொடி அமைதியாக இருந்த பிறகு அவனும் கிசுகிசுப்பான குரலில், "எனக்கும்" என்றான்.

"இதை நான் நம்புவேன் என்று எதிர்பார்க்கிறீர்களா?" என்றாள்.

"அதனால் எந்த மாற்றமும் ஏற்படப்போவதில்லை" என்றவன் அந்தக் கலவியில் அவள் திருப்தியுற்றதால், அதில் முன் அனுபவம் உள்ளவன் என்று அவள் தன்னைப் பற்றி நினைத்தது அவனுக்கு மகிழ்ச்சியளித்தது.

"நோன்பின்போது நாம் இப்படி இருக்கக்கூடாது" என்றாள்.

பிறகு அவர்கள் அந்தப் பாயில் நிர்வாணமாகப் படுத்திருந்தனர். "இதைச் சரியான செயலாக மாற்ற ஒரே வழி நீங்கள் என்னுடையவர் என்றும் நான் உங்களுடையவள் என்றும் நாம் சத்தியம் செய்வதுதான். நான் அப்படி ஒரு உறுதியை அளிக்கிறேன்" என்றாள்.

"நானும் சத்தியம் செய்கிறேன்" என்று அவன் கூற, தங்களுடைய இந்த அபத்தமான காதல் பேச்சை நினைத்து அவர்கள் இருவருக்கும் சிரிப்பு வந்தது.

அவன் உடல் முழுவதும் வருடிக்கொண்டேவந்தவள் அவனது இடது இடுப்பில் இருந்த வடுவின்மீது தன் வலது கையை வைத்து, தன் விரல்களால் சில நொடிகள் அதைத் தடவிவிட்டாள். அவள் ஏதோ பேசத் தொடங்கியதும் அவன் தன் இடது கையை உயர்த்தி அவளுடைய வாயைப் பொத்தினான்.

"இதைப் பற்றி இப்போது எதுவும் பேசவேண்டாம்" என்றான்.

மெதுவாக அவன் கையை எடுத்துவிட்டு, "சரி, இது உங்களுடைய ரகசியம் என்றுவைத்துக்கொள்வோம்" என்று விளையாட்டாகச் சொன்னவள், அவனுடைய கண்கள் கலங்கி இருப்பதைக் கண்டாள்.

"இது எப்படி நடந்தது?" என்று கேட்டாள்.

"இது ரகசியம் இல்லை. ஆனால் இப்போது வேண்டாம். தயவுசெய்து இப்போது வேண்டாம். மகிழ்ச்சியான இந்த நேரத்தில் வேண்டாம்" என்று கெஞ்சலாகச் சொன்னான்.

அமைதியாக இருக்கும்படி சொன்னவள் அவனை அணைத்து முத்தமிட்டாள். பிறகு அவன் முகத்திற்கு நேரே தன் இடது கையை உயர்த்தித் தன் விரல்களைக் குவித்து அவன் முகத்தை ஏந்த முயன்றாள். ஆனால் அவளால் தன் உள்ளங்கையை மடக்க முடியவில்லை.

"என்னால் இந்தக் கையை மடக்கமுடியாது" என்றாள்.

ஹம்சா, "ஏன்? என்ன ஆயிற்று?" என்று கேட்டான்.

அவள் சிரித்துக்கொண்டே பாதிப்படைந்திருந்த அந்தக் கையால் அவனது முகத்தை தொட்டாள்.

"இதேபோல்தான் நானும் உங்களிடம் கேட்டேன். நீங்களோ வெடித்து அழுதீர்கள். அந்தக் கையை என் மாமா உடைத்துவிட்டார். அவர் உண்மையில் என் மாமா இல்லை. ஆனால் நான் சிறுமியாக

இருந்தபோது அவருடைய வீட்டில்தான் குடியிருந்தேன். எனக்கு எழுதத் தெரியும் என்று நான் சொன்னதால் அது தவறு என்று அவர் என் கையை உடைத்தார். நீ என்ன எழுதுவாய்? அசிங்கமான விஷயங்களைத்தான் எழுதுவாய். பெண்களை விபசாரத்தில் ஈடுபடுத்தும் ஒரு மாமா பயலுக்குக் கடிதங்கள் எழுதுவாய் என்று சொன்னார்" என்றாள்.

சிறிது நேரம் அவர்கள் இருவருமே மௌனமாக இருந்தனர்.

"இதைக் கேட்டு எனக்கு மிகவும் வருத்தமாக இருக்கிறது. என்ன ஆயிற்று என்று தயவுசெய்து தெளிவாகச் சொல்" என்றான் ஹம்சா.

"அவர் என்னை ஒரு தடியால் அடித்தார். எனக்கு எழுதப் படிக்கத் தெரியும் என்று தெரிந்ததும் அவர் ஆத்திரமடைந்தார். என் அண்ணன்தான் எனக்கு எழுதக் கற்றுக்கொடுத்தார். ஆனால் அதன் பிறகு அவர் என்னை விட்டுப் பிரிய நேர்ந்ததால் நான் மீண்டும் என் மாமாவின் வீட்டில் வசிக்கவேண்டி வந்தது. எனக்கு எழுதப் படிக்கத் தெரியும் என்பதைப் பார்த்ததும் கோபமடைந்து, அவர் என் கைமீது அடித்தார். ஆனால் எழுதுகிற கையை அடிக்காமல் அவசரத்தில் மாற்றி அடித்ததால்தான் என்னால் இப்போதும் எழுதமுடிகிறது. ஆனால் காய்கறிகள் நறுக்கும்போது மிகவும் கடினமாக இருக்கிறது" என்றாள்.

ஹம்சா, "என்ன நடந்தது என்பதை முதலில் இருந்து சொல்" என்றான்.

அஃபியா ஆடைகளை அணிய ஆரம்பித்ததும் அவனும் தன் ஆடைகளை அணிந்துகொண்டான். அவள் அங்கிருந்த முடிதிருத்தும் நாற்காலியில் அமர்ந்துகொள்ள, அவன் தரையில் அமர்ந்து, சுவர்மீது சாய்ந்துகொண்டான்.

"சரி. நான் சொல்கிறேன். ஆனால் அதன் பிறகு உங்களுக்கு என்ன நடந்தது என்று நான் உங்களிடம் கேட்கும்போது நீங்கள் அதை மறுக்கக் கூடாது. சரியா?" என்று கேட்டாள்.

"உறுதியளிக்கிறேன், என் அன்பே" என்றான்.

"நான் உடனே இங்கிருந்து போய் திருமதி ஆஷாவுக்குச் சமையலில் உதவவேண்டும். ஆகவே சுருக்கமாகச் சொல்கிறேன். நான் பக்கத்து வீட்டுக்காரப் பெண்ணைப் பார்க்கப் போவதாகச் சொல்லிவிட்டு வந்திருக்கிறேன். நான் இங்கிருந்து போகத் தாமதமானால் என்னை

அழைத்துவருவதற்கு அவள் யாரையாவது அங்கு அனுப்புவாள். அப்புறம் பிரச்சினைதான்" என்றாள்.

தனக்குப் பத்து வயதாக இருந்தபோது தன் அண்ணன் திரும்பி வந்தான் என்பதையும், தனக்கு ஒரு சகோதரன் இருந்தான் என்பதைக் கூட அவள் அதுவரை அறியாமல் இருந்ததையும், அவன் வந்த பிறகு அவளுடைய வாழ்க்கை எவ்வளவு நன்றாக இருந்தது என்பதையும், அவன் அவளுக்கு எழுதவும் படிக்கவும் கற்றுக் கொடுத்ததையும், பிறகு அவன் போருக்குச் சென்றுவிட்டதையும் கூறியவள், "என் அண்ணனின் பெயர் இலியாஸ்" என்றாள்.

"அவர் இப்போது எங்கே இருக்கிறார்?" என்று கேட்டான் ஹம்சா.

"எனக்குத் தெரியாது. அவர் போருக்குச் சென்றதிலிருந்து நான் அவரைப் பார்க்கவுமில்லை, அவரிடமிருந்து எந்த செய்தியும் வரவுமில்லை."

"அதைக் கண்டுபிடிக்கமுடியாதா என்ன?"

அவள் நீண்டநேரம் அவனை உற்றுப்பார்த்தாள். "எனக்குத் தெரியாது. நாங்கள் முயற்சி செய்தோம்" என்று சொல்லிவிட்டு அவன் இடுப்பில் இருந்த வடுவைப் பார்த்தாள்.

"இது போரில் ஏற்பட்ட காயமா?" என்று கேட்டாள்.

"ஆம். யுத்தத்தின்போது."

★ ★ ★

அன்றிரவு நோன்பு துறந்தபிறகு கலீஃபா வழக்கம்போல் தாழ்வாரத்தில் அமர்ந்தான். ஆனால் சில காரணங்களால் அவனது இரண்டு நண்பர்கள் வரத் தாமதமானது. இசைக்கலைஞர்கள் மீண்டும் நிகழ்ச்சிகளை நடத்துகிறார்களா என்று போய்ப் பார்க்க விரும்பிய ஹம்சா, தனியாக உட்கார்ந்திருந்த கலீஃபாவுடன் துணைக்காக அங்கு அமர்ந்திருந்தான். சிறிது நேரம் பேசிக்கொண்டிருந்த பிறகு ஹம்சா அந்த இசைக்குழுவைப் பற்றி குறிப்பிட்டான். அனைத்தைப் பற்றியும் அறிந்திருந்த கலீஃபா வழக்கம்போல் அவர்களைப் பற்றியும் அறிந்திருந்தான்.

"வதந்திகள், கிசுகிசுக்கள் ஆகியவற்றின் சக்தி இருக்கிறதே" என்று புன்னகைத்தவன், "ரம்ஜான் மாதத்தில் அவர்கள் இசை நிகழ்ச்சிகள் நடத்துவதை நிறுத்திவிடுவார்கள். ஆனால் வீட்டுக்குள் ஒத்திகை

செய்துகொண்டுதான் இருப்பார்கள். தீவிர பக்தியுள்ளவர்கள் புனித மாதத்தில் வேறு எந்தக் கொண்டாட்டத்தையும் ஏற்றுக் கொள்வதில்லை. நாம் அனைவரும் கஷ்டப்பட்டு பட்டினி கிடந்து, பிரார்த்தனைகள் செய்து நம் நெற்றியைத் தழும்பேறத் தேய்த்துக் கொள்ளவேண்டும் என்று அவர்கள் விரும்புகிறார்கள்" என்றான்.

ஒரு நீண்ட மௌனத்திற்குப் பிறகு ஹம்சாவின் கண்களைப் பார்ப்பதைத் தவிர்த்தபடி, "உனக்கு அவளைப் பிடித்திருக்கிறதா?" என்றான் கலீஃபா.

ஹம்சா, "ஆமாம்" என்று தலையசைத்தான்.

"அவள் நல்ல பெண்" என்ற கலீஃபா மீண்டும் ஒருமுறை அவன் கண்களைப் பார்ப்பதைத் தவிர்த்தபடி மென்மையான குரலில், "அவள் எங்களுடன் பல வருடங்களாக வசித்துவருகிறாள். திருமதி ஆஷாவும் நானும் அவளை எங்கள் சொந்த மகள்போல் கவனித்துக்கொண்டிருக்கிறோம். உன்னுடைய எண்ணம் என்ன என்பதை நான் தெரிந்துகொள்ள விரும்புகிறேன். எனக்கு அந்தப் பொறுப்பு இருக்கிறது" என்றான்.

"அவள் உங்களுடைய உறவுக்காரப் பெண் என்பது எனக்குத் தெரியாது" என்றான் ஹம்சா.

"நான் அவளுடைய அண்ணனுக்கு வாக்குறுதி அளித்திருக்கிறேன்" என்றான் கலீஃபா.

"இலியாஸ்?" என்றான் ஹம்சா.

"ஓ! அப்படியானால் அவனைப் பற்றி உனக்குத் தெரியும். ஆம்! இலியாஸ். அவன் எங்கெங்கோ அலைந்து திரிந்து, பிறகு இந்த நகரத்துக்குத் திரும்பி வந்தபோது தன்னுடைய தங்கையுடன் இங்குதான் வாழ்ந்தான். அவன் ஜெர்மன் மொழி பேசக்கூடியவன் என்பதால் தரைவிரிப்புகள் முதலியவற்றுக்குப் பயன்படுத்தப்படும் உறுதியான மெல்லிய இழைகள் தயாரிக்கும் பெரிய தொழிற்சாலையில் அவனுக்கு வேலை கிடைத்தது. அப்போதுதான் நாங்கள் நண்பர்களானோம். அது எங்களுக்குத் திருமணமான புதிது. இலியாஸ் எங்கள் வீட்டுக்கு வந்தபோது சில சமயங்களில் அந்தச் சிறுமியைத் தன்னுடன் அழைத்து வந்தான். பின்னர் போர் தொடங்கியது. அவன் ஏன் அதில் இணைந்தான் என்று தெரியவில்லை. ஒருவேளை அவன் தன்னை ஒரு ஜெர்மானியனாக நினைக்கத் தொடங்கியிருந்தான்போலும்.

அவன் எப்போதும் ஒரு அஸ்கரியாக இருக்க விரும்பினான். ஆப்பிரிக்காவின் சோங்கா இனக் குழுவைச் சேர்ந்த ஒரு வீரன் தன்னைக் கடத்திக்கொண்டு ஒரு மலை நகரத்திற்கு அழைத்துச் சென்றதையும், அங்கு அவன் விடுவிக்கப்பட்டதையும், பிறகு ஒரு ஜெர்மன் நில உரிமையாளரால் பராமரிக்கப்பட்டதையும் அவன் கதையாகச் சொல்லிக்கொண்டிருப்பான்.

கிழக்கு ஆப்பிரிக்காவின் இனக்குழுவைச் சேர்ந்த வீரன் ஒருவனுடனான அந்தச் சந்திப்பு நடந்ததில் இருந்து தன் ஆட்சிக்குட்பட்ட ஆப்பிரிக்கப் பகுதிகளில் ஜெர்மானியப் பேரரசு நிறுத்தியிருந்த துருப்புகளில், ஒரு வீரனாக மாறும் தன் வெகுநாள் ஆசை வியக்கத்தக்க வகையில் நிறைவேறும் என்று ரகசியமாக நினைத்திருந்ததாக ஒருமுறை அவன் என்னிடம் கூறியிருக்கிறான். பிறகு போர் வந்ததும் அவனால் தன்னைக் கட்டுப்படுத்திக் கொள்ளமுடியவில்லை. அவன் இன்னும் உயிருடன் இருக்கிறானா என்பது எங்களுக்குத் தெரியாது. அவன் போருக்குச் சென்று இத்துடன் எட்டு ஆண்டுகள் ஆகிவிட்டன. ஆனால் இதுவரை அவனிடம் இருந்து எந்தத் தகவலும் இல்லை. நான் அஃபியாவைப் பாதுகாப்பதாக அவனிடம் உறுதியளித்திருக்கிறேன். உனக்கு அவளைப் பற்றி எந்த அளவுக்குத் தெரியும் என்று எனக்குத் தெரியவில்லை" என்றான் கலீஃபா.

"ஊரில் உள்ள தன் உறவினர்களைப் பற்றி அவள் என்னிடம் சொன்னாள்."

"அவர்கள் அவளை அடிமைபோல் நடத்தியதை உன்னிடம் சொன்னாளா? அவள் மாமா என்று அன்புடன் அழைத்தவன் அவளை ஒரு தடியால் அடித்து அவள் கையை உடைத்துவிட்டான். அவள் உடனே எனக்கு ஒரு செய்தி அனுப்பினாள்.ஆம். இலியாஸ் அவளுக்கு எழுதப் படிக்கக் கற்றுக் கொடுத்திருந்தான். அவள் ஏதாவது சிக்கலில் இருந்தால் ஒரு கடிதம் எழுதி கிராமத்தில் இருந்த கடைக்காரரிடம் சேர்ப்பிக்குமாறு நான் அவளிடம் கூறியிருந்தேன். அதைத்தான் அவள் செய்தாள். சிறிய விஷயம்தான். ஆனால் துணிச்சலானது. அவள் ஒரு சிறு கடிதத்தை எழுதி கடைக்காரரிடம் தந்தாள். அவன் அதை ஒரு வண்டிக்காரனிடம் தர, அவன் அதை என்னிடம் கொண்டுவந்து தந்தான். நான் உடனே அங்கு சென்று அவளை இந்த வீட்டுக்கு அழைத்து வந்துவிட்டேன். அன்றில் இருந்து கடந்த எட்டு வருடங்களாக அவள் எங்களுடன் இங்கு வசிக்கிறாள். நீ அவளிடம் பேசியிருக்கிறாயா?" என்றான் கலீஃபா.

ஹம்சா, "பேசியிருக்கிறேன்" என்றான்.

கலீஃபா, "மகிழ்ச்சி. உன்னுடைய உறவினர்கள், உங்கள் முன்னோர் பற்றிய தகவல்களை நீதான் சொல்லவேண்டும். உன் தாய் தந்தையின் பெயர் என்ன? உன் தாத்தா பாட்டியின் பெயர் என்ன? என்பதை எல்லாம் நீ பிறகு என்னிடம் சொல்லலாம். உன்னைப் பற்றி நான் ஏற்கனவே நல்லவிதமாகவே அறிந்திருக்கிறேன். ஆனால் நான் இலியாசுக்கு உறுதியளித்திருக்கிறேன். ஆகவே எனக்கு ஒரு கடமை இருக்கிறது. பாவம் இலியாஸ்! அவனுடைய வாழ்க்கை சிரமமாக இருந்தது. இந்த பூமியில் மோசமான எதுவும் தனக்கு நடக்காது என்ற மாயையில் அவன் வாழ்ந்தான். ஆனால் அவன் எப்போது வேண்டுமானாலும் தடுமாறிக் கீழே விழும் நிலையில் இருந்தான் என்பதே உண்மை. இலியாசைவிட அதிக தாராள மனப்பான்மைகொண்ட ஒருவனை, தன்னைத் தானே ஏமாற்றிக்கொண்ட ஒருவனை நம்மால் கற்பனைகூடச் செய்து பார்க்கமுடியாது" என்றான்.

திருமதி ஆஷா, இலியாஸ், அஃபியா, இப்போது ஹம்சா என தான் அக்கறைகொண்டவர்களின் பிரச்சனைகள், தவறுகளில் தனக்குப் பொறுப்பு உள்ளதாக நம்பும் கலீஃபா, அந்தக் குற்றங்களைச் சுமக்கும் உணர்வுபூர்வமானவன் என்றும், அதை மறைக்கவே அவன் எப்போதும் சிடுமூஞ்சியாக இருப்பதாகவும் ஹம்சா நினைக்கத் தொடங்கினான்.

★★★

அடுத்த நாள் வெள்ளிக்கிழமை. வழக்கம்போல அஃபியா ஹம்சாவின் அறைக்கு வந்தாள். இம்முறை பெற்றோரை விட்டுப் பிரிந்து நகரின் மறுகோடியில் வசித்த தோழி ஜமீலாவைப் பார்க்கப் போவதாகத் திருமதி ஆஷாவிடம் கூறியிருந்தாள். அப்போதுதான் மதியம் முழுதும் ஹம்சாவுடன் இருக்கலாம் என்பதால் இந்த உத்தியைப் பயன்படுத்தினாள்.

"என் தைரியத்தைப் பார்த்து நானே ஆச்சரியப்படுகிறேன். பொய் சொல்லிவிட்டு, ஒரு ரம்ஜான் மாதத்தின் மதிய நேரத்தில் என் காதலனின் அறைக்குள் இப்போது நான் பதுங்கிக்கொண்டிருக்கிறேன். எனக்கு இவ்வளவு தைரியம் இருக்கும் என்று நான் நினைத்ததே இல்லை. ஆனால் இங்கு சில அடி தூரத்தில் நீங்கள் படுத்திருக்கும்போது நான் எப்படி வராமல் இருக்க முடியும்?" என்றாள்.

கிசுகிசுத்தபடி கலவிகொண்ட அவர்கள் இருவரும் சிறிது நேரம் எதுவும் பேசாமல் கிடந்தனர். பிறகு அவன், "இது எவ்வளவு இனிமையாக இருக்கிறது. என்னால் இதில் இருந்து மீளவே முடியவில்லை" என்றான்.

அவன் உடலின் ஒவ்வொரு பாகத்தையும் மனப்பாடம் செய்வதுபோல் அவள் தன் கைகளை அவன் மீது மெதுவாகப் படரவிட்டாள். அவனுடைய புருவம், உதடுகள், மார்பு, கால், என ஒவ்வொரு இடமாக வருடியபடியே வந்தவள், தொடையின் நடுவே கை வைத்ததும், "நீங்கள் சிறிது நேரத்திற்கு முன் கூச்சலிட்டீர்கள், கால் வலித்ததா?" என்று கேட்டாள். ஹம்சா சிரித்துக்கொண்டே, "இல்லை, பரவசமாக இருந்தது" என்றான்.

அவள் அவனுடைய தொடையை விளையாட்டாகத் தட்டி, பிறகு அவன் இடுப்பில் இருந்த வடுவை மெல்ல வருடியபடி, "இப்போது அந்த விஷயத்தைச் சொல்லுங்கள்" என்றாள்.

அவன் போரில் ஈடுபட்டுக் கழித்த ஆண்டுகளைப் பற்றி அவளிடம் சொல்லத் தொடங்கினான். பயிற்சி முகாமில் நடைபெற்ற காலை அணிவகுப்புடன் தன் கதையைத் தொடங்கியவன், பிறகு பொமா முகாமில் மேற்கொண்ட உடற்பயிற்சிகள், களைப்பாக இருந்தாலும் அவை எப்படிப் பரவசமாக இருந்தன, அங்கு எவ்வளவு கொடூரமான கலாச்சாரம் நிலவியது என்று சொல்லிக்கொண்டே போனான். அந்த அதிகாரியைப் பற்றியும், ஹம்சாவுக்கு அந்த அதிகாரி எப்படி ஜெர்மன் மொழியைக் கற்றுக்கொடுத்தான் என்றும் சொன்னான். அவளிடம் சொல்வதற்கு அவனுக்கு நிறைய விஷயங்கள் இருந்ததால் முதலில் வேகவேகமாகச் சொன்னான். அவள் எந்த இடையூறும் செய்யாமல், கேள்விகள் கேட்காமல், இடையிடையே லேசாக அதிர்ச்சியை வெளிப்படுத்தியபடி அனைத்தையும் கேட்டாள். அதிகாரியைப் பற்றி அவன் சொன்னபோது தன் தலையை லேசாக அசைத்து அவன் சொன்னதை மீண்டும் சொல்லச் சொன்னாள். அவன் அவசரமாகப் பேசியதை அவள் விரும்பவில்லை என்பதைப் புரிந்துகொண்ட ஹம்சா தன் வேகத்தைக் குறைத்துக்கொண்டு மெதுவாகப் பேசினான். அதிகாரியின் கண்கள், பதட்டமான முறையில் அவன் காட்டிய நெருக்கம், அதிகாரி விளையாட விரும்பிய மொழி விளையாட்டுகள் ஆகியவற்றைச் சொன்னவன் சார்ஜன்ட், படைத்தலைவன் ஆகியோரைப் பற்றியும் விளக்கினான்.

"போரின் முடிவில், நாங்கள் பல ஆண்டுகளாகப் பார்த்துவந்த இரத்தம், கொடுமைகள் ஆகியவற்றால் பாதி பைத்தியமான

நிலையில் நாங்கள் அனைவரும் மிகவும் சோர்வாக இருந்தோம். அவன் கொடூரமானவன். அவன் எப்போதும் கொடூரமானவனாகவே இருந்தான். அவன்தான் ஆத்திரத்தில் என்னைச் சரமாரியாக வெட்டினான். இந்த வடு உருவாகக் காரணம் வால்தர் தான். வால்தர் எப்போதுமே என்னை காயப்படுத்தக் காத்திருந்தான் போலிருந்தது. ஏன் எதற்கு என்பதெல்லாம் எனக்குத் தெரியவில்லை. ஆனால் வால்தர் என்னைக் காயப்படுத்தியதற்கு அந்த ஜெர்மன் அதிகாரிதான் காரணம்" என்றான் ஹம்சா.

அஃபியா, "அதிகாரி எப்படிக் காரணமாவான்?" என்று கேட்டாள்.

ஒரு கணம் தயங்கிய ஹம்சா, "அதிகாரி எனக்குப் பாதுகாப்பாக இருந்தான். நான் அவனுக்கு நெருக்கமாக இருக்கவேண்டும் என்று அவன் விரும்பினான். ஏன் என்று தெரியவில்லை... ஏன் என்று தெரியவில்லை. உன் தோற்றம் எனக்குப் பிடித்திருக்கிறது என்றான். வால்தர் மட்டுமில்லாமல் அங்கிருந்த மற்ற ஜெர்மானியர்களும்கூட, இதில் ஏதோ தவறு, முறையற்ற ஏதோ ஒன்று... இருப்பதாக நினைத்தார்கள் என்று நான் நினைக்கிறேன்... மிக அதிகமாக அன்பு... மிகப் பிடித்திருப்பது..." என்றான்.

வெளிப்படையாகச் சொல்லவேண்டியதை அவன் சொல்லவேண்டும் என்பதுபோல, "அவன் உங்களைத் தொட்டானா?" என்று மெதுவாகக் கேட்டாள்.

"அவன் என்னை ஒருமுறை அறைந்திருக்கிறான். சில சமயங்களில் என்னிடம் பேசும்போது அவன் என் கையை லேசாகத் தொட்டிருக்கிறான். அது தவறான தொடுகை அல்ல. அவன் வேறு மாதிரி என்னைத் தொடுகிறான் என்று அவர்கள் நினைத்தார்கள் என்று தோன்றியது. அந்த வால்தர்தான் இந்த அசிங்கமான குற்றச்சாட்டை என்னிடம் கூறினான். இந்த வெறித்தனமான கொடுமைக்கு நான் தகுதியானவன்தான் என்று அவன் நினைத்தது என்னை மேலும் அவமானப்படுத்தியது."

அஃபியா துயரத்துடன் "இல்லை" என்று தலையாட்டினாள். "இந்த உலகத்திற்குப் பொருத்தமில்லாத அளவுக்கு நீங்கள் மிக நல்லவர். நீங்கள் வெட்கப்படவேண்டாம். நீங்கள் அந்த வால்தரை வெறுத்து, அவனுக்குத் தீங்கு நேரட்டும் என்று மனதுள் நினையுங்கள். அவன்மீது எச்சில் துப்புங்கள்" என்றாள்.

அவன் வெகுநேரம் அமைதியாக இருந்தான். அவன் பேசுவதற்காகக் காத்திருந்தவள், "மேற்கொண்டு சொல்லுங்கள்" என்றாள்.

"நான் காயமடைந்த பிறகு, அந்த அதிகாரி கிலெம்பா என்று அழைக்கப்பட்ட ஜெர்மானியக் கிருத்துவ மருத்துவமனைக்கு என்னை அனுப்பி வைத்தான். அங்கிருந்த மத போதகர், ஒரு மருத்துவர். அவர்தான் என்னைக் குணப்படுத்தினார். அது ஒரு அழகான இடம். இரண்டு வருடங்களுக்கும் மேலாக அங்கு இருந்தபடி, சில வேலைகளில் உதவி செய்துகொண்டும், போதகருடைய மனைவியின் புத்தகங்களைப் படித்துக்கொண்டும், உடல்நலனை நல்ல முறையில் கவனித்துக்கொண்டேன். சில காலம் கழித்து அந்த மருத்துவமனைக்கு பிரிட்டிஷ் மருத்துவத் துறை பொறுப்பேற்றதும் அவர்கள், போதகர் முறையான பயிற்சி பெற்ற மருத்துவர் இல்லை என்றனர்.

அந்தச் சிறிய மருத்துவமனையைப் பெரிய அளவில் மேம்படுத்த விரும்பிய அவர்கள், போதகர் அதற்குப் பொறுப்பேற்று நடத்துவதை ஏற்கவில்லை. ஆகவே ஜெர்மனிக்குத் திரும்பிச் செல்ல அவர் முடிவு செய்தார். நானும் அங்கிருந்து கிளம்பவேண்டிய நேரம் வந்தது. பண்ணைகள், உணவு விடுதிகள், வீடுகள் ஆகியவற்றில் வேலை செய்வது, தெருக்களைத் தூய்மை செய்வது என்று எந்த வேலை கிடைத்தாலும் அதைச் செய்தபடி அலைந்து திரிந்தேன். இந்தக் காலுடன் வேலை பார்ப்பது சில நேரங்களில் கடினமாக இருந்தது. இறுதியில் நான் எப்படியோ அதைக் கடந்துவிட்டேன். ஆனால் நான் தபோரா, முவான்சா, கம்பாலா, நைரோபி, மொம்பாசா எனப் பல இடங்களில் பணிபுரிந்தேன். என் மனதில் எந்தக் குறிக்கோளும் இல்லை, அல்லது நான் அந்த நேரத்தில் அப்படி நினைக்கவில்லை. இப்போதுதான் என் இலக்கு எனக்குத் தெரிகிறது" என்று சிரித்தான்.

அவன் சொன்னவை அனைத்தையும் உள்வாங்கிய அஃபியா மற்றொரு நீண்ட மௌனத்திற்குப் பிறகு எழுந்து ஆடை அணிய ஆரம்பித்தாள். "நேரமாகிக்கொண்டிருக்கிறது. நான் எல்லாவற்றையும் கேட்க விரும்புகிறேன். நல்லவரான அந்த போதகரின் பணியைப் பற்றியும், அவர் உங்களை எவ்வாறு குணப்படுத்தினார் என்பதைப் பற்றியும், கேட்க விரும்புகிறேன். ஆனால் இப்போது நான் போகவேண்டும். நான் தாமதமாகப் போனால் திருமதி ஆஷா கோபப்படுவாள். அத்துடன் சந்தேகமும் ஏற்படும். யாரோ என்னை வரன் கேட்டிருப்பதாக அவள் என்னிடம் சொன்னாள். ஆனால் அதெல்லாம் நடக்காது. நான் இனி வேறு யாருக்கும் சொந்தமாகமுடியாது. நீங்கள் நோன்பு திறக்க வரும்போதுகூட உங்கள் வாசனை என்மீது இருக்கும்.

296

நீங்கள் சொன்னவற்றைக் கேட்டபோது, எனக்கு இலியாஸ் நினைவுக்கு வந்தார். அவர் உங்களைவிட மூத்தவர். அவர் அருமையாகப் பாடுவார் என்று நான் சொன்னேன் இல்லையா? போரில் அவர் எப்படித் துன்பப்பட்டிருப்பார் என்று கற்பனை செய்து பாருங்கள். அவர் எங்காவது நன்றாக இருந்தால், நீங்கள் என்னிடம் பேசுவதுபோல அவர் இப்போது யாரிடமாவது பேசிக் கொண்டிருப்பார்" என்றாள்.

"நாம் கண்டுபிடித்துவிடலாம்" என்ற ஹம்சா உடனே தான் சொன்னதைத் திருத்திக்கொண்டு, "நாம் முயற்சி செய்யலாம். ஆவணங்கள் இருக்கும். ஜெர்மானியர்கள் ஆவணப்படுத்துவதில் வல்லவர்கள். அவற்றின்மூலம் அவருக்கு என்ன நடந்தது என்பதைத் தெரிந்துகொள்ளலாம்" என்றான்.

"நம்மால் என்ன கண்டுபிடிக்க முடியும்? அவருக்கு என்ன நடந்தது என்று நாம் கண்டுபிடிக்கவேண்டாம். நடந்தது நடந்துவிட்டது. அவர் எங்கோ நன்றாக இருக்கிறார் என்றால் அதைப் பற்றி நாம் தெரிந்துகொண்டு என்ன ஆகப் போகிறது? அவர் எங்காவது நன்றாக இருந்தாலும் ஒருவேளை தன்னை யாரும் கண்டுபிடிப்பதை அவர் விரும்பாமல்கூட இருக்கலாம்தானே! சரி. நான் கிளம்புகிறேன்" என்றாள்.

12

ஈகைத் திருநாளின் மூன்றாவது இரவில் தாழ்வாரத்தில் அமர்ந்திருந்த கலீஃபா, "நல் அதிர்ஷ்டம் ஒருவேளை நம் வாழ்வில் வந்தாலும்கூட, அது நிரந்தரமாகத் தங்காது. அறிந்திருப்பதுபோல. நீ எங்களுடன் தங்க ஆரம்பித்துச் சில மாதங்கள்தான் ஆகின்றன. ஆனால் நான் உன்னை நீண்டகாலமாக அறிந்திருப்பதுபோல எனக்குத் தோன்றுகிறது. நாம் நன்கு பழகிவிட்டோம். செத்தவன் திடீரென்று எழுந்து வந்தது போலிருந்த உன் தோற்றத்திற்குப் பின்னால் ஏதோ ஒன்று உயிர்ப்புடன் இருந்தது ஆரம்பத்திலிருந்தே எனக்குத் தெரியும். நீ முதலில் இங்கு வந்தபோது தடுமாறி விழுந்துவிடுவதைப்போல் என் முன் நின்றாய். இப்போது பார் எப்படி இருக்கிறாய்! உனக்கு ஏற்ற வேலையை நீ கண்டுபிடித்துவிட்டாய். கஞ்சனான முதலாளிக்குக்கூட உன்னைப் பிடித்துவிட்டது. இப்போது நீ ஒரு திறமையான தச்சனாக வளர்ந்துவிட்டதால் அவனிடம் சம்பளத்தை அதிகப்படுத்திக் கேள். அப்படி இல்லை என்றால் நீ ஏமாந்துபோய்விடுவாய்" என்றான்.

"அதிர்ஷ்டம் ஒருபோதும் நிரந்தரமானதில்லை. நல்ல தருணங்கள் எவ்வளவு காலம் நீடிக்கும், போனால் எப்போது மீண்டும் வரும் என்பதை உறுதியாகச் சொல்லமுடியாது. வாழ்க்கை வருத்தங்கள் நிறைந்தது. நல்ல தருணங்களை நீ அடையாளம் கண்டு அவற்றுக்கு நன்றியுடன் இருக்கவேண்டும். கிடைக்கும் வாய்ப்புகளைப் பயன்படுத்தவேண்டும். நான் குருடன் இல்லை.

நான் சிலவற்றைப் பார்த்துப் புரிந்துகொண்டேன். நான் பார்த்த சில விஷயங்கள் என்னைக் கவலைகொள்ளவைத்தன. உன்னை அவசரப்படுத்தக்கூடாது, சங்கடப்படுத்தக்கூடாது என்பதால் நீயாக என்னிடம் பேசத் தயாராகும்வரை காத்திருக்கலாம் என்று நினைத்தேன். அதற்கிடையில் மோசமாக எதுவும் நடந்துவிடாது என இருந்தேன். இப்போது ரம்ஜான் முடிந்துவிட்டது, ஒரு புதிய ஆண்டு தொடங்கிவிட்டது. நீ சிறிது உறுதியைக் காட்டவேண்டிய நேரமாக இது இருக்கலாம். நீ நீண்டகாலம் காத்திருந்தால் அந்தத் தருணத்தை இழக்க நேரிடலாம் அல்லது வருந்தத்தக்க ஏதோ ஒன்று நடந்துவிடலாம். எனவே நீ விரைந்து முடிவெடுக்க உன்னைச் சிறிது முன்னே தள்ளுகிறேன்.

"திருமதி ஆஷாவுக்குத் தலை முழுதும் கண்களும், எதையும் கண்டுபிடித்துவிடும் மூளையும், எதை வேண்டுமானாலும் பேசும் ஒரு நாக்கும் இருக்கின்றன என்பதை நீ கவனித்திருப்பாய். அவள் அஃபியாவிடம் பேசியிருக்கிறாளா என்று எனக்குத் தெரியாது. அப்படி அவள் பேசியிருந்தால் அது உனக்குத் தெரிந்திருக்கும் என்று நினைக்கிறேன். ஆஷாவுக்கு சில யோசனைகள் உள்ளன. அவற்றுக்கு நீ பொருந்திவரமாட்டாய். அஃபியா பற்றிய உன் உணர்வுகளை நீ என்னிடம் சொன்னாய். நீ தீர்க்கமான முடிவெடுக்கவேண்டிய தருணங்களில் இதுவும் ஒன்றாக இருக்கலாம். நீ அதைத் தவறவிடாமல் இருக்கவேண்டும் என்பதால்தான் நான் இவ்வளவு ஆர்வமாக உன்னிடம் பேசுகிறேன். நான் பேசுவது புதிராக இருக்கிறதா? நான் என்ன சொல்கிறேன் என்று உனக்குப் புரிகிறதா? உனக்குப் புரியும் என்று நினைக்கிறேன். நான் உன்னை அவசரப்படுத்த விரும்பவில்லை. அஃபியாவை யாருக்காவது கட்டிக்கொடுத்து இங்கிருந்து அனுப்பினால் போதும் என்ற எண்ணமும் எனக்கு இல்லை. இதற்குமுன்பு நீ அவளிடம் பேசியிருக்கிறாயா என்று உன்னிடம் கேட்டேன். நீ ஆமாம் என்றாய். உங்களுக்குள் எல்லாம் ஒத்துப்போகிறது என்றால் எனக்கு மகிழ்ச்சி. எனக்கு இந்த சம்பந்தம் பிடித்திருக்கிறது. ஆனால் உன்னைச் சார்ந்தோரைப் பற்றி நீ என்னிடம் சொல்லவேண்டும். அப்போதுதான் இதில் எந்தப் பிரச்சனையும் இல்லை என்று நான் உறுதியாக இருக்கமுடியும். ஏன் உன்னைப் பற்றி நீ எதுவுமே பேசுவதில்லை? உன் மௌனம், நீ ஏதோ தவறான காரியம் செய்திருப்பது போன்ற ஒரு சந்தேகத்தை ஏற்படுத்துகிறது."

ஹம்சா, "நீங்கள் முன்பு ஒருமுறை என்னிடம் சொன்னதுபோல இந்தக் கேள்விக்கு நான் ஏன் பொய் சொல்லக்கூடாது? நான்

ஏன் ஏதாவது ஒரு கட்டுக்கதையைக் கூறக்கூடாது?" என்று வேண்டுமென்றே கலீஃபாவின் கோபத்தைத் தூண்டுவதுபோலக் கேட்டான்.

"ஆமாம், நீ பொய் சொல்லவேண்டும் என்று நான் சொன்னேன் என்பது எனக்குத் தெரியும், ஆனால் அது வேறு. இது வேறு. இது விளையாட்டு விஷயம் அல்ல. ஒருவேளை பெரிய தேசபக்தனான நான், ஒரு இளம் பெண், தன் வாழ்க்கையைத் தேர்ந்தெடுக்கும் வழியில் குறுக்கிடுகிறேன் என்று நினைக்கலாம். நான் அவளுடைய தந்தையோ சகோதரனோ அல்ல. ஆனால் அவள் சிறுவயதில் இருந்தே எங்களுடன் வசித்துவருகிறாள். ஆகவே எனக்கு ஒரு பொறுப்பு இருக்கிறது. அதனால் உன்னைப் பற்றித் தெரிந்துகொண்டால் எங்கள் மனம் அமைதியாக இருக்கும். உனக்கு வசிப்பிடம் இல்லை. நீ இவ்வளவு நாட்களாக இங்கே எங்களுடன்தான் வசிக்கிறாய். இனியும் தொடர்ந்து நீ இங்கு வசிக்கும்படி இருக்கலாம். உன்னைப் பற்றி நான் மேலும் தெரிந்துகொள்ளவேண்டி இருப்பதற்கு இதுவும் ஒரு காரணம். நீ யாராக வேண்டுமானாலும் இருக்கலாம். நீ இங்கு வருவதற்கு முன் ஏதாவது தவறு செய்திருப்பாய் என்பதை நிச்சயமாக நான் ஒரு நிமிடம்கூட நம்பமாட்டேன். தவறு செய்யாதவர்கள் யாரும் இல்லை. ஆனால் அப்படி ஏதாவது இருந்தால் நீ அதை என்னிடம் சொல்லவேண்டும். உன்னைப் பற்றி நீ ஏதாவது பொய் சொன்னால் அதை உன் கண்ணைப் பார்த்து நான் கண்டுபிடித்துவிடுவேன்."

"உங்கள் சக்தியின்மீது உங்களுக்கு மிகுந்த நம்பிக்கை உள்ளது" என்றான் ஹம்சா.

"நீ முயற்சிசெய்து பார்க்கலாம். உண்மையைச் சொல். எனக்கு அது உடனே தெரிந்துவிடும்."

கலீஃபா கடுமையாகச் சொன்னதைக் கேட்டதும் ஹம்சாவின் முகத்தில் அதுவரை இருந்த சிரிப்பு மறைந்தது.

கலீஃபா, "சரி, நான் சில கேள்விகள் கேட்கிறேன். நீ உன் விருப்பப்படி பதிலளிக்கலாம். பல ஆண்டுகளுக்கு முன்பு உன் இளம்வயதில் நீ இங்கு வாழ்ந்ததாகச் சொன்னாய் அல்லவா? அதைப் பற்றிச் சொல்" என்றான்.

கலீஃபாவைத் தூண்டும் தொனியைக் கைவிட இயலாதவனாக, "இது கேள்வியே இல்லையே" என்றான் ஹம்சா.

ஹம்சாவின் விளையாட்டுத்தனத்தால் கோபமடைந்த கலீஃபா, "எரிச்சல்படுத்தாதே. அது ஒரு கேள்வி அல்ல என்று எனக்குத் தெரியும். சரி, உன் இளம்வயதில் நீ எப்படி இந்த ஊரில் வசிக்க நேர்ந்தது?" என்றான்.

ஹம்சா, "என் தந்தை தன் கடன்களுக்கு ஈடாக என்னை ஒரு வியாபாரியிடம் தந்துவிட்டார். என் தந்தை என்ன செய்தார் என்பதோ, எவ்வளவு கடன்பட்டார் என்பதோ, அதற்காக அவர் என்னை ஈடாகக் கொடுக்கவேண்டிய அவசியம் என்ன என்பதோ அந்த வணிகன் என்னைத் தன்னுடன் அழைத்துச் செல்லும்வரை எனக்குத் தெரியாது. அந்த வணிகன் இந்த ஊரில்தான் வாழ்ந்துகொண்டிருந்தான். அவன் ஒரு கடையில் என்னை வேலைக்கு அமர்த்தினான். அந்தக் கடை அவனுடைய நடமாடும் வணிகத்தின் ஒரு சிறிய பகுதிதான். வணிகக் கடற்கொள்ளையரான உங்கள் அமுர் பியாஷராபோல் அவனும் அனைத்து வகையான வணிகமும் செய்தான். அவன் பல இடங்களுக்குப் பயணித்தபோது என்னையும் அழைத்துச் சென்றான். பல மாதங்களுக்கு நீடித்த அந்தப் பயணங்கள் வியப்பு நிறைந்ததாக இருந்தன. ஏரிகள், அதற்கு அப்பால் இருந்த மலைகள் ஆகியவற்றைக் கடந்து நாங்கள் பயணித்தோம்" என்றான்.

கலீஃபா, "அந்த வணிகனுடைய பெயர் என்ன?" என்று கேட்டான்.

"நாங்கள் அவனை ஹஷிம் மாமா என்று அழைத்தோம். ஆனால் அவன் என்னுடைய மாமா இல்லை" என்றான் ஹம்சா.

சிறிது நேரம் யோசித்துவிட்டுத் தலையசைத்த கலீஃபா, "நீ யாரைச் சொல்கிறாய் என்பது எனக்குத் தெரிகிறது. ஹாசிம் அபுபக்கர்! நீ அவனிடம் வேலை செய்தாய். சரி. பிறகு என்ன நடந்தது?" என்று கேட்டான்.

"நான் அவனிடம் வேலை செய்யவில்லை. என் தந்தையின் கடன்களுக்குப் பிணையாக அல்லது அதுபோன்ற ஏதோ ஒன்றுக்காக நான் அவனுடன் அனுப்பப்பட்டேன். அந்த வியாபாரி எனக்கு எதையும் விளக்கவுமில்லை. எனக்குப் பணமும் கொடுக்கவில்லை. தனக்குச் சொந்தமான ஒரு பொருள்போல அவன் என்னை நடத்தினான்."

அவரவர் மனத்தில் எழுந்த எண்ணங்களில் ஆழ்ந்துபோய் அவர்கள் இருவரும் சிறிதுநேரம் அமைதியாக அமர்ந்திருந்தனர்.

“பிறகு என்ன ஆயிற்று?” கலீஃபா மீண்டும் கேட்டான்.

“ஒரு கட்டத்துக்குமேல் அப்படி வாழ்வதைத் தாங்கமுடியாமல் நான் போரில் என்னை இணைத்துக்கொண்டேன்.”

கலீஃபா வெறுப்புடன், “இலியாசைப்போல” என்றான்.

“ஆமாம், இலியாஸ்மாதிரி. போர் முடிந்த பிறகு நான் சிறுவயதில் என் பெற்றோருடன் வாழ்ந்த ஊருக்குச் சென்றேன். ஆனால் அவர்கள் அங்கு இல்லை. எங்கு போனார்கள் என்று யாருக்கும் தெரியவில்லை. என்னை அழைத்துச் சென்ற வியாபாரியான ஹஷிம் மாமா, நான் அவனைவிட்டு ஓடிப் போவதற்குப் பல வருடங்களுக்கு முன்பேகூட அவர்கள் அங்கு வசிக்கவில்லை என்று என்னிடம் கூறினான். ஆனால் நான் அதை உறுதிப்படுத்திக்கொள்ள விரும்பினேன். நீண்ட காலம்வரை நான் அவர்களைக் கண்டுபிடிக்க விரும்பவில்லை. அவர்களுக்கு என் மீது அன்பில்லை என்றும் என்னைத் தூக்கி எறிந்துவிட்டார்கள் என்றும் நினைத்தேன். போர் முடிந்த பிறகு நான் அவர்களைக் கண்டுபிடிக்க முயற்சித்தேன். ஆனால் என்னால் முடியவில்லை. அதனால் என்னைச் சேர்ந்தவர்கள் என்று சொல்வதற்கு எனக்கு யாரும் இல்லை. என் மிகச் சிறிய வயதிலேயே அவர்களை நான் இழந்துவிட்டேன். அவர்களைப் பற்றி நான் உங்களுக்கு என்ன சொல்லமுடியும் என்று எனக்குத் தெரியவில்லை. என்னைப் பற்றி முழுமையான ஒரு கதை இருக்கும் என்று நினைத்துக் கேட்டீர்கள். ஆனால் என்னிடம் இருப்பதெல்லாம் தொந்தரவுகளும், இடைவெளிகளும் நிறைந்த துண்டுக் கதைகளே. மிக விரைவில் முடிவுக்கு வந்துவிடவேண்டும் என நான் எண்ணிய முடிவில்லாத தருணங்கள்தான்.”

“என்னிடம் நிறைய விஷயங்களைச் சொல்லிவிட்டாய். ஆனாலும் கேட்கிறேன். அவ்வளவு அவமானத்தை அனுபவித்த பிறகு இந்த ஊருக்கு உன்னைத் திரும்ப வரவைத்தது எது?” என்று கலீஃபா கேட்டான்.

“அவமானமா? என்ன அவமானம்?”

“மற்றொருவருடன் பிணையாக அனுப்பப்படுவது. உன் உடலையும், மனதையும் மற்றொரு மனிதனுக்குச் சொந்தமாக்குவதைவிடப் பெரிய அவமானம் இருக்கிறதா என்ன?”

“வியாபாரிக்கு என் உடலும் ஆன்மாவும் சொந்தமாகவில்லை. யாருடைய உடலும் ஆன்மாவும் வேறு யாருக்கும் சொந்தமில்லை.

இது நான் நீண்டகாலத்திற்குமுன்பு கற்றுக்கொண்டது. நான் அங்கிருந்து ஓடிப்போகும் அளவுக்கு அறிவும் திறமையும் இல்லாதிருந்தபோது அவன் என்னைப் பயன்படுத்திக்கொண்டான். அதன் பிறகும் என்னைப் பாதுகாத்துக்கொள்ள எனக்குத் தெரியாததால் நான் என்னைப் போரில் இணைத்துக்கொண்டேன். நான் அவமானகரமாக உணர்ந்தேன் என்றால் அது என் தந்தைக்காகவும் என் அம்மாவுக்காகவும் தான். ஆனால் சிறிது வளர்ந்த பிறகுதான் அவமானம் என்றால் என்ன என்று எனக்குத் தெரிந்தது. எனக்கு வேறு எந்த இடமும் தெரியாததால் நான் இந்த ஊருக்குத் திரும்பி வந்தேன். நான் எல்லா இடங்களிலும் அலைந்து, ஏதேதோ வேலைகளைச் செய்து, இறுதியில் இங்கு வந்தேன் என்று நான் நினைக்கிறேன்.

“நான் இங்கு முதலில் வசித்தபோது எனக்கு ஒரு நண்பன் இருந்தான். நினைத்துப் பார்த்தால் இத்தனை வருடங்களில் என் வாழ்க்கையில் எனக்கிருந்த ஒரே நண்பன் அவன்தான் என்று நினைக்கிறேன். பல விஷயங்களை நான் இழந்துவிட்டதுபோலத் தோன்றியதால் நான் இந்த ஊரை நோக்கி இழுக்கப்பட்டேன். அந்த நண்பனும் வணிகனிடம் கடனுக்குப் பிணையாக வந்தவன்தான். ஆனால் நான் திரும்பி வந்தபோது கடையும் இல்லை. அவனையும் காணவில்லை. என் தந்தையின் கடன் சுமை என்மீது விழுந்துவிடுமோ என்ற பயத்தால் ஹாஷிம் மாமாவைப் பற்றி நான் யாரிடமும் கேட்கத் துணியவில்லை.”

“அது புத்திசாலித்தனமான விஷயம்தான். எப்போதும் எச்சரிக்கையாக இருப்பது நல்லது. அது உனக்குத் தெரியும் என்று எனக்குத் தெரியும். வணிகர் ஹாஷிம் அபுபக்கருக்கு என்ன ஆயிற்று என்று எனக்குத் தெரியும்” என்று கலீஃபா சிரித்துக்கொண்டே கூறினான். எப்போதும்போல் தனக்குமட்டுமே தெரிந்த புதிய செய்திகளைச் சொல்லும்போதும், வதந்திகளைப் பகிரும்போதும் உள்ள மகிழ்ச்சி அந்தச் சிரிப்பில் வெளிப்பட்டது.

“அவனுடைய கடையை நடத்திவந்த இளைஞன், ஹாஷிம் தன் வீட்டில் மறைத்து வைத்திருந்த பணத்தை எடுத்துக்கொண்டு, ஹாஷிமின் இரண்டாவது மனைவியுடன் தலைமறைவாகிவிட்டான். ஓடிப்போன அந்த ஜோடியைப் பற்றி அதற்குப் பிறகு எந்தத் தகவலும் இல்லை. அதற்குச் சில காலத்திற்கு முன்தான்போர் தொடங்கியது. அதனால் அவர்களுக்கு என்ன நடந்தது என்று யாருக்குத் தெரியும்? போரால் ஏராளமானோர் தொலைந்துபோனார்கள். வணிகனுக்கு

இது ஒரு பெரிய அவமானம் என்பதால் அவன் அனைத்தையும் விற்றுவிட்டு எங்கோ சென்றுவிட்டான். கடைசியாக அவன் மொகடிஷுவிலோ, ஏடனிலோ, ஜிபூட்டியிலோ அல்லது அந்தப் பகுதிகளில் எங்கோ இருந்ததாக நான் கேள்விப்பட்டேன். பல இடங்களுக்குப் பயணித்து வியாபாரம் செய்தவர்களின் காலம் முடிவுக்கு வந்துவிட்டதால் அத்தகைய வியாபாரம் செய்தவர்களில் அவன்தான் கடைசி நபர் என்றுகூடச் சொல்லலாம். ஜெர்மானியர்கள் அதற்கெல்லாம் முற்றுப்புள்ளி வைத்துவிட்டு எல்லாவற்றையும் தங்கள் கட்டுப்பாட்டுக்குள் கொண்டுவர விரும்பினர். ஹாஷிம் அபுபக்கரிடம் வேலை பார்த்த உன் நண்பனின் பெயர் என்ன?"

"அவன் பெயர் ஃபரிதி" என்றான் ஹம்சா.

"அந்த இளைஞன், ஃபரிதி!"

இந்தக் கதை மேலும் விறுவிறுப்பாக மாறிக்கொண்டிருந்ததால் மகிழ்ச்சியுடன் தனது தொடையில் தட்டிக்கொண்ட கலீஃபா, "எப்படிப்பட்ட பொறுக்கி! வணிகனின் பணம், வணிகனுடைய மனைவி! உன்னுடைய அந்த நண்பன் சரியான அயோக்கியன்தான்" என்றான்.

"என் இளம்வயதில் முதன்முதலில் இங்கு நான் அழைத்து வரப்பட்டபோது அவன் என்னை ஒரு சகோதரனைப்போல் பார்த்துக்கொண்டான். எங்கள் இருவருக்கும் இங்கு வேறு யாரையும் தெரியாது. இரவு பகலாகக் கடையில் வேலை செய்த நாங்கள் சிலசமயம் ஊருக்குப் போனோம். ஆனால் அவன் எங்கே வசித்தான் என்று எனக்குத் தெரியாது. போர் தொடங்குவதற்குச் சில காலத்திற்கு முன்பு அவன் பணத்துடன் தலைமறைவானான் என்றால், அது நான் தப்பித்துப்போன உடன்தான் நடந்திருக்கவேண்டும். அவனுடன் ஓடிப்போன வணிகனுடைய மனைவி அவனுடைய சகோதரி. தன் பெற்றோர் ஹாஷிம் மாமாவிடம் பெற்ற கடனுக்குப் பிணையாக வந்தவள் அந்தப் பெண்."

இந்தப் புதிய விவரத்தைக் கேட்டு கலீஃபா பெருமூச்சுவிட்டான். வேறு யாருக்குமே தெரியாத ஒரு கதை இப்போது அவனுக்குத் தெரிந்துவிட்டது.

கலீஃபா, "நான் இங்கு கடற்கொள்ளை வணிகரிடம் பணி புரிந்துகொண்டிருந்தேன். நீயும் உன்னுடைய நண்பனும் இதே ஊரின் மறுகோடியில் மற்றொரு கடற்கொள்ளையன் வீழ்ச்சியடைய சதி செய்துகொண்டிருந்திருக்கிறீர்கள். என்ன காரணம் என்று

தெரியவில்லை. ஆனால் உன் நண்பன் ஃபரிதி ஊரைவிட்டு ஓடிப்போய் வியாபாரியை அவமானப்படுத்தியது எனக்கு மகிழ்ச்சியளிக்கிறது. இதைத் திட்டமிட்டது வணிகனின் இளம் மனைவியாக இருக்கும் என்று நாங்கள் அனைவரும் நினைத்தோம். இல்லையென்றால் வணிகன் தனது பணத்தை எங்கு மறைத்து வைத்திருந்தான் என்று அவனுக்கு எப்படித் தெரிந்திருக்கமுடியும்? அனைத்தையும் எடுத்துக்கொண்டு ஓடவேண்டும் என்றால் அவர்கள் இருவருமே தேர்ந்த அயோக்கியர்களாக இருந்திருக்கவேண்டும். ஃபரிதி உன் நண்பனாக இருந்தாலும்கூட அந்தப் பணத்தை எடுத்துச் சென்றது தவறு" என்றான்.

ஹம்சா, "கடற்கரைச் சாலையின் வளைவில் அழகான தோட்டத்துடன் ஒரு வீடு இருந்ததே. அது என்ன ஆனது? என் நினைவில் இருப்பதை வைத்து நான் குறிப்பிடும் இடம் சரிதானே?" என்று கேட்டான்.

"அந்த வீட்டை வாங்கிய ஒரு இந்தியத் தொழிலதிபர் அதை இடித்துவிட்டு, இப்போது அங்கு உயர்ந்து நிற்கும் மாளிகையைக் கட்டினான். எல்லோரும் தோட்டத்தை நேசிப்பதில்லை. ஜெர்மானியர்களிடமிருந்து இந்த நகரத்தைக் கைப்பற்றிய ஆங்கிலேயர்கள் இங்கு வியாபாரம் செய்யத் தமக்கு விசுவாசமான ஆட்களை இந்தியாவிலிருந்தும் கென்யாவிலிருந்தும் தங்களுடன் அழைத்து வந்தனர். அந்தத் தொழிலதிபர் அப்படி வந்தவர்களுள் ஒருவன். அவ்வாறு வந்து சேர்ந்த அந்தப் புதிய இந்தியர்கள் இங்கு வேகமாகவும் உறுதியாகவும் தங்கள் இருப்பை நிலைப்படுத்திக்கொண்டனர். அவர்கள் இன்னும்கூட இங்கு தானிருக்கிறார்கள். வணிகம் உட்பட அனைத்தையும் கைப்பற்றி, தாங்கள் பிரிட்டிஷ் குடிமக்கள் என்று பிரகடனம் செய்துகொண்டு, பிரிட்டிஷ் மக்களுக்குத் தரப்படும் அதே உரிமைகள் தமக்கும் வேண்டும் என்று அவர்கள் இப்போது அரசாங்கத்திடம் கேட்கின்றனர்."

★★★

ஈகைத் திருநாளின் கடைசி நாளில், கொண்டாட்டத்தின் சுவடு இன்னும் கலையாமல் இருக்கும் காலைநேரத்தில், ஒரு துண்டு ரொட்டியும், தேநீர்க் கோப்பையும் வைத்திருந்த காலை உணவுத் தட்டுடன் அஃபியா, ஹம்சாவின் அறைக் கதவைத் திறந்து உள்ளே நுழைந்தாள். பண்டிகை என்பதால் முட்டையில் ஊறவைத்துப் பின் வறுத்த ரொட்டித் துண்டு ஒன்றையும் சேர்த்து எடுத்து வந்திருந்தாள்.

அந்தத் தட்டை மேசைமீது வைத்துவிட்டு அவன் கரங்களுக்குள் புதைந்தாள். அப்போதுதான் அவன் அவளிடம் அந்தக் கேள்வியைக் கேட்டான். கலீஃபாவிடம் "அஃபியாவிடம் நானே கேட்கிறேன்" என்று ஹம்சா கூறியிருந்தான். ஏனென்றால் தானும் ஹம்சாவை விரும்பியதாக அவள் தன் வாயால் சொல்லவேண்டும் என்று அவன் விரும்பினான். கலீஃபா, இங்கு விஷயங்கள் அவ்விதமாக நடப்பதில்லை என்றான். ஹம்சா கலீஃபாவிடம் பேசவேண்டும், பிறகு கலீஃபா திருமதி ஆஷாவிடம் பேசுவான், அதன் பிறகு கலீஃபா அஃபியாவிடம் கேட்பான். அதன் பிறகு அவள் சொல்லும் பதில் அதே வழியில் திரும்ப ஹம்சாவை வந்தடையும். அப்படித்தான் முன்பெல்லாம் இங்கு நடைபெற்றது. இனியும் அப்படித்தான் இருக்கும். ஆனால் ஹம்சா அவளிடம் முதலில் கேட்க விரும்பினால், கேட்டுக்கொள்ளலாம் என்று கலீஃபா கூறியிருந்தான்.

அஃபியாவிடம், "நாம் திருமணம் செய்துகொள்வதில் உனக்கு விருப்பம் இருக்கிறதா?" என்று ஹம்சா கேட்டான்.

ஒருவேளை அவன் கேலி செய்கிறானோ என்பதை அறிந்துகொள்ள அவள் தன் தலையைச் சாய்த்து அவன் முகத்தைப் பார்க்க முயன்றாள். அவன் உண்மையில் அது பற்றித் தீவிரமாக இருக்கிறான் என்பதை அவன் முகத்தைப் பார்த்ததும் அறிந்துகொண்டவள் சிரித்துக்கொண்டே அவனை இன்னும் இறுக்கமாக பிடித்தபடி, "ஈகைத் திருநாள் வாழ்த்துகள். எனக்கு முழுச் சம்மதம்" என்றாள்.

"வாழ்க்கை நடத்தத் தேவையான எதுவும் என்னிடம் இல்லை" என்றான்.

அஃபியா, "என்னிடமும் இல்லை. நம் இருவரிடமும் எதுவும் இல்லை" என்றாள்.

"நாம் ஒன்றாக வாழ, கொசு வலைகூட இல்லாத இந்த அறையைத்தவிர நாம் வசிக்க வேறு எந்த இடமும் கிடையாது. வேறு ஒரு நல்ல இடத்தில் வாடகைக்குக் குடிபோக என்னால் இயலும்வரை நீ காத்திருக்கவேண்டும்."

"நான் காத்திருக்க விரும்பவில்லை. என்னைக் காதலிக்க ஒருவர் கிடைப்பார் என்று என் வாழ்க்கையில் நீங்கள் வரும்வரை நான் நினைத்ததே இல்லை. வேறு வழியில்லாமல் யாரையாவது திருமணம் செய்துகொள்வேன் என்றுதான் நான் நினைத்திருந்தேன்.

இப்போது நீங்கள் வந்துவிட்டீர்கள். நான் இனியும் காத்திருக்க விரும்பவில்லை" என்றாள்.

"குளியல் வசதி இல்லை. படுக்கப் பாய் மட்டும்தான் இருக்கிறது. குழிக்குள் வசிக்கும் மிருகம்போல்தான் நாம் வாழவேண்டி இருக்கும்" என்றான்.

அவள் சிரித்தாள். "விஷயத்தை மிகைப்படுத்திச் சொல்லாதீர்கள். குளியல், சமையல் ஆகியவற்றை நாம் வீட்டினுள் செய்துகொள்ளலாம். நாம் விரும்பும்போதெல்லாம் இந்த அறையின் தரைமீது காதல் புரியலாம். இது நாம் இருவரும் ஒன்றாக மேற்கொள்ளும் ஒரு பயணம். நமது உடலில் இருந்து வியர்வை நாற்றம் அடித்தாலும் நமக்கான வழியை நாம் கண்டுபிடிப்போம். நான் இங்கிருந்து போய்விடவேண்டும் என்று பல வருடங்களாகத் திருமதி ஆஷா காத்திருக்கிறாள். கலீஃபா என்னை அன்பாகப் பார்க்கும் விதம் அவளுக்குப் பிடிக்கவில்லை. எப்போது நான் வயதுக்கு வந்தேனோ அப்போதிருந்து இந்த பிரச்சனை தொடங்கியது. கலீஃபா என்னை மனைவியாக்கிக்கொள்ள நினைக்கிறார் என்று அவள் கேவலமாகச் சந்தேகப்படுகிறாள். ஆண்கள் அனைவருமே மிருகங்கள். அவர்களுக்கு எந்தக் கட்டுப்பாடும் கிடையாது என்று அவள் என்னிடம் சொல்லியிருக்கிறாள்" என்றாள் அஃபியா.

"இது உன்னுடைய வீடு என்றுதானே நீ சொன்னாய்" என்றான் ஹம்சா.

"திருமதி ஆஷாவின் இதயம் கசப்பு மிகுந்தது. நான் ஒரு இளம்பெண் என்பதால் அவள் என்னை வெறுக்கிறாள். நான் இங்கிருந்து போகவேண்டும் என்று அவள் விரும்புகிறாள். ஆனால் ஒரு இளைஞன் என்னைப் பார்த்தபோது அதை அவளால் சகிக்கமுடியவில்லை. நான் வீட்டில் இருந்து தெருவை ஒரு பார்வை பார்த்தால்கூட அவளுடைய குற்றச்சாட்டுகள் தொடங்கிவிடும். ஆண்கள் என்னைப் பார்க்கும்விதமே அவளுக்குக் கலவரம் தந்ததாக அவள் சொன்னாள். நான் எதுவும் செய்யாதபோதும் நான்தான் அவர்களை ஊக்கப்படுத்தினேன் என்றாள். நான் இங்கிருந்து போகவேண்டும். ஆனால் வயதான ஒருவருக்கு இரண்டாம் தாரமாகப்போகவேண்டும் என்பதே அவள் எண்ணம். நான் என்னைக் கவர்ச்சியானவளாக, இளமையானவளாக உணரக்கூடாது என்று அவள் நினைத்தாள். ஆனால் யார் என்னைத் தனது இச்சைக்காகப் பயன்படுத்திக்கொள்வார்களோ, யார் தனது ஆசைகளை நிறைவேற்றிக்கொள்வதற்காக என்னைக் கேவலமாக

நடத்துவார்களோ அவர்களுக்குத்தான் நான் சொந்தமாகவேண்டும் என்று அவள் நினைத்தாள். அவள் மனதில் உள்ள கசப்புதான் அவளை இவ்வளவு இழிவாக நடந்துகொள்ளவைக்கிறது. நான் குழந்தையாக இருந்தபோது அவள் இப்படி இல்லை. நீங்கள் இப்போது அவளைப் பார்ப்பதுபோல் அவள் அப்போதும் கடுமையானவளாகவே இருந்தாலும், நல்ல மனதுடன் இருந்தாள். நான் வயதுக்கு வந்தபிறகுதான் அவள் இப்படி ஆகிவிட்டாள்."

"எனக்கு இது எதுவும் தெரியாது" என்று கூறியவன், "உன்னைப் பெண்கேட்டு யாராவது வந்தார்களா?" என்றான்.

அவள் தன் தோளைக் குலுக்கியபடி, "இரண்டுமுறை வந்தார்கள். அவர்களில் ஒருவரை எனக்குத் தெரியாது. மற்றொருவர் பிரதான சாலையில் உள்ள சிற்றுண்டிக் கடையின் மேலாளர். எனக்குப் பத்து வயதாக இருந்தபோதிருந்து நான் அந்தச் சாலையில் நடந்து செல்வதை அவர் பார்த்திருக்கிறார். அவரைப் போன்றவர்கள் அப்படித்தான். பணம்படைத்த அவர்களுடன் சில மாதங்கள்மட்டுமே விளையாட ஒரு இளம் பெண் வேண்டும். ஒரு இளம்பெண் தெருவில் நடப்பதை அவர்கள் பார்த்ததுமே, "அது யார்?" என்று கேட்பார்கள். உடனே அந்த இளம்பெண்ணைப் பெண் கேட்டு அவளுடைய வீட்டுக்குப் போவார்கள். அதற்கு ஒரே காரணம், அவர்களிடம் பணம் இருக்கிறது என்பதுதான் என்று கலீஃபா சொன்னார்" என்றாள்.

"ஆனால் நீ வேண்டாம் என்று சொல்லிவிட்டாயா?"

"நானும் வேண்டாம் என்றேன், கலீஃபாவும் வேண்டாம் என்றார். உடனே திருமதி ஆஷா, கலீஃபா என்னைத் தனக்கு மனைவி ஆக்கிக்கொள்ளவே அந்த வரனை மறுக்கிறார் என்று அவதூறாகப் பேசினாள். அதன் பிறகு அவள் பல நாட்களுக்கு கலீஃபாவை இவ்வாறு குற்றம்சாட்டிக் கொண்டிருந்தாள். அவர் உங்களை வீட்டுக்குள்ளே அழைத்து வந்தது, நான் உங்களைப் பார்க்கவேண்டும் என்பதற்காகத்தான் என்று நினைக்கிறேன். அவர் உண்மையில் அப்படி நினைத்தாரா என்று எனக்குத் தெரியவில்லை. ஒருவேளை அவருக்கு உங்களை மிகவும் பிடித்ததனால் வீட்டுக்குள்ளே அழைத்திருக்கலாம். நான் உங்களைப் பார்த்த ஒவ்வொரு முறையும் உங்கள்மீதான ஏக்கம் அதிகரித்தது. இப்படியான உணர்வை நான் அறிந்ததே இல்லை. அதனால்தான் நான் காத்திருக்க விரும்பவில்லை. இந்த அறை சிறு விலங்குகள்

வசிக்கும் ஒரு குழி போன்றது என்கிறீர்கள். அப்படி ஒன்றும் இல்லை.”

“திருமதி ஆஷா உன்னிடம் நம்மைப்பற்றி பேசினார்களா? கலீஃபா, அது பற்றி தனக்குத் தெரியவில்லை என்றார்.”

“எங்களுக்கு அவமானத்தைத் தேடித் தராதே என்று இரண்டு நாட்களுக்கு முன்பு சொன்னாள். அவள் இதற்குமுன்பும் அப்படிச் சொல்லியிருக்கிறாள். ஆனால் காலம் கடந்துவிட்டது” என்ற அஃபியா சிரித்தாள்.

அவர்கள் அந்தச் சிறிய அறையில் வசிக்கத் திட்டமிட்டதை ஹம்சா மூலம் அறிந்த கலீஃபா அதை ஏற்றுக்கொள்ள மறுத்துவிட்டார். ஆஷாவின் துன்புறுத்தல்களைப் பற்றி அஃபியா சொன்னதை ஹம்சாவால் அப்படியே கலீஃபாவிடம் சொல்லமுடியவில்லை. சிறிது தடுமாறியவன் பிறகு மெல்ல ஆஷாவின் பெயரை உச்சரித்தான். கலீஃபா தன் தோள்களைக் குலுக்கித் தலையை ஆட்டியபடி அழுத்தந்திருத்தமாக, “நீங்கள் இருவரும் எங்களுடன் அந்த வீட்டில்தான் வாழவேண்டும்” என்றான்.

“அங்குமிங்கும் நாடோடிகள்போல் அலைந்து திரியக்கூடாது. வீட்டினுள் வசிப்பதுதான் உங்களுக்கு வசதியாக இருக்கும். இப்போது நீ இருக்கும் இந்த அறை உன்னைப் போன்று ஊர் ஊராகச் சுற்றி, கிடைத்த இடத்தில் தங்கியவர்களுக்குப் போதுமானதாக இருக்கக் கூடும். எங்கள் வீட்டுப் பெண், எங்கள் மகள் அஃபியாவுக்கு அது பொருந்தாது” என்றான்.

“வாடகைக்கு ஒரு நல்ல இடத்தை நான் கண்டுபிடிக்கும்வரை சிறிது காலம் காத்திருப்பது நல்லது” என்றான் ஹம்சா.

“எதற்காகக் காத்திருக்கவேண்டும்? இப்போதே வீட்டுக்குக் குடி வந்துவிடுங்கள். வாடகைக்கு வீடு தயாரானதும் நீங்கள் இங்கிருந்து போகலாம்” என்றான் கலீஃபா.

அதற்குமேல் வற்புறுத்தத் தயங்கிய ஹம்சா, “சரி, பார்ப்போம்” என்றான். திருமதி ஆஷாவுடன் அந்த வீட்டில் வாழவேண்டி இருப்பதை அவன்விரும்பாவிட்டாலும் வேறு வழியின்றி ஒப்புக்கொண்டான். இது நடந்து பதினான்கு நாட்களுக்குப் பிறகு அவர்களுக்குத் திருமணம் நடந்தது. நாசர் பியாஷராவுக்கோ மரக்கடையில் இருந்த மற்றவர்களுக்கோகூட, திருமணம் நடந்து முடியும்வரை தெரியாத அளவுக்குச் சத்தமின்றி அது

நடந்தது. கலீஃபா, இமாமையும், தன் அரட்டைக் கச்சேரி நண்பர்களையும் விருந்துக்கு அழைத்தான். திருமதி ஆஷாவும் அண்டைவீட்டுப் பெண்களைமட்டுமே அழைத்திருந்தாள். வீட்டின் கொல்லைப்புறத்திலேயே பிரியாணி தயாரிக்க ஒரு சமையல்காரரை நியமித்தார்கள்.

பெண்கள், திருமதி ஆஷா கலீஃபா தம்பதியரின் படுக்கையறையில் இருந்த கட்டிலை மடக்கிச் சுவருக்கருகே தள்ளிவைத்துவிட்டுத் தரையில் அமர்ந்துகொண்டனர். விருந்தினர் அறையில் ஆண்கள் கூடினர். அஃபியாவிடம் "திருமணத்திற்குச் சம்மதமா?" என்று கேட்பதற்காக இமாம் அங்கு ஹம்சாவை அழைத்தார். திருமண விழா ஒரு உடன்பாடு என்பதால் சாட்சிகள்முன் நடப்பது வழக்கம். மாப்பிள்ளைக்கு வரதட்சணை வழங்கும் நோக்கம் இருக்கிறதா என்பதும் எவ்வளவு கொடுக்கிறார் என்பதும் சொல்லப்படும். அதன் பிறகு மணமகள் அல்லது அவளது பிரதிநிதிக்கு அது திருப்திகரமாக உள்ளதா என்று கேட்கப்படும். இதுபோன்ற விஷயங்கள் முன்பே நன்கு விவாதிக்கப்பட்டிருந்தாலும் இவை அனைத்தும் சாட்சிகள் முன்னிலையில் உறுதி செய்யப்பட்டன. மெஹராக வழங்க ஹம்சாவிடம் ஒன்றுமில்லை. இதை அவன் கலீஃபாவிடம் கூறியபோது மெஹர் இல்லாமல் அவனை ஏற்றுக்கொள்ளும் முடிவு அஃபியாவின் கையில் உள்ளது என்று கலீஃபா சொன்னான். அவள் எங்கள் இருவரிடமும் எதுவும் இல்லை என்பதாகக் கைகளை அசைத்ததால், அந்த உரையாடலே நிகழாமல், விழாவின் அந்தச் சம்பிரதாயம் புறக்கணிக்கப்பட்டு, அஃபியா தன்னைக் கணவனாக ஏற்றுக்கொள்வாளா என்று ஹம்சா கேட்க, அவள் சார்பாக கலீஃபா அதை ஏற்றுக்கொண்டான். இந்தச் செய்தி அஃபியா, திருமதி ஆஷா ஆகியோரின் விருந்தினர்களுக்குத் தெரிவிக்கப்பட்டதும் அடுத்த அறையில் இருந்த அவர்கள் அதைக் குலவையிட்டு வரவேற்றனர். அதன் பிறகு விருந்து பரிமாறப்பட்டது. அத்துடன் திருமண விழா முடிவடைந்தது.

கலீஃபாவின் வற்புறுத்தலால் அவர்கள் வேறு வழியின்றி வீட்டுக்குள் வசிக்க ஒப்புக்கொள்ள வேண்டியதாயிற்று. தன் தோள்களைக் குலுக்கிய அஃபியா அங்கு வசிக்க முயற்சித்துப் பார்ப்பதாகக் கூறினாள். அது சரிவரவில்லை என்றால் இருக்கவே இருக்கிறது ஹம்சா வசித்த தட்டுமுட்டுப் பொருட்கள் போட்டுவைக்கும் அறை என்று நினைத்துக்கொண்டாள். ஹம்சா தன்னிடம் இருந்த சில பொருட்களான சிறிய தோள் பை, பாய், சில உடைகள், இரண்டாம் லெப்டினன்ட் அவனுக்காக விட்டுச்சென்ற

‘மியுசென் அல்மனக் பிர் தாஸ் ஜக்ர்: 1798’ நூல், அங்கிருந்து கிளம்பும்போது போதகரின் மனைவி பரிசளித்த புத்தகமான ஹென்ரிச் ஹெய்ன் எழுதிய ‘ஜெஸ்ஷிஸ்டே த ரிலிஜியன் அண்ட் ஃபிலாசஃபி இன் ட்யூஷ்லேண்ட்’ நூல் ஆகியவற்றை அஃபியாவின் அறைக்கு மாற்றினான். அந்த அறை தட்டு முட்டுச் சாமான்கள் அறையைவிடப் பெரியதாகவும், வசதியாகவும், கழிவறைக்கு அருகிலும் இருந்தது. அந்த அறையின் இரண்டு ஜன்னல்களிலும் கதவிலும் போடப்பட்டிருந்த திரைச் சீலைகளைப் பெரும்பாலும் அவள் இரவுவரை காற்றுக்காகத் திறந்து வைத்திருந்தாள்.

படுக்கையின் தலைவைத்துப் படுக்கும் பக்கத்தில் அவர்கள் இருவரும் நுழையும் அளவுக்கு இடம்விடப்பட்டு, சுவரின் புறமாகக் கட்டில் நன்றாக அழுந்தத் தள்ளப்பட்டிருந்தது. ஒரு செவ்வக மரச் சட்டகம் கொசுவலைக்காகக் கூரையில் பொருத்தப்பட்டிருந்தது. எதிர்ச் சுவரில் பழுதடைந்த ஒரு சிறிய அலமாரி இருந்தது. ஹம்சா முதன்முறையாக அதைப் பார்த்தபோது புதிய அலமாரி ஒன்றைப் பட்டறையில் உருவாக்கித் தருவதாகச் சொன்னான். அது அவளுக்கான மெஹராக இருக்கும். பச்சை சிவப்புக் கோடுகள் வரையப்பட்ட, பூட்டப்பட்ட பெட்டி ஒன்று அலமாரியினுள் இருந்தது.

அவள் அதைத் திறந்து அதனுள்ளே இருந்த பொக்கிஷங்களைக் காட்டினாள். அவளுடைய அண்ணன் அவளுக்குப் படிக்கக் கற்பித்தபோது அவள் பயன்படுத்திய குறிப்பேடுகள், கலீஃபா எழுதிப் பழக அவளுக்குக் கொடுத்த தாள்கள், ஒன்றாக வாழ்ந்த காலத்தில் ஈகைத் திருநாளின்போது இலியாஸ் அவளுக்கு வாங்கித் தந்து, இப்போது அவள் அணியமுடியாத அளவுக்குச் சிறியதாகிப் போன தங்க வளையல், இலியாஸ் ஜெர்மனியின் பண்ணையில் பணிபுரிந்தபடி பள்ளிக்குச் சென்றபோது அங்கு எடுக்கப்பட்ட நகரத்தைப் பார்த்தவாறிருக்கும் மலைக்காட்சிகொண்ட புகைப்பட அட்டை, ஹம்சா அவளுக்காக மொழிபெயர்த்த ஷில்லரின் கவிதை எழுதப்பட்ட சிறிய காகிதத் துண்டு ஆகியவை அதில் இருந்தன.

அஃபியாவின் அந்த அறையின் பின்புறம், வீட்டின் சமையல் வேலை நடந்த கொல்லைப்புறத்தில் இருந்தது. அங்குதான் அவர்கள் நால்வரும் சாப்பிட்டுக் கைகளைக் கழுவினர். அக்கம்பக்கத்துப் பெண்கள் பல மணிநேரம் கதைபேசிச் செலவழித்ததும் அங்குதான். அது பெண்களுக்கான இடம் என்பதால் அந்த வீட்டின் ஆண்களோ மற்ற அந்நியர்களோ அங்கு செல்ல அனுமதியில்லை. ஹம்சா

இன்னும் அந்நியன் அல்ல என்றாலும் அவன் தன்னைக் குடும்பத்தின் ஒரு உறுப்பினராக உணரவில்லை. திருமதி ஆஷாவின் மனக்கசப்பு பற்றிக் கேள்விப்பட்டதில் இருந்து அவன் முற்றத்திற்கு வந்தால் அவள் அதை எப்படி எடுத்துக்கொள்வாள் என்று நினைத்து அவன் பதற்றமடைந்தான். அவள் எதிரே வந்தபோது அவன் அவளுக்கு வணக்கம் தெரிவித்தான். அவள் அதற்குத் தலையசைத்தாளேதவிர அவன் கண்களை நேரிட்டுப் பார்க்கவுமில்லை எந்த உரையாடலும் நடக்கவுமில்லை. அவள் அவனை ஏற்றுக்கொள்ளவில்லை என்று உணர்ந்த ஹம்சா அசௌகரியத்தாலும் சுயவெறுப்பாலும் மனம் நொறுங்கினான். அங்கு வசிப்பதை அவன் விரும்பவில்லை. காலையில் எழுந்தவுடன் கழிப்பறையைப் பயன்படுத்தி, பிறகு முற்றத்தில் தேநீர் அருந்தும்போது கலீஃபா அவனுடன் இணைந்துகொள்வான். இந்த ஏற்பாட்டை வலியுறுத்திய கலீஃபா ஹம்சாவுடன் சேர்ந்தே காலையில் வீட்டைவிட்டு மரக் கடைக்குக் கிளம்புவான். திரும்பி வரும்போது மதியம் முற்றத்தில் ஆளில்லாமல் இருக்கும். ஹம்சா நேராக அவர்களின் அறைக்குச் செல்வான். அஃபியா அங்கு காத்திருப்பாள்.

மாலையில் திருமதி ஆஷாவும் அஃபியாவும் இரவு உணவு தயாரித்தனர். முற்றத்தில் சில சமயங்களில் அண்டை வீட்டுப் பெண்கள் அமர்ந்து பேசும்போது, அதைத் தான் ஒட்டுக் கேட்கவில்லை என்று அவர்களுக்குத் தெரியவேண்டும் என்பதற்காக ஹம்சா அறையைவிட்டு வெளியேறிவிடுவான். அவனைப் பொருத்தவரை அதுதான் நல்ல நடத்தை ஆகும். இது தொடர்ந்து நடந்தபோது அஃபியா ஒரு நாள் அவன் தன் அறையைவிட்டு வெளியே ஓடுவதை நிறுத்தச் சொன்னாள்.

"நீங்கள் கவலைப்படவேண்டாம். கலீஃபா உங்களை இங்கு வசிக்கச் சொல்லியிருக்கிறார். ஆகவே நீங்கள் அவளைக் கண்டு கொள்ளாதீர்கள். சிறிது காலத்தில் அவள் இதற்குத் தானாகப் பழகிவிடுவாள்" என்றாள்.

"நான் இங்கு வசிப்பதை அவள் விரும்பவில்லை. நான் ஏதோவொரு பேரழிவைக் கொண்டுவருவேன் என்று அவள் சொன்னது நினைவிருக்கிறதா?"

"அவள் கொடூரமாக நடந்துகொண்டாளேதவிர அந்தளவுக்குப் பைத்தியம் இல்லை" என்றாள் அஃபியா.

அஃபியாவும் அவனும் இப்போது தனியாக இருந்ததால், அது உருவாக்கிய நெருக்கமான தருணங்களால் ஏற்பட்ட மகிழ்ச்சி, திருமதி ஆஷாவைப் பற்றிய அவனது கவலையைக் குறைக்கவில்லை. போர் அவனை விழுங்கிவிடாமல் பாதுகாத்ததால் அஃபியாவைச் சந்திக்கும் அதிர்ஷ்டம் அவனுக்குக் கிடைத்தது. குழப்பம், அழிவுகள் என அனைத்துக்கும் இடையிலும் உலகம் எப்பொழுதும் இயங்கியபடி தானே இருக்கிறது. எது எப்படி ஆயினும், முற்றத்தில் வாழ்வது ஒரு பதட்டமான விவகாரமாகவே இருந்தது. திருமதி ஆஷாவுடன் அவன் சாதாரணமாக உரையாடினாலும் அவளுடைய பேச்சில் ஏதோ ஒருவித குத்தலான தொனி எப்போதும் ஒலிப்பது அவனுக்குத் தெரிந்தது. அடுத்த கணத்திற்குள் அவள் தன்னுடைய ஏதோ ஒரு சொல்லால் அவனைக் காயப்படுத்திவிடுவாள் என்பதுபோலவே அது இருக்கும். கலீஃபாவிடம் அவள் கடுமையாகப் பேசியபோது எதுவுமே நடக்காததுபோல கலீஃபா அதை அலட்சியப்படுத்தினான். அன்றாட விஷயங்களான மீனின் விலை, அதன் தரம், சந்தையில் கிடைக்கும் கீரை போன்றவை குறித்து அவள் பேசும்போதுகூட அவளுடைய கசப்பான, அதிருப்தியான தொனி வெளிப்பட்டது. எவ்வளவு காலம் அவனால் இதைத் தாங்கமுடியும் என்று அவனுக்குத் தெரியவில்லை.

வணிகர் நாசர் பியாஷரா அவனிடம், “அட! நீ ஏன் மிகவும் சோகமாக இருக்கிறாய்? உன் திருமணம் சில நாட்களுக்கு முன்தான் நடைபெற்றதாக என் மனைவி சொன்னாள். எங்கள் யாரையும் நீ திருமணத்திற்கு அழைக்கவில்லை. அது போகட்டும். நீ இப்போது மகிழ்ச்சியாக அல்லவா இருக்கவேண்டும்! ஒருவேளை உனக்குப் போதுமான அளவு தூக்கம் இல்லையா? ஹிஹிஹி. அஃபியாவை எனக்குத் தெரியும். அவள் சிறுமியாக இருந்தபோது நான் அவளைப் பார்த்திருக்கிறேன். அவள் இப்போது மிகவும் அழகான பெண்ணாக வளர்ந்திருக்கிறாள் என்று என் மனைவி என்னிடம் சொன்னாள். என் வாழ்த்துகள். எல்லாம் நல்லவிதமாகப்போகிறது தானே? உனக்கு அதற்கான எல்லாத் தகுதியும் இருக்கிறது. நீ நல்ல வேலையில் இருக்கிறாய். வாழ்க்கைச் சுமைகளைத் தாங்க உதவும் ஒரு நல்ல பெண் உனக்கு மனைவியாக வாய்த்திருக்கிறாள். அதற்கு நீ எனக்கு நன்றி சொல்லவேண்டும். நீ எனக்கு நன்றிக் கடன்பட்டிருக்கிறாய் என்று சொல்லவில்லை. நீ கடினமாக உழைத்திருக்கிறாய். ஆனால் எல்லாம் நான் எடுத்த முடிவால் நடந்தது. நான் உன்னை முதன் முதலில் பார்த்ததுமே, ‘அறிவு மழுங்கிய இந்த இளைஞனுக்கு நாம் ஏன் ஒரு வாய்ப்பு கொடுக்கக்கூடாது’ என்று நினைத்தேன்.

பார்வைக்கு விளங்காதவன்போல் தெரிந்தாலும் ஒரு வாய்ப்புக் கிடைத்தால் இவன் நன்றாக வருவான் என்று தோன்றியது. பொதுவாக ஜனங்களைப் பற்றிய ஒரு உள்ளுணர்வு என்னிடம் உள்ளது. இந்த உலகிற்கு நீ உன்னைப் பற்றி அளித்த சிதைவான காட்சிக்கு இடையிலும் ஏதோ ஒரு நல்ல விஷயம் ஒளிந்திருப்பதை நான் கண்டேன். இப்போது பார்! உன் வாழ்க்கை எவ்வளவு நன்றாக இருக்கிறது. உன் இளம் மனைவியுடன் நீ தட்டுமுட்டுப் பொருட்கள் போட்டுவைக்கும் அந்த அறையில்தான் இன்னும் வசிக்கிறாயா என்ன? அப்படி இருக்காது என நம்புகிறேன். சதா எதையாவது தொணதொணத்துக்கொண்டிருக்கும் அந்த இருவருடன் நீ வாழ்கிறாயா? உன் திருமண வாழ்க்கைக்கு இது ஒரு விவேகமான தொடக்கம் கிடையாது. கலீஃபாதான் இந்த ஏற்பாட்டைச் செய்தானா? நீராவிக் குளியல் தொட்டி, தோட்டம், முற்றம் ஆகியவைகொண்ட ஒரு மாளிகையையா நீ வாடகைக்கு எடுக்கப்போகிறாய்? நீங்கள் இருவரும் வசிக்கப் போதுமான அளவுக்கு ஒரு சிறிய இடத்தை உன்னால் வாடகைக்கு எடுக்கமுடியாதா என்ன? உனக்குச் சம்பள உயர்வு ஏதாவது வேண்டுமா? நான் உனக்குப் போதுமான பணம் தருகிறேனா இல்லையா? நான் உன்னைக் கண்ணியமாக நடத்துகிறேன். நான் பணத்துக்கு முக்கியத்துவம் தருபவன் அல்ல. உனக்கு ஒரு மனைவி கிடைத்துவிட்டாள் என்பதால் நீ இப்போது பேராசைகொள்ளப் போவதில்லை" என்றான்.

பெரியவர் சுலைமானி இந்தத் திருமணத்தைப் பற்றிக் கேள்விப்பட்டதும், "அந்தக் கஞ்சனிடம் சம்பள உயர்வு கேள். அந்தக் குடிகாரன் மெஹ்தி வேலையைவிட்டுப் போனதிலிருந்து நீ இங்கு செய்துவரும் அத்தனை வேலைகளுக்கும் குறைந்தபட்சம் இதையாவது செய்யட்டும். கடவுளின் கருணையால் பல குழந்தைகளுடன் நீங்கள் ஆசிர்வதிக்கப்படுவீர்கள். இதை ஜெர்மன் மொழியில் சொல்லமுடியுமா?" என்று ஹம்சாவிடம் கேட்டார்.

ஹம்சா எதையாவது மொழிபெயர்த்துச் சொன்னால் அதைக் கேட்டு வழக்கமாகச் சிரிப்பதுபோல பெரியவர் சுலைமானி இதைக் கேட்டு மகிழ்ச்சியுடன் சிரித்தார்.

நான்கு

13

முந்தைய ஆண்டுகளுடன் ஒப்பிடும்போது ஹம்சாவுக்கு இது எளிதான காலம் எனலாம். திருமதி ஆஷாவுடனும் கலீஃபாவுடனும் அந்த வீட்டில் சேர்ந்து வாழ்வதில் இருந்த சிரமம், வாரங்கள் மாதங்கள் என நாட்கள் செல்லச் செல்லக் குறைந்துவிட்டது, அல்லது ஒருவேளை அவர்கள் அதற்குப் பழகிவிட்டார்கள் என்றும் சொல்லலாம். திருமதி ஆஷாவின் குற்றஞ்சாட்டும் முகம், உறுமல் சத்தம், சண்டை ஆகியவற்றை எதிர்கொள்ளாமல் தவிர்ப்பதற்கான வழிகளை அவர்கள் கண்டறிந்தார்கள். ஹம்சா அவள் வழியிலிருந்து விலகி இருக்கக் கற்றுக்கொண்டான். மதியம் வேலை முடிந்து வீட்டிற்கு வரும்போதுமட்டுமே அவளைப் பார்த்தான். ஆனாலும் அவளுடைய உரத்த குரல் எப்போதும் கேட்டுக்கொண்டே இருந்தது. அஃபியாதான் எப்போதும் முதலில் கண் விழிப்பாள். ஆனால் வெளிச்சம் வந்த பிறகு ஹம்சாவால் தூங்கமுடியாது என்பதால் அவன் அதிகாலையிலேயே விழித்துக்கொள்வான். அவன் குளிப்பதற்குள் அவள் தேநீர் தயாரித்திருப்பாள். கலீஃபாவும் திருமதி ஆஷாவும் தங்கள் அறையிலிருந்து வெளியே வருவதற்குள் அவன் வீட்டைவிட்டு வெளியேறியிருப்பான்.

அவன் மரக்கடைக்கு வந்துசேரும்போது, நாசர் பியாஷரா எப்போதுமே ஏற்கனவே அங்கு இருப்பான். அவர்கள் ஒருவருக்கொருவர் முகமன் கூறிய பிறகு நாசர் எதுவும் பேசாமல் பட்டறையின் சாவியை அவனிடம் கொடுப்பான். தனது விலை

மதிப்பற்ற பேரேடுகளில் இருந்து தலையைத் தூக்கி அவனைச் சில சமயங்களில் நிமிர்ந்துகூடப் பார்க்கமாட்டான். பெரியவர் சுலைமானி வந்த பிறகு, அவர்கள் மூவரும் சிறிது நேரம் அன்று நடைபெறவேண்டிய வேலைகளைப் பற்றி ஆலோசனை செய்வார்கள். சிலநேரங்களில் அன்று செய்யவேண்டிய வேலைகளில் நாசர் பியாஷராவும் இணைந்துகொள்வான். கிண்ணங்கள், அலமாரிகள் ஆகியவற்றின் வடிவமைப்பில் இறுதிக்கட்ட வேலைகள் செய்வது, புதிய வடிவமைப்புகள் பற்றிய தன் கருத்தைப் பகிர்வது போன்றனவாக அது இருக்கும். நாசர், பஞ்சடைத்த இருக்கைகள் தயாரிக்கும் திட்டத்தில் இருந்தான். மெத்தை தைப்பவர் ஒருவர் அவனுக்குத் தேவைப்பட்டார். ஆனால் இப்போதைக்கு அவன் மரச் சட்டங்களில் மட்டும் பரிசோதனை செய்துகொண்டிருந்தான். தளவாடங்களுக்கான தேவை தொடர்ந்து அதிகரித்து வந்ததால் அவனது வியாபாரமும் விரிவடைந்தது. அத்துடன் கலீஃபாவின் கணிப்புக்கு மாறாக நாசர் உந்துவிசைக்கருவியில் செய்திருந்த முதலீடு ஒரு பெரிய வெற்றியைத் தந்தது. வணிகம் எந்த அளவு செழித்தது என்றால் ஒரு படகு போதாமல் பெரிய மோட்டார் பொருத்தப்பட்ட கப்பல் தேவைப்படும் அளவுக்கு வளர்ந்தது. நாசர் பியாஷரா அதைத் தன் 'நீராவிக் கப்பல்' என்று அழைக்க விரும்பினான். அவனுடைய வியாபாரம் மென்மேலும் செழிக்கவே, அவன் தானே வடிவமைத்துச் செதுக்கி, வர்ணம் பூசி, சுங்குராவைத் துறைமுகத்தின் வாயில்களில், 'பியாஷரா மரச்சாமான்கள் மற்றும் பொது வணிகப் பொருட்கள்' என்ற ஒரு விளம்பரப் பெயர்ப் பலகை ஒன்றைப் பொருத்தவைத்தான்.

நாசர் பியாஷாரா, "நாம் பட்டறையைப் பெரிதுபடுத்தி புதிய உபகரணங்களைக் கொண்டுவரவேண்டும் என்று நினைக்கிறேன்" என்றான். பெரியவர் சுலைமானியைப் பார்த்து அவன் இதைச் சொன்னபோது அவருடைய முகம் உணர்ச்சியற்றுக் காணப்பட்டதால் பிறகு அவன் ஹம்சாவைப் பார்க்க, ஹம்சா ஆதரவாகத் தலையசைத்தான்.

நாசர், "இது ஒரு பெரிய இடம். இல்லையா? பள்ளி மேசைகள், அலுவலகத்துக்குத் தேவையான அறைக்கலன்கள் போன்றவற்றுக்கான அரசாங்க ஒப்பந்தங்களைப் பெறுவதற்குத் தேவையான அளவுக்கு இங்கு ஒரு புதிய பட்டறையை நம்மால் உருவாக்கமுடியும். இப்போதிருக்கும் நம் பழைய பட்டறையை வீட்டுப் பொருட்கள், ஆடம்பரப் பொருட்கள் தயாரிப்பதற்கு வைத்துக் கொள்ளலாம். நீங்கள் என்ன நினைக்கிறீர்கள்?" என்றான்.

புதிய பட்டறையைப் பற்றி அதைத் தொடர்ந்த வாரங்களில் அடிக்கடி பேசிய நாசர் பெரும்பாலும் ஹம்சாவைப் பார்த்தே பேசியதில் இருந்து அதை ஹம்சா பார்த்துக்கொள்ளவேண்டும் என்று நினைப்பதுபோலிருந்தது. பள்ளிக் கட்டிடங்களின் விரிவாக்கம், எழுத்தறிவு பரப்புதல் ஆகியவை குறித்த பிரிட்டிஷ் அரசின் அறிவிப்புதான் நாசர் பியாஷராவின் அரசாங்க ஒப்பந்தம் பற்றிய உற்சாகத்துக்கான காரணமாக இருந்தது. அரசு நிர்வாகம் தனது நடவடிக்கைகளை விவசாயம், பொதுப்பணி, சுகாதாரம் போன்ற துறைகளிலும் விரிவுபடுத்தியது. ஒரு காலனியை எப்படி ஒழுங்காக நடத்துவது என்பதை ஜெர்மானியர்களுக்கு அதன்மூலம் காண்பிப்பதே பிரிட்டிஷ் அரசின் நோக்கம். இந்த அனைத்துத் துறைகளுக்கும், திட்டங்களுக்கும் அலுவலகங்கள் தேவை. அலுவலகங்களுக்கு மேசைகளும் நாற்காலிகளும் தேவை. நாசர் பியாஷரா, இப்போது ஒரு சிறிய வியாபாரியாக இல்லாமல் தொழிலதிபராக அறியப்பட விரும்பினான் என்பதைக் கவனித்த ஹம்சா, விரைவில் ஒரு பெரிய சம்பள உயர்வைக் கேட்கலாம், தற்போதைக்கு இப்படியே காலம் செல்லட்டும் என்று நினைத்துக்கொண்டு உற்சாகத்துடன் தலையசைத்தான்.

கலீஃபாவும் திருமதி ஆஷாவும் முதலில் சாப்பிடட்டும் என்பதற்காக ஹம்சா மதிய உணவிற்கு வீட்டுக்குச் செல்வதைத் தாமதப்படுத்துவான். அவன் வருவதற்குள் அவர்கள் சாப்பிட்டு முடித்து தங்கள் வழக்கமான மதியத் தூக்கத்திற்குத் தயாராக இருப்பார்கள். அவன் சிறிதளவு சோறு, கீரை, அந்தந்தப் பருவத்தில் கிடைத்த பழங்கள் எனச் சிறிதளவே சாப்பிட்டான். சில நேரங்களில் ஒரு பராத்தா, ஒரு சிறிய துண்டு மீன், ஒரு கிண்ணம் தயிர் ஆகியற்றைச் சாப்பிட்டுவிட்டு வேலைக்குச் செல்வான். பிறகு மதியம் குளித்துவிட்டுவந்து ஒரு மணிநேரம் ஓய்வாகப் படுத்துக்கொள்வான். அஃபியா உடன் இருந்தால் தங்களுடைய அறையில் பேசியபடி நேரத்தைக் கழிப்பார்கள்.

இப்போதெல்லாம் அஃபியா அடிக்கடி வெளியே போகிறாள். குழந்தையைச் சில நாட்களுக்குமுன் பிரசவித்திருந்த தோழி ஜமீலாவையோ, நாசர் பியாஷராவின் மனைவி காலிதாவையோ பார்க்கப் போவாள். நினைவுக் கூட்டங்கள், இறுதிச் சடங்குகள், நிச்சயதார்த்தங்கள், திருமணங்கள், நோயுற்றவர்களைச் சந்தித்தல், குழந்தை பெற்ற தாயையும் குழந்தையையும் போய்ப் பார்ப்பது போன்ற பெண்களின் அன்றாட வாழ்க்கையை நிரப்பும் கட்டாயச்

செயல்பாடுகளில் ஒன்றில் கலந்துகொள்வது எனத் தொடர்ந்து வெளியே சென்றுகொண்டிருந்தாள்.

மாலையில் ஹம்சா வீதிகளைச் சுற்றிவந்து தனக்குத் தெரிந்த, தான் நட்புகொண்ட ஆட்களைச் சந்திப்பான். குறிப்பாக முன்பு தான் ரசித்த இசையை வாசித்த இசைக் கலைஞர்களில் ஒருவனான அபுவைத் தன்னால் முடிந்தபோதெல்லாம் சந்தித்தான். அபு ஒரு தச்சனும்கூட. அவன் ஹம்சாவைவிடச் சில ஆண்டுகள் மூத்தவன். மாலை நேரத் தொழுகைக்குப் பிறகு சிற்றோடையைக் கடந்து பாலத்தின் அருகே இருந்த ஒரு சிற்றுண்டிச் சாலையில் சந்தித்த ஹம்சாவும் அபுவும் அங்கு வழக்கமாகவரும் மற்றவர்களுடன் பேசினார்கள்.

ஹம்சா பொதுவாக நிறைய பேசுபவர்கள் இருக்கும் கூட்டத்தில் அதிகம் பேசமாட்டான். இதனாலேயே அவன் அத்தகைய இடங்களில் வரவேற்கப்பட்டான். அவர்களின் உரையாடலின் தொனி கிண்டலாகவும், மரியாதையற்றதாகவும் இருந்ததுடன் யார் அதிக மூர்க்கத்தனமாகக் கிண்டல்செய்வது என்பதில் அவர்கள் ஒருவருக்கொருவர் போட்டியிட்டதாக அவனுக்குத் தோன்றியது. சிலநேரங்களில் அவர்கள் பகிர்ந்த நகைச்சுவை மிகவும் மோசமாக இருந்தது. அதற்கு வயிறு வலிக்கச் சிரித்தாலும் பிறகு யோசித்துப் பார்த்தபோது அதனால் எந்தப் பயனும் இல்லை என்பதும், வெட்கக்கேடான அற்பத்தனமான விஷயங்களில் தனது நேரத்தை வீணடித்துவிட்டோம் என்றும் ஹம்சாவுக்குத் தெரிந்தது. சில மாலை நேரங்களில் ஹம்சா அபுவுடன் சேர்ந்து ஒத்திகை அறைக்குச் சென்று இசைக்கலைஞர்கள் பயிற்சி செய்வதை ஒரு மணிநேரமோ அதற்கு மேலோ அமர்ந்துகேட்பான். அதன் பிறகு வீட்டிற்கு, அவனால் வீடு என்று இன்னும் முழுமையாக ஏற்றுக்கொள்ளமுடியாத அந்த இடத்துக்குத் திரும்பும் ஹம்சா கலீஃபா, மாலிம் அப்தல்லா, தாபோசி ஆகியோர் உலக நிலைமை, சமீபத்தியக் கோபங்கள், வதந்திகள் ஆகியவற்றைப் புரட்டி ஆய்வு செய்துகொண்டிருந்த இடத்தில் அவர்களோடு சேர்ந்து அமர்ந்து கொள்வான்.

நிர்வாகம் 'மம்போலியோ' என்ற கிஸ்வாகிலி மாத இதழைத் தொடங்கி, உலக விஷயங்கள் உள்நாட்டு விவகாரங்களைப் பற்றி ஏற்கனவே அறிந்தவர்களுக்கென விவசாயத்தில் உள்ள நல்ல நடைமுறைகள், சுகாதாரம் ஏன் விளையாட்டுச் செய்திகளைக் கூட அப்போது வெளியிட்டது. அதன் ஒரு பிரதியை வாங்கிய கலீஃபா படித்து முடித்ததும் அதை ஹம்சாவுக்கும் அஃபியாவுக்கும்

தந்தான். மாலை அரட்டைக் கச்சேரிக்கு, தான் வாங்கியிருந்த அந்த மாத இதழின் பிரதியுடன் வந்த மாலிம் அப்தல்லா, அதில் தன் கண்ணில்பட்ட சுவாரசியமான விஷயங்களைத் தன் நண்பர்களுக்குத் தெரிவித்தான். மாவட்ட ஆட்சியரிடம் பணிபுரிந்த அவனது நண்பனுடைய அலுவலகத்தில் இருந்து 'ஈஸ்ட் ஆப்பிரிக்கன் ஸ்டாண்டர்ட்' எனும் செய்தித்தாளின் பழைய பிரதியைக் கடனாகப் பெற்று அதைச் சில சமயங்களில் எடுத்துவருவான்.

அதில் இருக்கும் சில விஷயங்கள் அந்த மூன்று ஞானிகளுக்கிடையே பொருள்பொதிந்த அழுத்தமான விவாதத்தை ஏற்படுத்தின. குறிப்பாகக் கென்யாவைச் சேர்ந்த ஆப்பிரிக்கர்கள் அனைவரையும் வெளியேற்ற விரும்பும் குடியேறியவர்களின் சூடான வார்த்தைப் பரிமாற்றங்கள், அது நடந்துவிட்டால் அதன்மூலம் அவர்கள் உருவாக்க வாய்ப்புள்ள 'வெள்ளையர்களின் தேசம்', பிறகு எல்லா இந்தியர்களையும் வெளியேற்றிவிட்டு ஐரோப்பியர்களைமட்டும் அனுமதித்து, ஆப்பிரிக்கர்களைத் தொழிலாளர்களாகவும் வேலையாட்களாகவும் வைத்துக்கொள்ளும் நிலையைப் பற்றி அனல் பறக்கப் பேசினர். அந்த முன்மொழிவுகளை வலியுறுத்தியவர்கள் முன்வைத்த விவாதங்கள், குடியேறியவர்கள் ஏதோ நிலவில் வாழ்கிறாற்போல மிகவும் விசித்திரமாக இருந்தது.

அஃபியாவிடம் இருந்து காபித் தட்டை வாங்கித் தந்துவிட்டு ஹம்சா தொழுகைக்காக மசூதிக்குக் கிளம்பினான். கலீஃபா, வழக்கம்போல, "குட்டிப் புனிதரே, நீ கிளம்பு" என்று அவனை வழியனுப்பிவைத்தான். ஹம்சா திரும்பி வந்ததும், நேராக அவர்களுடைய அறைக்குச் சென்றான். அங்கு அஃபியா அந்த நாளின் இனிமையான நேரத்திற்காகக் காத்திருந்தாள். அவர்கள் இருவரும் மணிக்கணக்கில் பேசிக்கொண்டும், பழைய செய்தித் தாள்களைப் படித்துக்கொண்டும், தத்தம் வாழ்க்கையில் நடந்த சம்பவங்களைப் பகிர்ந்துகொண்டும், எதிர்காலத்தைப் பற்றி திட்டமிட்டும், கலவிகொண்டும் மகிழ்வாக இருந்தனர்.

★★★

ஹம்சாவின் அருகில் படுத்திருந்த அஃபியா ஓர் இரவு திடுக்கிட்டுக் கண் விழித்தாள். அவனுடைய கையைப் பிடித்துக்கொண்டு, "ஹம்சா, உஷ், உஷ்... நிறுத்துங்கள்" என்றாள். முகமும் உடலும் வியர்வையில் நனைந்திருக்க அவன் கண்விழித்தபோது அவனுடைய தொண்டையில் ஒரு கேவல் மீதமிருந்தது. அஃபியா

அவனுடைய கைகளை இறுகப் பிடித்துக்கொள்ள அவர்கள் இருட்டில் அமைதியாகப் படுத்துக் கிடந்தனர்.

"நீங்கள் அழுதுகொண்டிருந்தீர்கள். மறுபடியும் அவன் கனவில் வந்தானா?" என்று கேட்டாள்.

"ஆம். சிலநேரங்களில் அந்த அதிகாரி. சில நேரங்களில் போதகர். எப்போதும் இவர்கள்தான். அவர்கள் யார் என்பது விஷயமில்லை. அவர்கள் ஏற்படுத்தும் உணர்வுதான்" என்றான்.

"என்ன உணர்வு? சொல்லுங்கள்."

"ஆபத்து. ஒரு பயங்கர உணர்வு. ஏதோ ஒரு பெரிய ஆபத்து வருவதுபோலவும் அதிலிருந்து தப்பிக்கமுடியாதுபோலவும் இருக்கும். அப்படி ஒரு சத்தம், அலறல், இரத்தம்."

அதன்பிறகு அவர்கள் மீண்டும் நீண்ட நேரம் இருட்டில் அப்படியே படுத்துக் கிடந்தனர். வெகுநேரத்துக்குப் பிறகு, "எப்போதும் போர்தான் பிரச்சனைக்குக் காரணமா?" என்று கேட்டாள்.

"எப்போதுமே. குழந்தையாக இருந்தபோது, துர் கனவுகளால் அடிக்கடி சிரமப்பட்டிருக்கிறேன். நான் அசையமுடியாமல் படுத்திருக்க, என்னை விலங்குகள் கடித்துத் தின்னும். அவற்றை ஆபத்தானவையாக நான் உணரவில்லை. மாறாக ஒரு தோல்வியாக, சித்திரவதையாக நினைத்தேன். இப்போது வரும் கொடுங்கனவுகளோ என்னைப் பயமுறுத்துகின்றன. என்னை நோக்கிவரும் ஏதோ ஒன்று என்னை நசுக்கிவிடும் என்பதுபோலவும், என்னை வேதனைப்படுத்தும் என்பது போலவும் இருக்கும். என் உடலில் இருந்து கொப்பளிக்கும் இரத்தத்தில் நானே மூழ்கடிக்கப்படுவதுபோல இருக்கும். என் ரத்தம் என் தொண்டைக்குள் நிரம்புவதை என்னால் உணரமுடியும். அதுதான் நான் பயப்படும் அந்த உணர்வு. அது ஒரு நபர் அல்ல. ஆனால் சிலநேரங்களில் அது படைத் தலைவனால்தான் என்பது எனக்கு உறுதியாகத் தெரியும். நான் போதகரைக் கனவில் பார்த்தபோது எனக்கு இந்த உணர்வு ஏன் வந்தது என்றும் அவர் எப்படி இதில் சம்பந்தப்படுகிறார் என்றும் எனக்குப் புரியவில்லை. அவர் என்னைக் குணப்படுத்தியவர். அவருடைய மருத்துவமனையில் நான் இரண்டு வருடங்கள் தங்கியிருந்தேன்."

"அவரைப் பற்றி இன்னும் கொஞ்சம் சொல்லுங்கள். அங்கிருந்த புகையிலை பதப்படுத்தும் கொட்டகைகள், பழ மரங்கள்,

போதகரின் மனைவி உங்களுக்குப் படிக்கக் கொடுத்த நூல்கள் ஆகியவற்றைப் பற்றிச் சொல்லுங்கள்" என்றாள்.

இருட்டில் அவன் சிரிப்பதை அவள் உணர்ந்தாள். "ஓ! முன்பு நான் சொன்னதை எல்லாம் நீ நன்றாக கவனித்திருக்கிறாய்! போதகரின் மனைவி பற்றி நான் சொன்னபோது நீ தூங்கிவிட்டாய் என்று நினைத்தேன். போதகர் மிகவும் கவனமாகப் பணியாற்றக்கூடியவர். புகையிலைக் கொட்டகை அவருக்கு மிகுந்த மகிழ்ச்சியைக் கொடுத்தது என்று நினைக்கிறேன். அந்த இடம் அவருடைய முழுக் கட்டுப்பாட்டில் இருந்தது. அவர் எப்போதும் தான் சொல்வதே சரி என்று நினைத்தார். அவர் இயல்பே அப்படி. மற்றவர்கள் சொல்வதைக் கேட்கவே தன்னைக் கட்டாயப்படுத்திக்கொள்ளும், கனிவாக இருக்க யாராவது அவருக்குக் கற்றுக்கொடுக்கவேண்டிய நிலையில்தான் அவர் இருந்தார். அவர் ஒரு பாதிரியாகத் தேர்ந்தெடுக்கப்பட்டதே நம்மை ஆச்சரியப்படுத்தக்கூடிய ஒரு விஷயம். கடுமை என்பதே அவரது இயல்பாக இருந்தபோது போதகரின் மனைவிதான் பொறுமையாக இருக்க அவருக்குக் கற்றுக்கொடுத்திருப்பாள் என்று நினைக்கிறேன். அவள் நல்லவளாகவும் தாராள சிந்தனையுடனும் இருந்தாள். நான் அவளை மறக்கவேமாட்டேன். அவள் எனக்குச் சில நூல்களைக் கொடுத்தாள். ஜெர்மனியில் உள்ள தங்கள் வீட்டின் முகவரியைக் கொடுத்து நான் அவர்களுக்கு அவ்வப்போது இங்கு நடக்கும் செய்திகளை அனுப்புமாறு சொன்னாள். ஹெய்ன் புத்தகத்தைப் பற்றி நான் சொன்னேனே, அதில் அவள் தங்கள் முகவரியை எழுதி வைத்திருக்கிறாள்."

"பிறகு எப்போதாவது ஒரு நாள் நீங்கள் அவர்களுக்குக் கடிதம் எழுதுங்கள். உங்களால் அவர்களை மறக்கமுடியவில்லை என்றாலும் ஒருவேளை அந்த பயங்கரமான காலத்தை ஒருநாள் நீங்கள் மறந்துவிடலாம். சிலநேரங்களில் நான் வெளியே சென்றுவிட்டு வீட்டிற்குத் திரும்பிவந்து பார்க்கையில், நீங்கள் எங்கோ போய்விட்டிருப்பீர்கள், ஒரு வார்த்தைகூடச் சொல்லாமல் எங்கோ காணாமல் போய்விட்டிருப்பீர்கள் என்று நினைப்பேன். இன்னமும் நான் உங்களைப் பற்றி நன்றாகப் புரிந்துகொண்டிருக்கிறேனா என்று தெரியவில்லை. என்றாவது ஒரு நாள் நான் உங்களை இழக்க நேரிடலாம் என்று நான் மிகவும் பயப்படுகிறேன். நான் என் தாயையும் தந்தையையும் எனக்கு நினைவு தெரியும் முன்னரே இழந்துவிட்டேன். அவர்கள் முகம் எனக்கு நினைவிருக்கிறதா என்பதுகூட எனக்குத் தெரியவில்லை. என் குழந்தைப் பருவத்தில்

எனக்குக் கிடைத்த ஆசீர்வாதமான என் அண்ணன் இலியாசையும் இழந்துவிட்டேன். உங்களை இழந்தால் அதை என்னால் தாங்கமுடியாது" என்றாள்.

ஹம்சா, "நான் எப்போதும் உன்னைவிட்டுப் பிரியமாட்டேன். குழந்தையாக இருந்தபோது நானும் என் பெற்றோரை இழந்தேன். அத்துடன் என் வீட்டையும் இழந்தேன். தப்பிக்கவேண்டும் என்ற என் குருட்டுத்தனமான ஆசையில் கிட்டதட்ட என் வாழ்க்கையையே இழந்தேன். நான் இங்குவந்து உன்னைச் சந்திக்கும்வரை வாழ்க்கை என்பதே என்னவென்று எனக்குத் தெரியாமல் இருந்தது. நான் உன்னை ஒருபோதும் விட்டுவிட்டுப் போகமாட்டேன்" என்றான்.

"எனக்குச் சத்தியம் செய்துகொடுங்கள்" என்று அவனை வருடியவள் தன்னுடைய உடல் அவனுக்காக மலர்ந்து தயாராக இருப்பதாகச் சமிக்ஞை செய்தாள்.

***

அவர்களுடைய திருமணம் நடந்து ஐந்து மாதங்களுக்குப் பிறகு அஃபியாவுக்கு முதல் கருச்சிதைவு ஏற்பட்டது. திருமணமான இரண்டாவது மாதம் அவளுடைய மாதவிடாய் நாட்கள் தள்ளிப்போனபோது அதை ஹம்சாவிடம் சொன்னவள் அதைப் பற்றி வேறு யாரிடமும் சொல்லவேண்டாம் என்று கேட்டுக்கொண்டாள். அவன்போய் யாரிடம் சொல்லப் போகிறான்? பிறக்க இருக்கும் தங்கள் குழந்தையைப் பற்றி இனிமையாகக் கற்பனை செய்தபடி, வயிற்றினுள் வளரும் ஒரு புதிய உயிரைப் பற்றி, அதன் பாலினம், என்ன பெயர் வைக்கலாம் என்பது பற்றியெல்லாம் அவர்கள் புன்னகையோடு தமக்குள் பேசத் தொடங்கினர். அதை ஒரு கர்ப்பம் என்று சொல்லக்கூட அவளுக்குத் தைரியம் வரவில்லை. தன் தாய்க்கு ஒருமுறைக்குமேல் நடந்த கருச்சிதைவு பற்றி இலியாஸ் அவளிடம் கூறியிருந்தது அவளுக்கு நினைவிருந்தது. மூன்றாவது மாதம் கடந்து அதன் பிறகு ஒன்பது நாட்கள் காத்திருந்த பிறகே தன் கர்ப்பம் உறுதியாகிவிட்டது என்று அஃபியா, ஹம்சாவுக்குச் சொன்னாள்.

"அது ஒரு ஆண் குழந்தை" என்றாள்.

"இல்லை, அது ஒரு பெண் குழந்தை" என்றான்.

அடுத்த நாள் மதியம், அவளுக்கு மாதவிடாய் நாட்கள் தவறி, மூன்று மாதங்கள் பத்து நாட்கள் ஆகியிருந்த நிலையில், திருமதி

ஆஷா அஃபியாவிடம் பேசினாள். முதலில் அஃபியாவின் அடிவயிற்றை ஒரு பார்வை பார்த்தவள் பிறகு நீண்டநேரம் அவள் கண்களை உற்றுப் பார்த்தாள்.

"நீ கர்ப்பமாக இருக்கிறாயா?" என்று கேட்டாள்.

"அப்படித்தான் நினைக்கிறேன்"

தாங்கள் இருவரும் இந்த விஷயத்தை யாருக்கும் சொல்லாமல் மிகவும் கவனமாக இருந்தும் அவள் அதை யூகித்ததைப் பார்த்து அஃபியா மிகவும் ஆச்சரியப்பட்டாள்.

திருமதி ஆஷா, "எத்தனை மாதங்கள் ஆயிற்று?" என்று கேட்டாள்.

திருமதி ஆஷாவின் அலட்சியத்தை அது தூண்டிவிடக்கூடாது என்பதற்காக அஃபியா தயக்கத்துடன, "மூன்று" என்றாள்.

தன்னுடைய குரலில் ஒரு துளி மகிழ்ச்சியும் இன்றி "அப்படியா?" என்றவள், "பெண்களுக்குப் பெரும்பாலும் முதல் கரு தங்குவதில்லை" என்றாள்.

அடுத்த நாள் காலை அஃபியா பின்வாசலில் துணிகளைக் காயப்போட்டுக்கொண்டிருந்தபோது தன் தொடையில் ஏதோ ஈரமாகப் படர்வதை உணர்ந்தாள். உடனே அறைக்கு விரைந்தவள் தன் உள்ளாடைகளில் அடர் சிவப்பு நிறத்தில் இரத்தம் இருந்ததைக் கண்டாள். அப்போது முற்றத்தில் இருந்த திருமதி ஆஷா, அஃபியாவின் பின்னாலேயே அவளுடைய அறைக்குள் சென்று அவள் ஆடைகளைக் களைய உதவினாள். பிறகு வேகமாகப் பழைய படுக்கை விரிப்புகளை எடுத்துக்கொண்டு வந்து அஃபியா படுத்துக்கொள்ள உதவி செய்தாள்.

"கரு கலையாமல் இருக்கவும் வாய்ப்பிருக்கிறது. ஏனெனில் உடைகளில் அதிக அளவு இரத்தக்கசிவு இல்லை. நீ சற்று ஓய்வெடு. பொறுத்திருந்து பார்ப்போம்" என்றாள்.

காலைமுழுவதும் இரத்தப்போக்குத் தொடர்ந்தது. அஃபியா படுத்துக்கிடந்த படுக்கை விரிப்புகளில் கறை படிந்தபடி இருந்தது. மெதுவாக அந்த இழப்புக்குத் தன்னை ஒப்புக் கொடுத்தவளாக அவள் அசையாது படுத்திருந்தாள். ஹம்சா மதிய உணவிற்கு வீட்டுக்கு வந்தபோது, திருமதி ஆஷா முதலில் அவனை அறைக்குள் வராமல் தடுக்க முயற்சித்தாள். இது பெண்களுடைய விவகாரம் என்றாள். ஆனால் அறைக்குள் நுழைவதைத் தடுத்த திருமதி

ஆஷாவின் கைகளை மீறி உள்ளே சென்று தன் மனைவியின் அருகே உட்கார்ந்தான்.

அஃபியா, “நாம் அவசரப்பட்டுக் கொண்டாடிவிட்டோம்” என்று அழுதாள்.

“திருமதி ஆஷாவுக்கு எப்படித் தெரிந்தது என்று தெரியவில்லை. நான் குழந்தையை இழந்துவிடுவேன் என்றாள். அவள் அப்படித்தான் என்னை சபித்தாள்” என்றாள்.

ஹம்சா, “இல்லை. இது துரதிர்ஷ்டம் மட்டும்தான். அவளைக் கண்டுகொள்ளாதே” என்றான்.

அடுத்த நாள் காலையில் இரத்தப்போக்கு குறைந்து சில ரத்தத் துளிகள்மட்டும் காணப்பட்டன. மூன்று நாட்கள் ஆனதும் இரத்தக் கசிவு இருந்ததற்கான அறிகுறிகளே இல்லை. ஆனால் அஃபியா சோர்வாகவும் சக்தியற்றும் இருந்தாள். அவளால் தன் துயரத்தைக் கட்டுப்படுத்திக்கொள்ள முடியவில்லை. திருமதி ஆஷா அவளை ஓய்வெடுக்கச் சொன்னபோதும் அவள் தன்னால் முடிந்த வேலைகளைச் செய்தாள். அவளுடைய துரதிர்ஷ்டம் குறித்த செய்தி எப்படியோ வெளியே பரவியது. அவளுடைய தோழிகள் ஜமீலாவும் சதாவும் அவளைப் பார்க்க வந்தனர். ஆஷாவுக்கும் தன் கணவருக்கும் இருந்த பகையால் அவளைப் பார்க்க வராத காலிதா தன் வருத்தத்தையும், என்ன உதவி தேவை என்றாலும் தன்னைக் கேட்கவேண்டும் என்ற தகவலையும் தோழிகளிடம் சொல்லி அனுப்பியிருந்தாள். சோளத்தைப்போட்டு தயாரிக்கும் சூப், அஃபியாவின் பலவீமான உடல்நிலைக்கு ஏற்ற வதக்கிய கல்லீரல், வேகவைத்த மீன், பால் ஜெல்லி, பழம் என திருமதி ஆஷா, அஃபியாமீது கரிசனத்தைக் கொட்டினாள். திருமதி ஆஷா அஃபியாவைச் சிறுவயதில் கவனித்துக்கொண்டதுபோல் இப்போது மறுபடி மாறியிருந்தாள். அவளுடைய குரல் அதேபோலக் கடினமாக இருந்தாலும் அவளுடைய செயல்கள் கனிவாக இருந்தன.

அஃபியா குணமடையும்வரை இந்தக் கருணையான காலம் நீடித்தது. மூன்று வாரங்களுக்குப் பிறகு இந்தச் சிறப்பு உணவு நிறுத்தப்பட்டது. திருமதி ஆஷாவின் குரலுக்கு மீண்டும் அதே கடுமை திரும்பத் தொடங்கியது. கர்ப்பத்தை இழந்தது அஃபியாவை ஒரு மனைவியாக உணர வைத்தது. பல நாட்கள் கடந்த பிறகும் அவன் அவளிடம் மிகக் கனிவாக நடந்துகொண்டான். தூக்கத்தில்கூட அவளை அணைத்துப் பிடித்துக்கொண்டு தூங்கியவனின் கைகள் அவள் தோளிலோ

தொடையிலோ ஆதரவாகக் கிடந்தன. உரத்த குரலில் பேசினால் அது அவளை வருத்தமடையச் செய்யும் என்பதுபோல அவன் அவளிடம் மென்மையாகப் பேசினான். இப்படிப் பல நாட்கள் கடந்த பிறகும் அவன் அவளைவிட்டு உடலளவில் விலகியே இருந்ததைக் கண்டவள், "நீங்கள் என்னைக் கண்டுகொண்டு வெகு காலமாயிற்று" என்று அவனிடம் கிசுகிசுத்தாள். அவள் வலியில் இருக்கிறாள் என்று கவலைப்பட்டதாக அவன் சொன்னதும் அவன் பயப்படவேண்டிய அவசியமே இல்லை என்றாள். அந்த இழப்பு ஏற்பட்டதில் இருந்து அவள் அந்த வீட்டின் கட்டுப்பாடுகளில் இருந்து சுதந்திரமாக உணரத் தொடங்கியிருந்தாள். பெரிய மனுஷியைப்போல, கிட்டத்தட்ட தாய்போன்ற ஓர் உணர்வு அவளுக்கு ஏற்பட்டது அவளுக்கே விசித்திரமாக இருந்தது. தினமும் காலையில் சந்தைக்குச் சென்று மதிய உணவிற்கு என்ன சமைப்பது என்பது பற்றிய ஆலோசனைகளை ஆஷாவிடம் கேட்காமல் அவளே முடிவெடுத்தாள். தனக்குப் பிடித்ததை வாங்கினாள். பெரிதாக எதுவுமில்லை, கரும் பச்சையாகவும் செழிப்பாகவும் இருந்த வாழைப்பழங்கள், மண்ணிலிருந்து அப்போதுதான் அகழ்ந்த கிழங்குவகைகள், மரவள்ளிக் கிழங்குகள், அப்போதுதான் அறுவடை செய்யப்பட்டு பளபளத்த பூசணிக்காய்கள் என எதையாவது வாங்கினாள். திருமதி ஆஷா எந்த ஆட்சேபணையும் தெரிவிக்காதது அவளுக்கு ஆச்சரியமளித்தது. இப்போதுதான் இவ்வாறு நடக்கிறது. அதற்கு முன்பெல்லாம் சிறிது விலை உயர்ந்த காய்வகை எதையாவது வாங்கி வந்தாலோ, சமையலில் ஏதாவது தவறு நடந்தாலோ அதற்காக திருமதி ஆஷா அவளைத் திட்டுவதோடு கிண்டலும் செய்வாள். "உனக்கு எங்கிருந்து இந்த வெண்டைக்காய் கிடைத்தது? அது அழுகிப் போயிருப்பது தெரியவில்லையா?" என்று தொடங்கி நிறைய திட்டுவிழும்.

அஃபியா, பெரும்பாலான மதியநேரங்களில் ஜமீலாவையும் சதாவையும் பார்க்கச் சென்றாள். அவர்கள் இப்போது வீட்டில் இருந்தபடியே ஆடைகள் தயாரிக்கும் சிறு தொழிலை நடத்தி வந்தனர். பொத்தான்களில் தையல் இடுதல், சரிகை மற்றும் ரிப்பன்களை அளவெடுத்து வெட்டுதல், போன்ற சிறு சிறு வேலைகளை அஃபியா அவர்களுடன் அமர்ந்தபடி சேர்ந்து செய்வாள். காலப்போக்கில் அவர்கள் அவளுக்கு மேலும் சிக்கலான பணிகளைக் கொடுக்க, வாடிக்கையாளர் தரும் அளவு ஆடையிலிருந்து புதிய ஆடைகளுக்கு அளவெடுப்பது, அதை எவ்வாறு சிறப்பாக வெட்டுவது, அவளுடைய தோழிகள்

அவளை அழைத்துச் சென்ற துணிக் கடையில் இருந்து சரிகை, ரிப்பன்கள், இந்திய வகைப் பொத்தான்களைத் தேர்வு செய்வது என அனைத்தையும் அவள் படிப்படியாகக் கற்றுக்கொண்டாள். சகோதரிகளின் அனைத்து வாடிக்கையாளர்களுமே அவர்களுக்கு அறிமுகமானவர்களாகவும் அண்டைவீட்டாராகவும் இருந்ததால் அவர்கள் தாம் செய்த வேலைக்கு ஒரு மிகச் சிறிய தொகையை மட்டுமே வசூலித்தனர். வீணாகத் தம் நேரத்தைக் கழிப்பதற்கு பதில் கிடைத்த பணத்திற்காக அன்றாட வீட்டு வேலைகளை முடித்த பிறகு அவர்கள் மகிழ்ச்சியுடன் இதில் ஈடுபட்டார்கள்.

பல மாதங்களுக்குப் பிறகு, அதாவது அவர்களுடைய திருமணம் நடந்து ஒரு வருடம் கழித்து அஃபியா மீண்டும் கர்ப்பமானாள். இரண்டாவது மாதம் மாதவிடாய்சுழற்சி தவறியபின் அவள் ஹம்சாவிடம் சொன்னாள். அதன் பிறகு மூன்று மாதங்களைப் பாதுகாப்பாகக் கடந்த பிறகே வரவிருக்கும் புதிய உயிரைப் பற்றி அவர்கள் தங்களுக்குள் பேசத் தொடங்கினர். இதே நேரத்தில்தான் திருமதி ஆஷாவுக்கு வலி தொடங்கியது. அவள் இதற்குமுன் வலியையே அனுபவிக்கவில்லை என்பது இதற்குப் பொருளல்ல. எல்லோரையும்போலவே அவளும் வலிகளைக் கடந்துவந்திருக்கிறாள். ஆனால் இது வேறுவிதமான வலியாக இருந்தது. அவர்கள் மதிய உணவு சமைத்துக் கொண்டிருந்தபோது வெக்கையாக இருந்ததால் ஒரு விசிறியை எடுத்துவர முக்காலியில் இருந்து எழுந்த திருமதி ஆஷாவின் கீழ்முதுகில் திடீரென பயங்கரமான ஒரு வலி தோன்றியது. இந்த மிகக் கடுமையான வலியைத் தாக்குப் பிடிக்கமுடியாமல் கூச்சலிட்டவள் அந்த முக்காலியின்மீதே சரிந்துவிழுந்தாள்.

அஃபியா அழுதுகொண்டே, "அம்மா" என்று தன் கைகளை அகல விரித்தபடி எழுந்தாள். அவளுடைய கைகளைப் பற்றிக்கொண்ட திருமதி ஆஷா அதுவரை அஃபியா கேட்டிராத ஒரு ஒலியை வெளிப்படுத்தினாள். தரையில் மண்டியிட்டு அமர்ந்த அஃபியா நடுங்கும் ஆஷாவின் கைகளைப் பிடித்துக்கொண்டு, "அம்மா! அம்மா!" என்று மெதுவாக முணுமுணுத்தாள். சில நிமிடங்களுக்குப் பிறகு நிம்மதிப் பெருமூச்சுவிட்ட திருமதி ஆஷா, வலி இன்னும் இருக்கிறதா என்று சோதிக்கத் தன் முதுகைச் சிறிது வளைத்துப் பார்த்தாள். அஃபியாவின் உதவியுடன் எழுந்து நின்றவள், முற்றத்தைச் சுற்றி சிறிது தூரம் எந்த அசம்பாவிதமும் இல்லாமல் நடந்தாள்.

திருமதி ஆஷா, "யாரோ என்னை இரண்டு துண்டுகளாக வெட்டியதைப்போல அந்த வலி இருந்தது" என்றபடி கைகளால் தன் இடுப்பின் இரு பக்கங்களைத் தேய்த்துவிட்டுக்கொண்டாள்.

"நீ போய் ஒரு பாயை எடுத்து வா. நான் இங்கேயே சிறிது நேரம் தரையில் படுத்துக்கொள்கிறேன். ஏதோ பிடிப்பு ஏற்பட்டிருக்கிறது என்று நினைக்கிறேன்."

அன்று மாலை திருமதி ஆஷா அஃபியாவிடம் தன் முதுகைத் தேய்த்துவிடச் சொன்னாள். அஃபியா குழந்தையாக இருந்ததில் இருந்து அவளுக்கு இதைச் செய்து வந்திருக்கிறாள். திருமதி ஆஷா தன் அறையில் பாயை விரித்துப் படுத்துக்கொள்ள, அஃபியா அவளருகில் மண்டியிட்டு அமர்ந்து தோள்களில் இருந்து இடுப்புவரை தேய்த்துவிட்டாள். திருப்தியுடன் முனகிய திருமதி ஆஷா எல்லாம் சரியாகிவிட்டதாக நினைத்தாள். ஆனால் வலிபோகவில்லை. தினமும் அடிமுதுகில் ஏற்பட்ட வலியால் அவள் கத்திக் கூச்சல்போட்டாள். நாட்கள் செல்லச் செல்ல நிலைமை மோசமாகியது. அவள் படுக்கையில் இருந்து எழுந்ததும் தொடங்கும் வலி நாள்முழுதும் இருந்தது. பின்னர் இரவில் அவள் படுத்து ஓய்வெடுக்கும்போதும் இருந்தது.

கலீஃபா, "நீ மருத்துவமனைக்குச் சென்று பரிசோதிக்கவேண்டும். இப்படி முனகிக்கொண்டே இருக்கிறாயேதவிர அதற்கு மருத்துவம் செய்ய மறுக்கிறாய்" என்றான்.

"எந்த மருத்துவமனை? அவர்கள் அங்கு பெண்களுக்கு மருத்துவம் பார்ப்பதில்லை."

கலீஃபா, "இது என்ன முட்டாள்தனம்! நான் அரசாங்க மருத்துவமனையைப் பற்றிப் பேசுகிறேன். அங்கு ஜெர்மானியர்கள் காலத்தில் இருந்து பெண்களுக்குச் சிகிச்சை அளித்துவருகிறார்கள்" என்றான்.

"அவர்கள் கர்ப்பிணிகளுக்கு மட்டும்தான் சிகிச்சை தருகிறார்கள்" என்றாள்.

"முன்பு அப்படி இருந்தது என்று நீ நினைத்திருந்தாலும் இப்போது நிலைமை அவ்வாறில்லை. நாம் அனைவரும் ஆரோக்கியமாக இருந்தால்தான் நாம் கடினமாக உழைக்கமுடியும் என்று அரசு நினைக்கிறது என்று மாம்போலியோவில் கூறப்பட்டுள்ளது."

“உங்கள் உளறலை நிறுத்துங்கள். இதை நீங்கள் விளையாட்டாக நினைக்கிறீர்கள்.”

“ஒரு நாட்டு மருத்துவரைப் பார்ப்போமா? அவரை இங்கு வரவழைக்கலாம். அவர் வீட்டிற்குவந்து பார்க்கிறாராம்.”

“அது பணத்தை வீணடிக்கும் வேலை. அவர் நம் பணத்தை எடுத்துக்கொண்டு வண்ணவண்ணத் தண்ணீரைக் கொடுத்து அதுதான் மருந்து என்பார்.”

“இல்லை” என்ற கலீஃபா சிரித்துக்கொண்டே அவளைக் கிண்டல் செய்தான்.

“உனக்கு ஊசியை நினைத்து பயம். அவர் அனைவருக்குமே ஏறக்குறைய ஒரே ஊசிபோடுவது உனக்குத் தெரியும். அவர் ஊசிபோடாவிட்டால் பணம் கொடுக்க மறுக்கும் அளவுக்குச் சிலர் அதற்கு அடிமையாகிவிடுகிறார்கள். நாம் அவரை இங்குவந்து உன்னைப் பார்க்கவைப்போம். அவர் உனக்கு ஒரு ஊசி போட்டால் போதும். நீ குணமடைந்துவிடுவாய்.”

திருமதி ஆஷாவின் முதுகில், வலி இல்லை என்பதும் அவள் இடுப்பின்மேலுள்ள மென்மையான பகுதியில்தான் வலி என்பதும் பிறகு தெரிய வந்தது. கொல்லைப்புறத்தில் ஒரு விரிப்பின்மீது வெகுநேரம் கண்களை மூடி அமர்ந்திருந்த அவளிடமிருந்து தன்னிச்சையான ஒரு கூக்குரல் அடிக்கடி வெளிப்பட்டது. அவள் முகத்தைச் சுளித்துக்கொண்டும் தேவையில்லாது கோபத்துடனும் இருந்தாள். திருமதி ஆஷா வழக்கமாகச் செய்யும் வேலைகளை அஃபியா செய்ய முன்வந்தாள். அவள் பெருக்குவதற்காகத் துடைப்பத்தைக் கொல்லைப்புறத்திற்கு எடுத்துச் சென்றாலோ, துணிகளையும் படுக்கை விரிப்புகளையும் சலவை செய்ய எடுத்துச் சென்றாலோ அஃபியா, “அம்மா, நான் செய்கிறேன்” என்றாள். ஆனால் திருமதி ஆஷா வீண் பெருமைபுடன், “நான் எதுவும் செய்யமுடியாதவள் இல்லை” என்று சொல்லி அவளை லேசாகத் தள்ளிவிட்டாள்.

நாட்கள் செல்லச் செல்ல திருமதி ஆஷாவின் பசி குறைந்ததுடன் உடல் எடையும் குறைய ஆரம்பித்தது. இரண்டு வாய் மரவள்ளிக்கிழங்கோ அரிசிச் சோறோ சாப்பிட்டதும் அதற்கு மேல் அவளால் சாப்பிட முடியவில்லை. அஃபியா எலும்பு சூப்பும், தயிருடன் சில பழங்களையும் சேர்த்துப் பிசைந்து எடுத்துவந்து, அவள் சாப்பிடும்போது, தன் உதவி தேவைப்படலாம்

என்று நினைத்து அவளுடனேயே அமர்ந்திருப்பாள். இறுதியில் திருமதி ஆஷாவின் கௌரவம் வேலைக்கு ஆகாத அளவுக்கு வலி அவளைக் கட்டுப்படுத்தி முனகலோடு, கிட்டத்தட்ட மயக்கமானநிலையில் படுக்கவைத்தது. கலீஃபா மருத்துவமனைக்கு வருமாறு அவளைக் கெஞ்சினான். குறைந்தபட்சம் அந்த நாட்டு மருத்துவர் அவர்களுடைய வீட்டுக்குவந்து அவளுக்கு வைத்தியம் பார்க்கட்டும் என்று அவளிடம் சொல்லிப் பார்த்தான். ஆனால் திருமதி ஆஷா, "அந்த அளவுக்குப் போகவேண்டியதில்லை" என்றாள். விசித்திரமான யாரோ ஒரு ஆண் தன் கழுத்தைச் சுற்றி அணிந்திருந்த ஒரு கருவியால் அவளைக் குத்துவதையும் பிறகு வேண்டுமளவுக்குத் தன் உடம்பில் இருந்து இரத்தத்தைக் குடிப்பதையும் அவள் விரும்பவில்லை. அதற்கு பதிலாக அவள் மாலிமைப் பார்க்கலாம் என்றாள்.

"அவர் என்ன செய்வார் என்று நினைக்கிறாய்? ஒரு பிரார்த்தனை செய்து உன்னைக் குணப்படுத்திவிடுவாரா? நீ ஒரு முட்டாள்" என்ற கலீஃபா, தனக்கு ஆதரவாக அஃபியாவின் பக்கம் திரும்பினான். அவள் திருமதி ஆஷாவை மருத்துவமனைக்குச் செல்லும்படி வற்புறுத்துவாள் என்று நினைத்தான்.

"ஹக்கீம் உன்னைத் தேடிவரும் அளவுக்கு நீ பெரிய ஆள் இல்லை. அவர் பிரமுகர்களின் வீடுகளுக்கும் பணக்காரர்களின் வீடுகளுக்கும் மட்டுமே செல்கிறார். அவரது பிரார்த்தனை மலிவானது அல்ல. உன் உடம்பில் ஏதோ பிரச்சனை இருக்கிறது. நீ நிச்சயமாக ஒரு மருத்துவரைப் பார்க்கவேண்டும்" என்றான்.

"நாம் மருத்துவரை இங்கு வரச் சொல்லலாம். அவர் சில சமயங்களில் நோயாளிகளை வீட்டுக்குச் சென்று பார்ப்பார் என்பது எனக்குத் தெரியும்". என்றாள் அஃபியா.

காலிதாவின் மகனுக்கு மஞ்சள் காமாலை தாக்கியபோது மருத்துவர் அவனை வீட்டுக்குச் சென்று பார்த்தது அவளுக்குத் தெரியும். ஆனால் காலிதாவின் பெயரைக் கேட்டதுமே திருமதி ஆஷா மேலும் எதிர்ப்புத் தெரிவிப்பாள் என்பதால் அஃபியா அதைச் சொல்லவில்லை.

திருமதி ஆஷா அவளைப் பார்த்து ஏளனமாகச் சிரித்து, "அவர் தரும் உதவாத மருந்துகளுக்கு இன்னும் அதிகக் கட்டணம் வசூலிக்கவா? நீங்கள் ஹக்கீமின் வீட்டிற்குச் சென்று என்னுடைய வலிபற்றிய

தகவல்களை அவருக்கு விளக்கி, நான் என்ன செய்யவேண்டும் என்று அவரைக் கேளுங்கள்" என்றாள்.

அதன்படி அஃபியா ஹக்கீமின் வீட்டிற்குச் சென்றாள். அவருடைய வீடு ஒரு மசூதிக்கு அருகே இருந்த பழைய கல்லறை ஒன்றின் பின்புறம் இருந்தது. நோய்த் தொற்று, மாசுபாட்டின் காரணமாகப் பல ஆண்டுகளுக்கு முன்பே அந்தக் கல்லறையைப் பொதுமக்கள் பயன்படுத்த ஜெர்மானியர்கள் தடை விதித்திருந்தனர். அதை இடிப்பது போர் வெடித்ததால் மட்டுமே தவிர்க்கப்பட்டது. பிரிட்டிஷ் நிர்வாகம் நோய்த் தொற்று அச்சுறுத்தலைப் பற்றி புது உத்தரவுகள் எதுவும் பிறப்பிக்கவில்லை என்றாலும் மேற்கொண்டு சடலங்களைப் புதைக்கத் தடைசெய்து, அந்தக் கல்லறை மைதானம் மூலம் மலேரியா பரவுவதைத் தடுக்கும்விதமாகச் செடிகொடிகள் வளராது பார்த்துக்கொள்ளவேண்டும் என்று உத்தரவிட்டது.

வீட்டின் முன்கதவின் அருகே படிக்கட்டுகள் முடிவடையும் இடத்தில் இருந்த ஓர் அறை அஃபியாவுக்குக் காட்டப்பட்டது. கர்ப்பமாகி ஏறக்குறைய ஆறு மாதங்கள் ஆகியிருந்தன என்பதால் கவனமாகப் படியேறியவள், வீட்டுக்குள் நுழைந்த பிறகு அவளால் முடிந்தவரை வசதியாக அமர்ந்து ஹக்கீமின் வருகைக்காகக் காத்திருந்தாள். தரையின்மீது அடர்த்தியான வைக்கோல் பாய்களும், புத்தக அலமாரியில் குர் ஆனும் இருந்தன. அதன் அருகில் இருந்த எரியாத தூபத்தில் இருந்து மணம்மட்டும் வந்துகொண்டிருந்தது. கம்பி போடப்பட்ட ஜன்னல் திறந்திருக்க, கல்லறையின் செடிகொடிகளை அகற்றும்போது தப்பிப் பிழைத்த ஒற்றை வேப்பமரக் கிளைகள் வழியாக மென்மையான ஒளி உள்ளே ஊடுருவியது.

முதிய துறவியான ஹக்கீமுக்கு மக்களிடையே நல்ல மரியாதை இருந்தது. அவர் கையற்ற பழுப்பு நிற அங்கியும், வெண்ணிறத் தொப்பியும் அணிந்திருந்தார். அஃபியா அவரிடம் இதற்கு முன் பேசியதில்லை. தனக்கு அனைத்தும் தெரியும் என்பதான அவருடைய மன உறுதி அவளை வியப்பில் ஆழ்த்தியது. அவர் அவளைப் பார்த்துப் புன்னகைக்கவோ கைகளை அசைக்கவோ இல்லை. அஃபியா திருமதி ஆஷாவின் நிலையை விவரித்தபோது அமைதியாகக் கேட்டுக்கொண்டு புத்தக அலமாரிக்கு அருகில் சென்றார். பிறகு அவர் திருமதி ஆஷாவின் வயது, பொதுவாக அவளுடைய உடல் நலன் ஆகியவற்றைக் கேட்டார். அவரது குரல் ஆழமாகவும் மென்மையாகவும் இருந்தது. திரளான மக்களிடம் பேசிப் பழகியவர் என்பது தெரிந்தது. அன்று மதியம் அவள்

மீண்டும் அங்குவந்து அவர் நோய்வாய்ப்பட்ட பெண்ணுக்குத் தயாரித்துவைத்திருக்கும் மருந்தை எடுத்துச் செல்லவேண்டும் என்றார்.

மதியம் அஃபியா திரும்பிச் சென்றபோது அவர் அடர்பழுப்பு நிற மையினால் குர் ஆனின் வாசகங்கள் எழுதப்பட்ட தங்க முலாம் பூசிய ஒரு சிறிய பீங்கான் தட்டை அவளிடம் கொடுத்தார். அந்த மை மருத்துவக் குணங்களைக்கொண்ட வால்நட் சதையின் சாறு என்று விளக்கினார். அதனுடன் ஒரு தாயத்தும் தந்தார். ஒரு காபிக் குவளை அளவுள்ள தண்ணீரில் பாதியை மிகவும் கவனமாக, புனித வார்த்தைகள் கரையும்வரை தட்டில் ஊற்றவேண்டும் என்று அறிவுறுத்தினார். அவள் அந்தத் தட்டை அசைக்கவோ அந்தத் திரவத்துடன் வேறு எதையும் சேர்க்கவோகூடாது என்றார். நோயுற்ற பெண்ணை அந்த எழுத்துக்கள் கரைந்தவுடன் தட்டிலுள்ள நீரைக் குடிக்கச் செய்யவேண்டும் என்றும், தாயத்து அவளது வலதுபுறக் கணுக்காலில் கட்டப்படவேண்டும் என்றும் கூறினார். அஃபியா அடுத்த நாள் காலையில் அந்தத் தட்டை மீண்டும் அவரிடம் கொண்டுவந்து தரவேண்டும். அப்போதுதான் அவர் மதியத்துக்கான மருந்தைத் தயார் செய்யமுடியும். அவர் தந்த பொருட்களைப் பயபக்தியுடன் இரண்டு கைகளாலும் வாங்கிக்கொண்ட அஃபியா ஹக்கீமுக்குத் தரச் சொல்லி கலீஃபா கொடுத்திருந்த சிறிய பணப்பையைக் கொடுத்தாள். அவர் தொகையைச் சரிபார்க்காமல் அதை ஏற்றுக்கொண்டார். இந்த சிகிச்சை பல வாரங்கள் தொடர்ந்தும் திருமதி ஆஷாவின் வலி குறையவில்லை.

நாட்கள் செல்லச் செல்ல, திருமதி ஆஷாவின் உடல்நிலை சரியில்லாமல் இருக்கும் செய்தி பரவ, அண்டைவீட்டாரும் அவளுக்குத் தெரிந்தவர்களும் அவளை நலம் விசாரிக்க வீட்டுக்கு வர ஆரம்பித்தனர். தான் தீவிரமாக நோய்வாய்ப்பட்டிருப்பதாக அவர்கள் நினைக்கக்கூடாது என்று எண்ணிய திருமதி ஆஷா அவர்களை விருந்தினர் அறைக்குச் சென்று வரவேற்றாள். ஆனால் சில நாட்களுக்குப் பின் வேறுவழியின்றி அவர்களைப் படுக்கையருகேயே வந்து பார்க்க அனுமதித்தாள். அவர்கள்தான் அவள் அருகில் வசித்த நாட்டு வைத்தியரைப் பார்க்கவேண்டும் என்று அவளை வற்புறுத்தினார்கள். திருமதி ஆஷா, "நான் அவளிடம் ஏற்கனவே சிகிச்சை எடுத்துக்கொண்டேன். அதனால் எந்தப் பயனும் இல்லை" என்றாள். அவளைப் பார்க்க வந்தவர்கள் தொடர்ந்து, "இல்லை, இந்த நாட்டு வைத்தியரைப் பற்றி

நல்லவிதமாகப் பேசுகிறார்கள். அவளுக்கு மருத்துவம் தெரியும்" என்றார்கள்.

திருமதி ஆஷாவின் வீட்டுக்குவந்த மருத்துவச்சி நீண்டநேரம் அவளைப் பரிசோதித்தபடி, அவளிடம் சில கேள்விகளைக் கேட்டாள். அப்போது அஃபியா தன்னுடன் இருக்கவேண்டும் என்று திருமதி ஆஷா கேட்டாள். அந்த மருத்துவச்சி மிகவும் மெலிந்த உடல்வாகுடைய ஒரு நடுத்தர வயதுப் பெண். அவளுடைய கண்கள் கூர்மையாகவும் தீவிரமாகவும் இருந்தன. அவள் வேகமாகவும் தெளிவாகவும் இயங்கினாள். அவள் திருமதி ஆஷாவுடன் இருந்தபோது தொடர்ந்து அவளுடன் பேசிக் கொண்டிருந்தாள். திருமதி ஆஷா அவள் கேட்ட கேள்விகளுக்கு பதில்களைக் கூறியபடி இருந்தாள். முதல்கட்டப் பரிசோதனைக்குப் பிறகு அங்கிருந்து கிளம்பியவள் இரவு தூங்கும் முன் திருமதி ஆஷாவுக்கு குடிக்கக் கொடுப்பதற்காக வெதுவெதுப்பான நீரில் ஊறவைக்கப்பட வேண்டிய சில மூலிகைகளை அஃபியாவிடம் தந்தாள். அது அவள் தூங்க உதவும் என்றாள். தினமும் அங்கு வந்த மருத்துவச்சி வலி இருந்த இடங்களில் மருந்தும் தைலமும் தேய்த்தாள்.

அவள் திருமதி ஆஷாவின் முதுகு தரையில் படுமாறு அவளைப் படுக்கவைத்து தடித்த நீல காலிகோ துணியால் அவளுடைய உடலை முழுவதுமாக மூடிப் பலநிமிடங்கள் அப்படியே கிடக்கவைத்தாள். பிறகு அவளை இடது பக்கம் படுக்கவைத்து உச்சந்தலை முதல் உள்ளங்கால்வரை அவளுடைய உடலை நீவிவிட்டாள். பிறகு இதை மீண்டும் வலது பக்கம் செய்தாள். இப்படிச் செய்யும்போது, அவள் சொன்ன பிரார்த்தனைகள் அஃபியாவிற்குப் புரியவில்லை. இந்த சிகிச்சை நான்கு நாட்கள் நடந்த பின்னர், ஒவ்வொரு நாளும் திருமதி ஆஷா ஒன்றிரண்டு சிறிய கரண்டி அளவு மட்டுமே சாப்பிட்டாலும்கூட அதைச் சாப்பிடவேண்டிய நெறிமுறைகளை மருத்துவச்சி சொல்லிவிட்டுச் சென்றாள். ஆனாலும் வலி குறையவில்லை. நாட்டு வைத்தியர் அஃபியாவிடம், "நோயாளியின் உடலில் பிரச்சனை இல்லை. ஒருவேளை கண்ணுக்குத் தெரியாத அமானுஷ்ய சக்தி அவளைப் பிடித்திருந்தால் நீங்கள் பேய் ஓட்டுபவரை அழைக்க வேண்டியிருக்கும்" என்று கிசுகிசுத்தாள்.

மருத்துவச்சி, "அந்த அமானுஷ்ய சக்திகள் தாம் பிடித்திருக்கிற உடலை விட்டுப் போகவேண்டுமெனில் அவற்றுக்கு என்ன வேண்டும் என்பதைப் பேய் ஓட்டுபவரால்மட்டுமே கேட்கமுடியும்

என்று நான் திருமதி ஆஷாவிடம் சொன்னேன். ஆனால் அவள் தனக்கு அது நன்றாகத் தெரியும் என்பதுபோலத் தலையை ஆட்டினாள். பேய் ஓட்டுபவரின் உதவியின்றி அவளாகவே அதை எப்படித் தெரிந்துகொள்ளமுடியும்? பேயை எப்படிப் பேசச் செய்யவேண்டும் என்பது நமக்குத் தெரிந்திருந்தால்தான் அது முடியும்" என்றாள்.

கலீஃபா இந்த உரையாடலைக் கேலி செய்வான் என்பதால் அஃபியா அவனிடம் எதுவும் கூறவில்லை. அவள் ஹம்சாவிடம் இதைப் பற்றிச் சொன்னதற்கு அவன் எந்த பதிலும் கூறவில்லை. சில நாட்களுக்குள் கட்டிலைவிட்டு எழவே இயலாமல் மலம் கழிக்கும் கலனைப் பயன்படுத்தி படுக்கையிலேயே மலம் கழிக்கும் நிலைக்கு திருமதி ஆஷா ஆளானபோதுதான் அவளுடைய சிறுநீர் இரத்தம் கலந்துபோவதை அஃபியா பார்த்தாள். மலம் கழிக்கும் சட்டியில் சிறிய அளவில் இரத்தம்கலந்த மலம் இருந்தபோது இரத்தம் எங்கிருந்து வருகிறது என்று அஃபியாவுக்குத் தெரியவில்லை. அடுத்த முறை சிறுநீர் மட்டும் இருந்தபோதும் அதில் இரத்தக் கட்டிகள் இருப்பதைப் பார்த்தாள். மலம் கழிக்கும் கலனை அவளை நோக்கி நீட்டியபடி, "அம்மா, இரத்தம் - கருமையான இரத்தம் வருகிறது" என்றாள். தன் முகத்தைச் சுவரின் பக்கம் திருப்பிக்கொண்டிருந்த திருமதி ஆஷா இதைக் கேட்டு ஆச்சரியப்படவே இல்லை.

"அம்மா. நீங்கள் நிச்சயமாக மருத்துவமனைக்குப் போயாகவேண்டும்" என்றாள் அஃபியா.

திருமதி ஆஷா முகத்தைத் திருப்பிய நிலையிலேயே 'முடியாது' என்று தலையை ஆட்டினாள். அவளுடைய உடல் முழுவதும் நடுங்கியது. அஃபியா உடனே கலீஃபாவிடம் சென்று இதைத் தெரிவித்ததும் அதற்குமேலும் தயங்காத கலீஃபா இந்திய மருத்துவரை அழைத்து வரச் சென்றான். ஆனால் அவர் வேறொரு நோயாளியைப் பார்க்கச் சென்றிருந்ததால் மறுநாள் காலைதான் அவரால் வரமுடிந்தது. தன்னுடைய ஐம்பதுகளில் இருந்த அந்த மருத்துவர் குட்டையாகப் பருமனாக இருந்தார். வெள்ளைத் தலைமுடியுடன் சாந்தமான முகத்துடன் இருந்தவர் அரசாங்கப் பணியாளர்களைப்போல வெள்ளைச் சட்டையும் காக்கிக் கால்சட்டையும் அணிந்திருந்தார். கலீஃபாவை அறையைவிட்டு வெளியேறச் சொன்னவர் அஃபியாவை அங்கேயே இருக்கும்படி கேட்டுக்கொண்டார். முதலில் சில கேள்விகள் கேட்டு அவற்றிற்கான

பதில்களை உறுதிப்படுத்த அஃபியாவைப் பார்த்தார். கலக்கமான குரலில் திருமதி ஆஷா அவருக்குப் பதிலளித்தாலும் அவை தெளிவாக இருந்தன. எவ்வளவு நாட்களாக அவளுடைய சிறுநீர் இரத்தம் கலந்து வருகிறது? காலை, மதியம் என்ன உணவு சாப்பிட்டாள்? அவளால் குறைவான அளவு உணவைத்தான் உண்ண முடிகிறதா? எங்கே வலி அதிகம் இருக்கிறது? அவளுக்குத் தெரிந்து அவளுடைய உறவினர் யாருக்காவது இதேபோன்ற வலி இருந்ததா? அவளுடைய தாய்க்கோ தந்தைக்கோ இதுபோல் இருந்ததா? பிறகு அவளுக்கு வலி அதிகம் இருக்கும் பகுதிகளை ஆராய்ந்தபிறகு சிறுநீர்ப்பையில் இரத்தம் இருக்கவே ஒட்டுண்ணிப் புழுக்களால் வரக்கூடிய பில்ஹார்சியா எனும் ஒரு விதக் கொள்ளைநோய் என்று முதலில் நினைத்ததாகவும் அதன் பின்னரே அவளுடைய சிறுநீரகங்கள் செயலிழந்திருக்கலாம் என்று கண்டுபிடித்ததாகவும் அவர் கலீஃபாவிடமும் அஃபியாவிடமும் கூறினார். சிறுநீரகம் செயல் இழக்கக் காரணம், பில்ஹார்சியாவுக்கு முறையான சிகிச்சை அளிக்கப்படாததால் இருக்கலாம். ஆகவே அதற்கான பரிசோதனைகளைச் செய்துகொள்ள அவள் மருத்துவமனைக்குச் செல்லவேண்டும். அதைவிட மோசமான விஷயங்கள் எதுவும் இருக்கலாம். ஏனென்றால் அவளுடைய இடுப்பில் ஒரு கட்டி இருப்பதுபோல் தெரிவதாகவும் அது ஆபத்தானதாக இருக்கலாம் என்றும் சொன்னவர் அவர்கள் காலம் கடத்திவிட்டனர் என்றார்.

மருத்துவமனையில் எடுக்கப்பட்ட எக்ஸ்ரேவில் அவளது இடதுபக்க சிறுநீரகத்திலும், சிறுநீர்ப்பையிலும் கட்டி இருப்பது தெரிந்தது. பில்ஹார்சியா புழுவும் இருந்தது. ஆனால் கட்டி பெரிதாக வளர்ந்து இருந்ததுடன் வீரியம் மிக்கதாக இருந்ததாக இந்திய மருத்துவர் அவர்களிடம் கூறினார். மேலும் சில கட்டிகள் இருக்கின்றனவா என்று அறிய எக்ஸ்ரே பரிசோதனைக்காக அவளை மறுபடி மருத்துவமனைக்குத் திரும்பி வரும்படி கூறிய மருத்துவர், இது குறித்து அவள்தான் முடிவு செய்யவேண்டும் என்றார். அவர்கள் கண்டுபிடித்த கட்டிகளுக்கு எந்தச் சிகிச்சையும் சாத்தியமில்லை என்றவர் பில்ஹார்சியாவுக்கான மருந்துகளைத் தந்தார். அவர் கலீஃபாவிடம், ஒருசில மாதங்கள்மட்டுமே அவள் உயிருடன் இருக்கப் போவதாகவும், இப்போதைக்கு வலிநிவாரணி ஊசிகளை வழங்குவதாகவும் சொன்னார். அவள் தன்னையும் மற்ற விஷயங்களையும் மனதளவில் தயார் செய்துகொள்ளக்கூடும் என்பதால் அவளிடம் இவற்றைச் சொல்லிவிடுவது நல்லது என்று கலீஃபா நினைத்தான். திருமதி ஆஷா விரும்பினால்

அவளுக்கு வலியைக் குறைக்கும் ஊசிபோடலாம் என்று மருத்துவர் சொன்னதாக அவளிடம் சொன்னபோது அவனால் புன்னகைக்காமல் இருக்கமுடியவில்லை. சமரசத்துக்குத் தகுதியற்றவனாக இருந்தாலும் மருமகன் நாசர் பியாஷரா, தன் மனைவி ஆஷாவுடன் சமரசம் செய்துகொள்ளவேண்டிய தருணம் இது என்று நினைத்த கலீஃபா, திருமதி ஆஷாவிடம் இதைச் சொல்லாமல் அஃபியாவிடம் தன் எண்ணத்தை வெளிப்படுத்தினான். திருமதி ஆஷா ஏற்கனவே அதிர்ச்சியில் இருந்ததால் அவளிடம் இதைச் சொல்ல விரும்பவில்லை. அவள் மிகவும் வலுவாக இருந்ததால் தனக்கு முன்பாக அவள் போய்விடுவாள் என்று அவன் நினைத்ததேயில்லை.

திருமதி ஆஷாவின் நோயைப் பற்றிக் கூறுவதற்காக அஃபியா, நாசர் பியாஷராவின் மனைவி காலிதாவைப் பார்க்கச் சென்றாள். அஃபியா இப்போது நிறைசூலியாக இருந்ததால் அவளுடைய உடல் பருமனாக இருந்தது. நாசருடைய வீட்டின் படிக்கட்டுகளின்மீது ஏறுவது அவளைச் சோர்வடைய வைத்தது. “கலீஃபா இந்தத் தகவலை உங்களிடம் சொல்லச் சொன்னார்” என்று அஃபியா அவளிடம் சொன்னாள். அது இறந்துகொண்டிருக்கும் உறவினரைப் பார்க்கவரவேண்டும் எனும் ஒரு மறைமுக அழைப்பாகவும் இருந்தது.

அன்று பிற்பகல் முதல்முறையாக, கலீஃபாவின் வீட்டிற்கு வந்த காலிதா, படுத்திருந்த திருமதி ஆஷாவின் கையை முத்தமிட்டாள். படுக்கையில் அவள் அருகே ஒரு முக்காலியில் உட்கார்ந்து, வழக்கமாக நோயாளியைப் பார்க்க வருபவர்கள் பேசுவதுபோலப் பேசினாள். அது ஒரு மிகக் குறைந்த அளவிலான சமரசமாக இருந்தது. காலிதாவோ திருமதி ஆஷாவோ இதில் பெரிதாக அலட்டிக்கொள்ளவில்லை. அங்கிருந்து ஒரு மணிநேரம் கழித்துக் கிளம்பிய காலிதா நல்ல ஆரோக்கியம் பெறவேண்டும் என்று அவளை வாழ்த்தினாள். அவள் வெளியேறியதும் ஒரு சோதனை முடிவடைந்ததுபோல் திருமதி ஆஷா ஒரு பெரிய பெருமூச்சுவிட்டாள். அவளுடைய அத்தனை எதிர்ப்புக் குணங்களும் அவளுடைய இறுதிநாட்களில் அவளைவிட்டு வெளியேறிவிட்டன. புரியாத எதையோ முணுமுணுத்தபடியும் சில நேரங்களில் கண்ணீருடனும் இருந்தவள் மயக்கத்தில் இருந்து அவ்வப்போது மட்டுமே வெளியே வந்தாள்.

14

நகரத்தில் நிறைய பெண்களுக்குப் பிரசவம் பார்த்த முன்னனுபவமுள்ள ஒரு மருத்துவச்சியின் உதவியுடன் அஃபியா தனது குழந்தையை வீட்டிலேயே பிரசவித்தாள். அந்நியர்களைவிட தனக்குத் தெரிந்த பெண்களிடம் பிரசவம் பார்த்துக்கொள்ளத்தான் மற்ற பெண்களைப்போலவே அஃபியாவும் விரும்பினாள். ஆகவே அரசு நிர்வாகம் மகப்பேறு ஆரோக்கியம் குறித்து நிறைய பிரச்சாரங்கள் மேற்கொண்டிருந்தபோதும் அவள் தன் பிரசவத்திற்குப் புதிய மருத்துவமனைக்குச் செல்லவில்லை. அஃபியாவுக்குத் பனிக்குடம் உடைந்தவுடன் மருத்துவச்சிக்கும், பிரசவத்தின்போது உடன் இருப்பதாக உறுதியளித்திருந்த ஜமீலாவுக்கும் செய்தி அனுப்பப்பட்டது. பிற்பகலில் ஆரம்பித்த அவளுடைய பிரசவம் இரவு முழுவதும் தொடர்ந்து அடுத்த நாள் காலைவரை ஆனது. ஹம்சாவும் கலீஃபாவும் விருந்தினர்கள் அறைக்கு அனுப்பப்பட்டனர். அந்தப் பதட்டமான நேரத்தில் யாருக்கும் தூக்கம் வரவில்லை. திருமதி ஆஷா கூப்பிட்டால் கேட்கவேண்டும் என்பதற்காக அவர்கள் கதவுகளைத் திறந்துவைத்திருந்தார்கள். சோர்வுடன் முனகியபடி திருமதி ஆஷா கலீஃபாவைக் கூப்பிட்டபோதெல்லாம் அவன் அவளைப்போய்ப் பார்த்தான். இறப்பை நெருங்கிக் கொண்டிருந்த திருமதி ஆஷாவின் முனகலும், அஃபியாவின் பிரசவ வலியோடான கதறலும் திறந்திருந்த கொல்லைப்புறக் கதவின் வழியே கலந்து ஒலித்தன. உதவி தேவைப்படும்போது உள்ளே போகலாம் என்று நினைத்ததுடன் பிரசவ

அறைக்குள் எதுவும் செய்யாமல் உட்கார்ந்திருப்பது பயனற்றது என்று உணர்ந்ததால் ஹம்சா பின்வாசலில் அமர்ந்திருந்தான். வெளியே வந்த மருத்துவச்சி அவனைப் பார்த்ததும் அங்கிருந்து அவனை விரட்டினாள். இந்த இரவு நீண்டதாக இருக்கும் என்றவள், ஒரு கணவர் இப்படி மிகுந்த எதிர்பார்ப்புடன் அமர்ந்திருப்பது சரிவராது என்றாள். சரிவராது என்று சொல்ல அதில் என்ன இருக்கிறது என்று ஹம்சா நினைத்தாலும் அவள் சொல்லுக்குக் கீழ்ப்படிந்து மீண்டும் விருந்தினர் அறைக்குத் திரும்பினான்.

அடுத்த நாள் காலை திருமதி ஆஷாவைப் பார்க்கவந்த பக்கத்து வீட்டுக்காரரை அங்கிருக்கச் சொல்லிவிட்டு, கலீஃபாவை வேலைக்குப் போகச்சொல்லிப் பெண்கள் வற்புறுத்தினார்கள். அவனுடன் ஹம்சாவும் போகலாம் என்றார்கள். அங்கிருந்து அவர்கள் செய்யப்போவது எதுவும் இல்லை என்றும் ஏதாவது தகவல் வரும்போது அவர்களை அழைப்பதாகவும் சொன்னார்கள். ஹம்சா, அஃபியா வலியில் இருக்கும்போது அவள் அருகில் இருக்க விரும்பினான். அத்துடன் குழந்தை பிறந்த உடனே அதைப் பார்க்க விரும்பினான். இவை எதுவுமே நடக்கவிடாமல் தடுத்துப் பெண்கள் தன்னைக் கொடுமைப்படுத்தியதாக உணர்ந்தவன் மிகுந்த தயக்கத்துடன் அங்கிருந்து சென்றான். காலைவேளை கடந்த பின்னும் அழைப்பு வரவில்லை. அவனால் வேலையில் கவனம் செலுத்தவே முடியவில்லை. மதியம் தொழுகைக்கான அழைப்பு வந்த பிறகு கலீஃபா பட்டறைக்கு வந்தான். பிறகு அவர்கள் இருவரும் ஒன்றாக வீட்டிற்குச் சென்றனர். திருமதி ஆஷாவை அவர்கள் வரும்வரை கவனித்துக்கொண்ட நல்ல மனம் படைத்த அந்தப் பக்கத்து வீட்டுக்காரர்தான் அஃபியாவுக்கு ஆண் குழந்தை பிறந்தது என்ற தகவலை அவனிடம் சொன்னார். அஃபியா படுக்கையில் சோர்வுடன் அதே சமயம் வெற்றிப் பெருமிதத்துடன் படுத்திருப்பதை ஹம்சா பார்த்தான். ஜமீலா அவள் அருகில் நின்று சிரித்துக்கொண்டிருக்க, மருத்துவச்சி அமைதியாக அவள் வேலையைப் பார்த்துக் கொண்டிருந்தாள்.

ஜமீலா, “உங்களுக்குத் தகவல் அனுப்புவதற்கு முன்பு நாங்கள் குழந்தையைக் குளிப்பாட்டிக்கொண்டிருந்தோம்” என்றாள். அஃபியாவும் ஹம்சாவும் குழந்தைக்கு இலியாஸ் என்று பெயரிட்டனர். ஆண் குழந்தையாக இருந்தால் இலியாஸ், பெண்ணாக இருந்தால் ருக்கியா என்று பெயரிடுவதாக குழந்தை பிறக்கும் முன்பே முடிவு செய்யப்பட்டிருந்தது.

குழந்தை பிறந்த சிறிது நேரத்தில் திருமதி ஆஷா தூக்கமும் விழிப்புமற்ற மயக்கத்தில் ஆழ்ந்தாள். உணவும் அருந்தவில்லை. பக்கத்து வீட்டுக்காரரோ அல்லது கலீஃபாவோ அவளுடைய முதுகில் சுற்றியிருந்த துண்டை அகற்றுவதற்காக அவளைப் படுக்கையில் திரும்பிப் படுக்கச் செய்தபோதும் அவள் கண்விழித்துப் பார்க்கவில்லை. அவள் மூச்சுவிட சிரமப்பட்டாள். ஆனால் சமீப நாட்களாக அவளிடம் இருந்து வெளிப்பட்ட களைப்பான முனகல்கள் தொடரவில்லை. குழந்தை பிறந்த மூன்றாவதுநாள் மதிய உணவைத் தயார் செய்துவிட்டு ஜமீலா தன்னுடைய வீட்டிற்குத் திரும்பிச் சென்று மறுநாள் காலை மீண்டும் வருவதாகச் சொன்னாள். ஏற்கனவே நடமாடத் தொடங்கியிருந்த அஃபியா, குழந்தை தூங்கும்போது வீட்டு வேலைகளைப் பார்க்க ஆரம்பித்தாள். குழந்தை பிறந்ததில் இருந்து ஒரு முறைகூட கண் விழிக்காத திருமதி ஆஷா அவளுக்குப் பழக்கமே இல்லாத மௌனத்துடன் ஒரு மதியவேளையில் காலமானாள்.

அடுத்த சில நாட்கள் அவர்கள் துக்க காரியங்களை அனுசரிப்பதில் ஈடுபட்டிருந்தனர். அதன்பிறகே திருமதி ஆஷா இல்லாத தன் புதிய வடிவத்தை அந்த வீடு எடுக்க ஆரம்பித்தது. மனைவியை இழந்த துக்கத்தில் இருக்கும் கணவனின் சோகமான முகத்தை ஆஷாவிற்கு மரியாதை தரும்விதமாக மற்றவர்கள் முன் அணிந்திருந்த கலீஃபா, வீட்டில் தனியாக இருந்தபோதும் தன்னுடலில் இருந்து ஏதோ ஒன்று வெளியேறிவிட்டதுபோல சிலநேரங்களில் உணர்ந்தான். அவள் இறந்துபோகப் போகிறாள் என்று பல மாதங்களுக்கு முன்பே அவனுக்குத் தெரிந்திருந்தாலும் இது நடந்தது.

"இதுதான் முடிவு. அவள் ஒரேயடியாகப் போய்விட்டாள் என்பதை நான் சரியாகப் புரிந்து கொள்ளாததுதான் எனக்கு ஆச்சரியமாக இருக்கிறது" என்றவன் ஹம்சாவைப் பார்த்தான். பிறகு குறும்பாக "இறந்தவர்கள் அனைவரும் ஒருநாள் உயிரோடு வருவார்கள் எனும் விசித்திரக் கதையை நாம் நம்பாதவரை" என்றான்.

"உஷ்! அப்பா!" என்றாள் அஃபியா.

"சரி, எப்படியும் சில மாற்றங்களைச் செய்தாகவேண்டும். உங்கள் இருவரையும் குட்டிப் பாப்பாவையும் முற்றத்தில் உள்ள அந்தச் சிறிய அறையில் வசிக்கவிட்டு, நான் ஒரு செல்வந்தனைப்போல் இந்தப் பெரிய வீட்டில் இருக்கமுடியாது. எனவே நீங்கள் இருவரும் வீட்டில் உள்ள இரண்டு பெரிய அறைகளை எடுத்துக்கொள்ளுங்கள். நான் வெளியே, முற்றத்திற்குப்

போய்விடுகிறேன். உங்களுக்கு நிறைய இடம் தேவைப்படுவது போலவே எனக்கும் கொஞ்சம் சுத்தமான காற்று தேவை. நீங்கள் என்ன நினைக்கிறீர்கள்? மற்ற அறைகளுக்கு நாம் சில புதிய அறைக் கலன்களை வாங்கிப்போடுவோம். நீங்கள் அங்கு அமர்ந்து உங்கள் விருந்தினர்களைச் சந்திக்கலாம். குட்டி இளவரசர் அங்கு விளையாடலாம்."

பண்டக அறையின் முன்பக்கத்தில் ஒரு துளையிட்டு அதை வீட்டின் உட்புறத்தில் இருக்கும் ஒரு பகுதியாக மாற்றிவிடலாம். விருந்தினர் அறையைத் தங்களைச் சந்திக்க வருபவர்களுக்கோ, யாராவது வீட்டில் தங்க நேர்ந்தாலோ பயன்படுத்துவதற்காக இப்போது இருப்பதுபோலவே அந்த அறையை அப்படியே வைத்துக்கொள்ளலாம் என்று அஃபியா பரிந்துரைத்தாள். யார் அங்குவந்து தங்கப் போவது என்பது பற்றி எதுவுமே சொல்லப்படாவிட்டாலும் கலீஃபாவுக்கும் ஹம்சாவுக்கும் அஃபியாவின் அண்ணன் இலியாஸ் திரும்பி வருவதைத்தான் அவள் குறிப்பிட்டாள் என்று தெரிந்திருந்தது. அவர்கள் முடிவெடுப்பதற்கு முன்பு இந்தப் பரிந்துரைகளைச் சிறிது நேரம் விவாதித்தனர். அப்போது அவர்கள் இருவருக்கும் அது அவர்களின் வீடு இல்லை என்று நினைவூட்டிய ஹம்சா, அவர்கள் வீட்டின் எந்தச் சுவரையும் இடிக்கும் முன் நாசர் பியாஷராவிடம் பேசுவது நல்லது என்றான். சந்தேகத்திற்கு இடமின்றி அது நாசர் பியாஷராவின் வீடு என்றும் நாம் இங்கிருந்து வெளியேறவேண்டும் என்று அவன் எப்போது வேண்டுமானாலும் சொல்லலாம் என்றான். இதை ஏற்காத கலீஃபா, "அவனுக்கு அவ்வளவு துணிச்சல்கிடையாது" என்றான்.

இதுதான் வாழ்க்கை என்று நன்றாக அறிந்த, முதிர்ச்சியான மனமுடையவனாக இருந்தாலும் கலீஃபா எதையோ இழந்ததுபோல உணர்ந்தான். காலையில் கிடங்கிற்குச் சென்றவன் ஒவ்வொரு நாளும் நேர விரயத்தைப் பற்றி முணுமுணுத்தான். மாலையில் தாழ்வாரத்தில் தன் நண்பர்களுடன் அமர்ந்தவன் வழக்கத்தைவிட அதிக சீற்றத்துடன் பேசினான். அத்துடன் தோபாசியின் கிசுகிசுக்களைக் கேட்டு "ப்ச்ச்" என்றான். இதற்கு முன்பெல்லாம் மகிழ்ச்சியுடன் அதைப் பற்றி மேலும் விவரித்திருப்பான். வாழ்நாள் முழுவதும் கிடங்கின்வெளியே ஒரு நீண்ட இருக்கையில் உட்கார்ந்துகொண்டிருக்காமல் பயனுள்ள புதிய திட்டங்களை மேற்கொள்ளவேண்டும் என்று ஹம்சாவிடமும் அஃபியாவிடமும் கூறினான். ஹம்சா, "அரசாங்கம் நிறைய பள்ளிகளைத் திறக்கின்றன. நான் அதில் ஏதாவது ஒரு பள்ளியில் ஆசிரியராகிறேன்" என்றான்.

நாசர் பியாஷராவும் சில புதிய திட்டங்களை வைத்திருந்தான். புதிய பட்டறைக்கான கட்டிடப் பணிகள் நடைபெற்று வந்ததுடன் புதிய இயந்திரங்கள் வாங்கக் கொள்முதல் ஆணை போடப்பட்டிருந்தது.

"பட்டறை தயாராகச் சில மாதங்கள் ஆகும். அது தயாரானதும் நீ அதை இயக்கும் பொறுப்பை ஏற்கவேண்டும் என்று நான் விரும்புகிறேன். இயந்திரங்கள் வந்தவுடன் அதை இயக்க உனக்குப் பயிற்சி அளிக்க டார் எஸ் சலாமிலிருந்து யாரையாவது வரவழைக்க ஏற்பாடு செய்கிறேன். நாம் வழக்கமாக உற்பத்தி செய்யும் பொருட்களை அந்தப் பட்டறையில் இருந்தபடி பெரியவர் சுலைமானி தயாரிப்பார். இதற்கிடையில், பஞ்சடைத்துத் தைத்த நீண்ட இருக்கைகள், நாற்காலிகள் ஆகியவற்றைத் தயாரிக்க ஒரு புதிய தச்சரைக் கண்டுபிடிக்கவேண்டும். செபு தயாராக இருக்கிறான். நீ என்ன நினைக்கிறாய்? அல்லது உன் நண்பன் அபு? அவனும் ஒரு தச்சன்தானே? இப்போது அவன் அங்கொன்றும் இங்கொன்றுமாகச் சில சில்லறை வேலைகளைச் செய்துகொண்டிருக்கிறான் என்று நினைக்கிறேன். அவனிடம், நாசர் பியாஷராவிடம் ஒரு நிரந்தரமான வேலை இருக்கிறது, வேண்டுமா என்று கேள். உனக்கும் முறையாகப் பயிற்சி பெற்ற ஒரு உதவியாளர் தேவைப்படும். வியாபாரம் நல்லபடி சென்றால் ஒன்றுக்கு மேற்பட்ட உதவியாளர்கள்கூடத் தேவைப்படலாம். செபுவுக்கு இது பொருத்தமான வேலை. அவன் இளைஞன் என்பதால் விரைவில் கற்றுக்கொள்வான்" என்று ஹம்சாவிடம் கூறினான்.

"அபுவும் என்னைப்போலவே விரைவாகக் கற்றுக்கொள்வான். செபு ஏற்கனவே பெரியவர் சுலைமானிடம் பணிபுரிந்திருக்கிறான். அங்கு என்ன தேவை என்று அவனுக்குத்தான் தெரியும்" என்றான் ஹம்சா.

நாசர் பியாஷாரா, "உன் விருப்பம்போலவே செய்துவிடலாம்" என்றான்.

"எனக்கு எவ்வளவு சம்பள உயர்வு தருகிறீர்கள்?" என்று ஹம்சா கேட்டான்.

"நிச்சயமாக உன் சம்பளத்தை உயர்த்துகிறேன். புதிய பட்டறையைத் தொடங்கியதுமே நான் உன் சம்பளத்தை இரட்டிப்பாக்குகிறேன். அந்த மோசமான வீட்டிலிருந்து வேறொரு வீட்டுக்கு நீ வாடகைக்குக் குடிபோய்விடு."

"கலீஃபா?"

“அவன் எங்காவது வாடகைக்குக் குடிபோகட்டும்” என்றான் நாசர் பியாஷுரா.

“அவரை வீட்டைவிட்டு வெளியேற்ற நினைக்கிறீர்களா?”

“நான் அதைத்தான் செய்ய விரும்புகிறேன். எனக்கு அந்த இடத்துக்கு நல்ல வாடகை கிடைக்கும்.”

“அப்படியானால் அதை எனக்கே வாடகைக்கு விடுங்கள்” என்றான் ஹம்சா.

முதலில் ஆச்சரியப்பட்ட நாசர் பியாஷுரா, சிரித்தபடி, “நீ ஒரு முட்டாள். அந்த தொணதொணப்புக்காரனைப் பற்றி நீ ஏன் கவலைப்படுகிறாய்?”

“ஏனென்றால் அவர் அஃபியாவின் அப்பா” என்றான் ஹம்சா.

நாசர் பியாஷுரா, “சரி. நான் அதைப்பற்றி யோசிக்கிறேன். உன்னால் நான் சொல்லும் வாடகையைக் கொடுக்கமுடியும் என்று நீ நினைக்கிறாயா?” என்று கேட்டான்.

“நீங்கள் ஒரு நல்ல வியாபாரி. உங்கள் புதிய பணிமனை மேலாளரிடம் நியாயமற்ற வாடகை வசூலிப்பதன்மூலம் அவரைப் பரிதாபமான நிலைக்குத் தள்ள நீங்கள் விரும்பமாட்டீர்கள்.”

“நீ தந்திரக்காரனாக மாறிக்கொண்டுவருகிறாய்! முதலில் கலீஃபாவைக் கவர்ந்ததும், அவன் உன்னைத் தன் வீட்டுக்கு அழைத்துச் சென்றான். நீ அவனுடைய மகளையும் அந்த வயதான தச்சனையும் உன் ஜெர்மன் மொழிபெயர்ப்புகளால் மயக்கினாய். இப்போது, நீ என்னை மிரட்ட முயற்சிக்கிறாய்” என்றான் நாசர் பியாஷுரா.

★★★

புதிய பணிமனை கட்டும் பணி வேகமாக நடந்தது. சில ஆண்டுகளுக்கு முன்பு உந்துவிசைக்கருவியை வரவழைப்பதற்கு முன்பு இருந்ததைப்போலத் தனது புதிய திட்டங்கள் குறித்து இப்போது நாசர் பியாஷுரா உற்சாகமாக இருந்தான். இது தன்னுடைய மற்றொரு சிறந்த யோசனையாக இருக்கப் போகிறது என்று அவன் சொன்னபோது கலீஃபாகூட அதைக் கேலிசெய்யவில்லை. பெரியவர் சுலைமானி ஹம்சாவுக்குப் பதிலாக அங்கு பணியாற்றப்போகும் இளம் பயிற்சியாளருக்கு

பயிற்சி அளிப்பதில் கவனத்தைத் திருப்பினார். பளபளவென மின்னிய உபகரணங்கள் வந்தடைந்ததும் அவை மின்சாரத்துடன் இணைக்கப்பட்டன. அதன் பிறகு ஹம்சாவுக்கும் அபுவுக்கும் பயிற்சி அளிப்பதற்காக இயந்திர வல்லுனரும் தச்சனுமான ஓர் இந்தியன் டார் எஸ் சலாமில் இருந்து வரவழைக்கப்பட்டான். அவனுடைய தந்தைதான் அந்த இயந்திரங்களின் இறக்குமதி, விநியோகம் ஆகியற்றை மேற்கொள்பவர். அத்துடன் மரம் அறுக்கும் ஆலை ஒன்றையும், போக்குவரத்து நிறுவனம் ஒன்றையும் அவர் நிர்வகித்து இருந்தார். அந்த இந்தியன், ஹம்சாவுக்கும் அபுவுக்கும் மூன்று நாட்கள் இயந்திரங்களை இயக்கப் பயிற்சி அளித்தான். நாசர் பியாஷரா அதைப் பார்த்தபடி இருந்தான். மூன்று நாட்களுக்குப் பிறகு மீண்டும் மீண்டும் ரம்பங்கள், அரவை இயந்திரங்கள் ஆகியவற்றை இயக்கிப் பார்த்த பிறகு, ஆண்டு இறுதியில் ஒருமுறை சோதனைக்காக வருவதாகவும் இடையில் எப்போது தேவைப்பட்டாலும் அழைக்குமாறும் சொல்லிவிட்டு அந்த இயந்திர வல்லுனர் அங்கிருந்து கிளம்பினான். “அவசரப்பட வேண்டாம். இயந்திரங்களில் வேலை செய்யும் போது எந்தவித தீய வாய்ப்புகளுக்கும் இடம் தரக்கூடாது” என்றான். இந்த புதிய கூட்டாண்மை மேலும் வளரும் என்று நாசர் பியாஷரா எதிர்பார்த்தான். அத்துடன் மரம் அறுக்கும் ஆலை வைத்திருக்கும் அவனுடைய தந்தை புதிய நிறுவனத்திற்கு விநியோகஸ்தராகும் வாய்ப்புள்ளதை நினைத்து அவன் அந்த இளைஞன்மீது அன்பைப் பொழிந்தான்.

அஃபியாவுக்கும் ஹம்சாவுக்கும் இவை திருப்தியான வருடங்களாக இருந்தன. அவர்களுடைய குழந்தை நல்ல ஆரோக்கியத்துடன் இருந்தது. நடக்கவும் பேசவும் கற்றுக்கொண்டது. குழந்தைக்குப் பரிந்துரைக்கப்பட்ட தடுப்பூசிகளைப் போட ஹம்சா அவனை மருத்துவமனைக்கு அழைத்துச் சென்றான். குழந்தையின் உடல்நிலையை நன்கு கவனித்துக்கொண்டான். குழந்தைகள் இறப்பது சர்வசாதாரணமாக நடந்தாலும் அவை தவிர்க்கக்கூடிய நோய்களால் தான் நிகழ்ந்தன என்பது அவனுக்குத் தெரியும். அவன் ஜெர்மன் இராணுவத்தில் இருந்த காலத்தில் நன்றாக கவனித்துக்கொள்ளப்பட்ட அடிமைகள் ஆரோக்கியமாக இருந்ததில் இருந்து அறிந்துகொண்டான். இலியாஸ் பிறந்த ஆண்டில், உலக அமைதிக்காக உருவாக்கப்பட்ட ‘லீக் ஆஃப் நேஷன்ஸ்’ மூலமாக, ஜெர்மனியின் ஆதிக்கத்தில் இருந்த கிழக்கு ஆப்பிரிக்கப் பகுதியை நிர்வகித்து, சுதந்திரத்திற்கு தயார்செய்ய ஆங்கிலேயர்களுக்கு

வழங்கப்பட்ட ஆணையின் ஆரம்பக் கட்டத்தில் அவர்கள் இருந்தனர். அந்த நேரத்தில் யாருமே கவனிக்கவில்லை என்றாலும் அதன் கடைசி ஷரத்து, ஐரோப்பியப் பேரரசுகளின் ஆட்சி முடிவடைவதின் தொடக்கமாக இருந்தது. அந்தப் பேரரசுகள் சுதந்திரத்திற்கு யாரையும் தயார்படுத்தும் என்று அதுவரை யாரும் கனவுகூடக் கண்டதில்லை. பிரிட்டிஷ் காலனித்துவம் அதைக் கடமைக்காகச் செய்யாமல் நிர்வாக ஆணையைத் தீவிரமாக எடுத்துக்கொண்டது. ஒருவேளை நிர்வாகிகள் பொறுப்பாளர்கள் என இருவரும் அதிர்ஷ்டவசமாக ஒன்றிணைந்ததாலோ அல்லது ஜெர்மானியர்களின் ஆட்சிக்குப் பிறகு போர்கள், அவற்றைத் தொடர்ந்த பட்டினி, நோய்கள் ஆகியவற்றால் சோர்வடைந்துபோன மக்களின் இணக்கத்தாலோகூட இருக்கலாம். தங்களை நிம்மதியாக விட்டால் போதும் என்று அவர்கள் எந்தக் கட்டளைக்கும் கீழ்ப்படியத் தயாராக இருந்தனர். ஆங்கிலேய நிர்வாகிகளுக்கு கெரில்லாக்கள் அல்லது கொள்ளைக்காரர்கள் பற்றி அந்தப் பிரதேசத்தில் பயம் இல்லை. அத்துடன் குடியேற்றவாசிகளின் எதிர்ப்பின்றிக் காலனித்துவ நிர்வாகத்தைத் தொடரமுடிந்தது.

கல்வியும் பொது சுகாதாரமும் அவர்களுடைய முன்னுரிமைகளாக மாறின. அவர்கள் சுகாதாரப் பிரச்சினைகள் குறித்து மக்களுக்குத் தெரிவிக்கப் பெரும் முயற்சிகள் மேற்கொண்டதுடன், மருத்துவ உதவியாளர்களுக்குப் பயிற்சி அளிக்கவும், காலனியின் தொலைதூரப் பகுதிகளில்கூட மருந்தகங்களைத் திறக்கவும் செய்தனர். மலேரியா தடுப்பு, குழந்தைப் பராமரிப்பு பற்றிய தகவல்களைத் துண்டுப் பிரசுரங்கள் மூலம் பரப்பினர். இவற்றை அறிவுறுத்துவதற்காக மருத்துவக் குழுக்கள் சுற்றுப்பயணங்கள் மேற்கொண்டன. இந்தப் புதிய தகவலைக் கேள்விப்பட்ட அஃபியாவும் ஹம்சாவும் தங்களையும் தங்கள் குழந்தையையும் பாதுகாக்க என்ன செய்யவேண்டுமோ அவற்றைச் செய்தனர். வீட்டிலும் சில மாற்றங்கள் ஏற்பட்டன. நுழைவாயிலில் இருந்த பழைய பண்டக அறையின் சுவரில் நாசர் பியாஷராவின் அனுமதியுடன், மாற்றம் செய்து அதைத் தங்களின் படுக்கையறையாக மாற்றினர். இப்போது அந்த அறை பெரியதாகவும் ஜன்னல்கள் தெருவுக்கு வெளியே பார்த்தபடி காற்றோட்டமாகவும் இருந்தது. இலியாஸ் ஓரளவு எழுந்து நடக்கத் தொடங்கியதுமே வீடு முழுக்க ஓடினான். எப்படியோ தவழ்ந்து கலீஃபாவுடைய படுக்கையில் அவன் ஏற முயற்சிப்பது கலீஃபாவுக்கு மிகப் பிடித்த ஒன்று.

இலியாசுக்கு ஒரு தம்பியையோ தங்கையையோ தரமுடியவில்லையே என்பதுதான் ஹம்சாவுக்கும் அஃபியாவுக்கும் சோகத்தைத் தந்தது. இலியாஸ் பிறந்ததற்கு அடுத்த ஐந்து வருடங்களில் இரண்டு முறை கர்ப்பமான அஃபியாவுக்கு இரண்டு முறையும் மூன்றாவது மாதத்திற்குப் பின் கருச்சிதைவு ஏற்பட்டது. இந்த ஏமாற்றத்துடன் வாழ அவர்கள் கற்றுக்கொண்டார்கள். ஏனென்றால் இந்த ஒன்றைத்தவிர மற்ற அனைத்தும் சரியாக நடந்தன. அல்லது இன்னொரு குழந்தையைப் பெறமுடியாத வருத்தத்தில் அஃபியா இருக்கும்போதெல்லாம் ஹம்சா அவளிடம் சொன்னது அதுதான். அவளுடைய அடுத்த ஏமாற்றம் அவளுடைய அண்ணன் இலியாஸ் பற்றித் தொடர்ந்துகொண்டிருந்த மௌனம். அவனிடமிருந்தோ அல்லது அவனைப் பற்றியோ எந்தத் தகவலும் வரவில்லை. போர் முடிவடைந்து ஆறு வருடங்கள் ஆகியும் அது அப்படியே நீடித்தது அஃபியாவை மிகவும் வேதனைப்படுத்தியது. நம்பிக்கையை இழந்துவிட்டு துக்கப்படுவதா அல்லது அவன் உயிருடன் இருப்பதாகவும், பயணித்து வீட்டிற்கு வந்துகொண்டிருப்பதாகவும் நினைத்துக்கொண்டே தினம் தினம் வருத்தப்படுவதா என்பதை அவளால் தீர்மானிக்கமுடியவில்லை. எல்லாவற்றிற்கும் மேலாக, அவள் அவனை அதற்கு முன்பே ஒருமுறை கிட்டத்தட்ட பத்து ஆண்டுகள் இழந்திருந்தாள். அதன் பிறகு ஒரு அதிசயம்போல் அவன் திடீரெனத் தோன்றினான்.

ஹம்சா, “எல்லாம் நல்லபடியாக நடக்கும். நான் மாலிம் அப்தல்லாவிடம் மீண்டும் விசாரிக்கும்படி கேட்கிறேன்” என்றான். புதிய பட்டறை வெற்றிகரமாக இயங்கியதால் நாசர் பியாஷரா அவர்களிடம் தாராளமாக நடந்துகொண்டான்.

மாலிம் அப்தல்லா இப்போது ஒரு பெரிய பள்ளியின் தலைமை ஆசிரியராகிவிட்டதுடன் மாவட்ட அலுவலக அதிகாரியின் ஊழியராகப் பணிபுரிந்த தனது நண்பன்மூலம் பிரிட்டிஷ் நிர்வாகத்துடன் நல்ல தொடர்பு வைத்திருந்தான். அப்தல்லாவின் பள்ளியில் கலீஃபாவுக்கு ஆங்கில ஆசிரியராகப் பணி வழங்கப்பட்டது. மரியாதை தெரியாத பன்னிரெண்டு வயதுக் குழந்தைகளுக்கு வகுப்பெடுக்கும் தொந்தரவுக்குத் தான் ஆளாகவேண்டுமா என்று முடிவு செய்ய முடியாமல் கலீஃபா திகைத்துக்கொண்டிருந்தான். வணிகம் தொடர்ந்து வளர்ந்துவந்ததால் கிடங்கில் அவன் எப்போதும் ஓய்வின்றி வேலை செய்துகொண்டிருந்தான். அவனுடைய அறை முற்றத்துக்கு மாறிவிட்ட புதிய ஏற்பாட்டில் அவனுக்கு ஏற்பட்ட மனநிறைவு அவனுடைய தோற்றத்தில் தெளிவாகத் தெரிந்தது.

இந்த வயதில் ஒரு புதிய வேலையைத் தொடங்கவேண்டுமா என்று அவனுக்கு உறுதியாகத் தெரியவில்லை. அவன் ஒரு தாத்தாவாக ஓய்வின்றி இருந்தான். அடிக்கடி சந்தையில் இருந்து இனிப்பான வாழைப்பழம், சிகப்புத் தோலுடைய கொய்யாப் பழம், பலாப்பழச் சுளைகள் என ஏதாவது ஒன்றை எப்போதும் இலியாசுக்காக வாங்கிக்கொண்டு வருவான். "என் பேரன் எங்கே?" என்று உள்ளே வந்தவுடன் அழைப்பான். அவர்களுக்குப் பிடித்த விளையாட்டான கண்ணாமூச்சி விளையாட்டில் இலியாஸ் ஒளிந்து கொள்ளும் இடங்களைக் கண்டுபிடிப்பது எளிதாக இருந்தாலும் சில சமயங்களில் கலீஃபா இலியாசைத் தேடுவதுபோல் பாசாங்கு செய்வான்.

அழகான மெலிந்த உடல் வாகுடைய சிறுவனான இலியாஸ் வளரத் தொடங்கியதுமே, அவனுடைய அமைதியான சுபாவம் தெளிவாகத் தெரிந்தது. அஃபியா அவனுடைய மௌனத்தை நினைத்துக் கலங்கவில்லை என்றாலும் அவனுக்குள் ஏதாவது ஒரு துக்கம் இருக்கிறதோ? அதனால்தான் அவன் இன்னும் பேசத் தொடங்கவில்லையோ என்று வியந்தாள். ஹம்சா துக்கத்தைத் தவிர்க்க இயலாது என்று வாய்விட்டுச் சொல்லாமல் தோளைக் குலுக்கிக்கொண்டான். சிலசமயங்களில் ஹம்சா ஒரு பாயில் படுத்திருக்க அதே அறையில் இலியாஸ் அமர்ந்திருப்பான். ஆனால் இருவரும் நீண்டநேரம் அப்படியே எதுவும் பேசிகொள்ளாமல் அமர்ந்திருப்பார்கள். தனது மகன் அடைக்கலம் புகும் இடம் மௌனம்தான் என்று ஹம்சாவுக்குத் தோன்றியது.

அவனுக்கு ஐந்து வயதானபோது உலகப் பொருளாதாரம் ஒரு பெரும் மந்தநிலைக்குப் போனது. அனைவரும் சிக்கனமாக வாழ்ந்த இந்த ஆண்டுகளில் இலியாஸ் வளர்ந்தான். நாசர் பியாஷராவின் வியாபாரம் மீண்டும் வீழ்ச்சியடைந்ததுடன் அன்றாட வாழ்வில் பயன்படுத்தும் பொருட்கள் அனைத்தும் கிடைப்பது அரிதாகவும் விலை உயர்ந்ததாகவும் ஆகிவிட்டன. புதிய மருத்துவமனைகள் பள்ளிகளுக்கான அரசுத் திட்டங்கள் கைவிடப்பட்டன. தொழிலாளர்கள் பணிநீக்கம் செய்யப்பட்டனர். நகரங்களிலும் கிராமங்களிலும் மக்கள் பட்டினிகிடந்தனர். இந்தக் கெட்டநேரம் அவர்களைவிட்டுப் போக நீண்ட காலம் ஆகப் போகிறது என்று தோன்றியது. நாசர் பியாஷரா தனது பணியாளர்களை பணிநீக்கம் செய்யவில்லை. ஆனால் அவர்களுடைய ஊதியத்தைக் குறைத்துக் கடத்தல் தொழிலைச் சத்தமில்லாமல் மீண்டும் தொடங்கினான். முன்பே போரின்போது பெம்பாவிலிருந்து பொருட்களை வாங்கிச்

சுங்க வரி செலுத்தாமல் அவற்றை உள்ளே கொண்டுவந்து, பிறகு உயர்த்தப்பட்ட விலையில் அவற்றை விற்பனை செய்யும் அதே வணிகத்தை அவன் மறுபடி நடத்தினான். அவர்கள் அனைவரும் வாழவேண்டியிருந்தது. கலீஃபாவின் கையில் நேரம் நிறைய இருந்ததால் அவன் இலியாசுக்குச் சிலவற்றைக் கற்றுக்கொடுக்க ஆரம்பித்தான். "நீ விரைவில் பள்ளிக்குச் செல்லப் போகிறாய். அதை இப்போதே சிறிது சிறிதாகத் தொடங்கு" என்றான்.

கலீஃபாவின் கதைகளை இலியாஸ் வாய் திறந்தபடி கேட்டான். வாசிப்புடன் சிறுவனை ஆர்வமாக வைத்திருப்பதற்காக, எழுதும் பயிற்சிகளையும் கலீஃபா அளித்தான். "ஒரு காலத்தில்" என்று தொடங்கியதுமே இலியாசின் கண்கள் ஆர்வத்துடன் ஒளிரும். கதை கேட்கும் ஆர்வத்தில் வாய் மெல்லத் திறக்கும்.

"ஒரு குரங்கு கடலோரத்தில் இருந்த ஒரு பனைமரத்தில் வாழ்ந்தது..."

இது இலியாசுக்குத் தெரிந்த கதைதான். ஆனால் அவன் சிரிக்காமல் அவனுடைய கண்கள்மட்டுமே எதிர்பார்ப்பில் மென்மையாகும்.

"அருகில் இருந்த நீர்நிலையில் ஒரு சுறா நீந்திச் சென்றபோது குரங்கும் சுறாவும் நண்பர்கள் ஆகினர். சுறா நீர்நிலைக்கு எதிரே இருக்கும் தன் ஊரில் இருந்த தன் உலகம், அதன் ஒளிரும் நிலப்பரப்பு, அதன் மகிழ்ச்சியான மக்கள் தொகை ஆகியவை பற்றி குரங்குக்குக் கதை சொன்னது. தன்னுடைய குடும்பம், நண்பர்கள், வருடத்தின் சில காலகட்டங்களில் அவர்கள் மகிழ்ச்சியுடன் நடத்திய கொண்டாட்டங்கள் ஆகியவற்றைப் பற்றி அது கூறியது. குரங்கு அந்த உலகம் எவ்வளவு அற்புதமானது என்று பார்க்க விரும்பியது. ஆனால் "என்னால் நீந்த முடியாமல் மூழ்கிவிடுவேன்" என்றதும் சுறா, "சரி. நீ என் முதுகில் சவாரி செய்யலாம். அப்படியே என் துடுப்பைப் பிடித்துக்கொண்டால் நீ மிகவும் பாதுகாப்பாக இருப்பாய்" என்றது. அதனால் மரத்திலிருந்து இறங்கிய குரங்கு சுறாமீன் முதுகில் ஏறி அமர்ந்தது. தண்ணீரின் குறுக்கே பயணம்..." என்று கலீஃபா சொல்லிக்கொண்டிருக்கும்போதே "சுறாவின் உலகத்திற்கு" என்று இலியாஸ் அந்த இடைவெளியை நிரப்பினான்.

"சுறாவின் உலகத்திற்கான பயணம் மிகவும் உற்சாகமாக இருந்தது. குரங்கு கூச்சலிட்டது. எனக்காக இதைச் செய்யும் நீ ஒரு நல்ல நண்பன் என்றது. இது சுறாவை மோசமாக உணரவைத்ததால் "நான் உன்னிடம் ஒரு ஒப்புதல் வாக்குமூலம் தர விரும்புகிறேன். நான் உன்னை சுறாவின் உலகத்திற்கு ஏன் அழைத்துச் செல்கிறேன்

என்றால் எங்கள் ராஜா உடல்நிலை சரியில்லாமல் இருக்கிறார். ஒரு குரங்கின் இதயத்தால் மட்டும்தான் அவரைக் குணப்படுத்தமுடியும் என்று மருத்துவர் சொல்லிவிட்டார். அதனால்தான் நான் உன்னை அங்கு அழைத்துச் செல்கிறேன்" என்றது. இதைக் கேட்ட குரங்கு எந்தத் தயக்கமும் இல்லாமல், "இதை நீ ஏன் என்னிடம் முன்பே சொல்லவில்லை?" என்று கலீஃபா சொல்லும்போதே, இலியாஸ், "நான் என் இதயத்தை என்னுடன் கொண்டுவரவில்லையே" என்று அந்த வரியை முடித்தபோது கலீஃபா மகிழ்ச்சியுடன் சிரித்தார்.

"இல்லை. சுறா, "இப்போது நாம் என்ன செய்வது?" என்று கேட்டது.

குரங்கு, "என்னைத் திரும்ப அழைத்துச் செல். நான் அதை மரத்தில் இருந்து எடுத்து வருகிறேன்" என்றது.

ஆகவே சுறா குரங்கை மீண்டும் கரையில் இருந்த மரத்திற்கு அழைத்துச் சென்றது. உடனே பனைமரத்தின் மீது வேகமாக ஏறிப் போய்விட்ட குரங்கை சுறா மீண்டும் பார்க்கவேயில்லை. அது எப்படிப்பட்ட ஒரு புத்திசாலிக் குரங்கு!

இலியாசுக்குப் பள்ளிகூடத்தில் படித்த நாட்கள் அதிகம் நினைவில் இல்லை. ஆனால் அவனது ஆசிரியர்கள் அவன் நேர்த்தியாக அனைத்து வேலைகளையும் செய்வதற்காகவும், கீழ்ப்படியும் குணத்துக்காகவும் அவனைப் பாராட்டினர். அவர்கள் மற்றவர்களுக்கு ஒரு எடுத்துக்காட்டாக அவனைச் சுட்டிக்காட்டினர். "இலியாசைப் பாருங்கள். ஏன் உங்களால் அவனைப்போல அமைதியாக உட்கார்ந்திருக்கமுடியாதா?" என்பார்கள். ஆனாலும் மற்ற குழந்தைகள் அவனைப் பார்த்து கோபப்பட்டு அவனைத் துன்புறுத்தவில்லை என்பதுடன் அவனைக் கண்டுகொள்ளவுமில்லை. அவன் மற்ற சிறுவர்களின் ஆரவாரமான விளையாட்டை நெருங்கி நின்று பார்ப்பான். கூடுதலாக ஒரு ஆள் தேவைப்பட்டால் அவர்கள் அவனை உடனே விளையாட்டில் சேர்த்துக்கொள்வார்கள்.

குழந்தைப் பருவத்தின் தவிர்க்கமுடியாத அவமானங்களின் சிறு பகுதியை அவனும் அனுபவித்தான். ஒருமுறை அவன் சிறுநீர் கழிக்கவேண்டிய தன் தேவையையும் வகுப்பறையிலிருந்து கழிப்பறைக்குச் செல்லும் தூரத்தையும் குறைத்துக் கணித்துவிட்டான். மற்றொரு சந்தர்ப்பத்தில் வகுப்பில் இருந்த ஒரு சிறுவனின் தலையில் இருந்து அவன் பேன்களை எடுத்ததால் அந்தச் சிறுவனின் தலையை மொட்டையடிக்க வேண்டியதாகியது. ஒரு

நாள் அவன் வீட்டிற்கு செல்லும்வழியில் துருத்திக்கொண்டிருந்த ஒரு பாறையில் கால் விரல் குத்தி அவன் விழுந்தபோது ஒரு உடைந்த கண்ணாடிப் புட்டியின் துண்டு அவனது கெண்டைக்காலை வெட்டிவிட்டது. அவன் வீட்டிற்குப் போனதும் இரத்தத்தில் மூழ்கிக்கிடந்த அவனுடைய காலைப் பார்த்து அஃபியா சத்தமிட்டு அழுதாள். உடனே அவனுடைய கெண்டைக்காலைச் சுற்றித் துணியால் கட்டி கண்கள் கலங்க அவனை மருத்துவமனைக்கு அழைத்துக்கொண்டு ஓடினாள். அவர்கள் மருத்துவமனையில் காத்திருந்தபோது மருத்துவமனை மைதானத்தில், தென்றலில் மிக அழகாக அசைந்துகொண்டிருந்த சவுக்குமர இலைகளை அவன் கண்கள் மீண்டும் மீண்டும் பார்த்தன.

ஒரு நாள் அவன் திடீரெனத் தொலைந்து போனான். தனது தந்தையுடன் ஒரு படகுப் போட்டியைப் பார்க்கப் போயிருந்தான். படகுகள் எல்லைக் கோட்டிற்கு அருகே வந்துகொண்டிருந்தன. ஹம்சா கழுத்தை நீட்டி எட்டிப் பார்த்துக்கொண்டிருந்தபோதுதான் இலியாஸ் தன் அருகில் இல்லை என்பதை உணர்ந்தான். எல்லா இடங்களிலும் தேடியும் இலியாசைக் காணவில்லை. இறுதியில் தங்களின் விலைமதிப்பற்ற குழந்தையைத் தொலைத்தவனாக, தான் இவ்வாறு தெருக்களில் அலைந்து திரிவதைக் கண்டு யாராவது அவனை வீட்டிற்கு அழைத்துச் சென்றிருக்கலாம் என்ற நம்பிக்கையில் வீட்டுக்கு விரைந்தான். ஆனால் இலியாஸ் வீட்டிலும் இல்லை. ஒருவேளை அவன் காயமடைந்து அரசு மருத்துவமனையில் சேர்க்கப்பட்டிருக்கலாம் என்று நினைத்து அங்கே சென்றான். அங்கு இலியாஸ் ஒரு சவுக்குமரத்தின்கீழ் அமைதியாக உட்கார்ந்து, அவை காற்றில் நேர்த்தியாக ஆடுவதைப் பார்த்துக்கொண்டிருந்தான். அவன் பக்கத்தில் அமர்ந்த ஹம்சா தன்னை ஆசுவாசப்படுத்திக்கொள்ளச் சிலமுறை ஆழமாக சுவாசித்தான்.

“இவனுக்கு ஏதாவது பிரச்சனையா?” என்று அஃபியா கேட்டாள்.

வேகமாகத் தலையை ஆட்டிய ஹம்சா, “சிலநேரங்களில் தன்னை மறந்துவிடுகிறான், அவ்வளவுதான். அவன் கனவு கானும் சுபாவம் கொண்டவன்” என்றான்.

“அவனுடைய தந்தையைப்போலவே” என்றாள் அஃபியா.

“எனக்கென்னவோ அவன் தன் அம்மாவைப்போல் இருக்கிறான் என்று தோன்றுகிறது.”

“அவன் என் தம்பி இலியாஸைப்போல் இருக்கிறான் என்று நினைக்கிறீர்களா?”

அவன் தலையை ஆட்டினான். “எனக்குத் தெரியாது. மூத்த இலியாசை நான் இதுவரை சந்தித்ததில்லை.”

“இல்லை” என்றாள். “என் அண்ணன் இலியாஸ் இன்னும் அழகாக இருப்பார். நான் கலீஃபா அப்பாவிடம் கேட்கிறேன்.”

காணாமல் போன தன் அண்ணனை நினைக்காமல் இருக்கவே அவளால் முடியவில்லை. தன் மகனுக்கு அந்தப் பெயரை வைத்தது தவறோ என்று ஹம்சா சில சமயங்களில் யோசிப்பதுண்டு. அந்தப் பெயர், காணாமல் போனவனை எப்போதும் நினைவூட்டி அருகேயே இருந்து துயரத்தை அதிகப்படுத்துகிறதோ என்று அவன் நினைத்தான். இலியாசைப் பற்றிய நினைவு அடிக்கடி அஃபியாவை வருத்தப்படவைத்தாலும் சிலநேரங்களில் அவள் தன் அண்ணனுடன் கழித்த மகிழ்ச்சியான நேரங்களை நினைத்துப் பார்ப்பாள். அவர்கள் அவனைப் பற்றிப் பேசிய பிறகு அஃபியா மௌனமாக இருக்க ஆரம்பித்ததை ஹம்சா கவனித்தான். அவள் அத்தகைய நினைவுகளில் இருந்து தன்னை விடுவித்துக்கொள்ளச் சிலகாலம் ஆனது.

அஃபியா, “அவருக்கு என்ன ஆனது என்று தெரிந்துகொண்டால் நன்றாக இருக்கும். ஆனால் அதை எப்படிக் கண்டுபிடிப்பது என்று எனக்குத் தெரியாது. நீங்கள் பல நாடுகளுக்குப் பயணம் செய்து பணி புரிந்துள்ளீர்கள். அங்கு சந்தித்த மக்கள், இடங்கள் ஆகியவற்றைப் பற்றி நீங்கள் பேசுவதை நான் கேட்கும்போது என் வாழ்நாள் முழுவதும் நான் கூண்டுக்குள் இருந்ததைப் போன்ற ஒரு வாழ்க்கையை வாழ்ந்திருக்கிறேன் என்பதை நினைத்து எனக்கு மனம் கசக்கிறது.”

இருளில் கண்ணீர் வடித்தபடி இருந்தவளை மெல்ல அணைத்துக்கொண்ட ஹம்சா, “அதை நினைத்து நீ வருத்தப்படாதே. வெளி உலகம் நீ நினைப்பதுபோல் இல்லை” என்றான்.

பிரிட்டிஷ் நிர்வாகத்தில் பணியாற்றிய மாலிம் அப்தல்லாவின் நண்பர்கள்மூலம் இலியாசைப் பற்றி ஏதாவது செய்தி கிடைக்குமா என்று மீண்டும் ஒருமுறை மாலிம் அப்தல்லாவிடம் ஹம்சா கேட்டதற்கு அவன் இல்லை என்றான். காணாமல் போய்விட்ட அஸ்கரியைப் பற்றி யாரும் ஆர்வம் காட்டவில்லை. கணக்கிலடங்காத பல இறப்புகளில் ஒரு தனிநபரைப் பற்றிய தகவல்களைப்

பெறுவது சாத்தியமாக இல்லை. எத்தனை பேர் இறந்தனர் என்ற எண்ணிக்கைகூடத் தெரியவில்லை. பல்லாயிரம் பேர் இறந்திருக்கலாம் என்பதுடன், போர் வீரர்களின் பொருட்களைச் சுமந்து சென்றவர்களும், தென்திசையில் நிலவிய பட்டினியாலும் நோய்த் தொற்றாலும் இறந்த பொதுமக்களும் இதில் அடங்குவர். அஸ்கரிகளில் பலரும் நோய்த் தொற்றால் இறந்தனர். அஃபியாவுக்கு இலியாசுடனான தொடர்பு அழிந்து நீண்ட நாட்கள் ஆகிறது என்ற மாலிம், அதற்கு ஒரே அர்த்தம்தான் என்றான்.

இளம்தாய்மார்களுக்கு மருத்துவ உதவியாளர்களாகப் பணியாற்றுவதற்குப் பயிற்சி அளிக்க ஆட்சேர்ப்பு முகாம் நடத்தப்படுவது பற்றி அஃபியா கலீஃபாவின்மூலம் கேள்விப்பட்டாள். புதிய மகப்பேறு மருத்துவமனை பெரிய அளவில் வெற்றி பெற்றாலும், கர்ப்பிணிப் பெண்கள் குழந்தைப் பிறப்புக்கு முந்தைய சிகிச்சைகளுக்காகமட்டுமே அங்கு சென்றனரேதவிர அங்கு பிரசவம் பார்த்துக்கொள்ள மறுத்தனர். தங்கள் வீட்டிற்குவந்து தங்களுக்கு மருத்துவ உதவிகள் செய்வது உள்ளிட்ட சேவைகளுக்காக நிறைய மருத்துவ உதவியாளர்கள் பணியமர்த்தப்படவேண்டும் என்று கர்ப்பிணிப் பெண்கள் விரும்பினர். விண்ணப்பதாரர்கள் போதுமான கல்வியறிவுடன் இருப்பதுடன், அடிப்படைக் குறிப்புகள், எளிய கையேடுகளைப் படிக்கவும், கிஸ்வாகிலி மொழியைச் சரளமாகப் பேசவும் தெரிந்திருக்கவேண்டும். அவர்களின் பிரசவ அனுபவம் பிற கர்ப்பிணிப் பெண்களுக்குப் பயனளிக்கும் என்றும் கருதப்பட்டது. அறிவுறுத்தல் தருவது, என்னவெல்லாம் செய்யக்கூடாது என்று சொல்லிக் கொடுப்பதைவிட நுணுக்கமான விஷயங்களை அவர்களுடன் இயல்பாகப் பேசிப் புரியவைக்க அது உதவும் என்று நம்பப்பட்டது. அவள் இதை ஹம்சாவிடம் சொன்னபோது அவன் மிகுந்த உற்சாகமடைந்தான்.

"இந்த எல்லாத் தகுதிகளும் உனக்கு இருக்கின்றன என்பதுடன் புதிய திறன்களையும் நீ விரைவாகக் கற்றுக்கொள்வாய்" என்றான்.

***

இலியாஸ் முதன்முதலில் முணுமுணுக்கத் தொடங்கியபோது அவனுக்குப் பதினோரு வயது. அவன் அவர்களுடைய பெற்றோருக்கு ஒரே குழந்தை என்பதால் தனியாகவே விளையாடிப் பழகினான். ஒருவேளை அவனுடைய அமைதியான குணம் அவனை அப்படி இருக்கச் செய்ததாக ஹம்சாவுக்குத் தோன்றியது. அப்படி விளையாடும்போது அவன் பல்வேறு பொருட்களைத் தனது

கதைகளில் முக்கியப் பாத்திரங்களாக்கினான். தீப்பெட்டி ஒரு வீடாக மாறியது, ஒரு சிறிய கூழாங்கல் அவன் துறைமுகத்தில் பார்த்த பிரிட்டிஷ் போர்க் கப்பலாகவும், பயனற்றதாகத் தூக்கி வீசப்பட்ட நூல்கண்டு சுற்றிவைக்கும் உருண்டை, தொடர்வண்டியாகவும் மாறி ஊர்நடுவே நின்று உறுமியது. அவன் இந்தப் பொருட்களை இன்னின்னது என்று திட்டமிட்டு வரிசையாக வைத்தபோது, அவற்றின் கதைகளை அவனுக்கும் அவனது விளையாட்டுப் பொருட்களுக்கும்மட்டுமே கேட்கக்கூடிய அந்தரங்கமான ஒரு குரலில் கூறினான்.

ஒருநாள் மதியம் கடற்கரைச் சாலையில் உலா வந்த பிறகு அந்தி சாயும் வேளையில், ஹம்சா வீட்டிற்கு வந்தான். பிற்பகலில் கடலோரமாக நடப்பது, அதன் பிறகு நேரடியாக மக்ரிப் தொழுகைக்காக மசூதிக்குச் செல்வது என்பது இப்போதெல்லாம் அவனது வாடிக்கையாக மாறியிருந்தது. அன்று அவன் வழக்கத்தைவிடச் சற்று முன்னதாக அங்கு வந்திருந்ததால் சீக்கிரமே வீட்டுக்குப் போய்விட்டான். வீட்டில் கழிவறைக்குச் சென்றவன் மசூதிக்குச் செல்வதற்குமுன் தனது கால்களைச் சுத்தம் செய்வதற்காகக் கொல்லைப்புறத்திற்குச் சென்றான். அப்போது பக்கவாட்டுச் சுவர் அருகே இருந்த முக்காலியில் இலியாஸ் அமர்ந்திருப்பதைப் பார்த்தான். ஹம்சா வந்ததை அவன் கவனிக்காததுபோல் தோன்றியது. இலியாஸ் தன் முகத்தை நேராகவைத்தபடி ஹம்சா அதுவரை கேட்டிராத கிசுகிசுப்பான ஒரு குரலில் பேசிக்கொண்டிருந்தான். அவன் கதை சொல்லவுமில்லை. அதேபோல் கதையில்வரும் வீடாகவோ முயலாகவோ பாசாங்கு செய்யவுமில்லை. இதற்கெல்லாம் மாறாகத் தன்முன்னே நிற்கும் உயரமான ஒருவரை நோக்கிப் பேசிக்கொண்டிருந்ததுபோலத் தெரிந்தது. இதைப் பார்த்த ஹம்சாவிடமிருந்து ஏற்பட்ட சிறு சத்தத்தினாலோ அல்லது அவன் அங்கு நின்றதால் காற்றில் ஏற்பட்ட இடையூறாலோ வேகமாக சுற்றும்முற்றும் பார்த்த இலியாஸ் பேசுவதை நிறுத்திக்கொண்டான். ஒருவேளை அவன் தனது ஆங்கில வகுப்பில் கற்பிக்கப்பட்ட ஒரு கவிதையையோ வேறொரு பத்தியையோ மனப்பாடம் செய்திருக்கலாம் என்று ஹம்சா நினைத்துக்கொண்டான்.

அவனது ஆசிரியர் தன் மாணவர்களிடம் கவிதைகளைப் பயிற்சிப் புத்தகங்களில் எழுதி மனப்பாடம் செய்து, பிறகு அவற்றை வகுப்பில் படிக்கவைத்து உச்சரிப்பைச் சரிசெய்த பிறகு மதிப்பெண்கள் வழங்கினார். ஆசிரியரின் நேரத்தைச் சிக்கனமாகவும் மகிழ்ச்சியாகவும் பயன்படுத்துவதற்கு அது உதவியது. தனது

மாணவர்கள் கவிதைகளை நினைவுவைத்துக் கொள்ளவேண்டும் என்று அவர் விரும்பினார். அப்போது மாணவர்கள் இது பிடிக்காமல் சலசலப்பு ஏற்படுத்தும்போது அவர்களுடைய வாழ்க்கையின் பொக்கிஷமாக அவை இருக்கும் என்றார். அவர் தேர்ந்தெடுத்திருந்த சில கவிதைகளை வாசித்த ஹம்சா ஆச்சரியமடைந்தான். அவன் பொதுவாக ஆங்கிலக் கவிதைகளையே அதுவரை வாசித்ததில்லை. தன் மகன் வயதொத்த குழந்தைகளால் அவற்றின் பொருளைப் புரிந்துகொள்ளமுடியாது என்று அவன் நினைத்தான்.

ஹம்சாவுக்கு ஆங்கிலத்தில் ஓரளவுக்கே பரிச்சயம் இருந்தது. ஆனால் தான் இலியாசைவிட மிகச் சரளமாக வாசிப்பது அவனுக்குத் தெரியும். 'தி சாம் ஆஃப் லைஃப்' அல்லது 'தி சாலிட்டரி ரீப்பர்' போன்றவற்றை ஒரு பதின்மூன்று வயதுக் குழந்தை எப்படிப் புரிந்துகொள்ளும் என்று அவன் நினைத்தான். போதகர், ஷில்லர், ஹெய்ன் ஆகிய நூல்கள் ஹம்சாவின் திறமைக்கு அதிகம் என்று நினைத்தார். ஆனால் ஹம்சா தனது சொந்த முயற்சியில் அவற்றைப் புரிந்துகொள்ளக்கூடிய வழியொன்றைக் கண்டுபிடித்தான். எனவே முதன்முறையாக இலியாஸ் அப்படிக் கிசுகிசுப்பதை அவன் பார்த்த பிறகு, அதைப் பற்றிச் சிந்திக்க நேரம் கிடைத்தபோது, சிறுவன் தன் வகுப்பிற்காக எதையோ பாராயணம் செய்துகொண்டிருந்தான் என்று நினைத்தான்.

அடுத்த நாள் மாலை அதேநேரத்தில் ஹம்சா மீண்டும் வீட்டிற்கு வந்தான். ஆனால் இலியாஸ் எங்கோ வெளியே இருந்தான். சில நாட்கள் தொடர்ந்து இதைச் சரிபார்த்த பிறகே ஹம்சா அதை உறுதிப்படுத்திக்கொண்டான். அஃபியாவும் அவனும் முன்பக்கம் இருந்த பழைய பண்டக அறையில் இப்போது தூங்கினார்கள். படுக்கையறைக்குச் செல்லும் கதவொன்று இப்போது அந்த அறையில் இருந்தது. இலியாஸ் உள்ளறையில் தூங்கினான். அந்த அறையில் அவன் பள்ளிப் பாடங்களை எழுதுவதற்காக ஹம்சா தயாரித்துத் தந்த ஒரு மேசையும் இருந்தது. அந்த இரண்டு அறைகளின் கதவுகளும் அரிதாகவே மூடப்பட்டன என்றாலும் இலியாசின் பெற்றோர் தனிமையை விரும்பியபோது இடையில் இருந்த கதவில் திரைச்சீலை ஒன்று தொங்கியது. ஹம்சா சில இரவுநேரங்களில் கதவின் இன்னொருபுறத்தில் நின்று இலியாஸ் கிசுகிசுக்கிறானா என்று உன்னிப்பாகக் கவனிப்பான். ஆனால் அப்படி எதுவும் நடக்கவில்லை. அன்றொருநாள் மாலை நடந்ததுபோல் நடக்கிறதா என்று உறுதிப்படுத்திக்கொள்ள ஹம்சா தொடர்ச்சியாகப் பல இரவுகள் இதைச் செய்தான்.

இப்போது அறுபது வயதை நெருங்கிக்கொண்டிருந்த கலீஃபா, சில நேரங்களில், திடீரெனத் திரும்பும்போதோ, நீண்ட நேரம் உட்கார்ந்திருந்த பிறகு வேகமாக எழும்போதோ சிறிது தள்ளாடினான். தன்னுடைய அந்திமக் காலத்தை நெருங்கிவிட்டதாக கலீஃபா சொல்ல ஆரம்பித்தான். அது அஃபியாவை வருத்தப்படவைத்தது. அவள், "அவ்வாறு சொல்லாதீர்கள். ஒருவேளை அது பலித்தாலும் பலித்துவிடும்" என்றாள். முதலில் ஆசிரியராக இருந்து இப்போது கல்வித்துறையில் அதிகாரியாக, பள்ளி ஆய்வாளராக இருந்த மாலிம் அப்தல்லாவை இது கிண்டலடிக்கத் தூண்டியது. கிடங்கில் கடத்தல் பொருட்களைப் பதுக்குவதற்கு பதிலாக வேறொரு நல்ல வேலையில் இருந்தால் கடைசிக் கட்டத்தில் இருப்பதாக அவன் பேசமாட்டான் என்று அவன் கலீஃபாவிடம் சொல்ல விரும்பினான்.

கலீஃபா, மாலிம் அப்தல்லா, தோபாசி ஆகிய மூவரும் இப்போதும் பெரும்பாலான மாலைநேரங்களில் தாழ்வாரத்தில் அமர்ந்து வதந்திகள், உலகத்தின் போக்கு, ஆகியவற்றைப் பற்றிப் பேசிச் சிரித்தனர். ஹம்சா சிலநேரங்களில் அவர்களுடன் அமர்ந்திருப்பான். சில சமயங்களில் வழக்கம்போல அவர்களுக்குத் தட்டில் காபி கொண்டுவந்து தரும் கடமையை இலியாசுடன் பகிர்ந்துகொள்வான். தன் மாலைநேரத்தை அஃபியா மருத்துவமனையில் நடந்தவற்றைப் பற்றிப் பேசுவதைக் கேட்டுக்கொண்டும் மாலிம் அப்தல்லா, கலீஃபா மூலம் தங்களிடம் சேர்ப்பித்த பழைய செய்தித்தாள்களை வாசித்துக்கொண்டும் விருந்தினர் அறையில் அமர்ந்தபடி கழிக்கவே அவன் விரும்பினான். போருக்குப் பிறகும் அங்கேயே தங்கியிருக்க விரும்பிய குடியேறிகளுக்காக கிஸ்வாகிலி, ஆங்கிலம், ஜெர்மன் மொழியில்கூடப் பல புதிய செய்தித்தாள்கள் சமீபத்திய ஆண்டுகளில் வெளிவர ஆரம்பித்திருந்தன. அவர்கள் பேசுவதைக் கேட்டுக்கொண்டும் படித்துக்கொண்டும் சில சமயங்களில் அவர்களுடன் அமர்ந்திருக்கும் இலியாஸ் சீக்கிரமே படுக்கச் சென்றுவிடுவான். ஓர் இரவு ஜெர்மன் செய்தித்தாள் ஒன்றைப் படித்த ஹம்சா, "ஜெர்மானியப் பேரரசின் துருப்புகளுடைய ஓய்வூதியம் பற்றி இங்கு ஏதோ சொல்லப்பட்டிருக்கிறது. இப்போது பொருளாதார மந்தநிலை சீராகிக்கொண்டு வருவதால் மீண்டும் ஓய்வூதியம் செலுத்தத் தொடங்குங்கள் என்று ஜெர்மன் அரசாங்கத்தை வற்புறுத்துவதற்கான பிரச்சாரம் ஆரம்பிக்கப்படப்போவதாக இதில் இருக்கிறது. அவர்கள் சில வருடங்களுக்கு முன்பு அதை நிறுத்திவிட்டது உங்களுக்கு நினைவிருக்கிறதா?" என்றான்.

அஃபியா, “இல்லை. எனக்கு நினைவில்லை. நீங்கள் எப்போதாவது ஜெர்மன் அரசிடமிருந்து ஏதாவது பணம் பெற்றீர்களா?” என்று கேட்டாள்.

“அதற்கு, இராணுவத்தில் இருந்து வெளியேற்றப்பட்டதற்கான சான்றிதழைப் பெற்றிருக்கவேண்டும். என்னிடம் அது இல்லை. நான் இராணுவத்தில் இருந்து ஓடிப் போனவனாகக் கருதப்பட்டேன்” என்றான் ஹம்சா.

“என் அண்ணன் இலியாசுக்கு ஓய்வூதியம் கிடைக்குமா? ஒருவேளை நாம் அவரை இதன்மூலம் கண்டுபிடிக்கமுடியும்.”

“இன்னும் உயிரோடு இருந்தால்” என்ற ஹம்சா அந்த வார்த்தைகளைச் சொன்னதற்காக உடனே மனம் வருந்தினான். தன்னைமீறி வெளியே வர இருந்த சொற்களைத் தடுப்பதுபோல் அஃபியா தன் வாயைப் பொத்திக்கொண்டாள். அவள் கண்களில் கண்ணீர் திடீரென்று திரண்டு நிற்பதை அவன் பார்த்தான். இலியாஸ் இறந்து போயிருக்கக்கூடிய சாத்தியம் பற்றி முன்பு அவள் பேசியபோது நம்பிக்கை இழக்கவேண்டாம் என்று கூறிய ஹம்சாதான் இப்போது அவன் இறந்திருக்கலாம் என்றான். உடைந்து நடுங்கும் குரலில், “அது உறுதியாகத் தெரியாத அளவுக்கு எங்கள் நிலைமை மோசமாக இருக்கிறது” என்றாள்.

“மன்னிக்கவும்...” என்று சொல்ல ஆரம்பித்தவனை அடக்கியவள் அறையில் இருந்த இலியாசைப் பார்த்தாள். அவனுடைய பெரிய கண்கள் வருத்தத்துடன் தன் தாயின்மீது பதிந்திருந்தன.

“எப்படியும், நீங்கள் தப்பியோடியவர்கிடையாதே. பைத்தியம் பிடித்த ஒரு ஜெர்மன் அதிகாரியால் படுகாயமடைந்தீர்கள். காயமடைந்தவர்களுக்கு ஓய்வூதியம் தருவது பற்றி அதில் ஏதாவது இருக்கிறதா?” என்று கேட்டாள்.

தாங்கள் இருவரும் பேசுவதைக் கேட்டுக்கொண்டிருந்த இலியாசைத் திசை திருப்ப அவள் இவ்வாறு பேசுகிறாள் என்பதை ஹம்சா புரிந்துகொண்டான். அதனால் ஜெர்மன் ஏகாதிபத்திய இராணுவத்தில் இருந்து தப்பி ஓடியதற்காகவும் சீருடையை நிராகரித்ததற்காகவும் இராணுவ நீதிமன்றத்தில் நிறுத்தப்பட்டு ஹம்சா சுடப்பட்டிருக்க வாய்ப்பு இருந்தது என்று போதகர் கூறியதைப் பற்றி அவன் அப்போது ஏதும் சொல்லவில்லை. அது உண்மையா என்றும் அவனுக்குத் தெரியாது. அல்லது போதகர் ஹம்சாவை இழிவுபடுத்துவதற்காகவும் அதைச் சொல்லி இருக்கலாம். அவன்

போதகருடைய இடத்தைவிட்டு வெளியேறியபோது ஓடக்கூடிய நிலையிலேயே இல்லை. ஜெர்மானியக் காலனித்துவ இராணுவ வீரன் ஒருவனுக்கு உதவி செய்ததற்காக அவரையும் அவரது குடும்பத்தினரையும் ஆங்கிலேயர்கள் காவல் முகாமுக்கு அனுப்பி வைத்துவிடுவார்கள் என்று பயந்து போதகர்தான் அவனுடைய சீருடையை எரிக்க உத்தரவிட்டார். அது மட்டுமின்றி அவர்கள் தரும் ஓய்வூதியத்தைப் பெறுவதில் ஹம்சாவுக்கு விருப்பமில்லை.

"இராணுவத் தளபதி இப்போதும் பெர்லினில் தனது படைகளுக்காகக் கடினமாக உழைப்பதாக அது கூறுகிறது. அதனால் அனைவருக்கும் ஓய்வூதியம் கிடைக்கும். இங்கு குடியேறியவர்கள் தளபதியை மிகவும் நேசிக்கிறார்கள்" என்றான்.

பள்ளி விடுமுறை நாட்களிலும், அஃபியா மருத்துவமனையில் இருந்த நாட்களிலும், ஹம்சா இலியாசை மரப் பட்டறைக்கு அழைத்துச் சென்றான். சில நேரங்களில் காலை முழுவதும் அங்கேயே தங்கிய இலியாஸ், மற்ற சில நேரங்களில் எங்காவது அலைந்துவிட்டு வீட்டிற்குச் செல்லத் தோன்றும்போது பட்டறைக்குத் திரும்பிவந்தான். பெரியவர் சுலைமானி அவனைப் புன்னகையுடன் வரவேற்று பட்டறையில் சில சிறிய வேலைகளைச் செய்யவைத்தார். தொப்பியில் பூ வேலைப்பாடுகளை எப்படிச் செய்வது என்றுகூட அவர் அவனுக்குக் கற்றுக்கொடுத்தார்.

இத்ரிஸ் தன்னுடைய வழக்கமான ஆபாசப் பேச்சில் முழுவீச்சில் ஈடுபட்டிருந்த போது டுபுவோடு சேர்த்து இலியாஸ் என்கிற ஒரு புது பார்வையாளனும் இப்போது அங்கு இருந்தான். சிலசமயங்களில் சிறுவனை மகிழ்விக்க நினைத்த இத்ரிஸ் வழக்கத்தைவிடப் படுகேவலமாகப் பேசியதாகத் தோன்றியது. இப்போது பெரும் செல்வச் செழிப்புடன் இருந்தாலும் தனது சிறிய அலுவலகத்தில் இருந்தபடியே வேலைகளைப் பார்த்துவந்த நாசர் பியாஷரா, அடிக்கடி தலையிட்டு இத்ரிசின் வாயை அடக்கவேண்டியதாக இருந்தது. நாசர், "நீ உனது அசிங்கமான பேச்சால் சிறுவனின் மனதை விஷமாக்குகிறாய்" என்றான். ஹம்சா இந்த நாடகத்தைப் பார்த்துச் சிரித்தபடி மேலும் சில காட்சிகளுக்காகக் காத்திருந்தான். மதிய உணவுக்காக வீட்டிற்குச் செல்லும் வழியில் பழமும் சாலடும் வாங்குவதற்காக அவர்கள் சந்தைக்குச் சென்றார்கள். சில மதிய வேளைகளில் வேலைகள் முடிந்த பிறகு இலியாசும் ஹம்சாவுடன் கடற்கரையோரமாகச் சிறிதுநேரம் நடக்கும்போது இலியாஸ் தன் தந்தையின் கையைப் பிடித்தபடி அமைதியாக நடந்தான்.

அவர்கள் அதிகம் பேசிக்கொள்ளவில்லை. அது அவர்களுடைய சுபாவத்திலேயே இல்லை.

தாழ்வாரத்தில் அரட்டை முடிந்ததும், கலீஃபா வழக்கம்போல முன்பக்கக் கதவைப் பூட்டிவிட்டுக் கொல்லைப்புறத்தில் இருந்த தன் அறைக்குச் சென்றான். படுக்கைக்குச் செல்லும் வழியில் சில நொடிகள் நின்று அவர்கள் இன்னும் விழித்திருக்கிறார்களா என்று அறிந்துகொள்வதற்காக ஓரிரு வார்த்தைகள் பேச நினைத்தவன் பெரும்பாலும் கைகளை அசைத்துவிட்டுச் சென்றுவிடுவான். ஒரு நாள் மாலை அவன் ஹம்சாவின் பெயரைச் சொல்லிக் கூப்பிட்டுவிட்டு அங்கு நிற்காமல் கடந்துபோய்விட்டான். அஃபியாவும் ஹம்சாவும் அவனது குரலில் இருந்த வித்தியாசமான தொனியைக் கேட்டு ஆச்சரியத்துடன் ஒருவரை ஒருவர் பார்த்துக்கொண்டனர்.

அவள், "நீ என்ன செய்தாய்?" என்று வாயைமட்டும் அசைத்து ஓசையெழாமல் கேட்டதற்கு அவன் "ஏதுமில்லை" என்பதாகத் தன் தோளைக் குலுக்கியதும் அவர்கள் இருவரும் ஒருவரை ஒருவர் பார்த்துப் புன்னகைத்துக்கொண்டனர். அவன் தன் கட்டை விரலைத் தாழ்வாரம் நோக்கி நீட்டினான். ஒருவேளை அவர்கள் ஏதாவது ஒரு விஷயத்திற்காக அங்கு சண்டையிட்டிருக்கலாம். வெளியே போய் அது என்னவென்று தெரிந்துகொள்வது நல்லது.

கலீஃபா தனது படுக்கையில் அமர்ந்திருப்பதைப் பார்த்த ஹம்சா தனது காலில் இருந்த பிரச்சினை காரணமாக கவனமாகத் தரையில் அமர்ந்தான். இப்போது அவர்கள் ஒருவர் முகத்தை ஒருவர் நன்றாகப் பார்க்க முடிந்தது.

கலீஃபா, "தாபோசி என்னிடம் சொன்ன ஒரு விஷயத்தைப் பற்றி நான் உன்னிடம் தனியாகப் பேச விரும்பினேன். ஆனால் அதற்கு முன் உனக்கு இதுபற்றி என்ன தெரியும் என்பதை நான் அறிந்துகொள்ள விரும்புகிறேன். இது சிறுவன் இலியாசைப் பற்றியது. மக்கள் அவனைப் பற்றி நிறைய விஷயங்களைப் பேசுகிறார்கள். அவன் கிராமப்புறங்களில் தனியாக நீண்டதூரம் நடந்து செல்கிறான். பன்னிரண்டு வயதான ஒரு சிறுவன் பல மைல் தூரம் கிராமப்புறங்களில் தனியே நடப்பது மக்களுக்கு விநோதமான ஒன்றாகத் தோன்றுகிறது" என்றான்.

சிறிது நேரம் கழித்து ஹம்சா, "நடப்பது அவனுக்குப் பிடிக்கும்" என்று சிரித்துக்கொண்டே கூறினானேதவிர இலியாசைப் பற்றி இப்படி ஒரு விவாதம் நடப்பது குறித்து அவன் கவலைப்பட்டான்.

"அவன் அடிக்கடி என்னுடன் வெகுதொலைவு நடப்பான். நான் எப்போதும் நொண்டியபடி நடப்பதால் ஒருவேளை அவன் வேகமாக நடப்பதற்காகச் சில இடங்களுக்குப் போயிருக்கலாம்" என்றான்.

கலீஃபா, இல்லை என்பதாகத் தன் தலையை ஆட்டினான்.

"அவன் பரந்துகிடக்கும் கிராமப்புறப் பாதைகளில் தனக்குத்தானே பேசியபடி நடந்து செல்கிறான்."

"என்ன? நீங்கள் என்ன சொல்கிறீர்கள்?"

கலீஃபா மீண்டும் தலையை ஆட்டினான்.

"யாராவது அவன் அருகில் வந்தால் அவன் பேசுவதை நிறுத்திவிடுகிறான். அவன் என்ன பேசுகிறான் என்று யாருக்கும் தெரியவில்லை. இது ஒரு அறிகுறி என்பதை நீங்கள் அறிவீர்கள்..." மேலும் பேசமுடியாமல் சொற்கள் இடையிலேயே நின்று, அவர்கள் தன்னை வெறுப்பு மேலிட குற்றஞ்சாட்டக் கூடும் என்ற எண்ணத்தில் கலீஃபாவின் முகம் வாடியது.

"ஒருவேளை அவன் தனது பள்ளி ஆசிரியர் தரும் கவிதைகளை வாசித்துக் கொண்டிருந்திருக்கலாம். அவன் அதைச் செய்வதை நானும் கேட்டிருக்கிறேன். அல்லது அவன் ஒரு கதையைப் பேசிப் பேசி உருவாக்கிக் கொண்டிருந்திருக்கலாம். அவனுக்கு அது பிடிக்கும். நான் அவனிடம் இனி கவனமாக இருக்கச் சொல்கிறேன்."

கலீஃபா மீண்டும் ஒருமுறை இல்லை என்பதாகத் தலையை அசைத்தான். அவனுடைய கண்கள் அறைவாசலில் நின்ற அஃபியாவிடம் திரும்பின. அவளை உள்ளே வருமாறு கலீஃபா சொன்னதும் அவள் அறைக்குள்வந்து கதவை மூடினாள்.

"நீ அவனிடம் சொல்லவில்லையா?" என்று அவன் கேட்க, அவள் "இல்லை" என்பதாகத் தலையாட்டினாள்.

கலீஃபா, "இரண்டு நாட்களுக்கு முன்பு மதிய வேளையில் நான் இங்கு ஓய்வெடுத்துக்கொண்டிருந்தேன்" என்று ஹம்சாவை நோக்கிக் கூறி கட்டிலைவிட்டுக் கீழே இறங்கினான். அவனுடைய குரல் கிசுகிசுப்பாக மாறியது.

"நான் பெரும்பாலும் இங்கு வருவதில்லை என்பது உங்களுக்குத் தெரியும். நான் எதேச்சையாக இங்கு வந்தபோது முற்றத்தில் ஜன்னல் திறந்திருந்தது. ஆனால் இந்த அறையின் கதவு மூடப்பட்டிருந்தது.

மிக அருகில் யாரோ பேசுவது கேட்டது. அது எனக்கு அறிமுகமற்ற ஒரு பெண்ணின் குரல். வார்த்தைகள் எனக்குக் கேட்கவில்லை. ஆனால் அந்தத் தொனியில் சோகம் இருந்தது. ஒருகணம் அது அஃபியாதான் என்று நினைத்தேன். ஆனால் அது அவள் இல்லை என்று உடனடியாக எனக்குத் தெரிந்தது. அது அவளுடைய குரல் இல்லை. சோகக் கதையுடன் வந்திருக்கும் யாரோ ஒரு பெண் அஃபியாவுடன் பேசிக்கொண்டிருக்கிறாள் என்று நினைத்தேன். ஆனால் அதற்குச் சிறிது நேரத்திற்கு முன்தான் இலியாசின் பெயரைச் சொல்லி சத்தமாகக் கூப்பிட்டபடி அவனைத் தேடிக்கொண்டு அஃபியா வீட்டைவிட்டு வெளியே போனது என் நினைவுக்கு வந்தது. யாரென்றே நமக்குத் தெரியாத ஒருவர் வீட்டில் இருக்கிறார் என்பது எவ்வளவு அச்சமூட்டுவதாக இருக்கிறது."

"நான் படுக்கையில் இருந்து எழுந்து என்ன நடக்கிறது என்று பார்க்க நினைத்தேன். ஆனால் என்னையறியாமல் நான் ஏற்படுத்திய ஓசையால் பேச்சுக் குரல் உடனே நின்றுவிட்டது. நான் திரைச் சீலையைத் தள்ளினேன். அங்கே இலியாஸ் சுவரின் எதிரே ஒரு முக்காலியில் உட்கார்ந்திருந்ததைப் பார்த்து நான் ஆச்சரியமடைந்தேன்."

"உன்னிடம் பேசிக் கொண்டிருந்தது யார்?" என்று நான் அவனிடம் கேட்டேன். அவன், "யாரும் இல்லை" என்றான். "நான் ஒரு பெண்ணின் குரலைக் கேட்டேன்" என்றேன்.

அவன் என்னைப் புதிராகப் பார்த்தபடி தோள்களைக் குலுக்கிக்கொண்டான்.

"ஆமாம். நீ எதற்காக இப்போது சிரிக்கிறாய்?"

இந்தக் கடைசிக் கேள்வி ஹம்சாவிடம் கேட்கப்பட்டது.

"என்னால் இந்தக் காட்சியைப் புரிந்துகொள்ளமுடிகிறது. அதுதான் இலியாசுக்கு மிகவும் பிடித்த பதில். தான் பதிலளிக்க விரும்பாத கேள்விகளுக்கு எல்லாம் அவன் "எனக்குத் தெரியாது" என்பதைத்தான் பதிலாகக் கூறுவான். நீங்கள் எதைப் பற்றி கவலைப்படுகிறீர்கள், அப்பா? அவன் எழுதும் கதையில் துக்கப்படுகிற ஒரு பெண்ணாக அவன் நடிக்கிறான். அதைத்தான் அவன் அப்போது நடித்து ஒத்திகை பார்த்துக்கொண்டிருந்திருப்பான்."

கலீஃபா இல்லை எனும் பொருளில் தன் தலையை உறுதியாக ஆட்டினார். அது பொறுமையின்மையின் அறிகுறி.

"அஃபியா திரும்பி வந்ததும் நான் கேட்ட அறிமுகமற்ற குரலைப் பற்றி அவளிடம் சொன்னேன். நீ அப்போது இங்கு இல்லை, ஹம்சா. அது ஒரு விசித்திரமான பழைய குரல். அந்தக் குரலில் துயரமும் வருத்தமும் ஒருசேர ஒலித்தது. நான் அதைச் சொல்ல ஆரம்பித்தவுடனேயே அந்தக் குரல் பற்றி அஃபியாவுக்கு ஏற்கனவே தெரிந்திருந்ததை நான் புரிந்துகொண்டேன். நீயே ஹம்சாவிடம் சொல் அஃபியா."

ஹம்சா அஃபியாவின் முகத்தை நேராகப் பார்க்க வசதியாக இப்போது தன் காலை சற்று நகர்த்தி படுக்கையின் கால்மீது சாய்த்து வைத்துக்கொண்டு உட்கார்ந்தான்.

அவள், "அவன் தனியே பேசுவதை நானும் கேட்டிருக்கிறேன்" என்றாள். பிறகு தன் குரலைச் சன்னமாகக் குறைத்தபடி அவனருகில் வந்தாள்.

"அவன் எப்போதும் விளையாடும் விளையாட்டுகளின்போது விளையாட்டுப் பொருட்களின் பாகங்களை விளக்கியபடி இதைச் செய்கிறான். இரண்டு முறை அப்பா விவரித்ததுபோலவே ஒரு துக்கமான குரலில், இங்கே கொல்லைப்புறத்தில் அவன் பேசுவதை நான் கேட்டிருக்கிறேன். நான் வாசலில் நிற்பதை அவன் பார்க்கவில்லை. திடீரென்று அருகே போய் அவனை அதிர்ச்சியடையச் செய்ய விரும்பாததால் நான் காத்திருந்தேன். அவன் தூக்கத்தில் நடக்கிறான்போல என்று நினைத்து தூக்கம் கலைந்ததும் அவனை எழுப்பி அங்கிருந்து அழைத்துச் செல்லவேண்டும் என்று நினைத்தேன். ஓர் இரவு நீங்கள் தூங்கிக்கொண்டிருக்கும்போது அவனுடைய அறையில் இருந்து சத்தம் வந்தது. நான் போய்ப் பார்த்தபோது துயரம் வாய்ந்த குரலில் அவன் முனகுவதையும், புலம்புவதையும் கேட்டேன்."

கலீஃபா, "ஏதோ ஒன்று அந்தக் குழந்தையைத் தொந்தரவு செய்கிறது" என்றான்.

ஹம்சா ஆத்திரத்துடன் கலீஃபாவின் பக்கம் திரும்பினாலும் எதுவும் பேசாமல் அமைதியாக இருந்தான். அவர்கள் கலீஃபா பேசும்வரை காத்திருந்தனர்.

"ஒருவேளை அவன் கெட்டகனவு எதையாவது கண்டிருக்கலாம். அல்லது அவனுடைய கற்பனைவளம் அபாரமானதாக இருக்கலாம். அவனுக்கு ஏதோ உடல்நலக் கோளாறு இருப்பதுபோல் நீங்கள் ஏன் அவனைப் பற்றி இப்படிப் பேசுகிறீர்கள்?"

கலீஃபா எரிச்சலுடன் குரலை உயர்த்தி, "அவன் தனக்குத்தானே பேசிக்கொண்டு கிராமத்துத் தெருக்களில் நடக்கிறான்" என்றான்.

அஃபியா உடனே அவனை அமைதிப்படுத்த முயன்றாள். ஆனால் கலீஃபா, "மக்கள் அவனைப் பற்றி பலவிதமாகப் பேசுகிறார்கள். அவனுக்கு நாம் உதவி செய்யாவிட்டால் அவர்களே ஏதாவது செய்து அவனுக்கு உண்மையிலேயே உடல்நிலை சரியில்லாமல் ஆக்கிவிடுவார்கள். ஏதோ ஒன்று அந்தக் குழந்தையைத் தொந்தரவு செய்கிறது."

ஹம்சா, "நான் அவனிடம் பேசுகிறேன்" என்பதைத் தன் இறுதிக் குறிப்பாகக் கூறியவன் அஃபியாவை ஒரு பார்வை பார்த்துவிட்டு அறையைவிட்டு வெளியேறினான்.

அவர்கள் இருவர்மட்டும் தனியாக இருந்தபோது அவள் "அவனைப் பயமுறுத்திவிடாதீர்கள்" என்றாள்.

ஹம்சா, "என் மகனிடம் எப்படிப் பேசவேண்டும் என்று எனக்குத் தெரியும்" என்றான்.

ஆனால் இதைப் பற்றி இலியாசிடம் எப்படிப் பேசுவது என்று அவனுக்கு உண்மையில் தெரியாததால் நாட்கள் கடந்து சென்றன. சில நாட்கள் கழித்து கேள்விகளோடு கலீஃபா பார்த்த பார்வைகளை இறுக்கமான முகபாவத்துடன் ஹம்சா எதிர்கொண்டான். இலியாசின் விசித்திரமான நடத்தை பற்றிய செய்திகள் எதுவும் சில நாட்களுக்கு இல்லாமல் இருந்தது. அந்த அத்தியாயம் முடிந்துவிட்டது, தாம் பாதுகாப்பாக இருக்கிறோம் என்று ஹம்சா நினைத்தான். பிறகு சனிக்கிழமையன்று, ஹம்சா இசைக் குழுவைக் காணச் சென்றபோது தானும் உடன் வரவா என்று இலியாஸ் கேட்டான். இப்போது சனிக்கிழமைகளில் அவர்கள் ஒரு சிறு பார்வையாளர்கள் குழுவுக்கு இலவச நடிப்பை வழங்கினர். ஒரு மணிநேரம் மட்டுமே இசைத்த அந்தக் குழு ஐந்து மணிக்குள் அனைத்தையும் முடித்து, பிறகு மூடப்பட்ட கதவுகளுக்குப் பின்னால் தங்கள் ஒத்திகையைத் தொடர்ந்தனர்.

அவர்கள் கடற்கரைவழியாக வீட்டிற்கு நடந்து சென்றனர். ஹம்சா இசையை ரசித்து மகிழ்ந்திருந்ததுபோலவே தன்னருகில் அமைதியாக அமர்ந்திருந்த இலியாசும் ரசித்ததாக ஹம்சா நினைத்துக்கொண்டான். அங்கு காலியாக இருந்த ஒரு நீண்ட இருக்கையைக் கண்டதும் அவர்கள் கடலைப் பார்க்க அமர்ந்தனர். குரல்களின் விஷயத்தைப் பேச ஏதாவது ஒரு திறப்பைப் பற்றி

ஹம்சா சிந்திக்க முயன்றான். பலமுறை முயற்சித்துப் பலவற்றை நிராகரித்து இறுதியில், "இந்த வார இறுதியில் உனக்கு வீட்டுப் பாடம் ஏதாவது இருக்கிறதா?" என்று கேட்டான்.

"திங்கட்கிழமை நடக்கவுள்ள அல்ஜீப்ரா தேர்வுக்கு நான் கணக்குகளை ஒருமுறை பயிற்சி செய்யவேண்டும்."

"அல்ஜீப்ராவா? அது சிக்கலானதுபோலத் தெரிகிறது. நான் பள்ளிக்கூடத்திற்குப் போய்ப் படித்ததில்லை என்று உனக்குத் தெரியும். அதனால் நான் எந்த அல்ஜீப்ராவையும் கற்றுக்கொள்ளவில்லை."

"எனக்குத் தெரியும். அது உண்மையில் கடினமானதில்லை. நாங்கள் தற்போது மிகவும் எளிமையான இயற்கணிதக் கணக்குகளை மட்டுமே கற்றுக்கொள்கிறோம். பிறகு மிகவும் கடினமான கணக்குகளைக் கற்கவேண்டிவரும் என்று நினைக்கிறேன்" என்றான் இலியாஸ்.

"உங்கள் ஆங்கில ஆசிரியர் இந்த வாரம் உங்களுக்குப் புதிய கவிதைகள் எதையும் கற்றுக்கொடுக்கவில்லையா?"

"இல்லை. அவர் மீண்டும் மீண்டும் அதே கவிதைகளை உரக்கப் படிக்கச் சொல்கிறார்" என்றான் இலியாஸ்.

"நீ கிராமத்துத் தெருக்களில் நீண்டதூரம் பயணித்து அந்தக் கவிதைகளைத்தான் உரக்கப் படிக்கிறாயா?"

ஹம்சாவைத் திரும்பிப் பார்த்த இலியாஸ் தன் தந்தையின் விளக்கத்திற்காகக் காத்திருந்தான். ஹம்சா, தான் அவனைக் கண்டிக்கவில்லை என்று காட்டுவதற்காகச் சிரித்தபடி, "நீ சத்தமாக ஏதோ பேசிக்கொண்டே நீண்டதூரம் நடந்துபோவதாக நான் கேள்விப்பட்டேன். நீ அந்தக் கவிதைகளை வாசித்துக்கொண்டிருந்தாயா?"

"சிலநேரங்களில் நான் அவ்வாறு வாசிப்பதுண்டு. அது தவறா என்ன?" என்று கேட்டான் இலியாஸ்.

"இல்லை. ஆனால் சிலர் அதை விசித்திரமாக நினைக்கிறார்கள். அவர்கள் நீ தனக்குத்தானே பேசிக்கொள்வதாகச் சொல்கிறார்கள். நீ கவிதைகளை வாசிக்கும்போதோ கதைகளை எழுதும்போதோ அவற்றை வீட்டிலோ பள்ளியிலோ செய்வது நல்லது. முன்பின் அறியாதவர்கள் உன்னைப் பைத்தியம் என்று சொல்லக்கூடாதில்லையா?"

இலியாஸ் தலையை ஆட்டி மறுத்தான். அந்த நேரத்தில் சூரியன் வானத்தில் மறையத் தொடங்கியது. ஹம்சா வேறேதோ பேசி அந்தப் பேச்சை மாற்றினான். சில நிமிடங்களில் அந்திப் பொழுதாகியதும் அவர்கள் வீட்டிற்குச் செல்லத் தொடங்கினர்.

★★★

1935ஆம் ஆண்டு அக்டோபர் மாதத்தில் இத்தாலியர்கள், அபிசீனியா மீது படையெடுத்ததும் அவர்களிடையே போர் பற்றிய பேச்சு மீண்டும் எழுந்தது. 1936ஆம் ஆண்டு மே மாதம் அவர்கள் அடிஸ் அபாபாவைக் கைப்பற்றி ஆங்கிலேயர்களை எச்சரித்தனர். பொருளாதார மந்தநிலையை எதிர்கொள்வதற்காக மேற்கொண்ட சிக்கன நடவடிக்கைகளின்போது, ஏறத்தாழ கலைக்கப்பட்டுவிட்ட காலனித்துவ இராணுவமான கிங்ஸ் ஆப்ரிக்கன் ரைஃபிள்சுக்கான ஆட்சேர்ப்பு இயக்கத்தை அடுத்துவந்த இரண்டு ஆண்டுகளில் மறுபடி தொடங்க, இந்த அச்சுறுத்தல் போதுமானதாக இருந்தது. தங்கள் காலனிகளைப் பற்றிய இத்தாலியின் நோக்கத்தைப் பற்றி மட்டுமின்றி, பிரிட்டிஷ் எதிர்ப்பாளர்களாகவும், ஹிட்லருக்கு ஆதரவானவர்களாகவும் கருதப்பட்ட ஜெர்மனியின் ஆதிக்கத்தில் இருந்த கிழக்கு ஆப்பிரிக்கப் பகுதியில் எஞ்சியிருந்த ஜெர்மானியர்களைப் பற்றியும் நிர்வாகம் கவலைப்பட்டது. அத்துடன் அபிசீனிய எதிர்ப்புக்குப் பதில்சொல்ல இத்தாலி கைக்கொண்ட வன்முறையில் பொதுமக்களுக்கு எதிராகப் பயன்படுத்திய இரசாயன ஆயுதங்களை நினைத்தும் நிர்வாகம் அஞ்சியது. வடக்கு எல்லையில் பிரிட்டிஷ் ஆட்சியை முழு அளவில் ஏற்றுக்கொள்ளாத சோமாலி, கல்லா மக்களை இது மேலும் தூண்டிவிட வாய்ப்பிருந்தது. போர் பற்றியும் போர் பற்றிய வதந்திகளும் செய்தித்தாள்களை நிரப்பின.

இலியாசின் தாயையும், கலீஃபாவையும் மிகவும் பயமுறுத்திய இலியாசின் கிசுகிசுப்பு, கடற்கரைவழியே ஹம்சாவும் இலியாசும் பேசிக்கொண்டே நடந்த அந்த இரவுக்குப் பிறகு பல மாதங்களுக்குத் தணிந்திருந்தது. அது அவனுடைய குழந்தைத்தனமான நடத்தையின் ஒரு சிறு அத்தியாயம் என்று நினைத்து அவர்கள் நிம்மதி அடைந்தனர். அதன்பிறகு போர் பற்றிய பேச்சும் இராணுவத்தின் ஆட்சேர்ப்பு முகாம் பற்றிய செய்திகளும் இலியாசிடம் அந்தக் கிசுகிசுப்பான பேச்சை மீண்டும் கொண்டுவந்தன. ஒருநாள் மாலை அஃபியா தன் கைகளைக் காதுகளுக்குமேல்வைத்துப் பொத்தியபடி

தன் மகன் படுக்கைக்கு அருகில் தரையில் சாய்ந்திருப்பதைக் கண்டாள்.

அவனுக்கருகில் மண்டியிட்டு அமர்ந்து, "என்னாயிற்று? தலை வலிக்கிறதா?" என்று கேட்டாள்.

அவனுடைய முகத்தில் கண்ணீர் வழிவதைக் கண்டாள். அவனுக்கு அப்போது பதின்மூன்று வயது. இந்த வயதில் அவனுடைய முகத்தில் கண்ணீரைப் பார்ப்பது வழக்கத்திற்கு மாறான ஒரு காட்சியாகும். அவன் தலையை ஆட்டினான். "அந்தக் குரல்" என்றான்.

"என்ன குரல்? என்ன குரல்?" அஃபியா கவலையுடன் கேட்டாள். தாம் பாதுகாப்பாக இருப்பதாக அவள் நினைத்துக் கொண்டிருக்கையில் மீண்டும் பிரச்சனையில் சிக்கியிருப்பதை நினைத்து பயந்தாள்.

"அந்தப் பெண். என்னால் அவளைத் தடுத்து நிறுத்தமுடியவில்லை."

அஃபியா, "அவள் என்ன சொல்கிறாள்?" என்று கேட்டாள். ஆனால் இலியாஸ் தலையை அசைத்தானேதவிர எதுவும் பேசாமல் கேவி அழுதான். அதை நிறுத்துவது சாத்தியமில்லை என்று அவளுக்குத் தோன்றியது. அதனால் இறுதியில் அஃபியா அவனை எழுப்பி படுக்கையில் படுக்கவைத்ததும் அவன் உடனே தூங்கிவிட்டான் அல்லது தூங்கியதுபோல் நடித்தான். அடுத்த நாள் காலை அவன் நன்றாக இருக்கிறானா என்று கேட்டதற்கு "நன்றாக இருக்கிறேன்" என்று சுருக்கமாக பதில் சொன்னான்.

"அந்தப் பெண் இன்னும் இருக்கிறாளா?" என்று அவள் கேட்டதற்கு "இல்லை" என்று தலையை ஆட்டியவன் பள்ளிக்குக் கிளம்பிப் போனான்.

இது இடைப்பட்ட ஒரு சிறிய ஓய்வுமட்டுமே. சில நாட்களுக்குப் பிறகு அடுத்த அத்தியாயம் தொடங்கியது. ஓர் இரவு அவர்கள் கண்விழித்தபோது அவன் அழுவது கேட்டது. அவன் "இலியாஸ், இலியாஸ்" என்று தன் பெயரைச் சொல்லிக்கொண்டிருந்தான். ஆனால் அதை ஒரு பெண்ணின் குரலில் சொன்னான். ஹம்சா அவனுடைய படுக்கையின்மீது ஏறித் தனது கைகளால் அவனைப் பிடித்தான். இலியாஸ் யாருடனோ போராடுவது போலிருந்தது. பல மணிநேரத்துக்குப் பிறகு இலியாஸ் அமைதியானதும் ஹம்சா அவனிடம், "அவளுக்கு என்ன வேண்டும்?" என்று கேட்டான்.

“இலியாஸ் எங்கே? இலியாஸ் எங்கே என்று அவள் மீண்டும் மீண்டும் கேட்கிறாள்” என்றான்.

“நீதான் இலியாஸ்’ என்றான் ஹம்சா.

அவன், “இல்லை” என்றான்.

கலீஃபா அஃபியாவிடம், “அவள் உன் சகோதரன் இலியாசைக் கேட்கிறாள். அவனுக்கு அந்தப் பெயரை வைத்தது தவறு என்று நான் முன்பே நினைத்தேன். போர் குறித்த பேச்சின் காரணமாக இது மீண்டும் தொடங்கிவிட்டது. ஒருவேளை அவன் தன்னைத்தானே குற்றம் சாட்டிக்கொள்கிறான். அல்லது உங்களைக் குற்றஞ்சாட்டுகிறான். அதனால்தான் அவன் ஒரு பெண்ணின் குரலில் பேசுகிறான். அவன் உங்களுக்காகப் பேசுகிறான். இங்கு அவனுக்கு உதவிசெய்ய யாரும் இல்லை. நாம் அவனை மருத்துவமனைக்கு அழைத்துச் சென்றால் அவர்கள் இங்கிருந்து நூறுமைல் தொலைவில் உள்ள மனநலக் காப்பகத்திற்கு அவனைக் கப்பலில் அனுப்பிச் சங்கிலியால் கட்டி வைத்துவிடுவார்கள். ஆகவே நாமே அவனைக் கவனித்துக்கொள்ளவேண்டும்.”

அதன்பிறகு தினமும் இரவு இலியாசைக் கேட்டு அந்தக் குரல் ஒலித்தது. அஃபியா, “நாம் ஏதாவது செய்யவேண்டும். ஒருவேளை ஹக்கீம் அவனுக்கு உதவமுடியுமா என்று நாம் முயற்சித்துப் பார்க்கவேண்டும் என்று ஜமீலா நினைக்கிறாள்” என்றாள்.

“அவள் கிராமத்தில் வளர்ந்தவள்” என்று கேலியாகக் கூறிய கலீஃபா, ஹம்சாவைப் பார்த்து, “அவர்கள் பிசாசுகள் மந்திரவாதிகள் போன்றவற்றை நம்புகிறார்கள். நீ மதச்சடங்குகளில் நம்பிக்கையுள்ளவன். பேய்களை விரட்ட ஒருவேளை ஹக்கீம் உனக்குச் சிறிது மந்திரத் தூள் தருகிறாரா என்று பார்க்கலாம்” என்றான்.

ஹம்சா “நாம் அதைச் செய்தால் என்ன?” என்று சொன்னாலும் அந்த வகையான மதத்தின்மீது அவனுக்கு நம்பிக்கை இல்லை. திருமதி ஆஷாவுக்கு உடல்நிலை சரியில்லாமல் போனபோது ஹக்கீம் வீட்டுக்குச் சென்ற அஃபியா இப்போது மீண்டும் ஒருமுறை அங்கு சென்று குர் ஆனின் வசனங்கள் எழுதப்பட்ட தங்கமுலாம் பூசிய தட்டுடன் வீட்டுக்குத் திரும்பிப் போனாள். தட்டில் சிறிது தண்ணீரை ஊற்றிப் புனித வார்த்தைகளைக் கரைத்த பிறகு அந்த நீரை இலியாசைக் குடிக்கவைத்தாள். புனித வார்த்தைகளை மீண்டும் மீண்டும் கரைத்த பிறகும் முணுமுணுப்புகள் குறையவில்லை.

இப்போதெல்லாம் இலியாஸ் வீட்டைவிட்டு வெளியே போவதேயில்லை. அவனுடைய உடல் எடை குறைந்துகொண்டே போனது. இரவுகள் குழப்பமாக இருந்ததால் அவன் பகலில் நீண்டநேரம் தூங்கினான். அவநம்பிக்கையுற்ற அஃபியா மிகவும் கலங்கிப்போனாள். ஓர் இரவு, தன் பெயரை முனகியபடி இலியாஸ் படுத்திருந்ததைப் பார்த்த அஃபியா வேதனையுடன், "கடவுளே, இந்த சித்திரவதையை என்னால் தாங்கமுடியாது" என்று வாய்விட்டு அழுதாள். அந்த இரவுக்குப் பிறகுதான் அவள் குர்ஆன் ஓதி அரூப சக்திகளை விரட்டும் ஒரு ஷேக்கியாவை அழைக்க முடிவு செய்தாள். திருமதி ஆஷாவின் கடைசிக் காலத்தில் அவளைப் பார்க்க வந்திருந்த நாட்டுவைத்தியம் செய்யும் மருத்துவச்சி, ஒரு ஷேக்கியாவின் பெயரை அவளிடம் எழுதிக் கொடுத்திருந்தாள்.

ஹம்சா, "அவள் என்ன செய்வாள்?" என்று கேட்டான்.

"அவனுடைய உடம்பில் அது இருந்தால் ஷேக்கியா நமக்குச் சொல்வார்."

"எது இருந்தால்? அவள் கிராமத்தில் வளர்ந்தவள் என்று நான் அப்போதே சொன்னேனே. இந்த வீட்டில் நாம் சூனியம் செய்யப் போகிறோமா!" என்ற கலீஃபா, வெறுப்புடன் தன் அறைக்குச் சென்றான்.

ஷேக்கியா சாம்பிராணிப் புகையுடன் வீட்டிற்குள் நுழைந்தாள் அல்லது பார்வைக்கு அப்படித் தோன்றியது. அவள் மாநிறத்துடன் இருந்த திருத்தமான முகங்கொண்ட பெண். அஃபியாவை வாழ்த்தியபடி தன் துப்பட்டியை எடுத்தவள் மகிழ்ச்சியுடன் பேச ஆரம்பித்தாள். அவளுடைய துப்பட்டியிலிருந்து தூபமேகமும் வாசனைத் திரவியத்தின் மணமும் வெளிப்பட்டன. பிறகு விருந்தினர் அறையில் இருந்த பாயின்மீது அவள் அமர்ந்தாள்.

"வெயில் மிகக் கடுமையாக இருக்கிறது. எங்கு நிழலைக் கண்டாலும் நான் ஓய்வெடுக்க நின்றுவிடுவேன். ஆனாலும் நான் எப்படி வியர்வையில் மூழ்கியிருக்கிறேன் பாருங்கள். வட பருவமழை எப்போதுவந்து தென்றலைத் தரும் என்று நம்மை ஏங்கவைக்கிறது. மகளே! நீ நலமாக இருக்கிறாயா? உன் குடும்பத்தினர் அனைவரும் நன்றாக இருக்கிறார்களா? எல்லாப் புகழும் இறைவனுக்கே. எனக்குத் தெரியும், உங்கள் அன்புக்குரிய யாரோ ஒருவர் ஏதோவொரு சிரமத்தில் இருக்கிறார்.

இல்லையெனில் நீங்கள் என்னை அழைத்திருக்கமாட்டீர்களே. யாருக்கு என்ன தொந்தரவு? என்னிடம் சொல்."

குரல்கள் கேட்ட விஷயத்தை அஃபியா விவரித்தபோது ஷேக்கியா தன் விரல்களால் பழுப்பு நிற ஜெபமாலையை உருட்டியபடி கண்களைத் தாழ்த்திக் கேட்டாள். மெல்லிய சிவப்புச் சால்வையும் தளர்வான அங்கிபோன்ற நீளமான வெண்ணிற ஆடையையும் அணிந்திருந்தாள். அது அவள் உடல் முழுவதையும் மறைத்ததில் அவளுடைய முகமும் கைகளும்மட்டும் வெளியே தெரிந்தன. அஃபியா பேசியபோது ஷேக்கியா எந்தக் கேள்வியும் கேட்கவில்லை. ஆனால் தன் தலையை அவ்வப்போது உயர்த்தி விஷயங்களைக் கிரகித்தபடி இருந்தாள். நிகழ்வுகளை முன்னும் பின்னுமாக விவரித்த அஃபியா அவற்றின் வீரியத்தைச் சரியான முறையில் வெளிப்படுத்துகிறோமா என்று யோசித்தாள். இறுதியில் தான் வெகுநேரமாக சுற்றி வளைத்துப் பேசுகிறோம் என்பதை உணர்ந்தபின்தான் தன் பேச்சை நிறுத்தினாள்.

"அவள் இலியாஸ் என்ற பெயரைச் சொல்லிக் கூப்பிடுகிறாள். அது உன் மகனுடைய பெயர். போருக்குச் சென்று திரும்பிவராத உன் அண்ணனின் பெயரும் அதுதான். அவர் தொலைந்துவிட்டாரா அல்லது மீண்டுவரமுடியாத நிலையில் எங்காவது சிக்கிக்கொண்டுள்ளாரா என்பது உங்களுக்கு உறுதியாகத் தெரியாது. அவனுடைய தந்தையும் போரில் ஈடுபட்டிருந்தார். ஆனால் அவர் திரும்பி வந்துவிட்டார்" என்று விஷயங்களை விவரித்த ஷேக்கியா அதை உறுதிப்படுத்திக்கொள்ளும் விதமாக அஃபியாவைப் பார்த்தாள்.

"நான் இப்போது சிறுவனைப் போய்ப் பார்க்கிறேன்" என்றாள்.

அஃபியா இலியாசைக் கூப்பிட்டாள். உள்ளே வந்த இலியாஸ் பலவீனமாகவும் சிறிது பதட்டத்துடனும் இருந்தான். ஷேக்கியா அவனைப் பார்த்துப் பளீரெனச் சிரித்தபடி தன்னருகே இருந்த பாயைச் சுட்டிக்காட்டி அதில் அவனை உட்காரச் சொன்னாள். அவனை ஒரு கணம் கூர்ந்து பார்த்தவள் அவனிடம் எந்தக் கேள்வியும் கேட்காமல் மீண்டும் அவனைப் பார்த்துப் புன்னகைத்தாள். நீண்டநேரம் கண்களை மூடிக்கொண்டிருந்தவள் தன் கண்களைத் திறந்தபோது அவளுடைய முகம் தீவிரமாகவும் தணிந்த உணர்வுகளோடும் இருந்தது. ஒருமுறை அவனை நோக்கித் தன் உள்ளங்கைகளை உயர்த்தினாளேதவிர அவனைத் தொடவில்லை. பிறகு கண்களைத் திறந்தவள் மீண்டும் இலியாசைப் பார்த்துப் புன்னகைத்தாள். அவனுடைய உடல் நடுங்கியது.

“தம்பி! நீ போய் ஓய்வெடுத்துக்கொள். நான் உன் அம்மாவிடம் தனியாகப் பேசவேண்டும்.”

“உன் மகனின் உடலில் ஏதோ ஒரு ஆவி குடியேறி இருக்கிறது என்பதில் எந்தச் சந்தேகமுமில்லை. நான் என்ன பேசுகிறேன் என்று உனக்குப் புரிகிறதா? அது ஒரு பெண் என்பதால் எனக்கு நம்பிக்கை ஏற்படுகிறது. பெண் ஆவிகள் கேள்வி கேட்டால் எதையாவது பேசும். ஆண் ஆவிகள் சிலநேரங்களில் கோபத்துடன் சத்தம்மட்டுமே போடும். அவள் அவனிடம் பேசுகிறாள் என்பதும் எனக்கு நம்பிக்கையைத் தருகிறது. நீ சொன்னதிலிருந்து அவள் அவனைக் காயப்படுத்தவில்லை என்று தெரிகிறது. இங்கு அவன் அமர்ந்திருந்தபோது நான் உணர்ந்ததில்இருந்து, அந்தப் பெண் ஆவி அவனுக்குத் தீங்கு விளைவிக்கும் என்று தோன்றவில்லை. ஆனாலும் அவளுக்கு என்ன தேவை என்பதை நாம் கண்டுபிடித்து, அவளைச் சமாதானப்படுத்தி, முடிந்தால் அதைத் தரவும்வேண்டும். உனக்குச் சம்மதம் என்றால் நான் என் ஆட்களை இங்கு அழைத்து வருகிறேன். நாங்கள் சிறுவனை இங்கு இந்த அறையில் தூய்மைப்படுத்துவோம். அத்துடன் அந்தப் பெண்ணுக்கு என்ன தேவை என்று கேட்போம். இந்தச் சடங்கு அவ்வளவு மலிவானதாக இருக்காது” என்றாள்.

★★★

சடங்கு நடக்கப்போவதைப் பற்றி அனைவருக்கும் தெரிந்துவிட்டது. ஹம்சா பயந்ததுபோல கலீஃபாவைத்தவிர வேறு யாரும் அதைக் கேலி செய்யவில்லை. இலியாசைப் பற்றி விசாரித்த பெரியவர் சுலைமானி, விழா குறித்து எதுவும் சொல்லவில்லை. அவருக்கு அதில் விருப்பமில்லை என்று ஹம்சா புரிந்துகொண்டான். அவர் இலியாஸ் நலமாக, தான் பிரார்த்தனை செய்வதாகக் கூறினார். அஃபியாமூலமாக இதைக் கேள்விப்பட்ட காலிதாவிடமிருந்து நாசர் பியாஷரா இந்த விவரங்களை அறிந்தான். இலியாசைப் பற்றி நலம் விசாரித்த நாசரும் தன் தோள்களைக் குலுக்கிக்கொண்டு, “எல்லாவற்றையும் முயற்சிசெய்வது நல்லதுதான்” என்றான். ஹம்சாவுக்கு இவ்விதமான விஷயங்களில் நம்பிக்கை இல்லை என்றாலும் விழாவை நடத்துவதைத்தவிர வேறு வழியில்லை என்று அவனுக்கு இப்போது புரிந்தது. ஹம்சா ஜெர்மானியப் பேரரசின் இராணுவத்தில் இருந்தபோது இத்தகைய விழாக்கள் ஒவ்வொரு வாரமும் பொமா கிராமத்தில் வசித்த நுபி குடும்பங்களில் நடந்ததைப் பற்றி அவன் கேள்விப்பட்டிருக்கிறான். ஆனால்

அஃபியா இதை நினைத்துக் கலங்கி, பயந்துகொண்டிருந்தாள். அவளுடைய பதட்டம் அதிகரித்ததில் அவள் உடல்நலம் குன்றியது.

ஹம்சா, கலீஃபாவைப்போல விழாவைப்பற்றி வாதிடவோ கேலி பேசவோ இல்லை. போரின்போது தான் செய்த ஏதோ ஒரு செயலின் விளைவாகவே தன் மகனுக்கு இப்போது இத்தகைய துன்பம் நேர்கிறது என்ற குற்ற உணர்வு அவனுக்கு இருந்தது. கடந்த காலத்தில் ஹம்சா செய்த ஏதோ ஒன்று இந்த நிலையை உருவாக்கியுள்ளது என்று நினைத்தானேதவிர தான் என்ன செய்தோம் என்று அவனுக்குத் தெரியவில்லை. அதனால் அந்தக் குற்ற உணர்வுக்கு எந்த தர்க்கமும் இல்லை. காணாமல்போன இலியாசின் பெயரைத் தங்கள் மகனுக்கு வைத்ததன்மூலமாக எப்படியோ அவர்களுக்கு இடையே ஒரு தொடர்பை ஏற்படுத்திவிட்டனர். அஃபியா தன் அண்ணனைக் கண்டுபிடிக்க முழுதாக முயற்சி செய்யவில்லை என்கிற குற்ற உணர்விலும், அவள் தன் அண்ணனை இழந்த சோகத்திலும் சிறுவனுடைய ஆழ்மனம் கலங்கித் துயரடையும்படி ஆகிவிட்டது.

போதகருடைய மனைவியின் முகவரி, ஹெய்ன் எழுதிய 'ஜர் ட்யூஷ்லேண்ட் ஜெஷ்சிட்' (*zur geschichte der* - ஜெஸ்ஷிடே த ரிலிஜியன் அண்ட் ஃபிலாசஃபி) நூலில் இருந்தது. ஹம்சா அந்த நூலைக் கையில் வைத்திருந்ததைப் பார்த்த போதகர், "நீ எதற்காக இதை வைத்துக்கொண்டிருக்கிறாய்?" என்று கேட்டார்.

"உங்களுடைய மனைவிதான் இதை எனக்குக் கொடுத்தார்கள்" எனறான்.

"என்ன, அவள் ஹெய்ன் நூலை உனக்கு வாசிக்கக் கொடுத்தாளா?" என்று போதகர் ஆச்சரியத்துடன் விழித்ததை இத்தனை ஆண்டுகள் கழித்து இப்போது நினைத்தாலும் அது ஹம்சாவை சந்தோஷமாகச் சிரிக்கவைத்தது.

அதன் பிறகு போதகர், "இதுவரை நீ எவ்வளவு வாசித்துமுடித்தாய்?" என்று கேட்டார்.

ஹம்சாவின் ஜெர்மன் மொழித் திறமை பற்றி போதகரிடம் அவருடைய மனைவி சொன்னபோது அது அவரை எப்படிச் சீண்டியது என்று ஹம்சாவுக்குத் தெரியும். ஆகவே அவன் மிகுந்த பணிவுடன், "நான் மிகவும் மெதுவாக வாசித்துக் கொண்டிருக்கிறேன்" என்றான்.

“வானம்பாடி பாடுவதைக் கேட்டதும் சிலுவையிட்டுக்கொண்ட ஆண்கள் ஜெர்மனியில் ஒரு காலத்தில் வாழ்ந்தார்கள் என்ற செய்தியை அறிந்தபோது எனக்கு அது சுவாரசியமாக இருந்தது. தம் இன்பத்துக்காக எதையும் செய்த அவர்கள், அந்தப் பறவையைத் தீமையின் குறியீடாகப் பார்த்தார்கள்” என்றான்.

“நுண்ணறிவில்லாத ஒரு வாசகரிடமிருந்து இதைத்தான் நான் எதிர்பார்த்தேன்” என்றார் போதகர்.

“ஹெய்னில் உள்ள மேலோட்டமான அற்பத்தனத்தைமட்டுமே ஒருவரால் புரிந்துகொள்ளமுடிகிறது. ஆழமான பொருளை விளங்கிக்கொள்ள உங்களைப் போன்றவர்களால் முடியாது” என்றார்.

போதகர் ஜெர்மனிக்குத் திரும்பிச் செல்ல முடிவு செய்தபோது ஹம்சாவும் அவருடன் கிளம்பத் தயாராகிவிட்டான். போதகரின் மனைவி அவனுக்கு அந்த நூலைப் பரிசாகக் கொடுத்து, தன் பெயரையும் முகவரியையும் நூலின் முதல் பக்கத்தில் எழுதினாள். அது பெர்லினில் உள்ள ஒரு முகவரி.

“உனக்கு ஏதாவது நல்லது நடக்கும்போது இந்த முகவரிக்கு எழுது” என்றாள்.

ஜெர்மனியில் இருக்கும் ஆவணங்களைவைத்து இலியாசைக் கண்டுபிடிக்க ஏதாவது வழி இருக்கிறதா என்று கேட்டு முன்பே அவளுக்குக் கடிதம் எழுத நினைத்த ஹம்சா இந்த யோசனையில் உள்ள முரட்டுத் துணிச்சல் காரணமாக அந்த எண்ணத்தைக் கைவிட்டான். அதைக் கண்டுபிடிப்பது குறித்து அவள் ஏன் கவலைப்படப்போகிறாள்? ஜெர்மானியப் பேரரசின் துருப்புகள், ஆப்பிரிக்கக் கூலிப்படை வீரர்களின் ஆவணங்கள் எங்கிருக்கின்றன என்று அவளுக்கு எப்படித் தெரியும்? காணாமல் போய்விட்ட ஜெர்மானியப் பேரரசின் துருப்புகளுக்கு அதன் பிறகு என்ன ஆயிற்று என்பதைப் பற்றி யார் கவலைப் படப்போகிறார்கள்? இதெல்லாம்போக அவள் பதில் கடிதம் அனுப்புவதற்கு ஹம்சாவுக்கு நிரந்தரமான அஞ்சல் முகவரியும் இல்லாமல் இருந்தது. சமீபத்தில் தொடங்கப்பட்ட ‘பியாஷரா மரச்சாமான்கள் ஜெனரல் மெர்சண்டைஸ் நிறுவனம்’ அதன் பெயரில் ஒரு அஞ்சல் பெட்டியைப் பெற்றிருந்ததால் இப்போது அந்தப் பிரச்சனை தீர்ந்துவிட்டது. அவன் போதகரின் மனைவிக்குச் சுருக்கமான ஒரு கடிதம் எழுதி, தான் யார் என்பதை அவளுக்கு நினைவுபடுத்தி, தன்

மைத்துனனைத் தேடுவது குறித்த தகவலையும் விளக்கி எழுதினான். அவர்கள் அவனை எப்படிக் கண்டுபிடிப்பார்கள் என்று அவளுக்குத் தெரியுமா? அவனுக்கு என்ன நடந்தது? கடிதத்தை நிறுவனத்தின் பெயர் விலாசம் ஆகியவை அச்சடிக்கப்பட்ட காகிதத்தில் எழுதி விமானக் கடிதப் போக்குவரத்துகள் இடப்படும் உறையில் இட்டு அன்றே அதைத் தபால் நிலையத்திற்குக் கொண்டுசென்றான். இது நடந்தது 1938ஆம் ஆண்டு நவம்பர் மாதம்.

★★★

அன்று, ஹம்சா தனது கடிதத்தை அனுப்பிய உடனேயே மாலைநேரத் தொழுகைக்குப் பிறகு ஷேக்கியா தன் பரிவாரங்களுடன் ஹம்சாவின் வீட்டை வந்தடைந்தாள். தலைமுதல் கால்வரை மூடிய கருப்பு உடையணிந்திருந்த அவளுடைய கண் இமைகளிலும் உதடுகளிலும் மை பூசப்பட்டிருந்தன. அவளுடன் வந்த பெண் பாடகியும், மேளம் வாசிக்கும் இரண்டு ஆண்களும் சாதாரண உடையணிந்திருந்தனர். அவள் ஜன்னலை மூடிவிட்டு இரண்டு வாசனை மெழுகுவர்த்திகளை ஏற்றினாள். அதன் பிறகு அறை முழுவதும் பன்னீர் தெளித்தாள். பிறகு ஒரு ஊதுவத்தியையும் சாம்பிராணியையும் கொளுத்தினாள். அறை முழுவதும் வாசனையாலும் புகையாலும் நிரம்பும்வரை காத்திருந்தவள் அதன் பிறகு இலியாசையும் அஃபியாவையும் அழைத்து அவர்களைச் சுவருக்கு எதிரே உட்காரச் சொன்னாள். அவள் அறையின் கதவை மூடவில்லை என்றாலும் அதற்குள் நுழையும் எண்ணம் யாருக்கும் இல்லை. அவள் அஃபியாவுக்கும் இலியாசுக்கும் எதிரே கால்மேல் கால்போட்டபடி அமர்ந்து கண்களை மூடிக்கொண்டாள். அதன் பிறகு மேளம் அடிப்பவர்கள் மென்சுருதியில் தாளத்தை வாசிக்க, பெண் பாடகிகள் மெல்லிய குரலில் பாடத் தொடங்கினர்.

ஹம்சா படுக்கையறையில் தனியாக அமர்ந்திருந்தான். தேவை ஏற்பட்டால் அவன் அழைக்கப்படலாம் என்பதற்காக அந்த அறைக் கதவு திறந்தே இருந்தது. சடங்குகள் நீண்ட நேரம் ஆகும் என்பதும் சில சமயங்களில் உரத்த சத்தம் கேட்கும், ஒழுங்கற்றுப் போய் மக்கள் காயமடைவர் என்பதும் அவனுடைய நினைவுக்கு வந்தது. தனது நண்பர்களுடன் தாழ்வாரத்தில் அமர்ந்திருந்த கலீஃபா மேளச் சத்தத்தையும் பாடலையும் புறக்கணிக்க முயன்றான். என்ன நடந்துகொண்டிருக்கிறது என்று பார்க்கும் ஆர்வத்தில் வழக்கத்தைவிட அதிகமான மக்கள் கூட்டம் அன்று மாலை அந்த இடத்தைக் கடந்து சென்றது. ஆனால்

அவர்கள் ஏமாற்றமடைந்தனர். வீட்டின் முன்கதவும், ஜன்னலும் மூடப்பட்டிருந்ததால் மூன்று முதியவர்கள் தாழ்வாரத்தில் அமர்ந்து அசாதாரணமான எதுவும் உள்ளே நடக்கவில்லை என்று பாசாங்கு செய்து கொண்டிருந்ததைத்தான் அவர்கள் பார்த்தார்கள்.

ஒரேமாதிரியான மேளச் சத்தம் ஏறத்தாழ இரண்டு மணிநேரத்திற்குக் கேட்டது. நேரம் செல்லச் செல்ல சத்தம் அதிகரித்தது. பாடகி சுருதியைக் கூட்டினாள். ஆனால் அவள் பாடிய வார்த்தைகள் முன்புபோலவே புரியாத மொழியில் இருந்தன. அவை சொற்களா என்பதே உறுதியாகத் தெரியவில்லை. ஷேக்கியா ஓதிக்கொண்டிருந்தாள். ஆனால் அது மேளச் சத்தத்தின் தாளத்தில் கேட்கவில்லை. அவள் தன்னருகில் வைத்திருந்த பானையிலிருந்து கரியைச் சேர்த்தபடி தூபத்தை எரியவைத்துக்கொண்டே இருந்தாள். இரண்டு மணி நேரத்திற்குப் பிறகு அஃபியாவின் தலை சாய்ந்தது. அதைத் தொடர்ந்து சில கணங்கள் கழித்து இலியாசின் தலையும் சாய்ந்தது. அவள் எதையோ முணுமுணுக்க ஆரம்பித்தாள். சிறிது நேரம் கழித்து அது யல்லா, யல்லாஹ் என்கிற வார்த்தையாக மாறியது. மூன்றுமணிநேரம் ஆனபோது அஃபியாவும் இலியாசும் ஷேக்கியாவைப்போலவே மயக்கத்தில் முன்னும் பின்னுமாக ஆடிக்கொண்டிருந்தனர். திடீரென்று இலியாஸ் ஒருபக்கமாக விழுந்ததும் அஃபியா அலறினாள். மேளம் அடித்தவர்களும் பாடகிகளும் இதைக் கவனிக்கவில்லை. ஷேக்கியா தனது பிரார்த்தனைகளை நிறுத்தவில்லை.

இதற்குள் கலீஃபா வீட்டின் கதவை மூடிவிட்டுத் தன்னுடைய அறையில் படுக்கையில் அமர்ந்திருந்தான். அவனுக்கு அருகில் அமர்ந்தபடி ஹம்சா இந்த நாடகம் முடிவடைவதற்காகக் காத்திருந்தான். மேளம் அடிப்பது நள்ளிரவில் நிறுத்தப்பட்டது. இரண்டு ஆண்கள் அந்த அறையை நெருங்கினார்கள். இலியாஸ் தரையில் ஒரு பக்கம் படுத்திருந்ததையும், அஃபியா சுவரில் சாய்ந்தபடி, திறந்திருந்த கண்கள் மேல்நோக்கியபடி இருந்ததையும் பார்த்தனர். தன் தலையைத் திருப்பாமல், ஷேக்கியா அந்த ஆண்கள் இருவரையும் அறைக்குள் வரும்படி கையசைத்து அழைத்தாள். மேளம் அடித்தவர்களும் சோர்வுடன் எழுந்து முற்றத்தில் தயாராக இருந்த உணவை உண்பதற்காக உள்ளே சென்றனர்.

அப்போது ஷேக்கியா அவர்களிடம், "இந்த வீட்டில் ஒரு ஆன்மா குடிவந்துள்ளது. இங்கு ஆண் குழந்தை பிறந்தபோது அவள் ஏற்கனவே இங்குதான் இருந்தாள். குழந்தை பிறந்த உடனே யாரோ

இறந்துவிட்டார்கள். அந்த ஆன்மா அந்த உடலைவிட்டுச் சிறுவன்மீது ஏறிவிட்டது. அவள் இலியாசுக்காகக் காத்திருக்கிறாள். தனக்கிருக்கும் வேதனையில் அவள் இந்தச் சிறுவனைத் தொந்தரவு செய்வாள். நீங்கள் இலியாசைக் கண்டுபிடிக்கும்வரை அல்லது அவரைப் பற்றிய தகவல் தெரியும்வரை சிறுவனைக் குணப்படுத்தமுடியாது. இது நடந்தால்தான் அந்த ஆன்மா அவன் இல்லாத துன்பத்துடன் வாழக் கற்றுக்கொண்டு சிறுவனைத் துன்புறுத்துவதை நிறுத்தும். அந்தத் தகவல் உங்களுக்குக் கிடைக்கும்வரை சிறுவன் ஒரு நெருக்கடியை அனுபவிக்கிற போதெல்லாம் நீங்கள் என்னை அழைக்கவேண்டும். நாங்கள் அந்த ஆன்மாவை அமைதிப்படுத்த வேறொரு சடங்கைச் செய்வோம். சிறுவனுக்குத் தீங்கு விளைவிக்கும் எண்ணம் அவளுக்கு இல்லை. அவளே வேதனையில் இருக்கிறாள். அவள் இலியாசைப் பார்க்க விரும்புகிறாள்" என்றாள்.

அதன் பிறகு ஷேக்கியா தனது கட்டணத்தையும், தனக்குத் தரவேண்டியதாக முன்பே குறிப்பிட்ட பரிசுகளையும் எடுத்துக்கொண்டு வாசனையான ஒரு மௌனத்தை அங்கு விட்டுவிட்டுத் தனது பரிவாரங்களுடன் அந்த அகாலநேரத்தில் வீட்டைவிட்டு வெளியேறினாள். களைத்துப்போயிருந்த இலியாஸ் எழுந்திருக்க உதவி செய்த ஹம்சா, இரவில் அவன் தனியாக இருக்கவேண்டாம் என்பதற்காக அவனைத் தங்கள் படுக்கையில் கிடத்தினான். "நான் இலியாசின் படுக்கையில் தூங்குகிறேன்" என்று திரும்பியவன் விருந்தினர் அறையின் வாசலில் கலீஃபா நின்றுகொண்டிருப்பதைப் பார்த்தான்.

"இது என்ன முட்டாள்தனம்! வாசனைத் திரவியங்கள், மேளம், முட்டாள்தனமான அலறல்! ஒரு விஷயத்தைக் கண்டவுடனேயே அதில் வருமான வாய்ப்பு இருக்கிறதா என்று அந்தப் பெண்ணுக்குத் தெரிந்துவிடும். அஃபியா தன் சகோதரனைக் கண்டுபிடிக்க விரும்புகிறாள் என்பதை அவள் அறிந்துகொண்டாள். அன்பால் தூண்டப்பட்ட ஆவி பற்றிய ஒரு குப்பையான கதையை தாபோசிகூட நம்பமாட்டான். எது எப்படியிருந்தாலும், அவனுடைய துர்கனவுகள் அல்லது எவையாக இருந்தாலும் சிறுவன் நலமானால் சரி. இங்கு நடந்த மொத்த விஷயத்திலும் அர்த்தமுள்ளதாக இருந்த ஒரே ஒரு விஷயம் அந்தப் பிசாசு முதலில் இருந்தே ஆஷாவின் உடலில் இருந்ததுதான். இதில் நான் ஆச்சரியப்பட ஏதுமில்லை."

★★★

கல்வி ஆண்டு தொடங்குவதற்கு முன் வறண்ட காற்று வீசியபோது, வட பருவமழையின் வருகை நெருங்குவதற்குச் சில வாரங்களுக்கு முன், ஷேக்கியா மேற்கொண்ட சடங்குகள் நடந்தன. அந்த வாரங்களில் குரல்களின் அத்தியாயம் ஓய்ந்து அதற்கு முன்பிருந்த பதட்டமான தோற்றம் சிறுவனைவிட்டுப் படிப்படியாக விலகியது. முதலில் உற்சாகமின்றியும் எல்லாவற்றில் இருந்து ஒதுங்கியும் இருந்தாலும் அவன் அனைவருக்கும் உதவி செய்தபடி பாசமாகப் பழகினான். குரல்களும் அவை ஏற்படுத்திய பயத்திலிருந்தும் தற்காலிகமாக விடுபடவாவது, அந்தச் சிகிச்சை போதுமானதாக இருந்ததுபோல் தோன்றியது. அந்தச் சூனியக்காரி சிறுவனை பயமுறுத்தியதால் அவன் தானாகவே கிசுகிசுப்பதை கைவிட்டுவிட்டதாகக் கலீஃபா கூறினான். அந்த சிகிச்சையால் தனது மகனைக் குணப்படுத்தியிருக்கமுடியாது என்று நினைத்த அஃபியா பயத்துடனும் கவலையுடனும் அவனை ரகசியமாகக் கண்காணித்தாள்.

அந்த வருடம், அவனுடைய பள்ளியின் தொடக்கத்தில் ஒரு புதிய தலைமை ஆசிரியர் வந்தார். அவரே இலியாசின் ஆங்கில ஆசிரியராகவும் இருந்தார். அவர் தனது மாணவர்களை கவிதைகளை மனப்பாடம் செய்யச் சொல்லவில்லை. மாறாக அவர் கையெழுத்தில் ஆர்வம்கொண்டவராகவும் பொதுவாக எழுதுவதில் ஆர்வம் உடையவராகவும் இருந்தார். ஆசிரியர் கரும்பலகையில் எழுதிய சிறு பத்திகளை மாணவர்கள் ஒவ்வொரு வகுப்பிலும் சிரத்தையுடன் தங்கள் பயிற்சி ஏட்டில் பார்த்து எழுதும் பயிற்சியை மேற்கொண்டனர். ஆசிரியர் வசதியாக நாற்காலியில் அமர்ந்திருக்க ஒவ்வொரு மாணவனாக மீண்டும் மீண்டும் அதே கவிதையை வாசிக்கும் அலுப்பான சோம்பேறித்தனமான பாடங்கள் இனி இல்லை என்றாயிற்று. அவர்கள் ஒவ்வொரு வாரமும் ஒரு கதை எழுத வேண்டியிருந்தது.

வீட்டுப் பாடத்திற்கான தலைப்பு கொடுக்கப்பட்டு, திங்கள் காலை முதல் விஷயமாக வகுப்புத் தலைவனாக இருந்த ஒரு மாணவனால் அது சேகரிக்கப்படும். இலியாஸ் இந்தப் புதிய விஷயத்தில் ஆர்வத்துடன் ஈடுபட்டான். ஆசிரியரின் ஊக்கத்தால், ஒவ்வொரு புதிய முயற்சியின்போதும் அவனுடைய கதைகள் நீண்டு வளர்ந்தன. அத்துடன் கவனமாக, அழகிய கையெழுத்தில் எழுதப்பட்ட அக் கதைகளுக்கு ஆசிரியர் பாராட்டுமழை பொழிந்தார்.

அந்த ஆண்டின் சில மாதங்களில் அவன் எழுதிய கதைகளில் குரங்குகள், காட்டுப் பூனைகள், கிராமத்துச் சாலைகளில் அந்நியர்களுடனான சந்திப்பு, கொடூரமான ஒரு வாளுடன் வெறித்தனமாக ஓடிய ஜெர்மன் அதிகாரி, ஆயிரத்து ஐநூறு வயதுவரை வாழ்ந்த ஒரு ஜின் தன் அக்கம்பக்கத்து வீட்டில் வசித்த ஒரு பதினான்கு வயது சிறுவனைச் சந்தித்தது என ஏராளமான மாந்தர்கள் அவன் கதைகளில் தோன்றினர். ஹம்சா தன் மகன் எந்தத் தொந்தரவும் இன்றி எழுதவேண்டும் என்பதற்காக எழுதுமேசையை விருந்தினர் அறைக்கு மாற்றி இருந்தான். இலியாஸ் மணிக்கணக்கில் அங்கேயே அமர்ந்து, தனது அழகான கையெழுத்தில் அர்ப்பணிப்புடன் கதைகளை எழுதினான். பிறகு அவற்றைத் தனது வீட்டுப் பாடப் புத்தகத்தில் எடுத்து எழுதும் முன் முதலில் குறிப்பு எடுக்கும் புத்தகத்தில், ஞாயிற்றுக்கிழமை இரவு அவற்றை எழுதுவான். அஃபியா, ஹம்சா, கலீஃபா என எல்லோரும் அவனுடைய கதைகளைப் படித்தனர். குறிப்பாகச் சில கதைகளை அவர்கள் அவனை உரக்கப் படிக்கச் சொல்வார்கள்.

கலீஃபா, "இந்தச் சிறுவனுக்கு வளமான கற்பனைத் திறன் உள்ளது. கிசுகிசுப்பதற்குப் பதிலாக அவன் எழுதத் தொடங்கியது நிம்மதி" என்றான்.

ஹம்சா, "நான் அப்போதே சொன்னதுபோல், அவன் அதைத்தான் செய்துகொண்டிருந்தான். அதாவது கதைகளை உருவாக்கிக்கொண்டிருந்தான்" என்று கசப்புடன் கூறினான்.

அஃபியா அவர்கள் இருவரையும் சந்தேகத்துடன் பார்த்தாள். இரத்தத்தை உறைய வைக்கும் கண்ணீர்க் குரலை அவர்கள் உண்மையில் மறந்துவிட்டனரா? நள்ளிரவில் எழுந்த வலி நிறைந்த அந்த அழுகை? அவையெல்லாம் அவன் சொல்லக் காத்திருந்த வெறும் கதைகளா? அவளுக்கு அது சித்திரவதைபோல் தோன்றியது. ஷேக்கியாவும் அவளது பரிவாரங்களும் அடித்த மேளச் சத்தம், அந்த தூப புகைகள் ஆகியவற்றை அவளால் மீண்டும் ஒரு முறை தாங்கிக்கொள்ளமுடியும் என்று அவளுக்குத் தோன்றவில்லை. இப்போதைக்கு இலியாஸ் தன் புதிய சாதனைகள் குறித்து உற்சாகமாகவும் தன்னம்பிக்கையுடனும் இருந்தான். ஆனால் பயங்கரமான அந்தக் குரல் மீண்டும் வந்துவிடுமோ என்ற பயத்துடனேயே அஃபியா இருந்தாள்.

15

அடுத்த ஆண்டு மார்ச் மாதத்தின் காலைவேளையில் ஒரு கடைநிலைக் காவலன் பியாஷாராவின் 'மரச்சாமான்கள் ஜெனரல் மெர்ச்சண்டைஸ்' மரப் பட்டறைக்குத் தன் சைக்கிளில் சென்றான். லேசாகப் பெய்துகொண்டிருந்த இலையுதிர் காலத்துப் பருவ மழை அவனுடைய காக்கிச் சீருடைமீது பொட்டுப் பொட்டாக விழுந்துகொண்டிருந்தது. நடுத்தர உயரத்துடனும், சதைப் பற்றில்லாத முகத்துடனும் இருந்தவனுடைய இடதுகண் பதற்றத்துடன் லேசாகத் துடித்தபடி இருந்தது. மழைக்கு மறைவாக சைக்கிளை ஒரு இடத்தில் சாய்த்து வைத்துவிட்டு நாசர் பியாஷராவின் அலுவலகத்திற்குள் நுழைந்து பணிவாக, "சலாம் அலைக்கும்" என்றான்.

நாசர் பியாஷரா, "வாலைக்கும் சலாம்" என்று சுவரில் சாய்ந்தபடி பதிலளித்தான்.

ஒரு போலீஸ்காரன் தன் கடைக்குவந்து பார்வையிட எந்தவொரு நல்ல காரணமும் இல்லாததால் நாசரின் நெற்றியில் இருந்து சரிந்த கண்ணாடி அவனைச் சந்தேகத்துடன் பார்த்தது.

"ஹம்சா எனும் அஸ்கரி இங்கே இருக்கிறானா?" என்று தன்னுடைய தோற்றத்திற்கு ஏற்றாற்போன்ற மெல்லிய குரலில் கேட்டான்.

"ஹம்சா என்று ஒருவன் இங்கே இருக்கிறான். ஆனால் அவன் அஸ்கரி அல்ல. நீண்டகாலத்திற்கு

முன்பு அஸ்கரியாக இருந்தவன். அவனிடம் உங்களுக்கு என்ன வேண்டும்?" என்றான் நாசர் பியாஷரா.

"அது அவனாகத்தான் இருக்கவேண்டும். அவன் எங்கே?"

"அவனை எதற்காகத் தேடுகிறீர்கள்?" என்று மீண்டும் நாசர் பியாஷரா கேட்டான்.

"ஐயா! எனக்கு வேலை இருக்கிறது. உங்களுக்கும் வேலை இருக்கும். நான் உங்கள் நேரத்தை வீணடிக்க விரும்பவில்லை. அவன் தலைமையகத்தில் தேடப்பட்டுவருகிறான். நான் அவனை அங்கு அழைத்துச் செல்லவேண்டும்" என்று பணிவுடன் புன்னகைத்தபடி "தயவுசெய்து எனக்காக அவனை அழைக்கவும்" என்றான்.

நாசர் பியாஷரா அந்தக் காவலனைப் பணிமனைக்கு அழைத்துச் சென்றான். உடனடியாகத் தன்னைப் பின்தொடர்ந்து காவல் தலைமையகத்திற்குச் செல்லவேண்டும் என்ற தகவலை அந்தப் போலீஸ்காரன் ஹம்சாவுக்குத் தெரிவித்தான்.

"அவன் என்ன செய்தான்?" என்று நாசர் பியாஷரா கேட்டதற்கு எந்த பதிலும் சொல்லாமல் ஹம்சாவைப் பார்த்த காவலன் தன் இடதுகையை நீட்டிக் கதவைச் சுட்டிக்காட்டினான்.

"என்ன விஷயத்திற்காக என்னை அழைக்கிறார்கள்?" என்று ஹம்சா கேட்டான்.

"அதைச் சொல்வது என் வேலை இல்லை. நாம் போகலாம். என்ன காரணம் என்பது உனக்கே விரைவில் தெரியவரும்" என்றான்.

"என்ன காரணம் என்றுகூடச் சொல்லாமல் ஒரு ஆளை உங்கள் இஷ்டம்போல நீங்கள் இங்குவந்து கைதுசெய்யமுடியாது" என்று நாசர் பியாஷரா தனது எதிர்ப்பைத் தெரிவித்தான்.

"ஐயா! எனக்கு வேலை இருக்கிறது. நான் அவனைக் கைது செய்ய வரவில்லை. ஆனால் அவன் தன் சுயவிருப்பத்துடன் என்னுடன் வரவில்லை என்றால் நான் வேறு வழியின்றி அவனைக் கைது செய்யவேண்டிவரும்" என்றவன், இடுப்புவாரில் இணைக்கப்பட்டிருந்த கைவிலங்கை எட்டி எடுப்பதற்காகத் தனது வலதுகையை நீட்டினான். அவனுடைய கோபத்தைத் தணிக்கும்விதத்தில் ஹம்சா கைகளை உயர்த்தினான். ஹம்சா முன்னால் போக, அவனைத் தொடர்ந்து சற்றுப் பின்னால் சைக்கிளைத் தள்ளியபடி ஒரு காவலன் செல்வதைத் தெருக்களில்

நிறையபேர் பார்த்தாலும் யாரும் அவர்களிடம் எதுவும் பேசவில்லை. காவல் தலைமையகத்தில் மற்றொரு அதிகாரி ஹம்சாவின் பெயரை ஒரு புத்தகத்தில் எழுதிவிட்டு ஒரு நீண்ட இருக்கையைச் சுட்டிக்காட்டி அவனைக் காத்திருக்கச் சொன்னான். தன்னை எதற்காக அழைத்திருக்கிறார்கள் என்று அவனால் ஓரளவு யூகிக்கமுடிந்தது. அந்தப் போலீஸ்காரன் 'அஸ்கரி ஹம்சா' என்று தன்னைக் குறிப்பிட்டதில் இருந்து அது ஜெர்மானியப் பேரரசின் இராணுவத் தொடர்புடைய ஏதோ ஒன்று என்று நினைத்தான். அவன் அஸ்கரி என்று அதுவரை தன்னை வெளிக்காட்டிக் கொண்டதேயில்லை. இத்தனை ஆண்டுகளுக்குப் பிறகு தன்னைக் காவலில் வைக்கப்போகிறார்களா? பிரிட்டிஷாருக்கும், ஜெர்மானியருக்கும் இடையே போர் வரப்போவதாகச் செய்திகள் பரவியதால் ஜெர்மானியர்கள் மத்தியில் தாம் எதிரி நாட்டின் தடுப்புக்காவலில் வைக்கப்படுவோம் என்ற அச்சம் நிலவியது. அங்கு குடியேறியிருந்த பல ஜெர்மானியர்கள் இதன் காரணமாக வெளியேறத் தயாராகிக்கொண்டிருப்பதாக வதந்திகள் பரவின.

ஒரு மணிநேரம் ஆனதும் (அல்லது அவ்வளவு நேரம் ஆனதாக ஹம்சாவுக்குத் தோன்றிய பிறகு) ஹம்சாவைக் கூப்பிட்டவர்கள் ஒரு குறுகிய நடைபாதைவழியே ஏதோவொரு அலுவலகத்திற்கு அவனை அழைத்துச் சென்றனர். தலையில் சொட்டை விழத் தொடங்கியிருந்த ஒரு ஐரோப்பியக் காவலர், கூர்மையான மீசையுடனும் பளபளக்கும் கண்களுடனும் ஒரு மேசைக்குப் பின்னால் அமர்ந்திருந்தான். அவன் காவலருக்குரிய சீருடை அணியாமல் குட்டைக் கையுடைய வெண்ணிறச் சட்டை, காக்கிக் காற்சட்டை, வெள்ளைக் காலுறை, பளபளப்பான பழுப்பு நிறக் காலணிகள் என ஒரு பிரிட்டிஷ் காலனித்துவ அதிகாரியின் சீருடைகளை அணிந்திருந்தான். காக்கிச் சீருடையுடன் தொப்பி இல்லாமல் இருந்த இன்னொரு காவலன் குறிப்புகள் எடுக்கத் தயாராக ஒரு சிறிய மேசையின்முன் அமர்ந்திருந்தான். ஹம்சாவைப் பார்த்த பிரிட்டிஷ் அதிகாரி எதுவும் பேசாமல் நாற்காலியைச் சுட்டிக் காட்டினான்.

ஹம்சா உட்காரும்வரை காத்திருந்தவன், "உன் பெயர் ஹம்சாவா?" என்று கிஸ்வாகிலியில் கேட்டான். அவனுடைய குரல் கரகரப்பாகவும் அச்சுறுத்தும்வகையிலும் இருந்தது. கண்களில் கேலியான ஒரு மினுங்கல் தெரிந்தது. பிறகு அவன் அதே கேள்வியை மெல்லிய குரலில், "நீதான் ஹம்சாவா?" என்று மீண்டும் கேட்டான். அதனுள் ஒளிந்திருந்த வன்முறையை ஜெர்மானிய அதிகாரிகளிடம் அவன்

அடிக்கடி கேட்டிருக்கிறான். பிரிட்டிஷ் அதிகாரிகளுடன் அவனுக்கு அதிக தொடர்பில்லை. அந்த விதத்தில் அவன் முதன்முறையாக இந்த அதிகாரியைத்தான் சந்தித்திருக்கிறான்.

"ஆம், நான்தான் ஹம்சா" என்றான்.

"ஹம்சா, உனக்குப் படிக்கத் தெரியுமா?" என்று பிரிட்டிஷ் அதிகாரி மீண்டும் அதே கரகரப்பான குரலில் கேட்டான்.

"தெரியும்" என்றான்.

பிரிட்டிஷ் அதிகாரி, "ஜெர்மன் மொழி படிக்கத் தெரியுமா?" என்று கேட்டான்.

ஹம்சா "தெரியும்" என்று தலையசைத்தான்.

"ஜெர்மனியில் உனக்கு யாரைத் தெரியும்?" என்று அந்த அதிகாரி கேட்டான்.

"எனக்கு யாரையும் தெரியாது" என்று மறுக்கும்போதே, போதகரின் மனைவி நினைவுக்குவர தான் சொல்வது பொய் என்று ஹம்சாவுக்குத் தோன்றியது.

அந்த அதிகாரி ஒரு உறையை நீட்டினான். அது பிரிக்கப்பட்டிருந்தது.

"இது ஹம்சா அஸ்கரி என்ற பெயருடைய ஒருவனுக்கு பியாஷரா மரச்சாமான்கள் கடையின் அஞ்சல் பெட்டி எண்ணுக்கு அனுப்பப்பட்டிருக்கிறது. அது நீயா?" என்று கேட்டான்.

போதகரின் மனைவி தன் கடிதத்துக்குப் பதில் கடிதம் அனுப்பியிருக்கிறாள் என்பதை ஹம்சா புரிந்துகொண்டான். அவன் எழுந்து நின்று கடிதத்தை வாங்குவதற்காகத் தன் கையை நீட்டினான். சீருடை அணிந்த காவல்காரனும் உடனே எழுந்து நின்றான்.

"உட்கார்" என்று பிரிட்டிஷ் அதிகாரி அவர்கள் இருவரையும் ஒருவர் பின் ஒருவராகப் பார்த்து உறுதியாகச் சொன்னான்.

ஹம்சா உட்காராமல், "அது எனக்கு வந்த கடிதம்" என்றான்.

"உட்கார்," என்று இன்னும் மென்மையான குரலில் சொன்ன அதிகாரி ஹம்சா உட்காரும்வரை காத்திருந்தான்.

"இந்தப் பெண்ணை உனக்கு எப்படித் தெரியும்?" என்று போதகருடைய மனைவியின் பெயரைச் சொல்லிக் கேட்டான்.

ஆம், அவள் பதிலளித்திருக்கிறாள்!

"பல வருடங்களுக்கு முன்பு நான் அவர்களிடம் பணியாற்றினேன்" என்றதைக் கேட்டு அதிகாரி தலையசைத்தான். ஐரோப்பியர் ஒருவரிடம் உள்ளூர்வாசி ஒருவன் பணிபுரிவது சாதாரணமாக நடக்கக் கூடியதுதான். உறையில் இருந்து கடிதத்தை வெளியே எடுத்த அந்த அதிகாரி அமைதியாக அதை வாசிக்கத் தொடங்கினான்.

"அது எனக்கு வந்த கடிதம். அதை ஏன் என்னிடம் தராமல் இருக்கிறீர்கள்?" ஹம்சா உரத்த குரலில் கேட்டான்.

சரளமான ஜெர்மன் மொழியில், "பாதுகாப்புக் காரணங்களுக்காகத்தான். என்னைப் பார்த்துக் குரல் எழுப்பினால் இந்தக் கடிதம் உன் கைக்கு வராது" என்றான் அதிகாரி.

"மரியாதைக்குரிய ஒரு ஜெர்மன் பெண் உனக்கு ஏன் கடிதம் எழுதுகிறாள்? அத்துடன், நுணுக்கமான மொழியில் எழுதப்பட்ட இந்தக் கடிதத்தை உன்னால் எப்படிப் படிக்கமுடியும்? நீங்கள் இருவரும் இதுவரை எத்தனை கடிதங்களைப் பரிமாறிக் கொண்டிருக்கிறீர்கள்?"

ஹம்சா, "என் வாழ்நாள் முழுதும் யாரிடமிருந்தும் எனக்கு இதுவரை கடிதமே வந்ததில்லை" என்று கிஸ்வாகிலியில் பதிலளித்தான்.

தனக்கு வந்துள்ள கடிதத்தைப் பற்றி போலீஸ் அதிகாரி ஏன் ஆர்வமாக இருக்கிறான் என்று இப்போது ஹம்சா புரிந்துகொண்டான்.

"நாங்கள் பல வருடங்களாக என் சகோதரனைப் பற்றிய தகவலுக்காகக் காத்திருக்கிறோம். அவர் ஒரு அஸ்கரி. எனக்குக் கொஞ்சம் ஜெர்மன் தெரியும். அதனால் போதகருடைய மனைவியின் உதவியைக் கேட்பதற்காகக் கடிதம் எழுதினேன். அந்தக் கடிதத்தில் என் சகோதரனைப் பற்றி எதாவது இருக்கிறதா?"

அதிகாரி கடிதத்தை நீட்டினான்.

ஹம்சா எழுந்துநின்று அதை வாங்கிக்கொண்டான். அந்த அதிகாரி, "அதில் என்ன எழுதியிருக்கிறது என்று படித்துச் சொல்" என்றான்.

இரண்டு பக்கங்கள்கொண்ட அந்த நீண்ட கடிதத்தை முதலில் மனதுக்குள் வேகமாகப் படித்துவிட்ட ஹம்சா பிறகு மீண்டும்

அதை சத்தமாகப் படித்தான். இப்போது அதைப் படிக்க வெகுநேரம் எடுத்துக்கொண்டவன் அதிலுள்ள அனைத்தையும் புரிந்துகொள்ளப் போராடுவதுபோல் காட்டிக்கொண்டான். தன் சகோதரன் உயிருடன் இருப்பதாகவும், ஜெர்மனியில் இருப்பதாகவும் கடிதம் கூறுகிறது என்றான்.

"எல்லாப் புகழும் இறைவனுக்கே!

அஸ்கரிகளின் ஆவணங்களைக் கையாள உதவிய ஒருவர்மூலம் அவனது பெயர் சில ஆவணங்களில் இருப்பதை போதகரின் மனைவி கண்டுபிடித்துள்ளார். 1929ஆம் ஆண்டில் அவன் தனது ஓய்வூதியத்திற்காக விண்ணப்பித்தபோது ஒருமுறை, 1934ஆம் ஆண்டில் அவன் ஒரு பதக்கத்திற்கு விண்ணப்பித்தபோது ஒருமுறை என, இரண்டுமுறை அவனுடைய பெயர் ஆவணங்களில் குறிப்பிடப்பட்டுள்ளது. ஆகவே அவன் உயிருடன் இருக்கிறான். எல்லாப் புகழும் இறைவனுக்கே! இதைத்தவிர அவளுக்கு வேறு எதுவும் தெரியவில்லை. ஆனால் அவள், தான் தொடர்ந்து விசாரித்துக்கொண்டே இருப்பதாகக் கூறியுள்ளாள். இது எனக்கு மிகுந்த வியப்பளிக்கிறது. அவர்கள் அங்கிருந்து வேறொரு ஊருக்கு இடம்பெயர்ந்துவிட்டதால் என் கடிதம் அவளுக்குக் கிடைக்க நீண்டகாலம் ஆனதாக எழுதியிருக்கிறாள். அதன் பின்னர் வேறொருவரைத் தொடர்புகொண்டு..." என்று ஹம்சா வாசித்துக் கொண்டிருக்கும்போதே பிரிட்டிஷ் அதிகாரி இடைமறித்து, "போதும். நான் அந்தக் கடிதத்தைப் படித்துவிட்டேன். ஹெய்ன் எழுதிய புத்தகம் குறித்து அதில் எழுதப்பட்டிருக்கிறதே? நீ அந்தப் புத்தகத்தைப் படித்திருக்கிறாயா?" என்று கேட்டான்.

"இல்லை. போதகரின் மனைவி அதை எனக்குக் கொடுத்தார்" என்ற ஹம்சா "ஒரு பகடிக்காக போதகரின் மனைவி அதைச் செய்தாள் என்று நினைக்கிறேன். அதை வாசிப்பது என்னளவில் மிகவும் கடினமான ஒன்று என்று அவளுக்குத் தெரியும். பல வருடங்களுக்கு முன்பே நான் அதைத் தொலைத்துவிட்டேன்" என்றான்.

ஒருகணம் எதையோ யோசித்த பிரிட்டிஷ் அதிகாரி பிறகு மேற்கொண்டு அதைப்பற்றி எதுவும் கேட்கவில்லை.

"ஜெர்மனியுடனான விவகாரங்கள் இப்போது மிகப் பதற்றமான நிலையில் உள்ளன. அங்கு வசிக்கும் எவருடனும் தகவல் பரிமாற்றங்கள் நிகழ்ந்தால் நாங்கள் விசாரணை நடத்திக் கடிதப் பரிமாற்றத்தைத் தடுத்து நிறுத்துவோம். இதன் பின்விளைவுகளை

நீ சந்திக்கவேண்டி இருக்கலாம். இனி உன்மீதும் இந்த முகவரியின் மீதும் தீவிரக் கண்காணிப்பு இருக்கும் என்பதைத் தெரிந்துகொள். நீ போகலாம்" என்றான்.

கடித உறையைச் சட்டைப் பையில் வைத்துக்கொண்ட ஹம்சா அஃபியாவுக்கு இந்த மகிழ்வான செய்தியைத் தெரிவிக்கப்போகும் ஆர்வத்துடன் மீண்டும் மரக் கடைக்கு வந்தான். அவன் மரப் பட்டறைக்குத் திரும்பியதும் நிறையபேர் அவனைச் சுற்றித் திரண்டனர். தான் ஜெர்மானியத் துருப்புகளோடு இருந்த காலத்தைப் பற்றி ஒரு பிரிட்டிஷ் அதிகாரி தன்னிடம் கேள்வி எழுப்பியதாக அவன் அவர்களிடம் மிகச் சாதாரணமாகக் கூறினான். கடிதம் வந்த விஷயத்தை முதலில் அஃபியாவுக்குத் தெரிவிக்க விரும்பினான்.

"'கிங்க்ஸ் ஆப்ரிக்கன் ரைஃபில்ஸ்' என்றழைக்கப்பட்ட கிழக்கு ஆப்பிரிக்காவில் ஆதிக்கம் செலுத்திய பிரிட்டிஷ் காலனிய இராணுவம், ஆட்சேர்ப்பு செய்ய பழைய அஸ்கரிகள் யார் யார் இருக்கிறார்கள் என்று தேடிக்கொண்டிருக்கிறார்கள். நான் காயமடைந்ததாக அவர்களிடம் சொல்லிவிட்டேன். அவ்வளவுதான் விஷயம்" என்றான்.

மதிய உணவுக்கு வீட்டிற்கு எப்போது போவோம் என்று ஹம்சா காத்திருந்தான். இப்போதெல்லாம் கலீஃபா கிடங்கில் வேலை செய்வதில்லை. காலை நேரத்தை வீட்டிலோ அல்லது ஏதாவது ஒரு சிற்றுண்டிச் சாலையிலோ உலக நடப்புகளைப் பற்றி பேசிக் கழித்த பிறகு அஃபியா கேட்டுக்கொண்டபடி பழங்களும் காய்கறிகளும் வாங்கச் சந்தைக்குச் செல்வான். சிறிய மகப்பேறு மருத்துவமனையில் பணிபுரிந்த அஃபியா மதிய உணவு சமைக்க வீட்டிற்கு வந்தபோது இலியாஸ் பள்ளியிலிருந்து திரும்பி வந்திருந்தான். மதியம் இரண்டு மணிக்குப் பிறகே அவர்கள் வழக்கமாகச் சாப்பிடுவார்கள். வாழைப்பழமும் மீனும் சேர்த்துச் செய்த மதிய உணவைச் சாப்பிட்டு முடிக்கும்வரை காத்திருந்த ஹம்சா தன் கைகளைக் கழுவிக்கொண்டதும் அஃபியாவை அழைத்தான்.

அஃபியா, சிரித்துக்கொண்டே, "என்ன ஆயிற்று. ஏதோ விஷயம் இருக்கிறது. எனக்குத் தெரியும்" என்றாள். ஹம்சா சட்டைப் பையில் இருந்து உறையை வெளியே எடுத்தான்.

அது என்னவென்று அவர்கள் இருவருக்கும் உடனே தெரிந்துவிட்டது. அவர்கள் யாருக்கும் அதுவரை கடிதங்கள் வந்ததேயில்லை. அவன் அதை வாசித்துக்கொண்டே மொழிபெயர்த்தான்.

"அன்புள்ள ஹம்சா, நீ கடிதம் எழுதியது எனக்கு மிகவும் ஆச்சரியமளித்தது. நீண்டகாலத்திற்கு முன்பு நாங்கள் கிழக்கு ஆப்பிரிக்காவில் கழித்த நாட்களையும் அங்கு செய்த பணிகளையும் பற்றி நாங்கள் அடிக்கடி பேசிக்கொள்வோம். நீங்கள் நலமாக இருப்பதையும், இப்போது தச்சு வேலை செய்வதையும், உங்களுக்குத் திருமணமாகியதையும் அறிந்து மகிழ்ச்சி அடைகிறேன். உங்கள் கடிதம் எங்களை வந்தடைய நீண்ட காலமானது. நாங்கள் இப்போது பெர்லினில் இல்லை. நாங்கள் வூர்ஸ்பர்க்கில் வசிப்பதால் உங்கள் கடிதத்தை அவர்கள் எங்களுக்கு இங்கு அனுப்ப வேண்டியிருந்தது. உங்கள் மைத்துனரைப் பற்றிக் கேள்விப்பட்டதும் நாங்கள் மிகவும் வருந்தினோம். உடனடியாக அவரைப் பற்றி விசாரிக்கத் தொடங்கினோம்.எங்கள் நண்பர் ஒருவர் பெர்லினில் உள்ள வெளியுறவு அலுவலகத்தில் பணிபுரிவது மிகவும் அதிர்ஷ்டகரமான விஷயம். இலியாஸ் ஹசனைப் பற்றிய இரண்டு குறிப்புகள் அந்த அலுவலகத்தில் உள்ள ஜெர்மானிய இராணுவ வீரர்கள் குறித்த பதிவேடுகளில் இருப்பதை அவர் கண்டுபிடித்துவிட்டார். ஆகவே உங்கள் உறவினர் இங்கே ஜெர்மனியில்தான் இருக்கிறார் என்பது உறுதியாகிறது. இது குறிப்பிடத்தக்க ஒரு பெயர் என்பதால் மொத்த ஜெர்மன் இராணுவத் துருப்புகளில் ஒரு இலியாஸ்ஹசன் மட்டுமே இருந்திருக்கமுடியும் என்று நான் நினைக்கிறேன். அந்தப் பெயருக்கான முதல் குறிப்பு 1929ஆம் ஆண்டில் அவர் தனது ஓய்வூதியத்தைப் பெற விண்ணப்பித்தபோதும், அடுத்த குறிப்பு 1934ஆம் ஆண்டில் அவர் கிழக்கு ஆப்பிரிக்காவில் பிரச்சாரத்திற்கான பிரச்சாரப் பதக்கம்பெற விண்ணப்பித்தபோதும் உள்ளன. ஹாம்பர்கில் இருந்துதான் அந்த இரண்டு விண்ணப்பங்களும் சென்றுள்ளன. எனவே அவர் அங்குதான் இருக்கவேண்டும். கப்பல்களில் வேலைசெய்யும் பல வெளிநாட்டினர் அங்கு வசிக்கிறார்கள். ஒருவேளை உங்கள் உறவினரும் கப்பலில் வேலை செய்துகொண்டிருக்கலாம். அவரிடம் இராணுவத்தில் இருந்து விடுவிக்கப்பட்டதற்கான ஆவணம் இல்லாததால் அவருடைய ஓய்வூதிய விண்ணப்பம் ஏற்கப்படவில்லை. அவர் விண்ணப்பித்த பதக்கமும் அவருக்கு வழங்கப்படவில்லை. ஏனெனில் அந்தப் பதக்கம் ஜெர்மானியர்களுக்குமட்டுமே

வழங்கப்பட்டதேதவிர, அஸ்கரிகளுக்கு அல்ல. சமீபத்திய ஆண்டுகள் ஜெர்மனிக்குக் கடினமான ஆண்டுகளாக இருந்தன. ஒரு வெளிநாட்டவர் என்ற முறையில் உங்கள் மைத்துனரின் வாழ்வும் எளிதானதாக இருந்திருக்காது என்று நான் நினைக்கிறேன். ஆனால் அவர் உயிருடன் இருக்கிறார் என்ற விஷயமாவது இப்போது உங்களுக்குத் தெரியும். அவர் எப்பொழுது இங்கு வந்தார், இங்கு வருவதற்கு முன்பு எங்கிருந்தார் என்பதை எங்கள் நண்பரால் கண்டறிய முடியவில்லை. மேலதிக விசாரணைகளை மேற்கொண்டால் இன்னும் பல தகவல்கள் கிடைக்கும் என்று எதிர்பார்க்கிறேன். அப்படி எந்தத் தகவல் கிடைத்தாலும் அதை உடனே உங்களுக்குத் தெரிவிப்போம். நாங்கள் அவரைக் கண்டுபிடித்த உடனே உங்கள் முகவரியை அவருக்குத் தருகிறோம். நீங்கள் எப்போதும் எங்களுடன் கடிதத் தொடர்பில் இருப்பது நல்லது. கிருத்துவ சேவை மையத்தில் இருந்து எங்களுக்கு வந்த மின்னஞ்சல்களைப் படித்தபோது உங்களை அழைத்து வந்த அந்த அதிகாரி, முதல் லெப்டினன்டிடம் இருந்து, ஒரு கடிதம் வந்திருந்ததைப் பார்த்தோம். 1920ஆம் ஆண்டு ஜெர்மனிக்குத் திருப்பி அனுப்பப்பட்ட பிறகு அவர் அந்தக் கடிதத்தை எங்களுக்கு எழுதியிருக்கிறார். அந்தச் சமயத்தில் நாங்கள் ஏற்கனவே இங்கு வந்துவிட்டிருந்தோம். முதலில் டார் எஸ் சலாமிலும் பிறகு அலெக்ஸாண்டிரியாவிலும் அவர் தடுத்து நிறுத்தப்பட்டதாகத் தெரிகிறது. அவர் உங்களைப் பற்றி விசாரித்திருந்தார். நான் எழுதிய பதில் மின்னஞ்சலில் நீங்கள் முழுமையாகக் குணமடைந்துவிட்டதையும், உங்கள் ஜெர்மன் மொழியறிவு பெரும் பாய்ச்சலில் முன்னேறிவிட்டதையும், நீங்கள் ஷில்லரின் தீவிர வாசகர் என்பதையும் எழுதினேன். போதகர் தன்னுடைய வாழ்த்துகளை உங்களுக்குத் தெரிவிக்கிறார். உங்கள் ஹெய்ன் வாசிப்பு எப்படியுள்ளது என்பதை அறிய விரும்புகிறேன். தன் வைத்தியத்தால் கால் குணமடைந்த ஒருவராக, காப்பாற்றப்பட்ட ஒருவராக அவர் உங்களை நினைக்கவில்லை. அவரது ஹெய்ன் நூலைப் படிக்கும் அஸ்கரியாகத்தான் உங்களை அவர் நினைவில் வைத்திருக்கிறார். நான் உங்களுக்குத் தந்த ஹெய்ன் நூல் போதகருக்குச் சொந்தமானது. உங்களுக்கும் உங்கள் குடும்பத்துக்கும் எங்கள் வாழ்த்துகள்."

★★★

அதன் பிறகு அவர்களுக்கு அடுத்த கடிதம் வரவேயில்லை. போதகரின் மனைவிக்கு நன்றி கூறி ஹம்சா எழுதிய கடிதம்

நாட்டைவிட்டு வெளியே போகவில்லை. ஒருவேளை அவள் மேலும் சில தகவல்களுடன் பதிலளித்திருந்தால் அவளது கடிதம் விழிப்புணர்வுமிக்க அந்தக் காவல்துறை அதிகாரியைக் கடந்து சென்றிருக்க இயலாது. அந்த ஆண்டு செப்டம்பரில் போர் அறிவிக்கப்பட்டது. ஐக்கிய ராச்சியம், ஜெர்மனி ஆகிய இரு நாடுகளுக்கு இடையிலான தபால் சேவைகள் முடிவுக்கு வந்தன. அபிசீனியாவில் இருந்த இத்தாலியர்களுக்கு எதிரான பிரச்சாரத்திற்காக டாங்கா வழியாக கிங்க்ஸ் ஆப்ரிக்கன் ரைஃபில்ஸ் என்றழைக்கப்பட்ட கிழக்கு ஆப்பிரிக்காவில் ஆதிக்கம் செலுத்திய பிரிட்டிஷ் காலனிய இராணுவம் தயார் நிலையில் வைக்கப்பட்டபோதும் அவர்களுடைய ஊர், நகரத்தில் இருந்து வெகுதொலைவில் இருந்ததால் போர் ஒரு செய்தியாக மட்டுமே அவர்களுக்குச் சிலகாலம்வரை இருந்தது. போர் முடியும்வரை கலீஃபா தாக்குப்பிடிக்கவில்லை. 1942ஆம் ஆண்டில் தன் அறுபத்தெட்டாவது வயதில் ஓர் இரவு கலீஃபா அமைதியாக இறந்துபோனான். இறுதிச் சடங்கிற்காக ஒரு சவப்பெட்டிக்குள் இருந்ததுதான் கடந்த பல தசாப்தங்களில் அவனுடைய உடல் முதன்முறையாக ஒரு மசூதிக்குள் நுழைந்த தருணம். சில கந்தல் துணிகளையும் பழைய செய்தித்தாள் குவியல்களையும்தவிர அவன் யாருக்கும் எதுவும் விட்டுச்செல்லவில்லை.

1940ஆம் ஆண்டில் தன் எட்டாம் வகுப்பை இலியாஸ் முடித்தான். ஆனால் அதற்குமேல் படிக்க நகரத்தில் பள்ளிக்கூடங்கள் இல்லை. அத்துடன் எட்டாம் வகுப்பை முடிப்பதே அங்கு பலரின் பார்வையில் சாதனையாகக் கருதப்பட்டது. சுகாதாரம், விவசாயம் அல்லது சுங்கம்போன்ற ஏதாவதொரு அரசுத் துறையில் அதிகாரியாவதற்குப் பயிற்சி பெற அதுவே போதுமானதாக இருந்தது. கலீஃபா இறந்து சில மாதங்கள் கடந்திருந்த நிலையில், அபிசீனியாவில் இத்தாலியர்கள் தோல்வியடைந்த காலகட்டத்தில், 1942ஆம் ஆண்டு டிசம்பர் மாதம் இலியாஸ், கிங்க்ஸ் ஆப்பிரிக்கன் ரைஃபில்சின் இராணுவத்தில் சேர்ந்தான். அப்போது அவனுக்குப் பத்தொன்பது வயது. கிங்க்ஸ் ஆப்ரிக்கன் ரைஃபில்சில் சேர்வது பற்றி இலியாஸ் ஒரு வருடத்திற்கும் மேலாகப் பேசிக்கொண்டிருந்தாலும் கலீஃபாவின் உறுதியான எதிர்ப்பால் அவரைமீறி ஒரு முடிவெடுக்க இலியாசுக்குத் துணிச்சலில்லை.

"போருக்கும் உனக்கும் எந்தத் தொடர்பும் இல்லை. இந்தப் போர் வெறியர்களுக்காக, உன் அப்பாவும் மாமாவும் முட்டாள்தனமாகத்

தங்கள் உயிரைப் பணயம்வைத்தது போதாதா?" என்று அவன் இலியாசிடம் கேட்டான்.

கலீஃபாவின் மறைவுக்குப் பிறகு, இலியாஸ் தனது பெற்றோரிடம் பேசி எப்படியோ சம்மதம் வாங்கிவிட்டான். தகுதியான அனுபவமிக்க 'கிங்க்ஸ் ஆப்பிரிக்கன் ரைஃபில்ஸ்' வீரர்களைப் போர் முடிந்ததும் மேற்படிப்புக்கு அனுப்புவதாக பிரிட்டிஷ் நிர்வாகம் உறுதியளித்தது. இந்தக் கவர்ச்சியான அறிவிப்புக்கு இலியாஸ் அடிமையானான். அவன் கென்யாவின் காலனியில் இருந்த கில்கில் ஹைலேண்ட்சுக்கு பயிற்சிக்காக அனுப்பப்பட்டான். அதன் பிறகு கரையோரப் படைப்பிரிவுடன் நகர்க் காவற்படைப் பிரிவில் பணிபுரிய டார் எஸ் சலாமுக்கு அனுப்பப்பட்டவன் போர்முடியும்வரை அங்கிருந்தான். அவன் எந்தச் சண்டையிலும் பங்கேற்கவில்லை என்றாலும் ஆங்கிலேயர்களைப் பற்றியும் அவர்களது நோக்கங்களைப் பற்றியும் நிறைய கற்றுக்கொண்டான்.

மோட்டார் சைக்கிள் ஓட்டவும், ஜீப் ஓட்டவும் கற்றுக்கொண்டான். அத்துடன் அவற்றின் இயந்திரங்களை வெற்றிகரமாகப் பழுது பார்க்கவும்கூடக் கற்றுக்கொண்டான். கால்பந்து, வலைப் பந்து ஆகிய விளையாட்டுகளில் பயிற்சி பெற்றவன், கூரான ஈட்டியுடன் இணைக்கப்பட்ட துப்பாக்கிகளோடு கடலில் நீந்துவதற்குப் பயன்படும் தட்டையான காலணிகளுடன் மீன்பிடிக்கவும் கற்றுக்கொண்டான். சில சமயங்களில் அவன் சுருட்டுகூடப் புகைத்தான். போர் முடிந்தபிறகு, வாக்குறுதியளிக்கப்பட்ட மேற்படிப்பு டார் எஸ் சலாமில் பள்ளி ஆசிரியராகப் பயிற்சி பெறுவதாக முடிந்தது. அதன் பிறகு நகரில் உள்ள ஒரு பள்ளியில் வேலைபார்த்த இலியாஸ் கரியகோ தெருவில் ஒரு அறையை வாடகைக்கு எடுத்துக் குடியிருந்தான். இந்தியாவில் நடந்த வெற்றிகரமான பிரச்சாரத்தின்மூலம் இவை பரவியதுடன், கோல்ட் கோஸ்ட்டில் என்க்ருமாவின் வெற்றியாலும், இந்தோனேசியாவில் டச்சுக்காரர்களின் தோல்வியாலும், காலனித்துவ எதிர்ப்பு உணர்வுகள் புதிய கிளர்ச்சியடைந்து மேலும் பரவின. மேக்கரேர் பல்கலைக்கழகக் கல்லூரியின் ஆப்பிரிக்க சங்கம்மூலமாக அப் பல்கலை மாணவர்களுக்கு ஏற்பட்ட அனுபவங்கள் அரசியல் நிலைப்பாடு எடுத்தன. அத்துடன் இங்கிலாந்து ஸ்காட்லாந்து ஆகிய நாடுகளின் மாணவர் அமைப்புகள் இந்த இயக்கத்தில் ஈடுபாட்டுடன் செயல்பட்டனர். அவர்களும் இதைப் பற்றி அறிந்திருந்த மற்ற அனைவரும் புதிய காலனித்துவ நிர்வாகத்தின்மீது குடியேற்றவாசிகளுக்கு இருந்த சார்புநிலை

குறித்து எச்சரிக்கப்பட்டனர். இந்த நடவடிக்கைகளைப் பற்றி இலியாஸ் அதுவரை அறியாதிருந்தாலும் பின்னொருசமயம் அவனும் அதில் ஈடுபடவேண்டி இருந்தது. இதெல்லாம் நடந்து கொண்டிருந்த காலகட்டத்தில் தனது இருபது வயதின் பிற்பகுதியில் இருந்த இலியாஸ் விளையாட்டில் கவனம் செலுத்திக்கொண்டும் பள்ளியில் கற்பித்துக்கொண்டும் இருந்தான். காலப்போக்கில் கிஸ்வாகிலி மொழியில் கதைகள் எழுதித் தனக்கென ஒரு பெயரை உருவாக்கிக்கொண்டான். அக் கதைகள் சிலசமயங்களில் செய்தித்தாள்களில் வெளியிடப்பட்டன. 1950 களில் காலனித்துவ நிர்வாகம் புதிய வானொலி சேவை ஒன்றை அறிமுகப்படுத்தியது. செய்திகள், இசை நிகழ்ச்சிகள் ஆகியவற்றுடன் சுகாதாரம், விவசாயம், கல்வி ஆகியவற்றில் ஏற்பட்டிருந்த மேம்பாடான அம்சங்களை அது ஒலிபரப்பியது. இந்தச் செய்திப் பிரிவு கென்யாவில் நிகழ்ந்த 'மாவ் மாவ்' கிளர்ச்சிகள் குறித்துத் தீவிரமாக ஒலிபரப்பியதில் தாய்மார்கள் தங்கள் குழந்தைகள் ஏதாவது குறும்பு செய்தால் கிளர்ச்சியாளர்கள் வந்துவிடுவார்கள் என்று அச்சுறுத்தும் அளவுக்கு செய்திகள் இருந்தன.

ஒவ்வொரு விடுமுறையின்போதும், ஹம்சாவையும் அஃபியாவையும் பார்ப்பதற்காக இலியாஸ் சிலநாட்கள் ஊருக்குச் சென்றான். நகரின் சில பகுதிகளுக்கு மின்சார விநியோகம் தரப்பட்டிருந்ததில் அவர்களுடைய பழைய வீடும் அடங்கும். மகிழ்ச்சியுடன் சிறிது நேரம் தெருக்களைச் சுற்றிவந்த இலியாஸ் விரைவில் அமைதியற்ற மனநிலைக்கு மாறி உடனே ஊருக்குக் கிளம்ப ஆசைப்பட்டான். அவனுடைய பெற்றோர்கள் அவனுடைய வகுப்பறையில் நடக்கும் விஷயங்கள், செய்தித்தாள்களில் வெளியிடப்படும் அவனுடைய கட்டுரைகள் ஆகியவற்றைக் குறித்துத் தெரிந்துகொள்ள விரும்பினர். பல விளையாட்டுகளில் அவனுக்குப் புதிதாக ஏற்பட்டிருந்த ஆர்வத்தை அறிந்து அஃபியா திகைத்துநின்றாள். மிகையான அவளுடைய ஆச்சரியம், சிறுவனாக இருந்தபோது தனக்கிருந்த கூச்சத்தை எதிர்த்து வெற்றிபெற்றதை நினைத்து இலியாசைப் பெருமையாக உணர வைத்தது. தன்னுடைய மாமா இலியாஸ் பற்றி ஏதேனும் செய்தி கிடைத்ததா என்று கேட்டான். அவன் எப்போதும் கேள்விகள் கேட்டபடி இருந்தான். ஹம்சா, போதகரின் மனைவிக்கு மீண்டும் கடிதம் எழுதியிருப்பதாகவும், இதுவரை பதில் இல்லை என்றும் சொன்னான். ஜெர்மனியில் போர்க்கால அழிவு பற்றிய கதைகள் அவர்களை மிகத் தாமதமாகவே அடைந்தன. போதகரும்

அவருடைய மனைவியும் உயிர் பிழைத்திருக்கமாட்டார்கள் என்று ஹம்சா பயந்தான்.

இப்போது ஐம்பது வயதாகியிருந்த ஹம்சா, திருப்தியாகவும் சிறப்பாகவும் வாழ்ந்தான். நாசர் பியாஷரா இப்போது மரக்கடைப் பட்டறையின் உரிமையாளர் என்ற நிலையில் இருந்து மருந்து நிறுவனங்கள், அறைக்கலன் கடைகள், மிகச் சமீபத்தில் வானொலிப் பெட்டிகள் உள்ளிட்ட மின் உபயோகப் பொருட்கள் என ஏராளமான தொழில்களில் ஈடுபட்டு ஒரு பெரிய தொழிலதிபராக மாறியிருந்தான். ஆகவே மரக்கடையை நிர்வகிக்கும் பொறுப்பு ஹம்சாவிடம் வந்தது. ஹம்சாவிடமும் அஃபியாவிடமும் ஒரு வானொலிப் பெட்டி இருந்தது.

வானொலி நேயர்களைத் தம் நிகழ்ச்சியில் பங்கேற்கச் செய்வது அப்போது பிரபலமான ஒரு முயற்சியாக இருந்தது. வானொலி நிகழ்ச்சித் தயாரிப்பாளரின் உதவியாளர் ஒருவர், இலியாசின் கதைகளில் ஒன்றைப் பற்றி தன் முதலாளியிடம் கூறினான். தயாரிப்பாளர் இலியாசைத் தன்னைச் சந்திக்குமாறு கேட்டுக்கொண்டார். பருத்த உடலும், பெரிய முகத்தில் பழுப்பும் செந்நிறமும் கலந்த மீசையுடன் இருந்த அந்த ஆங்கிலேயர் அன்புடன் பழகும் குணமுடையவர். வெண்ணிறச் சட்டை, காக்கிக் குறுங் காற்சட்டை, கெண்டைக்கால்வரை நீண்ட வெண்ணிறக் காலுறைகள், பழுப்பு நிறக் காலணிகள் என அவர் காலனித்துவச் சீருடையை அணிந்திருந்தார். தசைப் பற்றுடைய அவரது கை கால்கள் முழுதும் முகத்தைப்போலவே பழுப்பும் செந்நிறமும் கலந்த முடி சூழ்ந்திருந்தது.

“என் பெயர் பட்டர்வொர்த். நான் விவசாயத் துறையில் இரண்டாம் நிலை அதிகாரியாக இருக்கிறேன். நான் வானொலி ஒலிபரப்பிலோ கதைகளிலோ நிபுணர் அல்ல. அவர்கள் என்னை ‘நேஷனல் அத்தாரிட்டி ஃபார் ஆங்கரேஜஸ் அண்ட் டணணலுக்குக்’ கூட அனுப்பியிருக்கக்கூடும். ஆனால் நாம் அதிலும் வேலை செய்யப் பழகிக்கொள்ளவேண்டும். நான் கதைகளில் சில அறிவுரைக் கூறுகள் இருக்கவேண்டும் என்று விரும்புகிறேன். ஒரு பள்ளி ஆசிரியரின் அனுபவம் இதற்கு ஏற்றதாக இருக்கும். விவசாயம் பற்றி வேறு ஏதாவது கதை வைத்திருக்கிறீர்களா?” என்று அவர் இலியாசிடம் கேட்டார்.

திரு பட்டர்வொர்த் ‘கிங்க்ஸ் ஆப்பிரிக்கன் ரைஃபில்ஸ்’ அதிகாரியாகவும் முன்பு இருந்திருக்கிறார். இலியாஸ் ஒரு முன்னாள்

போர் வீரர் என்பதை அறிந்ததும், அவனுக்கு உதவி செய்வதற்கான வழிகளை அவர் கண்டுபிடித்தார். அப்படியாகத்தான் தன்னுடைய கதைகளை வானொலியில் வாசித்து சிறிய அளவில் பிரபலமாகும் வாய்ப்பு ஹம்சாவுக்குக் கிடைத்தது. இரண்டாம்நிலை அதிகாரியாக இருந்த திரு பட்டர்வொர்த் 1950ஆம் ஆண்டு அந்தப் பதவியில் இருந்து விடுவிக்கப்பட்டு மேற்கிந்தியத் தீவுகளுக்கு இட மாறுதல் செய்யப்பட்டார். இடைப்பட்ட காலத்தில் உள்ளே நுழைந்து, விரைவில் ஒலிபரப்புச் சேவையின் தயாரிப்புக் குழுவில் முழுநேர உறுப்பினராகிவிட்ட இலியாஸ், பெரும்பாலும் செய்தி அறையில் பணியாற்றி, தன் ஓய்வு நேரங்களில் கதைகள் எழுதினான்.

1950களின் நடுப்பகுதி ஜூலியஸ் நையிரேரே தலைமையில் டி.என்.ஏ.யூ சுதந்திர அணிவகுப்பு நடத்திய காலம். ஜூலியஸ் சுதந்திரத்திற்கான தீவிர செயற்பாட்டாளர் ஆவதற்கு முன்பு கத்தோலிக்கச் திருச்சபையின் குருவாகப் பின்னொரு காலத்தில் நியமிக்கப்படலாம் என்று கருதப்பட்ட பள்ளி சிறுவன். 1958ஆம் ஆண்டு நடைபெற்ற தேர்தல் மூலம் பிரிட்டிஷ் காலனித்துவ நிர்வாகம் சீர்குலைந்துபோய்விட்டது தெளிவாகத் தெரிந்தது. 1960ஆம் ஆண்டு காலனி நிர்வாகத்தின் மேற்பார்வையின்கீழ் நடைபெற்ற தேர்தல்களில் தேர்ந்தெடுக்கப்பட்ட நாடாளுமன்ற உறுப்பினர்களில் டி.என்.ஏ.யூ வுக்கும் நையிரேரேவுக்கும் 98 சதவிகித இடங்கள் கிடைத்தன. இவை எல்லாம் தேர்தல் ஆணையத்தின் ஊழல்மூலம் மாய வித்தையால் கிடைத்த வெற்றி இல்லை. விருப்பமின்றி முணுமுணுப்புடன் பணியாற்றிய காலனித்துவ அதிகாரிகளின் தீவிரக் கண்காணிப்பில் கிடைத்தவை. ஆகவே அதற்கு எதிராக வாதிடுவதற்கான எந்த வழியும் இல்லை. அடுத்த ஆண்டு ஆங்கிலேயர்கள் அங்கிருந்து போய்விட்டார்கள்.

1963ஆம் ஆண்டில், சுதந்திரம் அடைந்த இரண்டு ஆண்டுகளுக்குப் பிறகு ஜெர்மனியின் கூட்டாட்சிக் குடியரசு, பாண் நகருக்குச் சென்று ஒரு வருடம் தங்கி மேம்பட்ட ஒலிபரப்பு நுட்பங்களைக் கற்றுக்கொள்வதற்கான உதவித்தொகையை இலியாசுக்கு வழங்கியது. ஹம்சாவும் அஃபியாவும் கண்குளிர அதைக் கண்டு மகிழ்ச்சியடைய, தன் முப்பத்தெட்டாவது வயதில் இலியாஸ் அதைப் பெற்றுக்கொண்டான். மேற்கு ஜெர்மனி என்று பிரபலமாக அறியப்பட்ட ஜெர்மனியின் கூட்டாட்சிக் குடியரசு, போருக்குப் பிறகு, அமெரிக்கர்கள், ஆங்கிலேயர்கள் பிரெஞ்சுக்காரர்கள் ஆகியோரால் ஆக்கிரமிக்கப்பட்ட பகுதிகளின் கூட்டமைப்பாக மாறியது. சோவியத் யூனியனால் ஆக்கிரமிக்கப்பட்ட ஜெர்மனியின்

பகுதி, ஜெர்மன் ஜனநாயக குடியரசு ஆனது. காலனித்துவ அரசியலில் செயல் ஊக்கத்துடன் இருந்த 'ஜெர்மன் டெமாக்ரடிக் ரிபப்ளிக்' எனும் கம்யூனிஸ்ட் கிழக்கு ஆப்பிரிக்கா, கிழக்கு சோவியத் ஐரோப்பியக் கூட்டாளிகளுடன் இணைந்து, ஆப்பிரிக்காவின் பல பகுதிகளில் இயங்கிய கிளர்ச்சிவாத விடுதலை இயக்கங்களுக்குச் சரணாலயமும், பயிற்சியும் ஆயுதங்களும் வழங்கி, காலனித்துவத்தை அகற்றும் நாடுகளின் தீவிர ஆதரவாளராகத் தன்னை நிலை நிறுத்திக்கொண்டது.

கூட்டாட்சிக் குடியரசு தரும் உதவித்தொகை என்பது ஜெர்மன் ஜனநாயகக் குடியரசுக்குப் பரிசளிப்பது போன்ற எண்ணத்துடன் நிறுவப்பட்டது. அத்துடன் ஐக்கிய நாடுகள் சபை போன்ற மன்றங்களில் ஏழை நாடுகளின் ஆதரவைப் பெறுவதற்காக உருவாக்கப்பட்டது. நேர்காணல், மதிப்பீடு ஆகிய கட்டங்களைக் கடந்து இந்த உதவித்தொகையைப் பெற்றபோது இலியாஸ் மகிழ்ச்சி அடைந்தான். கென்யாவின் காலனியான கில்கிலில் அடிப்படைப் பயிற்சியை மேற்கொண்ட அந்த சில மாதங்கள்தவிர அவன் வேறெங்கும் பயணம் செய்ததில்லை. இப்போது அவன் முதிர்ச்சியடைந்த ஒரு மனிதனாக ஆர்வத்துடன் பயணிக்கிறான்.

பாண் நகரத்தில் தன் முதல் ஆறு மாதங்களைத் தீவிர ஜெர்மன் மொழிப் பயிற்சியில் ஈடுபட்டான். அங்கு நடந்த அனைத்து வகுப்புகளிலும் கலந்துகொள்வது, கற்றுக்கொண்டதைப் பிறகு சில மணிநேரங்கள் பயிற்சி செய்வது, தினமும் தெருக்களில் நடந்துசென்று கண்ணுக்குச் சிக்கிய காட்சிகளைப் பார்ப்பது, கடைகள் கண்காட்சிகள் ஆகியவற்றுக்குச் சென்று பார்வையிடுவது, பெற்றோருக்கும் தன்னுடன் பணிபுரியும் நண்பர்களுக்கும் அஞ்சல் அட்டைகளை அனுப்புவது என்று அங்கிருந்த நாட்களை அவன் மகிழ்ச்சியுடன் கழித்தான். அவன் வயதொத்த மாணவர்களுக்கென ஒதுக்கப்பட்டிருந்த மூன்று மாடிக் கட்டிடமொன்றில் அவன் தங்கியிருந்தான். பகிரப்பட்ட குளியலறை வசதியுடன்கூடிய ஆறு பெரிய அறைகள் ஒவ்வொரு தளத்திலும் இருந்தன. பல்கலைக்கழக உணவு விடுதியில் இருந்து அந்த இடம் வெகு தொலைவில் இல்லை என்பதுடன் இலியாசின் தேவைகளுக்கு ஏற்றாற்போல எல்லாவிதத்திலும் அது வசதியாக இருந்தது. அவன் வேகமாக ஜெர்மன் மொழியைக் கற்றதால் ஆசிரியர்கள் அவனுடைய திறமையைப் பாராட்டினர். இது தன்னுடைய தந்தையிடமிருந்து தனக்கு வந்திருக்கவேண்டும் என்று அவன் நினைத்துக்கொண்டான்.

பயிற்சி தொடங்கிய முதல் ஆறு மாதங்களின் முடிவில் நிகழ்ச்சிகளை ஒலிபரப்பத் தொடங்கினான். அதன் ஒரு பகுதியாக, ஆய்வுகள், நேர்காணல்களைப் பதிவு செய்வது என அவன் ஒரு பத்திரிகையாளனாகச் செயல்படும் திட்டமொன்றில் வேலை செய்யவேண்டும் என்று எதிர்பார்க்கப்பட்டது. அவனுடைய செலவுக்கு ஒரு தொகை ஒதுக்கப்பட்டு, தொழில்நுட்ப உதவிக்கான ஆலோசனைக்காக ஒரு மேற்பார்வையாளருடன் ஆறுமணிநேரங்களும் வழங்கப்பட்டன. இங்கு வருவதற்குமுன்பே தான் என்ன செய்யவேண்டும் என்று அவன் தெளிவாகத் திட்டமிட்டிருந்தான். அதன்படி அவன், தன் மாமா இலியாசைத் தேடத் தொடங்கினான். தன் அப்பா வைத்திருந்த ஹெய்னின் தொகுதியிலிருந்த போதகருடைய மனைவியின் முகவரியை அவன் எழுதி வைத்திருந்தான். மொழிப் பாடத்தைக் கற்றுக்கொண்டிருந்தபோதே அவன் ஹூர்ஸ்பர்க் பற்றிய தகவல்களைத் தேட ஆரம்பித்தான்.

1945ஆம் ஆண்டு மார்ச் 16 அன்று நூற்றுக்கணக்கான பிரிட்டிஷ் லான்காஸ்டர் வெடிகுண்டு விமானங்கள் நடத்திய வான்வழித் தாக்குதலில் ஏராளமான வெடிகுண்டுகள் வீசப்பட்டு, நகரின் 90 சதவிகிதம் அழிக்கப்பட்டுவிட்டதை அவன் அறிந்துகொண்டான். இந்தத் தாக்குதலுக்குப் பின்னால் எந்த அழுத்தமான இராணுவத் தேவையும் இல்லை. இது முழுக்கவே பொதுமக்களின் பயத்தைத் தூண்டுவதற்காக நடத்தப்பட்டது. பல்கலைக்கழக நூலகத்தில் இருந்து புனரமைக்கப்பட்ட நகரத்தின் புதிய வரைபடத்தைக் கண்டுபிடித்து போதகருடைய மனைவியின் முகவரியில் குறிப்பிடப்பட்டிருந்த தெருவைத் தேடினான். பெரும் அழிவு ஏற்பட்டதில், அந்த இடம் இன்னும் இருக்குமா என்று அவனுடைய சந்தேகத்துக்கு மாறாக அந்த இடம் அழியாமல் இருந்தது. அவனுடைய ஜெர்மன் மொழியறிவு ஓரளவுக்கு வளர்ந்ததும், தான் ஹம்சா அஸ்கரியின் மகன் என்றும், தன் தந்தையின் வாழ்த்துகளை போதகருக்கும் அவருடைய மனைவிக்கும் தெரிவிக்க விரும்புவதாகவும் விளக்கி ஒரு கடிதம் எழுதினான். உறையின் இடதுமூலையில் தன் முகவரியை எழுதினான். பத்து நாட்களுக்குப் பிறகு அவனுடைய கடிதம் திறக்கப்படாமல் திரும்பிவந்தது. உறையின் கீழ் “பெறுநர் அந்த முகவரியில் இல்லை” என்று எழுதப்பட்டிருந்தது. இலியாஸ் தனது திட்டத்தை விவரிக்க ஆரம்பித்ததும் அவனுக்கென நியமிக்கப்பட்டிருந்த மேற்பார்வையாளர், முனைவர் கோஹ்லர் முகம் சுளித்தார். “அது ஐம்பது ஆண்டுகளுக்கு முன்பு ஆப்பிரிக்காவில் நடைபெற்ற ஒரு

போர்” என்றவர், “தன்னுடைய போர்களில் இருந்து ஜெர்மனிக்கு ஓய்வே கிடைப்பதில்லை” என்றார்.

நாற்பதுகளின் முற்பகுதியில் இருந்த முனைவர் கோஹ்லர் உயரமாக, வெளிர் மஞ்சள் நிறத் தலைமுடியுடன், புன்னகை பூத்த முகத்துடன், துறையின் முன்னேற்றத்தில் பங்குபெறும் ஒருவர். தான் சொன்னதை அவர் ஏற்காதது இலியாசை ஏமாற்றமடைய வைத்தது. மேலும் அவர் தொடர்வதற்கு முன் ஒரு கணம் காத்திருந்த ஹம்சா பிறகு கிழக்கு ஆப்பிரிக்காவில் நடந்த போருக்குப் பின் ஜெர்மனிக்கு வந்துவிட்ட ஜெர்மானிய இராணுவ வீரரான தன் மாமாவைத் தேடுவதாக விளக்கினான். தனது பார்வையை உயர்த்திய முனைவர் கோஹ்லர் மேற்கொண்டு சொல்லுமாறு தலையசைத்தார். கிலெம்பாவில் இருந்த கிருத்துவச் சேவையகத்தில் பணியாற்றிய போதகர் தன் தந்தையின் காலையும் அதன்மூலம் அவருடைய உயிரையும் காப்பாற்றியதையும், தனது மாமா குறித்து போதகருடைய மனைவி எழுதிய கடிதத்தைப் பற்றியும் இலியாஸ் விளக்கினான். தான் வூர்ஸ்பர்க் முகவரிக்குக் கடிதம் எழுதியிருந்ததையும் அது திரும்பி வந்துவிட்டதையும் கூறினான். முனைவர் கோஹ்லர் தன் தோள்களைக் குலுக்கிக்கொண்டார். அதன் அர்த்தம் என்னவென்று தனக்குப் புரிந்ததாக இலியாஸ் நினைத்தான்.

“போதகர் என்றால் அவர் லூத்தரன் திருச்சபையைச் சேர்ந்தவர்” என்ற முனைவர் கோஹ்லர், “கத்தோலிக்க நகரான வூர்ஸ்பர்க்கில் ஒரு லூத்தரன் போதகரைக் கண்டுபிடிப்பது கடினமான விஷயமே இல்லை. இதை நீங்கள் மேற்கொண்டு எவ்வாறு தொடர நினைக்கிறீர்கள்?” என்று கேட்டார்.

“அந்தத் தெருவைப் பற்றிய பதிவுகளோ, போதகர் அல்லது அவருடைய மனைவி பற்றிய ஏதாவது தகவலோ கிடைக்கிறதா என்று பார்க்க நான் அங்கே போகலாம் என்று இருந்தேன்.”

“எதையும் விரைந்து செய்வதே சிறந்தது,” என்ற முனைவர் கோஹ்லர் உற்சாகத்துடன். “இந்தப் பதிவுகளை நீங்கள் எங்கு தேடுவீர்கள்?” என்று கேட்டார்.

“அது எனக்குத் தெரியாது. நான் அங்கு போனதும் அதைப் பற்றி விசாரிக்கவேண்டும்” என்றான் இலியாஸ்.

முனைவர் கோஹ்லர் சிரித்தார். “உன்னுடைய இடத்தில் நான் இருந்தால், ராத்தாவ்ஸ் நகரில் இருந்துதான் என் தேடலைத்

தொடங்குவேன். ஆய்வுத் திட்டத்திற்கான உங்கள் பயணம், வாழ்வாதாரச் செலவுகள் ஆகியவற்றுக்கான பணம் உங்களுக்குத் திரும்பத் தரப்படும் என்பது உங்களுக்குத் தெரிந்திருக்கும். ஆனால் அது உடனே தரப்படாது. ஆய்வு முடிந்தபிறகுதான் கிடைக்கும். நிதியைப் பொறுத்தவரை எங்கள் அரசுத் துறை மிகுந்த கவனத்துடன் செயல்படும். நிதிமட்டுமல்ல எல்லாவற்றையும் பற்றியுமேதான். ஜெர்மன் அரசின் நிர்வாகத்தைப் பற்றி இந்த உலகமே பொறாமைப்படுகிறது. முதலில் செலவழித்துவிட்டு பிறகு அதைப் பெற்றுக்கொள்ளும் அளவுக்கு உங்கள் கையிருப்பில் போதுமான பணம் இருக்கிறது என்று நினைக்கிறேன். இது உங்களுடைய திட்டப் பணி. அதை நீங்கள் விரும்பியபடி தொடருங்கள். ஆனால் வாரத்திற்கு ஒருமுறை நாமிருவரும் இதுபோல் சந்தித்து, நீங்கள் எனக்கு ஒரு அறிக்கை தரவேண்டும் என்று நான் விரும்புகிறேன். சரி. நீங்கள் வூர்ஸ்பர்க்கில் உள்ள ராத்தாவ்ஸ் எனும் அழகிய நகரத்தைப் போய்ப் பாருங்கள். நான் போருக்குப் பிறகு அங்கு போகவில்லை" என்றார்.

பாணில் இருந்து பிராங்ஃபர்ட்டுக்கு ரயிலில் சென்று அங்கிருந்து வூஸ்பர்க்கிற்குச் செல்லும் ரயிலில் இலியாஸ் தன் பயணத்தைத் தொடர்ந்தான். ராத்தாவ்சில் இருந்த சிவில் பதிவு அலுவலகத்தின் மூலம் பாதிரியாரும் அவரது குடும்பத்தினரும் வாழ்ந்த தெரு முற்றிலும் அழிக்கப்பட்டுவிட்டதை அறிந்தான். வான்வழித் தாக்குதலைத் தொடர்ந்து எழுந்த தீயில் போதகர், போதகரின் மனைவி, அவர்களுடைய மகள் ஆகிய மூவரும் இறந்துவிட்டதாகக் கருதப்படுவதையும் அறிந்தான். போதகருக்கு இரண்டு மகள்கள் இருந்தது அவன் நினைவுக்கு வந்தது. ஆனால் அதில் ஒரு மகள் போர் நடந்த காலத்தில் தன் பெற்றோருடன் வசிக்காமல் வேறொரு இடத்தில் இருந்திருக்கிறாள். அந்த அலுவலகத்தில் இருந்த ஆவணங்களில் அவர்களுடைய பெயர்கள், அவர்கள் வாழ்ந்த தெரு, அது போரில் அழிந்துவிட்டது ஆகிய தகவல்கள்மட்டுமே இருந்தன. அவர் தேடும் நபர் ஒரு லூத்தரன் போதகர் என்றால் நியூரம்பெர்க்கின் பவாரியா மாவட்டத்தில் உள்ள லூத்தரன் ஆவணக் காப்பகத்தில் சரிபார்க்கவேண்டும் என்று அந்த அலுவலகத்தில் இருந்த ஒரு பெண் விளக்கினாள்.

அவன் தான் கண்டுபிடித்தவற்றைத் தனக்கு ஆலோசனை வழங்கிய முனைவர் கோஹ்லரிடம் தெரிவித்தான். அவர் அங்கு செல்வதற்கு முன் ஆவணக் காப்பகத்தைத் தொலைபேசியில் தொடர்புகொண்டு பேசிவிட்டுப் போகச் சொன்னார். இதற்கிடையில், சில மாதங்களுக்கு

முன்பு ஃபிலிப்ஸ் நிறுவனம் தயாரித்து சந்தைப்படுத்தி இருந்த ஒரு சிறிய ஒலிப்பதிவுக் கருவியைக் காட்டினார். ஒலிபரப்புத் துறை அவற்றில் இரண்டு கருவிகளைக் கைவசம் வைத்துள்ளமையால் ஆவணக் காப்பகத்தாருடனான உரையாடலைப் பதிவு செய்ய இலியாஸ் அதில் ஒன்றைத் தன்னுடன் எடுத்துச் செல்லலாமே என்றார். முனைவர் கோஹ்லர் சொன்னபடியே தொலைபேசியில் அழைத்துப் பேசிவிட்டு மீண்டும் பிராங்ஃபர்ட் வூர்ஸ்பர்க் வழியாக பவேரியாவிற்கு மற்றொரு பயணம் மேற்கொண்டான் இலியாஸ். நியூரம்பெர்க் எவ்வளவு அருகில் இருந்தது என்பது முந்தைய பயணத்தில் அவனுக்குத் தெரிந்திருக்கவில்லை. காப்பக அதிகாரி மெலிந்த உடல்வாகுடைய ஒரு முதியவர். அவர் அணிந்திருந்த அடர் நிற ஆடை சிறிது தளர்வாக இருந்தது. நீண்ட மேஜையின்மீது காகிதங்கள் அடுக்கிவைக்கப்பட்டிருந்த ஒரு அறைக்குள் இலியாசை அழைத்துச் சென்றவர், அவன்மீது ஒரு கண் வைப்பதற்காக வேறு சில தாள்களை வேறொரு மேஜையில் வைத்தபடி காப்பகத்தின் ஒரு மூலையில் அமர்ந்துகொண்டார்.

"உங்களுக்கு ஏதேனும் உதவி தேவைப்பட்டால், தயவுசெய்து சொல்லுங்கள். கேட்கத் தயங்கவேண்டாம்" என்றார்.

இலியாஸ் கிழக்கு ஆப்பிரிக்காவில் இருந்து திரும்பிய பிறகு, போதகர் வூர்ஸ்பர்க்கில் உள்ள செயின்ட் ஸ்டீபனின் லூத்தரன் தேவாலயத்தில் இணைந்துவிட்டதாகச் செய்தித்தாள்களில் படித்துத் தெரிந்துகொண்டான். 1945ஆம் ஆண்டு மார்ச் மாதம் முற்றிலும் அழிக்கப்பட்டுவிட்ட அந்தத் தேவாலயம் 1950களில் மீண்டும் கட்டப்பட்டது. வூர்ஸ்பர்க்கில் இருந்த ஜூலியஸ், மாக்சிமிலியன்ஸ் பல்கலைக்கழகத்தில் பகுதிநேர ஆசிரியராக, ப்ரோடஸ்டண்ட் இறையியல் படிப்பில் ஒரு பாடத்தைக் கற்பித்தார். போதகருடைய மனைவியின் தொழில் குறித்து எதுவும் பதிவு செய்யப்படவில்லை. குண்டுவெடிப்பில் தங்கள் மகளுடன் அவளும் இறந்துவிட்டாள். இன்னொரு மகளுக்கு என்ன நடந்தது என்று ஏதாவது தெரிந்ததா? என்று இலியாஸ் கேட்டதற்குத் தலையை ஆட்டினாரேதவிர காப்பக அதிகாரி எதுவும் பேசவில்லை. அங்கிருந்த காகிதங்களின் நடுவே ஒரு செய்தித்தாளில் இருந்து வெட்டப்பட்ட சிறு துண்டில் கிலெம்பாவில் ஒரு மருத்துவமனை, பள்ளி, போதகர் பற்றிய பத்திகள் இடம் பெற்றிருந்தன. புகைப்படமோ தலைப்போ இல்லை. தேதி துண்டிக்கப்பட்டிருந்தது. அந்தச் செய்தித்தாள் கிடைக்குமா என்று காப்பகத்தாரிடம் இலியாஸ் கேட்டான்.

இலியாஸ் அமர்ந்திருந்த இடத்திற்கு வந்து பார்த்தவர், "இது பெரும்பாலும் ரைஷ்ஸ்காலனியல்பண்ட் கொலோனி அண்ட் ஹைமட் இதழ் கையகப்படுத்தப்படுவதற்கு முன் வெளிவந்த அதன் பிரதி."

இலியாஸ், "அது என்ன?" என்று கேட்டான்.

இந்தக் கேள்வியில் இருந்த அறியாமையைக் கண்ட காப்பக அதிகாரியின் முகம் கடுமையாகியது.

"காலனிகளை மீட்டுருவாக்கம் செய்யும் இயக்கங்களை ஒருங்கிணைப்பதற்காக உருவாக்கப்பட்டது. தங்களுடைய கைகளை விட்டுச்சென்ற காலனிகளை, வெர்சைலஸ் அமைதி ஒப்பந்தம் மூலம் திரும்பப் பெறுவதற்கான பிரசாரம் நடந்தது."

"க்ளைஷ்சால்டங்க் என்றால் என்ன என்று தயவுசெய்து கூறுங்கள். உங்களுடைய இந்த உதவிக்கு நான் மிகவும் நன்றியுள்ளவனாக இருப்பேன்" என்று கேட்டான் இலியாஸ்.

இலியாசின் பணிவான வேண்டுகோளால் சினம் தணிந்த காப்பக அதிகாரி சரி என்று தலையசைத்தார்.

"அது, நாஜி அரசாங்கம் பல அமைப்புகளை ஒரு நிர்வாகத்தின் கீழ்கொண்டுவந்ததைக் குறிக்கும் சொல். ஒருங்கிணைப்பு, கட்டுப்பாடு என்பதே அதனுடைய பொருள். காலனிகளை மீட்டுருவாக்கம் செய்ய முயற்சித்த எல்லா இயக்கங்களையும் ஒருங்கிணைத்த ஹிட்லர் அவற்றைக் கட்சியின் கட்டுப்பாட்டில் கொண்டுவந்தார்."

இலியாஸ், "காலனிகள் மீட்டுருவாக்க இயக்கம் பற்றி எனக்கு எதுவும் தெரியாது" என்றான்.

தோளைக் குலுக்கிக்கொண்ட காப்பக அதிகாரி, "அவர்கள் ஏகாதிபத்திய காலத்தின் வெளியீடான கொலோனி அண்ட் ஹைமட் இதழுக்குப் புத்துயிர் அளித்தனர். இந்தச் செய்தித்தாளின் துண்டுப் பகுதி அதற்கு முந்தையது என்று நான் நினைக்கிறேன்" என்றபடி இலியாஸ் தனது குறிப்புகளை எழுதிக்கொண்டிருந்த மேஜைக்குத் திரும்பினார்.

அப்போதுதான் ஃபிலிப்ஸ் கையடக்க ஒலிப் பதிவுக் கருவியை இயக்க மறந்துவிட்டது அவன் நினைவுக்கு வந்தது. ரைஷ்ஸ்காலனியல்பண்ட்பற்றி முதலில் சொன்னதையே மீண்டும்

சொல்லச் சொல்லி அந்தக் கண்டிப்பான மனிதரிடம் கேட்க அவன் விரும்பவில்லை. அவர் அங்கிருந்து கிளம்பும்போது திடீரென்று இலியாசுக்கு, "நீங்கள் கிழக்கு ஆப்பிரிக்காவில் வசித்திருக்கிறீகளா?" என்று அவரிடம் கேட்கத் தோன்றியது.

இதை அவன் கேட்டபோது அவர்கள் காப்பகத்தின் வெளிவாசலில் நின்று கொண்டிருந்தனர். அந்தக் காப்பக அதிகாரி "ஆம்" என்று சொல்லிவிட்டு இலியாஸ் அடுத்த கேள்வியைக் கேட்கும்முன் திரும்பிச் சென்றுவிட்டார்.

காலனிகள் மீட்டுருவாக்க இயக்கம் பற்றி இலியாசுக்குத் தெரியாது என்பதைக் கேட்டதும் முனைவர் கோஹ்லரும் ஆச்சரியப்பட்டார்.

"அது அப்போது மிகப் பெரிய விஷயமாக இருந்தது. தம் பகையுணர்ச்சியைத் தீர்த்துக்கொள்ள தேசிய சோசலிஸ்டுகளுக்கு வசதியான ஒரு சந்தர்ப்பமாக அமைந்தது. அந்த அணிவகுப்புகள் எனக்கு நினைவிருக்கின்றன. நீங்கள் கையடக்க ஒலிப்பதிவுக் கருவியைப் பயன்படுத்தினீர்களா, இல்லையா? நீங்கள் ஒரு வானொலி நிகழ்ச்சியைத் தயாரிக்கும்போது காப்பக அதிகாரி போன்ற ஒருவரிடமிருந்து ஒலிப்பதிவு செய்யப்பட்ட நேர்காணல் இருந்தால் நன்றாக இருந்திருக்கும். அடுத்த முறை முயற்சியுங்கள்."

ரைஷ்ஸ்காலனியல்பண்ட் தொடர்பான ஆவணங்கள் ரைன், மோசெலே ஆறுகள் சங்கமிக்கும் கோப்லென்ஸ் என்னுமொரு அழகான பழைய நகரத்தில் உள்ள ஆவணக் காப்பகத்தில் இருப்பதையும், அது பான் நகரில் இருந்து தொலைவில் இல்லை என்பதையும் இலியாஸ் கண்டுபிடித்தான். கொலோனி அண்ட் ஹைமட் வைக்கப்பட்டுள்ள ஆவணக் காப்பகத்தைப் பார்க்கவேண்டும் என்ற கோரிக்கையுடன் முன்கூட்டியே தொலைபேசியில் அழைத்துப் பேசினான். அங்கு சென்றபோது ஒரு பெண் காப்பக அலுவலர் வரிசையாக அடுக்குகடுக்கான ஆவணங்கள் இருந்த ஒரு பெரிய அறைக்கு அவனை அழைத்துச் சென்றாள். தன்னுடைய அலுவலகம் அடுத்த அறையில் இருப்பதாகவும் அவனுக்கு ஏதாவது தேவைப்பட்டால் தன்னை அழைக்கும்படியும் கூறினாள்.

1933ஆம் ஆண்டு நிறுவப்பட்ட ரைஷ்ஸ்காலனியல்பண்ட், தேசிய சோசலிஸ்ட் கட்சியோடு 1936ஆம் ஆண்டு இணைக்கப்பட்டது என்பதை அவன் காப்பகத்தில் கண்டுபிடித்தான். 1937ஆம் ஆண்டு புத்துயிர் பெற்ற கொலோனி அண்ட் ஹைமட் இதழ்,

புகைப்படங்கள் இடம்பெற்ற பத்திரிகையாகும். அவன் சில பிரதிகளைத் தேடியபோது காலனி ஆதிக்கம் செலுத்திய இடங்களில் பொதுமக்களுக்கு வீடுகளை அளித்த விழாக்களின் புகைப்படங்கள் பலவற்றைப் பார்த்தான். ஆனால் அவை யாவும் காலனி ஆதிக்கம் அழிவதற்கு முன் எடுக்கப்பட்டவை. அவற்றுடன் காலனிகளைத் திரும்பப் பெறுவதற்காக ரைஷ்ஸ்காலனியல்பண்ட் ஏற்பாடு செய்த கிளர்ச்சிகளிலும் பிரச்சாரங்களிலும் எடுக்கப்பட்ட புகைப்படங்களும் அதில் இருந்தன. பேரணிகளிலும் மேடைகளிலும் இருந்த உறுப்பினர்கள் ஜெர்மானியப் பேரரசின் இராணுவச் சீருடையை அணிந்தபடி சிறப்பாக வடிவமைக்கப்பட்ட கொடியைக் கைகளில் எடுத்துச் சென்றனர். 1938ஆம் வருட நவம்பர் மாத இதழில் அவன் நிறைய புள்ளிகளோடு தெளிவில்லாமல் இருந்த ஒரு புகைப்படத்தைப் பார்த்தான். அந்தப் புகைப்படத்தில் ஒரு மேடையில் சிலர் குழுவாக நின்றிருந்தனர். சீருடை அணிந்த இரண்டு ஜெர்மானியர்கள், ஒலிபெருக்கியின் முன் வெண்ணிறச் சட்டையும் கருப்பு குறுங் காற்சட்டையும் அணிந்த ஒரு ஜெர்மன் இளைஞன், அவனுக்குப் பின்னால் சட்டகத்தின் இடதுபுறத்தில், ஓர் ஆப்பிரிக்கர், ஜெர்மன் இராணுவச் சீருடையுடன் இருந்தார். அவர்களுக்குப் பின்னால் ரைஷ்ஸ்காலனியல்பண்ட் கொடி இருந்தது. புகைப்படத்தின் ஒரு மூலையில் ஸ்வஸ்திகா வடிவம் தெரிந்தது. புகைப்படத்தின் தலைப்பு, அதை ஹாம்பர்க் ரைஷ்ஸ்காலனியல்பண்டின் முக்கிய நிகழ்வு என்று விவரித்ததே தவிர அந்த நான்கு நபர்களின் பெயர்கள் குறிப்பிடப்படவில்லை. அதன் அசல் புகைப்படம் கிடைக்குமா அல்லது இந்தப் புகைப்படம் குறித்த வேறு ஏதாவது விவரங்களைக் கண்டுபிடிக்க முடியுமா அல்லது அது எந்த சந்தர்ப்பத்தில் எடுக்கப்பட்டது என்று அறியமுடியுமா என்று காப்பகப் பொறுப்பாளரிடம் கேட்டான். அவர் பேசுவதை ஃபிலிப்ஸ் கையடக்க ஒலிப்பதிவுக் கருவியில் பதிவு செய்யவேண்டும் என்பது அவனுக்கு இம்முறை நினைவிருந்தது.

"எங்களிடம் ஏராளமான அசல் புகைப்படங்கள் உள்ளன. ஆனால் அவை எங்கு இருக்கின்றன என்பதும் சரியாக வகைப்படுத்தப்பட்டுள்ளதா என்றும் தெரியவில்லை" என்று அவள் மன்னிப்புக் கேட்கும் தொனியில் சொன்னாள். "எனக்குச் சில வேலைகளை முடிக்கவேண்டிய காலக்கெடு உள்ளது. ஆனால் நீங்கள் எனக்கு சில நாட்கள் அவகாசம் கொடுத்தால் நான் இது குறித்து உங்களைத் திரும்ப அழைக்கிறேன். உங்களுடைய

பல்கலைக்கழகத் துறையின் தொலைபேசி எண் என்னிடம் உள்ளது" என்றாள்.

சில நாட்களுக்குப் பிறகு, அவன் மீண்டும் கோப்லென்சுக்குப் போனான். ஆண்டுதோறும் சேகரிக்கப்பட்ட புகைப்படங்களின் பெட்டிகளுக்குள் அதைத் தேட ஆவணக் காப்பாளர் அவனுக்கு உதவினார். அனைத்தும் கையடக்க ஒலிப்பதிவுக் கருவியில் பதிவு செய்யப்பட்டிருந்தது. அவர்கள் அசல் புகைப்படத்தை எளிதாகக் கண்டுபிடித்தனர். அதன் பின்புறத்தில், ஒரு அடையாளக் குறிப்புச் சீட்டு இருந்தது. அதில் புகைப்படக்காரரின் பெயர், புகைப்படத்தில் உள்ளவர்களின் பெயர்கள் ஆகியன இருந்தன. படத் தொகுப்பாளர் தலைப்பில் அதை எழுதாமல் விட்டுவிட முடிவு செய்திருக்கவேண்டும். ஜெர்மனின் ஆதிக்கத்துக்குட்பட்ட கிழக்கு ஆப்பிரிக்கச் சமூகத்தைப் பற்றிய ஒரு திரைப்படம், ஹாம்பர்க்கில் திரையிடப்பட்ட பிறகு நடந்த பேரணியின்போது அந்தப் புகைப்படம் எடுக்கப்பட்டது என்றும் அந்த முத்திரை கூறியது. ஜெர்மன் இராணுவச் சீருடையில் உள்ள ஆப்பிரிக்கரின் பெயர் எலியாஸ் எசென் என்று அதில் இருந்தது. அந்தக் கண்கள், அந்தப் புருவம்! அவன் அந்தப் புகைப்படத்தின் அசல் ஒன்றைத் தருமாறு ஆவணக் காப்பாளரிடம் கேட்டு வாங்கி அதைத் தன் தாய்க்கு அனுப்பினான். அது அவனுடைய மாமா இலியாஸ் என்று சில நாட்களில் அவளிடமிருந்து பதில் வந்தது.

பாணில், வெளியுறவு அலுவலகம் உட்பட அரசு அலுவலகங்கள் இருந்த இடத்தில் இருந்து நடந்துசெல்லும் தூரத்தில் அவன் வசித்து வந்தான். ஒரு மாணவனாகவும் மத்திய அரசாங்கத்தால் நிதியளிக்கப்பட்ட ஒலிபரப்புத் திட்டத்தின் நிதியுதவி பெற்றவனாகவும், ஒரு பத்திரிகையாளனாகவும் இருந்ததால் அவனுக்குக் கிடைத்த அங்கீகாரத்தின்மூலம் அவனால் பல அதிகாரிகளை அணுகமுடிந்தது. அவனுக்குத் தேவையான தகவல்களை அவர்களால் வழங்கமுடியாதபோதும் அவை எங்கு கிடைக்கும் என்ற ஆலோசனைகளை அவர்களால் கூறமுடிந்தது. தனது தேடலின் முன்னேற்றம் எந்தளவுக்கு இருக்கிறது என்பதைப் பற்றித் தன் பெற்றோருக்குத் தெரியப்படுத்துவதற்காக அவன் வீட்டுக்குக் கடிதம் எழுதினான். ஆனால் ஒரு கடிதத்தில் அறுதியிட்டு அறிவிக்கமுடியாதனவாக அவை இருந்தன.

அவன் ஃப்ரீபர்க்கில் இருந்த இன்ஸ்டிடியூட் ஆஃப் மிலிட்டரி ஹிஸ்டரி, பெர்லினில் இருந்த காலனித்துவ ஆவணக் காப்பகம்,

அங்கிருந்த ஓரியண்டல் லாங்க்வேஜஸ் ஆகிய நிறுவனங்களுக்குப் பயணம் செய்தான். மீட்டெடுக்கப்பட்ட காலனிகளை நிர்வகித்த காவலர்களுக்கும் நிர்வாகிகளுக்கும் மொழிப் பயிற்சி தரப்பட்ட தகவல்கள்கொண்ட ஆவணக் காப்பகங்களில் தேடுவதற்காக அவன் அங்கிருந்த மொழியியலாளர்களைச் சந்தித்தான். அவற்றில் சில, அவனிடம் ஏற்கனவே இருந்த தகவல்களை ஒருங்கிணைக்கவும், மற்ற சில, தகவல்கள் சூழலை விளக்கும் சொற்கள், பின்னணி ஆகியவற்றை வழங்குவதற்கும் தேவைப்பட்டன. இராணுவத்தின்மீது பற்றுகொண்டவர்கள், தொழில்முறை வரலாற்றாசிரியர்கள், மனமகிழ்ச்சிக்காக வரலாற்று ஆராய்ச்சியில் ஈடுபடுபவர்கள் என அனைவரையும் சந்தித்தான். தன்னிடம் இருந்த ஃபிலிப்ஸ் கையடக்க ஒலிப்பதிவுக் கருவிமூலம் தாங்கள் பேசுவதை ஒலிப்பதிவு செய்ய அனுமதித்தவர்கள் பேசியதைமட்டும், பதிவு செய்தான். படிப்படியாக அவனால் இதுதான் நடந்தது என்று ஒரு தோராயமான முடிவுக்கு வரமுடிந்தது. இன்னும் தெளிவான உறுதியான ஆராய்ச்சி தேவைப்பட்டது. ஆனால் அவனுடைய வானொலித் திட்டத்திற்கு அது போதுமானதாக இருந்தது. கையடக்க ஒலிப்பதிவுக் கருவியில் இருந்து மோசமான ஒலி வந்தாலும், நேர்காணல் ஒன்று ஒலிப்பதிவு செய்யப்பட்ட காரணத்தாலேயே அது வானொலி நிகழ்ச்சி நேயர்களிடம் ஏற்படுத்தக்கூடிய உணர்வுக் கூறுகளின் சக்தியை நினைத்து முனைவர் கோஹ்லர் மகிழ்ச்சியடைந்தார்.

இலியாஸ் மாமாவுக்கு என்ன நடந்தது என்பதன் முழுக் கதையைத் தன் பெற்றோர்களிடம் சொல்வதற்காக வீடு திரும்பும்வரை அவன் காத்திருந்தான். அவன் அவர்களிடம் கூறியது இதுதான்:

1917ஆம் ஆண்டு அக்டோபர் மாதம் மஹிவா போரில் மாமா இலியாஸ் காயமடைந்தார் ("நான் அங்கு இருந்தேன். அது ஒரு பயங்கரமான போர்" என்று ஹம்சா கூறினான்). அங்கு சிறை பிடிக்கப்பட்ட இலியாஸ் முதலில் லிண்டியிலும் பின்னர் மொம்பாசாவிலும் காவலில் வைக்கப்பட்டார் ("அப்படியானால் அவர் நம் வசிப்பிடத்தில் இருந்து ஒரு நாள் பயணத் தொலைவில் மட்டுமே இருந்திருக்கிறார்" என்றாள் அஃபியா). போருக்குப் பிறகு, ஆங்கிலேயர்கள் ஜெர்மன் அதிகாரிகளை விடுவித்து ஜெர்மனிக்குத் திருப்பி அனுப்பியது. ஆனால் அவ்வாறு விடுவிக்கப்பட்ட ஜெர்மன் இராணுவ அஸ்கரிகளை அங்கேயே தங்கிக்கொள்ள அனுமதித்தது. இலியாஸ் மாமா எங்கே எப்போது விடுவிக்கப்பட்டார் என்று இலியாசால் கண்டுபிடிக்கமுடியவில்லை. அதைப் பற்றி எந்தத்

தகவலும் கிடைக்கவில்லை. அவர் கரையோரத்தில் எங்காவது வசித்திருக்கலாம் அல்லது கடல் கடந்து எங்காவது சென்றிருக்கலாம். விடுதலைக்குப் பிறகு அவர் என்ன வேலை செய்தார் என்பதும் அவனுக்கு உறுதியாகத் தெரியவில்லை. ஒரு கட்டத்தில் அவர் கப்பல்களில் பணியாளராகவோ பொது ஊழியராகவோ வேலை செய்திருக்கிறார். 1929ஆம் ஆண்டு நிச்சயமாக அவர் ஒரு ஜெர்மன் கப்பலில் பணிபுரிந்திருக்கிறார் என்பது ஜெர்மனியைச் சேர்ந்த போதகருடைய மனைவியின் கடிதத்திலிருந்தும், இலியாஸ் வெளியுறவு அலுவலகத்தில் கண்ட ஆவணப் பதிவு மூலமாகவும் அவர்களுக்கு உறுதியாகத் தெரிந்தது. இந்தக் காலகட்டத்தில் அவர் தனது பெயரை எலியாஸ் எசன் என்று மாற்றிக்கொண்டு ஹாம்பர்கில் ஒரு பாடகராக வாழத் தொடங்கியுள்ளார். எலியாஸ் எசென், கீழ்த்தரமான ஆட்கள் புழங்கும் ஹாம்பர்க் காபரே நிகழ்ச்சி மேடைகளில் அஸ்கரிகளின் இராணுவச் சீருடை, அடையாள இலச்சினையான இம்பீரியல் கழுகு வைத்த தொப்பி ஆகியவற்றை அணிந்துகொண்டு பாடல்கள் பாடிய ஒரு பாடகராக நினைவு கூரப்பட்டார்.

1933ஆம் ஆண்டு ஒரு ஜெர்மன் பெண்ணை மணந்த எலியாஸ் எசெனுக்கு மூன்று குழந்தைகள் பிறந்தன. இலியாசின் கைவசம் இருந்த ஆவணங்கள் ஒன்றில், எலியாஸ் எசனின் மனைவி வாடகை வீட்டில் இருந்து தாங்கள் வெளியேற்றப்படுவதற்கு எதிராக முறையீடு செய்தது இருந்தது. அதில் தங்களுக்கு நடந்த திருமணம், குழந்தைப் பிறப்பு, தன் கணவர் ஜெர்மன் இராணுவத்தின் முன்னாள் போர் வீரர் என்பதற்கான ஆவணங்கள் ஆகியவற்றை அவள் அளித்திருந்ததால் இலியாசுக்கு இந்த விபரங்கள் தெரியும். அதில் இருந்த இன்னொரு ஆவணம் 1934ஆம் ஆண்டு பிரச்சாரப் பதக்கத்திற்காக அவர் விண்ணப்பித்தது. ஆனால் அவர்கள் அதைப் பற்றி போதகருடைய மனைவியின் கடிதம்மூலம் ஏற்கனவே அறிந்திருந்தனர். அவர்களுக்கும், போதகருடைய மனைவிக்கும் தெரியாதது, இலியாஸ் மாமா, காலனிகளை மீட்டுருவாக்கம் செய்யும் இயக்கங்களை ஒருங்கிணைப்பதற்காக உருவாக்கப்பட்ட ஒரு நாஜிக் கட்சியுடன் அணிவகுத்துக் கொண்டிருந்ததுதான். நாஜிக்கள் காலனிகளைத் திரும்பப் பெறவேண்டும் என நினைத்தனர். இலியாஸ் மாமா ஜெர்மானியர்கள் மறுபடி ஆட்சி புரியவேண்டும் என்று விரும்பினார். அதனால் அவர்களுடைய அணிவகுப்புகளில் ஜெர்மானியப் பேரரசின் கொடியை ஏந்தி மேடைகளில் நாஜி பாடல்களைப் பாடியபடி அவர் தோன்றினார்.

“நீங்கள் இங்கே அவருக்காக வருந்திக்கொண்டிருந்தபோது, இலியாஸ் மாமா ஜெர்மன் நகரங்களில் காலனிகளைத் திரும்பக் கோரும் அணிவகுப்புகளில் ஜெர்மன் இராணுவக் கொடியை அசைத்தபடி ஆடிப் பாடிக்கொண்டிருந்திருக்கிறார். அவர்களைப் பொறுத்தவரை லெபன்ஸ்ட்ராரம் என்பது உக்ரைன் போலந்து ஆகியவற்றை மட்டும் குறிக்கவில்லை. நாஜிகளின் கனவு, ஆப்பிரிக்காவில் உள்ள மலைகளையும் பள்ளத்தாக்குகளையும் சமவெளிகளையும் பனி மூடிய மலை அடிவாரத்தையும் உள்ளடக்கியது. 1938ஆம் ஆண்டு இலியாஸ் மாமா பெர்லினில் வசித்து வந்தார். போதகருடைய மனைவி அவரைப் பற்றி விசாரித்துவந்த அதே வேளையில், நாஜி இனச் சட்டங்களை மீறியதற்காகவும் ஒரு ஆரியப் பெண்ணைக் களங்கப்படுத்தியதற்காகவும் அவர் கைது செய்யப்பட்டிருக்கலாம். ஒரு ஜெர்மன் பெண்ணைத் திருமணம் செய்ததற்காக அல்ல! அந்தத் திருமணம் 1933இல் நடந்தது.

1935ஆம் ஆண்டுவரை இனச் சட்டங்கள் நிறைவேற்றப்படவில்லை என்பதால் அது அவருக்கு அப்போது பொருந்தவில்லை. 1938ஆம் ஆண்டில் மற்றொரு ஜெர்மன் பெண்ணுடன் அவர் தொடர்பில் இருந்த காரணத்துக்காகவே இது நடந்தது. சட்டம் அப்படித்தான் செயல்படும். அவர் 1938ஆம் ஆண்டில் சட்டத்தை மீறினார். ஆனால் 1933ஆம் ஆண்டு அவர் செய்தது குற்றமாகவில்லை. ஏனெனில் இனச் சட்டம் அப்போது நிறைவேற்றப்படாமல் இருந்தது. அதன் பிறகு இலியாஸ் மாமா பெர்லினுக்கு வெளியே இருந்த சாஷென்ஹசன் வதை முகாமுக்கு அனுப்பப்பட்டார். கிழக்கு ஆப்பிரிக்காவில் போரில் ஈடுபட்ட ஜெனரலின் பெயரால் பால் என்று பெயரிடப்பட்ட அவருடைய மகன், தானாக முன்வந்து அவரைப் பின்தொடர்ந்து அந்த வதை முகாமுக்குச் சென்றான். இலியாஸ் மாமாவின் மனைவி என்ன ஆனாள் என்று தெரியவில்லை. இலியாஸ் மாமாவும் அவருடைய மகன் பால் ஆகிய இருவரும் 1942ஆம் ஆண்டு சாஷென்ஹசனில் இறந்தனர். இலியாஸ் மாமாவின் மரணத்திற்கான காரணம் பதிவு செய்யப்படவில்லை. ஆனால் அந்த வதைமுகாமில் இருந்து உயிர் பிழைத்த ஒரு கைதியின் சுய வாழ்க்கைக் குறிப்புகள் மூலம், தன் தந்தையுடன் இருப்பதற்காகத் தானாக முன்வந்து வதைமுகாமுக்குள் நுழைந்த கறுப்பினப் பாடகரின் மகன், பிறகு முகாமில் இருந்து தப்பிக்க முயன்றபோது சுட்டுக் கொல்லப்பட்ட தகவல் அறியப்படுகிறது.

இலியாஸ் தனது பெற்றோரிடம், "நம்மால் உறுதியாகச் சொல்லக் கூடிய ஒரு விஷயம் உண்டெனில், இலியாஸ் மாமாவுடன் இருக்கவேண்டும் என்ற ஒரே காரணத்திற்காக, மரணம் நிச்சயம் என்று அறியப்பட்ட வதைமுகாம்வரை பின்தொடரப்படும் அளவுக்கு அவர் ஒருவரால் நேசிக்கப்பட்டிருக்கிறார் என்பதுதான்" என்றான்.

சொற்களஞ்சியம்

Al Bushiri: அல் புஷ்ரி என்றும் அபுஷிரி (1840 – 1889) என்றும் அழைக்கப்பட்ட பெருவணிகரான இவர், ஜெர்மனுடைய கிழக்கு ஆப்பிரிக்க ஆதிக்கத்துக்கு எதிராக உள்ளூர் வணிகர்களையும், ஆப்பிரிக்க இனக் குழுக்களையும் ஒன்று திரட்டிப் புரட்சி செய்தார். பண்டு இனத் தலைவன் ஒருவன் அல்புஷிரியைச் சிறைப் பிடித்து ஜெர்மனியர்களிடம் ஒப்படைக்க, 1889ஆம் ஆண்டு டிசம்பர் 15 அன்று பொதுவெளியில் தூக்கிலிடப்பட்டார்.

Dar es Salam: டார் எஸ் சலாம், வணிகத் துறைமுகமுடைய தான்சானியாவின் மிகப்பெரிய நகரம்.

Feldwebel: படைத் தலைவர்.

Ombasha: சார்ஜன்டுக்குக் கீழ் நிலையில் உள்ள அதிகாரி

Askari: ஆப்பிரிக்கக் கூலிப் படை வீரன்.

Oberleutnant: முதல் லெப்டினன்ட்.

Shaush: அரேபிய மெய்க் காவலன்.

KAR: கிங்க்ஸ் ஆப்பிரிக்கன் ரைஃபில்ஸ் (KAR) என்றழைக்கப்பட்ட கிழக்கு ஆப்பிரிக்காவில் ஆதிக்கம் செலுத்திய பிரிட்டிஷ் காலனிய இராணுவம்.

GDR: ஜெர்மன் டெமாக்ரடிக் ரிபப்ளிக் எனும் கம்யூனிஸ்ட் கிழக்கு ஆப்பிரிக்கா.

Shangaan: கிழக்கு ஆப்பிரிக்காவின் இனக்குழு உறுப்பினர்.

Wahehe: மத்தியக் கிழக்கு தான்சானியாவில் வசித்த, பண்டு மொழி பேசிய இனக் குழுக்கள்.

Deutsch Ostafrika: ஜெர்மனின் காலனியாக விளங்கிய கிழக்கு ஆப்பிரிக்கப் பகுதி.

Schutztruppe: ஜெர்மானியப் பேரரசு, தன் ஆட்சிக்குட்பட்ட ஆப்பிரிக்கப் பகுதிகளில் நிறுத்தியிருந்த துருப்புகள்.

Schutztruppe Askari: ஜெர்மானியப் பேரரசின் துருப்புகளோடு இணைந்து ஆப்பிரிக்கப் பகுதிகளில் பணியாற்றிய ஆப்பிரிக்கக் கூலிப் படை வீரர்கள்.

Maji maji Rebellion: ஜெர்மன் காலனித்துவ ஆட்சிக்கு எதிராக முகமதியரும், ஆனிமிஸ்ட் சித்தாந்தவாதிகளும், ஆப்பிரிக்கர்களும் ஜெர்மன் ஆக்கிரமித்திருந்த கிழக்கு ஆப்பிரிக்காவில் ஆயுதமேந்திப் போராடியது.

Bimkubwa: அம்மா.

Southern Highlands: ஆஸ்திரேலியா.

Commanding officer: லெப்டினன்ட்.

Basha: தற் பாலினக் கவர்ச்சியுடையவர்.

Maghrib: அந்திநேரத் தொழுகை.

Mganga: நாட்டு வைத்தியர்.

Column: இராணுவ வரிசை.

Force Publique: லியோபோல்டின் தலைமையில் காங்கோவில் உருவான ஆப்பிரிக்கப் படை.

Gefreiter: இரண்டாம்நிலை அதிகாரி.

Washezi : கென்யாவின் மையப் பகுதியைச் சேர்ந்தவர்கள் பங்காற்றிய இயக்கம்.

Kaiser: ஜெர்மானியப் பேரரசு.

Carrier: படைக் கருவிகளைச் சுமந்து செல்லும் இராணுவப் படைப் பிரிவு/ வீரர்கள்.

Ndio bawana: ஆமாம்/சரிங்க ஐயா.

Bwana: ஐயா.

Volunteers: தன்னார்வலர்கள்.

Escort: மெய்க்காப்பாளர்கள்.

Tarbush/Fez: இராணுவ வீரர்களுக்கான தட்டையான மேற்பாகமும், கறுப்புத் தொங்கு குஞ்சங்களும்கொண்ட சிகப்புத் தொப்பி.

Kiswahili: ஆப்பிரிக்காவின் மிக முக்கியமான, பரவலாகக் கற்பிக்கப்படும் பழங்குடி மொழியான கிஸ்வாஹிலி, கென்யா, தான்சானியா ஆகியவற்றின் தேசிய, அதிகாரப்பூர்வ மொழியாகும்.

Kinyamwezi: கிழக்கு ஆப்பிரிக்கர்கள் பேசும் கின்யம்வெசி மொழி.

Nyamwezi/Wanyamwezi: கிழக்கு ஆப்பிரிக்காவின்/ தான்சானியாவின் பண்டு இனக் குழுவைச் சேர்ந்தவர்கள்.

Exerzierplatz: அணிவகுப்புப் பயிற்சி மைதானம்

Musikkapelle: இசைக் குழு.

Signals Detachment: சமிக்ஞைகள் வழியே தகவல்களைப் பரிமாறும் சிறப்புப் படைப் பிரிவு.

Wachagga: தான்சானியாவின் கிளிமஞ்சாரோ பகுதியைச் சேர்ந்த பண்டு இன மக்கள்.

Wameru: அருஷா பகுதியின் மேரு மலையைச் சார்ந்த மக்கள்.

Sub-altern: உப படைத் தலைவன்.

Nubi: உகாண்டாவில் பேசப்படும் மொழி. அடிமை என்ற பொருளும் உண்டு.

Swagger stick: உலோகப் பூணிட்ட சிறிய கைத் தடி

Bi: திருமதி.

Mzee: பெரியவர்.

Shekhiya: குர் ஆன் ஓதுபவர். தொழுகை, சடங்குகளை நடத்தி அரூப சக்திகளை விரட்டும் பெண்.

Buibui: துப்பட்டி & சேலையை முக்காடாக இடுவது.

Sachsenhausen Concentration Camp: ஜெர்மனியில், 1936ஆம் ஆண்டு முதல் 1945ஆம் ஆண்டுவரை செயல்பட்டுவந்த நாஜி வதைமுகாம்.

Battle of Mahiwa: ஜெர்மனிக்கும் பிரிட்டிஷ் ஏகாதிபத்தியப் படைகளுக்கும் இடையேயான மஹிவா போர், முதலாம் உலகப் போர் குறித்த கிழக்கு ஆப்பிரிக்கப் பிரச்சாரத்தின்போது நடந்தது.

Kolonie and Heimet: ஜெர்மன் காலனித்துவப் பத்திரிகை.

Reichskolonialbund: ஜெர்மன் காலனித்துவ அமைப்புகள் அனைத்தையும் இணைத்து ஹிட்லர் உருவாக்கிய கூட்டு அமைப்பு.

Musen-Almanach fir das Jahr: 1770ஆம் ஆண்டுமுதல் 19ஆம் நூற்றாண்டின் நடுப்பகுதிவரை ஜெர்மனியில் வெளியிடப்பட்ட வருடாந்திரப் பத்திரிகை.

Zur Geschichte der Religion und philosophy in Deutschland: ஜெர்மனியின் கவிஞரான, ஹைன்ரிக் ஹைன் எழுதிய மூன்று கட்டுரைகளின் தொகுதி.

Leuchtturm Sicherheitszundholzer: வைட்ஹவுஸ் நெருப்புப் பெட்டிகள்.

Waegner-weber kindermehl: வேக்னர்- சிறு குழந்தைகளுக்கான பால்.